AF814510

ॲडॉल्फ हिटलर

द ग्रेट डिक्टेटर!

लेखक

अतुल कहाते

मेहता पब्लिशिंग हाऊस

All rights reserved along with e-books & layout. No part of this publication may be reproduced, storedin a retrieval system or transmitted, in any form or by any means, without the prior written consent of the Publisher and the licence holder.
Please contact us at **Mehta Publishing House,** Pune 411030.
✆ +91 020-24476924 / 24460313 / Mob. No. 9545000513
Email : production@mehtapublishinghouse.com
Website : www.mehtapublishinghouse.com

◆ *या पुस्तकातील लेखकाची मते, घटना, वर्णने ही त्या लेखकाची असून त्याच्याशी प्रकाशक सहमत असतीलच असे नाही.*

ADOLF HITLER by ATUL KAHATE

ॲडॉल्फ हिटलर : अतुल कहाते / चरित्र

© अतुल कहाते

Email : author@mehtapublishinghouse.com

प्रकाशक : सुनील अनिल मेहता, मेहता पब्लिशिंग हाऊस,
१९४१, सदाशिव पेठ, माडीवाले कॉलनी, पुणे - ४११०३०.

मुद्रक : ट्रिनिटी ॲकॅडमी फॉर कॉर्पोरेट ट्रेनिंग लिमिटेड

मुखपृष्ठ : सतीश भावसार

प्रकाशनकाल : नोव्हेंबर, २०१७ / पुनर्मुद्रण : ऑक्टोबर, २०२१

किंमत : ₹ ४२५

P Book ISBN 9789386888556
E Book ISBN 9789386888563
E Books available on : amazonkindle Apple Books Google Play Books

---

* पायरेटेड पुस्तकांची खरेदी-विक्री हा कायद्याने गुन्हा आहे आणि अशा गुन्ह्याविरोधात कायदेशीर कारवाई होऊ शकते.

हिटलर आणि त्याची नाझी राजवट यांचा काळ
अक्षरशः आपल्या नजरेसमोर उभे करणारे

विल्यम शिरर

यांच्या स्मृतीला

अनुक्रमणिका

प्रस्तावना

'ॲडॉल्फ हिटलर' हे शब्द ऐकताच खास प्रकारे कापलेल्या मिशा असलेला चेहरा आपल्यासमोर येतो. कित्येक जणांना तर चार्ली चॅप्लिनचीही आठवण हिटलरच्या नावामुळे होते. कदाचित चॅप्लिनच्या 'द ग्रेट डिक्टेटर' या हिटलरवरच्या अजरामर चित्रपटामुळेही असे घडत असावे. याचबरोबर आपण इतिहास कशा प्रकारे शिकलो आहोत त्यानुसार आणि तो कुणाकडून शिकलो आहोत त्यावरूनसुद्धा आपल्या मनात ठरावीक विचार लगेचच येतात. त्यात दुसरे महायुद्ध वगैरे तर असतेच; पण मुख्य म्हणजे आपल्या डोक्यात हिटलरची प्रतिमा एकदम घट्ट बसलेली असल्यामुळे एक तर 'क्रूरकर्मा', 'हुकूमशहा' वगैरे शब्द तरी आपल्या ओठांवर येतात किंवा 'शूर', 'महान नेता' असं तरी आपण म्हणायला लागतो. आपली जडणघडण कशी झाली आहे, यावरून ते ठरते. अनेकदा आपण आपल्याशी किंवा कुणाशीच नीटपणे वागत नसलेल्या किंवा शिस्तीचा अतिरेक करणाऱ्या माणसाला 'हिटलर' म्हणतो. याच्याच जोडीला काही जण हिटलरभक्त असल्याचे ऐकून आपण विचारातही पडतो. गेल्या शतकभरात या जगावर ज्या लोकांनी चांगल्या अथवा वाईट अर्थाने प्रचंड प्रभाव पाडला आहे, त्या लोकांच्या यादीत हिटलरचे नाव आघाडीवर येते, हे मात्र नक्की.

ॲडॉल्फ हिटलरच्या १९३३ ते ४५ या काळातल्या जर्मन सत्तेला थर्ड राईख (Third Reich) असे म्हणतात. याचे कारण म्हणजे जर्मनीत त्यापूर्वी 'होली रोम एम्पायर' आणि एकोणिसाव्या शतकातल्या बिस्मार्कच्या नेतृत्वाखालचे 'जर्मन एम्पायर' अशी दोन साम्राज्ये होऊन गेली होती आणि हे तिसरे साम्राज्य होते, असे हिटलर म्हणत असे. जर्मन भाषेत 'राईख' म्हणजे 'साम्राज्य' असा अर्थ होतो. हिटलरच्या साम्राज्याची सुरुवात होण्याआधीच्या संध्याकाळी बर्लिन शहरातले वातावरण एकदम तंग होते. गेली अनेक वर्षे जर्मनीमध्ये नुसता गोंधळच सुरू होता.

लोकशाहीला तिलांजली देण्यात आली होती. राष्ट्रपती राजवटीसारख्या प्रक्रियेचा वापर करून जनरल कर्ट व्हॉन श्लाईशर जर्मनीचा 'चॅन्सलर' म्हणजेच सरकारचा प्रमुख बनला होता. जाता जाता सांगायचे तर, भारतात जसे पंतप्रधान आणि राष्ट्रपती असतात, तसे जर्मनीमध्ये चॅन्सलर आणि राष्ट्रपती असतात. पूर्वी जर्मनीमध्ये राष्ट्रपतीला बरेच जास्त अधिकार होते. उदाहरणार्थ, लष्कराचे प्रमुखपद त्याच्याकडे होते आणि आणीबाणीच्या काळात तो जर्मन संसदेकडे न जाता स्वतः महत्त्वाचे निर्णय घेऊ शकत असे. यामुळे दुसऱ्या महायुद्धापर्यंत अनेकदा राष्ट्रपतीने आपल्या पदाचा दुरुपयोग केल्याच्या घटना झाल्या आणि यामुळे राष्ट्रपतीचे अधिकार कमी करण्यात आले. आता जर्मन राष्ट्रपतींना भारताच्या राष्ट्रपतींप्रमाणेच नावापुरते हक्क असतात; प्रत्यक्षात सगळा कारभार चॅन्सलरच्याच हातांमध्ये असतो.

दरम्यान, आता हिटलरकडे जर्मनीच्या चॅन्सलरपदाची सूत्रे येण्यासाठीचा मार्ग मोकळा होत असल्याची चिन्हे दिसत होती. आधी उल्लेख केल्याप्रमाणे जर्मन मतदारांचा कौल विचारात न घेताच जनरल कर्ट व्हॉन श्लाईशर याला वयोवृद्ध राष्ट्रपती फील्ड मार्शल व्हॉन हिंडेनबर्ग याने चॅन्सलर बनवले होते. २८ जानेवारी १९३३ च्या शनिवारी हिंडेनबर्गने अचानकपणे श्लाईशरला चॅन्सलरपदावरून हुसकावून लावण्याचा निर्णय घेतला. जर्मनीमधल्या 'नॅशनल सोशॅलिस्ट्स (नाझी)' या सगळ्यात मोठ्या राजकीय पक्षाचा नेता असलेल्या ॲडॉल्फ हिटलरला ही आपल्यासमोर चालून आलेली मोठी संधी असल्याचे लक्षात आले आणि त्याने राष्ट्रपती हिंडेनबर्गकडे चॅन्सलरपदासाठीचा दावा केला.

या सुमाराला जर्मनीमधले वातावरण प्रचंड गोंधळाचे आणि अनिश्चिततेचे होते. आपल्याला चॅन्सलरपदावरून घालवून दिले जाण्याच्या भीतीमुळे लष्कराला हाताशी धरून राष्ट्रपती हिंडेनबर्गलाच पदच्युत करण्यासाठी श्लाईशर धडपडत असल्याच्या अफवा पसरल्या होत्या. त्याच्या जोडीला सत्ता मिळवण्याच्या हेतूने देशात उठाव घडवून आणण्यासाठी हिटलर धडपडत असल्याच्या बातम्याही जोरात पसरवल्या जात होत्या. याखेरीज देशव्यापी संप घडवून आणला जाईल अशी चिन्हेही दिसत होती. २९ जानेवारी या रविवारच्या दुपारी हिटलरकडे चॅन्सलरपद दिले जाता कामा नये, अशी मागणी करण्यासाठी हजारो कामगारांनी बर्लिन शहरात मोर्चा काढला. तरीही जर हिटलर चॅन्सलर बनला तर आपण एकत्रपणे लढावे, यासंबंधी चर्चा करण्यासाठी कामगार नेत्यांनी लष्करप्रमुखाशी संपर्क साधला. काहीही करून हिटलरला थांबवले पाहिजे, असे त्यांचे उद्दिष्ट होते.

रविवारच्या रात्रीपासून सोमवारपर्यंत जर्मन चॅन्सलरच्या निवासस्थानापासून अगदी जवळ असलेल्या हॉटेलात उतरलेल्या हिटलरने सतत येरझारा घातल्या. त्याचे मन अस्वस्थ असले तरी या खेपेला जर्मनीचे चॅन्सलरपद आपल्या आवाक्यात आले असल्याचा आत्मविश्वास त्याला सुखावत होता. यासाठी त्याच्या 'नाझी' पक्षाकडे स्पष्ट बहुमत नसले तरी बऱ्याच काळापासून उजव्या विचारसरणीच्या काही पक्षांबरोबर त्याची संयुक्त सरकार स्थापन करण्यासंबंधीची बोलणी गुप्तपणे सुरू होती. आपल्या मार्गात आता राष्ट्रपती हिंडेनबर्गचा मुख्य अडथळा राहिलेला असल्याची हिटलरला कल्पना होती. हिटलरकडे जर्मनीचे चॅन्सलरपद देण्याचा धोका हिंडेनबर्ग पत्करू इच्छित नव्हता. तरीही इतर लोकांच्या वाढत्या दबावापुढे ८६ वर्षे वयाचा थकलेला हिंडेनबर्ग फार काळ टिकाव धरू शकेल, असे वाटत नव्हते.

अखेर ३० जानेवारी १९३३ च्या दुपारी हिंडेनबर्गची भेट घेण्यासाठी म्हणून हिटलर चॅन्सलरच्या सध्या रिकाम्या असलेल्या निवासस्थानी दाखल झाला. हिंडेनबर्गही तिथे आला. हिंडेनबर्ग आणि हिटलर यांची काही काळ चर्चा झाली. काही वेळातच हिटलर तिथून बाहेर पडला, तो जर्मनीच्या चॅन्सलरपदाची शपथ ग्रहण करूनच! जर्मनीच्या आणि एकंदर सगळ्या जगाच्या दृष्टीने नंतर अत्यंत घातक ठरलेल्या या निर्णयामुळे पुढे काय घडणार आहे, याची तेव्हा कुणाला कल्पना असणार? चॅन्सलरच्या निवासस्थानातून हिटलर परत आपल्या हॉटेलमध्ये आला. तिथे त्याच्या कटकारस्थानांमध्ये सामील असलेले त्याचे महत्त्वाचे सहकारी होते. हिटलर किंवा हे सहकारी यांच्या कुणाच्याच तोंडून अत्यानंदामुळे एक शब्दसुद्धा बाहेर पडला नाही. कुणाला काही बोलायची गरजच नव्हती. हिटलरच्या डोळ्यांमधून आनंदाश्रू वाहायला लागले. त्या संध्याकाळपासून मध्यरात्रीपर्यंत नाझी पक्षाच्या कार्यकर्त्यांनी आणि समर्थकांनी आपल्या घोषणांनी आणि जल्लोशाने वातावरण पार बदलून टाकले. आपण घेतलेला निर्णय योग्य आहे का नाही, या संभ्रमात असलेला हिंडेनबर्ग निदान या नव्या चॅन्सलरचे समर्थक जल्लोश तरी करत असल्याचे बघून जरा खूश झाला.

३० जानेवारी १९३३ या दिवशी सुरू झालेले 'थर्ड राईख'चे अस्तित्व पुढची हजार वर्षे टिकेल, अशी दर्पोक्ती हिटलरने केली. नाझी लोक तर अनेकदा आपल्याला मिळालेल्या सत्तेचा उल्लेख 'एक हजार वर्षांचे साम्राज्य' असाच करत. प्रत्यक्षात मात्र ते मोजून बारा वर्षे व चार महिने टिकले. या काळात या साम्राज्याने जर्मनीला अभूतपूर्व यशोशिखरावर काही काळ नेले आणि जर्मनी हाच जगातला सर्वश्रेष्ठ देश असल्याची भावना जनतेमध्ये जागवली. त्यानंतर याच साम्राज्याने

जर्मनीला विलक्षण संकटात लोटले. दुसरे महायुद्धही याच साम्राज्याने घडवून आणले. इतिहासाच्या पानांमध्ये अत्यंत क्रूर, अमानवी आणि कल्पनेपलीकडच्या अत्याचारांची नोंदही याच साम्राज्यामुळे झाली. शब्दांमध्ये वर्णन करता येणार नाही अशी दहशतही याच साम्राज्याने लोकांच्या मनामध्ये निर्माण केली.

या सगळ्याला कारणीभूत ठरलेला ॲडॉल्फ हिटलर हा निर्विवादपणे अत्यंत क्रूर, विचित्र, अमानुष आणि दुष्ट माणूस होता. त्याचबरोबर तो प्रचंड चाणाक्षही होता. जर्मन लोकांच्या मनात खदखदत असलेला संताप त्याने आपल्या चतुराईने स्वतःच्या फायद्यासाठी वापरला आणि या संतापाला दिशा दिली. राक्षसी वृत्ती आणि महत्त्वाकांक्षा या अवगुणांना त्याने अविचल निर्धाराची जोड दिली. कुणाला कसे नमवायचे याची अचूक जाण त्याला होती. तसेच कुठल्याही प्रसंगामध्ये कुणाशी कसे वागायचे याची नसही त्याने पकडली होती. या सगळ्याचा वापर करून हिटलरने 'थर्ड राईख' निर्माण केले. हिटलरची जर्मनीच्या चॅन्सलरपदी नेमणूक झाल्या झाल्या इतर देशांमधल्या बहुतेक जणांना आणि जर्मनीमधल्याही काही सुज्ञ लोकांना हिटलरच्या क्षमतेविषयी शंका वाटायला लागली. हिटलरने लोकांना मूर्ख बनवून आपली अत्यंत उजळ प्रतिमा निर्माण केली असल्याचा संशय त्यांना सतावत होता. जर्मनीच्या नागरिकांना मात्र हिटलरने पार मोहात टाकले होते. आपल्याला कित्येक शतकांमध्ये एकदाच लाभेल असा कुणीतरी महान नेता मिळाला असल्याची भावना त्यांना सुखावत होती. पुढची बारा वर्षे हिटलरकडे कुठलीतरी अद्‌भुत, दिव्य शक्ती असावी अशा तऱ्हेने त्यांनी हिटलरला अक्षरशः आंधळेपणाने विनाशर्त पाठिंबा दिला. याचा परिणाम म्हणजे आज त्याच जर्मनी देशात हिटलरचे नाव जरी कुणी घेतले तरी सगळ्यांनी चमकून त्याच्याकडे बघावे, अशी परिस्थिती निर्माण झाली आहे.

अशा या ॲडॉल्फ हिटलरची आणि त्याने विसाव्या शतकात घडवलेल्या अविश्वसनीय इतिहासाची ही भन्नाट कहाणी आहे! हिटलरचे व्यक्तिमत्त्व ही आजवरच्या आणि खास करून अलीकडच्या इतिहासामधील कदाचित सगळ्यात जास्त कुतूहलाची गोष्ट ठरली आहे. हिटलरच्या चरित्रांची संख्या त्याला दुसऱ्या महायुद्धात पुरून उरलेल्या विन्स्टन चर्चिलवरच्या चरित्रांच्या संख्येच्या दुपटीहून जास्त आहे. हिटलरच्या नाझी पक्षातल्या अनेक जणांनी त्याला असामान्यत्व बहाल केले आहे. तो मर्त्य माणूस नव्हता तर 'सुपरमॅन' होता, असे हे लोक मानत. १९३६ मध्ये हिटलरच्या मंत्रिमंडळातल्या कायदेमंत्र्याने 'हिटलर एकाकी आहे आणि तसा देवही एकाकीच असतो, म्हणूनच हिटलर हा देवासारखा आहे.' असे म्हटले होते. हिटलरच्या

दुसऱ्या एका चाहत्याने तर 'फार तर एकदोन जगावेगळ्या मुद्द्यांच्या संदर्भातच आपण हिटलर आणि देव यांची तुलना करू शकतो, देवासारख्या किरकोळ संकल्पनेशी तुलना करण्याइतका हिटलर छोटा नाही.' असे म्हणून कळसच गाठला होता! नाझी लोकांच्या दृष्टिकोनातून लिहिल्या गेलेल्या इतिहासानुसार ज्याप्रमाणे सुमारे २००० वर्षांपूर्वी हे जग वाचवण्यासाठी येशू ख्रिस्त पृथ्वीवर अवतरला, त्याचप्रमाणे जर्मनीला गतवैभव मिळवून देण्यासाठी हिटलरचा जन्म झाला, असे मानले जाते. येशू ख्रिस्त आणि हिटलर या दोघांनाही नाझी इतिहास युगपुरुष मानतो. तसेच त्यांचे पृथ्वीवर अवतरणे हे विधिलिखित होते, असा प्रचार नाझींनी केला. नेहमीच पृथ्वीवरचे विविध प्रश्न सोडवण्यासाठी महामानवांचा जन्म होतो, असे मानले जाण्याचा प्रघात पडला आहे. याला साजेसे असेच हे स्पष्टीकरण असल्यामुळे अजूनही काही ठिकाणी हिटलरविषयीच्या या अत्यंत उथळ संकल्पना खऱ्या मानल्या जातात.

यामधला फोलपणा खरे म्हणजे सांगण्याचीसुद्धा गरज नाही. तरीसुद्धा अगदी पुराव्यांनिशी बोलायचे तर, १९२८ सालच्या मे महिन्यात हिटलरच्या नाझी पक्षाने प्रथमच जर्मनीच्या सार्वजनिक निवडणुकीमध्ये आपले भवितव्य अजमावायचे ठरवले. हिटलरकडे नाझी पक्षाचे नेतृत्व येऊन सुमारे सात वर्षे उलटून गेली होती. साहजिकच या 'युगपुरुषाला' आपले माहात्म्य दाखवण्यासाठी आणि जर्मन लोकांना संमोहित करण्यासाठी तोपर्यंत बरीच संधी मिळालेली होती. असे असूनसुद्धा या निवडणुकीत नाझी पक्षाला फक्त २.६० टक्के मते मिळाली! त्या काळातल्या एका गुप्त सरकारी अहवालामध्ये 'नाझी पक्षाला सर्वसामान्य जनतेवर कुठलाही खास प्रभाव पाडता आलेला नाही' असे स्पष्टपणे नमूद करण्यात आले होते. म्हणजेच अगदी सुरुवातीपासून किंवा परिस्थिती विपरीत असतानासुद्धा जर्मन लोकांवर आपला निर्विवाद प्रभाव पाडण्याचे कसब हिटलरमध्ये होते, असे म्हणणे साफ चुकीचे ठरते. उलट, हिटलर आणि नाझी पक्ष इतर सगळ्यांप्रमाणेच त्या काळच्या परिस्थितीत सापडले होते. जसे आपण आजच्या घटनाक्रमाला जुळवून घेण्याचा प्रयत्न करत राहतो, तसेच हिटलर आणि नाझी पक्ष हेसुद्धा त्या काळातल्या जर्मनीमधल्या परिस्थितीशी जुळवून घेण्यासाठी धडपडत होते, हे यातले सत्य आहे. हिटलरने आपल्या 'दिव्यत्वा'च्या जोरावर तेव्हातरी काही चमत्कार घडवलेला नव्हता, हे आपल्याला म्हणूनच स्पष्टपणे दिसून येईल. हिटलर कोण होता यापेक्षासुद्धा नाझी पक्षाला इतरांची मिळालेली साथ, इतरांमधले कच्चे दुवे, इतरांचे चुकलेले अंदाज आणि डावपेच आणि इतरांची सहनशीलता यामुळेच बाजी मारता आली हे, समजून घेणे महत्त्वाचे आहे.

हिटलरच्या काळात अनेक लोकांनी त्याला दिलेल्या साथीविषयी नंतरच्या काळात जेव्हा त्यांना विचारण्यात आले तेव्हा त्यांपैकी अनेक जणांची प्रतिक्रिया 'तेव्हा मला तसे करणे बरोबर वाटले' अशी होती. वरवर वाटते तितके हे साधे स्पष्टीकरण अजिबातच नाही. आपल्यावर ओढवलेल्या परिस्थितीला उत्तर म्हणून हिटलरला साथ देणे त्यांना आवश्यक वाटावे, हे अत्यंत धोकादायक आहे. पहिल्या महायुद्धात आपला झालेला अपमान धुऊन काढण्यासाठी आपण तेव्हा वाटेल ते करायला तयार होतो, असे हे लोक म्हणतात. याचाच अर्थ, परिस्थिती बिकट झाली की तिचा फायदा घेण्यासाठी कुणीतरी उत्सुक असते आणि अशा वेळी पूर्ण समाजच्या समाज आपला विवेक गमावून बसण्याजोगी भीषण परिस्थिती निर्माण होऊ शकते, हे आपण कधीच विसरता कामा नये. हिटलरच्या कारकिर्दीचा हा पैलू ऐतिहासिक महत्त्वाचा आहे. कधीही कुठेही अशा प्रकारची विचारसरणी मूळ धरू शकते आणि फोफावू शकते, हे आपल्याला यातून लक्षात येईल. पहिल्या महायुद्धामध्ये जर्मनीने शरणागती पत्करल्यानंतर व्हर्सायच्या करारामुळे जर्मनीची झालेली मानहानी आणि सर्वसामान्य जर्मन नागरिकांवर ओढवलेले अतिमहागाईचे महासंकट, हे प्रश्न गंभीर होतेच. त्यातच १९३० च्या दशकाच्या सुरुवातीला सुरू झालेला जागतिक महामंदीचा प्रश्न आणि जर्मनीमध्ये पसरलेले बेरोजगारीचे सावट यामुळे जर्मन नागरिकांच्या रागाचा उद्रेक झाला. अशा वेळी आपल्याला या संकटातून बाहेर काढू शकेल असा समर्थ, खंबीर नेता हिटलरच्या रूपाने मिळाला असल्याच्या भावनेपोटी जर्मन जनता त्याच्यामागे उभी राहिली.

जर्मनीने शरणागती पत्करल्यानंतर जेव्हा १९१८ सालच्या नोव्हेंबर महिन्यात पहिले महायुद्ध संपले, तेव्हा आपल्यावर ही नामुष्की का ओढवली हे जर्मन लष्करामधल्या बऱ्याच लोकांना समजत नव्हते. आपण युद्धात पराभूत झालो आहोत असे कित्येक जणांना अजिबातच वाटत नव्हते. असे असूनसुद्धा आपल्याला शस्त्रे टाकायला आणि शत्रूला शरण जायला का सांगितले जाते आहे, हे त्यांना कळत नव्हते. कित्येक जण तर शत्रूच्या हद्दीत लढत होते. म्हणजेच आपली पीछेहाट झाल्याचेही त्यांना जाणवत नव्हते. तरीसुद्धा आपल्याला हे युद्ध हरल्याबद्दल जबरी अटी घातलेल्या तहाचा सामना करावा लागणे आणि मुळात आपला देश हा पराभूत देश म्हणून ओळखला जाणे, त्यांच्या जिव्हारी लागले. साहजिकच त्यांच्या मनातला हा संताप खदखदत राहिला आणि नंतर दुसऱ्या कुणावर तरी याचे खापर फोडण्याने तो बाहेर पडला. आपल्या पाठीत आपल्या राज्यकर्त्यांनी खंजीर खुपसला असल्याची भावना त्यांना सतावायला लागली. या काळात जर्मनीवर डाव्या विचारसरणीच्या राजकारण्यांची सत्ता होती. खरे म्हणजे १९१८ सालच्या अखेरच्या

काळात जर्मनीमध्ये प्रथमच लोकशाहीचे वारे वाहत होते. अशा परिस्थितीत आपण नुकसानदायी आणि आपल्याला पराभवाकडे नेणारे युद्ध लढत राहण्यात कसलाच मतलब नाही, असा सुज्ञ विचार तेव्हाच्या सत्ताधाऱ्यांनी केला. याचा परिणाम उलटाच झाला. या डाव्या विचारसरणीच्या सत्ताधाऱ्यांनी आपल्याला पराभूत मानसिकतेकडे नेल्याचे मत लष्करामध्ये तसेच सर्वसामान्य लोकांमध्येसुद्धा वेगाने पसरले.

आपोआपच जर्मन जनतेमध्ये डाव्या विचारसरणीच्या विरोधात आंदोलने सुरू झाली. यात भर म्हणून की काय; पण या डाव्या विचारसरणीच्या सत्ताधारी राजकारण्यांपैकी बव्हंशी लोक ज्यू धर्मीय होते. यामुळे डाव्या विचारसरणीचे लोक आणि ज्यू लोक यांनी आपल्या देशाला रसातळाला नेले असल्याच्या भावनेने जोर पकडला. तसेच ज्यू लोकांमुळे जर्मनीचे पुरते वाटोळे होत असल्याची भावना हळूहळू प्रबळ होत गेली. खरे म्हणजे १९३३ सालच्या आकडेवारीनुसार जर्मनीमध्ये फक्त ५ लाख तीन हजार म्हणजेच एकूण लोकसंख्येच्या फक्त ०.७६ टक्के एवढेच ज्यू लोक होते. तसेच पोलंडसारख्या देशांमध्ये ज्यू लोक जसे इतर समाजापासून फटकून राहायचे, तसे जर्मनीमध्ये घडले नव्हते. असे असूनसुद्धा, आपल्यावरच्या सगळ्या संकटांचे खापर नाझी पक्षाने ज्यूंवर फोडायला सुरुवात केली. डावी विचारसरणी आणि त्याद्वारा केले जाणारे राजकारण, सर्वसामान्यांवरच्या आर्थिक संकटांना कारणीभूत ठरणारा भांडवलशाहीचा विकृत प्रकार आणि जर्मन संस्कृतीवर घाला घातला जाणे, या सगळ्या गोष्टींना ज्यूंनाच जबाबदार धरले गेले.

माणूस विचारी प्राणी आहे; पण म्हणून माणूस नेहमीच विचार करून वागेल असे नाही. तर्कबुद्धीला पटणारे निर्णय घेत घेत आपण जगत असतो, असे आपल्याला अनेकदा वाटत असले तरी प्रत्यक्षात आपण भावनेला जास्त महत्त्व देतो, असे अनेकदा सिद्ध झालेले आहे. हिटलरच्या मागे जर्मन जनतेने उभे राहण्यामागेसुद्धा हाच मुद्दा महत्त्वाचा ठरला. म्हणूनच हा 'जर्मन लोकांचा' गुणधर्म आहे असे अजिबातच समजता कामा नये. इतर कुठल्याही देशामध्ये आणि कुठल्याही कालखंडात याची पुनरावृत्ती घडू शकते. हिटलरला लोकांच्या या भावनांशी कसे खेळायचे, हे चांगलेच माहीत होते. अर्थातच त्या काळातल्या जर्मनीमधल्या परिस्थितीने या भावना भडकवण्यात खूप मोठा हातभार लावला, हे वेगळे सांगायला नको. जर्मनीची परिस्थिती उत्तम असती आणि तिथे सगळ्याच पातळ्यांवर बऱ्यापैकी स्थैर्य असते, तर हिटलरला आपले बस्तान बसवण्याची संधी तरी मिळाली असती का, हा प्रश्न कायम राहतो. तरीसुद्धा हिटलरला भेटल्यानंतर आपले आयुष्य पार बदलून गेले असल्याची भावना अनेक जणांनी व्यक्त केलेली

असल्यामुळे लोकांच्या मानसिकतेवर प्रभाव टाकण्याची विलक्षण हातोटी हिटलरमध्ये होती, हे मान्य केलेच पाहिजे. म्हणूनच अशा प्रकारे लोकांवर प्रभाव टाकणारे व्यक्तिमत्त्व लाभलेल्या लोकांपासून आपण जरा सावधच राहिले पाहिजे, असे इतिहास आपल्याला सांगतो!

तरुण वयातला हिटलरचा एकमेव मित्र ऑगस्ट क्यूबिझेक ऊर्फ 'गस्टल' याने नंतर लिहिलेल्या आठवणींनुसार हिटलरच्या स्वभावामध्ये असलेला अत्यंत वेगळा गुणधर्म म्हणजे कुठल्याही गोष्टीविषयी पराकोटीचा तिरस्कार मनात बाळगण्याची त्याची क्षमता हा असल्याचे, अगदी त्याने स्पष्टपणे म्हणून ठेवले आहे. इतकेच नव्हे तर, 'त्याचं या जगाशी जुळायचंच नाही. जिथंतिथं त्याला अन्याय, तिरस्कार आणि शत्रुत्वच दिसे. त्याच्या टीकेला बळी पडणार नाही अशी गोष्टच बहुधा नसावी. त्याला काहीच पसंत नसे. रागारागानं तो जवळपास सगळ्याच गोष्टींविषयी अत्यंत तिरस्कारानं बोलत राही. अगदी मानवाच्या संकल्पनेपासून स्वतःला समजून न घेणाऱ्या प्रत्येकापर्यंत त्याचा विखार बाहेर पडे,' असेही गस्टलने अगदी स्पष्ट शब्दांमध्ये म्हटले आहे. कहर म्हणजे सर्वसामान्यपणे अत्यंत खराब समजली जाणारी ही स्वभाववैशिष्ट्ये नंतर हिटलरला खूपच उपयोगी ठरली. तरुणपणात खासगी तसेच सार्वजनिक किंवा व्यावसायिक आयुष्यात ही स्वभाववैशिष्ट्ये त्याला अपयशाकडे खेचून नेत होती; नंतर मात्र त्याचे हे दुर्गुण अचानकपणे त्याची बलस्थाने बनत गेली. उदाहरणार्थ, कमालीचा दुराग्रही आणि अट्टहासाने भरलेला स्वभाव हे कुठल्याही माणसाला इतरांपासून साफ दूर नेईल. हिटलरच्या बाबतीत मात्र इतर कुठल्याही माणसाचे मत विचारात घेण्यासाठी मुळात चर्चा करायला तयार होणेच त्याच्या आडमुठ्या स्वभावाला मान्य नसल्यामुळे, तो 'निश्चयी स्वभावाचा' असल्याचे मत पसरत गेले! तो सातत्याने आपली मते मांडत असे आणि त्याला कुणी विरोध केला किंवा त्याविषयी कुठलेही प्रश्न उपस्थित केले की त्याचा रागाने भडका होत असे. हिटलरमध्ये कमालीचा आणि खरे म्हणजे अगदी अनाठायी आत्मविश्वास असल्यामुळे आपली मते ठासून मांडणे आणि त्यांच्याशी मिळतीजुळती मते नसणाऱ्यांवर कडाडून तुटून पडणे, यामुळे लोक एकदम प्रभाव पडल्यासारखे त्याच्या मागे उभे राहत. हिटलरचा आत्मविश्वास म्हणजे त्याच्या असामान्यत्वाचे लक्षण,असे लोक चुकून समजत.

हिटलरचे चरित्र हा विषय म्हणूनच अनेक अंगांनी अभ्यासण्याचा विषय आहे. मुळात एक अतिसामान्य दर्जाचा माणूस सगळ्या जगाला संकटाच्या छायेत नेण्याजोगी पावले उचलू शकण्याची क्षमता कशी प्राप्त करू शकतो, हा अत्यंत

महत्त्वाचा विषय आहे. त्याच्या जोडीला या माणसाला साथ द्यायला लाखो देशवासी कसे काय उभे राहू शकतात, हा याहून जास्त उद्‌बोधक विषय आहे. काही जणांनी याचे वर्णन 'संमोहित करणे' अशा शब्दांमध्ये केलेले आहे. इतर काही लोक हे वर्णन साफ चुकीचे आहे, असे म्हणतात. हिटलरमध्ये नेमके असे काय होते की ज्यामुळे भलेभले विचारी लोकसुद्धा त्याच्या विखारी विचारांकडे ओढले गेले? हे सगळे प्रश्न अत्यंत रंजक आहेत. अशीच परिस्थिती भविष्यात कुठेही कधीही उद्‌भवू शकते, हा इशारा या निमित्ताने आपल्या सगळ्यांना मिळाला आहे. तसेच घडलेल्या इतिहासाकडे कुठल्या नजरेतून बघितले पाहिजे आणि त्याचे नेमके अर्थ कसे लावले पाहिजेत, हा अतिशय महत्त्वाचा दृष्टिकोन पक्का करण्यासाठीही याचा उपयोग झाला पाहिजे.

हिटलरच्या चरित्राचा व्यापक अर्थ हा असा आहे!

हिटलरची जडणघडण

अॅडॉल्फ हिटलरचं नशीब आयुष्यभर चांगलं होतं असं म्हणतात खरं; पण याची सुरुवात त्याच्या जन्माआधीच झाली होती! १८७६ मध्ये अॅडॉल्फ हिटलरच्या जन्माला आणखी तेरा वर्षं बाकी असताना त्याच्या होणाऱ्या वडिलांनी आपलं अॅलॉईस शिक्लग्रुबर हे नाव बदलून अॅलॉईस हिटलर असं करून घेतलं. 'हिटलर' हे आपलं आडनाव आपल्याला किती प्रिय आहे याचा उल्लेख हिटलर आयुष्यभर करत राहिला. शिक्लग्रुबर हे ऑस्ट्रियामधलं गरीब शेतकरी कुटुंब होतं. बऱ्यापैकी नोकरी मिळवू शकणारे अॅडॉल्फ हिटलरचे वडील अॅलॉईस हे त्यांच्या कुटुंबातले पहिलेच ठरले. त्यांचं शिक्षण बेताचंच असलं तरी ऑस्ट्रियाच्या अर्थ मंत्रालयात त्यांनी नोकरी मिळवली आणि हळूहळू पदोन्नती मिळवत ते कस्टम अधिकारी झाले. क्लारा पल्झेल या अॅडॉल्फ हिटलरच्या आईला दोन भावंडं होती. खरं म्हणजे क्लाराच्या आईला एकंदर अकरा मुलं झाली; पण त्यांपैकी आठ मुलं दगावली. हिटलरची आई मात्र वाचली.

अॅडॉल्फ हिटलरच्या वडिलांची अनेक लग्नं झाली आणि त्यांना विवाहबाह्य संबंधातूनही अपत्यप्राप्ती झाली. यात आपल्याहून वयानं जास्त असलेल्या, तसंच आपली मुलगी शोभेल अशा स्त्रियांचाही समावेश होता! आपल्या पहिल्या पत्नीचा आजार बळावलेला असताना अॅलॉईसनं आपल्या घरी स्वयंपाक करणाऱ्या स्त्रीशी संबंध ठेवले आणि नंतर तिच्याशी लग्न केलं. काही दिवसांमध्ये तेही मोडलं. आता तो क्लाराकडे वळला. लवकरच क्लाराला गर्भधारणा झाली. १८८५ सालच्या जानेवारी महिन्यात तिचं अॅलॉईसशी म्हणजेच हिटलरच्या वडिलांशी लग्न झालं. या वेळी क्लाराचं वय २५ तर अॅलॉईसचं वय ४८ म्हणजे तिच्या वयाहून जवळपास दुप्पट होतं! त्यांचं एकमेकांशी लांबचं नातंही होतं. क्लाराचं हे पहिलंच लग्न असलं तरी अॅलॉईसचं हे तिसरं लग्न होतं.

ॲलॉईस आणि क्लारा यांना गुस्ताव नावाचा पहिला मुलगा झाला. त्यानंतर इदा नावाची मुलगी क्लाराच्या पोटी जन्मल्यावर लगेचच ओटो नावाचा मुलगा तिला झाला; पण तो जन्मानंतर काही काळातच मरण पावला. त्यापाठोपाठ गुस्ताव आणि इदा यांना घटसर्प झाला आणि ते दोघेही मृत्युमुखी पडले. म्हणजेच क्लाराची तिन्ही मुलं आता जगात नव्हती. १८८८ सालच्या उन्हाळ्यात क्लाराला परत गर्भधारणा झाली. २० एप्रिल १८८९ या ढगाळ दिवशीच्या संध्याकाळी साडेसहा वाजता तिच्या पोटी ॲडॉल्फ हिटलरचा जन्म झाला. ॲलॉईसच्या पोटी आत्तापर्यंत जन्मलेल्या चार मुलांपैकी फक्त ॲडॉल्फ हाच बालपणी दगावला नाही. हा मुलगा पुढे जर्मनीच्या इतिहासामधल्या यापूर्वीच्या नेत्यांना लाभलेली लोकप्रियता मागे टाकून सगळ्या जर्मन जनतेची मनं तब्बल बारा वर्षांसाठी जिंकून घेईल, याची कुणाला कल्पनासुद्धा येण्याचा प्रश्नच नव्हता.

हिटलर कुटुंबाची आर्थिक स्थिती मध्यमवर्गीय होती. ॲडॉल्फनंतर क्लाराच्या पोटी एडमंड हा मुलगा जन्मला आणि वयाच्या सातव्या वर्षी दगावला. त्यानंतरची पॉला ही मुलगी मात्र वाचली. याखेरीज हिटलरच्या वडिलांच्या आधीच्या लग्नामधली दोन मुलंसुद्धा या कुटुंबात राहत. त्याखेरीज क्लाराची अत्यंत विचित्र आणि चिडक्या स्वभावाची धाकटी बहीण योआनासुद्धा हिटलर कुटुंबात राहायची. ॲडॉल्फ हिटलर हा आपला भाचा मात्र या योआनाचा अत्यंत लाडका होता. ॲलॉईस हे हिटलरचे वडील अत्यंत चिडके, दुराग्रही, आपली हुकूमत घरात सगळ्यांवर गाजवणारे आणि सतत धुसफूस करणारे होते. सगळ्यांनी सतत शिस्तीचं पालन करावं, आपल्या म्हणण्यानुसारच वागावं, अशा प्रकारच्या त्यांच्या अपेक्षा इतरांना असह्य होत; पण कुणाचंच त्यांच्यासमोर अजिबात चालत नसे. हिटलरची आई क्लारा मात्र अत्यंत शांत, सोशीक, घर मनापासून सांभाळणारी आणि आपल्या पोटच्या तसंच ॲलॉईस आणि अँगेला या सावत्र मुलांवर विलक्षण प्रेम करणारी गृहिणी होती. या दोन सावत्र भावंडांपैकी फक्त अँगेलाशी हिटलरचे नंतरच्या आयुष्यातही चांगले संबंध राहिले. या अँगेलाची मुलगी गेली रौबाल नंतर हिटलरच्या आयुष्यात आली आणि यातून एक मोठं वादळच घडलं, हे आपण नंतर बघूच.

नवऱ्याकडून हिटलरच्या आईला कसलंच प्रेम मिळत नसे. त्यातच आपल्या पोटी जन्मणारी मुलं धडाधड मृत्युमुखी पडत गेल्यामुळे जिवंत राहिलेल्या दोन मुलांवर, तसंच आपल्या सावत्र मुलांवर ती खूप प्रेम करे. ॲडॉल्फ हिटलरलाही आपली आई खूप आवडे. तिचा प्रेमळ स्वभाव आणि तिनं आपल्यासाठी घेतलेले कष्ट यांची त्याला आयुष्यभर आठवण राहिली. आयुष्याच्या अखेरपर्यंत त्यानं

आपल्या आईचं छायाचित्र आपल्याजवळ बाळगलं. बहुधा तिच्या एकटीवरच हिटलरनं खरं प्रेम केलं असावं. आपल्या वडिलांच्या शिस्तीचा आणि कडक वागण्याचा अतिरेक झाल्यामुळे ॲडॉल्फ हिटलर सतत त्यांच्या विरोधात छोटी बंडं पुकारे. याचा परिणाम म्हणून त्याला बहुतेक वेळा वडिलांकडून चांगला चोप मिळे. याचे हिटलरवर खोल परिणाम झाले असावेत. आपलं वर्चस्व प्रस्थापित करणं, इतरांवर आपली हुकूमत सतत चालवणं, सगळ्यांनी आपल्या मर्जीनुसार वागावं असा आग्रह धरणं, विरोध ठेचून काढणं, सगळ्यांना आपल्यासमोर शरण यायला भाग पाडणं, असे हिटलरचे अनेक दुर्गुण नकळतच त्याच्या वडिलांच्या निरीक्षणातून त्याच्यामध्ये उतरले असावेत. जर आपण घाबरलो आहोत असं समोरच्या माणसाच्या लक्षात आलं तर तो त्याचा गैरफायदा घेतो, असं हिटलरच्या लक्षात आल्यामुळे त्यानं आपल्या वडिलांसमोर घाबरायचं नाही, असा एकदा निर्धार केला. नेहमीप्रमाणे त्यांनी एकदा हिटलरला फटके द्यायला सुरुवात केली तेव्हा दुखल्यामुळे न ओरडता किंवा न रडता त्यानं मोठ्यानं हा कितवा फटका आहे, हे मोठ्यानं ओरडून सांगायला सुरुवात केली. यामुळे त्याचे वडील संतापून त्याला आणखीनच मारायला लागले. एक-दोन-तीन असं करत हिटलरचे तब्बल बत्तीसपर्यंत आकडे मोजून झाल्यावरच त्याचे वडील थांबले. तरीसुद्धा हिटलरच्या चेहऱ्यावरचा निर्धार कायम

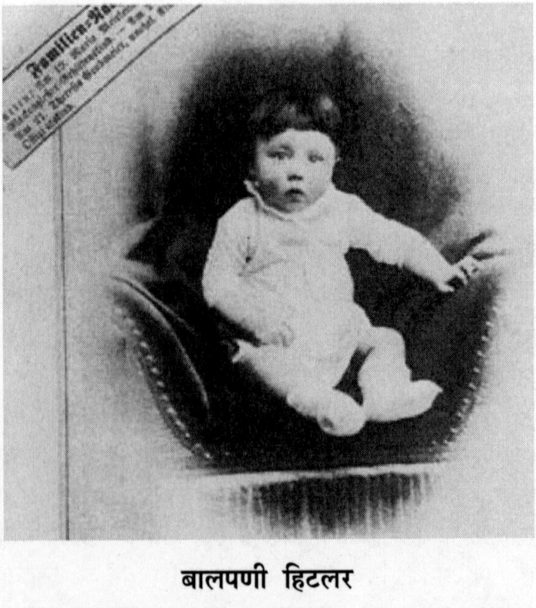

बालपणी हिटलर

राहिला आणि उलट ओरडून त्यानं आपल्या वडिलांनी आपल्याला ३२ फटके मारल्याचं दाराआड लपून हे दृश्य कसंबसं सहन करणाऱ्या आईला सांगितलं. या दिवसानंतर हिटलरला त्याच्या वडिलांनी कधीच मारलं नाही, असं त्यानं नंतर आपल्या सहायकांना सांगितलं.

हिटलरचं प्राथमिक शिक्षण मजेत झालं. १९०० मध्ये त्याच्या वडिलांनी त्याला उच्च शिक्षणासाठी महत्त्वाचे ठरतील अशा विषयांचं प्रशिक्षण देणाऱ्या शाळेत घातलं. कला, इतिहास, तत्त्वज्ञान अशा विषयांचा आयुष्यात अजिबात उपयोग होत नाहा, असं त्यांचं स्पष्ट मत होतं. आपल्या मुलानं शासकीय सेवेत प्रवेश मिळवावा, असं त्यांचं स्वप्न होतं. यासाठी विज्ञान आणि तंत्रज्ञान यांच्यासारख्या 'आधुनिक' विषयांमध्ये तो प्रवीण झाला पाहिजे, असं त्यांना वाटत होतं. लिंझ इथल्या या नव्या शाळेत जाण्यासाठी हिटलरला एक तास चालत जावं लागे. या शाळेत त्याचे कुणी खास मित्रही झाले नाहीत. शाळेतली त्याची कामगिरी सर्वसाधारण होती आणि वयाच्या मानानं त्याच्यामध्ये पुरेशी परिपक्वता नाही, असं त्याच्या शिक्षकांचं मत झालं. शाळेची शिस्त पाळण्याची त्याची तयारी नसे आणि तो सतत आपल्या शिक्षकांशी उद्धटपणे वागून आपल्या आक्रस्ताळ्या स्वभावाचे नमुने दाखवे. अधूनमधून हिटलर शालेय वयातल्या मुलांना साजेशी दंगामस्ती करे. त्याचं धर्माच्या विरोधातलं मतही अशाच एका प्रसंगातून पक्कं झालं, असं त्यानं नंतर आपल्या एका सहायकाला सांगितलं होतं. याची पार्श्वभूमी म्हणजे शाळेत धार्मिक विषयांचं शिक्षण देणारा त्याचा शिक्षक अत्यंत गबाळा आणि घाणेरडा होता. त्याच्या कपड्यांवर नेहमी डाग पडलेले असत. तसंच त्याचं एकूण रूपच उबगवाणं असे. त्याचा रुमालसुद्धा अत्यंत कळकट होता. एकदा चर्चमध्ये विद्यार्थी धर्माची शिकवण असते तेव्हा गुडघ्यांमध्ये वाकून नीट बसत नाहीत, असं म्हणून त्यानं सगळ्या विद्यार्थ्यांची खरडपट्टी काढली. तेव्हा या वेळी मुद्दामच नेमकं कसं बसायचं हे आपल्याला माहीत नसल्याचं हिटलरनं त्या शिक्षकाला सांगितलं. एक तरी विद्यार्थी अशा प्रकारे आपल्याला देवासमोर नमण्यासाठीची योग्य पद्धत कशी असते हे विचारत असल्याच्या आनंदामुळे त्या शिक्षकानं जमिनीवर आपला कळकट रुमाल पसरला आणि त्यावर गुडघे टेकून प्रार्थना कशी करायची हे विद्यार्थ्यांना दाखवलं. तेवढ्यात तास संपल्याची वेळ झाल्यामुळे घंटा वाजली आणि तो शिक्षक आपला रुमाल तिथंच विसरून इतर शिक्षकांशी बोलायला गेला. ही संधी साधून हिटलरनं तो रुमाल आपल्या बोटांच्या टोकांनी कसाबसा उचलला आणि सगळ्या शिक्षकांसमोर मुद्दामच तो संबंधित शिक्षकाला अगदी पताकेसारखा

मिरवत उघड्या अवस्थेत दिला. यामुळे इतर शिक्षकांनाही या शिक्षकाच्या उपस्थितीत तिथं थांबणं नकोसं झालं!

आपल्या वर्गातल्या मुलींना आपण सहजपणे हसवू शकतो अशी पैजसुद्धा हिटलरनं १२ वर्षं वय असताना आपल्या मित्रांशी लावली असल्याचं त्यानं नंतर सांगितलं. यासाठी कुठल्याही मुलीची हिटलरकडे नजर गेली की तो आपल्याला मिशा असल्यासारख्या त्या बोटांनी ठीकठाक करण्याची नक्कल करे. एकदा गंमत म्हणून हिटलरनं सिगारेट ओढून बघितली; पण यामुळे त्याला एकदम कसंसंच वाटायला लागलं. यामुळे हिटलरच्या आईला खूप काळजी वाटायला लागलेली असताना आपण कसला तरी विषारी पदार्थ खाल्ला असल्याचं त्यानं सांगितलं. यामुळे आईनं हिटलरला ताबडतोब डॉक्टरकडे नेलं. डॉक्टरला हिटलरचा संशय आल्यामुळे त्यानं हिटलरच्या पँटचा खिसा चाचपून बघितला. त्यात सिगारेटचा तुकडा मिळाल्यामुळे सगळं प्रकरण उघडकीला आलं. नंतर एकदा हिटलरनं पाईप आणला आणि तो त्याला इतका आवडला की अगदी झोपायला गेल्यावरसुद्धा तो पाईप ओढत असे. यामुळे एकदा पाईपचा आस्वाद घेता घेताच त्याला झोप लागली आणि काही वेळानंतर त्याला जाग आल्यावर आपल्या पलंगाला आग लागली असल्याचं त्याच्या लक्षात आलं. यामुळे यानंतर कधीच धूम्रपान करायचं नाही असं त्यानं ठरवून टाकलं. अशाच प्रकारे तो दारू पीत असल्याचं त्याच्या वडिलांसमोर एकदा उघडकीला आलं आणि यामुळे कधीच दारू न प्यायचा निर्धार त्यानं आपल्या मनाशी केला.

वयाच्या बाराव्या वर्षी हिटलर (मध्यभागी)

या काळात आपल्या वडिलांशी सुरू असलेल्या हिटलरच्या संघर्षानंही आणखी मोठं रूप धारण केलं. वडिलांच्या इच्छेनुसार भविष्यात सरकारी नोकरी धरायची म्हणजे आपलं स्वातंत्र्य गमावून एका कार्यालयात बसून निरर्थक काम करण्यात आपलं आयुष्य फुकट घालवायचे, अशी त्याची धारणा होती. साहजिकच वडिलांची इच्छा आणि हिटलरची स्वप्नं यांच्यामधलं द्वंद्व आणखी वाढत गेलं. आपल्याला कलाकार व्हायचं आहे, असं हिटलरनं आपल्या वडिलांना सांगितल्यावर त्यांचा संताप टोकाला पोहोचला. आपण प्रचंड कष्ट करून इथपर्यंत पोहोचलेलो असताना आपल्या मुलानं स्वप्नाळू जगात रमणं त्यांना अजिबात पसंत नव्हतं. तेवढ्यात ३ जानेवारी १९०३ या दिवशी अचानकपणे हिटलरच्या वडिलांचं निधन झालं आणि हिटलरच्या मार्गातला मोठा अडथळा दूर झाला. हिटलरच्या वडिलांनी आपल्या कुटुंबासाठी पुरेशी संपत्ती साठवलेली असल्यामुळे हिटलरच्या आईला तशी काळजी नव्हती. आपल्या नवऱ्याच्या इच्छेनुसार ॲडॉल्फ हिटलरनं सरकारी नोकरी मिळवण्यासाठीची पात्रता संपादित करण्याच्या दृष्टीनं प्रयत्न करावेत, अशी तिचीही इच्छा होती; पण आपल्या नवऱ्याइतका अट्टाहास तिला मान्य नव्हता. त्यातच आपल्या मुलानं शाळेत लावलेले दिवे बघता, त्याच्यामध्ये ही नोकरी मिळवण्यासाठीची क्षमता नसल्याचंही तिच्या लक्षात आलं. त्यामुळे त्याच्या कलानं घ्यावं असं तिनं ठरवलं. १९०५ मध्ये आपण शाळेत जाऊन आपला वेळ फुकट घालवत असल्याचं आपल्या आईला पटवून देण्यात हिटलर यशस्वी झाला आणि त्यानं शाळा सोडली.

पुढची दोन वर्षं हिटलरनं अगदी आरामात घालवली. ना त्याला कसला अभ्यास करायची गरज होता, ना कमाई करण्याची गरज होती. साहजिकच नुसती मौजमजा करणं, चित्रं काढणं, वाचन करणं, 'कविता' लिहिणं अशा गोष्टींमध्ये तो वेळ घालवे. त्याचे सगळे नखरे त्याची आई आणि त्याची मावशी आनंदानं सहन करत. आपण मोठेपणी मोठे कलाकार होणार अशी स्वप्नं बघण्यात तो रात्री उशिरापर्यंत रंगून जाई आणि स्वाभाविकपणे सकाळचा बराच वेळ झोपेतच घालवे. नंतरच्या आयुष्यात हिटलरनं अशाच प्रकारचा दिनक्रम ठेवला आणि त्याची मुळं त्याच्या या तरुणपणीच्या दोन वर्षांमधल्या दिनक्रमात सापडतात. या काळात संगीत क्षेत्रात आपली कारकीर्द घडवण्याची स्वप्नं बघणारा आणि हिटलरप्रमाणेच सर्वसाधारण कौशल्यं असलेला ऑगस्ट क्यूबिझेक ऊर्फ 'गस्टल' नावाचा एक मित्र हिटलरला लाभला. आता हे दोघं मिळून मोठमोठी स्वप्नं रंगवत. या दोघांपैकी हिटलरचा स्वभाव समोरच्या माणसावर दादागिरी करण्याचा आणि गस्टलचा स्वभाव अशा प्रकारची दादागिरी खपवून घेण्याचा असल्यामुळे त्यांचं चांगलं जमे. हिटलर त्याला बाता मारत राही आणि आपण कसे अद्वितीय कलाकार होणार आहोत याविषयी

सतत सांगत राही. बऱ्याचदा संध्याकाळी, आता बारीकशी मिशी ठेवणारा आणि सूट-बूट-हॅट-छडी अशा वेषातला हिटलर गस्टलबरोबर ऑपेरा बघायला जाई. येताना तो त्या ऑपेराच्या कार्यक्रमाविषयीची स्वतःची मतं अगदी ठासून मांडे. गस्टल नेहमीप्रमाणेच अगदी आदरानं ती ऐकून घेई. राजकारण, देशप्रेम, सरकारी नोकर, शासन व्यवस्था अशा कुठल्याही गोष्टीविषयी हिटलरकडे अगदी स्पष्ट मतं असत आणि ही मतं तो गस्टलवर लादत राही. तारुण्यसुलभ बदलांमुळे या काळात हिटलर एका मुलीवर फिदाही झाला होता; पण हे काही काळच टिकलं. आपण काही काळानंतर प्रचंड यशस्वी कलाकार झाल्यानंतर या मुलीचा हात मागणार आणि तिची आई तिचं लग्न अगदी आनंदानं आपल्याशी करून देणार याविषयी हिटलरच्या मनात कुठलीच शंका नव्हती. अगदी पक्के विचार आणि भव्य स्वप्नं बघत राहण्याची त्याची सवय यांची पाळंमुळं आता पक्की रुजली. याचं एक उदाहरण म्हणजे १९०६ मध्ये त्यानं लॉटरीचं एक तिकीट काढलं आणि आपणच ही लॉटरी जिंकणार याविषयी त्याच्या मनात अजिबात शंका उरली नाही. यातून मिळणाऱ्या पैशांचं काय करायचं यासाठीची स्वप्नं त्यानं अगदी तपशिलात रंगवली. अर्थातच लॉटरीनं दगा दिल्यावर मात्र त्याच्या रागाला पारावार उरला नाही.

१९०६ मध्ये आपल्याला व्हिएन्ना शहराला भेट द्यायची असल्याचं सांगून हिटलरनं आपल्या आईला यासाठी राजी केलं. दोन आठवडे इकडे तिकडे भटकून तो आताच्या आपल्या लिंझ गावात परत आला खरा; पण व्हिएन्नामधल्या नावाजलेल्या कला अकादमीमध्ये आपण आपलं नशीब घडवायचं असं त्यानं या दरम्यान ठरवलं. पुढच्या वर्षी अठरा वय असलेल्या आणि अजून शिक्षण किंवा नोकरी या दोन्ही बाबतींमध्ये भोपळा कमावलेल्या हिटलरनं व्हिएन्नाला परत जाण्याचा निर्णय घेतला. खरं म्हणजे त्याला एखाद्या नोकरीला लावण्यासंबंधी त्याच्या नातेवाइकांनी त्याच्या आईला खूप सांगितलं होतं; पण तिचं पुत्रप्रेम याच्या आड आलं. व्हिएन्नामधला त्याचा खर्च भागवण्यासाठी त्याच्या मावशीनं एक कर्ज मिळवलं. दरम्यान हिटलरच्या आईची प्रकृती स्तनाच्या कर्करोगामुळे वेगानं बिघडत चालली होती; तरीही १९०७ सालच्या सप्टेंबर महिन्यात तो व्हिएन्नाला गेला आणि तिथल्या अकादमीमध्ये शिक्षण घेण्यासाठीची प्रवेशपरीक्षा त्यानं दिली. त्यात तो अपयशी ठरला आणि नेहमीप्रमाणेच हा पराभव त्याच्या जिव्हारी लागला. आपण या अकादमीसाठी पात्र ठरू शकणार नाही असं त्याला स्वप्नातही वाटलं नव्हतं. तिकडे २१ डिसेंबरला त्याच्या आईचं निधन झालं. तिच्या अखेरच्या काळात लिंझला परतून हिटलरनं तिची मनापासून सेवा केली. तिचं निधन झाल्यावर त्याला विलक्षण धक्का बसला. आपल्यावर मनापासून प्रेम करणारी एकमेव व्यक्ती जगातून निघून गेल्याचा हादरा

तो बराच काळ सहन करू शकला नाही. याच्या जोडीला आईच्या आजारपणात प्रचंड खर्च झाल्यामुळे आता हिटलरला पैशांची चणचण भासायला लागली असे उल्लेख सापडतात खरे; पण हिटलरनं स्वतःविषयी सहानुभूती पसरवण्यासाठी हे लिहिलं होतं, असं दिसून येतं. कारण सगळे खर्च वजा जातासुद्धा त्याच्याकडे बऱ्यापैकी रक्कम शिल्लक होती, असं आकडेवारी सांगते. यानंतर तिसऱ्यांदा तो व्हिएन्नाला आला. आपण वास्तुविशारद ('आर्किटेक्ट') व्हायचं असं हिटलरनं ठरवलं होतं खरं; पण यासाठी कुठलेच प्रयत्न त्यानं केले नाहीत. नुसता वेळ फुकट घालवण्यातच त्यानं समाधान मानलं. इतकंच नव्हे तर गस्टल हा त्याचा मित्र त्याच्या कुटुंबीयांच्या व्यवसायात चांगला मदत करत असताना त्यालासुद्धा 'संगीत क्षेत्रात कारकीर्द घडवण्यासाठी' आपल्याबरोबर व्हिएन्नाला पाठवाव, यासाठी हिटलरनं त्याच्या आई-वडिलांची मनधरणी केली. व्हिएन्नामधल्या हिटलरच्या एका शेजाऱ्यानं त्याला 'पोस्ट ऑफिसमध्ये नोकरी करायची का' असं विचारलं तेव्हा 'आपण कलाकार म्हणूनच आपलं नशीब घडवणार' असल्याचं उत्तर हिटलरनं दिलं. हे तो नक्की कसं साध्य करणार याचा कुणालाच अंदाज नव्हता. स्वतः हिटलरलासुद्धा अकादमीच्या पुढच्या वर्षीच्या प्रवेशपरीक्षेमध्ये उत्तीर्ण होण्याखेरीज इतर कुठल्याही मार्गानं आपण या मार्गानं जाऊ शकणार नसल्याची कल्पना होती. साहजिकच या एकाच गोष्टीवर त्याची सगळी आशा आता केंद्रित होती.

प्रकाशझोतात येण्याची सुरुवात

गस्टलला हिटलरनं व्हिएन्नाला बोलावून घेतलं खरं; पण गंमत म्हणजे अकादमीमधल्या संगीतासाठीच्या प्रवेशपरीक्षेत गस्टलला यश मिळालं. हिटलरचं भवितव्य अजून अधांतरी होतं. आपल्या संगीतसाधनेसाठी गस्टलनं एक भलामोठा पियानो भाड्यानं घेतला. यामुळे तो आणि हिटलर एकत्र राहत असलेली अरुंद खोली अजूनच छोटी भासायला लागली. आपला मित्र नक्की कशा प्रकारे वेळ घालवतो याचं गस्टलला कोडं पडलेलं असताना, एके दिवशी त्याच्या पियानोवादनाला वैतागून हिटलरनं त्याच्यावर आरडाओरडा केला. त्या वेळी अकादमीच्या प्रवेशपरीक्षेचा अडथळा ओलांडू न शकल्यामुळे आपण अत्यंत त्रस्त आहोत, हे हिटलरनं शेवटी एकदा मान्य केलं. आता आपण पुढे काय करणार याचीही आपल्याला कल्पना नसल्याचं त्यानं ओरडून गस्टलला सांगितलं. गस्टलनं अर्थातच हिटलरच्या दुखऱ्या बाजूवर नेमकं बोट ठेवल्यामुळे हिटलरचा जोरदार स्फोट झाला होता. आपण या परीक्षेत अनुत्तीर्ण झाल्याचं त्यानं आजवर कुणालाच सांगितलं नव्हतं. आता गस्टलला ते समजल्यामुळे आपलं दाबून ठेवलेलं दुःख बाहेर आल्याच्या भावनेनं हिटलर खूप त्रस्त झाला. या काळातल्या हिटलरच्या मानसिकतेचे पडसाद त्याच्या आयुष्यभर उमटत राहिले. उदाहरणार्थ एकदा गस्टलनं एका मुलीला पियानोवादनाचे धडे देण्यासाठी म्हणून आपल्या खोलीवर आणलं, तेव्हा हिटलरनं कुठल्याही कारणासाठी मुलींशी संपर्क ठेवणं हे पाप असतं, असं गस्टलला सांगितलं. संगीताविषयी आणि एकूणच बहुतेक सगळ्या बाबतींमध्ये मुलींना फारसं काही कळत नाही, अशी त्याची धारणा आयुष्यभर कायम राहिली. स्त्रियांपासून तो एकदम दूर राही आणि एखादी मुलगी त्याच्या विचित्रपणाकडे आकृष्ट झाली तर तिलाही तो पार झटकून टाकत असे. त्याला समलिंगी संबंध ठेवणाऱ्यांचा तर साफ तिटकारा होता. वेश्यांमुळे गुप्तरोग होतात याची त्याला प्रचंड भीती वाटे आणि वेश्यांकडे तो कुतूहलयुक्त भीतीच्या नजरेनं बघत असे. आपण मनानं एकदम शुद्ध राहिलं पाहिजे, अशा

निष्ठेपोटी तो हस्तमैथुनही करत नसे. अर्थात याचा अर्थ सगळ्याच लैंगिक संबंधांविषयी हिटलरच्या मनात राग होता असं नाही. अगदी क्वचितच आणि नीतिमत्तेला धरून हे व्यवहार केले पाहिजेत, असा त्याचा आग्रह असे. स्त्रियांकडे बघण्याचा त्याचा दृष्टिकोन, खूप कमी लोकांवर विश्वास ठेवण्याची त्याची वृत्ती, जवळपास कुणाशीच गाढ मैत्री करू न शकण्याचा त्याचा स्वभाव, या सगळ्या गोष्टींमागे त्याच्या बालपणात घरी असलेलं ताणतणावाचं वातावरण कारणीभूत असावं.

व्हिएन्नामधलं आपलं आयुष्य खडतर आणि गरिबीनं भरलेलं होतं, असा उल्लेख हिटलरनं 'माईन काम्फ' या आपल्या आत्मचरित्रात केला आहे. यात त्याच्या इतर लिखाणाप्रमाणेच फारसं तथ्य नाही. पैसे कमावण्यासाठी हिटलरनं स्वतः कसलीच धडपड तर केली नाहीच; पण शिवाय आपल्या मावशीनं कर्ज घेऊन केलेल्या आर्थिक मदतीच्या जोरावर त्यानं बऱ्यापैकी आरामात दिवस काढले. अर्थात तो खर्चीक स्वभावाचा नसल्यामुळे विनाकारण पैसे उधळत नसे. शक्य तितकी काटकसर करून तो ब्रेड-बटर, स्वस्तातलं पुडिंग आणि केक यांच्यावर दिवस काढत असे. नेहमी दूध आणि अधूनमधून फळांचा रस घेणारा हिटलर दारू मात्र अजिबात पीत नसे. एवढ्यात अचानकपणे हिटलरनं गस्टलशी असलेले आपले संबंध एकदम कमी करून टाकले आणि वेगळीकडे राहायला जाण्याचा निर्णय घेतला. याचं कारण म्हणजे दुसऱ्या खेपेला अकादमीच्या परीक्षेला बसण्यासाठीसुद्धा तो अपात्र ठरला, हे असावं.

याच सुमाराला हिटलरमध्ये वर्णद्वेषी भावना वाढीला लागल्या. हिटलर राहत असलेल्या घराजवळच वर्तमानपत्रं विकण्यासाठीचं एक खोपटंवजा दुकान होतं. या दुकानात मुख्य वर्तमानपत्रांबरोबरच अनेक उथळ आणि थिल्लर स्वरूपाची वर्तमानपत्रं तसंच नियतकालिकं मिळत. त्यांपैकी 'ओस्तारा' नावाचं एक नियतकालिक ॲडॉल्फ लांझ नावाचा माणूस चालवे. वर्णद्वेषी विचारांनी पुरेपूर भरलेल्या या नियतकालिकात 'दुय्यम' वर्णांच्या लोकांचे लाड बंद करण्याविषयी भडक मजकूर असे. अशा वर्णांचं वर्चस्व प्रस्थापित होऊ नये यासाठी त्यांना गुलामीत ढकलावं, या वर्णांच्या स्त्री-पुरुषांची जबरदस्तीनं नसबंदी करावी आणि एवढंच नव्हे, तर या वर्णांमधल्या लोकांना सरळ ठार करावं, असे थक्क करून सोडणारे आदेश त्यात असत. तसंच समाजवाद, लोकशाही, स्त्री-वाद अशा गोष्टी दुय्यम वर्णांमधल्या लोकांचे चोचले पुरवत असल्यामुळे त्याही संपवल्या पाहिजेत, अशी भूमिका घेतली जाई. आर्य वंशातल्या सगळ्या लोकांना एकत्र करून त्यांचं वर्चस्व प्रस्थापित करण्यावर भर दिला पाहिजे, असंही हे नियतकालिक सातत्यानं म्हणे. या प्रकारची इतरही काही

नियतकालिकं व्हिएन्नामध्ये तेव्हा प्रकाशित होत. त्यांच्या वाचनामुळे हिटलरमध्ये आपल्या वर्णाच्या वर्चस्ववादाची संकल्पना रुजली असावी. अर्थात ती अजून खूप धारदार नव्हती. हळूहळू सगळी शिल्लक रक्कम संपत गेली आणि हिटलरवर आता मात्र अक्षरशः दरिद्री अवस्थेत जगण्याची वेळ आली. १९०९ सालच्या कडाक्याच्या थंडीत आणि पावसात हिटलरवर अनेकदा रस्त्याच्या कडेला कुडकुडत उपाशीपोटी झोपण्याची वेळ येई. त्या वर्षीच्या नाताळाच्या सुमाराला तर चालून चालून पावलं सुजलेल्या अवस्थेतल्या आणि फाटकेतुटके कपडे घालून थंडीपासून कसाबसा आपला बचाव करण्याचा प्रयत्न करणाऱ्या हिटलरला बेघरांसाठी चालवल्या जाणाऱ्या एका संस्थेत भरती व्हावं लागलं. व्हिएन्नामध्ये कलेच्या प्रांतात अद्भुत कामगिरी करून दाखवण्याची स्वप्नं काही वर्षांपूर्वी बघत असलेला हिटलर आता भिकारी, चोर, भणंग, अनाथ अशा लोकांसह या ठिकाणी नाइलाजानं राहायला लागला. नावापुरती कमाई करण्यासाठी त्यानं रस्त्यांवर जागोजागी साचलेला बर्फ साफ करणं, लोकांचं सामान वाहून नेणं अशा प्रकारची कामं करण्याचा प्रयत्न केला खरा; पण त्याच्याकडे थंडीपासून बचाव करण्यासाठीचे कपडे नसल्यामुळे आणि त्याची शरीरयष्टी अशा प्रकारची शारीरिक कामं करण्यासाठी योग्य वाटत नसल्यामुळे त्याला जवळपास काहीच काम मिळालं नाही.

लवकरच हिटलरला एक साथीदार मिळाला. हिटलर व्हिएन्नामधल्या ठिकठिकाणची दृश्यं पोस्टकार्डाच्या आकाराच्या कागदावर रेखाटे आणि हा मित्र ती विके. ही चित्रं काढण्यासाठी हिटलर कुठं भटकत नसे. आधीच्या चित्रकारांनी पोस्टकार्डाच्या आकाराच्या कागदावर काढलेल्या चित्रांची तो जवळपास नक्कल करत असे. यातून झालेली कमाई दोघं निम्मी-निम्मी वाटून घेत. यामुळे आणि मावशीनं थोडे पैसे पाठवल्यामुळे हिटलरला जरा बरे दिवस आले. अर्थात हिटलरमधला आळशीपणा अजूनही कायम होता. त्यानं आणखी वेगानं आणि जास्त प्रमाणात चित्रं रेखाटावीत यासाठी त्याचा साथीदार सातत्यानं त्याला डिवचत राही; पण हिटलरवर त्याचा काहीएक परिणाम होत नसे. आता त्यांचं राहायचं ठिकाणही जरा बरं होतं. बरेचदा या ठिकाणी राहणारे सगळे लोक एकत्र जमत आणि वेगवेगळ्या विषयांवर तिथं चर्चा होई. त्यात हिटलर सहभागी तर होत असेच; शिवाय ही चर्चा राजकीय स्वरूपाची असेल तर त्या संदर्भात तो आपली मतं अत्यंत हिरिरीनं मांडे. लोकशाहीवादी किंवा समाजवादी विचारांचा त्याला विलक्षण तिटकारा असल्यामुळे कट्टर भूमिका स्वीकारणाऱ्या जहाल नेत्यांच्या बाजूनं तो आक्रमकरीत्या बोले. हळूहळू हिटलरला हा प्रकार इतका आवडायला लागला, की त्याचं चित्रं काढण्याकडे दुर्लक्ष व्हायला लागलं आणि यामुळे त्याचा सहकारी त्याच्यावर अजूनच भडकायला लागला. याचा

हिटलरवर काही परिणाम होत नसे. निव्वळ चित्रं खपतात म्हणून आपण ती काढणार नसून, त्यासाठी योग्य 'मूड' असेपर्यंत आपण थांबणार असल्याचं हिटलरनं त्याला थंडपणे सांगितलं. यानंतरची पुढची दोन वर्षं हिटलरनं नक्की काय केलं याविषयीचे फारसे तपशील उपलब्ध नाहीत; पण १९१२-१३ सालच्या सुमाराला त्याची परिस्थिती आधीच्या मानानं बरीचशी सुधारली असल्याचं नक्कीच म्हणता येईल. त्याची राजकीय मतं अधिकाधिक कट्टर होत गेल्याचे आणि त्याचा स्वभाव अजूनच शीघ्रकोपी झाल्याचे काही उल्लेख मात्र सापडतात.

व्हिएन्नामध्ये एकदा भटकत असतानाच आपल्या ज्यूद्वेषाची पाळमुळं पक्की झाली, असं हिटलरनं स्वतःच लिहिलं आहे. याची सुरुवात एका ज्यू माणसाच्या निरीक्षणातून झाली. हा ज्यू माणूस अत्यंत धार्मिक असावा. साहजिकच त्यानं लांब केस वाढवले होते आणि ज्यू धर्मात सांगितल्यानुसार पोषाख केला होता. हिटलर त्याच्याकडे बघतच राहिला. हा ज्यू माणूस आहे खरा; पण तो जर्मन आहे का असा प्रश्न त्याला पडला. याचं उत्तर आपल्याला ज्यूविरोधी (anti-semitic) लिखाणात सापडेल, अशा समजापोटी त्यानं या प्रकारचं लिखाण वाचायला सुरुवात केली. त्याआधी हिटलर निरनिराळ्या कारणांनी काही ज्यू लोकांशी संपर्कात आला होता आणि त्यापैकी काही जणांशी त्याचे सौहार्दपूर्ण संबंधही होते. हळूहळू ज्यू लोकांमुळेच व्हिएन्नामध्ये जिथंतिथं अस्वच्छता, घाण, रोगराई यांचं थैमान पसरलं आहे, असं त्याला वाटायला लागलं. सगळीकडे त्याला ज्यू लोक दिसत आणि तेच या परिस्थितीला कारणीभूत आहेत, असं त्याचं मत झालं. तसंच उदारमतवादी विचारसरणी, मोकळंढाकळं वातावरण, वेश्याव्यवसाय आणि समाजवादी लोकशाही या 'रोगांसाठी'ही ज्यू लोकांनाच जबाबदार धरलं पाहिजे, असं त्याचं मत होत गेलं.

दरम्यान या काळात हिटलर अडचणीत सापडण्याची शक्यता निर्माण झाली. याचं कारण म्हणजे त्या काळातल्या नियमांनुसार १९०९ मध्ये ऑस्ट्रियाच्या लष्करी सेवेमध्ये भरती होण्यासाठी हिटलरचं वय पुरेसं झालं होतं; पण त्यानं यातून पळवाट काढण्याचे प्रयत्न केले आणि हे टाळलं. व्हिएन्नावर हिटलरचा इतका प्रचंड राग असताना ऑस्ट्रियाच्याच लष्कराची सेवा करणं हिटलरला अजिबात पसंत नव्हतं. दरम्यान ऑस्ट्रियन लष्करी अधिकाऱ्यांनी त्याच्यावर पाळत ठेवली असल्याचं त्याला समजलं नाही. तरीही यातून निसटून जाण्यासाठी त्यानं २४ मे १९१३ या दिवशी आपला मुक्काम म्यूनिक शहरात हलवला. व्हिएन्नाच्या 'ऑस्ट्रियन' संस्कृतीमधून आपण 'आपल्या मूळ जर्मन' संस्कृतीत परतल्याचं समाधान त्याला लाभलं. ऑस्ट्रियामधलं राजकीय नेतृत्व जर्मन लोकांवर अन्याय करत असल्याची

भावना त्याला खूप सतावे. तसंच इतर दुय्यम वर्णाचे लोक मूळ जर्मन लोकांमध्ये मिसळून त्यांचं नुकसान करतात, असंही त्याला वाटे. आता म्यूनिकमध्ये त्यानं पुन्हा पोस्टकार्डांवरच्या चित्रांची नक्कल करण्याचा व्यवसाय सुरू केला. साधारण दोन-तीन दिवसांमध्ये असं एक चित्र तो पूर्ण करे आणि ते विकण्यासाठी काही ठिकाणी फिरे. रात्री तो प्रामुख्यानं राजकीय विषयांवरचं वाचन करे. त्यातून मार्क्सवाद आणि ज्यू समुदाय यांच्यात काय संबंध आहे, याचा शोध घेण्याचा प्रयत्न त्यानं सुरू केला. अर्थात हिटलरनं मार्क्स, एंगल्स, लेनिन, ट्रॉट्स्की यांचं मूळ लिखाण कधीच वाचलं नाही. तसंच या संदर्भातलं कुणाचं अभ्यासपूर्ण विवेचनही त्यानं आपल्या नजरेखालून घातलं नाही. मार्क्सवाद आणि ज्यू समुदाय हे दोघंही घातक आहेत, असं त्याचं पूर्वग्रहदूषित मत पक्कं करण्याच्या दिशेनं आणि हेतूनंच त्याचं सगळं वाचन झालं. साहजिकच त्याची मतं बदलण्याचा प्रश्नच उद्भवला नाही.

काही दिवसांनी तुरुंगात रवानगी होण्याच्या मानहानीतून हिटलर अगदी कसाबसा बचावला. ऑस्ट्रियामधल्या आपल्या वास्तव्याच्या काळात हिटलरनं लष्करी सेवेमध्ये भरती होण्याचं टाळलं असल्याचं प्रकरण नव्यानं उद्भवलं. हिटलरविषयीचे तपशील ऑस्ट्रियन अधिकाऱ्यांकडे होते. त्यांनी शोध घेत हिटलरपर्यंत आपली पकड मजबूत केली आणि त्याला चौकशीसाठी बोलावून घेतलं. यामुळे प्रचंड घाबरगुंडी उडालेल्या हिटलरनं संबंधित अधिकाऱ्यांसमोर गयावया केली. हिटलरची कृश शारीरिक अवस्था, त्यानं घातलेले फाटके कपडे आणि त्याचा एकूण दयनीय अवतार, हे सगळं बघून आणि एवीतेवी शारीरिकदृष्ट्या तो लष्करी सेवेसाठी अयोग्य असल्याच्या अंदाजावरून हिटलरची या प्रकरणातून बिनशर्त मुक्तता करण्यात आली. यामुळे त्याला खूप हायसं वाटलं.

एकूणच या काळात सामाजिक, तसंच भावनिक अशा दोन्ही पातळ्यांवर हिटलर पूर्णपणे सैरभैर अवस्थेतला अत्यंत अपयशी तरुण होता. त्याच्या आयुष्याच्या प्रवासाला कुठलीच दिशा नव्हती. आजवरच्या इतिहासात युगपुरुष म्हणून ओळखले गेलेले किंवा इतिहास बदलून टाकण्याची स्वप्नं रंगवणारे लोक वयाच्या २४ व्या वर्षापर्यंत नक्कीच काहीतरी भव्यदिव्य करून दाखवतात. किमान यासाठीची झलक तरी त्यांच्यात दिसते. हिटलरमध्ये मात्र अशा कुठल्याच गुणधर्मांचा अगदी पुसटसाही अंश दिसत नसे. केवळ पहिल्या महायुद्धामुळे आणि जर्मनीच्या दृष्टीनं ते ज्या प्रकारे संपलं त्यामुळे हिटलरचा उदय होऊ शकला. हे घडलं नसतं तर हिटलर हा अब्जावधी सर्वसामान्य माणसांप्रमाणेच पृथ्वीवरचं आपलं आयुष्य विशेष काही न करता घालवून इतिहासाच्या पटावरून कुठल्याही खास नोंदीविना निघून गेला असता.

दरम्यान २८ जून १९१४ या दिवशी ऑस्ट्रियाच्या राजपुत्राची सपत्नीक हत्या

झाली आणि पहिलं महायुद्ध पेटलं. हिटलरच्या दृष्टीनं ही सुवर्णसंधी होती. याचं कारण म्हणजे पूर्णपणे निरर्थक आयुष्य जगणाऱ्या, शिक्षण किंवा नोकरी/व्यवसाय या दोन्ही बाबतींमध्ये जवळपास शून्य असलेल्या, कुणाशीही खरी मैत्री न करू शकणाऱ्या, जवळपास सगळ्या नातेवाइकांपासून लांब गेलेल्या आणि मोठमोठी स्वप्नं बघत असताना ती पूर्णत्वाला नेण्यासाठी काहीच करू न शकणाऱ्या हिटलरला अचानकपणे काम मिळालं. इतकंच नव्हे तर आपल्या राष्ट्रप्रेमाला काहीतरी अर्थ आहे असं त्याला या युद्धामुळे वाटायला लागलं. आपण या युद्धात जर्मनीची सेवा केली पाहिजे आणि तिला वैभव प्राप्त करून दिलं पाहिजे, असा आशावाद त्याच्यामध्ये निर्माण झाला. १९१४ सालच्या ऑगस्ट महिन्यात हिटलरनं बॅव्हेरिया या जर्मन साम्राज्याचा भाग असलेल्या प्रदेशाच्या लष्करात सेवा करण्यासाठीचा अर्ज दाखल केला. सुरुवातीला त्याच्यासाठी साजेसं काम नसल्यामुळे हा अर्ज बाजूला ठेवण्यात आला असला तरी लवकरच त्याला लष्करी सेवेत भरती करून घेण्यात आलं. एकीकडून दुसरीकडे महत्त्वाचे निरोप पोचवण्याचं- म्हणजेच निरोप्याचं काम त्याला देण्यात आलं. हे काम वरवर सर्वसाधारण वाटलं तरी महत्त्वाचं होतं आणि त्यात धोकाही होता. आपलं काम सुरू केल्यावर हिटलरनं सातत्यानं हिंसाचार आणि रक्तपात यांचे अनुभव घेतले. यामुळे हिटलरमधला आधीचा आदर्शवाद संपुष्टात आला आणि त्याला वास्तवाची जाण आली. तसंच माणसाला भोगाव्या लागणाऱ्या हालअपेष्टांविषयी, तसंच शारीरिक अडचणींविषयी त्याच्या मनात भावनाशून्यता आली. हाल, अत्याचार, हिंसा यातल्या कशामुळेच काही वाटू नये अशी काहीशी बधिर अवस्था त्यानं अनुभवली. आपल्याला नेमून दिलेली जबाबदारी प्रामाणिकपणे पार पाडण्यातच हिटलर समाधान मानत नसे. आपण आपल्या कामात जीव ओतून जर्मनीला विजयी करण्यासाठी धडपडलं पाहिजे, अशा भावनेतून तो सतत प्रेरित झालेला असे. शारीरिकदृष्ट्या तो फारसा सक्षम नसला तरी भित्रा नव्हता. त्याच्या सहकाऱ्यांना त्याच्या कामावरच्या निष्ठेमुळे कधीकधी आश्चर्यही वाटे. हिटलरला कुठल्याच प्रकारची गंमतजंमत किंवा मजा आवडत नाही, यामुळेही ते कोड्यात पडत. उदाहरणार्थ युद्धाच्या धीरगंभीर आणि विलक्षण तणावाच्या वातावरणातून सुटका करून घेण्यासाठी हिटलरचे सहकारी दारू पिणं, मुलींबरोबर मजा करण्यासाठी धडपडणं, अशा गोष्टींच्या शोधात असत. हिटलरला मात्र हे प्रकार अजिबात पसंत नसत. पूर्ण निष्ठेनं आपण आपली जबाबदारी पार पाडली पाहिजे आणि आपली एकाग्रता भंगेल अशी इतर कुठलीच गोष्ट करता कामा नये, असा त्याचा दृष्टिकोन असे. यामुळे आपल्या सहकाऱ्यांच्या वृत्तीवर तो अनेकदा चिडे आणि शांतपणे पुस्तक वाचत बसे. या काळात हिटलरनं जाडजूड आणि लांबलचक मिशी राखली होती. सहकाऱ्यांचे हास्यविनोद चाललेले असताना तो मात्र चेहऱ्यावरची

रेघसुद्धा हलू देत नसे. आपल्याला आपल्या कुटुंबीयांकडून पत्रं, सामान वगैरे गोष्टी येत राहतात; पण हिटलरला मात्र कधीच कुणाची एक साधी चिठ्ठीसुद्धा येत नाही याचं या सहकाऱ्यांना विलक्षण औत्सुक्य वाटे. हिटलरला कुणी मित्रसुद्धा नाहीत, हे त्यांना आता कळून चुकलं होतं आणि त्याच्या स्वभावाला ते साजेसंच होतं, असं त्यांचं मत झालं.

१९१४ साली पहिल्या महायुद्धाच्या घोषणेच्या वेळी गर्दीतला हिटलर

एकदा हिटलर आणि त्याचे सहकारी ज्या ठिकाणी तंबू ठोकून पुढच्या कामाची आखणी करत होते, तिथं शत्रूचा हल्ला झाला आणि त्यात हिटलरचे काही सहकारी दगावले. हिटलरची डावी मांडी रक्तबंबाळ झाली; पण तो आपल्या इतर जखमी सहकाऱ्यांसारखा वाचला. पुढचे दोन महिने त्यानं बर्लिनजवळच्या एका इस्पितळात काढले. सुमारे दोन वर्षांनंतर हिटलर जर्मनीमध्ये आला होता. या काळात आपल्या देशात किती बदल झाले आहेत, याची त्याला जाणीव झाली. युद्धात जर्मनी पराभवाकडे वाटचाल करत होती तर तिकडे इस्पितळातच काही जर्मन सैनिक रणभूमीवरून पळ काढून सुखरूप परत आल्याविषयीच्या बढाया मारत होते. यासाठी त्यांनी आपण जखमी झाल्याचं नाटक केलं होतं. साधारणपणे अशाच प्रकारचं वातावरण संपूर्ण बर्लिन शहरात असल्याची जाणीव हिटलरला लवकरच

झाली. सगळीकडे निराशा, गरिबी, उद्विग्नता, दोषारोप यांचं थैमान पसरलं होतं. सगळे जण एकमेकावर जबाबदारी ढकलण्यात मश्गूल होते. हे बघून हिटलर पार वैतागून गेला. त्याचा मूळ ज्यूद्वेष उफाळून आला. जर्मनीच्या या दुर्दशेला प्रामुख्यानं ज्यू लोक कारणीभूत असल्याचा विचार त्याच्या मनात पक्का झाला. याचं कारण म्हणजे जवळपास सगळ्याच 'व्हाईट कॉलर' म्हणजे सरकारी आणि निमसरकारी नोकऱ्या ज्यू लोकांनी बळकावून टाकल्या असल्याचं त्याचं मत झालं. याखेरीज बहुसंख्य व्यावसायिकही ज्यूच होते. याउलट लष्करामधले बहुसंख्य लोक ज्यू नव्हते असं त्याला वाटलं. म्हणजेच ज्यू लोकांनी स्वतःला सुरक्षित ठेवून, जर्मन लोकांना शत्रूशी सामना करण्यासाठी युद्धभूमीवर पाठवून दिलं आह, अशी हिटलरची चुकीची धारणा झाली. प्रत्यक्षात लष्करातही अनेक ज्यू लोक होते. त्यांच्यापैकी अनेक जणांनी शौर्य गाजवून आपल्या देशासाठी बहुमोल कामगिरीसुद्धा केली होती. तरीही हिटलरच्या मनातला हा विखार वाढत गेला.

पहिल्या महायुद्धात हिटलर (सगळ्यात डावीकडे)

दरम्यान ४ ऑगस्ट १९१८ या दिवशी हिटलरला 'आयर्न क्रॉस' या सन्मानानं गौरवण्यात आलं. लष्करामध्ये हिटलरच्या हुद्द्यावर असलेल्या माणसाला हा सन्मान मिळणं तसं दुर्मिळ होतं. अर्थात हिटलरची कामगिरी काही अद्वितीय होती असं नाही; पण ती एकदम सर्वसामान्य होती असंही नाही. त्यानं जीव तोडून, प्रामाणिकपणे आपली भूमिका निभावली आणि त्याचं बक्षीस त्याला मिळालं. यापाठोपाठ १० नोव्हेंबर या दिवशी जर्मनीमधली राजसत्ता संपून जर्मनी आता

लोकशाही मार्गानं जाणारं प्रजासत्ताक झालं असल्याची बातमी हिटलरला समजली. जर्मन लष्कराचं वर्चस्वही यामुळे आपोआप खूप कमी झालं. क्रांती आणि यादवी युद्ध यांच्या वादळानं जर्मनीला घेरलं. यामधला एक अत्यंत महत्त्वाचा पण सूक्ष्म मुद्दा म्हणजे क्रांतीमुळे आणि क्रांतीच्या या 'देशद्रोही' विचारांच्या जोरामुळे लष्कराचं वर्चस्व घटल्याची भावना पसरत गेली; पण ती साफ चुकीची होती. हिटलरनंही हीच चूक केली. प्रत्यक्षात जर्मन लष्कराच्या हाराकिरीमुळे आणि युद्धात झालेल्या पराभवामुळे विरोधकांची एकजूट झाली आणि त्यांनी राजसत्ता आणि लष्कर यांचं वर्चस्व संपुष्टात आणायचं ठरवलं. तसंच जर राजसत्तेला हटवलं नाही तर युद्धातून बाहेर पडणं अवघड होईल आणि सोव्हिएत युनियनप्रमाणे रक्तरंजित क्रांती होऊन जर्मनीमध्ये राजसत्ता जबरदस्तीनं हटवली जाईल, अशी परिस्थिती निर्माण झाली होती. यामुळे विल्हेम कैझर या राजाला आपणहून सत्ता सोडण्याची संधी देण्यात आली आणि त्यानं सुज्ञपणे ती स्वीकारली. नवे सत्ताधारी डाव्या विचारसरणीचे होते. त्यांना रशियामध्ये झालेल्या बोल्शेव्हिक क्रांतीच्या धर्तीवर जर्मनीमध्ये क्रांती घडवायची असल्याच्या बातम्या पसरल्या. हिटलर यामुळे प्रचंड भडकला. राजसत्ता आणि लष्कर यांचं वर्चस्व संपुष्टात येणं, तसंच जर्मनी प्रजासत्ताक देश होणं, याचा अर्थ देशद्रोही भावना वाढीला लागणं आणि यामुळे जर्मनी आणखी अधोगतीला जाणं, असं त्याचं सोपं समीकरण होतं. तसंच जर्मनी हे युद्ध जिंकू शकली असती; पण या डाव्या विचारसरणीच्या लोकांनीच जर्मनी पराभूत झाली असल्याचं मान्य करून शत्रूसंमोर शरणागती पत्करली असल्याचा राग त्याच्या डोक्यात बसला. जर्मन लष्करामधल्या अनेकांनाही असंच वाटलं. आपली फसगत झाली असल्याचं आणि आपल्याच काही देशवासीयांनी आपला दिमाख धुळीला मिळवत मानहानी पत्करली असल्याचं त्यांचं मत झालं. या संदर्भात आपण काहीतरी केलं पाहिजे असं हिटलरला वाटायला लागलं; पण आपण नक्की काय केलं पाहिजे हे त्याला कळत नव्हतं. तेवढ्यात १९१९ मध्ये अशी संधी त्याच्यासमोर आपणहून चालून आली. तिचा पुरेपूर फायदा उठवायचं त्यानं ठरवलं.

ज्या क्रांतिकाऱ्यांनी उठाव करून जर्मनीची सत्ता आपल्या ताब्यात घेतली होती, त्यांच्यात एकवाक्यता नव्हती. दोन भिन्न राजकीय पक्षांच्या संयुक्त आघाडीचं हे सरकार होतं. त्यामध्ये वर्चस्व असणाऱ्या कडव्या डाव्या विचारसरणीच्या पक्षाचा नेता ज्यू होता. या आघाडीमधल्या मतभेदांमुळे, तसंच समाजामधल्या एकंदर अशांततेमुळे हे सरकार फार काळ टिकेल, अशी चिन्हं अजिबात दिसत नव्हती. साहजिकच क्रांतीतून निर्माण झालेल्या या आघाडी सरकारच्या विरोधात प्रतिक्रांती सुरू झाली. डाव्या विचारसरणीचं आघाडी सरकार उलथून टाकण्यासाठीचे प्रयत्न

सुरू झाले. सत्तेवर असलेल्या आघाडीनं ताकद वापरून ही प्रतिक्रांती मोडून काढली आणि पूर्वीपेक्षा आणखी कट्टर विचारसरणीचं सोव्हिएत पद्धतीचं साम्यवादी सरकार स्थापन केलं. हा सगळा प्रकार जेमतेम दोन आठवडे चालला आणि तो अत्यंत रक्तरंजित ठरला. याचे परिणाम विलक्षण होते. वर्तमानपत्रांवर कडक सेन्सॉरशिप, सर्वसामान्य जनतेचे खाण्यापिण्यासंबंधीचे हाल, सगळीकडे संप, अन्नधान्य-कपडे-सामान यांचा तुटवडा, गोंधळ आणि गदारोळ यांच्या वातावरणानं सगळीकडे स्फोटक परिस्थिती निर्माण झाली. रशियाच्या बोल्शेव्हिक क्रांतीच्या पावलावर पाऊल टाकून साम्यवादी लोकांनी ज्यूंच्या साथीत जर्मनांवर ही जबरदस्ती केली असल्याचा जोरदार प्रचार साहजिकच उजव्या विचारसरणीच्या लोकांनी सुरू केला. त्यात काही अंशी तथ्य निश्चित होतं; पण त्याचबरोबर टोकाचा विखारही होता. यातूनच ॲडॉल्फ हिटलरचा जन्म झाला!

या काळात हिटलरचं रक्त उसळ्या घेई. हे सरकार उलथून टाकलं पाहिजे असं तो म्हणे. इतरही कट्टर विचारसरणीच्या अनेक लोकांना असं वाटे. साहजिकच सरकारच्या विरोधातल्या या मतांना उठाव मिळण्यासाठी काहीतरी केलं पाहिजे, यासाठी प्रयत्न सुरू झाले. यातूनच कट्टर डाव्या विचारसरणीचं सरकार उद्ध्वस्त करण्यात आलं. काही लष्करी तुकड्यांनी सत्ता आपल्या ताब्यात घेतली. हिटलर अजून लष्करी सेवेतच होता. यामुळे त्याच्याकडे या संदर्भात एक योग्य संधी चालून आली. साम्यवादी, तसंच ज्यू लोकांच्या विरोधात बोलण्याची एकही संधी हिटलर सोडत नाही, याची एका लष्करी अधिकाऱ्याला चांगली कल्पना होती. त्याच्याकडे आता साम्यवादी आणि ज्यू लोकांच्या विरोधात जनमत पेटवण्यासाठीची जास्तीची जबाबदारी आली होती. या कामासाठी पत्रकं तयार करणं, लष्करामध्ये भरती झालेल्या जवानांसमोर प्रामुख्यानं ज्यूंच्या विरोधात जनमत तयार करण्यासाठी आणि एकूणच कट्टर उजव्या विचारसरणीची भलामण करण्यासाठी भाषणं करणं, अशी जबाबदारी हिटलरकडे सोपवण्यात आली. यासाठी ५-१२ जून १९१९ या काळात हिटलरनं म्यूनिक विद्यापीठातल्या एका 'अभ्यास वर्गा'ला'ही हजेरी लावली! इथं जर्मनीनं पहिलं महायुद्ध का गमावलं, इथपासून बोल्शेव्हिकांची चळवळ कशी घातक आहे, याविषयीची ठाम मतं सगळ्यांच्या माथी मारण्यात आली. हिटलरच्या दृष्टीनं ही सुसंधी होती. कुठलीही भीडभाड न ठेवता अत्यंत आक्रमकपणे आणि श्रोत्यांना खिळवून ठेवणाऱ्या शैलीत तो आपली दुराग्रही मतं मांडत असे. या मतांमध्ये खऱ्याखोट्याचं बेमालूम मिश्रण असे. तसंच लोकांच्या मनात असलेले पूर्वग्रह पक्के करणारी मांडणीही असे. चुकीचे संदर्भ देणं आणि जर्मनीच्या दुरवस्थेला साम्यवादी, तसंच ज्यू लोक प्रामुख्यानं कारणीभूत असल्याचं सांगून सगळ्यांची

दिशाभूल करणं हिटलरला उत्तमरीत्या जमे. साहजिकच आजच्या भाषेत सांगायचं तर हिटलर लवकरच 'स्टार परफॉर्मर' ठरला!

आपल्या साहेबाची मर्जी संपादित करून या भाषणबाजीबरोबरच राजकीय पक्षांवर नजर ठेवण्याची जबाबदारीही हिटलरनं आपल्याकडे खेचून घेतली. म्यूनिकमधल्या अतिडाव्यांपासून अतिउजव्या राजकीय पक्षांखेरीज राजकीय संघटनांच्या हालचाली आता हिटलर टिपत असे. यातूनच १२ सप्टेंबर १९१९ या दिवशीचा 'जर्मन वर्कर्स पार्टी'चा म्यूनिक शहरातल्या बैठकीचा गाजलेला प्रसंग घडला. या बैठकीत झालेलं मुख्य भाषण हिटलरनं पूर्वी ऐकलेलं असल्यामुळे त्याला कंटाळा आला आणि हे भाषण संपायच्या सुमाराला तिथून निघून जाण्यासाठी उठला. तितक्यात दुसऱ्या एका नेत्यानं मुख्य भाषण संपताच भाषणावर कडाडून टीका केली आणि आपण सौम्य धोरण सोडून आक्रमक झालं पाहिजे, असा इशारा दिला. त्याचबरोबर त्यानं बॅव्हेरिया प्रांतानं जर्मनीपासून वेगळं होण्याची गरज आहे, असं सांगितलं. हे ऐकताच हिटलरचा संताप शिगेला पोहोचला आणि त्यानं व्यासपीठावर जाऊन माईक खेचून घेतला आणि ही मागणी करणाऱ्या वक्त्याला शिव्यांची लाखोली वाहिली. हिटलरचा आवेश बघून बॅव्हेरियाच्या स्वातंत्र्याची मागणी करणारा वक्ता निमूटपणे तिथून निघूनच गेला. हिटलरमध्ये दम आहे असं वाटून, या पक्षाच्या अध्यक्षानं आपलं एक पत्रक त्याला दिलं आणि आपल्या पक्षाचं सदस्यत्व स्वीकारण्याची विनंती केली. खरं म्हणजे आपल्याला भविष्यात स्वतःचा राजकीय पक्ष स्थापन करायचा असला तरीही एक प्रयोग म्हणून या आमंत्रणाचा स्वीकार करावा या हेतूनं हिटलरनं या पक्षाच्या पुढच्या बैठकीला हजर राहायचं ठरवलं. तिथं गेल्यावर त्याला मोठा धक्काच बसला. अत्यंत अपुऱ्या प्रकाशात काही मोजके लोक दुय्यम मुद्द्यांवर तिथं चर्चा करत होते. तरीही त्यानं या पक्षाचं सदस्यत्व स्वीकारायचं ठरवलं त्यामागे एक महत्त्वाचा धूर्त हेतू होता. अशा पक्षाचा किंवा संघटनेचा सदस्य झाल्यामुळे आपल्याला या पक्षातल्या दुर्बल घटकांवर वर्चस्व गाजवता येईल आणि स्वतःचा वैयक्तिक ठसा उमटवून पक्षाची सूत्रं काही काळातच आपल्या हाती घेता येतील, असं त्याला जाणवलं. अर्थात या संदर्भातले हे हिटलरचे दावे आहेत. हिटलरच्या साहेबानं मात्र आपणच हिटलरला या पक्षाची वाढ व्हावी या हेतूनं त्या पक्षाचं सदस्यत्व स्वीकारण्याचे आदेश दिले होते, असं आपल्या आठवणींमध्ये नमूद केलं आहे. हिटलरच्या लिखाणात सातत्यानं खोटेपणा आढळत असल्यामुळे या प्रसंगामध्येसुद्धा त्यानं बनवाबनवी केली असावी, असं मानायला भरपूर जागा आहे. याचं कारण म्हणजे, या पक्षाचं सदस्यत्व स्वीकारूनसुद्धा त्याच्या लष्करी सेवेमध्ये काहीच अडथळे आले नाहीत. ३१ मार्च १९२० या दिवशी त्यानं लष्करी सेवेचा

राजीनामा देईपर्यंत त्याची 'राजकीय कारकीर्द' अशा प्रकारे भरभक्कम झाली. हिटलरकडे असलेल्या वक्तृत्वाच्या एकमेव कलेचा त्याला अशा प्रकारे फायदा झाला. प्रचारकी थाटात आपली राजकीय मतं अत्यंत प्रभावी शैलीत मांडण्याचा सपाटाच त्यानं सुरू केला.

अनेक जण हिटलरमध्ये युगपुरुषाची दृष्टी असल्यामुळे त्यानं 'जर्मनीला वाचवण्यासाठी' किंवा 'जर्मनीला आधीसारखं वैभव नव्यानं मिळवून देण्यासाठी' राजकारणामध्ये प्रवेश केला असं म्हणतात. यात अजिबात तथ्य नाही. यात हिटलरचं व्यक्तिमत्त्व एकदम विलक्षण प्रतिभाशाली असण्याचाही काही संबंध नव्हता. त्या वेळची परिस्थिती, अशा परिस्थितीचा योग्यरीत्या फायदा करून घेण्याची हिटलरची चलाखी, चांगलं नशीब आणि लष्कराचा अप्रत्यक्ष पाठिंबा, या गोष्टी हिटलरच्या पथ्यावर पडल्या. हिटलरचं तटस्थपणे मूल्यांकन करणाऱ्या प्रत्येक इतिहासकारानं हे मुद्दे मांडले आहेत. जर्मनीचा पहिल्या महायुद्धात झालेला पराभव, यामुळे जर्मन लष्कराची निघालेली लक्तरं, त्यानंतर कट्टर डाव्या विचारसरणीच्या लोकांनी जर्मन राजसत्ता आणि जर्मन लष्कर यांना दोषी ठरवून केलेली आणि लवकरच फसलेली क्रांती, जर्मनीचा या सगळ्या घटनाक्रमामध्ये झालेला विलक्षण अपमान... हे घटक नसते तर हिटलरकडे कुणी ढुंकूनसुद्धा बघितलं नसतं. आपल्यासारखी विचारसरणी असलेल्या आणि प्राप्त परिस्थितीचा दोष काही वेगळ्याच घटकांवर ढकलून त्यांचा सूड घेण्यासाठी सज्ज होणाऱ्या जनमताच्या भावना पेटवण्याचं कसब मात्र हिटलरमध्ये नक्कीच होतं. त्याची छाप त्याचं भाषण ऐकणाऱ्यांवर पडे. खोट्या गोष्टी चढ्या आवाजात, आवेशात आणि राष्ट्रप्रेमाची झूल पांघरून सांगितल्या की त्या तर्कबुद्धीनं विचार करणाऱ्यांनाही पटायला लागतात, याचं हे उत्कृष्ट उदाहरण होतं. जर्मनीला पुन्हा यशाच्या शिखरावर जाणं शक्य आहे आणि त्यासाठी राष्ट्रपुनर्निर्माणाचा एकमेव मार्ग उपलब्ध आहे, असं हिटलर सांगत राहिला. साहजिकच लोक त्याच्याकडे आकर्षित झाले. लोकांच्या मनातला राग, वैताग, त्यांना आलेली निराशा, त्यांना सतावत असलेली भीती, बदला घेण्यासाठीचं त्यांचं आसुसणं, त्यांच्या मनात असलेला पूर्वग्रह या सगळ्या गोष्टींना साद घालण्याची चलाखी हिटलरला साधली. त्यासाठीची उत्कृष्ट शैली त्याच्याकडे होती, यात वादच नाही. क्लिष्ट प्रश्नांना सोपी उत्तरं असतात असं सांगितल्यावर अनेक जणांना ते पटतं, याचाही हिटलरनं फायदा उठवला. आपल्या मनात काही ठरावीक बाबतींच्या संदर्भात खदखदणारा द्वेष इतरांच्या मनातही अशीच द्वेषभावना उत्पन्न करण्यासाठी वापरण्याचा यशस्वी प्रयोग त्यानं केला. पहिल्या महायुद्धात जर्मनीच्या झालेल्या अपमानास्पद पराभवाच्या मानहानीकारक पार्श्वभूमीवर हिटलरचा

हा प्रचार लोकांच्या गळी सहजपणे उतरला. म्हणूनच काही विशिष्ट भूमिका, राजकीय विचारसरणी किंवा विचार यांपैकी कोणत्याच गोष्टीचा आधार न घेता निव्वळ प्रचारकी थाटात विखार पसरवत हिटलरनं आपलं नाव सगळीकडे पसरवलं. त्याच्या भाषणात कुठलाच मूलभूत किंवा ठोस विचार नव्हता. कसल्याही तत्त्वांच्या आधारे लढा द्यायचं त्यानं ठरवलं नव्हतं. म्यूनिक शहरांमधल्या अनेक बिअरहॉल्समध्ये म्हणजेच जिथं लोक एकत्र दारू पीत निरनिराळ्या विषयांवर गप्पा मारत असत, अशा ठिकाणी हिटलरनं जोरदार भाषणं केली.

लोकांच्या मनात साचलेली काल्पनिक भीती, त्यांचे पूर्वग्रह आणि त्यांच्या मनात खदखदत असलेला संताप, हे सगळं या भाषणांना मिळत असलेल्या जोरदार प्रतिसादांमुळे बाहेर पडे. हिटलरला यामुळे आणखी चेव चढे. हा प्रतिसाद हेच त्याचं इंधन ठरे. तो आणखी जोरानं आपले मुद्दे मांडत राही. हिटलरला तोपर्यंत लष्करी सेवेत मिळालेल्या थोड्याफार यशाखेरीज काहीच साध्य झालं नव्हतं. त्यामुळे त्याची स्वप्रतिमा तशी

भाषणाची तयारी

बेताचीच होती. आपण आयुष्यात खूप काही करून दाखवणार अशा बाता तो वरवर मारत असला तरी, आतून मात्र त्याचं अपयश त्याला खात होतं. साहजिकच अचानकपणे समाज आपल्या शब्दांवर फिदा होत असल्याचं बघून त्याला विलक्षण आनंद झाला आणि त्याच्या मनातली त्याची स्वप्रतिमा उजळली. हिटलर काय म्हणतो आहे याला अनेकदा लोक फार महत्त्व देत नसत; पण तो ज्या आक्रमक पद्धतीनं बोले, त्यामुळे लोक भारावून जात. प्रचारकी थाटात ठरावीक लोकांना शत्रू ठरवून त्यांच्यावर घणाघाती शाब्दिक प्रहार करण्याची कला त्याला काही काळातच साध्य झाली. याचाच सोपा अर्थ म्हणजे समूहाची मानसिकता ओळखून या मानसिकतेचा फायदा पुरेपूर कसा उठवायचा, हे त्याला हळूहळू उमगलं. लोकांवर आपण संमोहन केल्यासारखा प्रभाव टाकू शकतो, हे त्याच्या लक्षात आलं.

शक्य तितके सोपे मुद्दे मांडणं आणि ते वारंवार लोकांच्या मनात बिंबवत ठेवणं ही हिटलरच्या वक्तृत्वाची वैशिष्ट्यं होती. यात जर्मनीच्या सगळ्या नागरिकांनी प्रचंड देशप्रेमी असलं पाहिजे आणि त्यासाठी राष्ट्रीयत्वाची भावना मोठ्या प्रमाणावर पसरवली पाहिजे, १९१८ सालच्या अपमानाचा बदला घेतला पाहिजे, जर्मनीच्या सगळ्या 'अंतर्गत' शत्रूंचा नायनाट केला पाहिजे आणि खास करून ज्यू लोकांचं अस्तित्वच संपवलं पाहिजे, जागतिक पातळीवर नावलौकिक कमावण्यासाठी जर्मनीनं भौतिक आणि मानसिक प्रगती केली पाहिजे, असे त्याचे मुख्य मुद्दे असत.

ज्या 'जर्मन वर्कर्स पार्टी'चं सदस्यत्व हिटलरनं स्वीकारलं होतं, त्या पक्षाची एक व्यापक स्वरूपाची बैठक १९२० सालच्या फेब्रुवारी महिन्यात भरवण्यात आली. या बैठकीला फारशी उपस्थिती नसेल, अशी भीती संघटकांना वाटत होती. या बैठकीत संमत करण्यासाठीचा एक पंचवीस मुद्द्यांचा मसुदा तयार करण्यात आला. त्यात मोठ्या प्रमाणावर राष्ट्रीयीकरण करण्याबरोबरच ज्यू लोकांवर कडक निर्बंध घालण्याचा ठरावही होता. हिटलरनं हा मसुदा तयार करण्यात हातभार लावल्यामुळे त्यात आश्चर्य वाटण्यासारखं काही नव्हतंच. अपेक्षा नसूनही त्या मानानं छोट्या आकाराच्या सभागृहात तब्बल २४०० जणांनी या सभेला हजेरी लावली. सुरुवातीच्या वक्त्यानं मार्गदर्शनपर भाषण केलं खरं; पण त्यात कसलाच जोष नव्हता. त्यानंतर हिटलर व्यासपीठावर भाषण करण्यासाठी आला. आपल्या आधीच्या वक्त्यासारखं 'पडद्याआडून' न बोलता हिटलरनं आपले मुद्दे अत्यंत थेटपणे आणि आक्रमक शैलीत मांडले. सुटसुटीत वाक्यं आणि सोपी भाषा वापरून त्यानं उपस्थितांना आपलंसं केलं. १९१८ सालच्या मानहानीला कारणीभूत असलेल्या लोकांवर त्यानं कडाडून टीका केली. पहिल्या महायुद्धानंतर मित्रराष्ट्रांनी जर्मनीवर लादलेल्या जाचक अटींचा समावेश असलेल्या 'व्हर्साय करारा'वर तर तो तुटूनच पडला. याची पार्श्वभूमी जाणून घेणं महत्त्वाचं आहे.

१९१९ ते १९२१ या काळात जर्मनीनं पहिल्या महायुद्धासाठी मित्रराष्ट्रांना नेमकी किती नुकसानभरपाई द्यावी याविषयी बरीच चर्चा झाली. १९२१ मध्ये झालेल्या एका बैठकीत हा आकडा तब्बल ३१०० कोटी डॉलर्स किंवा १३२०० कोटी मार्क्स इतका असावा असं ठरलं! या संदर्भातला व्हर्सायचा करार इतिहासामध्ये खूप गाजला. त्यात आणि नंतर लंडनमध्ये झालेल्या एका बैठकीत जर्मनीवर अत्यंत जाचक अटी लादण्यात आल्या. त्यामध्ये जर्मनीला आर्थिक भुर्दंडाबरोबरच इतरही नुकसान सोसणं भाग आहे, असं ठरलं. त्यानुसार जर्मनीला पहिल्या महायुद्धाआधीच्या आपल्या प्रदेशापैकी एक सप्तमांश भाग मित्रराष्ट्रांना द्यावा लागेल, असं ठरलं. जर्मनीनं आपल्या लष्करात ७५टक्के इतकी घसघशीत कपात करावी, असा निर्णय घेण्यात आला. म्हणजेच आधीच जर्जर झालेल्या जर्मन अर्थव्यवस्थेला लष्करामधून सक्तीनं बाहेर काढण्यात आलेले आणि जखमी किंवा आजारी असलेले जवळपास २.५० लाख लोक सामावून घेणं भाग होतं. जर्मनीनं आपल्यावरचं कर्ज फेडण्यासाठी तसंच आंतरराष्ट्रीय पातळीवरचे व्यवहार करण्यासाठी डॉलर्स किंवा त्यांच्या मोबदल्यातलं सोनं आणायचं तरी कुठून? त्यासाठी सर्वसाधारणपणे एकच मार्ग होता- तो म्हणजे जर्मनीनं आपल्या उद्योग क्षेत्रात कमालीची भरभराट आणायची, मोठ्या प्रमाणावर सगळ्या वस्तूंचं उत्पादन वाढवायचं, ते कमीत कमी खर्चात बनवता येईल याची काळजी घ्यायची आणि अतिशय भरघोस निर्यात करायची. यामुळे जर्मनीकडून सगळ्या वस्तू आणि सेवा विकत घेणारे देश तिला डॉलर्स, पौंड्स किंवा सोनं देतील. त्यांचा कर्ज फेडायला वापर करून हळूहळू जर्मनी कर्जमुक्त व्हायचा प्रयत्न करेल, अशी ही कल्पना होती; पण निर्यात वाढवायची तर त्यासाठी जर्मनीला तिची आयात वाढवणंही गरजेचं होतं. कारण काही गोष्टी आयात करूनच त्यांच्यापासून निर्यातीसाठीच्या वस्तू बनवणं शक्य होतं. आयात करायची म्हटलं की पुन्हा जर्मनीतून सोनं आणि डॉलर्स-पौंड्स बाहेर जाणार हे उघडच होतं. तसंच जर्मन उद्योग क्षेत्राची खासीयत म्हणजे लोखंड, पोलाद, वस्त्रोद्योग, कोळसा या पदार्थांचं उत्पादन, ही होती. हे पदार्थ आयात केल्यामुळे इतर देशांमध्ये त्या पदार्थांचं होणारं उत्पादन पडून राहणार होतं. त्यामुळे या देशांचा त्या पदार्थांच्या आयातीला विरोध होता. यासाठी त्यांनी या वस्तूंच्या आयातीवर जबरी आयातकर लावला. त्यामुळे एकीकडे भलीमोठी कर्जे फेडणं तर दुसरीकडे या सगळ्या वस्तूंची निर्यात इतर देशांनी लावलेल्या आयातकराच्या पार्श्वभूमीवर करणं अवघड होऊन बसणं, अशा दुहेरी पेचात जर्मनी सापडली. त्यातच युरोपीय देशांनी महायुद्धात आपल्या झालेल्या नुकसानाची भरपाई केलीच पाहिजे, असा मुद्दा अमेरिकेनं रेटून धरला. त्यासाठी या देशांना जर्मनीकडून अपेक्षित असलेली नुकसानभरपाई लवकर मिळणं आवश्यक होतं. या सगळ्यामुळे जर्मनीत भयंकर चलनफुगवटा आणि महागाई यांची बीजं रोवली गेली.

जर्मनीवर लादण्यात आलेल्या कर्जाची भीषणता लक्षात घ्यायची तर त्यासाठी फक्त एकच आकडेवारी पुरेशी आहे. जर्मनीच्या डोक्यावरचं कर्ज हे तिच्या तेव्हाच्या वार्षिक उत्पादनाच्या म्हणजे जीडीपीच्या दुप्पट होतं! तसंच या करारामधल्या जाचक अटी अशा प्रकारे तयार करण्यात आल्या की पुढची तब्बल ४२ वर्षं जर्मनी या कर्जाच्या दबावाखाली राहणार होती. हा मूर्खपणाचा कळसच होता. साहजिकच हे कर्ज फेडण्यासाठी जर्मनीमध्ये हा भार कुणावर पडावा याविषयी वादळ निर्माण झालं. १९२१ मध्ये 'जर्मन सोशल डेमोक्रॅटिक' पक्षाच्या रॉबर्ट श्मिड या अर्थमंत्र्यानं श्रीमंत लोकांकडून त्यांच्याकडचे शेअर्स आणि बाँड्स या ऐवजाचा २०टक्के भाग सरकारनं आपल्या ताब्यात घ्या, तसंच सगळ्या लोकांच्या स्थावर मालमत्तेवर ५टक्के कर लादावा, असा प्रस्ताव मांडला. अपेक्षेप्रमाणेच श्रीमंत लोक यामुळे पार भडकले आणि त्यांनी या प्रस्तावाला कडाडून विरोध केला. आपल्यावर हा भार टाकण्याऐवजी सरकारनं विक्रीकर, तसंच उत्पादन शुल्क (एक्साईझ) या अप्रत्यक्ष करांच्या दरांमध्ये वाढ करावी, असं त्यांनी सुचवलं. अर्थातच आपल्यावरचा हा भार हटून तो सगळ्या जनतेवर आणि खास करून गरीब, तसंच मध्यमवर्गीय लोकांवर पडावा, अशी त्यांची यामागची चाल होती. याला अपेक्षेप्रमाणे बहुसंख्य लोकांकडून विरोध झाला. एकूण काय, तर या दोन्हीपैकी कुठलाही पर्याय निवडला तरी यातून गोळा होणारी सगळी रक्कम जर्मनीच्या डोक्यावरचं विदेशी कर्ज फेडण्यासाठीच खर्ची पडणार, हे निश्चित असल्यामुळे दोन्ही गटांचा मूळ संकल्पनेला विरोध होतच राहिला. शेवटी काही प्रमाणात विक्रीकर आणि उत्पादन शुल्क वाढवून जास्तीचा महसूल गोळा करण्याचा प्रयत्न सरकारनं केला; पण तो अपुरा पडला.

जर्मनीनं पराभूत झाल्यानंतर अशा प्रकारच्या करारावर सही करणं म्हणजे मित्रराष्ट्रांची गुलामी करण्यासारखं असल्याचं मत हिटलरनं व्यक्त केलं. जर्मनीनं अशा प्रकारे आपली मान शत्रूसमोर झुकवणं अत्यंत अपमानास्पद असून, आपण ते सहन करणार नसल्याचा इशारा त्यानं दिला. ज्यू लोकांच्या विरोधात त्यानं घणाघाती शाब्दिक प्रहार केले. त्याच्या भाषणाला लोक बेभान होऊन प्रतिसाद देत होते आणि आरोळ्या ठोकत होते. कित्येक जण टेबलावर उभं राहून घोषणा देत होते. सभेला डाव्या विचारसरणीचे काही लोक हजर होते आणि त्यांनी हिटलरच्या म्हणण्याला विरोध करण्याचा दुबळा प्रयत्न केला खरा; पण तो हाणून पाडण्यात आला. या सभेची वर्तमानपत्रांनी फारशी दखल घेतली नसली तरी इथून पुढे हिटलरच्या भाषणांना जोरदार प्रतिसाद मिळणार, याची चुणूक मात्र या निमित्तानं उपस्थितांना नक्कीच मिळाली.

आता 'जर्मन वर्कर्स पार्टी'चं नाव बदलून 'नॅशनल सोशॅलिस्ट जर्मन वर्कर्स

पार्टी (NSDAP)' असं करण्यात आलं. डाव्या तसंच इतर पक्षांच्या सभांच्या मानानं या पक्षाच्या सभा एकदम आक्रमक असणार, हे आता उघड होतं. डाव्या विचारसरणीच्या पक्षांना खिजवण्यासाठी आणि आपले आक्रमक मनसुबे जाहीर करण्यासाठी पक्षानं लाल रंगाचा ध्वज निवडला. १९२० सालच्या मध्यावर या ध्वजाच्या मध्यभागी पांढऱ्या वर्तुळात स्वस्तिकाचं चिन्ह टाकायचं हिटलरनं ठरवलं. यामुळे आपला ध्वज अजूनच उठावदार दिसेल, याची त्याला कल्पना होती. खरं म्हणजे हिटलरनं स्वस्तिकाचं चिन्ह निवडण्याआधी जर्मनीमधल्या उजव्या विचारसरणीच्या इतर काही पक्षांनी या चिन्हाचा वापर केला होता. तसंच नंतर आपल्या कुप्रसिद्ध आक्रमक संघटनांच्या टोप्यांवर त्यानं वापरलेलं कवटी आणि हाडं यांचं चिन्हसुद्धा आधी जर्मन लष्करातल्या घोडेस्वारांनी वापरलं होतं. याखेरीज हिटलर आणि त्याचे सगळे सहकारी आपला उजवा हात सरळ ठेवून जी सलामी देत ती कुप्रसिद्ध सलामीसुद्धा इटलीतल्या मुसोलिनीच्या फॅसिस्ट लोकांकडून उचलण्यात आली होती. म्हणजेच बहुतेक सगळा उचलाउचलीचा प्रकार होता.

आता सभा सुरू होण्याआधीच मोठ्या प्रमाणावर लोक हजर असत. तसंच हिटलरच्या विखारी बोलण्याचा प्रतिवाद करण्यासाठी विरोधकही या सभांना येत. यामुळे सभा एकदम वादग्रस्त होणार आणि आक्रमकरीत्या आपण आपल्या विरोधकांवर तुटून पडू शकणार, हे हिटलरला माहीत होतं. अशा वेळी हिंसाचार होऊ शकतो आणि आपल्याला शारीरिक इजा होऊ शकते याची कल्पना असल्यामुळे हिटलरनं या सभांमध्ये शरीररक्षकांची एक छोटी फौज उभी करायचं ठरवलं. या फौजेचं नाव बदलून नंतर इंग्रजीत Storm Section तर जर्मन भाषेनुसार Sturmabteilung (SA) असं करण्यात आलं. हिटलरच्या दोन कुप्रसिद्ध संघटनांपैकी एक म्हणून SA इतिहासात ओळखली जाते.

या पक्षाच्या सदस्यत्वाच्या संदर्भात हिटलरनं केलेला एक खोटेपणा नंतर उघडकीला आला. काही काळानंतर प्रसिद्धीच्या झोतात असलेल्या हिटलरला आपण आपल्या पक्षाचे अगदी संस्थापक सदस्य असल्याचं भासवायचं होतं. म्हणजे मग त्याची या पक्षाप्रतीची निष्ठा अगदी ठळकपणे लोकांच्या नजरेत भरली असती. यासाठी त्यानं या पक्षाचे आपण ७ क्रमांकाचे सदस्य असल्याची बतावणी केली. प्रत्यक्षात तो पक्षाचा ५५५ वा सदस्य होता. खाडाखोड करून त्यानं ५५५ ऐवजी ७ क्रमांक मिळवला. यामुळे वैतागून एका माणसानं पक्षाच्या एका बैठकीत आपली नापसंती व्यक्त केली आणि हिटलरला एक पत्रही लिहिलं. याकडे हिटलरनं सोयीस्कररीत्या दुर्लक्ष केलं, हे वेगळं सांगायला नको.

हिटलरच्या भाषणांमुळे आता नुसती खळबळ माजे. विद्यार्थी, मध्यमवयीन

लोक, कामगार, सैनिक असे सगळ्या प्रकारचे लोक तिथं येत. आदर्शवादी, मार्क्सवादी, राष्ट्रवादी अशा अनेक प्रकारची भाषणं करणाऱ्या वक्त्यांना लोक कंटाळून गेले होते. त्यांना हिटलरच्या रूपानं आशेचा नवा किरण सापडला. हिटलर इतरांच्या मानानं एकदम वेगळ्या प्रकारची भाषणं करे. त्याच्या भाषणांनी ते उत्तेजित होत, आरडाओरडा करायला लागत. हिटलरच्या वाढत्या लोकप्रियतेमुळे पक्षाची सदस्यसंख्याही वेगानं वाढत गेली. आपल्या भाषणासाठी हिटलर काही मुद्दे लिहून काढत असे. त्यामधल्या ठळक मुद्द्यांना तो अधोरेखित करे. त्याचं भाषण साधारणपणे किमान दोन तासभर तरी चाले. अजून तरी जर्मनीची दुर्दशा संपवण्यासाठी एखाद्या हुकूमशहाकडे देशाची सूत्रं यावीत, असा उल्लेख त्यानं एका भाषणाचा अपवाद वगळता केला नव्हता. तसंच हा हुकूमशहा आपण असू, असंही त्यानं कधीच म्हटलेलं नव्हतं. हिटलरच्या भाषणाची रचनाही ठरलेली असे. तो संथ सुरुवात करे. त्यानंतर आपल्या विरोधकांची तो कुजकट भाषेत निंदा करे. त्यानंतर ठरावीक 'टार्गेट्स'वर तो नावं घेऊन किंवा अगदी नेमके उल्लेख करत तुटून पडे. याचा जोर आणि वेग वाढवत तो आपल्या भाषणाच्या शेवटाकडे वळे. सुरुवातीच्या काळात जर्मनीची दुर्दशा, ज्यू लोकांचा त्यामधला सहभाग आणि भांडवलशाहीचा त्याच्याशी असलेला संबंध या गोष्टींवर हिटलर भर देत असे. हळूहळू त्यानं आपलं लक्ष मार्क्सवाद आणि साम्यवाद यांच्याकडेही वळवलं आणि त्यांनाही दोष द्यायला सुरुवात केली. आपल्या प्रभावी भाषणांमुळे हिटलरला हळूहळू राजकीय वजन प्राप्त होत गेलं असलं तरी ते म्यूनिक शहरापुरतं मर्यादित होतं. तसंच नुसती विखारी भाषणं करून आणि लोकांच्या टाळ्या मिळवून आपल्याला फार प्रगती साधता येणार नाही याचीही त्याला जाणीव होती. आपल्याला आता प्रभावी लोकांचा पाठिंबा तसंच आर्थिक मदत मिळवणं गरजेचं आहे, हे त्यानं ओळखलं. त्यासाठी त्यानं प्रभावशाली लोकांचा गोतावळा आपल्याभोवती गोळा करायला सुरुवात केली.

हिटलरचं जर्मनीच्या राजकीय पटलावर अशा रीतीनं आगमन झालं!

जर्मनीची दुर्दशा आणि हिटलरचा उदय

हिटलरनं पक्षात आपलं स्थान पक्कं करायला लगेचच सुरुवात केली. काही काळातच हिटलर म्हणजेच त्याचा पक्ष आणि पक्ष म्हणजेच हिटलर, असं समीकरण पक्कं होत गेलं. हिटलरशिवाय पक्षाला काही महत्त्व उरणार नाही, याची जाणीव वरिष्ठ पदाधिकाऱ्यांना होत गेली. यामुळे पक्षाच्या अध्यक्षानं आपलं पद हिटलरला देण्यासंबंधीचा प्रस्ताव अनेकदा दिला; पण हिटलरनं तो दर वेळी धुडकावून लावला. पक्षाचं कामकाज बघायचं म्हणजे अनेक निरनिराळ्या जबाबदाऱ्या आपल्यावर घ्यायच्या, याची त्याला कल्पना होती. साहजिकच आपलं प्रचारकीचं आणि भाषणं देण्याचं काम बाजूला पडेल आणि आपण निव्वळ कारकुनी स्वरूपाचं काम करू, अशी भीती त्याला वाटत होती. साहजिकच त्याला पक्षाचं अध्यक्षपद मिळवण्यात कसलाच रस वाटत नसे. हिटलरला कधीच पक्षबांधणी, संघटनाकौशल्य अशा गोष्टींमध्ये वेळ घालवायला आवडत नसे. या गोष्टी त्याला जमतही नसत. साहजिकच आक्रमक भूमिका स्वीकारून लोकांना चेतावणं, हा त्याचा आवडता कार्यक्रम असे. त्यालाच तो राजकारण म्हणे. दरम्यान दुसऱ्या एका पक्षाशी आपल्या NSDAP पक्षानं युती करावी यासाठी पक्षाच्या पदाधिकाऱ्यांनी कंबर कसली. यामुळे या दोन पक्षांची एकत्रित ताकद वाढेल असं NSDAP च्या अध्यक्षाला वाटलं. हिटलरचा मात्र याला पक्का विरोध होता. याचं कारणही सोपं होतं. हिटलरला आपली एकाधिकारशाही प्रस्थापित करायची होती. कुणालाही आपल्या वरचढ होऊ देण्याची कल्पना त्याला अजिबात मान्य नव्हती. या दुसऱ्या पक्षामध्ये एक लोकप्रिय नेता होता आणि त्या नेत्याशी आपली स्पर्धा सुरू होईल, असं त्याला वाटत होतं. म्हणूनच या युतीच्या संकल्पनेच्या विरोधात हिटलरनं जोरदार थयथयाट केला. जर आपल्या मताला डावलून पक्षानं तरीसुद्धा युती करण्याचा निर्णय घेतलाच, तर आपण आपल्या पक्ष सदस्यत्वाचा राजीनामा देऊ, अशी धमकी त्यानं दिली. ही धमकी तो बऱ्याचदा वापरे. आपली पक्षाला खूप गरज आहे आणि आपल्या

आक्रमक भाषणांखेरीज पक्षाची लोकप्रियता घसरणीला लागू शकते, हे त्याला पुरेपूर माहीत होतं.

एकूणच हिटलरला कुठल्याही मुद्द्यावर फारशी चर्चा करणं, इतरांची मतं ऐकून घेणं, मधला मार्ग स्वीकारणं, असले पर्याय कधीच मान्य नसत. त्याला एकदम टोकाची भूमिका घ्यायला आवडे. एक तर आपण म्हणू तसं व्हायला हवं; किंवा आपण राजीनामा देऊन बाहेर पडू, असं तो आपल्या सहकाऱ्यांना सांगे. साहजिकच सार्वमतानं निर्णय घेणं, इतरांच्या मतांचा आदर करणं, अशा गोष्टी त्याला अजिबात पसंत नसत. आपोआपच हिटलरच्या एकसुरी मतांशी जुळवून घेणं हा एकमेव पर्याय त्याच्या सहकाऱ्यांसमोर उरत असे. ज्यांना हे मान्य नसे, ते पक्ष सोडून जात किंवा त्याच्याशी वाकडं घेत. यातला महत्त्वाचा भाग म्हणजे हिटलरचं हे वागणं हे त्याच्या मानसिक ताकदीचं लक्षण अजिबातच नव्हतं. उलट त्याच्या मनातली भीती आणि अडचणींमुळे त्याच्यासमोर आलेली असहायता, यांचं हे मिश्रण असे. इतरांना ते जाणवू न देण्याची चलाखी त्यात होती.

आताही आपल्या पक्ष सदस्यत्वाचा राजीनामा देण्याची धमकी देत हिटलरनं आपल्या पक्षाकडून अनेक मागण्या मान्य करून घेतल्या. त्यात आपल्याकडे पक्षाची दिशा ठरवण्यासंबंधीची हुकूमशाही निर्णयक्षमता असली पाहिजे, असा ठराव त्यानं मंजूर करून घेतला. याखेरीज पक्षाचं अध्यक्षपद आपल्याकडे आलं तरी आपण अध्यक्षाकडून अपेक्षित असलेली सगळी कामं न करता स्वतः ठरवू तीच कामं करू, आपल्या पक्षाचं मुख्यालय कायमसाठी म्यूनिकमध्ये असावं आणि आपल्या पक्षाची यापुढे कधी कुणाशी युती व्हायला नको, असे सगळे ठरावही त्यानं मंजूर करून घेतले. आपल्यापुढे पक्षात कुणाचंही आव्हान उभं राहायला नको याची त्याला कायमसाठी खात्री करून घ्यायची होती. अशा रीतीनं पक्षाची सूत्रं हिटलरकडे आली.

आता हिटलरनं आपली लोकप्रियता वाढवण्यासाठी आणि सगळ्यांचं लक्ष आपल्याकडे वेधून घेण्यासाठी आणखी आक्रमक धोरण स्वीकारलं. आपले विरोधक तसंच सत्ताधारी यांना जाणूनबुजून भडकवण्यासाठी हिटलरनं आपल्या समर्थकांना रस्त्यावर उतरून हाणामारी करण्यासाठी प्रेरित केलं. यामुळे हिटलरचे समर्थक आणि त्याचे विरोधक किंवा पोलीस यंत्रणा यांच्यामध्ये चकमकी सुरू झाल्या. १९२२ सालच्या सुरुवातीला अशाच एका घटनेमुळे हिटलरला तीन महिन्यांसाठी तुरुंगवास झाला; पण भविष्यातल्या चांगल्या वर्तनाच्या हमीवर त्यामधले दोन महिने माफ करण्यात आले. अर्थात हिटलरला चांगल्या वर्तनाच्या या हमीचा सोयीस्कररीत्या विसर पडला आणि संबंधित यंत्रणांनीही ही अट नजरेआड केली.

एक महिन्याची कैद झाल्यामुळे हिटलर घाबरला तर नाहीच; पण उलट कुठल्याही प्रकारची प्रसिद्धी आपल्यासाठी चांगलीच आहे, अशा भावनेतून त्यानं आपल्या समर्थकांना आणखी चेतवलं. नकारात्मक प्रसिद्धीमुळे आपल्याविषयी सगळीकडे कुतूहल निर्माण होतं आणि सहानुभूतीचं वातावरण पसरतं असं त्याचं मत होतं.

१४-१५ ऑक्टोबर १९२२ म्हणजेच 'जर्मन डे' म्हणून ओळखल्या जाणाऱ्या काळात हिटलरनं प्रसिद्धी मिळवण्यासाठी एक मोठा स्टंट केला. आता 'नाझी' म्हणून ओळखल्या जाणाऱ्या हिटलरच्या पक्षाला जवळपास नगण्य स्थान असलेल्या कोबुर्ग प्रांतात हिटलरला आपला दबदबा पसरवायचा होता. यासाठी हिटलरनं नाझी पक्षाचा निधी वापरून एक अख्खीच्या अख्खी रेल्वेगाडीच आरक्षित केली आणि आपल्या 'एसए' संघटनेच्या आठशे आक्रमक समर्थकांना कोबुर्गला नेलं. पोलिसांचे आदेश झुगारून देण्याचे स्पष्ट आदेश हिटलरनं त्यांना दिले होते. कोबुर्गला उतरल्यानंतर या लोकांनी आपल्या स्वस्तिक चिन्हाचे झेंडे बाहेर काढले आणि मोठ्यानं घोषणा देत, तसंच संगीत वाजवत ते सगळीकडे फिरले. त्यांची निर्भर्त्सना करण्यासाठी काही ठिकाणी साम्यवादी कामगार एकत्र जमले आणि त्यांच्यावर ते थुंकलेसुद्धा. याला प्रतिसाद म्हणून एसए संघटनेचे नाझी कार्यकर्ते कामगारांच्या समूहांमध्ये घुसले आणि त्यांनी लाठ्याकाठ्यांनी या कामगारांना चांगला चोप दिला. यामुळे वातावरण खूप तंग झालं आणि प्रचंड खळबळ माजली. या घटनेमुळे आत्तापर्यंत नाझी पक्षाचा अजिबात दबदबा नसलेल्या उत्तर बॅव्हेरिया प्रांतात या पक्षाची पाळंमुळं रुजली. अचानकपणे लोक या पक्षाविषयी बोलायला लागले. हिटलरचा हेतू साध्य झाला. हिटलरचा आत्मविश्वास वाढण्याला या सुमाराला इटलीमध्ये घडलेल्या एका घटनेनंही हातभार लावला. २८ ऑक्टोबर १९२२ या दिवशी मुसोलिनीनं रोमवर मोर्चा काढून सत्ता हस्तगत केली आणि या घटनेला खूप प्रसिद्धी मिळाली. इटलीमध्ये एका नेत्यानं हिटलरचं वर्णन 'जर्मनीमधला मुसोलिनी' अशा शब्दांमध्ये करून भविष्यातल्या घटनाक्रमाची चुणूक दाखवली. युरोपमधल्या युद्धपश्चात वातावरणात लष्करी ताकद, तसंच हुकूमशाही फॅसिस्ट प्रवृत्ती मूळ धरत असल्याची ही चाहूल होती. इटलीमध्ये मुसोलिनीनं जे केलं, तेच आपण जर्मनीमध्ये केलं पाहिजे, असं नाझी पक्षाच्या अनेक लोकांना वाटायला लागलं.

हळूहळू हिटलर हा फक्त आपल्या पक्षाचाच नव्हे तर सगळ्या जर्मनीचा सर्वश्रेष्ठ नेता आहे, असं वातावरण नाझी लोकांनी पसरवायला सुरुवात केली. काही लोक तर त्याची तुलना थेट नेपोलियनशी करत. अर्थातच उजव्या विचारसरणीच्या लोकांना हे पटायलाही लागलं. जर्मनीच्या दारुण परिस्थितीवर हिटलरसारखा नेताच

मात करू शकतो, असा समज त्यांनी पसरवला. नंतरच्या काळात सगळे हिटलरचा उल्लेख 'फ्यूरर' (नेता किंवा आपल्याला आई-वडिलांच्या स्थानी असलेला माणूस) असा करत आणि त्याला उद्देशून बोलतानाही तोच शब्द वापरत. याची पाळंमुळं इथं रुजली. अर्थात अजूनही हिटलरच्या व्यक्तिपूजेला किंवा त्याच्या एकहाती सत्तेला प्रमाणाबाहेर महत्त्व दिलं जाण्याला अवकाश होता. स्वतः हिटलरला मात्र आपलं महत्त्व वाढवत नेणं गरजेचं असल्याचं ध्यानात आलं. १९२३ सालच्या त्याच्या भाषणांमध्ये याचे संकेत मिळतात. जर्मनीला गतवैभव प्राप्त करून देण्यासाठी हवं असलेलं नेतृत्व करण्याची क्षमता आपल्यामध्ये असल्याचे दावे करायला त्यानं सुरुवात केली. एका ब्रिटिश वर्तमानपत्राला दिलेल्या मुलाखतीत तर हिटलरनं 'जर मुसोलिनीसारखा एखादा नेता जर्मनीला लाभला तर इथली जनता अगदी गुडघे वाकवून त्याला नमन करेल आणि त्याला आपला नेता मानेल,' असं त्यानं स्पष्टपणे म्हटलं. तसंच हा नेता आपणच असू शकतो, असा अस्पष्ट उल्लेखही केला. हिटलरनं अजूनही आपल्यालाच जर्मनीचं नेतृत्व करण्यामध्ये रस असल्याचा अगदी स्पष्ट उल्लेख करायचं जाणूनबुजून टाळलं होतं. याचं कारण म्हणजे काही सहकारी तसंच इतर प्रभावशाली लोक यांचा पाठिंबा मिळवणं आणि त्यांना न दुखवणं महत्त्वाचं असल्याची त्याला जाणीव होती. सत्तेसाठी आत्ताच संघर्ष सुरू केला तर यामुळे काही जण दुखावले जातील आणि आपल्याला त्यांच्याशी जुळवून घेणं नंतर कठीण जाईल, याची त्याला कल्पना होती.

आपल्याला एकहाती नेतृत्वाची जबाबदारी मिळावी, या छुप्या इच्छेला मूर्त स्वरूप देण्यासाठी आपण प्रभावशाली आणि श्रीमंत लोकांचा पाठिंबा मिळवला पाहिजे, हे या सुमाराला हिटलरच्या लक्षात आलं. त्याच्या नशिबानं त्याचं एक नेहमीच्या प्रचारकी थाटातलं भाषण कडव्या विचारसरणीच्या एका प्रभावशाली माणसानं ऐकलं. तो यामुळे चांगलाच प्रभावित झाला. त्यानं हिटलरविषयी बऱ्याच चांगल्या गोष्टी माजी जर्मन लष्करप्रमुख जनरल ल्युडेनडॉर्फला सांगितल्या. पहिल्या महायुद्धाच्या काळात रशियाच्या आक्रमणाला यशस्वीपणे थोपवून धरण्यात ल्युडेनडॉर्फचा मोठा हात होता. तसंच यानंतरच्या अत्यंत गोंधळाच्या परिस्थितीत जवळपास दोन वर्षं जर्मनीचा हुकूमशहा म्हणून त्यानंच जबाबदारी सांभाळली होती. जर्मनीमध्ये ल्युडेनडॉर्फ चांगलाच लोकप्रिय होता. त्याचा पाठिंबा मिळाला तर हिटलरला इतरही अनेक महत्त्वाचे लोक आपोआप पाठिंबा देतील, याची सगळ्यांना जाणीव होती. याखेरीज अर्न्स्ट हॅन्फस्टँगल ऊर्फ 'पुट्झी' नावाच्या अमेरिकेहून जर्मनीमध्ये स्थायिक होण्यासाठी आलेल्या प्रभावशाली माणसावरही हिटलरची छाप पडली. म्यूनिकच्या उच्चपदस्थांमध्ये आणि व्यावसायिक मंडळींमध्ये पुट्झीची चांगली ओळख होती. हिटलरचं भाषण सुरू असताना त्याचा पोषाख किती गबाळा आहे, याची जाणीव

झाल्यामुळे सुरुवातीला पुट्झी खरं म्हणजे जरा वैतागलाच होता; पण हिटलरचं भाषण ऐकल्यावर मात्र पुट्झीचं मत साफ बदललं. विलक्षण प्रभावीपणे हिटलर आपली मतं मांडू शकतो हे बघून, त्यानं हिटलरला आपल्या घरी आमंत्रित केलं. तिथंसुद्धा हिटलरच्या वागण्या-बोलण्यामधला गावंढळपणा आणि विचित्रपणा पुट्झीनं कसाबसा सहन केला. काटा-चमचा वापरून कसं जेवायचं हे हिटलरला अजिबात समजत नव्हतं. तसंच पुट्झीनं अत्यंत दुर्मिळ असलेली वाईन हिटलरसमोरच्या पेल्यात ओतली तर त्यात साखर मिसळून ती ढवळून हिटलरनं प्यायली. हे बघून पुट्झी स्तिमितच झाला. असं असूनही मोठ्या जनसमुदायाला चेव येईल असं भाषण करण्याची हिटलरची क्षमता त्याला आकर्षत होती. लवकरच पुट्झीकडे हिटलर नियमितपणे यायला लागला. तिथले सुंदर केक्स खात खात पुट्झीच्या अत्यंत आकर्षक पत्नीच्या जवळ हिटलर घुटमळे. यातून आपल्याला कसलाही धोका नसल्याचं तिचं मत होतं. याचं कारण म्हणजे 'त्याच्यात खरं पुरुषत्व नाही' असं तिला जाणवे. पुट्झीलाही याविषयी खात्री वाटे. आपल्यामधली ही कमतरता हिटलर आपल्या आक्रमक भाषणांनी सगळ्या श्रोत्यांना 'स्त्रियांप्रमाणे कमजोर लेखून' भरून काढत असल्याचं पुट्झीचं मत होतं. स्वतः हिटलरला पुट्झी आणि त्याची पत्नी यांच्याविषयी खास काही प्रेम नव्हतं. तसं त्याला ते फारसं कुणाविषयीच नव्हतं. कुठल्याही माणसाची आपल्या दृष्टीनं असलेली उपयुक्तता, हा त्याचा एकमेव निकष असे.

जसजशी हिटलरची लोकप्रियता वाढत गेली आणि त्याच्या भाषणांमधला विखार वाढत गेला, तशा हिटलर उठाव घडवून आणण्याची तयारी करत असल्याच्या अफवा १९२२ सालच्या नोव्हेंबर महिन्यात जोरदार पसरल्या. त्यातच १९२३ सालच्या जानेवारी महिन्यात फ्रेंच लष्करानं पश्चिम जर्मनीमधला ऱ्हुअ (Ruhr) प्रांत हा मोठा औद्योगिक टापू आपल्या ताब्यात घेण्यासाठी जर्मनीमध्ये प्रवेश केल्याच्या बातम्या पसरल्या. यामागचं कारण म्हणजे व्हर्सायच्या करारानुसार जर्मनीनं फ्रान्सला कोळसा आणि लाकूड यांच्या रूपानं जी नुकसानभरपाई देणं अपेक्षित होतं, ती जर्मनी देत नव्हती. खरं म्हणजे अशी नुकसानभरपाई देण्याच्या परिस्थितीतच जर्मनी नव्हती. याच्याशी काही देणंघेणं नसल्यामुळे फ्रान्सनं आक्रमक पाऊल उचललं. खरं म्हणजे सुरुवातीला जर्मनीनं आपल्यावरचं कर्ज चुकवण्यासाठी प्रामाणिकपणे प्रयत्न केले होते. अशा वेळी जर्मनीकडे सहानुभूतीच्या नजरेनं बघणं आणि तिच्यावरच्या अतिजाचक अटींमध्ये काही प्रमाणात सूट देणं गरजेचं होतं. फ्रान्समध्ये मात्र अतिकट्टर विचारसरणीचं सरकार असल्यामुळे, हे अशक्य झालं. यातूनच १९२३ सालच्या जानेवारी महिन्यात फ्रेंचांनी जर्मनीमध्ये जबरदस्तीनं घुसखोरी करण्याचा

प्रकार घडला. यामागे फ्रेंच पंतप्रधान आणि परराष्ट्रमंत्री रेमंड पॉईनकेअरचा हात होता. १८७१ मध्ये फ्रान्सचा तेव्हाच्या प्रशियानं म्हणजेच आताच्या जर्मन प्रांतानं पराभव करून पॉईनकेअर राहत असलेल्या भागासकट बऱ्याच फ्रेंच प्रांतांमध्ये घुसखोरी केली होती. तेव्हा बालवयातल्या पॉईनकेअरच्या घरीसुद्धा एक प्रशियन लष्करी अधिकारी जबरस्तीनं राहत असे. यामुळे दुमजली घराच्या तळमजल्यावर खोली असलेल्या पॉईनकेअरसकट त्याच्या सगळ्याच कुटुंबाला तळमजला खाली करून द्यावा लागला आणि वरच्या मजल्यावर आपलं बस्तान हलवावं लागलं. हा प्रकार तीन वर्षं सुरू राहिला. पहिल्या महायुद्धात अशाच घटनांची पुनरावृत्ती झाली. साहजिकच पॉईनकेअरच्या मनात जर्मनीविषयी कमालीचा द्वेष ठासून भरला गेला. तसंच या अपमानाचा बदला घेण्याची भावनासुद्धा त्याच्या मनात पक्की बसली.

आता या भागात जर्मनीनं आपलं लष्कर तैनात करण्यावर व्हर्सायच्या करारानुसार बंदी असल्यामुळे फ्रान्सला काही विरोध होण्याचा प्रश्नच नव्हता. साहजिकच हिटलरच्या आक्रमकतेला नवी धार आली. हिटलरला आपलं महत्त्व वाढवण्यासाठी अगदी अनुकूल वातावरण निर्माण झालं. आता नाझी पक्षाची सदस्यसंख्या ५५,००चा आकडा पार करून वाढत गेली. आजूबाजूची राजकीय आणि आर्थिक दुरवस्था बघून वैतागलेले सर्वसामान्य लोक मोठ्या संख्येनं नाझी पक्षाला आपलंसं करत होते. याखेरीज आणखी हजारो लोक नाझी पक्षाच्या 'एसए' या आक्रमक विभागामध्ये समाविष्ट होत होते. आपण हातावर हात ठेवून शांतपणे सगळा घटनाक्रम बघत बसणारे नसून, बदल घडवून आणण्यासाठी कटिबद्ध असल्याची ग्वाही हिटलरनं जाहीरपणे दिल्याचा हा परिणाम होता. जर्मनीचा वैभवशाली इतिहास नव्यानं दिसणार, युद्धामधला अपमान धुतला जाणार, लुटुपुटूची डावी क्रांती उध्वस्त होणार, असं तो ठासून सांगत होता. अर्थातच फार काळ आपण अशा प्रकारे नुसत्या शाब्दिक कसरतींनी या लोकांना आपल्या बाजूनं बांधून ठेवू शकणार नाही, याची त्याला पुरेपूर कल्पना होती. साहजिकच आपण याहून काहीतरी मोठं केलं पाहिजे, याची त्याला जाणीव होती.

दरम्यान फ्रेंच लष्करानं जर्मनीत केलेल्या घुसखोरीच्या निषेधार्थ हिटलरनं आपल्या आवाजाची धार चांगलीच वाढवली. सरकारमध्ये सुरू असलेल्या गोंधळामुळे आणि लोकांमध्ये असलेल्या संतापामुळे हिटलरचं महत्त्व एकदम वाढलं. त्याला आता राजकीय वजन प्राप्त झालं. सरकारनं आपल्या चर्चांमध्ये त्याला सहभागी होण्याचं आमंत्रण दिलं. तसंच पूर्वी जर्मनीचा 'हीरो' असलेल्या माजी लष्करप्रमुख ल्युडेनडॉर्फशीही हिटलरचे मित्रत्वाचे संबंध प्रस्थापित झाले. इथून पुढच्या राजकीय घडामोडींमध्ये ल्युडेनडॉर्फबरोबर हिटलरही सहभागी होणार, हे यामुळे नक्की झालं. आपोआपच लष्करामध्येही हिटलरला मान्यता मिळाली.

किती काळ आपण नुसती भाषणं ठोकत राहणार, हे हिटलरला समजत नसल्यामुळे त्यानं मैदानात उतरायचं ठरवलं. यासाठी त्यानं १ मे १९२३ रोजी म्हणजेच 'मे दिवशी' सरकारच्या विरोधात आंदोलन पुकारण्याचा इशारा दिला. अर्थातच साम्यवादी विचारसरणीच्या लोकांवर हल्ला करण्याचा त्याचा यामागचा हेतू होता. कारण 'कामगार दिवस' म्हणून साजरा केल्या जाणाऱ्या या दिवशी साम्यवादी लोक कामगारांच्या वतीनं रस्त्यांवर उतरून आपला आनंद साजरा करणार, हे उघड होतं. याचा फायदा उठवून आपल्या 'एसए' संघटनेच्या वतीनं रक्तपात घडवून आणायचा आणि डाव्या चळवळीच्या विरोधातलं जनमत आणखी पक्कं करायचं, असा हिटलरचा इरादा होता. प्रत्यक्षात पोलिसांना मात्र हिटलरच्या हेतूचा सुगावा लागला आणि मोठ्या चातुर्यानं त्यांनी हिटलरच्या सहकाऱ्यांकडून शस्त्रास्त्रं काढून घेतली. यामुळे हिटलरचे मनसुबे उध्वस्त झाले आणि तो विलक्षण संतापला. थोडं डोकं वापरून आणि आपल्या भूमिकेवरून न हटण्याचा निश्चय पूर्णत्वाला नेल्यानं हिटलरसारख्या माणसालाही सहजपणे आवर घालता येऊ शकतो, याचं हे मूर्तिमंत उदाहरण होतं. मानवतेच्या दुर्दैवानं हा निश्चय नंतरच्या काळात दिसला नाही आणि हिटलरचा दबदबा वाढत गेला.

१ मे १९२३ च्या अपयशानंतर काही काळ हिटलर फारसा गाजला नाही. त्याची भाषणं सुरू होती आणि त्यांना पूर्वीप्रमाणेच उदंड प्रतिसाद मिळत होता. तरीही आधीच्या प्रमाणात नाझी पक्षाची भरभराट होत नव्हती. यामुळे हिटलर जरा

१९२३ सालचा हिटलर

अस्वस्थ झाला. पुन्हा एकदा लोकप्रियतेच्या प्रकाशझोतात येण्यासाठी त्यानं धडपड सुरू केली. यासाठी 'जर्मन दिवस' म्हणून साजरा केला जाणारा उत्सव त्याच्या कामी आला. १-२ सप्टेंबर १९२३ या दिवशी न्यूरेमबर्ग इथं जर्मन लष्करामधल्या निवृत्त लोकांचा एक भलामोठा समुदाय गोळा झाला. सुमारे एक लाख लोकांसमोर जनरल ल्युडेनडॉर्फ आणि इतर प्रमुख लष्करी अधिकारी यांच्यासमवेत व्यासपीठावर येण्याची संधी हिटलरनं साधली.

सातत्यानं आपत्कालीन परिस्थिती निर्माण करण्यावरच हिटलरचं यश अवलंबून होतं. जर्मनीमधली आर्थिक परिस्थिती बिघडत चालली होती. एकीकडे फ्रेंच लष्करानं जर्मनीचा अपमान केलेला असताना, दुसरीकडे पहिल्या महायुद्धानंतर मित्रराष्ट्रांनी लादलेलं प्रचंड कर्ज फेडताफेडता जर्मन अर्थव्यवस्था पार जेरीला आली होती. साहजिकच जर्मन चलनाची किंमत प्रमाणाबाहेर घसरली. याचा परिणाम जर्मनीमध्ये अभूतपूर्व महागाई वाढण्यात झाला. साहजिकच सर्वसामान्य जर्मन नागरिकाचं आयुष्य खडतर झालं. कित्येक कुटुंबांची आयुष्यभराची बचत काही तासांमध्ये बिनकामाची ठरे. यामुळे लोकांना सोसावा लागणारा मानसिक ताण तर असह्य होता. निवृत्तिवेतनावर अवलंबून असलेल्या ज्येष्ठ नागरिकांना आपल्या हाती येत असलेल्या जर्मन मार्कला ज्या कागदावर ते मार्क चलन छापलेलं असे, त्या कागदाएवढीही किंमत उरली नसल्याचं कटू सत्य स्वीकारावं लागे. याचाच अर्थ, आपला खर्च कसा भागवायाचा हा भीषण प्रश्न त्यांना निवृत्तिवेतन असूनसुद्धा सोडवावा लागे. सरकारच्या बोटचेप्या धोरणांमुळे हे घडत असल्याची भावना देशभर पसरली. साहजिकच डाव्या तसंच उजव्या विचारसरणीच्या लोकांमध्ये कट्टर विचार रुजत गेले.

महागाई आणि चलनफुगवटा यामुळे जर्मनीमध्ये सरकारी मालकीचे दहा छापखाने आणि सरकारनं नोटांच्या छपाईचं काम दिलेले शंभर छापखाने हे सगळे मिळूनसुद्धा जितकं चलन छापत होते, ते अपुरं पडत होतं. १९२३ सालच्या ऑक्टोबर महिन्यात जर्मन सरकारनं जारी केलेल्या माहितीपत्रकानुसार अर्थव्यवस्थेमध्ये एकावर अठरा शून्य इतक्या मार्क्स नोटांची गरज असताना जर्मनी फक्त एकावर पंधरा शून्य इतक्या किमतीच्या मार्क्सच्या नोटाच छापू शकलं होतं!

जर्मन चलनाची किंमत अर्थातच पार उतरली होती. मार्क हे चलन ज्या कागदावर छापलं जाई त्या कागदाइतकीच किंमत चलनाला आली. याचं एक उदाहरण म्हणून वॉल्टर लेव्ही नावाच्या एका मान्यवर तेलाच्या व्यवहारामधल्या तज्ज्ञाच्या वडिलांचं नाव घेता येईल. १९०३ मध्ये या वरिष्ठ लेव्हींनं २० वर्षं मुदतीची एक विमा योजना घेतली आणि पुढची २० वर्षं अगदी नियमितपणे आपल्या योजनेसाठीचे हप्ते न चुकता भरले. १९२३ साली या विमा योजनेची मुदत

पूर्ण झाल्यावर त्याला मिळालेल्या रकमेतून फक्त पावाची एक लादी विकत घेता आली! बहुतेक सगळ्या जर्मन लोकांनी विश्वासापोटी आपली बचत सरकारी बाँड्समध्ये गुंतवली होती. अर्थातच अक्राळविक्राळ महागाईमुळे या बाँड्सवर मिळणारं व्याज तसंच मूळ मुद्दल हे अक्षरशः कवडीमोल ठरलं. लाखो मध्यमवर्गीय लोकांची आयुष्यभराची पुंजी यामुळे नष्ट झाली. बेरोजगारीचा दर १९२३ मध्ये ३० टक्क्यांवर गेला.

१९१९ सालच्या एप्रिल महिन्यात चार माणसांच्या कुटुंबाचा एका आठवड्याचा अन्नावरचा खर्च साधारण ६० मार्क्स असे. तो १९२० सालच्या नोव्हेंबर महिन्यात २३० मार्क्सवर गेला. युद्धापूर्वी जर्मनीमध्ये सेवानिवृत्त झालेल्या एखाद्या जर्मन माणसाचं वार्षिक उत्पन्न समजा १०००० मार्क्स असेल, तर ते इंग्लंडमध्ये वर्षाला ५०० पौंड्स कमावणाऱ्या तिथल्या सेवानिवृत्त माणसाच्या तोडीचं असे. पण आता जर्मनीमधल्या १०००० मार्क्सची किंमत फक्त १० पौंड्स इतकीच राहिली! १९१३ ते १९२१ या काळात जर्मनीमध्ये वस्तूंच्या किमतीत किती भयानक वाढ झाली यासाठीची काही आकडेवारी अगदी बोलकी आहे. ब्रेडची किंमत १३ पटींनी, मांसाची किंमत १७ पटींनी, साखर, दूध, बटाटे यांच्या किमती २३ ते २८ पटींनी, लोण्याची किंमत ३३ पटींनी अशा प्रचंड वेगानं वाढल्या. ही सगळी अधिकृत सरकारी आकडेवारी झाली. प्रत्यक्षात या वस्तू विकत घेण्यासाठी याहून ३०-३५टक्के जास्त रक्कम मोजावी लागे. उदाहरणार्थ एका अंड्याची किंमत १९१४ सालच्या तुलनेत १८० पटींनी वाढली! बँकेत काम करणाऱ्या माणसाचा वार्षिक पगार त्याच्या कुटुंबाचं पोट आता फक्त एका महिन्याभरासाठी भरू शके; कारण दरम्यान महागाई परत वेगानं वाढत गेलेली असे. १९२२ सालच्या एप्रिल महिन्यात एक लिटर दूध ७ मार्क्सला मिळायचं; ते सप्टेंबर महिन्यात २६ मार्क्सवर गेलं. बिअरची किंमत ५.६० मार्क्सवरून ४० मार्क्सवर गेली. लोकांचा आता आपल्याच चलनावरचा विश्वास पूर्णपणे उडून गेलेला असल्यामुळे लोकांनी वस्तूंच्या देवाणघेवाणीचा म्हणजे 'बार्टर' पद्धतीचा किंवा इतर देशांची चलनं वापरायचा मार्ग स्वीकारला. दूध १९२२ सालच्या ऑक्टोबर महिन्यात ५० मार्क्सवर जाऊन पोहोचलं. एका माणसानं या भयानक परिस्थितीचं वर्णन करताना 'मी सकाळी एका दुकानात गेलो असताना खायचे दोन रोल्स मला २० मार्क्सला मिळाले ... पण मी दुपारी तिथं गेलो असताना याच दोन रोल्सची किंमत २५ मार्क्स झाली होती ... त्या दुकानदारालासुद्धा हे कसं घडलं याची काहीच कल्पना नव्हती ...' असं लिहिलं. नोव्हेंबर महिन्यात एक लिटर दुधाचा भाव ७८ मार्क्सवर गेला या गोष्टीवर कुणाचाच विश्वास बसत नसला तरी आणखी महिन्याभरात तो २०२ मार्क्सवर

जाऊन पोहोचला, तेव्हा लोक थक्कच झाले! आता नोटा छापल्या जाण्यासाठीचा जर्मनीच्या मध्यवर्ती बँकेवरचा दबाव इतका वाढत होता की, सरकारनं चक्क ४० वेगवेगळ्या ठिकाणांहून चलन छापून घ्यायचं ठरवलं!

याच सगळ्यात जास्त फटका निवृत्त पेन्शनधारकांना बसला. कारण या लोकांना मिळणारं निवृत्तिवेतन ठरावीक असायचं. महागाईमुळे या उत्पन्नाला काहीच अर्थ उरला नाही. त्यामुळे आपला दररोजचा खर्चसुद्धा भागवणं कित्येक जणांना अशक्य झालं. कित्येक जण आपल्या घरातलं फर्निचर विकून आपलं पोट भरायचा प्रयत्न करायला लागले. पियानोला चांगला भाव मिळत असल्यामुळे आपल्या घरातला पियानो विकायची एक नवी टूमच निघाली. पियानो हे एक प्रकारचं चलनच बनलं! ही परिस्थिती सहन न होऊन काही वृद्ध जोडपी आपल्या स्वयंपाकघरात जायची, एकमेकांचे हात धरायची, आपली डोकी मोठ्या ओव्हनमध्ये घालायची आणि त्यामधला गॅस सुरू करून भयानक मार्गानं आत्महत्या करायची!

अमेरिकेमधले काही लोक जर्मनीमध्ये राहायचे. १९२३ मध्ये या अमेरिकी लोकांकडे डॉलर्स असूनही अडचणी यायला लागल्या. कारण साधी पाच डॉलर्सची नोट बदलून त्याच्या मोबदल्यात जर्मन मार्क्स घ्यायचे असं म्हटलं तरी त्यासाठी लागणारे लाखो मार्क्स कुणाकडे नसायचे! विकत घेताना ५००० मार्क्स किमतीची कॉफी ती पिऊन होईपर्यंत ८००० मार्क्सची झालेली असायची! लोकांना कसलीही छोटीशी खरेदी करायची असली तरी पिशव्या किंवा पोती भरभरून मार्क्स घेऊन बाहेर पडावं लागे. साहजिकच सुरुवातीला याचा फायदा घेऊन काही चोरांनी या पिशव्यांवर किंवा पोत्यांवर डल्ला मारला; पण मार्कची किंमत इतक्या वेगानं घटायची की नंतरनंतर चोरांनाही चोरीचा कंटाळा यायला लागला. त्यामुळे मार्क्सनी भरलेल्या पिशव्या किंवा पोती रस्त्याच्या कडेला पडलेली दिसली तरी त्याकडे कुणी ढुंकूनसुद्धा बघत नसे! १९२३ सालच्या जुलै महिन्याच्या सुरुवातीला १ ब्रिटिश पौंड म्हणजे ८ लाख जर्मन मार्क्स असा दर होता. महिना संपताना तो ५० लाख मार्क्स असा झाला! शेवटी शाई वाचवण्यासाठी नोटांच्या एकाच बाजूला छपाई करायचं सरकारनं ठरवलं. १९२३ सालच्या ऑक्टोबर महिन्यात एक ब्रिटिश पौंडाची किंमत तब्बल १.८० कोटी मार्क्स इतकी झाली. त्यानंतर सहा दिवसांमध्येच ही किंमत ८ कोटी मार्क्सवर गेली! म्हणजेच लोकांकडे कितीही पैसे असले तरी महागाई त्याहून जास्त वेगानं वाढत होती. काही काळातच १० लाख म्हणजेच १ मिलियन मार्क्सच्या नोटा छापण्यात आल्या. त्याही अपुऱ्या पडायला लागल्यामुळे १९२३ सालच्या नोव्हेंबर महिन्यात १०० कोटी म्हणजेच १ बिलियन मार्क्सच्या नोटा बाजारात आल्या. अर्थातच काही काळातच ५ बिलियन आणि १० बिलियन मार्क्सच्या नोटाही लवकरच बाजारात आल्या, हे वेगळं सांगायलाच नको! १९१३

मध्ये ७७०० कंपन्यांनी दिवाळखोरी जाहीर केली होती. १९२४ मध्ये फक्त ५७००, १९२५ मध्ये१०८०० असे हे आकडे असताना फक्त १९२५ सालचा शेवट ते १९२७ सालचा मध्य या काळात तब्बल ३१००० कंपन्या देशोधडीला लागल्या!

या दरम्यान 'टोरॉंटो डेली स्टार' या वर्तमानपत्रासाठी काम करणारा प्रसिद्ध लेखक अर्नेस्ट हेमिंग्वे फ्रान्सहून काही कामासाठी जर्मनीला आला असताना त्यानं तिथली विदारक परिस्थिती बघितली आणि अर्थातच त्याला ती शब्दबद्ध करावीशी वाटली. या संदर्भात लिहिताना हेमिंग्वेनं 'स्ट्रॉसबर्ग शहरात जर्मन मार्क हे चलन दिसतच नव्हतं ... सगळ्या बँकांकडचं चलनसुद्धा संपून गेलं होतं ... त्यामुळे दुसऱ्या एका ठिकाणी रेल्वे स्थानकावर मी माझ्याकडच्या १० फ्रँक्सच्या मोबदल्यात ६७० जर्मन मार्क्स मिळवले ... कॅनडाच्या चलनाचा विचार केला तर ही रक्कम ९० सेंट्स इतकीच झाली असती ... पण हा पैसा माझी पत्नी आणि मी अशा दोघांना दिवसभर खूप खर्च करूनही पुरला ... तरीही दिवसाच्या शेवटी आमच्याकडे १२० मार्क्स शिल्लक राहिले ... आम्ही सुरुवातीला पाच सफरचंदं घेतली ... त्या फळांची विक्री करणाऱ्या बाईला मी ५० मार्क्सची नोट दिल्यावर तिनं ३८ मार्क्स परत केले ... हे दृश्य बघणाऱ्या पांढऱ्या दाढीवाल्या एका चांगल्या माणसानं आपली हॅट काढून मी ही सफरचंदं काय किमतीला घेतली असं विचारलं ... मी '१२ मार्क्स' असं उत्तर देताच आपल्याला इतका खर्च परवडणं शक्यच नाही असं उदासपणे म्हणून तो माणूस निघून गेला ... तो गेल्यावर मी माझ्याकडची काही सफरचंदं त्याला द्यायला हवी होती असं मला वाटायला लागलं ...' असं सुन्न करून सोडणारं वर्णन केलं.

१९१३ सालच्या जानेवारी महिन्यात एका अमेरिकी डॉलरची किंमत ४.२ जर्मन मार्क्स इतकी होती. १९१९ मध्ये ती दुप्पट झाली. हे प्रमाण वाढत वाढत १९२३ सालच्या नोव्हेंबर महिन्यात तब्बल ४.२ लाख कोटी मार्क्स म्हणजे एक अमेरिकी डॉलर असा हिशेब ठरला. म्हणजेच एका दशकभरात जर्मन मार्कची किंमत अक्षरशः पालापाचोळ्याएवढी झाली. सरकारी अंदाजपत्रकात वाढत गेलेल्या तुटीमुळे जर्मन सरकारला सातत्यानं नव्या नोटा छापत राहण्यावाचून पर्याय दिसेना. नोटा छापत राहिल्याचा परिणाम होऊन जर्मन चलनाचा भाव घसरत राहण्यातही काही आश्चर्य ते नव्हतंच. शेवटी परिस्थिती इतकी खालावली की जर्मनीनं आपल्या मार्क या चलनाऐवजी 'राईशमार्क' नावाचं चलन १ राईशमार्क म्हणजे ४२० कोटी मार्क्स या हिशेबानं व्यवहारात आणलं.

जर्मन अर्थव्यवस्थेला जोडल्या गेलेल्या ऑस्ट्रिया, हंगेरी आणि पोलंड यांच्यासारख्या देशांनासुद्धा १९२२-२३ या काळात चलनफुगवट्याला तोंड द्यावं लागलं. अर्थात त्यांना जर्मनीइतक्या खराब परिस्थितीचा सामना करावा लागला नाही. १९२३ सालच्या शेवटी जर्मनी युद्धकर्ज फेडू शकणार नाही, हे चित्र जवळजवळ स्पष्ट झालं होतं. त्यामुळे पुढच्या वर्षी अमेरिकेच्या नेतृत्वाखाली या प्रश्नावर चर्चा करण्यासाठी एका समितीची स्थापना करण्यात आली. जर्मनीनं १९२४ मध्ये तिच्या राष्ट्रीय उत्पन्नाच्या फक्त एक टक्के हिस्सा युद्धकर्ज फेडण्यासाठी वापरावा, असा एकदम वेगळाच तोडगा या समितीनं काढला. तसंच पुढची पाच वर्षं जर जर्मन अर्थव्यवस्थेत सुधारणा दिसल्या तर या आकड्यात वाढ होत राहील, असंही तिनं सुचवलं. तसंच जर्मनीला त्या वेळच्या भीषण परिस्थितीतून सावरण्यासाठी ८० कोटी मार्क्सचं कर्ज देण्यात आलं. १९२५ ते १९२८ या काळात अनेक अमेरिकी आणि युरोपीय बँकांनी जर्मनीला कर्जं दिली. त्यातूनच जर्मन अर्थव्यवस्था सुधारायला आणि जर्मनीवरचं युद्धकर्ज थोड्याफार प्रमाणात फिटायला मदत झाली; पण लोकांपर्यंत याचा फायदा थेटपणे जायला बराच काळ लागला. साहजिकच जर्मनीमधला असंतोष वाढत गेला आणि यामुळे हिटलरचं चांगलंच फावलं!

फसलेला कट आणि 'माईन काम्फ'

जर्मनीमधली आर्थिक परिस्थिती नाजूक असण्याच्या काळात बॅव्हेरियामधल्या सत्ताधाऱ्यांना परिस्थिती हाताबाहेर जात असल्याचं लक्षात आलं आणि तिथं क्रांती घडली. नव्या सत्ताधाऱ्यांनी लगेचच आणीबाणी घोषित केली. गुस्ताव रिट्टर फॉन कार याची तिथला सर्वाधिकारी म्हणून नेमणूक करण्यात आली आणि त्याला खरोखरच हुकूमशाही अधिकार देण्यात आले. हिटलर सरकारच्या विरोधात उठाव घडवून आणण्याच्या अफवा जोर पकडत असतानाच कारनं नाझी पक्षाच्या बैठकांवर बंदी घालून टाकली. यामुळे हिटलरचं पित्त खवळलं. आपल्याला विश्वासात न घेता सरकारनं ही कृती करायला नको होती आणि कार हा सध्याच्या समस्यांवर काहीच उत्तर शोधू शकणार नाही, अशा दुहेरी भावनांमुळे तो अस्वस्थ झाला. एसए संघटनेच्या म्यूनिक प्रांतातल्या प्रमुखानं हिटलरला त्वरेनं काहीतरी करण्यासाठी प्रवृत्त केलं. आपले सहकारी अस्वस्थ असून सुरू असलेल्या घटनाक्रमाकडे हात चोळत बघत बसण्याची त्यांची अजिबात तयारी नसल्याचं त्यानं हिटलरला स्पष्टपणे सांगितलं. जर आपण अगदी लगेचच काही कृती केली नाही, तर आपली संघटना सोडून आपले सहकारी डाव्या विचारसरणीच्या कट्टरवाद्यांकडे आकर्षित होतील, असं हिटलरला इतर वरिष्ठ सहकाऱ्यांनीही सांगितलं.

८ नोव्हेंबर १९२३ या दिवशी म्यूनिकमधले सगळे मान्यवर लोक बॅव्हेरियामध्ये नुकत्याच घडलेल्या क्रांतीचा विजयोत्सव साजरा करण्यासाठी जमले. मार्क्सवादाचा त्यांना जोरदार निषेध करायचा होता. तीन हजार लोकांनी खचाखच भरलेल्या एका बिअर हॉलमधल्या एका सभागृहात कारचं भाषण सुमारे अर्धा तास सुरू होतं. तेव्हा रात्रीचे साडेआठ वाजले होते. तेवढ्यात बिअर हॉलच्या प्रवेशद्वारापाशी कसली तरी गडबड सुरू असल्याचा आवाज आला. त्यामुळे कारनं आपलं भाषण थांबवलं. पोलादी शिरस्त्राण घातलेली काही माणसं सभागृहात शिरली. त्यांच्या हातात मशिनगन्स होत्या. हिटलरचे आक्रमक लोक सभागृहात शिरले होते. यामुळे

अचंबित झालेले प्रेक्षक आपापल्या बसण्याच्या जागेवर उभे राहून हे विलक्षण दृश्य बघण्यासाठी धडपडायला लागले. तेवढ्यात पिस्तूल हातात घेतलेल्या आपल्या दोन अंगरक्षकांसह हिटलर सभागृहात शिरला. तो एका खुर्चीवर बसला खरा; पण गोंधळात त्याचं बोलणं कुणाला ऐकू येत नसल्यामुळे त्यानं आपल्याजवळचं पिस्तूल बाहेर काढलं आणि सभागृहाच्या छताच्या दिशेनं एक गोळी झाडली. त्याबरोबर सभागृहात शांतता पसरली. त्यासरशी आपण राष्ट्रव्यापी क्रांती घडवत असून यासाठी सभागृहाला आपल्या सहाशे सशस्त्र साथीदारांनी घेराव घातला असल्याचं हिटलरनं जाहीर केलं. जर कुणी गोंधळ केला तर आपण मशिनगनवाल्या आपल्या सहकाऱ्यांना प्रेक्षकांमध्ये पाठवू, अशी धमकीही त्यानं दिली. बॅव्हेरियामधलं सरकार आपण बरखास्त करत असून, एका हंगामी सरकारची स्थापना करत असल्याचं त्यानं जाहीर केलं. कार आणि त्याच्या सरकारशी संलग्न असलेला पोलीसप्रमुख आणि लष्करप्रमुख यांना त्यानं आपल्याबरोबर आतल्या बाजूच्या एका खोलीत बोलावलं. त्यांच्या सुरक्षिततेची हमी त्यानं दिली. थोडे आढेवेढे घेऊन त्यांनी हिटलरच्या या मागणीला होकार दिला.

आतल्या खोलीत कार आणि त्याचे दोन सहकारी आल्यावर हिटलरनं आपलं पिस्तूल हवेत नाचवलं आणि आपल्या परवानगीशिवाय इथून कुणी बाहेर जाणार नसल्याचा हुकूमच दिला. त्यानंतर त्यानं आपल्या नेतृत्वाखाली नवं सरकार स्थापन करत असल्याचं सांगून टाकलं. कार आपल्या हाताखाली काम करेल आणि कारचे इतर सहकारी त्यांची सध्याची पदं सांभाळतील, तसंच ल्युडेनडॉर्फ नवा लष्करप्रमुख असेल असंही हिटलरनं जाहीर केलं. आपण या प्रकारे हा कट घडवून आणत असल्याविषयी खेद व्यक्त करून आपल्यासमोर दुसरा पर्यायच नसल्याचं त्यानं सांगितलं. जर काही दगाफटका झाला तर कार आणि त्याचे दोन सहकारी यांच्यासाठी तीन तर स्वतःसाठी एक अशा चार गोळ्या आपल्या पिस्तुलामध्ये शिल्लक असल्याची धमकीही त्यानं दिली. दहा मिनिटांनी सभागृहात जमलेल्या समुदायासमोर जाऊन हिटलरनं आपल्या या प्रस्तावाविषयीची माहिती दिली. तसंच कार आणि त्याचे दोन सहकारी अजून कुठल्याही निर्णयापर्यंत आलेले नसल्याचं सांगून उपस्थित समुदायाचा आपल्याला पाठिंबा आहे असं आपण त्यांना सांगू शकतो का, असं हिटलरनं विचारलं. अर्थातच नेहमीप्रमाणे भावनेनं भरलेलं आणि नाट्यमयरीत्या केलेलं त्याचं हे आवाहन सभागृहातल्या प्रेक्षकांनी आनंदानं स्वीकारलं आणि त्याला होकारात्मक प्रतिसाद दिला. हिटलरनं तिथं हजर असलेल्यांना जिंकून घेतलं होतं. आता तो परत कार आणि त्याचे सहकारी यांच्याशी चर्चा करण्यासाठी आतल्या खोलीत गेला.

सभागृहात प्रवेश केल्यापासून एक तासाचा अवधी झाल्यानंतर हिटलर पुन्हा

एकदा सभागृहात आला. या खेपेला पूर्ण लष्करी पोषाख घातलेला ल्युडेनडॉर्फ त्याच्याबरोबर होता. सुरुवातीला भावनाशून्य चेहऱ्यानं कार बोलला. आपण हिटलरचा प्रस्ताव मान्य करून जर्मन राजघराण्याचा प्रतिनिधी म्हणून काम करायला तयार असल्याचं त्यानं जल्लोष करणाऱ्या प्रेक्षकांना उद्देशून सांगितलं. एखाद्या लहान मुलाप्रमाणे आनंदित झालेल्या हिटलरनं कारचा हात हातात घेतला आणि आपण नव्या सरकारची धोरणं ठरवणार असल्याचं सांगितलं. यानंतर बोलणाऱ्या ल्युडेनडॉर्फनं अत्यंत प्रामाणिकपणे घडत असलेल्या घटनाक्रमाविषयी आश्चर्य व्यक्त केलं. कारचे इतर सहकारी अनिच्छेनं बोलले. हिटलरनं सगळ्यांशी हस्तांदोलन केलं. अचानकपणे बॅव्हेरियाची सत्ता त्यानं काबीज केली होती. निर्विवादपणे उपस्थित असलेल्या लोकांसमोर तो 'हीरो' ठरला होता.

यानंतरचा घटनाक्रम मात्र अत्यंत अनपेक्षित उलथापालथींनी भरलेला होता. अत्यंत नाट्यमयरीत्या गोष्टी घडत गेल्या आणि हिटलरनं ज्या वेगानं यशस्वीपणे आपल्या कटाचं रूपांतर क्रांतीमध्ये केलं होतं, त्याच वेगानं त्याची ही क्रांती साफ फसत गेली. हिटलरच्या सहकाऱ्यांनी सरकारी यंत्रणांचा कब्जा घेतला असला तरी आश्चर्याची गोष्ट म्हणजे सरकारी दूरसंचार यंत्रणेचं नियंत्रण मात्र त्यांनी स्वतःकडे घेतलं नाही. त्यामुळे तेव्हाच्या लष्करी आणि पोलीस यंत्रणांना या कटाविषयीची माहिती कळवण्यात कारच्या सहकाऱ्यांना यश आलं. यामुळे लष्कराच्या आणि पोलीस दलाच्या राखीव तुकड्या मदतीसाठी बोलावण्यात आल्या. हिटलरनं नुसतंच कारसकट काही दलांच्या प्रमुखांना जबरदस्तीनं आपल्या सरकारमध्ये सामील व्हायला भाग पाडलेलं असलं तरी सरकारी यंत्रणा, लष्कर आणि पोलीस दल हे मात्र सध्याच्या म्हणजे कारच्या सरकारच्याच बाजूनं होते. एकामागून एक अशा चुका हिटलर आणि त्याचे सहकारी यांच्या हातून घडत गेल्या. कार आणि त्याचे सहकारी यांच्यावर लक्ष ठेवायला कुणी मागे राहिलं नाही. यामुळे त्यांनी आपल्या सहकाऱ्यांना तातडीनं परिस्थितीवर नियंत्रण प्रस्थापित करण्याचे आदेश दिले. स्वाभाविकपणे संध्याकाळपासून काही तासांच्या काळात हिटलरनं बाजी मारली असली तरी रात्रीच्या काळात चित्र पार बदलून गेलं. पहाट उजाडली तसं आपला कट फसला असल्याची हिटलरसकट सगळ्यांना जाणीव झाली.

आता पुढे काय करायचं याविषयी हिटलर आणि त्याचे सहकारी यांची चर्चा झाली. त्यातून नीटसं काहीच निष्पन्न झालं नाही. शेवटी सकाळी आपण एक जाहीर मोर्चा काढावा असं हिटलर आणि ल्युडेनडॉर्फ यांनी ठरवलं. यातून नक्की काय निष्पन्न होईल याविषयी त्यांना खात्री नव्हती. फक्त जनमत यामुळे आपल्याकडे वळेल आणि ल्युडेनडॉर्फच्या उपस्थितीमुळे लष्कराची आपल्यावर कारवाई करण्याची हिंमत होणार नाही, अशी आशा हिटलरला वाटत होती. लोकांची सहानुभूती

मिळवण्यासाठी दुपारी मोर्चा निघाला. हिटलर त्याच्या साधारण दोन हजार समर्थकांबरोबर निघाला. पोलिसांचा सामना करण्यासाठी बऱ्याच जणांच्या हातात पिस्तुलं होती. म्यूनिक शहराच्या मध्यवर्ती भागात फिरून सरकारच्या संरक्षण मंत्रालयाकडे चाल करून जायचं त्यांचं उद्दिष्ट होतं. रस्त्यावर जमलेले लोक त्यांना ओरडून प्रोत्साहन देत होते. हिटलर आणि त्याचे सहकारी थोडं पुढे गेल्यानंतर पोलिसांचा एक मोठा जमाव त्यांना दिसला. गर्दीतून कुणीतरी 'हाईल हिटलर' (म्हणजे 'हिटलरचा विजय असो') असं ओरडलं. त्यापाठोपाठ गोळा झाडण्याचे आवाज झाले. गोळीबार संपला तेव्हा हिटलरचे चौदा सहकारी आणि चार पोलीस मृत्युमुखी पडल्याचं लक्षात आलं. मरण पावलेल्या लोकांमध्ये हिटलरचा हात हातात घेऊन चालणारा त्याचा एक सहकारीसुद्धा होता. त्याला लागलेली गोळी फक्त एक फूट उजवीकडे असली असती तर तिनं हिटलरचा वेध घेतला असता आणि इतिहास पूर्णपणे बदलला असता. हिटलर अत्यंत आश्चर्यकारकरीत्या वाचला. त्यानं गोळी चुकवण्यासाठी वेगानं हालचाल केली का मृत्युमुखी पडलेल्या सहकाऱ्यानं स्वतःचा बळी देऊन त्याचा बचाव केला हे माहीत नाही; पण हिटलरचा डावा खांदा जबरी दुखावला हे मात्र नक्की. ल्युडेनडॉर्फला मात्र कसलीच इजा झाली नाही आणि त्यानं शरणागती पत्करली. हिटलरला 'एसए' संघटनेच्या डॉक्टरनं तिथून घाईघाईनं आपल्याबरोबर नेलं आणि त्याच्यावर प्रथमोपचार केले. त्यानंतर हिटलर पुढे पुट्झीच्या घरी गेला.

अटकेत असताना हिटलर

पुट्झी स्वतः तिथं नव्हता. तो पळून ऑस्ट्रियामध्ये गेला होता. त्याची बायको मात्र घरी होती. हिटलर तिथं डोकं ठिकाणावर नसल्यासारखा वागत असल्याचं तिनं नमूद केलं. तसंच तिथं असताना हिटलरनं स्वतःच्या कपाळाला पिस्तूल लावून आत्महत्या करण्याचा प्रयत्न केला असल्याच्या बातम्याही नंतरच्या काळात पसरल्या; पण त्यात फारसं तथ्य नाही, असं इतिहासकार म्हणतात. हिटलरचा शोध घेत पोलीस तिथं पोहोचले आणि त्यांनी हिटलरला देशद्रोहाच्या आरोपाखाली अटक केली. म्यूनिकपासून चाळीस मैल अंतरावरच्या एका सुंदर गावामधल्या तुरुंगात हिटलरची रवानगी करण्यात आली.

अशा प्रकारे हिटलरचे क्रांती घडवून आणण्याचे मनसुबे पार फसले. आता तुरुंगात बसून आपल्या भविष्याविषयीची चिंता करणं त्याच्या हाती शिल्लक राहिलं. सरकारविरोधी कट रचण्याच्या गंभीर आरोपावरून हिटलरला तुरुंगात टाकून त्याच्या नाझी पक्षावर बंदी घालत सरकारनं आपला दबदबा नव्यानं निर्माण केला. या काळात जर्मनीमध्ये जरा आर्थिक स्थैर्यही निर्माण झालं. यामुळे कडव्या उजव्या विचारसरणीच्या लोकांकडून सरकारला असलेला धोका काही प्रमाणात कमी झाला. हिटलरचा आत्मविश्वास या काळात पार खालावला. त्यानं काहीही बोलायला नकार दिला आणि उपोषण करण्याची धमकी दिली. आत्महत्या करण्याचे विचार त्याच्या मनात या काळात घोळत असत. हिटलर आणि त्याचे सहकारी यांच्यावर सरकारनं भरलेल्या खटल्याची सुनावणी सुरू व्हायच्या काळापर्यंत मात्र हिटलरच्या मनःस्थितीत आमूलाग्र बदल झाले. त्याच्यामधली आक्रमकता पुन्हा उफाळून वर आली. आपल्या प्रचारासाठी आपल्यावर चालवल्या जाणाऱ्या खटल्याचा पुरेपूर वापर करण्याचा निर्धार त्यानं केला. बॅव्हेरियाच्या सरकारनंही अप्रत्यक्षपणे हिटलरला या कामात मदतच केली. हिटलरवरचा खटला खरं म्हणजे बॅव्हेरिया प्रांताच्या आधिपत्याखाली म्यूनिक शहरात चालवला जाणं अजिबातच अपेक्षित नव्हतं. उलट राष्ट्रीय पातळीवरच्या न्यायव्यवस्थेच्या आधिपत्याखाली लिप्झिग शहरात तो चालवला जाणं गरजेचं होतं. असं असूनही बॅव्हेरियामधल्या स्थानिक सरकारनं तो म्यूनिकमध्येच चालवायचं ठरवलं आणि राष्ट्रीय पातळीवरच्या सरकारनं त्याला परवानगी दिली. कारचा यामागचा हेतू स्पष्ट होता. हिटलरला या खटल्याचा वापर स्वतःच्या प्रसिद्धीसाठी करू देणं आपल्या दृष्टीनं धोक्याचं आहे, याची त्याला जाणीव होती. साहजिकच कमीत कमी काळ हा खटला चालवावा आणि हिटलरला फार बोलू न देता त्याला काहीतरी जुजबी शिक्षा देऊन प्रकरण मिटवून टाकावं यासाठी त्याचे प्रयत्न सुरू होते.

हळूहळू हिटलरमधला खटल्यासंबंधीचा आत्मविश्वास वेगानं वाढत गेला. निकाल काहीही लागो; पण या खटल्याचा फायदा आपण नक्कीच उठवू, असं

त्याला वाटत होतं. आपलं कुणीही काही बिघडवू शकत नाही, असं त्याच्या बोलण्यातून त्याच्या सहकाऱ्यांना जाणवलं. खटला सुरू झाला. आश्चर्याची गोष्ट म्हणजे तटस्थ भूमिका स्वीकारून खटल्याचं कामकाज चालवण्याची अपेक्षा ज्या न्यायाधीशांकडून केली जात होती, त्यांनाच हिटलरविषयी आस्था असल्याचं दिसून येत होतं. हिटलरला मोकळेपणानं बोलण्याची परवानगी देण्यात आली. हिटलरनं अत्यंत आक्रमक शब्दांमध्ये बॅव्हेरियाच्या सरकारवर तसंच पोलिसांवर कडाडून टीका केली, तरीसुद्धा कुणी त्याला अजिबात विरोध केला नाही. एका न्यायाधीशानं तर उलट 'हा हिटलर काय जबरदस्त माणूस आहे!' असे उद्गारही खासगीत काढले! या सगळ्या न्यायाधीशांच्या पक्षपातीपणावर सगळीकडे टीका झाली. तब्बल चार तास हिटलरचा प्रचारकी थाटातला बचाव सुरू राहिला. कहर म्हणजे कार आणि त्याचे सहकारी हेच आरोपी असावेत, अशा पद्धतीनं त्यांची हवी तशी उलटतपासणी घेण्याचं आणि राजकीय मुद्द्यांचा दुरूनही नसलेला संबंध जोडत भाषणबाजी करण्याचं स्वातंत्र्य हिटलरला देण्यात आलं. १ एप्रिल १९२४ या दिवशी खटल्याचा निकाल जाहीर करण्यात आला. आपली निर्दोष मुक्तता झाल्याचा ल्युडेनडॉर्फला अजिबात आनंद तर झालाच नाही; पण उलट आपला हा अपमान असल्याचं त्याचं मत झालं. हिटलर आणि त्याचे प्रमुख सहकारी यांना जुजबी दंड आणि पाच वर्षांचा तुरुंगवास अशी शिक्षा ठोठावण्यात आली. बॅव्हेरियामधल्या उजव्या विचासरणीच्या लोकांनाही हिटलरवरच्या खटल्याच्या कामकाजामुळे आणि त्याला देण्यात आलेल्या शिक्षेमुळे खूप आश्चर्य वाटलं. हिटलरच्या सहकाऱ्यांनी कटादरम्यान केलेल्या गुन्ह्यांचा साधा उल्लेखसुद्धा करण्यात आला नाही. आपोआपच हिटलरवरच्या आरोपांमध्ये काही दम उरला नाही.

आता हिटलरची रवानगी नजरकैदेसारख्या व्यवस्थेत करण्यात आली. आजूबाजूची रमणीय दृश्यं आरामात दिसतील अशा सुखसोयींनी भरलेल्या जागेत हिटलर राही. तुरुंगातले अधिकारी त्याच्याकडे आदरानं बघत. ते हिटलरची बडदास्त राखत आणि काही जण तर हळूच 'हाईल हिटलर' असं म्हणून त्याला सलाम ठोकत! आपल्या सहकाऱ्यांना भेटण्याची, तसंच पत्रव्यवहाराची हिटलरला पूर्ण परवानगी होती. हळूहळू हिटलरला भेटायला येणाऱ्या लोकांची संख्या इतकी वाढली की वैतागून स्वतः हिटलरनंच त्यावर नियंत्रण आणलं. हिटलरविषयीची समाजातली सहानुभूती वाढत गेली. तसंच निवांतपणे आरामदायी वातावरणात राहण्याची संधी मिळाल्यामुळे हिटलरनंही आपले राजकीय विचार 'परिपक्व' करण्यासाठी हा काळ वापरायचं ठरवलं.

लष्कर आणि पोलीस यांना विरोध करून सत्ता स्थापन करण्याचा प्रयत्न करणं खूप धोक्याचं आणि जवळपास खात्रीलायकरीत्या अपयशी ठरणार असल्याचं

हिटलरला आपल्या कटातून समजलं होतं. त्याऐवजी आपण आपली जहरी मतं प्रचारकी थाटानं मांडत राहिलं पाहिजे आणि आणखी मोठ्या प्रमाणावर जनसमुदायाला आपल्या बाजूनं ओढून घेतलं पाहिजे, याची त्याला जाणीव झाली. यातूनच आपण 'राष्ट्रीय क्रांती' घडवली पाहिजे, असं उद्दिष्ट त्यानं नजरेसमोर ठेवलं. खरं म्हणजे १९२४ हे वर्ष हिटलरला कायमसाठी निष्प्रभ करणारं वर्ष म्हणून इतिहासात ओळखलं गेलं असतं; प्रत्यक्षात मात्र राखेतून झेपावणाऱ्या फिनिक्स पक्ष्यासारखी झेप घेण्यात हिटलर यशस्वी ठरला. हिटलरच्या अनुपस्थितीत त्याच्या अनुयायांमध्ये संभ्रमाचं वातावरण निर्माण झालं खरं आणि त्यांनी एकमेकांवर चढाओढ करण्याचा प्रयत्न केला खरा; पण हिटलरला त्याची फिकीर नव्हती. आपण नजरकैदेतून मुक्त झाल्यावर पुन्हा एकदा आपले अनुयायी आपलं म्हणणं ऐकतील, असा आत्मविश्वास त्याच्यामध्ये होता. याच सुमाराला म्हणजे १९२४ सालच्या जून महिन्यात हिटलरनं आपलं आत्मचरित्र लिहायला सुरुवात केली.

हिटलरच्या अनुपस्थितीत उजव्या विचारसरणीच्या राजकारणामध्ये काही उलथापालथी झाल्या. आपल्या नाझी पक्षानं इतर उजव्या विचारसरणीच्या पक्षांबरोबर युती करावी, असं ल्युडेनडॉर्फचं मत होतं. हिटलरचा याला साफ विरोध होता; पण त्यानं कुठलीच ठोस भूमिका घ्यायला नकार दिला. हिटलरचा या संदर्भात कदाचित थोडा गोंधळ उडालेला असावा; पण त्याहून महत्त्वाचं म्हणजे मुद्दामच आपल्या अनुपस्थितीत जरा गोंधळ माजू द्यायचा आणि आपलं महत्त्व वाढवायचं, असाही त्याचा हेतू असावा. या काळात राष्ट्रीय पातळीवरची निवडणूक झाली आणि त्यात हिटलरच्या मनाविरुद्ध करण्यात आलेल्या आघाडीच्या जागांची संख्या ३२ वरून १४ वर घसरली. त्यापैकी नाझी पक्षाला तर फक्त चारच जागा मिळाल्या. यामुळे हिटलरला मनातून आनंद झाला. आपलं नेतृत्व भरभक्कम झालं असल्याची आणि आपल्याशिवाय पक्षाचं कसं नुकसान होऊ शकतं, याची झलक लोकांना बघायला मिळाली असल्याचं त्याच्या लक्षात आलं. निवडणुकीमधल्या या निकालाचा आणखी एक फायदा म्हणजे कट्टर उजव्या विचारसरणीच्या पक्षांची पीछेहाट झाल्यामुळे आता त्यांच्याकडून पूर्वीसारखा धोका राहिला नसल्याची सरकारची समजूत झाली. आपोआपच हिटलरची नजरकैदेवजा तुरुंगवासातून सुटका करायला काही हरकत नसल्याचा सरकारचा समज झाला. राजकीय दबावामुळे २० डिसेंबर १९२४ या दिवशी दुपारी सव्वाबारा वाजता हिटलरची मुक्तता करण्यात आली. सरकारी दफ्तरातल्या नोंदीनुसार हिटलरला ३ वर्षे ३३३ दिवस २१ तास ५० मिनिटं इतक्या वेळेची सूट देण्यात आली आणि त्याची मुदतपूर्व सुटका करण्यात आली. तुरुंगातले अधिकारी आणि सुरक्षारक्षक हिटलरची भेट घेण्यासाठी आले.

हिटलरची नजरकैदेतून मुक्तता होण्यामागेही एक महत्त्वाचा घटनाक्रम कारणीभूत

होता. १९२२ सालच्या जानेवारी महिन्यात हिटलर आणि त्याचे काही सहकारी यांना अटक करून त्यांच्यावर खटला चालवण्यात आला होता. आदल्या वर्षीच्या सप्टेंबर महिन्यात या लोकांनी कायदेभंग करून एक बैठक उधळून लावल्याचा आरोप त्यांच्यावर ठेवण्यात आला होता. या खटल्याचा न्यायनिवाडा करणाऱ्या माणसानं हिटलरविषयी विलक्षण सहानुभूती दाखवत त्याचा तीन महिन्यांचा तुरुंगवास कमी करून फक्त एका महिन्यावर आणला होता. आता हाच न्यायाशीध हिटलरवरच्या नव्या खटल्याचं कामकाज बघत होता. साहजिकच आपली या खटल्यातूनसुद्धा अगदी नावापुरती शिक्षा भोगून सुटका होणार आहे, हे हिटलरला माहीत होतं. यामुळे त्याचा आत्मविश्वास प्रचंड वाढला. न्यायालयात खटला सुरू असताना अत्यंत आत्मविश्वासानं त्यानं आपल्यावरच्या आरोपांना उत्तरं दिली. नमूद करण्यासारखी आणखी एक गोष्ट म्हणजे नंतरच्या काळात सत्तेवर आल्यानंतर नाझी पक्षानं हिटलरवरच्या १९२२ सालच्या खटल्यासंबंधीची सगळी कागदपत्रं मिळवून ती जाळून टाकली.

आपल्या नजरकैदेच्या काळात आपल्याला भरपूर वाचन करण्याची संधी मिळाल्याचं हिटलरनं नंतर नमूद केलं. खरं म्हणजे हिटलरचं हे वाचन कुठल्याही बौद्धिक प्रकारचं किंवा आपली मतं परिपक्व करण्यासाठीचं नव्हतं. आधीप्रमाणेच आपली आधीपासून पक्की असलेली मतं आणखी पक्की करण्यासाठी हिटलरनं ठरावीक प्रकारचं वाचन या काळात केलं. पूर्वग्रहदूषित विचारसरणीपोटी केलेल्या या वाचनामुळे हिटलरचे आधीचे आडाखे आणखी पक्के होत गेले. याच काळात हिटलरनं आपल्या आत्मचरित्राचं लिखाण केल्याचा उल्लेख मागे आलेलाच आहे. सुरुवातीला या पुस्तकाचं नाव हिटलरनं Four and a half Years of Struggle against Lies, Stupidity and Cowardice असं अत्यंत विचित्र प्रकारचं ठेवायचं ठरवलं. १९२५ सालच्या वसंत ऋतूमध्ये मात्र हे नाव बदलून Mein Kampf (माझा संघर्ष) असं करण्यात आलं. हिटलरनं सुरुवातीला लिहिलेला मजकूर खूप बदलला आणि या आत्मचरित्राचा पहिला भाग १८ जुलै १९२५ या दिवशी प्रकाशित झाला. यात बहुतेक करून त्याच्या आयुष्याविषयीची म्हणजेच आत्मपर वर्णनं होती. नजरकैदेतून सुटका झाल्यानंतर हिटलरनं आपल्या आत्मचरित्राचा दुसरा भाग लिहिला. तो ११ डिसेंबर १९२६ या दिवशी प्रकाशित झाला. या भागात हिटलरनं आपले राजकीय विचार, आपली विचारसरणी, संघटनेविषयीचं भाष्य, प्रचार करण्याची पद्धत याविषयी लिहिलं. हिटलरनं या पुस्तकाचं लिखाण शब्दशः केलेलं नसून त्यानं आपल्या एका सहकाऱ्याला आपले विचार सांगितले आणि त्या सहकाऱ्यानं ते लिहून काढले, असं अनेक वर्षं मानलं जाई. यात तथ्य नसल्याचं नंतर लक्षात आलं. हिटलरनं आपल्या आत्मचरित्राच्या पहिल्या भागाचा

मजकूर स्वतःच टाईप केला होता. या मजकुरात अनेक चुका होत्या. तसंच हिटलरच्या लिखाणाची शैलीसुद्धा एकदम ओबडधोबड होती. स्वतः हिटलरनंसुद्धा हे मान्य केलं. पुस्तकाच्या पहिल्या भागाची किंमत १२ मार्क्स म्हणजे तुलनेनं जास्त होती. यामुळे १९२९ सालापर्यंत पुस्तकाच्या पहिल्या भागाच्या २३,००० तर दुसऱ्या भागाच्या १३,००० प्रतींचीच विक्री झाली. नंतरच्या काळात हिटलरच्या नाझी पक्षाला मिळालेल्या यशामुळे मात्र या पुस्तकाच्या प्रतींची तुफान विक्री होत गेली. १९३२ मध्ये ८०,००० प्रती खपल्या. १९३३ सालापासून तर यात विक्रमी वाढ झाली. त्या वर्षी तब्बल दीड लाख प्रती विकल्या गेल्या. १९३६ मध्ये हिटलरच्या आत्मचरित्राची ब्रेल आवृत्ती उपलब्ध झाली. नाझी पक्षाची नंतर सत्ता आल्यावर लग्न झालेल्या प्रत्येक नव्या जोडप्याला हिटलरच्या पुस्तकाच्या दोन्ही भागांची एकत्र बाईंड केलेली प्रत भेट म्हणून दिली जात असे. या पार्श्वभूमीवर १९४५ सालापर्यंत हिटलरच्या आत्मचरित्राच्या एकंदर एक कोटी प्रतींची विक्री फक्त जर्मनीमध्येच झाली. परदेशी सोळा भाषांमध्ये 'माईन काम्फ'चा अनुवाद करण्यात आला. या पुस्तकामुळे हिटलर प्रचंड श्रीमंत झाला आणि नंतर जर्मनीचा 'चॅन्सलर' झाल्यानंतर त्यासाठीचा पगारही त्यानं म्हणूनच नाकारला.

हिटलरनं आपल्या आत्मचरित्रात कुठल्याही प्रकारची राजकीय विचारसरणी नीटपणे मांडली नाही. जर्मनीच्या सध्याच्या दुरवस्थेतून तिची सुटका करून तिला गतवैभव प्राप्त करून देण्याची क्षमता आपल्यामध्ये असल्याचा आत्मविश्वास मात्र त्यानं अगदी ठळकपणे व्यक्त केला. जगामधल्या आणि खास करून जर्मनीमधल्या प्रश्नांचं विवेचन करताना त्यानं सगळ्या क्लिष्ट गोष्टी एकदम सोप्या करून टाकल्या. जगामधले सगळे मोठे प्रश्न हे भिन्नवर्णीय लोकांच्या एकत्रीकरणातून जन्मलेले असल्याचं मत त्यानं व्यक्त केलं. 'श्रेष्ठ' आर्यवर्णीय लोकांबरोबर 'दुय्यम' ज्यूवर्णीय लोक मिसळले गेल्यामुळे जर्मनीची दुरावस्था झालेली असल्याची त्याला ठाम खात्री होती. ज्यू लोकांमुळे जर्मनीमध्ये सगळे प्रश्न निर्माण झाले असल्याचं विधान त्यानं केलं. रशियामध्ये बोल्शेव्हिकांच्या ज्यू सरकारनं हे सिद्ध केल्याचंही हिटलरनं लिहिलं. सुमारे तीन कोटी निष्पाप लोकांवर प्रचंड अत्याचार करून आणि अनेकांचा जीव घेऊन ज्यू लोकांनी आपल्यामधल्या अमानवी गुणधर्मांचं प्रात्यक्षिक दिलेलं असल्यामुळे त्यांना त्यांची जागा दाखवून दिली पाहिजे, असा हिटलरचा दृष्टिकोन होता. ज्यू लोकांचं वर्णन हिटलर 'घातक जिवाणू' असं करे. त्यांना चिरडून टाकलं पाहिजे, याविषयी त्याच्या मनात कुठलीच शंका नव्हती. आपल्या देशामधला 'वर्णाधारित क्षयरोग' ज्यू लोकांमुळेच पसरलेला आहे आणि तो संपवला पाहिजे, असं तो म्हणे. यातूनच जर्मन लोकांना आपल्या 'श्रेष्ठ' वर्णामधल्या लोकांसाठी योग्य अशी व्यवस्था निर्माण करता येईल आणि शांतीनं जगता येईल, असं त्यानं

लिहिलं. हिटलरला बहुतेक कुठल्याच बाबतीत मध्यममार्ग मान्य नसे. 'आर या पार' अशी त्याची टोकाची मतं असत. त्याच्या आत्मचरित्रातही हे अनेक ठिकाणी दिसून येतं. इतर अनेक पर्याय असू शकतात, ही शक्यताच त्याला मान्य नसे. पहिल्या महायुद्धाच्या सुरुवातीलाच जर बारा-पंधरा हजार ज्यू लोकांना पकडून विषारी वायूनं ठार मारलं असतं, तर युद्धामध्ये लाखो शूर जर्मन योद्ध्यांचा हकनाक बळी गेला नसता, असा स्पष्ट उल्लेख त्यानं केला.

प्रसिद्ध लेखक जॉर्ज ऑरवेल यानं 'माईन काम्फ' या हिटलरच्या आत्मचरित्राचं केलेलं परीक्षण अत्यंत बोलकं आहे :

लोकांना फक्त आराम आणि स्थैर्य, सुरक्षितता, कमी काम, आरोग्य आणि स्वच्छता, लोकसंख्यावाढीवर नियंत्रण आणि एकूणच व्यवहारज्ञान एवढ्याच गोष्टी नको असतात; यांच्या जोडीला अधूनमधून तरी त्यांना झगडा, त्याग आणि यांच्या जोडीला ढोलताशे, ध्वज, कवायती या सगळ्या गोष्टीसुद्धा हव्या असतात.

याच्या जोडीला आपण इतर सगळ्यांहून अनेक बाबतींमध्ये श्रेष्ठ आहोत, असं लोकांना सांगण्यात आलं तर ते अजूनच खूश होतात. या श्रेष्ठत्वामागे ते कुठे, कुठल्या धर्मात, कुठल्या वर्णात, कुठल्या देशात जन्मले एवढाच मुद्दा पुरेसा ठरू शकतो! याच्या जोडीला आपल्या देशावर अलीकडच्या काळात ओढवलेलं संकट आपल्यामुळे अजिबातच आलेलं नसून, त्यामागे 'आंतरराष्ट्रीय कट' असल्याचं ऐकायला मिळालं तर ते कुणाला आवडणार नाही?

दरम्यान मार्क्सवाद आणि ज्यू लोक यांच्यामध्ये आता हिटलरच्या नजरेतून कसलाच फरक उरला नाही. २७ मार्च १९२४ या दिवशी आपल्यावर चालवल्या जाणाऱ्या खटल्याच्या अखेरीला हिटलरनं आपल्याला मार्क्सवाद संपवायचा असल्याचं स्पष्टपणे सांगितलं. एकूणच नाझी चळवळीचा मुख्य हेतू मानवतेचा प्रमुख शत्रू असलेल्या मार्क्सवादाचा खातमा करण्याचा आहे, असंही तो म्हणे. यात ज्यू लोकांविषयीचा कसलाच उल्लेख नव्हता. साहजिकच हिटलरची ज्यू लोकांविषयीची भूमिका बदलली आहे आणि आता तो पूर्वीसारखा ज्यू लोकांचा द्वेष करत नाही, असं मत एका वर्तमानपत्रानं मांडलं. हिटलरचे समर्थकही यामुळे गोंधळून गेले. एका समर्थकानं हिटलरची भेट घेऊन त्याला सरळ हा प्रश्न विचारला. त्या वेळी यात तथ्य असल्याचं हिटलरनं नमूद केलं. त्यानंतर ज्यू लोकांविषयी आपण पूर्वी पुरेशा तीव्रतेनं बोलत नव्हतो, असं हिटलर म्हणाला. म्हणजेच 'ज्यू लोकांचा सर्वनाश

केला पाहिजे' अशी अतिकट्टर भूमिका स्वीकारणं, हा त्याच्यामधला 'बदल' होता. फक्त जर्मन लोकांच्या दृष्टीनंच नव्हे, तर सगळ्या मानवतेच्या दृष्टीनं ज्यू लोकांना संपवलं पाहिजे, असा 'व्यापक दृष्टिकोन' हिटलरनं आता स्वीकारला. ज्यू धर्म म्हणजे 'जगाला लागलेली प्लेगची साथ' असल्याचं विखारी मत त्यानं व्यक्त केलं.

आंतरराष्ट्रीय धोरणांच्या संदर्भात हिटलर आणि जर्मनीमधले इतर कट्टर उजव्या विचारसरणीचे लोक यांच्यात बरंच साम्य होतं. 'फ्रान्स हा आपला मुख्य शत्रू आहे' असं या लोकांप्रमाणेच हिटलरही म्हणे आणि त्याखालोखाल तो इंग्लंडकडे वैरी म्हणून बघे. पहिल्या महायुद्धामध्ये जर्मनीचा काही प्रदेश इतर देशांच्या ताब्यात आला होता. तो पुन्हा मिळवणं, हे आपल्या प्रमुख उद्दिष्टांपैकी एक असल्याचं त्याचं मत होतं. इटलीशी मात्र सहकार्याची भूमिका घ्यायचं त्याचं धोरण होतं. खरं म्हणजे इटलीनंही जर्मन लोकांचं प्रभुत्व असलेला ऑस्ट्रियामधला एक प्रांत बळकावला होता आणि या भागाचं 'इटलीकरण' जोरानं सुरू केलं होतं. असं असूनही इटलीशी शत्रुत्व न पत्करता तिच्याकडे आपला सहकारी देश म्हणून बघितलं पाहिजे, असं हिटलरला वाटत होतं. काही काळ जागतिक महासत्ता म्हणून ओळखल्या जात असलेल्या इंग्लंडविषयीही हिटलरला तसा आदर वाटत होता आणि म्हणूनच जर्मनीनं इंग्लंडशी मित्रत्वाचे संबंध निर्माण केले पाहिजेत, असं त्याचं मत बनलं होतं. ज्यू लोकांनी रशियामध्ये अत्याचार घडवून आणले असल्याच्या भावनेमुळे रशियाशी कुठल्याही प्रकारचा तह करण्याची हिटलरची अजिबात मानसिकता नव्हती. अर्थात रशियामध्येही 'ज्यूंचा' आणि 'ज्यूंचा नसलेला' असे दोन भाग आहेत असं इतर काही जणांप्रमाणे हिटलरही माने. त्यामधल्या 'ज्यूंचा नसलेला' रशिया आपल्या दृष्टीनं सहकारी ठरू शकतो, असं त्याला वाटे. त्याचबरोबर याहून सोपा मार्ग म्हणजे 'ज्यूंचा' रशिया आपला शत्रू असल्यामुळे त्याच्याशी युद्ध करायचं आणि ही भूमी आपल्या ताब्यात घ्यायची, असा दुसरा मार्गही त्याच्या मनात घोळत होता. एकूणच जर्मन लोकांच्या खऱ्या प्रगतीसाठी आपल्याकडे पुरेशी भूमी नसल्याचं आणि म्हणूनच नव्यानं भूमी मिळवण्यासाठी धडपडण्याचं गणित हिटलरच्या डोक्यात पक्कं होतं. साहजिकच इतर देशांवर आपण कब्जा करू शकलो तर तिथल्या 'दुय्यम दर्जाच्या' नागरिकांना हाकलून देता येईल किंवा ठार मारता येईल आणि तिथं जर्मन लोकांच्या वसाहती उभ्या करता येतील, असा त्याचा हिशेब होता. याच कारणासाठी त्याला ब्रिटिशांचा आदर वाटे. एवढासा देश असूनसुद्धा सगळ्या जगावर वसाहतवाद लादून ब्रिटिशांनी आपलं भलं कसं करून घेतलं याचा कौतुकास्पद उल्लेख त्यानं 'माईन काम्फ'मध्ये तर केलाच; पण शिवाय नंतरच्या काळातही तो सातत्यानं ब्रिटिशांशी तह करण्याविषयी बोलत राही. जागतिक

पातळीवरच्या 'लीग ऑफ नेशन्स'सारख्या संघटनांमध्ये सहभागी होणं म्हणजे आपला वेळ वाया घालवणं आणि इतरांच्या तालावर नाचणं आहे, असं त्याला वाटे. इंग्लंडसारख्या तुल्यबळ आणि हुशार देशाशी युती करण्यात मात्र त्याला निरनिराळ्या संधी दिसत.

नजरकैदेतून मुक्तता झाल्यावर हिटलरचा दृष्टिकोन एकदम बदलला होता. त्याच्या मनातले गोंधळ आता दूर झाले होते. आपणच जर्मनीचे तारणहार असल्याची भावना त्याला प्रचंड आत्मविश्वास देत होती. यासाठी आवश्यक असलेली दूरदृष्टी तसंच हे घडवून आणण्यासाठीची कौशल्यं आपल्यामध्ये आहेत, असं तो आता उघडपणे म्हणायला लागला. आपल्या आत्मचरित्रात त्यानं तसं लिहिलंसुद्धा. म्हणूनच आपण कुणीतरी अद्वितीय आहोत आणि जर्मनीसाठी चांगलं नशीब घेऊन आलेलो आहोत, असं तो म्हणायला लागला. अर्थात हिटलरच्या उथळ दृष्टिकोनात वैचारिकता, तत्त्वं अशा गोष्टींना अजिबात थारा नसल्यामुळे त्याच्या अनेक अनुयायांशी त्याची काही मतं जुळत नसत. अर्थातच हिटलरला त्याची अजिबात काळजी वाटत नसे. आपल्या दीर्घकालीन उद्दिष्टांची पूर्तता करण्यासाठी अशा अल्पकालीन मतभेदांना सामोरं जावंच लागणार, असं तो म्हणे. काहीही करून सत्ता हस्तगत करण्याच्या धोरणामुळे तत्त्वांना पार गुंडाळून टाकायला तो तयार होता. आपल्या दृष्टिकोनातून सत्ता हस्तगत करण्यासाठीची काही 'तत्त्वं' त्यानं ठरवून घेतली आणि इतर सगळ्या

तुरुंगातून सुटल्यावर हिटलर

तत्त्वांना दूर सारलं. आता आपणच जर्मनीचे तारणहार असल्याचं इतरांना पटवून देण्याचं काम त्याला हाती घेणं भाग होतं.

आपलं महत्त्व वाढवण्यासाठी आणि इतरांच्या मनात आपल्याविषयी कुतूहलमिश्रित आदर निर्माण करण्यासाठी हिटलर अनेक युक्त्या रचे. त्या अत्यंत हास्यास्पदही असत. याचं उदाहरण म्हणजे १९२४ सालच्या नाताळाच्या काळात पुट्झीच्या घरी हिटलर आनंदात वेळ घालवत असताना अचानकपणे गंभीर झाला. यामागचं कारण पुट्झीनं त्याला विचारताच 'ज्याप्रमाणे नजरकैदेत असताना सतत दरवाजाच्या कुलपाच्या भोकातून सतत आपल्यावर कुणीतरी पाळत ठेवत ठेवायच, तसंच काहीसं होत असल्याचा भास आपल्याला आत्ता होत असल्याचं' स्पष्टीकरण हिटलरनं दिलं. पुट्झीला मात्र हे अगदी विनोदी वाटलं. कारण नजरकैदेत असताना हिटलर अगदी मजेत असे. त्याच्यावर कुणी पाळत ठेवत असल्याचा बारीकसा प्रसंगही कधी घडलेला नव्हता आणि हिटलरनंही त्याविषयी कधी भाष्य केलेलं नव्हतं. गंमत म्हणजे हिटलर राहत असलेल्या ठिकाणच्या दाराला कुलुपाचं असं भोकही नव्हतं! विनाकारणच आपण कुणीतरी फार महत्त्वाचे आहोत, असं सतत दाखवत राहण्याचा हा प्रकार असल्याचं पुट्झीनं नमूद केलं.

नजरकैदेतून बाहेर आल्यावर नाझी पक्षावरची बंदी उठवणं आणि आपलं राजकीय पुनरुज्जीवन करणं, यावर हिटलरचा भर होता. यासाठी त्यानं उच्चपदस्थांमधल्या आपल्या जुन्या मित्रांशी संपर्क साधला. यामुळे हिटलरची काही अधिकाऱ्यांशी बैठक होऊ शकली. या बैठकीत आपण समंजसपणे वागू आणि नियमांचं उल्लंघन करणार नाही, अशी हमी हिटलरनं दिली. सरकारला साम्यवादाच्या विरोधातल्या लढ्यामध्ये आपण साथ देऊ, असं आश्वासनही त्यानं दिलं. याचबरोबर त्यानं अत्यंत हुशारीनं कॅथॉलिक चर्चवरच्या ल्युडेनडॉर्फच्या टीकेशी आपण अजिबात सहमत नसल्याचंही सांगितलं. बॅव्हेरियामध्ये त्या काळात चर्चशी पंगा घेणं अजिबातच सुज्ञपणाचं लक्षण नव्हतं. ल्युडेनडॉर्फनं ही चूक केली असल्यामुळे आपण त्याच्यापेक्षा वेगळे आहोत हे दाखवण्यासाठी हिटलरनं ही चाल खेळली. एकूणच हिटलर आणि ल्युडेनडॉर्फ या दोघांमध्ये मतभेद वाढत गेले आणि नंतर या मतभेदांचं रूपांतर त्यांच्यामधलं नातं पार बिघडण्यात झाला. हिटलरनं पुन्हा कट रचून क्रांती घडवण्याचा प्रयत्न केला तर त्याला या खेपेला दयामाया दाखवली जाणार नाही, असं अधिकाऱ्यांनी सुनावताच आपण परत कधीच हा मार्ग स्वीकारणार नसल्याचं आश्वासन हिटलरनं दिलं. याच्या मोबदल्यात नाझी पक्षावरची बंदी उठवली जाणं त्याच्या दृष्टीनं सगळ्यात महत्त्वाचं होतं. हिटलरचा प्रचार करणारं वर्तमानपत्र १९२५ सालच्या फेब्रुवारी महिन्यात परत सुरू झालं. त्यात झालंगेलं विसरून आपण नाझी पक्षाची

पुनर्बांधणी करत असल्याचं जाहीर करून हिटलरनं यात सहभागी होऊ इच्छिणाऱ्या सगळ्यांना त्यासाठीचं आमंत्रण दिलं. ज्यू लोक आणि मार्क्सवाद यांच्याशी आपण तीव्र लढा देणार असून, त्यासाठी आपल्या पक्षाच्या सगळ्या लोकांनी आपसातले मतभेद विसरून एकजुटीनं राहिलं पाहिजे, असंही हे वर्तमानपत्र म्हणालं. आपल्या पक्षाची आक्रमक भूमिका निभावण्यासाठी 'एसए' संघटनेचं पुनरुज्जीवन करायचंही हिटलरनं ठरवलं.

२७ फेब्रुवारी १९२५ च्या संध्याकाळी हिटलरचं म्यूनिकच्या राजकारणात गाजावाजासह पुनरागमन झालं. त्याच्या भाषणासाठी जय्यत तयारी करण्यात आली. नाझी पक्षाची लाल रंगाची पोस्टर्स सगळीकडे लावण्यात आली. दुपारपासूनच लोकांनी हिटलरचं भाषण ऐकण्यासाठी जागा पटकावण्याचे प्रयत्न सुरू केले. हिटलरचं भाषण सुरू व्हायला तीन तासांचा अवधी असतानाच प्रचंड मोठ्या आकाराचा बिअरहॉल खचाखच भरला. तीन हजार लोक दाटीवाटीनं बसले, आणखी दोन हजार लोकांना जागा नसल्यामुळे बाहेरच थांबावं लागलं आणि काहीतरी विपरीत घडण्याच्या भीतीमुळे पोलिसांनी कडेकोट बंदोबस्त ठेवला. आपल्या दोन तासांच्या भाषणात हिटलरनं नेहमीप्रमाणेच जर्मनीच्या हालअपेष्टांना ज्यू लोक जबाबदार असल्याचं सांगितलं. शेवटच्या अर्ध्या तासात हिटलरनं आपल्या भाषणाला नाट्यमय रूप देत इथून पुढं नाझी पक्षाच्या प्रवासाची सूत्रं आपण एकहाती सांभाळणार असल्याची घोषणा केली. त्याला लोकांनी भरभरून प्रतिसाद दिला. आपण आपलं काम अत्यंत जबाबदारीनं पार पाडणार असल्याचं आणि आपल्या कामाचा हिशेब एका वर्षानंतर देणार असल्याचंही हिटलर म्हणाला. अगदी शेवटी नाझी पक्षाचे वेगवेगळे नेते व्यासपीठावर आले. हिटलरच्या अनुपस्थितीत त्यांनी एकमेकांशी खूप भांडणं केली होती; आता मात्र आपण एकीनं राहू आणि हिटलर या आपल्या नेत्याशी एकनिष्ठ राहू, अशी शपथ त्यांनी घेतली. नाट्यमयरीत्या घडवून आणलेले असे प्रसंग हिटलरला नेहमीच आवडत. जनमानसावर त्याचा खूप सकारात्मक परिणाम होतो, अशी त्याची धारणा होती.

हिटलर आता नाझी पक्षाचा सर्वोच्च नेता म्हणून ओळखला जात असला तरी ल्युडेनडॉर्फच्या रूपानं त्याच्या मार्गात अजून एक मोठा अडथळा शिल्लक होता. त्याचा काटा काढण्यासाठी हिटलरनं चाल रचली. हिटलरचं वर उल्लेख केलेलं भाषण झाल्याच्या पुढच्याच दिवशी फ्रेड्रिख एबर्ट या जर्मन राष्ट्रपतीचं निधन झालं. साहजिकच जर्मनीमध्ये राष्ट्रपतिपदासाठी नव्यानं निवडणूक जाहीर झाली. अनेक लोकांच्या विरोधाला न जुमानता हिटलरनं या निवडणुकीत आपल्या पक्षाचा उमेदवार म्हणून ल्युडेनडॉर्फला पुढे करायचं ठरवलं. ल्युडेनडॉर्फला विजय मिळण्याची

अजिबात शक्यता नव्हती. खासगीत हिटलर असं बोलून दाखवायचा आणि म्हणूनच आपण ल्युडेनडॉर्फचा बकरा बनवत असल्याचंही सांगायचा. नाझी पक्षांतर्गत सुरू असलेल्या सत्तासंघर्षात ल्युडेनडॉर्फ आपल्याला भारी पडू शकतो, याची त्याला कल्पना होती. ल्युडेनडॉर्फ हे न समजण्याइतका भोळा नव्हता; पण उजव्याच विचारसरणीच्या दुसऱ्या पक्षाच्या उमेदवाराची घोडदौड रोखण्यासाठी ल्युडेनडॉर्फसारख्या आदरणीय व्यक्तिमत्त्वानं त्याचा सामना करण्याची गरज असल्याची भलावण हिटलरनं केली. या स्तुतीमुळे ल्युडेनडॉर्फ खूश झाला आणि हिटलरचं म्हणणं त्यानं मान्य केलं. २९ मार्च या दिवशी झालेल्या या निवडणुकीत ल्युडेनडॉर्फची अक्षरशः लक्तरं निघाली. एकूण मतांपैकी २.८६ लाख म्हणजेच फक्त १.१टक्का मतं त्याच्या वाट्याला आली. यामुळे हिटलर बेहद्द खूश झाला. ल्युडेनडॉर्फचा धोका आपण त्याच्या या पराभवामुळे एकदम कमी करून टाकला असल्याचा आनंद त्यानं आपल्या जवळच्या एका सहकाऱ्यापाशी व्यक्त केला. या निवडणुकीत जर्मन लष्करामधलाच माजी प्रमुख अधिकारी फील्ड मार्शल हिंडेनबर्ग विजयी झाला. ल्युडेनडॉर्फ मात्र आपल्या धक्कादायक पराभवातून पुरेसा सावरूच शकला नाही. त्याचं राजकीय वजन घटत गेलं आणि काही काळातच हिटलर त्याच्यावर जाहीर टीकाही करायला लागला.

नाझी पक्षाबरोबरच जर्मनीवर आपला कब्जा प्रस्थापित करण्याच्या दृष्टीनं हिटलर अशा पद्धतीनं पावलं टाकत राहिला. आपल्या मार्गातले सगळे अडथळे दूर करण्यासाठी प्रयत्न करण्यासाठीची त्याची धडपड आता जोरात सुरू झाली.

गोबेल्स, गेली आणि हिमलर

जोसेफ गोबेल्स हे नाव हिटलरच्या कारकिर्दीशी खूप जुळलं आहे. तसंच कुणी खोटानाटा प्रचार करायला लागलं, बाता आणि फुशारक्या मारायला लागलं, ढळढळीत खोट्या गोष्टी खऱ्याच आहेत असं भासवायला लागलं आणि छाती बडवून त्याविषयी ओरडायला लागलं की तो माणूस गोबेल्ससारखा प्रचार करतो, असं म्हटलं जातं. हिटलरचा प्रभाव जर्मनीभर पडण्याची चिन्हं दिसत असतानाच्या काळात त्याच्या संपर्कात गोबेल्स आला. हिटलरच्या कारकिर्दीमधला 'कुप्रसिद्ध प्रचारक' म्हणून तो ओळखला जातो. खोट्या गोष्टी अत्यंत नाट्यमयरीत्या रंगवून आणि पुनःपुन्हा अशा प्रकारे सांगायच्या की त्या सगळ्यांना खऱ्याच वाटल्या पाहिजेत; यावर गोबेल्सचं प्रभुत्व होतं. आधी नमूद केल्याप्रमाणे गोबेल्स इतका गाजला की, आजही जगभरात अशा प्रकारे कुठला राजकीय नेता चलाखीनं खोट्या गोष्टी लोकांच्या मनावर बिंबवायला लागला की त्याच्या प्रचारकी थाटाला गोबेल्सनीतीची उपमा दिली जाते. १९२४ सालच्या अखेरीला गोबेल्सनं नाझी पक्षाचं सदस्यत्व स्वीकारलं. ऱ्हाईनलंडमधल्या एका सर्वसामान्य धार्मिक कुटुंबात गोबेल्स वाढला. गोबेल्सच्या उजव्या पायात दोष असल्यामुळे त्याच्या लहानपणापासूनच अनेक जण त्याची खूप थट्टा उडवत. साहजिकच त्याच्या मनात याविषयी राग आणि स्वतःविषयी न्यूनगंड निर्माण झाला. गोबेल्सला त्याच्या तरुण वयापासून अखेरपर्यंत डायरी लिहायची सवय असल्यामुळे त्याच्या मनातल्या उलथापालथी आणि त्याचा स्वतःशीच चालू असलेला संवाद, हे सगळं लोकांसमोर आलं. हिटलरला गोबेल्स अजून जवळून ओळखत नसला तरी हिटलरचं नेतृत्व इतरांप्रमाणेच त्यानंही मान्य करून टाकलं. गोबेल्स हा नंतरच्या काळात हिटलरचा अगदी आंधळ्यासारखा अनुनय करणारा सहकारी बनला असला तरी, सुरुवातीला खरं म्हणजे त्याला हिटलर अगदी प्रभावहीन वाटला होता, ही आश्चर्यकारक गोष्ट फारशी सांगितली जात नाही. याची पार्श्वभूमी म्हणजे नाझी पक्षाची ध्येयधोरणं कशी असावीत आणि पक्षानं इथून

पुढे कशी वाटचाल करावी, याविषयी गोबेल्सच्या काही सहकाऱ्यांची काही मतं होती. त्याआधारे त्यांनी एक मसुदा बनवला. त्यामधले मुद्दे समजताच हिटलरचा रागानं तिळपापड झाला. आपण पक्षाच्या वाटचालीविषयीचे सगळे निर्णय घेणार असल्याचं त्यानं दोन तास चालणाऱ्या आपल्या एका भाषणात गोबेल्ससह त्याच्या सहकाऱ्यांना सुनावलं. हिटलरचं हे भाषण ऐकून गोबेल्स एकदम आश्चर्यचकित झाला. हिटलरविषयीच्या आपल्या मनातल्या प्रतिमा या प्रत्यक्षातल्या हिटलरशी अजिबात जुळत नसल्याचं त्यानं आपल्या डायरीत नोंदवलं. हिटलरसंबंधी आपला पूर्ण भ्रमनिरास झाला असल्याचं आणि त्याला आता आपण आपला नेता मानत नसल्याचंही त्यानं लिहिलं.

खरं म्हणजे गोबेल्सच्या मनातला हिटलरविषयीचा आदर या प्रसंगामुळे पूर्णतः संपला नव्हता. हिटलरविषयी गोबेल्सच्या मनात फक्त काही शंका निर्माण झाल्या होत्या, इतकंच. अशा प्रसंगांमधून कसा मार्ग काढायचा याची हिटलरला पुरेपूर जाण होती. त्यानं अत्यंत हुशारीनं गोबेल्सला आपलंसं केलं. म्यूनिकमध्ये एक भाषण देण्यासाठीचं आमंत्रण हिटलरकडून येताच गोबेल्स आनंदित झाला. गोबेल्सला रेल्वे स्थानकावरून हॉटेलमध्ये नेण्यासाठी, तसंच दुसऱ्या दिवशी म्यूनिक शहराचा फेरफटका मारण्यासाठी हिटलरनं आपली गाडी पाठवली. साहजिकच गोबेल्स पार

गोबेल्स कुटुंबासह हिटलर

विरघळून गेला. गोबेल्सचं भाषण झाल्यावर हिटलरनं साश्रू नयनांनी त्याला मिठी मारली. आता हिटलरच्या विरोधात एकही पाऊल उचलणं गोबेल्सच्या दृष्टीनं अशक्य झालं. तो पुरता हिटलरभक्त झाला.

१९२५ सालच्या एप्रिल महिन्यात 'एसए' या आक्रमक संघटनेच्या जोडीला 'एसएस' या दुसऱ्या आक्रमक संघटनेचा जन्म झाला. 'शुत्झस्टाफेल' म्हणजेच 'संरक्षण दल' असं या संघटनेचं पूर्ण नाव होतं. इतिहासात 'एसएस' म्हणूनच या अत्यंत कुप्रसिद्ध संघटनेचा उल्लेख होतो. हिटलरच्या वैयक्तिक अंगरक्षकानं या संघटनेची स्थापना केली. दांडगाई आणि गुंडगिरी करणारे इतर लोक त्यात लवकरच सामील झाले. ३-४ जुलै १९२६ या काळात नाझी पक्षाचं एक मोठं अधिवेशन पार पडलं. त्यात प्रथमच एसएसही लोकांसमोर आली. हिटलरला त्याच्या भाषणानंतर त्याच्या पक्षामधल्या सहकाऱ्यांनी जोरदार अभिवादन केलं. खरं म्हणजे बाह्य जगाच्या दृष्टीनं नाझी पक्ष तसा खूप छोटा आणि दुर्लक्षणीय असला आणि हिटलरच्या अयशस्वी कटानंतर तो खरंच क्षीण झालेला असला तरी हिटलरनं पक्षांतर्गत वर्चस्व निर्माण करून आपली बाजू भरभक्कम करून टाकली.

हिटलरनं आपलं वैयक्तिक माहात्म्य जपण्यासाठी आणि वाढवण्यासाठी नवनव्या युक्त्या लढवल्या. आपल्याविषयी लोकांच्या मनात खूप कुतूहल निर्माण व्हावं यासाठी तो फार कमी लोकांना भेटे. भाषणं करण्यासाठी गेल्यावरसुद्धा हिटलर अगदी शेवटच्या क्षणापर्यंत आतल्या खोलीत बसून राही आणि ऐन वेळी व्यासपीठावर येई. भाषण संपल्याबरोबर व्यासपीठावर क्षणभरसुद्धा न थांबता तो तिथून निघून जाई. पक्षाच्या कार्यकर्त्यांना तो आपल्या फार जवळ येऊ देत नसे. आपल्याविषयी गूढ निर्माण व्हावं, असा प्रयत्न तो जाणीवपूर्वकरीत्या करत राही. पक्षामधली भांडणं आणि कार्यकर्त्यांचे एकमेकांशी सुरू असलेले वादविवाद यांच्याकडे तो मुद्दाम दुर्लक्ष करे. आपण या सगळ्या दुय्यम गोष्टींच्या खूप वरच्या पातळीवर असून, आपल्याला अशा क्षुल्लक गोष्टींमध्ये दखलबाजी करण्यात रस नाही किंवा त्यासाठी आपल्याकडे वेळसुद्धा नाही, असा दिखावा त्याला निर्माण करायचा असे. आपल्याला जवळून पाहणाऱ्या लोकांनाही हिटलर तसा स्वतःच्या मनात काय चालू आहे, याविषयीचा थांगपत्ता लागू देत नसे. एखाद्या निष्णात अभिनेत्याप्रमाणे हिटलर आपली प्रतिमा उंचावत नेण्याचा आणि लोकांच्या मनात आपल्याविषयी असलेल्या कुतूहलाला जोपासण्याचा विलक्षण प्रयत्न करे. उदाहरणार्थ आपल्या भाषणाआधी लोकांची उत्सुकता ताणली जावी यासाठी आपलं व्यासपीठावर जरा उशिरानं आगमन व्हावं, असं तो आयोजकांना सांगे. आपल्या भाषणामध्ये तो श्रोत्यांना उत्तेजित करणारी भडक भाषा वापरे. त्याची देहबोली आणि त्याचे हातवारे हे सगळं एकदम सफाईदार असे. भाषणाची सुरुवात केल्यावर मुद्दामच तो दीर्घ 'पॉझेस' घेई.

यामुळे श्रोते कमालीच्या औत्सुक्यानं हिटलर आता काय बोलणार, याची प्रतीक्षा करत. सुरुवातीला हिटलर संथ सुरुवात करे. हळूहळू तो आपला प्रचारकी थाट त्यात भरत जाई. त्याच्या भाषणाचा वेग वाढे. त्यात नाट्य येई. आपल्या हातांचा तो प्रभावी वापर करे. आपल्या विरोधकांची तो कुचेष्टेच्या भाषेत थट्टा उडवे. त्याचा पोषाखही श्रोत्यांवर अवलंबून असे. हिटलर बहुतेक वेळा अभिनयच करतो, असं त्याच्या जवळचे लोक खासगीत म्हणत. हिटलरच्या नाटकीपणाचं आणखी एक उदाहरण म्हणजे खासगीत ज्या लोकांची तो यथेच्छ थट्टा किंवा निंदा करे, त्यांच्याशी तो सार्वजनिक प्रसंगांमध्ये मात्र अत्यंत प्रेमानं वागत असल्याचा दिखावा निर्माण करे.

आपली भाषणं श्रोत्यांनुसार बदलण्यामध्ये हिटलर वाकबगार होता. ज्यूंचा द्वेष त्याच्या नसानसांमध्ये भरलेला असला तरी ज्यूंविषयी सहानुभूती बाळगणारे श्रोते समोर असताना ज्यूंची निंदा करायची नाही, एवढी जाण तो बाळगे. म्हणूनच बिअरहॉलमधल्या आपल्या भाषणांमध्ये ज्यूंविरुद्ध आगपाखड करणारा हिटलर उच्चपदस्थ आणि व्यावसायिक मंडळी यांच्यासमोर बोलताना २८ फेब्रुवारी १९२६ या दिवशी एकदम सावध होता. हॅम्बर्ग शहरातले आर्थिक ताकद असलेले लोक आपल्यासमोर बसलेले आहेत आणि त्यांना आपलं विखारी भाषण अजिबातच रुचणार नाही, याची हिटलरला कल्पना होती. यामुळे त्यानं या भाषणात फक्त मार्क्सवादाला प्रखर विरोध केला. ज्यूंचं नावसुद्धा त्यानं या भाषणात काढलं नाही.

हिटलरचा दिखावा फक्त भाषणांपुरता किंवा लोकांशी चांगलं वागून दाखवण्यापुरता मर्यादित नसे. अधूनमधून आपला खूप भडका उडाला असल्याचा दिखावा तो निर्माण करे. अशा प्रसंगी तो एकदम संतापे. प्रत्यक्षात हे सगळंही त्याचं व्यक्तिमत्व आणखी भारदार वाटावं आणि लोकांच्या मनात त्याच्याविषयी भीती निर्माण व्हावी यासाठी रचलेलं असायचं, असं मानलं जाई. आपल्या पक्षाच्या कार्यकर्त्यांच्या नजरेत नजर मिसळून तो त्यांच्याशी कडक हस्तांदोलन करे. आपण अत्यंत समर्थ आणि कडवा नेता असल्याचं चित्र निर्माण करण्यासाठीची त्याची ही धडपड असे. प्रत्यक्षात त्याला कुणामध्येच अजिबात रस नसे. आपला 'ईगो' जोपासण्यासाठी आणि आपली प्रतिमा आणखी उजळ करण्यासाठी त्याचे हे प्रयत्न सुरू असत. आतून त्याला सतावत असलेलं रितेपण झाकण्यासाठी बाहेरून तो अशा प्रकारे धडपडत राही. अत्यंत विखारी भाषेत भाषणं करणं, अस्वस्थपणा, नाझी पक्षामधल्या आपल्या विरोधकांविषयी मनात खदखदणारा संताप, कुठल्याही प्रकारचं नियोजनबद्ध काम करण्याला विरोध असणं, अधूनमधून कुत्सित भाषेत मोठमोठ्यांदा ओरडणं अशा प्रकारची लक्षणं हिटलरमध्ये त्याच्या लैंगिक असमर्थतेमुळे दिसत असल्याचं पुट्झीचं मत होतं. अर्थातच याला कसलाच वैज्ञानिक आधार नव्हता. हा पुट्झीचा

वैयक्तिक पातळीवरचा अंदाज होता. अर्थात हिटलरचं स्त्रियांशी असलेलं वागणं सगळ्यांना कोड्यात टाकणारं असे, हेही तितकंच खरं. उदाहरणार्थ एकदा पुट्झी त्याच्या खोलीत बराच वेळ नसल्याचा फायदा घेऊन हिटलर त्याच्या बायकोसमोर चक्क आपल्या गुडघ्यांवर बसला. अशा अवस्थेतच 'आपल्याला नशिबाची साथ नसल्यामुळे आपली जरा उशिराच भेट झाली' असं त्यानं तिला सांगितलं. अर्थात हिटलरला सुंदर स्त्रियांच्या सहवासात राहायला मात्र नक्कीच आवडे. त्याला स्त्रियांविषयी काही आकर्षण नव्हतं, असा समज जाणूनबुजून पसरवण्यात आला होता. आपल्या तारुण्यात व्हिएन्नामध्ये आपल्या आयुष्यात अनेक मुली आल्याचा उल्लेख त्यानं एकदा केला. तसंच दुसऱ्या महायुद्धाच्या काळात १९४२ मध्ये 'या जगात किती सुंदर स्त्रिया आहेत!' असे उद्गारही त्यानं काढले होते. १९१७ मध्ये फ्रान्समध्ये असताना एका फ्रेंच मुलीशी संबंध ठेवल्यानंतर हिटलरनं तिला आपल्या आयुष्यातून बेदखल केलं, असं म्हणतात. या संबंधांमधून या मुलीच्या पोटी जिअँ-मेरी लोरे नावाचं मूल जन्मलं आणि या मुलाच्या आईनं तिच्या मृत्यूआधी त्याचे वडील म्हणजे ॲडॉल्फ हिटलर असल्याचं त्याला सांगितलं म्हणे. नंतर हाईडलबर्गमधल्या, तसंच इतर ठिकाणच्या जेनेटिक्सशी संबंधित असलेल्या संशोधन केंद्रांमध्ये हिटलरच आपला पिता असल्याचं सिद्ध करण्यासाठी या मुलानं बरीच खटपट केली होती. हिटलरला एकच वृषण असल्यामुळे त्याला लैंगिक संबंधच प्रस्थापित करता येत नव्हते, असंही मानलं जातं. म्यूनिकमधल्या एका मूत्ररोगतज्ज्ञाकडे याचा पुरावाही होता, असं म्हणतात. १९२० च्या दशकात म्हणजे खूप उशिरा हिटलर या डॉक्टरकडे गेलेला असल्यामुळे त्याच्या या दोषावर काही उपाय करणंसुद्धा अशक्य झालं, असं या डॉक्टरनंच नमूद केलं होतं.

आपण लोकांसमोर कुठल्या पोषाखात येतो याविषयी हिटलर विलक्षण जागरूक असे. उदाहरणार्थ इटलीमधला हुकूमशहा मुसोलिनी कधीकधी एखाद्या खेळाडूच्या वेषात सहजपणे लोकांसमोर येत असला तरी हिटलर मात्र नेहमीच पूर्ण सुटाबुटातल्या पोषाखात असे. प्रचंड उकाडा असला तरी यात कसलाच फरक पडत नसे. आपलं हसं होऊ नये यासाठी आपली प्रतिमा कायम जपण्याच्या हिटलरच्या धडपडीचाच हा एक भाग होता.

१९२८ मध्ये हिटलर एका छोट्या सुट्टीवर गेला. एका उद्योगपतीचं घर त्यानं त्याच्या विधवेकडून दरमहा १०० मार्क्सच्या भाड्याच्या बोलीवर घेतलं. तिथं त्यानं आपल्या एका सावत्र बहिणीलाही राहायला बोलावलं. ती तिथं आपल्या दोन मुलींसह आली. त्यांमधली वीस वर्षं वयाची अँगेला ऊर्फ 'गेली' रौबाल सोनेरी केसांची होती. या गेलीची हिटलरवर विलक्षण मोहिनी पडली. दिसायला सुंदर आणि वागायला चुळबुळी असलेल्या गेलीशी आपलं सावत्र मामा-भाचीचं नातं

लागतं, हे हिटलर पार विसरूनच गेला. तो सतत तिच्याबरोबर असे. आपल्याबरोबरही तो तिला सगळीकडे नेई. कधीकधी आपल्याला सर्वसामान्य माणसासारखं वागता येत नाही, मनाला येईल तिथं फिरता येत नाही यामुळे तो गेलीपाशी खंत व्यक्त करे. एकदा रस्त्यामधून जाताना मधूनच हिटलरला खाली उतरायला भाग पाडून गेली त्याला दुकानात घेऊन गेली. तिथल्या एकूण एक हॅट्स तिनं एकापाठोपाठ एक घालून बघितल्या. शेवटी त्यामधली कुठलीच हॅट आपल्याला साजेशी नाही असं म्हणून ती हिटलरसह बाहेर पडत होती, तेव्हा एवढ्या हॅट्स घालून बघून झाल्यावर एकही हॅट विकत न घेता तिथून ती कशी काय बाहेर पडू शकते, असं हिटलरनं विचारलं असता 'यासाठीच तर दुकानात सेल्सगर्ल्स असतात' असं मजेशीर उत्तर गेलीनं दिलं.

गेली

आपल्या पक्षाच्या बैठकांनाही गेलीला बरोबर नेल्याशिवाय त्याला चैन पडत नसे. हिटलर आणि गेली अनेकदा पर्वतराशींमध्ये फिरायला जात आणि म्यूनिकमधल्या थिएटर्समधल्या कार्यक्रमांनाही हजेरी लावत. हिटलरला संबोधताना गेली नेहमी 'अंकल आल्फ' असा शब्दप्रयोग करे. भाड्यानं घेतलेल्या आपल्या बंगल्यात

हिटलरनं गेलीला एक मोठी खोली दिली. या घडामोडींमुळे हिटलर आणि गेली यांच्या संबंधांविषयी सगळीकडे चर्चा सुरू झाली. काही जणांनी तर गेलीला जाहीर कार्यक्रमांमध्ये हिटलरनं आणू नये किंवा मग तिच्याशी लग्न करावं, असा सल्ला कुजबुजीच्या रूपानं द्यायला सुरुवात केली. हे समजल्यावर हिटलर भयानक संतापला. खरं म्हणजे गेलीशी लग्न करण्याचा हिटलरचा बहुधा हेतू असावा. हिटलर हा निश्चितपणे गेलीच्या प्रेमात आकंठ बुडाला होता, याविषयी कुणालाच शंका नव्हती. गेलीला काय वाटत होतं हे मात्र कुणालाच ठाऊक नव्हतं. खूप लोकप्रिय होत चाललेल्या एका माणसाला आपण वेडं करून सोडलं आहे आणि यामुळे सगळ्यांचं लक्ष आपल्याकडे लागून राहिलेलं असतं, याची गेलीला खूप गंमत वाटत होती, हे नक्की. तिचं हिटलरवर प्रेम मात्र बहुधा नसावं. कहर म्हणजे हिटलर आणि गेली यांच्यामधलं हे विचित्र नातं फुलत असताना दोघांनाही एकमेकाविषयी विलक्षण द्वेष जाणवे. इतर स्त्रियांकडे हिटलरचं आकर्षलं जाणं गेलीला सहन होत नसे; तर गेलीची इतर पुरुषांबरोबर प्रकरणं सुरू आहेत, असं हिटलरला वाटत राही. गेलीचा स्वभाव तसा मोकळाढाकळा आणि तारुण्यसुलभ होता. इतर पुरुष आपल्याकडे आकर्षित होत असल्याचं बघून ती अजिबात अस्वस्थ होत नसे; उलट त्यांच्याशी ती फ्लर्टिंगही करत असे. हिटलरचा शरीररक्षक आणि चालक म्हणून काम

गेली आणि हिटलर

करणाऱ्या मॉरिसशी गेलीचं प्रकरण सुरू असल्याचं उघडकीला आलं तेव्हा हिटलर असा काही संतापला की तो आता आपल्याला जागच्या जागी गोळ्या घालून ठार करणार, असं वाटल्याचं मॉरिसनं नंतर नमूद केलं. गेलीवर हिटलर अत्यंत बारीक लक्ष ठेवे. ती कुठं एकटी बाहेर गेली की तो प्रचंड अस्वस्थ होई आणि तिच्या सगळ्या हालचालींवर नजर ठेवे. यामुळे गेलीला आपलं स्वातंत्र्य गमावल्याच्या भावनेनं बेजार करून सोडलं आणि आपण एखाद्या तुरुंगात राहत आहोत, असं तिला वाटायला लागलं. याचा तिला विलक्षण संताप येई.

काही जणांच्या मते हिटलरची मानसिकता सर्वसामान्य माणसासारखी नसल्याचा गेलीला त्रास होई. तो गेलीवर वर्चस्व गाजवण्याचा प्रयत्न करे. तिला कुठलीच मोकळीक द्यायला तो तयार नसे. ती इतर कुठल्याही पुरुषासमवेत दिसणं त्याला अजिबात सहन होत नसे. तसंच त्याच्यामध्ये असलेल्या विकृतींमुळे तो गेलीचा शारीरिक छळही करत असावा, अशी शक्यता काही जणांनी व्यक्त केली आहे. अर्थात ही निव्वळ अफवा असण्याची किंवा हिटलरच्या विरोधकांनी जाणूनबुजून त्याच्या विरोधात रचलेली भाकडकथा असू शकते. त्याच जोडीला हुकूमशाही प्रवृत्तीच्या अनेक लोकांमध्ये हे आढळतं. इतरांवर आपलं संपूर्ण नियंत्रण प्रस्थापित करण्यासाठी ते कुठल्याही थराला जाऊ शकतात आणि स्त्रियांवर लैंगिक हुकूमत गाजवताना ते अनैसर्गिक प्रकारही करतात. हिटलर आणि गेली यांच्या बाबतीत असं घडत असावं, असा काही लोकांचा अंदाज आहे. काहीही असो. लवकरच हिटलर आणि गेली यांच्यामधले स्नेहपूर्ण संबंध बिघडत गेले. त्यांच्यामध्ये आता जोरदार भांडणं होत. यामुळे वैतागून १९३१ मध्ये व्हिएन्नामध्ये परतण्याचा निर्णय गेलीनं घेतला. तिथंही बहुधा तिचा एक प्रियकर होता. याची कल्पना असल्यामुळेच की काय; पण हिटलरनं यायला साफ नकार दिला. १७ सप्टेंबर १९३१ या दिवशी दोघांचं या विषयावरून कडाक्याचं भांडण झालं आणि याला शेजारपाजारचे लोकही साक्षी होते. हिटलर तिरिमिरीत आपल्या गाडीत बसून निघून जात असताना गेलीनं खिडकीतून 'तू मला व्हिएन्नाला जाऊ देणार नाहीस तर?' असं विचारलं आणि त्यावर हिटलरनं 'नाही' असं उत्तर दिलं.

दुसऱ्या दिवशी सकाळी गेली रौबालचा गोळी झाडल्यामुळे मृत्यू झाल्याचं आढळून आलं. या प्रकरणाच्या सखोल तपासानंतर गेलीनं स्वतःवर गोळी झाडून आत्महत्या केल्याचा योग्य निष्कर्ष काढण्यात आला. म्यूनिकमध्ये हिटलरनं गेलीची हत्या करवली असल्याच्या अफवा पसरल्या; पण त्यात फारसं तथ्य नसल्याचं लक्षात आलं. हिटलरला गेलीच्या मृत्यूमुळे अतीव दुःख झालं. त्याचा एक सहकारी पुढचे दोन दिवस जवळपास चोवीस तास त्याच्यापाशीच थांबला. गेलीच्या धक्कादायक मृत्यूमुळे हिटलर स्वतःला संपवेल अशी भीती त्याच्या काही जवळच्या माणसांना

वाटत असल्याचा हा परिणाम होता. पुढचे अनेक महिने हिटलर या दुःखातून सावरूच शकला नाही. तो सतत शोकमग्न असे. गेलीची खोली तिच्या मृत्यूच्या वेळी होती तशीच कायम ठेवण्यात यावी, असे आदेश नंतर हिटलरनं दिले. गेलीच्या आत्महत्येमुळे वर्तमानपत्रांना मोकळं रानच मिळालं. हिटलर तिला अत्यंत क्रूरपणे वागवत होता, अशा बातम्या सगळीकडे छापून आल्या. गेलीनं नक्की का आत्महत्या केली असावी याविषयी अनेक लोकांनी तर्कवितर्क लढवले. हिटलरच्या लैंगिक छळाला कंटाळून गेलीनं जीव दिला, अशा बातम्या हिटलरच्या विरोधकांनी पसरवल्या. काहींनी तर 'आपण गेलीचा लैंगिक छळ करत असल्याच्या बातम्या प्रसिद्ध होण्याच्या भीतीमुळे हिटलरनंच तिला ठार करण्याची सुपारी कुणाला तरी दिली असावी'अशा कंड्या पिकवल्या. याचं दुसरं टोक म्हणजे हिटलरचं पिस्तूल गेली साफ करत असताना चुकून त्यातून गोळी उडाली आणि या गोळीनं तिचा जीव घेतला, असं नाझी पक्षानं अधिकृतरीत्या सांगितलं.

हिटलरसारख्या माणसानं आपल्याहून खूप तरुण वयाच्या मुलीवर प्रेम करावं यामागचं तर्कशास्त्र कुणालाच समजणं शक्य नाही. हिटलरविषयीच्या अनेक गूढ गोष्टींपैकी एक म्हणून तिचा उल्लेख केला पाहिजे. साहजिकच यामागची कारणमीमांसा करण्याच्या भानगडीत कुणी पडू नये, असं इतिहासकार म्हणतात. हिटलर स्त्रियांना दुय्यम लेखायचा याविषयी मात्र कुणालाच शंका वाटत नाही. स्त्रिया म्हणजे 'उपयुक्त वस्तू' असतात असं त्याला वाटे. याच्याच जोडीला तो काही स्त्रियांशी खूप जवळीकही साधे. अर्थात याचा अर्थ त्याचे या स्त्रियांशी शारीरिक संबंध होते असं म्हणणं धाडसाचं ठरेल. याविषयी अनेक अफवा आहेत. एकूण हे जग पुरुषांसाठीच तयार झालेलं आहे आणि स्त्रियांचं त्यामधलं स्थान तसं दुय्यम आहे, हे मात्र तो जवळपास स्पष्टपणे आपल्या कृतींमधून आणि बोलण्यातून दाखवून देई. हिटलरच्या आयुष्यात या सगळ्याला अपवाद असणारी गेली ही एकमेव स्त्री होती. गेली वगळता इतर कुठल्याही स्त्रीशी भावनात्मकरीत्या हिटलर कधीच बांधला गेला नाही.

हिटलरच्या जोडीला नेहमी एक नाव घेतलं जातं ते म्हणजे हेन्रिच हिमलरचे. हिटलर या आडनावाशी कमालीचं साधर्म्य असलेला हिमलर हा त्याचा 'नंबर २' होता. हिटलरला पक्षाचं रोजचं कामकाज सांभाळण्यात अजिबात रस नव्हता. त्याच्यामध्ये खरं म्हणजे त्यासाठी आवश्यक असलेले गुणही नसावेत. हिमलर ही जबाबदारी हिटलरच्या वतीनं चोखपणे सांभाळत असे. आपल्या वयाच्या विशीत हिटलरची मर्जी संपादित केलेल्या हिमलरनं नंतरच्या काळात कुप्रसिद्ध 'एसएस' संघटनेची सूत्रं आपल्या हाती घेतली. उच्चशिक्षित हिमलरनं कृषी विषयात पदवी मिळवली आणि त्याच क्षेत्रात काम सुरू केलं. जवळपास कृश शरीरयष्टी, अगदी

छोटे केस ठेवण्याची पद्धत, गोलाकार काचांचा चष्मा, छोटीशी मिशी यामुळे हिमलर खरं म्हणजे एखाद्या कारकुनासारखा दिसे. त्यानं नंतरच्या काळात पसरवलेली दहशत मात्र भल्याभल्या क्रूरकर्म्यांना लाजवणारी ठरली. अत्यंत कठोर मन, टोकाचे विचार, डोकं थंड ठेवून अत्यंत क्रूर कामं करण्याची तयारी, यामुळे हिमलर इतिहासात वाईट अर्थानं अजरामर झाला. याची झलक म्हणजे १९२३ मध्ये ज्या अर्न्स्ट रॉहमच्या प्रभावामुळे हिमलरनं नाझी पक्षाचं सदस्यत्व स्वीकारलं, त्याच रॉहमचा खून करण्यासाठीचा कट हिमलरनं रचला आणि पूर्णत्वाला नेला. नाझी पक्षामध्ये प्रभावी कामगिरी करून हिमलर भराभर प्रगती साधत गेला आणि त्यानं हिटलरचा विश्वास संपादित केला.

हिटलर आणि नाझी पक्ष यांचा देशपातळीवर मात्र अजून अजिबातच प्रभाव दिसत नव्हता. उदाहरणार्थ २० मे १९२८ या दिवशी जाहीर झालेल्या देशपातळीवरच्या निवडणुकीच्या निकालामध्ये नाझी पक्षाला फक्त डझनभर जागा आणि २.६टक्के मतं यांच्यावर समाधान मानावं लागलं. यामुळे आपल्याला युद्धपातळीवर काम करून पक्षाचा विस्तार करणं आवश्यक असल्याची हिटलर आणि त्याचे सहकारी यांना जाणीव झाली. खास करून जर्मनीमधला मध्यम वर्ग आपल्यापासून दूर असल्यामुळे या वर्गाला आकर्षून घेण्यासाठीची पावलं उचलण्यावर भर द्यायचं ठरलं. अनेक छोट्या संघटना आणि उपसंघटना पक्षाची व्याप्ती वाढवण्यासाठी तयार करण्यात आल्या. या काळात नाझी पक्षाला अनुकूल ठरणारी परिस्थिती निर्माण झाली. जर्मनीची आर्थिक परिस्थिती साफ घसरली आणि तिथली बेरोजगारी प्रचंड वाढली. निवडणुकीनंतर अस्तित्वात आलेलं आघाडी सरकार यामुळे डळमळीत झालं आणि राजकीय अस्थिरताही वाढली. याचा फायदा नाझी पक्षाला मिळाला. १९२८ सालच्या नोव्हेंबर महिन्यात अडीच हजार विद्यार्थ्यांनी हिटलरचं म्यूनिक विद्यापीठात जोरदार स्वागत केलं. शेतकरी वर्ग तर आर्थिक दुरवस्थेमुळे फारच अडचणीत सापडला होता. शेतकऱ्यांनी आणि मजुरांनी सरकारच्या विरोधात हिंसक निदर्शनं सुरू केली होतीच; आता त्यांना नाझी पक्षाचा आधार वाटायला लागला. लवकरच राष्ट्रीय पातळीवरच्या निवडणुकीमध्ये नाझी पक्ष विजय मिळवेल, असं शेतकरी म्हणायला लागले. हे शक्य नसेल तर हिंसक क्रांती घडवावी आणि यादवी युद्धाद्वारा सरकार उलथून टाकावं, असंही म्हटलं जाई. याचा पुरेपूर फायदा' उठवून हिटलरनं या शेतकऱ्यांच्या चळवळीला पाठिंबा दिला. आता आपल्या भाषणांमधला ज्यूद्वेष वगळून हिटलर सर्वसामान्य लोकांच्या आणि खास करून शेतकऱ्यांच्या आर्थिक परिस्थितीविषयी बोले. यातच २४ ऑक्टोबर १९२९ या दिवशी अमेरिकी शेअर बाजार कोसळला आणि जागतिक महामंदी सुरू झाली. यामुळे हिटलरला वेगानं प्रगती करण्यासाठी हवी असलेली परिस्थिती जर्मनीमध्ये निर्माण होत गेली.

चॅन्सलर हिटलर

१९२९ सालच्या ऑक्टोबर महिन्यात अमेरिकी शेअर बाजार कोसळल्याचा परिणाम खरं म्हणजे नाझी पक्षाच्या लक्षात सुरुवातीला आलाच नाही. लवकरच या संकटाचे पडसाद जर्मनीमध्ये उमटल्यामुळे मात्र या महासंकटाची चाहूल त्यांना लागली. अमेरिकेकडून जर्मनीमधले अनेक उद्योग अल्पकालीन मुदतीची कर्जं घेत. तेच जर्मन बँकाही करत. आता अमेरिकेमधून येणारा पैसा वेगानं आटत गेल्याचे दुष्परिणाम या सगळ्यांना भोगावे लागले. जर्मनीमधलं औद्योगिक उत्पादन, तिथल्या वस्तूंच्या किमती आणि लोकांचं वेतन यांची पार धूळधाण उडाली आणि १९३२ मध्ये या सगळ्यांनी नीचांक गाठला. जर्मन शेती उद्योगावरचं संकट आणखीनच तीव्र झालं. अधिकृत आकडेवारीनुसार १९३० सालच्या जानेवारी महिन्यात तरुण वर्गातले १४टक्के लोक बेरोजगारीत अडकले. लोकशाहीमुळे आपलं आता भलं होणं शक्य नसल्याचं आणि एकदम कडवी पावलं उचलल्याशिवाय परिस्थितीत कसलीच सुधारणा होणार नसल्याचं मत वेगानं पसरलं. डाव्य, तसंच उजव्या विचारसरणीच्या दोन्ही टोकांपर्यंत याविषयी एकमत झालं. प्रांतीय पातळीवरच्या निवडणुकांमध्ये नाझी पक्षाला मिळत असलेला वाढता पाठिंबा म्हणजे याच विचारांचं मूर्त स्वरूप होतं.

तोपर्यंतच्या कुठल्याच सरकारमध्ये सहभागी न झालेल्या नाझी पक्षानं आपण जर्मनीचे तारणहार असल्याची भूमिका आता अत्यंत जहालपणे मांडायला सुरुवात केली. अर्थात जागतिक महामंदी आणि तिचे जर्मनीमध्ये उमटणारे पडसाद यांचा प्रभाव चांगलाच जाणवत असला आणि त्यामुळे नाझी पक्षाला खूप पाठिंबा मिळत असला तरी, सत्ता हस्तगत करण्याइतकी प्रगती नाझी पक्ष अजून करू शकला नव्हता. जर सत्तेवर असलेल्या सरकारनंच काही चुका केल्या तर हळूहळू नाझी पक्षाला ही संधी उपलब्ध व्हायची शक्यता होती. यासाठीची परिस्थिती खरं म्हणजे आपोआपच तयार होत होती. लोकशाहीला पूरक असलेलं वातावरण बदलून आता

आर्थिक अडचणींमधून मार्ग शोधण्यासाठी सत्ताधारी वर्ग थोड्याफार हुकूमशाही पद्धतीनं कारभार चालवण्याची शक्यता होती. १९३० सालच्या मार्च महिन्यात नेमकं हेच घडलं. हर्मन म्यूलर या चॅन्सलरची हकालपट्टी करून त्या जागी हेन्रिच ब्रूनिंगची नेमणूक विनाकारण करण्याची चूक सरकारनं केली. राष्ट्रपती हिंडेनबर्गनं यासाठी बऱ्याच काळापासून प्रयत्न सुरू केल्याचं नंतर उघडकीला आलं. ब्रूनिंग हा नवा चॅन्सलर फार काही करू शकला नाही आणि जुलै महिन्यात सरकार बरखास्त करून सप्टेंबर महिन्यात नव्यानं निवडणूक घ्यायचं ठरलं. देशात आपल्या सरकारविरुद्ध किती असंतोष आहे आणि लोक किती भडकलेले आहेत, याची ब्रूनिंगला पुरेशी कल्पना नव्हती. याचा फायदा गोबेल्सच्या नेतृत्वाखालच्या नाझी प्रचारकांनी उठवायचं ठरवलं.

इतके दिवस नाझी पक्षाकडे वर्तमानपत्रांचं फारसं लक्ष नसे. आता मात्र 'ब्राऊन शर्ट्स' म्हणून ओळखले जाणारे नाझी लोक वर्तमानपत्रांच्या पहिल्या पानावर झळकायला लागले. मोठ्या प्रमाणावर निदर्शनं करणं आणि रस्त्यांवर उतरून हिंसाचार करणं यामुळे नाझी पक्ष प्रकाशझोतात आला. प्रचंड मोठ्या प्रमाणावर पक्षाच्या प्रचारसभा आणि बैठका आयोजित करण्यात आल्या. इतर कुठल्याही राजकीय पक्षाहून हे प्रयत्न कितीतरी जास्त होते. हिटलरनंही जवळपास वीसेक सभांमध्ये भाषणं केली. त्याच्या भाषणांना भरपूर गर्दी होई. पूर्वी ज्यूंच्या विरोधात विखारी भाषणं करणारा हिटलर आता फक्त जर्मनीची दुरवस्था आणि आंतरराष्ट्रीय पातळीवर जर्मनीला सोसाव्या लागणाऱ्या आर्थिक अडचणी यांच्याविषयी बोले. याला सध्याची लोकशाही संसद व्यवस्था कारणीभूत आहे, असं तो म्हणे. यातून मार्ग काढण्यासाठी सगळ्या 'शुद्ध' जर्मन लोकांना एकत्र आणलं पाहिजे आणि देशाची प्रगती साधली पाहिजे, असा त्याचा दावा होता. हे काम आपला नाझी पक्ष करू शकेल, असा विश्वास तो व्यक्त करे. इतर सगळ्याच राजकीय पक्षांनी सत्तेत किंवा विरोधात राहून जर्मनीच्या घसरणीला हातभार लावलेला असल्यामुळे आता आपल्याला संधी मिळावी अशी अपेक्षा तो मांडे. अर्थात हिटलर फक्त इतरांवर टीका करण्यात समाधान मानत नसे; त्याच्या जोडीला तो लोकांना आपल्या पक्षाविषयीचे सकारात्मक मुद्दे मांडे. इतर पक्षांसारखं राजकारण आपल्याला करायचं नसून, केवळ जर्मनीला यशाच्या सर्वोच्च शिखरावर नेण्याचं आपलं स्वप्न असल्याचं तो सांगत राही. इतर सगळ्या नेत्यांच्या तुलनेत हिटलरचे मुद्दे अर्थातच खूप वेगळे होते. यामुळे लोकांवर त्याचा विलक्षण प्रभाव पडे. सातत्यानं एकामागून एक संकटं, संघर्ष, निराशेकडे सुरू असलेली वाटचाल या अडचणींना तोंड देऊन कंटाळलेल्या जर्मन लोकांना हिटलर म्हणजे एखादा देवदूत वाटला असणार. विशेषतः तरुणांवर तर हिटलरचा प्रचंड पगडा बसला. जुन्या संकल्पना आणि

जुनाट मंडळी यांना बाजूला फेकून आपण हिटलरला संधी दिली पाहिजे, असं ते म्हणायला लागले. हिटलर हा एक अत्यंत सामर्थ्यवान आणि हिमतीचा नेता असून, आपण इतर छोट्या पक्षांना/नेत्यांना आता बाजूला ठेवलं पाहिजे, अशी भावना वाढीला लागली.

१४ सप्टेंबर १९३० या दिवशी झालेल्या राष्ट्रीय पातळीवरच्या निवडणुकीमुळे नाझी पक्ष आणि हिटलर यांनी सत्ता संपादित करण्याच्या दिशेनं प्रचंड मोठी झेप घेतली. १९२८ मध्ये नाझी पक्षाला देशपातळीवर फक्त २.६टक्के मतं आणि १२ जागा इतकंच प्रतिनिधित्व मिळालं होतं. आता हे आकडे अनुक्रमे १८.३ टक्के मतं आणि संसदेत तब्बल १०७ जागा, असे अभूतपूर्व प्रमाणात वाढले. राष्ट्रीय पातळीवर आता नाझी पक्ष सगळ्यात दुसरा मोठा पक्ष बनला. हिटलर आणि गोबेल्स यांना या निवडणुकीत चांगल्यापैकी यश मिळण्याची अपेक्षा असली तरी प्रत्यक्षात हाती आलेला निकाल त्यांनाही थक्क करून गेला. इतक्या मोठ्या प्रमाणावर पक्षाला जागा मिळतील, असं त्यांनाही अजिबातच वाटलं नव्हतं. नाझी पक्षाला मिळालेल्या मतांपैकी किमान ४०टक्के मतं मध्यमवर्गीयांची होती, तर २५टक्के मतं कामगार वर्गातल्या लोकांची होती. या यशानंतर देशात सगळीकडे नाझी पक्षाच्या सदस्य नोंदणीला मोठं उधाणच आलं. एका झटक्यात देशपातळीवरच्या राजकारणाच्या कडेला उभ्या असलेल्या नाझी पक्षानं थेट राजकारणाच्या मुख्य गाभ्यातच प्रवेश केला.

दरम्यानच्या काळात हिटलरनं 'ब्राऊन हाऊस' म्हणून ओळखल्या जाणाऱ्या एका नव्या कार्यालयातून आपलं कामकाज सुरू केलं. खरं म्हणजे हिटलर काहीच काम करत नसल्यामुळे 'कामकाज' शब्दाला काहीच अर्थ नसल्याचं त्याचे अनेक चरित्रकार उद्वेगानं म्हणतात! लिंझ आणि व्हिएन्ना इथल्या आपल्या आधीच्या फुकट वेळ घालवत बसण्याच्या सवयींना हिटलरनं इथं उजाळा दिला असावा. फरक इतकाच की आता राष्ट्रीय पातळीवर त्याचं नाव पसरलं होतं. हिटलरचं हे कार्यालय अत्यंत उदासवाणं होतं. तिथं त्यानं 'फ्रेडरिक द ग्रेट' या त्याच्या दृष्टीनं इतिहासपुरुष असलेल्या प्रशियाच्या माजी सम्राटाचं मोठं तैलचित्र भिंतीवर रंगवून घेतलं होतं. त्याशेजारी १९१४ सालच्या जर्मन सैनिकांच्या पराक्रमाचंही एक चित्र होतं. जवळच मुसोलिनीचा मोठा पुतळा होता. इथं असताना हिटलरला पक्षाच्या कामकाजाकडे साफ दुर्लक्ष करून मनसोक्तपणे आपला वेळ घालवता येई. हिटलर कुठलंही ठरावीक काम करत नसे. मनाला येईल तसा दिवस पुढे ढकलणं, एवढाच त्याचा उद्योग असे. फ्रेडरिकचं मोठं चित्र बघूनसुद्धा आपण शिस्तबद्ध प्रकारे काम करावं, असं हिटलरला कधीच वाटत नसल्याची खंत नंतर त्याच्या विदेशी पत्रकारांसाठीच्या प्रमुख समन्वयकानं व्यक्त केली! अर्थात हिटलर या कार्यालयात फारसा आढळत

नसे, असंही त्यानं म्हटलं. अनेक लोक हिटलरची भेट घेण्यासाठी म्हणून त्याची वेळ ठरवून घेत आणि हिटलर बहुतेक करून या वेळा पाळत नसे. यामुळे लोकांना हात हलवत परत जावं लागे. किमान पत्रकारांना भेटीसाठी दिलेली वेळ तरी हिटलरनं पाळावी यासाठी म्यूनिक शहरात तो नक्की कुठे भटकतो आहे याचा शोध हिटलरच्या सहायकांना घ्यावा लागे आणि ही भेट घडवून आणावी लागे. अगदी महत्त्वाच्या मुद्द्यांविषयी चर्चा करण्यासाठीसुद्धा त्याच्या पक्षातल्या लोकांना हिटलरची ठरावीक अशी वेळ मिळत नसे. चुकून हिटलर 'ब्राऊन हाऊस'मध्ये आलेला असताना त्यांनी त्याला गाठलंच, तर तो लगेचच आपल्याला तातडीनं इथून काही कामासाठी जायचं आहे, असं सांगून त्यांची माफी मागे आणि त्याच्या पुढच्या दिवशी भेटण्याचं आश्वासन देऊन तिथून गायब होई. यातूनही मार्ग काढून कुणी हिटलरची भेट घेण्यात यश मिळवलंच, तर या लोकांशी कुठल्याही प्रकारची चर्चा करण्यात हिटलरला अजिबात रस नसे. उगीच वरवर तो एखाद्या प्रकरणात रस घेतल्यासारखं भासवे आणि अत्यंत उथळपणे तो मुद्दा काही मिनिटांमध्येच निकालात काढे. कधीकधी तो आपल्या खुर्चीतून उठे आणि आपल्या नेहमीच्या सवयीनुसार स्वतःशी अगम्य बडबड करत खोलीत येरझारा घाले. यातलं काहीच घडलं नाही तर मूळ विषयाला बगल देत भलत्याच कुठल्या तरी गोष्टीवर तो विनाकारण बोलत राही. आपल्याला रस असेल अशाच गोष्टीविषयी तो बोलत राही. त्या गोष्टीचा मूळ मुद्द्याशी दुरूनसुद्धा कसलाच संबंध नसल्याची त्याला अजिबात फिकीर नसे. त्याला ज्या गोष्टी समजत नसत किंवा ज्या गोष्टींच्या संदर्भात त्याच्यावर एखादा अवघड निर्णय घेण्याची परिस्थिती उद्भवे अशा गोष्टी तर तो पार टाळे किंवा तिथल्या तिथे त्या गुंडाळून टाके.

हिटलरच्या अनाकलनीय व्यक्तिमत्त्वामधले अनेक पैलू या काळातही ठळकपणे दिसत. एकीकडे अत्यंत कौशल्यानं लोकांना संमोहित करू शकण्याची ताकद त्याच्यामध्ये होता, तर दुसरीकडे तो तितकाच चाचपडणारा आणि आत्मविश्वास गमावून बसल्यासारखा होता. नेहमीच कुठलाही निर्णय घेताना तो खूप चाचपडत असे; पण त्याचबरोबर अधूनमधून तो एखादा अत्यंत आक्रमक नेतासुद्धा घेणार नाही असा प्रचंड धाडसी निर्णय घेऊन मोकळा होई. याचबरोबर एकदा निर्णय घेतला की काहीही झालं तरी तो बदलायला नकार देण्याचा निग्रही स्वभावही त्याच्यात आढळे.

अगदी क्वचितच हिटलर सार्वजनिक ठिकाणी आपल्या प्रतिमेला तडा जाईल असं वागे. असाच एक दुर्मिळ प्रसंग १९३२ मध्ये हॅम्बर्ग शहराच्या एका आलिशान हॉटेलमध्ये घडला. एका सहकाऱ्याला अचानकपणे हिटलर एखाद्या उतावळ्या मुलासारखा 'माझं सूप कुठे आहे? माझं सूप मला हवं आहे ...' असं ओरडत

असल्याचं ऐकू आलं. त्यापाठोपाठ आपल्या खोलीत एका टेबलावर ठेवलेलं सूप अधाश्यासारखं ओरपत असलेला हिटलर त्याला दिसला. अत्यंत थकलेला आणि निराश चेहरा असलेला हिटलर बघून त्याला धक्काच बसला. दुसऱ्या दिवशी करायच्या भाषणाचा लिखित मसुदा हिटलरच्या सहकाऱ्यानं तिथं आणून ठेवला होता; त्याकडे हिटलरनं साफ दुर्लक्ष केलं. त्याऐवजी मांसाहार टाळण्याविषयी त्या सहकाऱ्याचं काय मत आहे, असा प्रश्न हिटलरनं विचारला! नेहमीप्रमाणेच त्या सहकाऱ्याच्या उत्तराची वाट न बघता किंवा त्याला उत्तर देण्याची संधीसुद्धा न देता, हिटलरनं मांसाहार टाळल्यामुळे होणाऱ्या फायद्यांसंबंधी एक लांबलचक भाषण ठोकलं. समोरच्या माणसाला आपलं मत पटवून देण्यासाठीचा एकही गुणधर्म हिटलरच्या बोलण्यात आढळत नसून, आक्रमकरीत्या आपलं मत समोरच्या माणसावर ठासून चिकटवण्याचा हा प्रकार होता, असं त्या सहकाऱ्यानं नंतर नमूद केलं. याहून महत्त्वाचं म्हणजे, आपल्याला इतरांप्रमाणेच कायम दूर ठेवणाऱ्या हिटलरनं अचानकपणे जवळ केलं असल्याची ही खूण अजिबातच नसून, हिटलरच्या अस्थिर मनःस्थितीचा हा नमुना असल्याचं स्पष्ट होत असल्याचं त्यानं सांगितलं. त्याच्यामध्ये इतकी जाण असली तरी त्याच्या नेत्यामध्ये ती अजिबातच नव्हती, हेही यातून स्पष्ट व्हावं. हिटलरच्या मनातली विलक्षण असुरक्षितता अशा प्रकारे क्वचितच अनपेक्षितरीत्या बाहेर येई आणि इतर वेळी सत्ता प्राप्त करण्यासाठीची धडपड आणि हिंसेसंबंधी वाटणारं आकर्षण या रूपांनी ती प्रकट होई, असं हा सहकारी म्हणतो. आपण मांसाहार का टाळतो याविषयी बोलताना याचे अनेक दुष्परिणाम भोगल्यानंतर आपल्याला ही उपरती झाल्याचं हिटलरनं नमूद केलं, असा दावा या सहकाऱ्यानं केला. अचानकपणे सगळ्या शरीराला घाम येणं, प्रचंड मानसिक ताण येणं, शरीर थरथरणं आणि पोटात गोळे येणं अशा अनेक समस्यांचा सामना केल्यानंतर आपण मांसाहारी अन्न टाळण्याचा प्रयोग केला आणि त्यात आपल्याला यश आलं, असं हिटलरनं त्याला सांगितलं. पोटात गोळे येणं ही आपल्याला कर्करोग झाला असल्याची सुरुवातीची चिन्हं असल्याचं आणि त्यानं आपल्याला संपवण्याआधी आपल्यासमोरचं भव्यदिव्य काम पूर्णत्वाला नेण्याचं स्वप्न साकार करण्यासाठी आपण धडपडत असल्याचं हिटलरनं ओरडून सांगितलं, असं हा सहकारी म्हणतो. हिटलर काही काळासाठी मानसिक धक्क्यामध्ये असल्यासारख्या अवस्थेत गेला असावा, असं त्यानं स्पष्टपणे सांगितलं. यामुळे तो सहकारी अवाक झालेला असतानाच अचानकपणे हिटलर सावरला. त्यानं आपल्या मदतनिसांना बोलावून घेतलं आणि काही सूचना दिल्या. कुणाकुणाला फोन करायचा, तसंच कुणाकुणाची भेट घ्यायची, याच्या याद्या तयार झाल्या. पुन्हा आपला मुखवटा घालून ॲडॉल्फ हिटलर हा माणूस 'नेता' बनला!

हिटलरच्या स्वभावामध्ये अशा अनेक गूढ गोष्टी होत्या. आपल्याला डोईजड होऊ शकणाऱ्या लोकांची हिटलर काय अवस्था करत असे, याचं उत्तम उदाहरण म्हणजे अर्न्स्ट रॉहम या हिटलरच्या साथीदाराचं आहे. गुंड प्रवृत्तीचा, सतत भांडणं आणि मारामाऱ्या करणारा आणि समलिंगी संबंध ठेवणारा रॉहम सतत कुठल्या ना कुठल्या तरी प्रकरणात अडकलेला असे. त्याच्यावरचे खुनाचे आरोपही सिद्ध झाले होते! सुरुवातीला रॉहम हा हिटलरला एकदम जवळ होता. नाझी पक्षाच्या 'एसए' या आक्रमक संघटनेवरून रॉहम आणि हिटलर यांच्यात मतभेद झाले. हिटलरच्या नजरेतून या संघटनेचं महत्त्व आपल्या शत्रूंवर हल्ले चढवणं, नासधूस आणि मारहाण यांचं थैमान घालून आपल्या विरोधकांमध्ये दहशत पसरवणं, इतपतच होतं. रॉहमला मात्र एसए संघटना ही भविष्यात नाझी सरकारचं लष्कर बनू शकते, असं वाटे. हिटलरचा या संकल्पनेला साफ विरोध होता. यातून हिटलर आणि रॉहम यांच्यामध्ये दरी पडली. १९३१ मध्ये कुणीही आक्रमकरीत्या सरकारविरोधी कारवाया केल्या तर त्याचे गंभीर परिणाम भोगावे लागतील, असं ब्रूनिंग या चॅन्सलरनं जाहीर करून देशात आणीबाणी जाहीर केली. या निर्णयाला आव्हान देण्यासाठी एसएस आणि एसए या आक्रमक नाझी संघटना उत्सुक होत्या. हिटलरला मात्र कुठल्याही प्रकारे ब्रूनिंगच्या या निर्णयाविरुद्ध जायचं नव्हतं. आपण आता आततायीपणा करून आधीप्रमाणे क्रांती घडवून आणण्याची घाई केली, तर ते आपल्या चांगलंच अंगलट येऊ शकतं, याची त्याला कल्पना होती. रॉहमला मात्र असं अजिबातच वाटत नव्हतं. हिटलरबरोबरचे त्याचे बिघडलेले संबंध नुकतेच सुधारलेले असल्यामुळे, हिटलरनं त्याला आपल्या आक्रमक दलांच्या प्रमुखपदी नेमलं होतं. आपण आपल्या पदाला अनुसरून हिंसा घडवून आणण्यासाठीचे प्रयत्न केले पाहिजेत, असं रॉहमचं मत होतं; पण त्यानं या काळात हिटलरला पूर्ण सहकार्य केलं. एसएमधल्या इतर काही लोकांनी मात्र हिटलरला न जुमानता आक्रमक व्हायचं ठरवलं. साहजिकच नाझी पक्षातच उठाव होण्याची आणि हिटलरला दगाफटका होण्याची दाट शक्यता निर्माण झाली. यामुळे हिटलर हादरून गेला. त्यानं तातडीनं पावलं उचलून हा कट हाणून पाडला आणि त्यात एसए संघटनेच्या सुमारे पाचशे लोकांना ठार करण्यात आलं. हिटलरवरचं संकट टळलं. यामुळे रॉहम आणि हिटलर यांचे संबंध पूर्ववत झाले असले तरी लवकरच पुन्हा ते बिघडले. १९३३ मध्ये तर नाझी पक्षाचं नेतृत्व आपल्याकडे यावं यासाठी रॉहमनं खूप प्रयत्न करून बघितले. त्यात तो अपयशी ठरला. असे गुन्हे माफ करणाऱ्यांमधला हिटलर नव्हता. त्यानं संधी साधून रॉहम त्याच्या समलिंगी जोडीदाराबरोबर एका हॉटेलमध्ये असताना रात्री बिछान्यातच त्याचा खून घडवून आणला.

हिटलर स्वतः हुकूमशाही प्रवृत्तीचा असल्यामुळे नाझी पक्षाची पाळंमुळं हुकूमशाहीच्या

तत्त्वांवर आधारलेली होती, यात आश्चर्य वाटण्यासारखं काहीच नव्हतं. उलट आपल्या पक्षामध्ये लोकशाही नाही याचा नाझींना अभिमान वाटे. याचं कारण म्हणजे पहिल्या महायुद्धात शेपूट घालण्याचा आणि आपल्यावर व्हर्सायचा मानहानीकारक करार लादून घेण्याचा 'पराक्रम' लोकशाहीवादी लोकांनीच केला होता, असं ते सातत्यानं म्हणायचे. इतर राजकीय पक्षांमध्ये वेगवेगळ्या समित्या असायच्या. तसंच अनेक पातळ्यांवर चर्चा घडायच्या. सगळ्यांची मतं किमान ऐकली तरी जायची. नाझी पक्ष मात्र फक्त हिटलरभोवतीच घुटमळत असे. अंतिम निर्णय घेण्याचे सगळे अधिकार त्याच्याकडेच एकवटलेले होते. यामुळे खरं म्हणजे नाझी पक्ष कोलमडून पडायला हवा होता. कारण हिटलरवर कामाची आणि निर्णयांची इतकी जबाबदारी यायला हवी होती की त्यामुळे पक्षात नुसता गोंधळ माजणं आणि कुठलाच निर्णय पटकन न होणं, यांचं थैमान माजायला हवं होतं. कहर म्हणजे प्रत्यक्षात चित्र याच्या एकदम उलटं होतं. कामाच्या ओझ्याखाली हिटलर कधीच दबून गेला नाही. तसंच पक्षाच्या कामकाजाशी संबंधित असलेल्या कुठल्याही प्रकारच्या जबाबदाऱ्यांमुळे तो थकून गेला नाही. यामागचं एक महत्त्वाचं कारण म्हणजे नाझी पक्षाची रचनाच अशा प्रकारे झाली होती की, अनेक तरुणांना त्यात भरती होण्यासाठी खूप उत्तेजन मिळावं. म्हणजेच आपल्या समोरच्या अडचणींची तक्रार घेऊन कुणी हिटलरकडे किंवा इतर उच्चपदस्थांकडे जाणं अपेक्षितच नसे. प्रत्येकानं आपल्यासमोरचे प्रश्न आपल्या परीनं सोडवावेत, असं सातत्यानं सांगितलं जात असे. याचाच अर्थ, पक्षात वर जायचं असेल तर एकमेकांवर कुरघोडी करणं, आक्रमक होणं, न्याय्य-अन्याय्य असा फरक न करता कुठल्याही मार्गांचा वापर करून आपला दबदबा वाढवणं, याला प्रतिष्ठा मिळत होती. म्हणूनच जो माणूस आपल्याविषयी भीतीयुक्त वलय निर्माण करेल त्याला नाझी पक्षात भराभर वर जाता येतं, असं चित्र निर्माण होत गेलं. तरुणांना अशाच तर गोष्टींचं आकर्षण असतं. आपण दादागिरी करू शकतो आणि ती नुसती खपवून घेतली जाते असं नाही, तर तिला अप्रत्यक्षरीत्या प्रोत्साहन दिलं जातं, असं त्यांच्या लक्षात आल्यामुळे ते मोठ्या संख्येनं नाझी पक्षाकडे वळले. इतर पक्षांमध्ये समानता, लोकशाही, सगळ्यांना संधी, न्याय अशी मूल्यं जपली जात असल्यामुळे, आपल्याला तिथं वेगानं प्रगती करून घेणं अशक्य आहे, अशी भावना त्यांच्या मनात रुजली. नाझी पक्षानं पद्धतशीरपणे याला खतपाणी घातलं. याच्या मुळाशी हिटलरचा उत्क्रांतीच्या संदर्भातला चार्ल्स डार्विनचा सिद्धान्त वापरणं, हे खरं कारण ठरलं. ५ फेब्रुवारी १९२८ या दिवशीच्या आपल्या एका भाषणात हिटलरनं अगदी उघडपणे याविषयी भाष्य केलं होतं :

आयुष्याच्या संकल्पनेइतकीच संघर्षाची संकल्पना पूर्वापार काळापासून चालत आली आहे. जास्त ताकदवान असलेले आणि जास्त क्षमता असलेले लोक संघर्षात विजयी ठरतात. दुर्बळ लोक यात पराभूत होतात. संघर्ष हाच सगळ्या गोष्टींच्या मुळाशी असतो. मानवतेशी संबंधित असलेल्या तत्त्वांच्या आधारे कुठलाही माणूस जगू शकत नाही किंवा या खडतर विश्वात तग धरू शकत नाही. क्रूर स्वरूपाचा झगडा करूनच माणसाला हे साध्य होऊ शकतं.

हिटलरची ही विचारसरणी आयुष्यभर टिकून राहिली. उदाहरणार्थ २३ सप्टेंबर १९४१ या दिवशी रात्रीच्या भोजनानंतरच्या गप्पांमध्ये हिटलरची विधानं याच स्वरूपाची होती :

उत्क्रांतीमध्ये म्हटलं आहे त्यापेक्षा देव काही वेगळं करत नाही. तो अचानकपणे पृथ्वीवर खूप माणसांना धाडून देतो. प्रत्येक माणसानं आपला बचाव आणि विकास कसा साधायचा हे ठरवणं भाग असतं. माणसं सातत्यानं एकमेकांवर कुरघोडी करण्याच्या प्रयत्नांत असतात. शेवटी जो जास्त ताकदवान असेल त्याचा विजय होतो. हीच पद्धत बरोबर नाहीये का? असं नसतं तर चांगलं म्हणून जे काही ओळखलं जातं, ते टिकावच धरू शकलं नसतं. निसर्गाचे नियम जर आपण धुडकावून लावले असते तर पुन्हा एकदा जंगली श्वापदं माणसांना खायला लागतील आणि कीटक जंगली श्वापदांना खायला लागतील. शेवटी या पृथ्वीवर सूक्ष्मजीव वगळता काहीच शिल्लक उरणार नाही.

नाझी पक्षाचं कामकाज डार्विनच्या संकल्पनांनुसार चालवण्याचा संकल्प हिटलरनं केला आणि तो अमलात आणला, यात आश्चर्य वाटण्याचं काहीच कारण नाही. याचं एक ठळक उदाहरण म्हणजे २७ ऑक्टोबर १९२५ या दिवशी हॅनोवर शहरामधला नाझी पक्षाच्या प्रमुखपदी आपली नेमणूक केली जावी यासाठी एका नेत्यानं हिटलरला पत्र लिहिलं. हिटलरच्या एका मदतनिसानं त्याला लिहिलेल्या उत्तरात नाझी पक्षात अशी 'नेमणूक' केली जात नाहा, तर ती स्वतःच करून घेण्यासाठीची धमक दाखवावी लागते, असं स्पष्टपणे म्हटलं होतं. म्हणजेच या नेत्यानं स्वतःच आपली नेमणूक करून घेणं अपेक्षित होतं. याला विरोध झाला तर तो ठेचून काढण्याची धमक त्याच्यामध्ये असली म्हणजे झालं! म्हणजेच एखादी गोष्ट आवडली नाही तर स्वतःच त्यात बदल करून टाकायचा; पण आमच्याकडे

यायचं नाही, अशी हिटलरची नाझी पक्ष चालवण्याची पद्धत होती. जर आपण आपल्या प्रतिस्पर्ध्यांहून जास्त ताकदीचे असू तर आपला विजय होईल; पण आपण कमजोर असू तर आपला पराभव होईल, हे सगळ्यांनी लक्षात घ्यावं अशी हिटलरची अपेक्षा असे. कदाचित म्हणूनच दुसऱ्या महायुद्धात सोव्हिएत ताकदीपुढे जर्मनी टिकू शकत नाही हे स्पष्ट झाल्यावर, जर्मनी पराभूत होणंच तिच्यासाठी योग्य असल्याचं विचित्र विधान हिटलरनं केलं असावं. याचे विलक्षण परिणाम जर्मन समाजकारणावर झाले. एखादा तगडा मुलगा असेल तर तो काटकुळ्या मुलावर दादागिरी करणारच. श्रीमंत लोक गरिबांना हवं तसं नाचवणारच. उद्योजक कामगारांना हवं तसं वाकवणारच... 'उच्च' वर्णातले लोक 'दुय्यम' दर्जाच्या वर्णातल्या लोकांहून श्रेष्ठ असणारच... या आणि अशा प्रकारच्या अनेक भन्नाट संकल्पना नाझी पक्षानं सगळ्यांच्या मनांवर बिंबवल्या. सहानुभूती, दया, समानता, कणव, कायद्याचा आदर या सगळ्या गोष्टी म्हणजे गरीब, आजारी, मतिमंद, मानसिक आजार असलेले आणि दुबळे लोक यांना खऱ्या परिस्थितीचा सामना करायला लागू नये म्हणून उभे केलेले कृत्रिम अडथळे आहेत, असं सातत्यानं सांगण्यात आलं. खरं म्हणजे या लोकांनी आपल्या नशिबात जे लिहिलं आहे त्याचा सामना केला पाहिजे; पण तसं करण्याऐवजी ते दुसऱ्यांचा आधार घेण्यासाठी धडपडतात, अशी ही विकृत विचारसरणी सर्वमान्य होत गेली. जसं वैयक्तिक पातळीवर माणसामाणसामधला हा संघर्ष अविरतपणे सुरू असतो, त्याचप्रमाणे आंतरराष्ट्रीय पातळीवर देशादेशांमध्ये आपलं वर्चस्व प्रस्थापित करण्यासाठीसुद्धा संघर्ष सुरू असतो, असं हिटलर माने. तसंच हा संघर्ष कधीच संपत नसल्यामुळे, जो कुणी आपल्यासमोर नमतं घेत नाही त्याला वाकवण्यासाठी त्याच्यावर चाल करून जाणं भाग आहे, असं त्याचं तर्कशास्त्र होतं.

दरम्यान १९३२ सालच्या राष्ट्रपतिपदासाठीच्या निवडणुकीच्या प्रचारानं जोर पकडला. बहुतेक सगळ्या व्यावसायिकांनी हिंडेनबर्गला पाठिंबा द्यायचं ठरवलं. त्यांना हिटलरविषयी अजून पुरेसा विश्वास वाटत नव्हता. आपलं भलं हिंडेनबर्गच करेल, अशी त्यांना खात्री वाटत असावी. याचं कारण म्हणजे नाझी पक्षानं भांडवलशाहीविरुद्ध रान उठवलं होतं आणि हे ओळखून हिटलरनं व्यावसायिकांना शांत करण्याचे प्रयत्न निष्फळ ठरले. ५ मे १९३२ या दिवशी हिंडेनबर्गच्या राष्ट्रपतिपदाचा कार्यकाल संपुष्टात येणार होता. याच्या जोडीला दुसरी घडामोड म्हणजे ब्रूनिंग या चॅन्सलरनं जर्मन संसद बरखास्त केल्यामुळे संसदेसाठी म्हणजेच चॅन्सलरपदासाठीसुद्धा निवडणूक जाहीर झाली आणि त्याचाही प्रचार सुरू झाला. या घडामोडींमुळे हिटलर अस्वस्थ झाला. आपण राष्ट्रपतिपदाच्या निवडणुकीमध्ये हिंडेनबर्गच्या विरोधात उभं राहावं असं हिटलरला वाटत होतं. असं न करण्यानं

आपले लाखो समर्थक निराश होतील, असं त्याला वाटणं स्वाभाविकच होतं. ज्या नेत्यावर आपण इतका विश्वास टाकला आणि ज्याच्या मागे आपण उभे राहिलो तो निवडणुकीपासून लांब पळाला, तर आपण त्याला का समर्थन द्यावं, असं त्यांना वाटलं असतं. एक महिनाभरच्या घालमेलीनंतर हिटलरनं अखेर या निवडणुकीसाठी आपली उमेदवारी जाहीर करण्याचा निर्णय घेतला. यानंतरच्या प्रचारसभेत जर्मन लोकांना बदल हवा असेल तर त्यांनी आपल्याला मत द्यावं, असं जाहीर करत 'म्हाताऱ्या, तू आता दूर हटलं पाहिजेस' असं हिंडेनबर्गला उद्देशून म्हटलं. नेहमीप्रमाणेच हिटलरनं अनेक सभा घेतल्या. नाझी प्रचारयंत्रणा जय्यत तयारीला लागली. निवडणुकीत निकाल मात्र हिंडेनबर्गच्या बाजूनंच लागला. त्याला ५३टक्के, तर हिटलरला ३७टक्के मतं मिळाली.

एकीकडे हिंडेनबर्गकडे जर्मनीच्या राष्ट्रपतिपदाची सूत्रं आलेली असताना दुसरीकडे ५३ वर्षं वयाच्या फ्रांझ फॉन पापेनची देशाच्या चॅन्सलरपदी निवड झाली. खरं म्हणजे संसदेत पापेनच्या सरकारकडे बहुमत नव्हतंच. यामुळे राष्ट्रपती हिंडेनबर्गकडे असलेले खास अधिकार आणि नाझी पक्षाकडून अपेक्षित असलेलं सहकार्य यांच्या जिवावर पापेनचं भवितव्य अवलंबून होतं. पापेननं आपल्या आयुष्यात काहीच खास केलं नव्हतं. पापेन हा कठपुतलीसारखा नाचणार याची सगळ्यांना कल्पना होती. या कठपुतलीची सूत्रं जनरल कर्ट व्हॉन श्लाईशर याच्याकडे होती. जर्मन लष्करात तो लेफ्टनंट जनरल म्हणून १९३१ मध्ये काम करत होता. युद्धभूमीवरच्या पराक्रमांपेक्षा कुटिल कारस्थानं रचणं आणि आपल्या फायद्यासाठीच्या चाली खेळणं, यात श्लाईशर एकदम प्रवीण होता. त्यानंच आधी ब्रूनिंगला जर्मनीच्या चॅन्सलरपदी बसवलं होतं आणि आता पापेनला हे पद दिलं. पापेन हा अत्यंत कमजोर चॅन्सलर असून, त्याचं आपल्या दाव्यापुढे काही चालणार नाही, याची कल्पना असल्यामुळे हिटलरनं आता चॅन्सलरपदासाठीचा दावा करायचं ठरवलं.

१३ ऑगस्ट १९३२ या दिवशी हिटलरनं चॅन्सलर पापेनची भेट घेतली. हिंडेनबर्ग आपल्याला चॅन्सलरपदी नेमायला तयार नसल्याचं या संभाषणातून हिटलरला समजलं. म्हणूनच उप-चॅन्सलरपद हिटलरनं स्वीकारावं असा प्रस्ताव पापेननं त्याच्यासमोर ठेवला. यामुळे हिटलर सत्तेत येईल आणि हळूहळू हिंडेनबर्गला हिटलरविषयी आणखी माहिती मिळत गेली की तो आपोआपच त्याला चॅन्सलरपद देईल, असं पापेननं हिटलरला सांगितलं. प्रत्यक्षात मात्र हिटलरला आपल्या हाताखाली म्हणजे नियंत्रणाखाली ठेवायचं, असा त्याचा बेत होता. हिटलरच्या अहंकाराला मात्र हे अजिबातच साजेसं नसल्यामुळे, त्यानं पापेनचा हा प्रस्ताव पार धुडकावून लावला. दुसरा पर्याय म्हणजे आपल्या एखाद्या सहकाऱ्याला पापेनच्या हाताखाली उप-चॅन्सलर बनवायचं आणि आपण मात्र सत्तेच्या बाहेर राहायचं, असा

होता. तोही हिटलरला अमान्य होता. पापेननं नाइलाजानं आपण आपल्या या संभाषणाविषयी हिंडेनबर्गला सांगू, असं म्हणून बैठक संपवली. चॅन्सलरपद हातून निसटल्याची भावना हिटलरला सतावत असतानाच त्याला हिंडेनबर्गकडून संध्याकाळी ४.१५ वाजता भेटण्यासाठीचं आमंत्रण मिळालं. नव्यानं हिटलर आणि त्याचे सहकारी यांच्या आशा पल्लवित झाल्या. हिंडेनबर्गनं हिटलरला पुन्हा एकदा पापेनच्या हाताखाली काम करण्याविषयी विचारलं आणि आधीप्रमाणेच हिटलरनं त्याला साफ नकार दिला. आपल्याला पूर्ण सत्ता हवी असल्याचं हिटलरनं सांगताच फक्त एका पक्षाकडे सत्ता सोपवणं आपल्याला धोकादायक वाटत असल्याचं हिंडेनबर्गनं त्याला सांगितलं. तसंच आपल्याशी सहमत नसलेल्या लोकांना अजिबात सहन न करून घेण्याची वृत्ती बाळगणाऱ्या नाझी पक्षाकडे सत्ता सोपवण्यात तर आपल्याला काहीच मतलब दिसत नसल्याचं हिंडेनबर्ग म्हणाला. हिटलरनं मात्र हिंडेनबर्गनं सुचवलेले सगळे पर्याय खोडून काढले. शेवटी 'हिटलरनं आपला विरोध शांतपणे प्रकट करावा आणि हिंसाचार होणार नाही याची काळजी घ्यावी,' असा इशारा देत आपण हिंसाचार कठोरपणे मोडून काढू, असं हिंडेनबर्गनं त्याला

१९३२ साली सहकाऱ्यांसमवेत हिटलर

ठणकावून सांगितलं. बाहेर आल्यावर हिटलरचा खदखदत असलेला संताप बाहेर पडला. आपण हिंडेनबर्गच्या या निर्णयाला आक्रमकपणे विरोध करणार असल्याचं आणि याच्या परिणामांची आपण अजिबात चिंता करणार नसल्याचं सांगून टाकलं.

नऊ वर्षांपूर्वी क्रांती घडवण्याचा प्रयत्न अयशस्वी ठरल्यानंतर हिटलरचा हा सगळ्यात मोठा पराभव होता. निवडणुकीत प्रचंड यश मिळवूनसुद्धा त्याला जर्मनीचं चॅन्सलरपद मिळत नव्हतं. राष्ट्रपती हिंडेनबर्गचा निर्णय अंतिम होता आणि त्यानं हिटलरला चॅन्सलरपद द्यायला नकार दिला असल्यामुळे हिटलरसमोर दुसरा पर्याय नव्हता. हा पराभव हिटलरच्या एकदम जिव्हारी लागला. त्याचा संताप आणि अपमानामुळे झालेली मानहानी या गोष्टी अगदी ठळकपणे त्याच्या वागण्याबोलण्यातून दिसून येत होत्या. तेवढ्यात हिटलरसमोर एक सुवर्णसंधी चालून आली. एका खून प्रकरणात हिटलरच्या 'एसए' संघटनेमधल्या लोकांना पकडून फाशीची शिक्षा ठोठावण्यात आली. याचा तीव्र निषेध करून आपण असा निर्णय घेणाऱ्या पापेनच्या सरकारमध्ये सहभागी होण्याचा विचारसुद्धा करू शकत नाही, असं हिटलर म्हणाला. आपला अपमान हिंडेनबर्गच्या ज्या निर्णयामुळे झाला होता, त्याच निर्णयाला हिटलरनं अशा तऱ्हेनं एकदम वेगळं रूप दिलं. वातावरण तापत गेलं. हिंडेनबर्गनं पापेनला संसदेमध्ये आपलं सरकार बरखास्त करत असल्याची घोषणा करण्याचे आदेश दिले. यासाठी पापेन संसदेमध्ये दाखल झाला खरा; पण हिटलरला पापेनचं सरकार अशा 'सन्माननीय' पद्धतीनं बरखास्त होऊ द्यायचं नव्हतं. आपल्या कट्टर विरोधक असलेल्या कम्युनिस्ट पक्षानं पापेनच्या सरकारच्या विरोधात मांडलेल्या अविश्वासाच्या प्रस्तावावर घाईघाईनं मतदान घ्यावं आणि पापेनची अपमानास्पदरीत्या हकालपट्टी करावी, असे आदेश त्यानं संसदेमधल्या आपल्या सहकाऱ्यांना दिले. पापेनला याची कल्पना आल्यामुळे त्यानं संसदेच्या कामकाजाची सूत्रं आपल्या हातांमध्ये घेण्याचे प्रयत्न केले खरे; पण संसदेमध्ये नाझी पक्ष सगळ्यात मोठा असल्यामुळे संसदेच्या सभापतिपदी नाझी पक्षाचा हर्मन गोरिंग हा नेता होता. त्यानं पापेनला बोलूच दिलं नाही आणि पापेनचं सरकार बरखास्त करण्यासंबंधीच्या विधेयकावर तातडीनं मतदान घेतलं. त्यात पापेन सरकारचा ४२-५१२ अशा मतांनी पराभव झाला. साहजिकच अत्यंत अपमानास्पदरीत्या पापेन सरकार कोलमडून पडलं. हिटलरचा आनंद गगनात मावत तर नव्हताच; पण त्याच्या जोडीला सत्तेत आल्यानंतर आपण इतरांशी कसं वागणार आहोत, याची चांगली चुणूकही त्याच्या नाझी पक्षानं या निमित्तानं दाखवली.

या घटनाक्रमामुळे जर्मनीत एका वर्षात तब्बल पाचव्यांदा राष्ट्रीय पातळीवरची निवडणूक होणार, हे नक्की झालं. ६ नोव्हेंबर रोजी ही निवडणूक घेण्यात येईल,

असं जाहीर करण्यात आलं. खरं म्हणजे सततच्या निवडणुकांमुळे नाझी पक्षाचे नेते, कार्यकर्ते आणि मतदार हे सगळेच थकून गेले होते. हिटलरला मात्र भाषणबाजी करायला मिळाली की तो सगळ्यात खूश असे. यामुळे हिटलरनं पुन्हा विक्रमी वेगानं जाहीर सभा घ्यायला सुरुवात केली. अर्थात गोबेल्सनं हिटलरच्या सभांना जमलेल्या गर्दीचे आकडे फुगवणं, तसंच कमी गर्दीचा धसका घेऊन काही ग्रामीण भागांमध्ये इथूनतिथून लोकांना सभेमध्ये हजर राहण्यासाठी गोळा करणं, असे प्रकारही केले. एकूणच नाझी पक्षाला या निवडणुकीत फारसं यश मिळणार नाही, असं गोबेल्ससकट अनेक जणांना वाटत होतं. प्रत्यक्षात घडलंही तसंच. आधीच्या मानानं नाझी पक्षाला मिळालेल्या मतांच्या संख्येत वीस लाख मतांची घट झाली; तसंच पक्षाला मिळालेल्या जागांची संख्याही २३० वरून १९६ वर घसरली. यामुळे हिटलर मात्र निराश झाला नाही. त्यानं आधीसारख्या त्वेषानं लढत राहण्याचं आवाहन आपल्या सहकाऱ्यांना केलं. जर्मनीमधल्या परिस्थितीत या निवडणुकीमुळे किंवा तिच्या निकालामुळे कसलाच फरक पडला नाही. पापेननं नव्यानं सरकार स्थापन करण्याचे प्रयत्न केले; पण ते फसले. हिटलरनं पुन्हा एकदा हिंडेनबर्गची भेट घेतली. अजूनही हिंडेनबर्ग आपल्या मतांवर ठाम होता. हिटलरनं स्वतःकडे एकहाती सत्ता घेण्याचे प्रयत्न सोडून इतरांच्या सहकार्यानं संयुक्त प्रकारच्या सरकारमध्ये स्थापन व्हायची तयारी दाखवली पाहिजे, असं हिंडेनबर्गचं मत होतं. यामुळे निदान संसदेमध्ये बहुमत असलेलं आघाडी सरकार तरी सत्तेवर येईल, असं हिंडेनबर्ग म्हणत होता. अर्थात आपण हिटलरसमोर अशक्यप्राय पर्याय ठेवत असल्याची हिंडेनबर्गला जाणीव होती; कारण असं सरकार स्थापन करण्यासाठी समविचारी पक्षांकडे मिळून बहुमत नव्हतं. यातून काहीच निष्पन्न होईना.

या कठीण परिस्थितीतून वाट काढता काढता हिंडेनबर्गच्या नाकीनऊ आले. त्यानं परत एकदा पापेन चॅन्सलर व्हावा यासाठीचे प्रयत्न सुरू केले. पापेनकडे मात्र यासाठीचं बहुमत नव्हतं आणि पापेनला पुन्हा चॅन्सलर केलं तर जर्मनीत यादवी युद्ध माजेल, असा इशारा श्लाईशरनं हिंडेनबर्गला देत आपली उमेदवारी अप्रत्यक्षरीत्या जाहीर केली. यामुळे नाइलाज झालेल्या हिंडेनबर्गनं आपल्या आवडत्या पापेनऐवजी श्लाईशरला जर्मनीच्या चॅन्सलरपदी नेमलं. आता श्लाईशरनं नाझी पक्षामध्ये हिटलरखालोखाल महत्त्व असलेल्या ग्रेगॉर स्ट्रॉसरला आपल्या बाजूनं खेचून घेण्यासाठी प्रयत्न सुरू केले. हिटलर आणि स्ट्रॉसर यांच्यामधले संबंध आधीपासूनच जरा बिघडत चालले होते. हिटलरइतका स्ट्रॉसर अतिकट्टर नसून, तो जास्त समजूतदार आहे आणि नाझी कार्यकर्त्यांना तो आपल्यामागे आणू शकेल, अशी श्लाईशरला खात्री वाटत होती. ३ डिसेंबर रोजीच्या एका गुप्त बैठकीत श्लाईशरनं स्ट्रॉसरला उप-चॅन्सलरपदाचं आमिष दाखवलं. स्ट्रॉसरसमोर आता हिटलरला शरण जाणं

आणि त्याचं नेतृत्व स्वीकारणं, हिटलरच्या विरोधात जाणं किंवा राजकारणातून निवृत्ती पत्करून शांतपणे जगणं, असे तीन पर्याय होते. पहिले दोन पर्याय अनुक्रमे अपमानास्पद आणि धोकादायक वाटत असल्यामुळे स्ट्रॉसर ते स्वीकारू शकला नाही. शेवटी ८ डिसेंबर १९३२ या दिवशी स्ट्रॉसरनं नाझी पक्षामधल्या आपल्या सगळ्या पदांचा राजीनामा दिला. नाझी पक्षाच्या मतांमध्ये आधीच घट झालेली असताना, नव्यानं आलेलं हे संकट खूपच धोकादायक ठरू शकेल याची हिटलरला कल्पना होती. कदाचित पक्षाचे तुकडे होण्याचीही शक्यताही होती. यामुळे नाझी पक्षात प्रचंड खळबळ माजेल आणि आपल्या विरोधात उठाव होईल, अशी भीती त्याला वाटली. धोका ओळखून हिटलरनं आपल्या जवळच्या कार्यकर्त्यांची तातडीनं बैठक बोलावली आणि या बैठकीत स्ट्रॉसरवर कडाडून टीका केली. आपल्याशी एकनिष्ठ राहू इच्छिणाऱ्यांनीच आपल्यासोबत पक्षात राहावं, असं सांगून जर पक्षात दुफळी माजली तर आपण 'तीन मिनिटांमध्ये सगळं संपवू' असा सनसनाटी इशारा त्यानं दिला. नेहमीप्रमाणेच अशा समरप्रसंगी नाट्यमय कृती करणं आणि लोकांच्या भावनांना हात घालणं, हे प्रकार त्यानं केले. त्या रात्रीसुद्धा तो एकदम अस्वस्थ होता. त्यानंतर त्यानं पुढच्या नऊ दिवसांमध्ये आपल्या कार्यकर्त्यांच्या सात बैठका घेतल्या आणि त्यांच्या भावनांना साद घातली. याबरोबर स्ट्रॉसरच्या राजीनाम्यामुळे उभं ठाकलेलं संकट दूर झालं. अर्थात हिटलरच्या डोक्यातून स्ट्रॉसरचा विषय पूर्णपणे जाणं शक्यच नव्हतं. आपल्या विरोधात जाणाऱ्या लोकांचा पूर्ण बदला घेतल्याशिवाय त्याला चैन पडत नसे. ३० जून १९३४ या दिवशी स्ट्रॉसरची हत्या करण्यात आली.

श्लाईशरकडे जर्मनीचं चॅन्सलरपद आल्यामुळे जर्मनीवरची संकटं काही दूर झाली नाहीत. उलट आता पापेन पार दुखावला होता. श्लाईशर जर्मनीचं पार वाटोळं करत असल्याचं मत तो सगळीकडे व्यक्त करायला लागला. त्यानं हिटलरचीही भेट घेतली. यातून हिंडेनबर्गकडे पापेन आता हिटलरची शिफारस करण्याची आणि त्याला चॅन्सलरपदावर बसवण्यासंबंधीची विनंती करण्याची शक्यता निर्माण झाली. प्रत्यक्षात हिंडेनबर्गला भेटल्यावर आपल्या नेतृत्वाखाली हिटलर संयुक्त आघाडी सरकारमध्ये सामील होण्याची शक्यता पापेननं बोलून दाखवली. या सगळ्यातून काहीच निष्पन्न झालं नाही. परिस्थिती 'जैसे थे'च राहिली. यातून मार्ग काढण्यासाठी पापेननं नमतं घ्यायचं ठरवलं आणि हिटलरला चॅन्सलरपद देण्यात यावं आणि आपण त्याच्या हाताखाली उप-चॅन्सलर म्हणून काम बघू, असं हिंडेनबर्गला सांगून पाहिलं. दरम्यान आपल्या चॅन्सलरपदाला धोका निर्माण झाला असल्याचं आणि जर्मन संसदेमध्ये आपल्या विरोधात विश्वासमताचा कौल जाण्याची शक्यता असल्याचं हिंडेनबर्गला सांगितलं. म्हणजेच पापेनप्रमाणेच आपलीही अपमानास्पदरीत्या

चॅन्सलरपदावरून हकालपट्टी होणार, हे त्याला दिसत होतं. त्याआधीच हिंडेनबर्गनं आपलं सरकार सन्मानानं बरखास्त करून नव्यानं निवडणूक जाहीर करावी, अशी विनंती श्लाईशरनं त्याला केली. याला हिंडेनबर्गनं नकार दिला. यामुळे श्लाईशरनं स्वतःच आपलं मंत्रिमंडळ बरखास्त करून राजीनामा दिला. आता काय करायचं, हा हिंडेनबर्गसमोरचा यक्षप्रश्न होता. पुन्हा एकदा आपल्या आवडत्या पापेनचं सरकार बनवायचं त्याच्या डोक्यात असलं तरी स्वतः पापेनलाच या शक्यतेविषयी अजिबात आत्मविश्वास वाटत नव्हता. पापेनचं सरकार पुन्हा आलं तर देशात आणीबाणीचं वातावरण निर्माण होईल, याची हिंडेनबर्गलाही कल्पना होती. यामुळे त्यानं पापेनशी संपर्क साधून त्याला यातून काहीतरी मार्ग काढायला सांगितलं. हिटलरचं सरकार स्थापन करण्याविषयीची विचारणा त्यानं केली. हिटलरनंही थोडंफार नमतं घेतल्यामुळे शेवटी यातून मार्ग निघाला आणि हिटलर जर्मनीचा चॅन्सलर होण्यासाठीचा मार्ग खुला झाला. अत्यंत नाइलाजानं या निर्णयाप्रत आलेल्या हिंडेनबर्गनं आपल्या भावना And now gentlemen forwards with God या एकाच वाक्यातून मांडल्या. आता सगळं देवाच्या भरवशावर सोडण्यावाचून दुसरा पर्याय आपल्या नजरेसमोर दिसत नसल्याची हताश भावना हिंडेनबर्गनं मांडली, यातच सगळं आलं.

चॅन्सलर बनण्यापूर्वी हिटलर लोकांना अभिवादन करताना; शेजारी गोरिंग

खरं म्हणजे हिटलरकडे जर्मनीचं चॅन्सलरपद येण, हा हिंडेनबर्गसमोरचा एकमेव पर्याय निश्चितच नव्हता. त्यानं श्लाईशरची विनंती मान्य करून त्याला

आपलं सरकार बरखास्त करण्याची परवानगी दिली असती तर कदाचित चित्र बदललं असतं, असं काही इतिहासकार मानतात. कारण जर्मनीमधली आर्थिक परिस्थिती काही वर्षांच्या दुरवस्थेनंतर सुधारत चालली होती आणि यामुळे तिथली अशांतता कमी झाली असती; तसंच हिंडेनबर्गला यामुळे योग्य राजकीय हालचाली करणं शक्य झालं असतं. त्यातच नाझी पक्षाला सत्ता मिळत नसल्यामुळे पक्षाच्या कार्यकर्त्यांमध्ये निर्माण झालेली अस्वस्थता निर्णायक पातळीवर जाऊन पोहोचली असती आणि त्यामुळे कदाचित पक्षात फूट पडली असती, असंही काही जण म्हणतात. अर्थातच या सगळ्या 'जर-तर'च्या गोष्टी झाल्या. प्रत्यक्षात मात्र हिटलरकडे जर्मनीचं चॅन्सलरपद आलं हेच खरं, इतकंच आपण म्हणू शकतो. यामुळे ३० जानेवारी १९३३ या दिवशी एसएस संघटनेच्या कार्यकर्त्यांनी जल्लोष करण्यासाठी प्रचंड मोठी मिरवणूक काढली. कॅथॉलिक विचारसरणीच्या एका वर्तमानपत्रानं हिटलरला चॅन्सलर बनवण्याचा निर्णय 'जर्मनीला भयाण काळोखात नेणारा' असल्याचं म्हटलं. नाझी पक्षाचे विरोधक, तसंच ज्यू लोक यांना आता केवळ आपल्या भविष्याविषयीच नव्हे, तर जिवाचीसुद्धा भीती वाटायला लागली. काही जणांनी मात्र हिटलर फार काळ सत्तेवर राहू शकणार नाही, असं म्हणत नाझी धोक्याकडे दुर्लक्ष करण्याची भूमिका घेतली.

इथून पुढे जे घडत गेलं त्याची मात्र जवळपास कुणालाच पूर्वकल्पना नव्हती, असं आपण खात्रीलायकरीत्या म्हणू शकतो!

चॅन्सलर झाल्यावरचे पहिले छायाचित्र

हुकूमशाहीकडे वाटचाल

हिटलरची चॅन्सलरपदी नेमणूक झाल्या झाल्या एसए आणि एसएस संघटनांनी हातात पेटती कोलितं घेऊन बर्लिनच्या भर रस्त्यातून संध्याकाळी एक मिरवणूक काढली. आता रेडिओची सूत्रं हाती आल्याचा फायदा घेत जोसेफ गोबेल्सनं मध्यरात्रीनंतरपर्यंत सुरू असलेल्या या आक्रमक जल्लोषाचं धावतं वर्णन अत्यंत ओघवत्या शैलीत लोकांपर्यंत पोहोचवलं. इतकंच नव्हे, तर तब्बल दहा लाख लोकांनी या समारंभाला हजेरी लावली असल्याची बातही त्यानं मारली. जर्मनीमधल्या ब्रिटिश राजदूताच्या मते मात्र हा आकडा पन्नास हजारांहून जास्त नसावा. त्याच्या एका लष्करी अधिकाऱ्यानं तर जेमतेम पंधरा हजार लोकच हजर असल्याचं मत व्यक्त केलं. काहीही असलं तरी हे दृश्य भल्याभल्यांच्या मनात धडकी भरवणारं होतं, यात शंका नाही. नाझी लोकांची आक्रमकता आणि त्यांचा उद्दामपणा हे सगळं अगदी अंगावर येणारं होतं, यात शंकाच नाही. अर्थात चॅन्सलर झाल्याझाल्या आपली हुकूमशाही गाजवणं हिटलरच्या दृष्टीनं अशक्य होतं. याचं कारण म्हणजे राष्ट्रपती हिंडेनबर्ग जिवंत असेपर्यंत जर्मन लष्करानं हिटलरला विनाशर्त पाठिंबा देण्याचा प्रश्नच उद्भवत नव्हता. लष्कराच्या दृष्टीनं हिंडेनबर्ग हा जर्मनीचा सर्वाधिकारी होता आणि त्यानं हिटलरला नेमलं होतं. अर्थातच यातून मार्ग काढण्याचा चाणाक्षपणा हिटलरनं दाखवला आणि लवकरच चॅन्सलर या सरकारच्या प्रमुखपदाबरोबरच राष्ट्रपतिपदाचे म्हणजेच देशाच्या प्रमुखपदाचे अधिकार त्यानं मिसळून टाकले. याशिवाय गोबेल्सच्या मदतीनं हिटलरनं राबवलेलं प्रचार अभियान जोरात सुरू असल्यामुळे सर्वसामान्य जनतेच्या हृदयातही हिटलरविषयी विलक्षण आदर आणि प्रेम यांची भावना जागृत होत गेली. सातत्यानं होत असलेल्या निवडणुका आणि त्यातून काहीच निष्पन्न होत नसल्याचा संताप यांच्या मिश्रणाच्या पार्श्वभूमीवर हिटलरसारखा नेता त्यांना भावला.

आपल्या चॅन्सलरपदाची सुरुवात हिटलरनं सावधपणे केली. तो मंत्रिमंडळाच्या

बैठकांमध्ये इतरांची मतं ऐकून घेई. तसंच स्वतःचे निर्णय सगळ्यांवर तो लादत नसे. अर्थात काही काळातच हिटलरचा चॅन्सलरपदावर दावा ठोकण्याचा मूळ हेतू स्पष्ट झाला. जर हिंडेनबर्गनं आपल्याला चॅन्सलरपदावर नेमण्याच्या निर्णयावर आपण समाधानी राहिलो तर लवकरच संसदेत आपल्या विरोधात आवाज उठू शकतात, याची त्याला कल्पना होती. त्यामुळे त्यानं अगदी तातडीनं हिंडेनबर्गची भेट घेऊन त्याला नव्यानं निवडणूक घेण्यासाठी राजी केलं. काही जणांना कदाचित हे खूप विचित्र वाटेल. जर हिटलरला नव्यानं निवडणूक घडवून आणायची होती तर त्यानं चॅन्सलरपदासाठी एवढी उठाठेव का केली असेल, असा प्रश्न आपल्यालाही पडणं स्वाभाविकच आहे. यामागचं रहस्य म्हणजे निवडणुकीच्या मार्गानं एकदा आपण चॅन्सलर बनलो की सगळी सरकारी यंत्रणा आणि प्रचार यंत्रणा यांच्यावर आपलं पूर्ण नियंत्रण प्रस्थापित होईल आणि याचा निवडणूक जिंकण्यासाठी वैध-अवैध मार्गांनी आपल्याला पुरेपूर वापर करून घेता येईल, याची त्याला जाणीव होती. त्यानं लगेचच रेडिओवरून भाषणं सुरू केली. तसंच लष्करी अधिकाऱ्यांची भेट घेऊन त्यांनी आपल्या कारभारामध्ये ढवळाढवळ करू नये, यासाठी त्यांची खुशामतही केली. आपल्या हंगामी सरकारला त्यानं तातडीनं लष्करावरच्या खर्चात भरघोस वाढ करण्याच्या सूचना दिल्या. जर्मन लष्कराला गतवैभव प्राप्त करून देण्याचा आपला उद्देश असल्याचं त्यानं वारंवार सूचित केलं. याचा जर्मन लष्कराला प्रोत्साहित करण्याबरोबरच सर्वसामान्य लोकांच्या मनात आपली प्रतिमा 'देशप्रेमी', 'ताकदवान' आणि 'निर्भयी' नेता म्हणून ठसण्यासाठी खूप उपयोग होईल, हे तो ओळखून होता. बहुतेक हुकूमशहांची सुरुवात अशीच होते.

लष्कराखेरीज सर्वसामान्य लोकांनाही आपल्या बाजूनं वळवून घेण्यासाठीचे प्रयत्न हिटलरनं सुरू केले. जमीनदार मंडळी तर आधीपासूनच नाझी पक्षाला पाठिंबा देणारी होती; आता सर्वसामान्य शेतकऱ्यांना कर्जमाफी देणं, त्यांच्या पिकांना किमान दर ठरवून देणं, तसंच शेतमालाच्या आयातीवर निर्बंध घालणं, अशा मार्गांनी त्यानं आपल्या बाजूनं वळवून घेतलं. उद्योगपतींची भेटही त्यानं घेतली. खरं म्हणजे यांतल्या काही मंडळींना हिटलर आपला शत्रू वाटायचा. प्रत्यक्षात हिटलरनं मात्र आपण मार्क्सवादाच्या तसंच साम्यवादाच्या पूर्ण विरोधात असल्याचा पुनरुच्चार केला. खासगी संपत्तीवर सरकारी टाच आणणं आपल्याला अजिबात पसंत नसल्याचं सांगून यासाठी आगामी निवडणुकीमध्ये आपल्यामागे उभं राहण्याचं आवाहन त्यानं केलं. या भाषणात काहीच खास नसलं तरी भाषणानंतर या मंडळींकडून मोठ्या प्रमाणावर निधी मागण्यात आला आणि यातून हिटलरच्या भेटीचा खरा हेतू या उद्योगपतींच्या लक्षात आला. त्यांनी हिटलरला भरभरून मदत करायचं आश्वासन दिलं आणि काही आठवड्यांच्या आतच तीस लाख मार्क्स नाझी पक्षाच्या हवाली

केले. यानंतर काही दिवसांमध्येच नाझी पक्षानं आपली झलक दाखवायला सुरुवात केली. आपल्या कंपन्यांमधून सगळ्या ज्यू लोकांना काढून टाकण्याचे आदेश लवकरच जारी करण्यात आले. सगळ्या ज्यू व्यावसायिकांसमोर अडचणी निर्माण करण्यात आल्या. तसंच व्यापाऱ्यांच्या अत्यंत प्रभावशाली संघटनेच्या जागी नाझी पक्षानं आपली एक नवी संघटना उभी केली. अर्थातच या सगळ्या निर्णयांचा मूळ हेतू ज्यूंना निष्प्रभ करणं आणि बलाढ्य उद्योगपतींना आपल्या बाजूला वळवणं, हा होता.

पोलिसांनाही हिटलरनं आपल्या हाताशी धरलं. आपल्या नाझी पक्षाच्या एसए आणि एसएस या आक्रमक संघटना आणि पोलीस यंत्रणा यांच्यात काहीच अंतर राहता कामा नये, असा फतवा त्यानं काढला. याचा प्रचार करताना आणि विरोधकांना नमवताना त्याला खूप फायदा झाला. डाव्या विचारसरणीच्या लोकांना हेरून ठेचून काढण्यात आलं. कम्युनिस्ट पक्षाच्या बैठकांवर बंदी घालण्यात आली. एसए आणि एसएस या संघटनांनी कायदा हातात घ्यावा आणि आपल्या विरोधकांना कुठल्याही मार्गानं धडा शिकवावा यासाठीची पूर्ण मोकळीक त्यानं एकीकडे तर दिलीच; पण दुसरीकडे वरवर मात्र आपण या हिंसाचाराच्या विरोधात असल्याचा भासही त्यानं निर्माण केला. आपण या हिंसाचाराचं समर्थन करत असल्याचं त्यानं एकदाही सांगितलं नाही; पण देशप्रेमापोटी या संघटना जास्त आक्रमक होत असल्याचं आणि त्यांना थोडा वेळ दिल्यानंतर त्या समजुतीनं वागतील अशी आशा व्यक्त करत राहण्याचं फसवं धोरण त्यानं स्वीकारलं. ५ मार्चच्या निवडणुकीपर्यंत बहुधा हा प्रकार अशाच रीतीनं सुरू राहिला असता; पण २७ फेब्रुवारी १९३३ या दिवशी मॅरिनस व्हान दर लुब (Marinus Van der Lubbe) यानं जर्मनीच्या संसदेला म्हणजेच 'राईश्टॅग'ला आग लावली आणि सगळी परिस्थिती एकदम बदलून गेली. पूर्वी हॉलंडमध्ये कम्युनिस्ट पक्षाचं प्रतिनिधित्व करणाऱ्या; पण आता ते संबंध तोडून टाकलेल्या दर लुब याला भांडवलशाहीच्या वाढत्या प्रभावामुळे गरीब कामगारांच्या होत असलेल्या ससेहोलपटीचा खूप संताप येत असे. कामगार वर्गानं एकत्र येऊन अत्याचारी सरकारच्या विरोधात पेटून उठावं यासाठी एखादं सनसनाटी कृत्य करायचं, त्याच्या मनात होतं. बर्लिनमध्ये १५ फेब्रुवारी रोजी तीन निरनिराळ्या इमारतींमध्ये आग लावण्याचे त्याचे प्रयत्न असफल ठरले; पण त्यानंतर दोनच दिवसांनी त्यानं इतिहास घडवला. अर्थात यातून त्याला जे अपेक्षित होतं ते घडलं नाहीच; पण उलट परिस्थिती अजूनच बिकट झाली.

२७ फेब्रुवारीच्या रात्री आजारी असल्यामुळे हिटलर आणि गोबेल्स यांच्यासोबत न जाता, पुट्झी जर्मन संसदेच्या जवळच्या सत्ताधारी पक्षासाठीच्या नेत्यांपैकी एकाच्या घरी लवकर झोपी गेला. जरा उशिरानं तिथल्या नोकराच्या किंकाळ्यांनी

त्याला जाग आली. 'संसदभवनाला आग लागली आहे' असं त्या नोकरानं सांगताच पुट्झी आपल्या बिछान्यातून ताडकन उठला आणि खिडकीतून त्यानं समोरच्या संसदभवनाकडे बघितलं तर तिथून नुसते आगीचे लोळ दिसत होते. पुट्झीनं लगेचच हिटलरसोबत असलेल्या गोबेल्सला फोन करून ही माहिती सांगितली. गोबेल्सचा यावर विश्वासच बसला नाही. पुट्झी विनोद करत असल्याचं समजून त्यानं हिटलरला काहीच सांगितलं नाही. नंतर मात्र आणखी कुणीतरी अशीच माहिती दिल्यावर हिटलर आणि गोबेल्स तातडीनं संसदेकडे आले. पुट्झी इतर लोकांबरोबर तिथंच जळणारं संसदभवन बघत होता. पापेनही तिथं आला. सत्ता मिळवण्यासाठी कम्युनिस्ट पक्षानं केलेला हा प्रकार असल्याचं हिटलर आणि त्याचे सहकारी यांचं लगेच मत झालं. याखेरीज जर्मनीमध्ये निवडणुकीपूर्वीच यादवी युद्ध घडवून आणण्यासाठी कम्युनिस्ट पक्ष निरनिराळ्या प्रकारे किती प्रयत्न करतो आहे, याविषयीही नाझी पक्षानं अनेक वावड्या उठवल्या. यासाठी एकही पुरावा सादर करण्यात आला नाही किंवा त्याची गरज नाझी पक्षाला भासली नाही.

हिटलरला तर ही आपल्यासमोर चालून आलेली सुवर्णसंधीच वाटली. देशद्रोह करू पाहणाऱ्या साम्यवाद्यांसकट सगळ्यांना चांगला धडा शिकवला पाहिजे, असं म्हणून त्यानं जर्मनीमध्ये आणीबाणी जाहीर करण्याजोगी परिस्थिती निर्माण झाली असल्याचं मत व्यक्त केलं. यासाठीचा कायदाही त्यानं तातडीनं मंत्रिमंडळाकडून संमत करून घेतला. यामुळे एका झटक्यात जर्मनीच्या नागरिकांचं विचारस्वातंत्र्य, माध्यमांचं स्वातंत्र्य, टपाल खातं आणि दळणवळण यंत्रणा यांना देण्यात आलेली मोकळीक या सगळ्यांवर गदा आली. ही बंदी कधी संपणार याविषयी अजिबात काहीच उल्लेख करण्यात आला नाही. याचा निवडणुकीनंतर नाझी पक्षानं पुरेपूर फायदा करून घेतला. दरम्यान जर्मन संसदभवनाला आग लागल्याची घटना घडून गेल्यानंतर आग लावणाऱ्याबरोबरच इतरही अनेक साम्यवादी नेत्यांची हिटलरनं रातोरात धरपकड केली होती. निवडणुकीमध्ये नाझी पक्षाला ६४७ जागांपैकी २८८ जागा मिळाल्या. एसए आणि एसएस या दोन्ही संघटनांच्या आक्रमणाला आता नवी धार चढली. प्रचंड हिंसाचार आणि दमबाजी यांचं थैमान माजलं. ते थांबवण्यात हिटलरला कसलाच रस नव्हता; उलट ते लपूनछपून भडकवण्यासाठी तो प्रयत्नशील होता. म्यूनिकपासून बारा मैल अंतरावर मार्क्सवादी कार्यकर्त्यांचा छळ करण्यासाठीची पहिली छळछावणी उभी करण्यात आली!

दरम्यान दुसरीकडे हिटलर आपण राज्यकारभारात मश्गूल असल्याचं चित्र निर्माण करत होता. हिटलरची अर्थशास्त्रामधल्या संकल्पनांविषयी काय मतं आहेत हे जाणून घेण्यात काही जणांना रस होता. अशा सगळ्या लोकांच्या वाट्याला साफ निराशा आली. याचं कारण म्हणजे अनेक विषयांप्रमाणेच अर्थशास्त्राविषयी हिटलरला

अजिबातच काहीही माहीत नसल्याचं त्यांच्या लक्षात आलं. याची हिटलरला काही फिकीरसुद्धा वाटत नसे. राजकारणासमोर अर्थकारण इतर सगळ्या गोष्टींप्रमाणेच दुय्यम असतं, असं तो जाहीरपणे म्हणत असे. याचा उघड अर्थ म्हणजे उदारमतवादी आर्थिक धोरणांना हिटलरच्या दुनियेत कुठलंच स्थान नव्हतं. एका अर्थानं यात भांडवलशाही आणि हुकूमशाही यांचं विचित्र मिश्रण होतं. एकीकडे खासगी मालमत्ता आणि खासगी उद्योग यांच्याविषयी हिटलरला काही आक्षेप नव्हता; पण दुसरीकडे त्याचा कामगार चळवळी, संघटना यांना मात्र कडाडून विरोध होता. खासगी उद्योगांनी म्हणजेच बाजारपेठेनं नव्हे तर सरकारनं अर्थकारणाची दिशा ठरवली पाहिज, असं तो मानत असे. अर्थातच साम्यवादाचा तो कट्टर शत्रू होता.

हिटलरच्या कारकिर्दीच्या सुरुवातीलाच जर्मन अर्थव्यवस्थेनं जोरदार भरारी मारली आणि याचं श्रेय हिटलरला दिलं जाण्याची चूक केली जाते. खरं म्हणजे आधी उल्लेख केल्याप्रमाणे हिटलरला अर्थकारणाचा अजिबातच गंध नव्हता. त्याच्या दृष्टीनं आपल्या हाती अर्थकारणाची सगळी सूत्रं एकवटणं महत्त्वाचं होतं. याचाच अर्थ, सरकारनं अर्थकारणामध्ये उतरून नवे प्रकल्प राबवणं, असा होता. महान अर्थतज्ज्ञ जॉन मेनार्ड केन्सच्या संकल्पनांशी योगायोगानं का होईना; पण जुळत असलेल्या या संकल्पनांनी जर्मन अर्थव्यवस्थेमध्ये चैतन्य निर्माण केलं. बेरोजगारी कमी झाली, आर्थिक उलाढाल वाढली आणि जर्मन जनतेच्या हालअपेष्टा काही प्रमाणात कमी झाल्या. याच्या जोडीला जर्मन लष्कराला ताकदवान बनवण्याच्या हिटलरच्या दृढनिश्चयामुळेही जर्मन अर्थव्यवस्थेला गती मिळाली. लष्करासाठी अनेक नवे प्रकल्प हाती घेण्यात आले आणि त्यांचा फायदा खासगी उद्योगांनाही झाला. याखेरीज हिटलरनं अनपेक्षितपणे वाहननिर्मिती करणाऱ्या कंपन्यांच्या एका मोठ्या प्रदर्शनाचं बर्लिनमध्ये उद्घाटन केलं आणि जर्मनीमध्ये मोठ्या प्रमाणावर रस्तेबांधणी प्रकल्प हाती घेण्याची घोषणा केली. खरं म्हणजे यात कसलाच सखोल विचार नव्हता. अत्यंत अनपेक्षितपणे जर्मनीमध्ये मोटार उद्योगाला मात्र यामुळे खूप चालना मिळाली. याचं कारण म्हणजे हिटलर म्हणाला त्याप्रमाणे खरंच जर्मनीमधल्या रस्त्यांची अवस्था सुधारण्यावर भर देणार असेल, असं समजून एका मोटारनिर्मात्यानं सर्वसामान्य लोकांनाही परवडू शकेल अशा मोटारीची म्हणजेच 'फोक्सऑटो'ची घोषणा केली. जर्मन भाषेत 'फोक्स' म्हणजे 'जनता' असा अर्थ असतो. त्याबरोबर लोकांमध्ये अशी गाडी विकत घेण्यासंबंधीची ईर्ष्या निर्माण झाली आणि अचानकपणे मोटार उद्योगाला गती आली. आपोआपच पोलादनिर्मिती, उपकरणं तयार करणारे उद्योग, सुट्या भागांची निर्मिती करणारे उद्योग या सगळ्यांना तेजी आली. यातूनच अजूनही सुप्रसिद्ध असलेल्या 'फोक्सवॅगन' मोटारीची निर्मिती सुरू झाली.

काही इतिहासकारांच्या मते, हिटलरनं चॅन्सलरपदाची सूत्रं हाती घेण्याआधीच

जर्मन अर्थव्यवस्था सुधारणेच्या मार्गाकडे वाटचाल करत होती. त्यातच जागतिक महामंदीचं सावटही दूर होत चाललं होतं. याचाही जर्मनीला फायदा झाला. म्हणजेच जर्मन अर्थव्यवस्था काही प्रमाणात सुदृढ होण्याला हिटलर केवळ निमित्तमात्र ठरला. कदाचित एवढ्यावर हिटलरचं श्रेय मर्यादित ठेवणंही योग्य ठरणार नाही. बहुधा जर्मन अर्थव्यवस्था पूर्ववत झालीच असती; फक्त तिचा वेग हिटलरनं अजाणतेपणानं का होईना पण वाढवला, असं आपण म्हणणं रास्त ठरेल. अर्थातच आपल्या हातून जर्मन लोकांचं कल्याण होणार हे विधिलिखित असल्यामुळेच जर्मन अर्थकारणानं अशा प्रकारे वेगानं प्रगती मिळत असल्याचा समज हिटलरनं करून घेतला असावा.

१९३३ मध्ये जर्मनीनं हळूहळू आपल्या नव्या सत्ताधाऱ्यांशी जुळवून घेतलं. कुठल्याही राजकीय, सामाजिक किंवा सांस्कृतिक गोष्टींचा याला अपवाद उरला नाही. सगळीकडे नाझी वर्चस्व निर्माण होत गेलं. आपल्या विरोधात कुठूनही उठावाची परिस्थिती निर्माण होऊ नये यासाठी हिटलरनं जर्मनीमध्ये ठिकठिकाणी 'केंद्र सरकारच्या वतीनं' राज्यपाल नेमले. या राज्यपालांचं एकमेव काम म्हणजे हिटलर आणि नाझी पक्ष यांची हुकूमशाही आपल्या प्रांतात टिकून राहील आणि तिला आव्हान देणारं कुणी डोकं वर काढू शकणार नाही, याची खातरजमा करण्याचं होतं. अर्थातच नाझी सत्तेचा फायदा उठवून एसए आणि एसएस संघटनांच्या गुंडांनी ज्यू व्यावसायिकांवर हल्ले करणं आणि सर्वसामान्य ज्यू लोकांना मारहाण करणं, हे प्रकार वाढवत नेले. ज्यूविरोध म्हणजेच 'अँटिसिमाईटिझम' हे नाझी लोकांचं मूलभूत 'तत्त्व' असल्यामुळे, यात आश्चर्य वाटण्यासारखं काहीच नव्हतं. ज्यू लोकांच्या दुकानांवर बहिष्कार टाकण्याची सक्ती जनसामान्यांवर करण्यात आली. याचे पडसाद अमेरिकेमध्ये उमटले. तिथं ज्यू लोकांचा अर्थकारणावर मोठा पगडा असल्यामुळे जर्मनीमधल्या ज्यू लोकांवर होत असलेल्या अत्याचारांविषयी तिथं काळजी निर्माण झाली. अमेरिकेनं जर्मन मालावर बहिष्कार टाकावा यासाठी सरकारवर दबाव टाकण्यात आला. जर्मनीसाठी हा मोठा धक्का होता; कारण मोठ्या मुष्किलीनं आर्थिक संकटातून ती आपलं डोकं वर काढू पाहत होती. शेवटी याला प्रत्युत्तर म्हणून जर्मनीमधल्या ज्यू लोकांना चक्क ओलीस ठेवण्याचा विचार सुरू झाला. म्हणजेच अमेरिकेनं जर्मन मालाच्या आयातीवर बहिष्कार टाकला तर जर्मनीमध्ये ओलीस ठेवण्यात आलेल्या ज्यू लोकांची कत्तल केली जाईल, अशी धमकी द्यायचं ठरलं. यामुळे हिटलरसमोर पेच उभा राहिला. इतके दिवस ज्यू लोकांविरुद्ध अत्यंत टोकाच्या भाषेतला विखार त्यानंच निर्माण केलेला असताना आता ज्यू लोकांवरच्या हल्ल्यांना थोपवण्याचे आदेश देण्यामधला विरोधाभास त्याचे सहकारी सहन करणं शक्यच नव्हतं. दुसरीकडे अमेरिकेनं जर्मनीमधल्या ज्यू लोकांवर होत असलेल्या अत्याचारांच्या निषेधाचा रेटा वाढवला आणि जर्मन मालाच्या बहिष्काराची धमकी आपण खरी करून दाखवू, असा इशारा हिटलरला दिला. नेहमीप्रमाणेच कुठलीही मध्यम

भूमिका घेणं हिटलरला मान्य नव्हतं. त्यानं ज्यूंच्या विरोधातल्या कारवाया तीव्र करण्याचे आदेश दिले. गोबेल्सनं नेहमीप्रमाणेच यासाठीची प्रचारयंत्रणा उभी केली. अगदी खेडोपाडीसुद्धा ज्यू लोकांना वाळीत टाकण्याचे प्रकार प्रचंड वाढले. याचे जर्मन अर्थकारणावर विपरीत परिणाम होण्याचा इशारा हिटलरच्या मंत्रिमंडळातल्या काही जणांनी दिला. एकदा प्रचंड आक्रमक भूमिका स्वीकारून ज्यू लोकांच्या विरोधात विखार निर्माण केल्यानंतर आता हिटलरला अचानकपणे आपली बाजू बदलून आपल्या अनुयायांना शांततेनं वागण्याचं आवाहन करणं खूप अवघड झालं. यामुळे त्यानं यातून एक मार्ग काढला. १ एप्रिल १९३३ ची मुदत त्यानं ब्रिटिश आणि अमेरिकी सरकारांना दिली. या दिवसापर्यंत या देशांनी जर जर्मन वस्तूंवरचा बहिष्कार मागे घेतला नाही, तर जर्मनीसुद्धा या देशांच्या वस्तूंवर बंदी घालेल, असा इशारा त्यानं दिला. परदेशी वर्तमानपत्रांनी हिटलरच्या या भूमिकेचा जोरदार निषेध केला. काही काळात हे वादळ मिटलं. १९३३ सालच्या एप्रिल महिन्यात जर्मनीमधल्या मान्यवर विद्यापीठांमधल्या अनेक प्रथितयश प्राध्यापकांना कामावरून काढून टाकण्यात आलं. १० मे या दिवशी नाझी सरकारच्या दृष्टिकोनाशी जुळती भूमिका नसलेल्या लेखकांची पुस्तकं जाळून टाकण्यात आली. हेन्रिच हाईन (१७९७-१८५६) या कवीनं आपल्या मृत्यूपूर्वीच 'जिथं पुस्तकं जाळली जातात तिथं शेवटी जिवंत माणसंही जाळली जातात,' असं अत्यंत द्रष्टेपणानं लिहून ठेवलं होतं त्याची प्रचिती तर आलीच; पण असा दृष्टिकोन बाळगणाऱ्या हाईनचीही पुस्तकं जाळण्यात आली!

दरम्यान हिटलरविषयीचं सर्वसामान्य लोकांच्या मनातलं आकर्षण आणि त्याची लोकप्रियता यात प्रचंड वाढ होत गेली. २० एप्रिल १९३३ या दिवशी हिटलरचा चव्वेचाळिसावा वाढदिवस अत्यंत धुमधडाक्यात साजरा करण्यात आला. देशभर एखाद्या मोठ्या उत्सवासारखं वातावरण होतं. हिटलरवर कविता रचणंही सुरू झालं. ठिकठिकाणी 'आपल्या गावचा सन्माननीय अनिवासी नागरिक' म्हणून हिटलरचा सन्मान करण्यासाठीची चढाओढही सुरू झाली. अनेक रस्ते आणि इतर ठिकाणं यांना हिटलरचं नाव देण्यात आलं. अशा प्रकारे कुणालाही इतक्या मोठ्या प्रमाणावर डोक्यावर घेण्याचा प्रकार जर्मनीमध्ये यापूर्वी कधीच घडला नव्हता. अगदी बिस्मार्कसारख्या लोकप्रिय नेत्यालाही हे भाग्य लाभलं नव्हतं. आता 'हाईल हिटलर' ही घोषणा सगळीकडे लोकप्रिय झाली. प्रत्येक सरकारी नोकरानं ही एकमेव घोषणा देण्यासंबंधीचे आदेश निघाले. ही घोषणा देताना आपला उजवा हात साधारणपणे आपल्या खांद्यापर्यंत उंचवणं अपेक्षित असे. शारीरिक व्यंगामुळे ज्या लोकांचा उजवा हात काही कारणामुळे वापरणं शक्य नसेल, तसंच उजवा हातच ज्या लोकांना नसेल, अशा लोकांनी आपला डावा हात यासाठी वापरला पाहिजे, असे आदेश जारी करण्यात आले!

हिटलरला अत्यंत जवळ असलेल्या पुट्झीसारख्या लोकांनाही आता हिटलरची भेट मिळणं खूप अवघड झालं. अगदी काही मोजके लोकच सतत हिटलरच्या आजूबाजूला असत. साहजिकच हिटलरची कधी भेट झाली तरी त्याच्याशी एक-दोन मिनिटं सलग बोलण्याइतकी संधीही कुणाला मिळत नसे. यात हिटलरचा विचित्र दिनक्रम भर टाके. बहुतेक वेळा रात्री घरीच एखादा चित्रपट बघून हिटलर उशिरा झोपे. 'किंगकाँग' हा त्याचा सगळ्यात आवडता चित्रपट होता. कधीकधी सकाळी उशिरापर्यंत तो उठतही नसे. हिटलरच्या दिवसातला मुख्य कार्यक्रम म्हणजे त्याचं दुपारचं जेवण असे. हे जेवण दुपारी एक वाजता तयार असलं पाहिजे असे आदेश म्यूनिकहून आणलेल्या खास आचाऱ्याला दिलेले असत; पण हिटलर मात्र कधीकधी दुपारी तीनपर्यंत जेवणाच्या टेबलावर उगवत नसे. बहुतेक वेळा त्याच्यासोबत त्याचे सहकारी जेवायला असत. दररोज हे सहकारी बदलत आणि म्हणूनच वेगवेगळे असत. बहुतेक वेळा जेवण सुरू असताना इतर लोक हिटलरची खुशामत करत. अशी चमचेगिरी न करता चुकून कुणी हिटलरच्या मतांहून थोडंसं वेगळं मत मांडलं रे मांडलं की, लगेचच त्याला पुढची अनेक मिनिटं हिटलरकडून बरंच काही ऐकून घ्यावं लागे. साहजिकच अगदी नवखे लोकच अशी चूक करत असत. याचा हिटलरवर भलताच परिणाम होई. जवळपास सगळेच लोक हिटलरच्या मतांशी सहमती दाखवत असल्यामुळे आणि त्याला वाटतं तेच बरोबर आहे असं म्हणत असल्यामुळे, हिटलरचा आधीच एकसुरी असलेला दृष्टिकोन अजूनच अरुंद होत गेला. बाहेरच्या जगात काय सुरू आहे किंवा आपल्या विचारसरणीमध्ये काय दोष आहेत, याचा त्याला पत्ता लागणं अशक्यच झालं. सर्वसामान्य जनता म्हणजे तर त्याच्या दृष्टीनं आता चेहरा नसलेला एक समुदायच झाला. अधूनमधून क्वचितच एखादं भाषण करणं किंवा रेडिओवरून त्यांच्याशी संपर्क साधणं, असा एकतर्फी संवाद त्याच्याकडून सुरू राही. लोक काय म्हणतात किंवा त्यांना काय वाटतं याच्यापासून तो पुरता लांब गेला. अर्थातच त्याची लोकप्रियता हे त्याच्यासाठी एखाद्या अमली पदार्थासारखं होतं. त्यामुळे तो खूप सुखावत राही आणि त्याचा आत्मविश्वासही याच कारणामुळे वाढत जाई. आता हिटलर उघडपणे बिस्मार्कसारख्या माजी नेत्याविषयीसुद्धा अनादर व्यक्त करे आणि आपण त्याच्याहूनही खूप श्रेष्ठ असल्याचा आविर्भाव निर्माण करे. अर्थात हिटलरविषयी लोकांमध्ये पसरलेली जादू कितपत अस्सल होती आणि किती प्रमाणात नाझी प्रचारयंत्रणेनं त्यात भर टाकली होती, याविषयी निश्चितपणे सांगणं कठीण असलं तरी असं वातावरण मात्र जर्मनीमध्ये नक्कीच होतं, यात शंका नाही. इतर मंत्री आणि नेते पार झाकोळले. हिटलर एके हिटलर असं चित्र सगळीकडे निर्माण झालं.

लवकरच हिटलरशाहीनं आपले विखारी पंख अनेक मार्गांनी पसरवले. १४

जुलै १९३३ या दिवशी हिटलरच्या मंत्रिमंडळानं 'सक्तीच्या नसबंदी'चा कायदा मंजूर केला. समाजाच्या भल्यासाठीच हा कायदा असल्याचा भरपूर प्रचार करण्यात आला. या कायद्यानुसार कुणी पुनरुत्पादन करावं आणि कुणी ते करू नये यावर सरकारी अंकुश आला! म्हणजेच 'दुय्यम दर्जाच्या' माणसांनी नव्या पिढीला जन्म देण्याची चूक करू नये यासाठी पुढच्या डझनभर वर्षांमध्ये तब्बल चार लाख लोकांची त्यांच्या इच्छेविरुद्ध सक्तीनं नसबंदी करण्यात आली.

या काळातला भारताच्या दृष्टीनं महत्त्वाचा असलेला उल्लेख म्हणजे १९३३ सालच्या जुलै महिन्यात नेताजी सुभाषचंद्र बोस वॉर्सामधून बर्लिनमध्ये दाखल झाले. याआधीसुद्धा एकदा ते जर्मनीला आले होते. तसंच आत्ताच्या खेपेला जर्मनीत येण्यापूर्वी ते इटलीमध्ये होते. तिथं त्यांनी मुसोलिनीची दोन वेळा भेट घेतली. आता जर्मनीत हिटलरला भेटण्याची त्यांची इच्छा होती. ते शक्य नसल्याचं त्यांना सांगण्यात आलं आणि फार तर गोबेल्सची त्यांच्याशी भेट घडवून आणणं शक्य असल्याचा उल्लेख करण्यात आला. एकूणच जर्मनीमध्ये विलक्षण वर्णद्वेषी वातावरण असल्याची सुभाषबाबूंना जाणीव झाल्यामुळे ते निराश झाले. यावर भारताच्या स्वातंत्र्यलढ्याच्या संदर्भात जर्मनीची भूमिका तटस्थ आहे; पण तिला भारताविषयी सहानुभूती आहे, असं त्यांना सांगण्यात आलं. हिटलरनं 'माईन काम्फ'च्या पुढच्या आवृत्त्यांमधून भारताविषयीचे अपमानास्पद संदर्भ काढून टाकावेत, अशी मागणी

हर्मन गोरिंग

सुभाषबाबूंना हिटलरसमोर मांडायची असली तरी ते शक्य झालं नाही. खरं म्हणजे हिटलर अगदी उघडपणे ब्रिटिशांच्या वर्चस्ववादी धोरणांची स्तुती करत होता, हे सुभाषबाबूंच्या लक्षात आल्यावाचून राहिलं नसणार. तरीसुद्धा जर्मनी आपल्याला स्वातंत्र्यलढ्यात मदत करेल, अशी आशा ते बाळगत राहिले. १९३४ सालच्या एप्रिल महिन्यात जेव्हा सुभाषबाबू पुन्हा जर्मनीत दाखल झाले, तेव्हाचे त्यांचे अनुभव तर खूपच वाईट होते. म्यूनिकमध्ये ते रस्त्यांमधून चालत जात असताना जर्मन मुलांनी त्यांना उघडपणे 'निगर' (म्हणजे दुय्यम वंशामधला गुलाम होण्यालायक माणूस) असं म्हणून हिणवलं. काहींनी तर त्यांना चक्क दगड फेकून मारले. नाझींनी जर्मनीमध्ये पसरवलेला वर्णद्वेषच या प्रकारचे प्रसंग घडवत असल्याचा रास्त निष्कर्ष त्यांनी यातून काढला. तसंच गोरिंगनं एका मुलाखतीत गांधीजींचा उल्लेख 'ब्रिटिशांशी लढणारा साम्यवादी दलाल' अशा अपमानास्पद भाषेत केल्याचा निषेधही त्यांनी व्यक्त केला. हळूहळू जर्मनीमधला हा विद्वेष संपणारा नाही आणि भारतासाठी तो अनुकूल नाही, अशा निष्कर्षाप्रत येत सुभाषबाबूंनी जर्मनीचा निरोप घेतला; पण यानंतरही त्यांनी आपले प्रयत्न चालूच ठेवले.

फक्त देशांतर्गत प्रश्नांच्या संदर्भातच हिटलरनं वादळ निर्माण केलं असं नाही, तर लवकरच त्याची नजर आंतरराष्ट्रीय मुद्द्यांकडे वळली. १४ ऑक्टोबर १९३३ या दिवशी अत्यंत नाट्यमयरीत्या हिटलरनं जर्मनीला जीनिव्हा शहरात सुरू असलेल्या युद्धबंदी करारासंबंधीच्या चर्चेतून तसंच संयुक्त राष्ट्रसंघाच्या निर्मितीआधीच्या त्या प्रकारच्या 'लीग ऑफ नेशन्स' म्हणून ओळखल्या जाणाऱ्या संघटनेतून मुक्त करत असल्याची घोषणा केली. याचं कारण म्हणजे दुसऱ्या महायुद्धानंतर जर्मनी आणि इतर पराभूत देश यांच्यावर प्रामुख्यानं इंग्लंड आणि फ्रान्स यांनी लादलेला व्हर्सायचा करार अत्यंत एकतर्फी असून, यामुळे जर्मनी आणखीनच क्षीण होत चालल्याचं हिटलरचं मत होतं. साहजिकच या देशांनी जर्मनीला या कराराच्या जाचक तरतुदींमधून सूट द्यावी आणि स्वतःही आपली लष्करी ताकद वाढवू नये, अशा हिटलरच्या अपेक्षा होत्या. या अपेक्षांना इंग्लंड आणि फ्रान्स अजिबात भीक घालत नव्हते. जर्मनीला पराभूत देशासारखं किती वर्षं वागवणार, असा हिटलरचा सवाल रास्तच होता. खास करून इंग्लंड मात्र अजूनही आपल्या पहिल्या महायुद्धातल्या नुकसानभरपाईच्याच विचारात होता. तसंच जर्मनीला परत ताकदवान होऊ दिलं तर आपल्यासाठी ते धोकादायक ठरू शकतं, याची ब्रिटिशांना कल्पना होती. साहजिकच जर्मनीला दाबून टाकण्यासाठी त्यांनी पुरेपूर प्रयत्न केले. यामुळे हिटलर चवताळला. खरं म्हणजे अगदी शेवटच्या क्षणापर्यंत वाटाघाटी करण्याच्या मनःस्थितीत तो होता; पण त्याला ब्रिटिशांनी संधीच दिली नाही. याचा फायदा आपण उठवू शकतो याची हिटलरसारख्या चाणाक्ष माणसाला जाण होतीच. जर्मनीवर होत असलेल्या

अन्यायाची कसलीच भरपाई झालेली नसून, उलट नव्यानं आपल्याकडे सूडबुद्धीनं बघितलं जात असल्याचं वातावरण निर्माण करणं शक्य असल्याचं त्यानं ओळखलं. विशेषतः आपल्या देशातल्या नागरिकांना चेतवण्यासाठी आणि त्यांचा पाठिंबा आणखी वाढवण्यासाठी आपल्या देशाच्या सुरक्षिततेशी संबंधित असलेल्या मुद्द्यांचा आपण खूप चांगला वापर करू शकू, हे त्याला माहीत होतं. ही चर्चा जीनिव्हामध्ये अखेर असफल ठरली. आता हिटलरचं लक्ष पहिल्या महायुद्धापूर्वीच्या भौगोलिक सीमारेषांनुसार जर्मनीचा नव्यानं विस्तार करणं, पूर्वीच्या वसाहती परत एकदा आपल्या ताब्यात घेणं आणि नव्या वसाहती निर्माण करणं, अशा वर्चस्ववादी गोष्टींकडे लागून राहिलं. त्याचबरोबर सहा लाख सैनिकांचा समावेश असलेलं लष्कर उभं करण्याची महत्त्वाकांक्षाही तो बोलून दाखवायला लागला.

हिटलरमधला अत्यंत चाणाक्ष राजकारणी अशा वेळी जागा झाला नसता तरच आश्चर्याची गोष्ट ठरली असती. जनसामान्यांच्या नजरेतून लोकप्रियतेच्या शिखरावर आपण पोहोचलेलो असून, अशा वेळी आपण जर्मनीमध्ये राष्ट्रीय पातळीवर निवडणूक घ्यायला हवी, हे ओळखून त्यानं १४ ऑक्टोबर १९३३ याच दिवशी यासंबंधीची घोषणा केली. प्रत्यक्ष निवडणुकीची तारीख १२ नोव्हेंबर अशी ठरली. खरं म्हणजे हा विनोदच होता. हिटलरनं इतर सगळ्या पक्षांचं कंबरडं आपल्या नाझी पक्षाच्या आक्रमक संघटनांच्या जोरावर पूर्णपणे मोडून काढलं होतं. यामुळे विरोधी पक्ष नावाची गोष्टच अस्तित्वात नव्हती. कहर म्हणजे 'संयुक्त आघाडी'चं सरकार असूनसुद्धा दुसरा कुठला सहकारी पक्षसुद्धा नव्हता. देशभर नाझी पक्षाशिवाय इतर कुणाचं नामोनिशाणच नव्हतं. म्हणजेच या निवडणुकीत फक्त नाझी पक्ष हा एकच पक्ष मतदारांसमोर जाणार होता. अर्थातच शक्तिप्रदर्शन आणि लोकांसमोर जाऊन भाषणं ठोकण्याची संधी, इतकाच हिटलरचा या निवडणुकीकडे बघण्याचा दृष्टिकोन होता. साहजिकच निवडणुकीचा सोपस्कार पार पडला आणि चॅन्सलरपदी हिटलरचं स्थान पूर्वीपेक्षा आणखी घट्ट झालं.

आता हिटलरची नजर आपल्याच एसए संघटनेकडे वळली.

द ग्रेट डिक्टेटर

एसए ही आक्रमक संघटना हिटलरनं पूर्वी सत्ता हस्तगत करण्याच्या हेतूनं उभी केली होती. आता सत्ता निर्विवादपणे हाती आल्यानंतर या एसए संघटनेचं नक्की काय करायचं, हा प्रश्न सोडवणं हिटलरच्या दृष्टीनं गरजेचं होतं. एसए संघटनेविषयीचा हा मुद्दा तसा कधीच चर्चेला आलेला नसला तरी हिटलरला मात्र हा प्रश्न निश्चितच भेडसावत होता. याचं कारण म्हणजे एसए ही संघटना कुठलाच प्रश्न शांतपणे सोडवण्याच्या भानगडीत पडत नसे. आक्रमण करणं, ही एकच गोष्ट एसएला माहीत होती. यामुळे सतत रक्तपात, हिंसाचार चालू असे. तसंच एसए संघटनेचा प्रमुख असलेल्या अर्न्स्ट रॉहमला एसए म्हणजेच भविष्यातलं जर्मन लष्कर, असं वाटे. म्हणजेच हिटलरनं एसए संघटना जर्मन लष्करामध्ये मिसळून आपल्याला त्याचं प्रमुखपद द्यावं, अशी स्वप्नं तो बघे. हिटलरला मात्र ही एक डोकेदुखीच झाली होती. सहजपणे एसए संघटना बरखास्त करणंसुद्धा त्याला शक्य नव्हतं. याचं कारण म्हणजे ही संघटना वाढून तिची व्याप्ती नाझी पक्षाहून जास्त झाली होती! नाझी पक्षाचे अनेक जुनेजाणते लोक या संघटनेत होते. तसंच नाझी पक्षाची मगरमिठी पक्की करण्यामध्ये एसएनं सिंहाचा वाटा उचलला होता. हिटलरच्या आशाआकांक्षा राजकीय स्वरूपाच्या असल्या तरी रॉमला मात्र लष्करी वर्चस्वामध्येच रस होता. साहजिकच आपल्या संघटनेवर हिटलरचं राजकीय वर्चस्व असावं, हेही त्याला आतून बोचत होतं.

हिटलरसमोरची दुसरी डोकेदुखी राष्ट्रपती हिंडेनबर्गच्या रूपानं निर्माण झाली. आता हिंडेनबर्ग पार थकला होता. तरीही जर्मन कायद्यानुसार त्यालाच देशाच्या निर्णयप्रक्रियेमध्ये सर्वोच्च स्थान होतं. जर्मन लष्करसुद्धा त्याच्याच आधिपत्याखाली होतं. जर्मन लष्कराला एसए संघटनेच्या वाढत्या प्रभावामुळे आणि आक्रमकतेमुळे काळजी वाटत होती. साहजिकच आपण जर एसएला आळा घातला नाही, तर हिंडेनबर्गनंतर एखाद्या प्रभावी लष्करी अधिकाऱ्यानं देशाच्या कारभाराची सूत्रं स्वतःकडे

घेण्याची शक्यता हिटलरला जाणवत होती. हिटलरच्या एकाधिकारशाहीमुळे त्रस्त झालेल्या लोकांना पापेनला पुन्हा चॅन्सलर बनवावं, असंही वाटत होतं.

राष्ट्रपती हिंडेनबर्ग आणि त्याची नातवंडे यांच्यासह हिटलर

एसए संघटनेनं सुमारे एक लाख ज्यू, साम्यवादी आणि समाजवादी लोकांना अटक करून आपणच उभ्या केलेल्या तुरुंगांमध्ये डांबून टाकलं होतं. या लोकांचा एसएचे गुंड अनन्वित छळ करत असत. या लोकांच्या 'चौकशी'ची सुरुवात आणि तिचा शेवट मारहाणीनं होई. यामुळे धरपकड झालेल्या लोकांचे जबडे फाटत, दात तुटत, त्यांची हाडं तुटत. लवकरच छळ आणि उपासमार यामुळे जिवंतपणीच त्यांच्या शरीराचे सापळे होत. जोपर्यंत हे 'देशाच्या शत्रूं'च्या बाबतीत सुरू होतं, तोपर्यंत बहुतेक जणांनी त्याकडे दुर्लक्ष केलं. नंतर मात्र प्रकरण वाढत

गेलं आणि अनेक सर्वसामान्य व्यावसायिकांनी एसए संघटनेच्या हिंसाचाराविषयी तक्रारी करायला सुरुवात केली. जर्मनीमधल्या काही विदेशी दूतावासांमधल्या लोकांनाही अपमानास्पद भाषा आणि मारहाण अशा प्रकारांना सामोरं जावं लागलं. एसए नियंत्रणाबाहेर गेली असल्याचं दृश्य स्पष्टपणे दिसायला लागलं. स्वतः हिंडेनबर्गनं एसएवर अंकुश आणण्याचं हिटलरला आवाहन केलं. याच सुमाराला 'क्रांती आत्ता तर सुरू झाली आहे; इथून पुढे आपण ती वेगानं पुढे नेणार आहोत,' असं विधान रॉमनं केल्यामुळे हिटलर आणखीनच काळजीत पडला. तब्बल ४५ लाख सदस्यसंख्या असलेल्या एसएचं काय करायचं हे त्याला समजेना. त्यानं तातडीनं आपल्या वरिष्ठ राजकीय सहकाऱ्यांची बैठक बोलावली आणि 'क्रांती कायमस्वरूपी गोष्ट नसून ती घडल्यानंतर आता आपल्याला देशाच्या प्रगतीकडे लक्ष देणं गरजेचं आहे,' असं बोलून दाखवलं. यातून जो काय बोध या सहकाऱ्यांनी घेणं अपेक्षित होतं तो त्यांनी घेतला. लगेचच नाझी पक्षाच्या कामकाजात बदल दिसून आले.

रॉमच्या वागण्या-बोलण्यात मात्र यामुळे कसलाच बदल झाला नाही. आधीप्रमाणेच सार्वजनिक ठिकाणी तो हिटलरची प्रशंसा करत असला तरी खासगीत मात्र तो हिटलरवर कडाडून टीका करे. रॉहम एसएच्या वाढत्या प्रभावामुळे हिटलरला भारी पडू शकेल असं अनेक लोक बोलत. या अस्वस्थतेपोटी हिटलर आपल्या विरोधात जाईल, याचीही रॉहम अजिबात भीडभाड ठेवत नसे. एसएचं एक वर्तमानपत्र होतं. त्यातही हिटलरचा उल्लेख बराच कमी आणि रॉमविषयी सगळं काही, असा प्रकार असे. काही काळ हिटलरनं द्विधा मनःस्थितीत घालवला. २ फेब्रुवारी १९३४ या दिवशी हिटलरनं पुन्हा एकदा 'कायम क्रांती'चा सूर लावणाऱ्या रॉमवर अप्रत्यक्षपणे टीका केली. याचं आणखी एक कारण म्हणजे, याच्या आदल्या दिवशी जर्मन लष्कर आणि एसए यांचं एकत्रीकरण करण्यासंबंधीची नवी मागणी रॉमनं लष्कराकडे केली होती. यामुळे भडकलेल्या वरिष्ठ लष्करी अधिकाऱ्यांनी हिटलरची भेट घेतली. आता एसएच्या संदर्भात निर्णायक पाऊल हिटलरनं उचललं पाहिजे आणि यात आपण त्याला साथ द्यायला तयार असल्याचं त्यांनी सांगितलं. यानंतर हिटलरनं एक बैठक घेऊन लष्कर आणि एसए यांचं अस्तित्व वेगळं ठेवण्याचा पुनरुच्चार केला आणि त्यासंबंधीच्या करारावर लष्करप्रमुख आणि रॉम यांना सही करायला भाग पाडलं. रॉम यामुळे अर्थातच भयंकर चिडला आणि हिटलर तिथून निघून गेल्यावर त्यानं आपण या प्रकरणातून मार्ग काढू, असं भाष्य केलं. ते हिटलरपर्यंत पोहोचलं. यामुळे रॉमचा काटा काढण्याचा हिटलरच्या मनातला आधीपासूनचा विचार आणखी पक्का झाला.

रॉहम आणि हिटलर

दरम्यान १९३४ सालच्या एप्रिल महिन्यात राष्ट्रपती हिंडेनबर्गचा आजार खूपच बळावला. यातून हिंडेनबर्ग वाचत नाही, हे हिटलरला समजलं. जून महिन्यापर्यंत तर हिंडेनबर्गची प्रकृती इतकी बिघडली की त्याला राष्ट्रपती निवास सोडून आरामासाठी दुसरीकडे जावं लागलं. हिंडेनबर्गनंतर काय होणार, हा प्रश्न अनुत्तरित असतानाच रॉमच्या आक्रमकतेमुळे आपल्याला काही ठोस निर्णय घेता येत नाहीत, या जाणिवेमुळे हिटलर विचारात पडला. आपल्यानंतर हिटलर सगळ्यांना पार डोईजड होईल, अशा भीतीपोटी हिंडेनबर्गनं आपल्या प्रकृतीच्या दयनीय अवस्थेला विसरून पापेनला काहीतरी करायला सांगितलं. यामुळे पापेननं, हिटलरशाही निर्माण होण्याचा धोका सगळ्यांनी काहीही करून थांबवला पाहिजे, अशा अर्थाचं भाषण हिटलरचं नाव न घेता केलं. हे समजताच हिटलर चवताळला. त्याच दिवशी त्यानं नाझी पक्षाच्या बैठकीत अत्यंत आक्रमक भाषण करून पापेनचं वर्णन 'छोटी अळी' अशा शब्दांमध्ये केलं. तसंच नाझी पक्षाच्या विरोधात कुणीही कसल्या कारवाया करण्याचा

प्रयत्न केला तर त्याचे गंभीर परिणाम त्यांना भोगावे लागतील, असा इशाराही त्यानं दिला. दरम्यान पापेनच्या भाषणाच्या लिखित प्रतींचं वाटप करण्यावर गोबेल्सनं बंदी घातली असल्याच्या निषेधार्थ पापेननं राजीनामा देण्याचा आपला निर्णय हिटलरला सांगितला. अत्यंत चातुर्यानं हिटलरनं आपण त्या गावचेच नसल्याचा बनाव निर्माण केला आणि गोबेल्सची कृती चुकीची असल्याचं सांगितलं. पापेननं आपला राजीनामा मागे घ्यावा आणि आपल्यासह पापेननं राष्ट्रपती हिंडेनबर्गची भेट घ्यावी, असं हिटलरनं त्याला सुचवलं. खरं म्हणजे पापेन आपल्या निर्णयावर ठाम राहिला असता तर कदाचित चित्र बदललं असतं; पण हिटलरच्या दिखाव्याला तो बळी पडला.

तातडीनं हिटलर कामाला लागला. त्यानं २१ जून १९३४ या दिवशी हिंडेनबर्गची भेट पापेनच्या साथीत घेण्यासाठीची व्यवस्था केली. आपल्या भेटीआधीच हिंडेनबर्गनं लष्करप्रमुखाची भेट घेतली असल्याचं हिटलरला समजलं. पापेनच्या भाषणानंतर देशात अशांततेचं वातावरण निर्माण झालेलं असून पुन्हा हिंसाचार सुरू होण्याची भीती असल्यामुळे लष्कराकडे देशाची सूत्रं देण्याची विनंती लष्करप्रमुखानं हिंडेनबर्गला केली. यामुळे हिटलर अजूनच सावध झाला आणि आपले डाव आपण वेगानं खेळले पाहिजेत, हे त्याच्या लक्षात आलं. लष्कराला खूश करायचं तर एसए संघटनेला कायमसाठी लगाम घालणं भाग आहे, याची त्याला जाणीव होती. याची चाहूल एसए संघटनेला लागल्यामुळे म्यूनिकमध्ये एसएच्या तीन हजार हल्लेखोरांनी शहरात एक सशस्त्र मोर्चा काढून हिटलरला खूप दूषणं दिली. ही बातमी अजून हिटलरपर्यंत पोहोचली नसली तरीसुद्धा एकूणच एसए संघटनेमुळे आपल्यासमोर निर्माण होत असलेल्या अडचणींना वैतागून त्यानं एसएच्या वरिष्ठ पदाधिकाऱ्यांना बोलावून घेतलं. त्याचा संताप आता प्रमाणाबाहेर गेला होता. ३० जून १९३४ हा तो ऐतिहासिक दिवस Night of the Long Knives म्हणून ओळखला जातो. रागानं थरथरत्या अवस्थेत त्यानं एसए संघटनेच्या पदाधिकाऱ्यांच्या पोषाखावरचे शौर्याचे आणि हुद्द्याचे प्रतीक असलेले बिल्ले स्वतः उचकटून काढले. त्यांना अटक करण्यात आल्याची आणि लवकरच गोळ्या घालून ठार करण्यात येणार असल्याची घोषणा हिटलरनं केली. हे झाल्याझाल्या रॉम आणि एसए संघटनेचे इतर वरिष्ठ अधिकारी ज्या हॉटेलमध्ये उतरले होते, त्या ठिकाणी हिटलर आपल्या सहकाऱ्यांसह सकाळी साडेसहा वाजता जाऊन पोहोचला. रात्रीच्या मदिरापानानंतर रॉम आणि त्याचे सहकारी उशिरा झोपलेले असल्यामुळे त्यांना याची काही कल्पनाच आली नाही. काही सशस्त्र लोकांसह आपल्या हातात पिस्तूल घेऊन हिटलर रॉमच्या खोलीत गेला. त्याला झोपेतून उठवून हिटलरनं त्याच्यावर आपल्या विरोधात कट रचण्याचा आरोप केला. अर्धवट झोपेत असलेला रॉम यामुळे थक्कच झाला आणि

त्यानं हा आरोप साफ फेटाळून लावला. शेजारच्या खोलीत एसएचा दुसरा एक वरिष्ठ नेता एका मुलाबरोबर बिछान्यात झोपलेला असल्याचं आढळलं. रॉहमसकट एसएमध्ये समलिंगी संबंध ठेवणाऱ्यांची काही कमी नव्हतीच. अशा प्रकारांची कुप्रसिद्धी करण्यासाठी गोबेल्स होताच.

त्या दुपारी हिटलरनं आपल्या वरिष्ठ सहकाऱ्यांसह एसएच्या धरपकड केलेल्या लोकांबरोबर एक संयुक्त बैठक घेतली. हिटलरचा संताप सगळ्यांना जाणवत होता. आपल्याला पकडून फ्रान्स या शत्रूच्या हवाली करण्यासाठी रॉमनं १.२० कोटी जर्मन मार्क्सची लाच घेतली असल्याचा आरोप त्यानं केला. आजवरच्या इतिहासामधला हा सगळ्यात भयंकर दगाफटका असल्याचा दावा करत हिटलरनं याची शिक्षा एसएच्या वरिष्ठांना भोगावी लागेल, असं सांगितलं. रॉम सोडून इतर सहा जणांना काही मिनिटांनी गोळ्या घालून ठार करण्यात आलं. रॉमला मारलं तर त्याचे नक्की काय परिणाम होतील याचा विचार हिटलरच्या डोक्यात अजून सुरू होता. दरम्यान एसए संघटनेवर तुटून पडण्याच्या बहाण्यानं नाझी पक्षातल्या हल्लेखोरांनी त्यांच्या सगळ्याच विरोधकांवर हल्लाबोल केला. अनेक लोकांना ठार करण्यात आलं आणि काहींना अटक करण्यात आली. रॉमला आपण ठार न करता त्याला स्वतःवर गोळ्या झाडून घ्यायची संधी देण्यात यावी, असं हिटलरनं आपल्या मर्जीतल्या लोकांच्या सांगण्यावरून ठरवलं. रॉमला एका खोलीत पिस्तुलासह एकट्याला ठेवण्यात आलं. जर दहा मिनिटांमध्ये रॉमनं स्वतःला गोळ्या घालून संपवलं नाही, तर हिटलरचे दोन सहकारी त्याला ठार करतील, असं सांगण्यात आलं. रॉम दहा मिनिटे शांतच राहिला. हिटलरचे दोन सहकारी पिस्तुलं घेऊन त्या खोलीत शिरले आणि त्यांनी रॉमवर गोळ्या झाडून त्याचा शेवट केला. आपल्या मर्जीतल्या एका माणसाला हिटलरनं आता एसएच्या प्रमुखपदी नेमलं. त्यानं एसएची सदस्यसंख्या निरनिराळे मार्ग वापरून एका वर्षाच्या आत ४०टक्के कमी केली. लष्करात भरती होण्यासाठीचं प्रशिक्षण देणारी संस्था, तसंच वेगवेगळे क्रीडाप्रकार शिकवणारी संस्था, असं एसएचं अत्यंत मिळमिळीत स्वरूप करण्यात आलं. हिटलरच्या विरोधात जो कुणी उभा राहण्याचा प्रयत्न करेल, त्याची काय गत होते हे सगळ्यांनाच एसएच्या रूपानं नव्यानं बघायला मिळालं आणि खरोखरच हिटलरच्या विरोधात उठाव करण्याच्या मनःस्थितीत असलेल्या मोजक्या लोकांनी आपले प्रयत्न गुंडाळून टाकले.

एसए संघटनेचा पाडाव अत्यंत निर्घृण पद्धतीनं केल्याबद्दल हिटलरचा इतर देशांमध्ये निषेध करण्यात आला असला तरी जर्मनीमध्ये मात्र तो 'हीरो' ठरला. जर्मन लष्करानं आपल्यासमोरचा मुख्य धोका टळला असल्यामुळे हिटलरची वाहवा केली. राष्ट्रपती हिंडेनबर्गनंही हिटलरचे आभार मानणारी एक तार पाठवली. हिटलरनं

अर्थातच आपल्या सोयीसाठी आणि आपल्या विरोधात निर्माण होत असलेल्या शक्तीला ठेचण्यासाठी सगळा घटनाक्रम घडवून आणला होता. साहजिकच एसएविषयी त्यानं अनेक अफवा पसरवल्या. डाव्या शक्तींना एकदम कमकुवत करण्याची जबाबदारी हिटलरनं सुरुवातीला एसएला दिली होती. हे काम पूर्ण झाल्यावर एसएनं आपले पंख पसरवले आणि ही संघटना आपल्यालाच गिळून टाकेल अशी भीती हिटलरला वाटत असल्यामुळे त्यानं एसएचा बीमोड केला, हे सत्य लोकांसमोर कधी आलंच नाही. त्यांच्या दृष्टीनं 'देशद्रोह' करणारी संघटना 'देशप्रेमी' हिटलरनं क्षीण केली होती. एसएच्या पदाधिकाऱ्यांना पकडून त्यांच्यावर खटले भरण्याचा मार्ग आपण जाणूनबुजून नाकारला असून, या शत्रूंना कायदा हाती घेऊन जागीच ठार करणं जास्त योग्य असल्याची भूमिका हिटलरनं मांडली. खोट्या देशप्रेमाच्या भावनेनं हिटलरनं सगळ्यांना जिंकून घेतलेलं असल्यामुळे, त्याची कृती योग्यच होती असं जर्मन नागरिकांना वाटायला लागलं. याखेरीज एसएमधले लोक अनैतिक, भ्रष्टाचारी, अत्याचारी असल्याच्या अनेक बाताही हिटलरनं मांडल्या. त्यामध्ये सत्याचा अंश अगदी थोडाच होता. एसए संघटनेची दारुण अवस्था होण्याचा फायदा नाझी पक्षाच्या एसएस या दुसऱ्या संघटनेला मोठ्या प्रमाणावर मिळाला. इतके दिवस एसएस संघटना ही एसए संघटनेपेक्षा दुय्यम मानली जाई. तसंच एसएनं दिलेल्या आदेशांनुसार एसएसचं काम चाले. आता एसएस संघटना आपल्या इशाऱ्यांवर नाचेल, असं हिटलरनं ठरवलं. एसए संघटना आपल्या बाजूनं अजिबातच नाही, या जाणिवेनं इतके दिवस बेचैन असलेल्या हिटलरला एसएससारख्या त्याच्या ताटाखालचं मांजर असलेल्या संघटनेमुळे नवा हुरूप आला. इतकंच नव्हे, तर या घटनाक्रमात हिटलर जर्मनीचा चॅन्सलर बनण्यासाठी धडपडत असताना काही काळ चॅन्सलर असलेल्या जनरल फॉन श्लाईशरचीही हत्या करण्यात आली.

आता हिटलर कशी वाटचाल करणार आहे याची चुणूक काही दिवसांमध्येच बघायला मिळाली. २५ जुलै १९३४ या दिवशी ऑस्ट्रिया देशात एसएस संघटनेनं उठाव घडवून आणण्याचा प्रयत्न केला. हा कट फसला खरा; पण ऑस्ट्रियाचा चॅन्सलर यात ठार झाला. या प्रकाराला हिटलरची संमती असल्याचं नंतर उघड झालं. यामुळे फॅसिझमकडे झुकलेल्या ऑस्ट्रियावर आपला कब्जा करण्यासाठी उत्सुक असलेली इटली भडकली. यामुळे काही काळ हिटलरची घाबरगुंडी उडाली. आपला या कटाशी कसलाच संबंध नसून, ऑस्ट्रियामधल्या नाझी लोकांनी तो घडवून आणला असल्याचा दुबळा प्रतिवाद जर्मनीनं करून बघितला. या प्रकरणाची धग कमी होताच हिटलरनं जर्मनीचा ऑस्ट्रियामधला राजदूत म्हणून पापेनला व्हिएन्ना शहरात पाठवून दिलं. तिकडे हिंडेनबर्गची तब्येत फारच खालावली आणि २ ऑगस्ट १९३४ या दिवशी हिंडेनबर्ग हे जग सोडून गेला.

हिंडेनबर्ग जिवंत असेपर्यंत जर्मनीमधल्या राष्ट्रपतिपदाची प्रतिष्ठा आपण अजिबात कमी करणार नाही आणि या पदावरच्या माणसाकडे असलेले सर्वोच्च पातळीवरचे हक्क काढून घेण्यासाठी आपण मुळीच प्रयत्न करणार नाही, असं हिटलरनं वारंवार सांगितलेलं असलं तरी त्यानं आता आपले शब्द फिरवले. हिंडेनबर्ग मृत्युशय्येवर असल्याचं लक्षात येताच त्याच्या जिवंतपणीच हिटलरनं जर्मन राष्ट्रपती आणि जर्मन चॅन्सलर यांचे अधिकार एकत्र करण्याच्या एका नव्या कायद्यावर आपल्या सगळ्या मंत्र्यांच्या सह्या घेतल्या होत्या. यामागे मोठ्या चातुर्यानं त्यानं पुढे केलेलं कारण म्हणजे 'राष्ट्रपती' पदाला हिंडेनबर्गनं अशा वैभवी पातळीवर नेलेलं होतं की त्यानंतर कुणी त्याची जागा भरून काढू शकणंच शक्य नव्हतं. साहजिकच हे पद इतर कुणाला देणं हा हिंडेनबर्गचा अपमान ठरला असता. अशा नाटकी शब्दांवर कुणी आक्षेप घेण्याचा प्रश्नच नव्हता; कारण त्यातून आपण हिंडेनबर्गचा अपमान करत आहोत, असा संदेश संबंधित माणसाकडून गेला असता. या खेळीमागचा मुख्य हेतू म्हणजे आता जर्मन लष्कराचा सर्वोच्च अधिकारीसुद्धा हिटलरच असणार होता. म्हणजेच लष्करानं जर्मन चॅन्सलरच्या विरोधात राष्ट्रपतीकडे जाण्याचा किंवा राष्ट्रपतीनं चॅन्सलरवर कारवाई करण्यासाठी लष्कराची मदत मागण्याचा प्रश्नच उरला नाही. सगळे हक्क हिटलरकडे एकवटले. जर्मन लष्करी अधिकाऱ्यांना हिटलरची ही चाल नीटशी लक्षात आली नाही. त्यांना उलट हिटलर म्हणजेच नाझी पक्ष आणि जर्मन लष्कर यांच्यात एकदम घट्ट संबंध असणं महत्त्वाचं वाटत होतं. हिटलरच्या या निर्णयामुळे ते घडेल अशी समजूत करून घेण्याची घोडचूक त्यांनी केली. याचा अर्थ आपल्या देशाप्रती निष्ठा आणि हिटलरच्या प्रती निष्ठा यांच्यात जर्मन लष्कराच्या दृष्टीनं फरकच उरला नाही. हिटलर म्हणजेच जर्मन लोक आणि जर्मनी म्हणजेच हिटलर, असं समीकरण रुळलं. जनरल फॉन ब्लोमबर्ग या जर्मन परराष्ट्रमंत्र्यानं तर लष्कराच्या दृष्टीनं प्रचंड डोकेदुखी बनलेल्या रॉमचा काटा हिटलरनं काढल्यामुळे त्याचे लष्कराच्या वतीनं जाहीर आभार मानले. एवढंच नव्हे तर सगळ्या सैनिकांनी वैयक्तिक पातळीवर हिटलरशी एकनिष्ठ राहण्याची आणि त्याला दगाफटका न करण्याची शपथ घ्यावी, याची व्यवस्थाही त्यानं केली. लष्करातल्या जवानाच्या आणि अधिकाऱ्याच्या दृष्टीनं शपथ ही फार मोठी गोष्ट असते. कुठल्याही परिस्थितीत आपण आता इथून पुढे हिटलरच्या आदेशांनुसारच काम करणार, असं प्रत्येक जर्मन जवानानं आणि लष्करी अधिकाऱ्यानं यामुळे मनाशी पक्कं केलं. यामुळेच नंतरच्या काळात हिटलर आपल्या देशाला विनाशाच्या खाईत घेऊन चालला असल्याची जाणीव होऊनसुद्धा अगदी मोजके अपवाद वगळता, कुणीच हिटलरचे आदेश झुगारले नाहीत किंवा त्याच्या विरोधात बंड पुकारलं नाही.

अशा रीतीनं हिटलरनं आपल्या मार्गामधले सगळे अडथळे काही महिन्यांमध्येच

दूर केले. आपल्या पदाला आव्हान देणाऱ्या रॉमचा पुरता बीमोड केल्यानंतर हिंडेनबर्गच्या मृत्यूचा फायदा उठवून त्यानं सत्तांची सगळी केंद्रं आपल्या हाती घेऊन टाकली!

१९३४ सालच्या ऑगस्ट महिन्यात जर्मनीची सगळी सत्ताकेंद्रं आपल्या ताब्यात घेतल्यानंतर हिटलरच्या वागण्याबोलण्यात बदल दिसायला लागले. आधीपासूनच आपल्या मतांशी सहमत नसलेल्या लोकांचा त्याला तिटकारा होता; आता तर अशा लोकांशी बोलण्यातही त्याला रस नसे. कुणाचंही म्हणणं त्याला ऐकून घ्यायचं नसे. आपल्याला सगळ्यामधलं सगळं समजतं, अशा आविर्भावात तो फक्त बोले आणि इतरांनी ते ऐकून घ्यावं, अशी त्याची अपेक्षा असे. जर्मनीमधल्या स्थानिक प्रश्नांमध्ये तो शक्यतो पडत नसे आणि आपलं सगळं लक्ष विदेशी मुद्द्यांवर असल्याचं भासवत असे. यामागचं कारण म्हणजे देशांतर्गत प्रश्न सोडवायला आपलं सरकार सक्षम आहे, असं त्याला दाखवायचं असे. तसंच या संदर्भात आपल्या सरकारकडून झालेल्या चुकांशी आपला संबंध नाही आणि आपण सरकारहून वरच्या पातळीवरचे आहोत, असा दिखावाही त्याला उभा करायचा होता. याचे परिणाम जर्मनीच्या राज्यकारभारावर लवकरच जाणवायला लागले. १९३५ मध्ये मंत्रिमंडळाच्या फक्त डझनभर बैठका झाल्या आणि १९३७ मध्ये तर हा आकडा निम्म्यावर आला! ५ फेब्रुवारी १९३८ या दिवसानंतर तर हिटलरच्या मंत्रिमंडळाची एकही बैठक होऊ शकली नाही. आपले मंत्री सहजच एकत्र बिअर प्यायला बसलेले असल्याचं दृश्यही हिटलरला सहन होत नसे. तो लगेच त्यांना पांगवे. यामुळे प्रत्येक खात्याचा मंत्री आपापल्या मर्जीनुसार नवी विधेयकं तयार करत असे. स्वतंत्रपणे ही विधेयकं इतर मंत्र्यांकडे पाठवली जात. इतर मंत्री आपली मतं देत. त्यानंतर मूळ मंत्री विधेयकाचा अंतिम मसुदा तयार करत असे. अर्थातच एकत्र बैठका होत नसल्यामुळे सगळे जण आपापल्या ठिकाणाहूनच ही कामं करत. सगळ्यात शेवटी मंजुरीसाठी विधेयकाचा अंतिम मसुदा हिटलरकडे पाठवला जात असे. बहुतेक वेळा या मसुद्याकडे नजरसुद्धा न टाकता अत्यंत निष्काळजीपणे हिटलर त्यावर सही करत असे. आता या विधेयकाचं रूपांतर कायद्यामध्ये झालेलं असे!

आपलं विधेयक संमत करून घेण्यासाठी आणि आपलं राजकीय वजन वाढवण्यासाठी यामुळे सगळ्या मंत्र्यांमध्ये चढाओढ निर्माण झाली. हे साध्य करण्यासाठीचं एकमेव साधन म्हणजे हिटलरशी आपला संपर्क वाढवणं आणि यासाठी त्याची खुशामत करत राहणं हे असल्याचं लक्षात आल्यामुळे आता त्यासाठीचे प्रयत्न सुरू झाले. जे मंत्री हिटलरच्या मर्जीतून उतरलेले असत, त्यांना हिटलरची भेट घेणं अशक्य होई. उदाहरणार्थ जर्मनीच्या कृषिमंत्र्याविषयी हिटलरच्या मनात काही कारणामुळे अढी निर्माण झाल्यानंतर देशातल्या शेतीची परिस्थिती

अतिशय गंभीर झालेली असूनसुद्धा या मंत्र्याची हिटलरनं तब्बल दोन वर्षं भेट घेतली नाही.

हिटलरचा दिनक्रम तसा फार व्यस्त नसे. काही खास मर्जीतल्या लोकांची तो दररोज भेट घेई; तसंच लष्करी अधिकाऱ्यांना भेटे. त्यानंतर संध्याकाळी टेकडीच्या उतारावर तो चालायला जाई. 'उतारावर' म्हणण्याचं कारण म्हणजे तो टेकडी कधीच चढत नसे. टेकडीच्या तळाशी गाडी उभी असे. तिथपर्यंत हिटलर चालत आला की ही गाडी त्याला परत टेकडीवर नेऊन सोडे. तिथून तो परत टेकडी उतरे! शारीरिक कष्टांचा विलक्षण कंटाळा आणि आपल्या खराब तंदुरुस्तीचं प्रदर्शन कुणासमोर होऊ नये यासाठी काळजी घेण्याची वृत्ती, यामुळे हिटलर असं वागत असे. यानंतर दररोज संध्याकाळी तो एक चित्रपट बघत असे. जर्मनीत सुरू असलेल्या घडामोडींमध्ये त्याला फारसा रस नसे. उदाहरणार्थ एखाद्या मंत्र्यानं किंवा अधिकाऱ्यानं पुराच्या संकटाविषयी काही बोलायला सुरुवात केली की हिटलर त्याला थांबवत असे. कुठल्याही प्रकरणाशी संबंधित असलेल्या फाईल्स वाचण्याचा हिटलरला भयंकर कंटाळा असे. म्हणूनच अत्यंत महत्त्वाच्या निर्णयांआधीही तो कधी त्या प्रकरणाशी संबंधित असलेली कागदपत्रं वाचण्याचे कष्ट घेत नसे. 'निर्णय न घेणं हाच एक मोठा निर्णय असतो,' या वचनावर त्याचा पुरेपूर विश्वास होता. बहुतेक प्रश्न आपोआपच सुटतात, अशा अत्यंत बाळबोध विचारसरणीचा तो अवलंब करे. याला एक अपवाद होता- आपल्या भाषणांची मात्र तो जोरदार तयारी करे. यामधली प्रचारकी किती महत्त्वाची आहे याची त्याला जाणीव असल्यामुळे कित्येकदा रात्री उशिरापर्यंत तो आपल्या तीन मदतनिसांना भाषणांची डिक्टेशन्स घ्यायला सांगे. ही भाषणं शक्य तितकी परिपूर्ण करण्यासाठी त्याचा प्रयत्न असे.

हिटलरच्या अशा वागण्यामुळे सरकारी निधीला अनेक पाय फुटत. भ्रष्टाचाराची कुरणं तयार होत असत. हिटलरच्या आवडीनुसार विनाकारण मोठमोठ्या सरकारी इमारती उभ्या केल्या जात. हिटलरच्या मर्जीतल्या लोकांना अफाट पगार मिळत. तसंच त्यांना करांमधून खूप सवलती मिळत. इतर सोयीसुविधांची तर कमतरता नसेच. हे सगळं करून ते खूप लाच खात. हिटलरला याची पूर्ण कल्पना होती. आपल्या हाताखालचे लोक अशा प्रकारे आर्थिकदृष्ट्या संपन्न राहिले तर ते आपल्याशी एकनिष्ठ राहतील, हे त्याला माहीत होतं. 'माईन काम्फ'च्या वाढत्या खपामुळे स्वतः हिटलर प्रचंड श्रीमंत झालेला असला तरी सरकारी सोयीसुविधांचा मोह त्याला होतच असे. आपलं आयुष्य अगदी साधं असल्याचा बनाव त्यानं निर्माण केलेला असला तरी 'विदेशी पाहुण्यांचं स्वागत करण्यासाठी' म्हणून त्यानं आपलं निवासस्थान अगदी झोकदार करून घेतलं होतं. अकरा डब्यांची एक आलिशान रेल्वेगाडी, लिमोझिन गाड्या आणि तीन विमानं त्याच्या दिमतीला कायम असत.

एसए संघटनेचं कंबरडं मोडण्यात महत्त्वाची भूमिका बजावलेल्या एसएस संघटनेमध्ये हिटलरनं आता जर्मन पोलीस दलाला विलीन करून टाकलं. यामुळे एसएसचा प्रमुख असलेला हिटलरचा विश्वासू सहकारी हिमलर याच्याकडे जर्मन पोलीस दलाची सूत्रंही आली.

अशा रीतीनं हुकूमशाहीकडे वाटचाल सुरू केलेल्या हिटलरचं रूपांतर 'द ग्रेट डिक्टेटर'मध्ये जवळपास पूर्णपणे झालं!

अंतर्गत खळबळी, आंतरराष्ट्रीय चाली

जर्मनीमध्ये आपलं स्थान अनेक रास्त तसंच गैर मार्गांनी पक्कं केल्यानंतर हिटलरनं आपलं लक्ष जागतिक पातळीवर आपला प्रभाव वाढण्याकडे मोठ्या प्रमाणावर वळवलं. पूर्वी 'लीग ऑफ नेशन्स'मधून बाहेर पडण्याचा आततायी निर्णय घेतल्यामुळे जर्मनीविषयी सगळीकडे संशयाचं वातावरण होतं. तसंच जर्मनीचे शत्रू एकत्र येऊन जर्मनीवर हल्ला करण्याची शक्यताही होती. फ्रान्स आणि जर्मनी यांचं वैर तर जगजाहीर होतंच. अशा वेळी आपलं धक्कातंत्र वापरून हिटलरनं अचानकपणे पोलंडशी २६ जानेवारी १९३४ या दिवशी एका दशकभरासाठीचा शांतता करार करून टाकला. यामुळे पोलंडच्या साथीनं जर्मनीशी लढण्याचे फ्रान्सचे मनसुबे पार उधळले गेले. पोलंडसारख्या तुलनेनं कमकुवत देशाला यामुळे जरा हायसं वाटलं. रशियाशी मात्र हिटलरनं अत्यंत कडव्या विरोधाचे संबंध प्रस्थापित केले. आधीपासूनच जर्मनी आणि रशिया यांच्यामध्ये तणावाचं वातावरण होतं; ते हिटलरनं टोकाला नेलं. साहजिकच हळूहळू रशिया आणि जर्मनी यांच्यामध्ये कुठल्याही प्रकारची चर्चा होण्याची आशा मावळली आणि रशियानं फ्रान्सशी जवळीक साधली. याच सुमाराला आंतरराष्ट्रीय पातळीवर आपला प्रचारकी थाट एकदम टोकाला नेण्याची सुसंधी हिटलरला मिळाली. पहिल्या महायुद्धामधल्या पराभवानंतर जर्मनीवर घालण्यात आलेल्या अनेक अटींमधली एक म्हणजे सारलँड नावाच्या प्रदेशावरच्या कब्जाची होती. जर्मनीमधला हा भाग 'लीग ऑफ नेशन्स'नं १५ वर्षांसाठी आपल्या ताब्यात घेतला होता आणि या प्रदेशामधल्या नैसर्गिक संपत्तीवर फ्रान्सचा हक्क असेल, असं ठरलं होतं. आता ही मुदत संपताना सारलँडमधल्या जवळपास पाच लाख लोकांनी आपल्या नागरिकत्वासंबंधीचा निर्णय घ्यावा, असं ठरलं. या भागामध्ये प्रामुख्यानं जर्मन भाषक असल्यामुळे गोबेल्सनं तिथल्या नागरिकांना जर्मनीमध्ये परतण्यासाठीची जोरदार आवाहनं करायला सुरुवात केली. तसंच सारलँडमधल्या आपल्या बांधवांवर होत असलेला अन्याय दूर करण्यासाठी आपण सगळ्यांनी प्रयत्न केले पाहिजेत,

अशी साद त्यानं जर्मनीमध्येही घातली. याचा अपेक्षित असा परिणाम झाला आणि सारमधल्या नागरिकांनी आपल्याला जर्मनीमध्ये परतायचं असल्याचं मतदानाद्वारा अगदी स्पष्टपणे सांगितलं. हिटलरनं आपली लोकप्रियता वाढवण्यासाठी याचा चतुरपणे उपयोग तर करून घेतलाच; पण शिवाय या निमित्तानं जर्मनी आणि फ्रान्स यांना आपसातले बिघडलेले संबंध सुधारण्यासाठीची संधी मिळाली असल्याची बातही मारली. त्याच्या मनात नक्की काय चालू आहे, याचा इतर युरोपीय देशांना अंदाज येणं शक्यच नव्हतं.

एकीकडे आपल्या शेजाऱ्यांशी संबंध सुधारण्याची भाषा करत असताना दुसरीकडे हिटलरनं जर्मन लष्कराची ताकद वाढवायला सुरुवात केली. हे इतर देशांपासून लपून राहणं शक्य नव्हतं. लगेचच ७ मार्च १९३५ या दिवशी ब्रिटिश परराष्ट्रमंत्री हिटलरची भेट घ्यायला बर्लिन शहरात दाखल होईल असं ठरलं; पण हिटलरनं ही बैठक पुढे ढकलली. इतकंच नव्हे, तर यानंतर तीनच दिवसांनी जर्मनीनं आपल्या वायुदलाच्या पुनर्बांधणीची घोषणाही केली. हे तर व्हर्साय कराराचं सरळसरळ उल्लंघन होतं. इतर देशांना चकित करून सोडण्यासाठी जर्मनीनं आपल्याकडच्या लष्करी विमानांची संख्या होती त्याच्या दुप्पट सांगितली. यामुळे फ्रेंच संसदेनं आपलं लष्कर आणखी मजबूत करण्यासाठीचं विधेयक संमत केलं. हिटलर अशाच घटनांची तर वाट बघत होता. त्यानं लगेचच जर्मनीमध्ये प्रत्येकाला सक्तीनं लष्करी सेवा करण्यासाठी लष्करामध्ये काही काळासाठी भरती होण्याचे आदेश जारी करायचं ठरवलं. आपल्या लष्करानं पूर्ण ताकदीनं लढायचं असेल तर त्यासाठी किती लोकांची लष्करात भरती करण्याची गरज आहे, याची माहिती त्यानं काढली. व्हर्साय करारानुसार जर्मनीला फक्त एक लाख सैनिकांचं लष्कर उभं करण्याची परवानगी असली तरी आता हा आकडा तब्बल साडेपाच लखांवर नेला पाहिजे, असं हिटलरला त्याच्या सल्लागारांनी सांगितलं. त्यानुसार पुढची आखणी हिटलरनं सुरू केली, तेव्हा त्याच्या परराष्ट्रमंत्र्यानं त्याला सबुरीचा सल्ला दिला. आपल्या डावपेचांमुळे इंग्लंड आणि फ्रान्स आपल्यावर लष्करी कारवाई करतील, अशी रास्त भीती त्यानं व्यक्त केली. हिटलरच्या युद्धमंत्र्याचंही तेच मत पडलं. हिटलरला मात्र त्यात तथ्य वाटलं नाही. १६ मार्च या दिवशी हिटलरनं आपला निर्णय आधीप्रमाणेच जाहीर केला. 'व्हर्सायच्या करारातून जर्मनीला मुक्त करण्यासाठीचं पहिलं पाऊल' अशा शब्दांमध्ये हिटलरच्या प्रचारकांनी सगळ्या वर्तमानपत्रांमध्ये ही बातमी छापून आणली.

जर्मन नागरिकांसाठी हिटलरचा हा निर्णय म्हणजे आश्चर्याचा मोठा धक्काच होता. काही जणांना हिटलरचा हा निर्णय अत्यंत धोकादायक असून, याचे गंभीर परिणाम देशाला सोसावे लागतील, असं वाटलं. बहुसंख्य लोकांना मात्र हिटलरचा हा निर्णय धाडसी आणि योग्य वाटला. अन्य युरोपीय देशांची गुलामगिरी केल्यासारखं

जर्मनीनं कशाला वागायचं, असं त्यांना वाटे. त्यांनी हिटलरला पूर्ण पाठिंबा जाहीर केला. लवकरच हिटलरच्या या निर्णयाला उत्तर म्हणून इतर युरोपीय देश काहीच करणार नाहीत असं चित्र तयार होत गेल्यावर तर त्यांच्या आनंदाला पारावारच उरला नाही. हिटलरच्या धीटपणाला आणि आक्रमकतेला जर्मन जनतेनं कुर्निसात केला. चौदा वर्षांमध्ये जे जर्मन नेत्यांना जमलं नाही, ते त्यानं करून दाखवलं आणि फ्रान्सला त्याची जागा दाखवून दिली, असं अनेक जण म्हणायला लागले. परदेशांमध्ये अर्थातच यामुळे काळजीचं वातावरण पसरलं. फ्रान्सनं जर्मनीच्या विरोधात आघाडी उभी करण्याचे प्रयत्न सुरू केले. जर्मनीच्या विरोधकांपैकी इंग्लंडचा निर्णय सगळ्यात महत्त्वाचा होता. खरं म्हणजे हिटलरच्या या निर्णयामुळे इंग्लंडनं अगदी लगेचच आक्रमक भूमिका घेऊन जर्मनीला वठणीवर आणण्याची भूमिका घेणं अपेक्षित होतं; प्रत्यक्षात मात्र ब्रिटिशांना रशियाच्या वाढत्या प्रभावामुळे काळजी वाटत होती. आपल्याकडेही डाव्या चळवळी वाढतील आणि साम्यवाद फोफावेल, असं त्यांना वाटत असल्यामुळे साम्यवादाच्या विरोधात अतिकठोर भूमिका घेणाऱ्या हिटलरला आपण फार विरोध करू नये, असं बहुसंख्य ब्रिटिश नेत्यांचं मत पडलं. याचं प्रतिबिंब इंग्लंडनं जर्मनीला दिलेल्या प्रतिक्रियेत साफ उमटलं. जर्मनीच्या लष्करी प्रभाव वाढवण्याच्या धोरणावर मिळमिळीत टीका करतानाच आता तरी आपल्या परराष्ट्रमंत्र्याची जर्मन अधिकाऱ्यांशी भेट होऊ शकते का, असा प्रश्न ब्रिटिशांनी विचारला. साहजिकच इंग्लंडची भूमिका एकदम गुळमुळीत स्वरूपाची असल्याचं हिटलरला समजलं आणि त्याला अत्यानंद झाला. त्यानं या बैठकीत अत्यंत कणखर भूमिका मांडली आणि ब्रिटिशांनी त्याला फारसा विरोध केला नाही. यामुळे फ्रान्सच्या साथीत इंग्लंड कितपत लढेल, अशी शंका हिटलरच्या चाणाक्ष नजरेमधून सुटली नाही. याचा फायदा उठवून इंग्लंडच्या नौदलाच्या ३५टक्के क्षमतेचं नौदल जर्मनी उभं करू शवे, अशी परवानगी मिळवणारा द्विपक्षी करार त्यानं करून घेतला. जर्मन नागरिकांना आपल्या नेत्याच्या या कामगिरीचं जितकं कौतुक वाटलं, तितक्याच अविश्वासानं सगळं जग या घटनाक्रमाकडे बघत होतं. शांततेच्या मार्गानं जर्मनीचं आक्रमण बोथट करावं असा इंग्लंडचा यामागचा मुख्य हेतू असला तरी, तो साफ फसला. त्यातच काही महिन्यांनी मुसोलिनीनं इटलीची ताकद दाखवण्यासाठी अबिसिनिया प्रांतात घुसखोरी केल्यामुळे युरोपमधली शांतता आणखीनच धोक्यात आली.

विदेशी घडामोडींमध्ये हिटलर एकीकडे गुंतलेला असताना १९३५ सालच्या उत्तरार्धात जर्मनीमध्ये ज्यू वंशीयांवरच्या अत्याचारांनी नवं टोक गाठलं. जहरी मतं मांडणारी भाषणं आणि लिखाण यांच्या मदतीनं नाझी पक्षानं ज्यूंच्या विरोधात रान उठवलं. आपल्यावरच्या कारवाईमुळे एकदम थंडावलेल्या आणि निपचित पडलेल्या

एसए संघटनेमध्ये यामुळे अचानकपणे जान आली. एसएसच्या जोडीनं एसए संघटनेनंही ज्यूंवर हल्ले करण्याचं सत्र प्रचंड मोठ्या प्रमाणावर सुरू केलं. सर्वसामान्य लोकांचा मात्र या हल्ल्यांना फारसा पाठिंबा नव्हता. अर्थात त्यांना ज्यू लोकांविषयी प्रेम होतं किंवा मानवतेच्या भूमिकेतून असं घडत होतं असं मात्र अजिबातच नाही. एकूणच सगळीकडे मारहाण, रक्तपात, लुटालूट सुरू असल्याच्या वातावरणात आपलं आयुष्यसुद्धा खडतर होईल, अशी भीती त्यांना वाटे. यामुळे ज्यू लोकांवरच्या हल्ल्यांचे निषेध सुरू झाले. याची दखल घेणं नेत्यांना भाग पडलं आणि हा हिंसाचार जरा निवळला. आता रस्त्यांवरच्या हल्ल्यांपेक्षा कायद्याच्या पातळीवरच काहीतरी केलं पाहिजे, अशी या नेत्यांची धारणा झाली. त्यांनी हिटलरचे कान भरले. यातूनच १९३५ सालचे कुप्रसिद्ध 'न्यूरेम्बर्ग कायदे' हिटलरच्या सहीनं मंजूर करण्यात आले. जर्मन लोक हे आर्य वर्णीय असल्यामुळे श्रेष्ठ आहेत आणि ज्यू लोक हे दुय्यम दर्जाचे आहेत, असं या कायद्यांचं मूळ होतं. म्हणूनच जर 'श्रेष्ठ' जर्मन लोकांना आपलं श्रेष्ठत्व कायम टिकवायचं असेल तर त्यांनी आपल्यामध्ये 'दुय्यम' दर्जाच्या ज्यू लोकांचं रक्त मिसळू देता कामा नये, असा युक्तिवाद यामागे होता. म्हणूनच आर्य वंशीयांशी ज्यू वंशीयांचे शारीरिक संबंध बेकायदा ठरवण्यात आले. अर्थातच या भिन्न वंशीयांची लग्नंही आता होऊ शकणार नव्हती. इतकंच नव्हे तर कुठल्याही ज्यू नागरिकाला ४५ वर्षं वयाखालच्या जर्मन स्त्रीला आपल्या घरामध्ये कामासाठी ठेवण्यावरही बंदी घालण्यात आली. या कायद्यांचं जर्मन नागरिकांनी स्वागत केलं. ज्यू धर्मीयांवर हल्ले न करता आणि सगळीकडे घबराटीचं वातावरण न पसरवता आपोआपच ज्यू लोकांना समाजातून बेदखल करण्याची हिटलरची ही चाल त्यांना आवडली. त्यांचा दृष्टिकोनही वर्णद्वेषी होताच; फक्त कायदेशीर मार्गानंच ज्यू लोकांना वेगळं ठेवण्याचा हा मार्ग त्यांना जास्त आवडला, इतकंच.

तिकडे मुसोलिनीनं अबिसिनिया प्रांतात घुसखोरी केल्यानंतर इंग्लंड आणि फ्रान्स यांनी इटलीच्या बाबतीत अत्यंत कडक भूमिका स्वीकारली. इटलीवर कडक आर्थिक निर्बंध घालण्यात आले. यामुळे इटलीची परिस्थिती काहीशी बिघडली. याचा फायदा उठवण्यासाठी हिटलर टपूनच बसला होता. पहिल्या महायुद्धानंतर जर्मनीमधल्या ऱ्हाईन नदीच्या आखून दिलेल्या परिसरात जर्मनी आपलं लष्कर अजिबात उभं करणार नाही, असं व्हर्सायच्या तहामधलं एक कलम होतं. या कलमाचा भंग केला तर अन्य युरोपीय देश इथं आपण उभ्या केलेल्या लष्करावर हल्ला करतील, अशी भीती हिटलरला सतावत होती. आता त्यानं मुसोलिनीच्या सद्यपरिस्थितीचा फायदा उठवायचं ठरवलं. इंग्लंड आणि फ्रान्स यांच्याशी मुसोलिनीनं वैर घेतलेलं असल्यामुळे, तो आपल्या बाजूला वळेल अशी खात्री हिटलरला वाटायला लागली. त्या दृष्टीनं थोडीफार चर्चा होताच आपण जर्मनीच्या अंतर्गत

प्रश्नात पडणार नसल्याचं मुसोलिनीनं सांगून टाकलं. म्हणजेच ऱ्हाईनलँड भागात जर्मनीनं नव्यानं लष्कराची जमवाजमव करायला आपली हरकत नाही, असं त्याला इंग्लंड आणि फ्रान्स यांना सांगायचं होतं. फ्रान्सला जर्मनीवर हल्ला करण्याची फारशी इच्छा नव्हती आणि हे हिटलरला त्याच्या फ्रान्समधल्या राजदूताकडून समजलं होतं. वरवर फ्रान्स गुरकावल्यासारखं करत असला आणि 'राजकीय चर्चेतूनच असे प्रश्न सोडवले पाहिजेत' असं म्हणत असला तरी फ्रेंच लष्करानं फ्रेंच राजकीय नेत्यांबरोबरच्या चर्चेत जर्मनीशी लढायला नकार दिला असल्याचं गुपित हिटलरपर्यंत पोहोचलं होतं. ब्रिटिशांनाही निरनिराळ्या समस्यांनी आणि अबिसिमियाच्या प्रश्नानं गुंतवून टाकलेलं असल्यामुळे, तेसुद्धा ऱ्हाईनलँडच्या प्रश्नावरून आपल्याशी लढतील, असं हिटलरला वाटत नव्हतं.

१९३६ सालच्या फेब्रुवारी महिन्यात ऱ्हाईनलँडमध्ये हिटलर जर्मन लष्कर पुन्हा तैनात करणार असल्याच्या बातम्या पसरल्या. हिटलरनं आपल्या सहकाऱ्यांशी याविषयी चर्चा केली. त्याच्या परराष्ट्रमंत्र्यानं आपल्याला इंग्लंड किंवा फ्रान्स यांच्या लष्करी कारवाईची चिंता अजिबातच वाटत नसली तरी आंतरराष्ट्रीय पातळीवर जर्मनीला आणखी एकटं पाडलं जाण्याची भीती मात्र वाटत असल्याचं मत व्यक्त केलं. इतरांनीही हिटलरला सबुरीचा सल्ला दिला. हिटलर मात्र ऱ्हाईनलँडच्या प्रश्नावर निर्णायक भूमिका घेण्याची हीच वेळ आहे, असं म्हणाला. ७ मार्च १९३६ या दिवशी त्यानं आपल्या सगळ्या लष्करप्रमुखांची बैठक बोलावली. त्यात आपण ऱ्हाईनलँडमध्ये जर्मन लष्कर प्रस्थापित करणार असल्याची घोषणा हिटलरनं केली. तसंच आपल्याला आंतरराष्ट्रीय पातळीवर एकटं पाडलं जाऊ नये यासाठी आपण 'लीग ऑफ नेशन्स'मध्ये जर्मनीला पुन्हा सामील करणार असल्याचं आणि फ्रान्स तसंच बेल्जियम यांच्याबरोबर आक्रमकता रोखण्यासंबंधीचा करार करणार असल्याचंही त्यानं सांगितलं. मंत्र्यांना ही माहिती वैयक्तिक पातळीवर कळवण्यात आली. दुसऱ्या दिवशी मंत्रिमंडळाची बैठक बोलावून त्यात हिटलरचं भाषण झालं आणि ते थेट रेडिओवर ऐकवण्यात आलं. याबरोबर सगळ्यांना पुन्हा एकदा देशप्रेमाचं स्फुरण चढलं. ऱ्हाईन नदीजवळच्या पुलापाशी जर्मन सैनिकांचं स्वागत करण्यासाठी लोकांची नुसती झुंबड माजली. स्त्रियांनी सैनिकांचा मार्ग फुलांनी सजवला. सैनिकांनी पुलावरून पलीकडे जायला सुरुवात करताच लोकांनी प्रचंड जल्लोष केला. जर आपल्या या कृतीमुळे फ्रेंचांनी हल्ला केला तर एका तासात माघार घेण्याचे आदेश सैनिकांच्या पहिल्या फळीला देण्यात आले होते. अर्थातच याची शक्यता अजिबातच नव्हती. फ्रेंच लष्करी अधिकाऱ्यांनी ऱ्हाईनलँडमध्ये तब्बल २.९५ लाख जर्मन सैनिक जाणार असल्याची बातमी जाणूनबुजून पसरवली होती. प्रत्यक्षात हा आकडा फक्त ३० हजार इतकाच होता! जर्मनांशी युद्ध टाळण्यासाठीचा फ्रेंच लष्करी

अधिकाऱ्यांचा हा डाव होता. म्हणूनच काही दिवसांनी हिटलरनं 'जर फ्रेंच लष्कर खरोखर ऱ्हाईनलँडमधल्या आपल्या कृतीला मोडून काढण्यासाठी पुढे सरसावलं असतं तर आमची काही खैर नव्हती ... अगदी थोड्या प्रयत्नांनीसुद्धा त्यांनी आमच्या सैनिकांना शेपूट पाडून पळायला भाग पाडलं असतं ...' असं म्हटलं.

युरोपीय देशांमध्ये एकवाक्यतेचा अभाव असणं आणि सततच्या लष्करी मोहिमांमुळे त्यांच्या लष्करांना आलेला थकवा या कारणांमुळे हिटलरचं हे धाडस यशस्वी ठरलं. त्याचा आत्मविश्वास यामुळे प्रचंड वाढला. आपल्याहून बलाढ्य असलेल्या युरोपीय देशांना त्यानं पुन्हा एकदा जेरीला तर आणलंच होतं; पण सगळे कायदे आणि करार मोडीत काढून त्यांना वाकुल्या दाखवायचं धारिष्ट्य आपल्यात असल्याचं त्यानं परत एकदा सिद्ध करून दाखवलं होतं. जर्मन नागरिकांना झालेला आनंद तर अवर्णनीय होता. हिटलरच्या आततायी कृत्यांमुळे पुन्हा एकदा जर्मनीला युद्धाचा सामना करावा लागेल अशी आपल्याला वाटत असलेली भीती अनाठायी असल्याची भावना, बहुसंख्य जर्मन लोकांमध्ये पक्की झाली. हिटलरच्या विरोधकांचा आवाज एकदमच क्षीण झाला. याच सुमाराला हिटलरनं जर्मनीमध्ये पुन्हा एकदा 'निवडणूक' घेतली. त्यात नाझी पक्षाला ९८.९टक्के मतं मिळाली, असं सांगण्यात आलं. ऱ्हाईनलँड प्रकरणामुळे हिटलर स्वतःला अभेद्य समजायला लागला, असं त्याच्या जवळच्या लोकांनी नमूद केलं आहे. आता सगळा जर्मनी देश तर आपल्या मुठीत आलाच आहे; पण इथवर न थांबता आपण जर्मनीच्या सीमा विस्तारल्या पाहिजेत, अशी त्याच्या मनातली आधीपासूनची इच्छा आता जोरानं डोकं वर काढायला लागली.

एकीकडे हिटलरच्या महत्त्वाकांक्षा वाढत चाललेल्या असताना आणि लष्करी ताकद आणखी वाढवण्यावर त्यानं खूप भर दिलेला असताना, जर्मन अर्थव्यवस्थेवर त्याचा प्रचंड भार पडत होता. सर्वसामान्य माणसाला रोजच्या आयुष्यात अनेक संकटांशी सामना करावा लागत होता. इतकंच नव्हे, तर लष्करी साम्राज्य वाढवण्यासाठीची धडपडसुद्धा किती काळ टिकून राहील हे समजत नव्हतं; कारण १९३६ सालच्या मध्यावर यासाठी फक्त दोन महिने पुरेल इतकाच कच्चा माल शिल्लक होता. परकीय चलनाचा विलक्षण तुटवडा असताना अन्नधान्य पुरवठामंत्री आणि संरक्षणमंत्री या दोघांनाही मोठ्या प्रमाणावर परकीय चलन हवं होतं. यातून कसा मार्ग काढायचा हे हिटलरला समजत नव्हतं. अनेक महिने त्यानं या संदर्भात कसलीच हालचाल केली नाही. शेवटी त्याच्या विश्वासातल्या एका सहकाऱ्यानं जर्मनीमधल्या सर्वोत्तम तंत्रज्ञांना एकत्र आणून उपलब्ध साधनांचा वापर करून इंधननिर्मिती, शस्त्रास्त्रनिर्मिती आणि अन्नधान्याचं उत्पादन वाढवण्यासाठीच्या क्लृप्त्या यावर काम करायला सांगितलं. काही काळातच हिटलरसमोर यासंबंधीचं सादरीकरण

करायला म्हणून हा सहकारी सज्ज झाला, तर तोपर्यंत हिटलर एका वेगळ्याच प्रश्नात गुंतून गेला होता.

रशियामधल्या बोल्शेव्हिक क्रांतीचा हिटलरला पूर्वीपासून राग होता. आता या क्रांतीची झळ आपल्याला सोसावी लागेल अशा भीतीनं त्याला भंडावून सोडलं. याचं कारण म्हणजे एकीकडे जपान आणि रशिया यांच्यात युद्ध सुरू होतं, तर दुसरीकडे स्पेनचा प्रश्न निर्माण झाला होता. १९३६ सालच्या जुलै महिन्यात स्पॅनिश लष्कराच्या काही तुकड्यांनी आपल्या सत्ताधाऱ्यांच्या विरोधात उठाव केला आणि यामुळे तिथं यादवी युद्ध सुरू झालं. हे बंड मोडून काढण्यासाठी प्रयत्न सुरू झाले खरे; पण हे बंड यशस्वी करण्यासाठी बंडखोरांनी मुसोलिनी आणि हिटलर यांच्याकडे मदत मागितली. जर आपण बंडखोरांच्या मदतीला धावून गेलो नाही, तर रशिया या संधीचा फायदा उठवून स्पेनमध्येसुद्धा आपलं वर्चस्व निर्माण करेल, अशी भीती हिटलरला वाटली. तसंच स्पेनमधल्या यादवी युद्धामध्ये सहभागी झाल्यानंतर आपल्याला जर्मनीमध्ये असलेल्या युद्धसामग्रीच्या तुटवड्यावरही मात करता येईल असं त्याला वाटलं असावं. यामुळे त्यानं बंडखोरांना मदत करायचं ठरवलं. यामुळे आंतरराष्ट्रीय पातळीवर काय घडेल याची काळजी हिटलरच्या काही सल्लागारांना वाटत होती. नेहमीप्रमाणेच हिटलरनं कुणाचं न ऐकता आपला निर्णय जाहीर करून टाकला. बंडखोरांची लगेचच सरशी होईल आणि आपण त्यानंतर या प्रश्नामधून अंग काढून घ्यावं, असा त्याचा यामागचा उद्देश होता. तसंच जर रशियानं स्पेनच्या यादवी युद्धात मध्यस्थी केली तर त्यामुळे स्पेनमध्येही रशियाप्रमाणे ज्यू लोकांनी यशस्वी केलेल्या बोल्शेव्हिक क्रांतीचा पगडा निर्माण होईल आणि कदाचित फ्रान्सही तेव्हाच्या परिस्थितीनुसार बोल्शेव्हिक चळवळीचा भाग बनेल, असं हिटलरला वाटत होतं. या भीतीपोटी त्यानं स्पेनच्या यादवी युद्धात पडायच्या आपल्या निर्णयावर शिक्कामोर्तब करून टाकलं. अशा या हिटलरच्या खासगी आयुष्याविषयीही थोडक्यात बोलणं गरजेचं आहे.

हिटलरच्या निर्णयप्रक्रियेत इतर कुणाला फारसं स्थान नसे. इतरांची मतं तो कधीकधी ऐकत असे; पण ती नावापुरतीच. त्याला कुणी जवळचं असं नव्हतंच. त्याचा विलक्षण ईगो आणि स्वतःविषयी त्याच्या मनात असलेल्या भव्यदिव्य कल्पना यामुळे वैयक्तिक आयुष्यातही तो फारसं कुणाला जवळ करत नसे. १९२९ मध्ये हिटलरची भेट हेन्रिच हॉफमन या त्याच्या छायाचित्रकाराच्या कार्यालयातल्या सतरा वर्षं वयाच्या इव्हा ब्राऊनशी झाली. आपला नावलौकिक खराब होऊ नये म्हणून हिटलरनं तिला सार्वजनिक आयुष्यात आपल्या फार जवळ केलं नाही. हिटलर जास्त करून बर्लिनमध्ये असला तरी इव्हा तिथं नसायची. जेव्हा ती

बर्लिनला जायची, तेव्हा हिटलरच्या घरातल्या छोट्या खोलीत ती बसून राही. हिटलरच्या मेजवान्यांमध्येही तिला खास पाहुणे किंवा महत्त्वाचे लोक हजर असताना प्रवेश नसे. हिटलर सातत्यानं प्रवास करत असला तरी तिथंही इव्हा त्याच्याबरोबर जात नसे. जर ती सार्वजनिक समारंभांमध्ये हजर राहिली तर हिटलर तिला अगदी अपमानास्पद वागणूक देत असे. सगळ्या लोकांसमोर हिटलर तिला अगदी घालून-पाडून बोलत असे. इतर स्त्रियांशी मात्र तो तिच्यासमोरच अगदी आदरानं आणि प्रेमानं वागत असे.

व्यायामाच्या भानगडीतसुद्धा न पडणारा आणि फारसं पौष्टिक अन्न न खाणारा हिटलर बऱ्यापैकी तंदुरुस्त होता, हे एक आश्चर्यच म्हटलं पाहिजे. त्याला अधूनमधून पोटदुखीचा त्रास मात्र होई आणि त्याला मानसिक ताण आला की ही पोटदुखी एकदम असह्य होई. यावर उपाय म्हणून तो घेत असलेल्या औषधांमध्ये अत्यल्प प्रमाणात विषारी घटक असल्याचं नंतर लक्षात आलं. यामुळे हिटलरला डोकेदुखी, दुहेरी प्रतिमा दिसणं, भोवळ येणं, कानांमध्ये आवाज येणं, असे त्रास होत. त्याच्या घशात एक बारीक गाठ आल्यामुळे १९३५ मध्ये तो खूपच काळजीत होता; पण ही कर्करोगाची नसल्याचं स्पष्ट झाल्यावर त्याच्या मनावरचा ताण निवळला. याच सुमाराला त्याच्या दोन्ही पायांवर एक्झिमा वाढला; म्हणजेच फोड आले आणि त्यांना खूप खाज सुटायला लागली. यामुळे त्याचे दोन्ही पाय बँडेजमध्ये गुंडाळावे लागले. आपले आई-वडील तरुणपणीच दगावलेले असल्यामुळे आपल्याही बाबतीत तेच घडेल, अशी भीती त्याला सतावत असे.

हिटलरच्या कारकिर्दीत घडलेल्या अत्यंत महत्त्वाच्या घडामोडींपैकी दोन म्हणजे १९३८ मध्ये त्याच्या मंत्रिमंडळातला संरक्षणमंत्री फील्ड मार्शल व्हर्नर ब्लोमबर्ग आणि लष्करप्रमुख कर्नल जनरल फॉन फ्रिश्च याच्या संदर्भात घडलेले सनसनाटीपूर्ण घटनाक्रम होते. यापैकी ब्लोमबर्ग हा हिटलरला जवळचा असल्यामुळेच तो संरक्षणमंत्री बनू शकला, असं अनेक जणांचं मत होतं. लष्करामधले वरिष्ठ अधिकारीसुद्धा ब्लोमबर्गच्या साफ विरोधात होते. त्यांना ब्लोमबर्गला दूर करायचं होतं; पण त्यासाठीची संधी त्यांना लाभत नव्हती. १९३८ सालच्या जानेवारी महिन्यात अशी सुवर्णसंधी त्यांच्यासमोर चालून आली. याची पार्श्वभूमी म्हणजे १९३७ सालच्या सप्टेंबर महिन्यात ब्लोमबर्ग सकाळी फेरफटका मारत असताना त्याची भेट त्याच्याहून ३५ वर्षांनी लहान असलेल्या तरुणीशी झाली. आपल्या पाच मुलांना सांभाळण्याचा अयशस्वी प्रयत्न करणारा विधुर ब्लोमबर्ग आतून पार पोखरला गेला होता. एकटेपणाच्या भावनेनं त्याला पार घेरलं होतं. या तरुणीला बघताच ब्लोमबर्ग एकदम जागीच तिच्या प्रेमात पडला. टायपिंगचं काम करणाऱ्या या स्त्रीला त्यानं काही आठवड्यांमध्येच लग्नाची मागणी घातली आणि हिटलरकडे यासाठीची

परवानगी मागितली. 'खालच्या दर्जाच्या' स्त्रीशी आपण विवाह केला तर लष्करामधले वरिष्ठ लोक तसंच मंत्रिमंडळामधले इतर सदस्य आपल्या विरोधात वातावरण तापवतील अशी भीती त्याला वाटत होती. हिटलरनं मात्र ब्लोमबर्गला अशी कसलीच भीती बाळगण्याची गरज नसल्याचं सांगून समाजामधल्या असल्या भेदभावांची आपल्याला चीड असल्याचं सांगितलं. शेवटी अत्यंत घाईघाईनं १२ जानेवारी १९३८ या दिवशी ब्लोमबर्गचं लग्न अगदी मोजक्या लोकांच्या उपस्थितीत पार पडलं.

ब्लोमबर्गला आपली नवी बायको सामाजिकदृष्ट्या आपल्या तुलनेची नसल्याची थोडी लाज तर वाटत होतीच; पण त्यानं तिच्याविषयी कुठं न बोलण्यामागे आणखी एक महत्त्वाचं कारण होतं. १९३१ मध्ये तिची वयाच्या अठराव्या वर्षी काढली गेलेली काही छायाचित्रं जर्मन पोलिसांकडे होती. त्याच्या पुढच्या वर्षी पोलिसांकडच्या नोंदींमध्ये तिचा 'अधिकृत वेश्या' म्हणून समावेश करण्यात आला. यानंतर काही वर्षांनी वेश्यागमन करणाऱ्या एका माणसाला लुबाडल्याच्या आरोपावरून तिच्याविरुद्ध पोलिसांकडे नवी तक्रार आली. आता अचानकपणे जर्मन संरक्षणमंत्र्याशी लग्न करण्यापर्यंत तिची मजल गेल्यामुळे खळबळ माजली आणि जर्मन लष्करप्रमुखाकडे तिचा तोपर्यंतचा 'हिशेब' सादर करण्यात आला. जर्मनीमधल्या 'गेस्टॅपो' या गुप्त पोलीस यंत्रणेकडेही सगळी खबरबात पोहोचली. लवकरच प्रकरण हिटलरकडे गेलं. तिथं आणखी भलताच प्रकार घडला. आपल्या संरक्षणमंत्र्यानं एका कुख्यात वेश्येशी लग्न केलं असल्याच्या बातमीमुळे तो पार हादरलाच; पण याच्या जोडीला वर्णद्वेषाची फोडणीही लाभली. याचं कारण म्हणजे या स्त्रीची ज्या काळातली छायाचित्रं पोलिसांच्या हाती लागली होती त्या काळात ही स्त्री एका ज्यू माणसाची रखेल म्हणून राहायची. त्या ज्यू माणसानंच ही छायाचित्रं काढली असल्याचं हिटलरच्या कानांवर आलं. ब्लोमबर्गच्या लग्नात मोठ्या आवेशानं साक्षीदार म्हणून हजर राहिलेला आणि लग्नात तेव्हाच्या पद्धतीनुसार वधूच्या हाताचं चुंबन घेतलेला हिटलर संताप आणि भीती यांच्या मिश्रणामुळे बेभान झाला. आपण ज्यूंच्या विरोधात इतकं रान उठवलेलं असताना आपल्या जवळच्या सहकाऱ्याची पत्नी पूर्वी एका ज्यू माणसाशी अनैतिक संबंध ठेवणारी असावी, या विरोधाभासाचा आपले विरोधक किती फायदा उठवतील याची त्याला लगेचच जाणीव झाली. आपल्या हातांची पाठीमागे घडी घालून आपल्या खोलीत येरझारा घालत 'जर जर्मन फील्ड मार्शल एका वेश्येशी लग्न करू शकतो, तर जगात काहीही घडू शकतं,' असं तो रागानं पुटपुटत होता. हिटलरच्या जवळच्या सहकाऱ्यांनी ब्लोमबर्गपाशी हा विषय काढला. कदाचित चुकून किंवा नीटशी माहिती नसल्यामुळे त्यानं या स्त्रीशी लग्न केलं असावं, अशा समजुतीतून या सहकाऱ्यांनी त्याला लगेचच घटस्फोटाची तयारी

करायला सांगितलं. जेव्हा ब्लोमबर्गनं याला साफ नकार दिला, तेव्हा मात्र ते पार हवालदिल झाले. शेवटी ब्लोमबर्गला पदमुक्त करून इटलीला धाडण्यात आलं. जर जर्मनी परत युद्धभूमीवर उतरली तर आपण ब्लोमबर्गला परत लष्करसेवेसाठी बोलावू, असं हिटलरनं त्याला जाताजाता सांगितलं.

ब्लोमबर्गसंबंधीचा वणवा हिटलरनं कसाबसा विझवला, तेवढ्यात त्याच्यावर नवा बॉम्ब पडला. जर्मन लष्करप्रमुख फ्रिश्चला पाच वर्षांपूर्वी त्याच्या तरुण समलिंगी साथीदारानं 'ब्लॅकमेल' करण्याचा प्रयत्न केल्याचं प्रकरण उघडकीला आलं होतं. तेव्हा हिटलरनं हे प्रकरण हास्यास्पद ठरवून त्याविषयी कसलीही चौकशी करण्याच्या सूचना पार धुडकावून लावल्या होत्या. तसंच या प्रकरणाशी संबंधित असलेली सगळी कागदपत्रं नष्ट करण्याचे आदेश त्यानं दिले होते. कदाचित ब्लोमबर्गच्या संदर्भातल्या नाट्यामुळे हिटलर अचानकपणे जागा झाला असावा. त्यानं एसएसचा प्रमुख हिमलर याला फ्रिश्च प्रकरण नव्यानं अत्यंत तातडीनं तपासायला सांगितलं. पूर्वी हिटलरचा आदेश झुगारून फ्रिश्च प्रकरणाची फाईल पोलिसांनी सुरक्षित ठेवलेली असल्यामुळे आता ती उघडून हिटलरपर्यंत पोहोचवण्यात कसलीच अडचण नव्हती. एकीकडे ब्लोमबर्गला पदमुक्त करण्यासंबंधीच्या शेवटच्या हालचालींवर हिटलर हात फिरवत असताना फ्रिश्चची फाईल त्याच्यासमोर आली. फ्रिश्चची नेमणूक जर्मनीचा संरक्षणमंत्री म्हणून ब्लोमबर्गच्या जागी करण्याचा विचार हिटलरच्या मनात घोळत असल्यामुळे त्याआधी या प्रकरणाचा सोक्षमोक्ष लावायचं त्यानं ठरवलं. म्हणजेच ब्लोमबर्ग प्रकरण निर्माण झालं नसतं तर फ्रिश्च प्रकरण गाडलेल्या अवस्थेतच राहिलं असतं. फाईलमधल्या नोंदींनुसार हेही प्रकरण अडचणीत आणणारं ठरणार, याची हिटलरला जाणीव झाली. त्यानं ही फाईल आपल्या एका सहकाऱ्याला दिली आणि त्याचा पुढचा तपास करायला सांगितलं. या सहकाऱ्यानं हिटलरचा हा आदेश न पाळता फ्रिश्चला याविषयी सांगितलं आणि कहर झाला! आपल्यावरचे हे आरोप भडकलेल्या फ्रिश्चनं फेटाळून लावले. हिटलरकडे फ्रिश्चची ही प्रतिक्रिया गेल्यावर हिटलर तसा खूशच झाला. आता फ्रिश्चला संरक्षणमंत्री पद देण्यात कसलीच अडचण नाही, असं त्याला वाटलं. तरीही हिटलरनं या प्रकरणाचा पुरता अभ्यास झाल्याशिवाय हा निर्णय घेऊ नये, असं ठरल्यामुळे फ्रिश्च आणि त्याच्या विरोधात पूर्वी तक्रार केलेला युवक यांना समोरासमोर बोलण्यासाठी आमंत्रित करण्यात आलं. या युवकानं इतर काही प्रकरणांमध्ये दिलेली साक्ष खरी ठरल्याचा इतिहास होता. आता फ्रिश्चनं मात्र आपल्यावरचे आरोप साफ खोटे असल्याचं ठणकावून सांगितलं. यामुळे हिटलरचं समाधान होण्याऐवजी त्याच्या मनातला फ्रिश्चवरचा संशय अजूनच बळावला. फ्रिश्चनं हिटलरसमोर शरणागती पत्करली असती किंवा त्याच्याकडे आपल्याला या प्रकरणातून सोडवण्यासाठीची विनंती

केली असती तर कदाचित हिटलर एकदम सहानुभूतीनं वागला असता. फिर्यादी आणि आरोपी हे दोघंही आपापल्या म्हणण्यावर अडून बसले. फ्रिश्चविषयी तक्रार करणाऱ्या युवकानं ही घटना काल घडली असावी अशा पद्धतीनं तपशिलांचं अगदी बारीकसारीक वर्णन केलं. त्यात काही चुका असल्या तरी त्याकडे संबंधितांनी दुर्लक्षच केलं. हिटलरनं हे प्रकरण आपल्या कायद्यामंत्र्याकडे सोपवलं. त्यानं प्रथमदर्शनी फ्रिश्चवरचे आरोप खरे वाटत असल्याचं सांगून याचा न्यायनिवाडा लष्करी न्यायालयानं करावा, असं सुचवलं. शेवटी हिटलरनं वैतागून फ्रिश्चला राजीनामा द्यायला सांगितलं. अर्थातच लागोपाठच्या या दोन घटनांमुळे नाझी सरकारची चांगलीच बदनामी झाली.

अशा घटनांमुळे हिटलरवर अधूनमधून दबाव येत असला तरीसुद्धा आंतरराष्ट्रीय पातळीवर त्यानं स्वीकारलेल्या आक्रमक भूमिकेमुळे त्याच्या लोकप्रियतेला फारसा धक्का पोहोचला नाही. याची हिटलरला जाणीव होती. म्हणूनच त्यानं आपला आक्रमक पवित्रा आणखीनच टोकाला नेण्याचं धोरण स्वीकारलं.

ऑस्ट्रियाची शिकार

ऑस्ट्रिया हा देश जर्मनीचाच एक भाग आहे असं हिटलरचं पूर्वीपासून मत होतं. पहिल्या महायुद्धातल्या अपयशामुळे ऑस्ट्रियाचं विलक्षण नुकसान झालं होतं. पूर्वी ५.४० कोटी लोकसंख्या असलेल्या या देशाच्या आकुंचन पावलेल्या अवस्थेत आता फक्त ७० लाख लोकच होते आणि त्यांपैकी २० लाख तर ऑस्ट्रियाची राजधानी व्हिएन्नामध्येच होते. ऑस्ट्रियामध्ये आर्थिक आणि सामाजिक प्रश्न खूप वाढले होते. तसंच पहिल्या महायुद्धामध्ये झालेल्या पराभवाच्या पार्श्वभूमीवर देशाचा आकार कमी होण्याची खंतही ऑस्ट्रियाच्या नागरिकांना मनातून सलत होती. आता ऑस्ट्रिया म्हणून जो देश ओळखला जाई त्यात प्रामुख्यानं जर्मन भाषकच होते. यामुळे १९२० च्या दशकात जर्मनीमध्ये विलीन होण्यासंबंधीच्या कल्पना ऑस्ट्रियाच्या राज्यकर्त्यांच्या मनात घोळत राहिल्या. हिटलरच्या उदयामुळे मात्र प्रकरण एकदम चिघळलं. वर्णद्वेष आणि नाझी हिंसाचार यांमुळे जर्मन समाजातच फूट पडलेली असताना ऑस्ट्रियाचा समावेश जर्मनीत करण्याची कल्पना ऑस्ट्रियावासीयांना अजिबात सहन होत नव्हती. नाझी पक्षाची पाळंमुळं ऑस्ट्रियामध्येही रुजलेली असल्यामुळे फक्त तिथल्या नाझी कार्यकर्त्यांनाच ऑस्ट्रियाचं जर्मनीत विलिनीकरण व्हावं असं आता वाटत होतं. जर्मनीमध्ये मात्र ऑस्ट्रिया आणि जर्मनी यांचं एकत्रीकरण व्हावं यासाठीचं वातावरण तापवलं जात होतं. आपल्या 'माईन काम्फ'च्या पहिल्याच पानावर हिटलरनं जर्मनी आणि ऑस्ट्रिया या दोन देशांमधले नागरिक एकच आहेत आणि कुठल्याही आर्थिक निकषांचा विचार न करता त्यांचं एकत्रीकरण झालंच पाहिजे, असं लिहिलं होतं. अर्थातच वर्ण, वंश या गोष्टींच्या आधारावरच हिटलरचा हा विचार सुरू होता.

१९३७ साल उजाडलं तसं ऑस्ट्रियासंबंधीच्या आपल्या आकांक्षाविषयी हिटलर जास्तच उघडपणे बोलायला लागला. सप्टेंबर महिन्यात तर त्यानं मुसोलिनीचं

याविषयी काय मत आहे असं विचारलंसुद्धा; पण त्याला मुसोलिनीनं अपेक्षित असलेला अनुकूल प्रतिसाद दिला नाही. यानंतर ब्रिटिश परराष्ट्रमंत्र्यानं जर्मनीला भेट दिलेली असताना आपण ऑस्ट्रियाला जर्मनीशी पुन्हा जोडण्याचे प्रयत्न केले तर त्याला ब्रिटिशांचा आक्षेप असेल का, याचा अंदाज घेण्याचा प्रयत्न हिटलरनं केला तेव्हा ब्रिटिश राज्यकर्ते या भानगडीत आपलं डोकं खुपसणार नाहीत, असं त्याला वाटलं. यामुळे हिटलरचा उत्साह वाढला आणि ऑस्ट्रियाचं स्वातंत्र्य संकटात टाकण्यासाठीच्या चाली रचायला त्यानं सुरुवात केली. ऑस्ट्रियामध्ये उपलब्ध असलेल्या नैसर्गिक साधनसंपत्तीवरही हिटलरच्या मंत्रिमंडळातल्या काहींचा डोळा होता. जर्मनीमधल्या आर्थिक अडचणींची कोंडी फोडण्यासाठी याचा उपयोग होईल, असं त्यांना वाटत होतं. हळूहळू ऑस्ट्रियाभोवतीचा फास हिटलरच्या सहकाऱ्यांनी घट्ट करायला सुरुवात केली. किमान जर्मनी आणि ऑस्ट्रिया यांच्यामध्ये आर्थिक व्यवहारांसाठी समान चलन असावं, यासाठी सुरुवातीला प्रयत्न झाले. चर्चेतून फारसं काही निष्पन्न होत नसल्याचं बघून आता आपल्याला ताकदीचा वापर करावा लागणार, असं हिटलरला वाटायला लागलं. तिकडे ऑस्ट्रियाई चॅन्सलरची हिटलरशी भेट घडवून आणावी यासाठी जर्मनीतर्फे ऑस्ट्रियामध्ये राजदूत म्हणून काम करत असलेला माजी चॅन्सलर पापेन प्रयत्नशील होता. तेवढ्यात ऑस्ट्रियाई अधिकाऱ्यांना हिटलर आणि नाझी पक्ष यांची बदनामी करणारी कागदपत्रं सापडली. त्यानुसार पापेनची हत्या घडवून आणायची आणि त्याचं खापर ऑस्ट्रियावर फोडायचं, असं ऑस्ट्रियामधल्या नाझी पक्षानं ठरवलं होतं. याचा बदला म्हणून नाझी पक्ष त्यानंतर ऑस्ट्रियामध्ये दंगल सुरू करणार, असं या कटाचं स्वरूप होतं. यामुळे काही काळ वातावरण गढूळ झालं.

अखेर १२ फेब्रुवारी १९३८ या दिवशी ऑस्ट्रियाई चॅन्सलरची हिटलरशी भेट झाली. अत्यंत नयनरम्य ठिकाणी मनोहर वातावरणात ही भेट झाली असल्यामुळे ऑस्ट्रियाई चॅन्सलरनं तिथल्या निसर्गसौंदर्याविषयी भाष्य केलं. हिटलर हे सगळं ऐकून घेण्याच्या मनःस्थितीत नव्हता. त्यानं लगेचच आपण असल्या गोष्टींविषयी चर्चा करण्यासाठी इथं आलेलो नसल्याचं ऑस्ट्रियाई चॅन्सलरला सुनावलं. त्यानंतर त्यानं ऑस्ट्रियाई चॅन्सलरला धमकीच दिली. ऑस्ट्रियाई लोकांनी बराच काळ जर्मनीला दगाफटका केला असल्याचं सांगून, आपण लवकरच हे संपवण्याविषयी आग्रही असल्याचं विधान त्यानं केलं. आपल्याला अर्धा ताससुद्धा थांबवण्याची क्षमता ऑस्ट्रियामध्ये नसल्याचं सांगून त्यानं ऑस्ट्रियाई चॅन्सलरवर शाब्दिक हल्लाच चढवला. कदाचित आज रात्रीच आपण व्हिएन्ना शहरावर कब्जा केलेला असू शकतो, असं सनसनाटी विधानही त्यानं केलं. नाझी पक्षावर आणि नाझी समर्थकांवर ऑस्ट्रियानं घातलेले सगळे निर्बंध तातडीनं हटवण्याची मागणी हिटलरनं केली. या

आणि इतरही काही मागण्या ऑस्ट्रियानं पूर्ण करण्यासाठी १५ फेब्रुवारीची मुदत हिटलरनं दिली; अन्यथा आपण ऑस्ट्रियामध्ये घुसू, अशी धमकीच त्यानं दिली. ऑस्ट्रियाई चॅन्सलर तसा चतुर निघाला. त्यानं हिटलरच्या मागण्यांची पूर्तता करण्याचे घटनात्मक अधिकार आपल्याकडे नसल्याचं आणि फक्त ऑस्ट्रियाई राष्ट्रपतीच यासंबंधीचे निर्णय घेऊ शकत असल्याचं हिटलरला सांगितलं. हिटलरनं मात्र आपला रेटा कायम ठेवला आणि शेवटी आपल्या मागण्यांमध्ये बारीकसारीक बदल करून ऑस्ट्रियाई चॅन्सलरकडून त्याविषयी सहमती मिळवली. आता ऑस्ट्रियावर हल्ला चढवण्याआधी ऑस्ट्रियाच्या स्वातंत्र्याला आणि स्थैर्याला आतूनच सुरूंग लावण्यासाठीचे डावपेच त्यानं आखले. यानुसार नाझी हल्लेखोरांनी ऑस्ट्रियामध्ये हल्ले सुरू केले. ऑस्ट्रियाई पोलिसांमध्ये आणि लष्करामध्ये हे हल्ले थांबवण्यासाठीची किंवा परतवण्यासाठीची ताकद नव्हती. ऑस्ट्रियाई चॅन्सलरनं आपल्या देशबांधवांना नाझींच्या प्रचाराला बळी न पडण्याचं आणि आपल्या देशासाठी लढण्याचं आवाहन केलं. यामुळे ऑस्ट्रियामध्ये देशभक्तीचं वातावरण निर्माण झालं आणि यामुळे ऑस्ट्रियाई लोकांच्या नाझी हल्लेखोरांशी नव्या चकमकी सुरू झाल्या. हिटलर ऑस्ट्रियाई चॅन्सलरच्या 'असहकारामुळे' संतापला. ऑस्ट्रियाई चॅन्सलरनं इंग्लंड, फ्रान्स आणि इटली यांना मात्र परिस्थिती नियंत्रणाखाली असल्याचं खोटंच सांगितलं. याचं कारण म्हणजे आपण जर्मनीच्या विरोधात बोललो तर यामुळे कदाचित जर्मनीविषयी ऑस्ट्रियामधल्या जर्मन वंशाच्या नागरिकांमध्ये हिटलरविषयी सहानुभूती निर्माण होईल, अशी भीती त्याला वाटत होती. ३ मार्चला जर्मनीमधल्या ब्रिटिश राजदूताची हिटलरनं भेट घेतली आणि आपण गरज पडल्यास ऑस्ट्रियामध्ये बळाचा वापर करू, असा इशारा दिला. जर ब्रिटिशांनी यात मध्ये पडायचं ठरवलं, तर आपण ऑस्ट्रियावर विजेच्या चपळाईनं हल्ला करू, असं सांगायला तो विसरला नाही.

तेवढ्यात ९ मार्च या दिवशी ऑस्ट्रियाई चॅन्सलरनं अचानकपणे ऑस्ट्रियाच्या स्वायत्ततेविषयी सार्वमत घेण्याचा निर्णय जाहीर करून या प्रश्नाला वेगळीच कलाटणी दिली. त्यानं चातुर्यानं यासाठी वापरलेली भाषा जर्मनीमध्ये ऑस्ट्रियाचं विलिनीकरण करण्याला विरोध असल्याचं सूचित करत होती. साहजिकच ऑस्ट्रियामधल्या नाझी लोकांच्या मनसुब्यांवरही पाणी पडलं. ऑस्ट्रियाई चॅन्सलरच्या या निर्णयामुळे हिटलर एकदम आश्चर्यचकित झाला. काही काळातच त्याच्या आश्चर्याचं रूपांतर विलक्षण संतापात झालं. ऑस्ट्रियाई चॅन्सलरनं आपल्याशी केलेल्या कराराचा भंग केलेला असल्याच्या भावनेनं तो बेभान झाला. सुरुवातीला ऑस्ट्रियामधल्या सार्वमतावर नाझी पक्षाला बहिष्कार घालायला सांगून या सार्वमताला बेकायदा ठरवण्याचा विचार त्यानं केला. तसंच ऑस्ट्रियामध्ये एक हजार विमानं धाडून त्यांच्यामधून या

सार्वमतावर बहिष्कार टाकण्यासाठीचं आवाहन करण्यासंबंधी त्याची आपल्या सहकाऱ्यांशी चर्चा झाली. काही नक्की ठरेपर्यंत ऑस्ट्रियाच्या प्रकरणाविषयी काहीही न छापण्याची तंबी जर्मन वर्तमानपत्रांना देण्यात आली. अशा प्रकारे हिटलर आणि त्याचे सहकारी काहीतरी निर्णय घेण्यासाठी धडपडत असताना अचानकपणे घटनाक्रमाला वेग आला. नेहमीप्रमाणेच हिटलरनं कुणालाही अपेक्षित नसताना आपला विचार बदलला आणि आक्रमक भूमिका घ्यायचं ठरवलं. त्यानं गोबेल्सला याविषयी कल्पना दिली आणि आपल्या इतर वरिष्ठ सहकाऱ्यांना तातडीनं बोलावून घेतलं. नाझी पक्षाचे मूळचे ऑस्ट्रियामधले चार हजार लोक सुरुवातीला ऑस्ट्रियामध्ये पाठवायचे, असं ठरलं. त्याखेरीज आणखी सात हजार जवानांची फौजही तिथं धाडण्याचं निश्चित करण्यात आलं. खरं म्हणजे अशा प्रकारच्या आक्रमणासाठी जर्मन लष्कराची अजिबातच तयारी नव्हती. त्यातच इतक्या तातडीनं ही कृती करण्यासंबंधी तर जर्मन लष्कर अजिबातच तयार नव्हतं. हिटलर कुणाचं काही ऐकून घेण्याच्या मनःस्थितीत नव्हता. लष्करी अधिकाऱ्यांनी बिचकत त्याच्यासमोर मांडलेले आक्षेप त्यानं साफ उडवून लावले.

आपण घेतलेला निर्णय आपल्याला महागात पडू शकतो, याची हिटलरला कल्पना असल्यामुळे त्यानं नक्की कुणाकुणाला सांभाळलं पाहिजे याची यादी सुरू केली. त्यात सगळ्यात पहिलं नाव मुसोलिनीचं होतं. मुसोलिनीला विश्वासात घेणं आणि त्याचे आक्षेप दूर करणं सगळ्यात महत्त्वाचं असल्याचं त्यानं ओळखलं. यासाठी त्यानं स्वतःच्या हस्ताक्षरात मुसोलिनीला एक पत्र लिहिलं. त्यात आपण 'ऑस्ट्रियाचे भूमिपुत्र' असल्याचं सांगून पुन्हा एकदा ऑस्ट्रियाशी नाळ जोडली जाणं अगदी नैसर्गिक असल्याचं त्यानं नमूद केलं. तसंच मुसोलिनीशी आपण पूर्वी केलेला करार कुठल्याही प्रकारे मोडला जाणार नाही आणि इटलीनं ऑस्ट्रियाची पूर्वी काबीज केलेली भूमी आपण चुकूनही आपल्या घशात घालणार नाही याची काळजी घेऊ, असं हिटलरनं त्याला कळवलं. ऑस्ट्रियामध्ये आपलं लष्कर घुसवण्याआधी हिटलरनं ऑस्ट्रियाई चॅन्सलरला शेवटची ताकीद दिली. ऑस्ट्रियाई चॅन्सलरनं देशात सार्वमत घेण्याचा आपला निर्णय रद्द करावा, नाझी पक्षावर घातलेली बंधनं पूर्णपणे उठवावीत, ऑस्ट्रियाई चॅन्सलरच्या जागी आपल्या मर्जीतला माणूस नेमला जावा, अशा मागण्या त्याला कळवण्यात आल्या. ऑस्ट्रियाई चॅन्सलरनं सार्वमत घेण्याचा निर्णय मागे घेतला खरा; पण स्वतः राजीनामा द्यायला मात्र नकार दिला. ब्रिटिशांनी आपल्या मदतीला यावं यासाठी ऑस्ट्रियाई चॅन्सलरनं दिलेली हाक निष्फळ ठरली. आपण ऑस्ट्रियाच्या रक्षणाची खात्री देऊ शकत नसल्याचं ब्रिटिशांनी कळवलं. नाइलाजानं ऑस्ट्रियाई चॅन्सलरनं आपल्या पदाचा राजीनामा दिला. ऑस्ट्रियाई राष्ट्रपतीनं हिटलरच्या मर्जीतल्या माणसाला चॅन्सलरपदी नेमायला मात्र साफ नकार

दिला. यामुळे हिटलरच्या वतीनं ऑस्ट्रियाला नव्यानं तंबी देण्यात आली. दरम्यान मावळत्या ऑस्ट्रियाई चॅन्सलरनं रेडिओवरून अत्यंत भावनापूर्ण भाषण करून देशावर ओढवलेल्या संकटाविषयीची माहिती दिली. रक्तपात टाळण्यासाठी ऑस्ट्रियाई लष्कर जर्मनांच्या हल्ल्याला प्रत्युत्तर देणार नसल्याचा निर्णय त्यानं जाहीर केला.

आता नाझी दंगेखोर ऑस्ट्रियाई शहरांमध्ये सगळीकडे दहशत पसरवत फिरायला लागले होते. अनेक सरकारी इमारतींवर त्यांनी कब्जा केला होता. स्थानिक नाझी नेत्यांना जर्मनीकडून लष्कराचं आक्रमण टाळण्यासाठी आपणच इथं सत्ता मिळवावी असं वाटत होतं. या नेत्यांनी जर्मन नेत्यांना एक तार पाठवून 'आपल्यासमोरचं संकट दूर करण्यासाठी जर्मनीनं आपलं लष्कर इथं पाठवण्यासाठीची विनंती करावी' असं कळवलं. यामुळे जर्मन घुसखोरीला राजकीय मान्यता मिळेल आणि आंतरराष्ट्रीय पातळीवर जर्मनीची फार निर्भर्त्सना होणार नाही, असं हिटलरच्या एका सहकाऱ्याचं मत होतं. अशी तार पाठवली जावी का नाही यावरून बराच काथ्याकूट सुरू असतानाच हिटलरनं जर्मन लष्कराला ऑस्ट्रियावर चाल करून जायचे आदेश दिलेसुद्धा. मुसोलिनीचा प्रश्न त्याच्या मनात थैमान घालत असताना मुसोलिनीनं जर्मनीच्या ऑस्ट्रियावरच्या आक्रमणाविषयी आपल्याला कसलाच आक्षेप नसल्याचं कळवल्याची सुवार्ता हिटलरच्या कानांवर आली. यामुळे तो बेहद्द खूश झाला. तिकडे मध्यरात्रीच्या सुमाराला ऑस्ट्रियाच्या राष्ट्रपतीनं हिटलरच्या मर्जीतल्या माणसाला चॅन्सलरपदी नेमण्याच्या सक्तीपुढे मान झुकवली. अशा रीतीनं जर्मनीच्या सगळ्या मागण्या मान्य झाल्या. तरीही पहाटे साडेपाच वाजता जर्मन लष्करानं ऑस्ट्रियाकडे कूच केलं. त्या दुपारी स्वतः हिटलरसुद्धा व्हिएन्नामध्ये दाखल झाला. दरम्यान ऑस्ट्रियाच्या जर्मनीमधल्या विलिनीकरणानंतर ऑस्ट्रियामध्ये कशा प्रकारचे कायदे असावेत याविषयीची चर्चा हिटलरच्या जर्मनीमधल्या सहकाऱ्यांमध्ये सुरू होती. ऑस्ट्रिया देशाला जगाच्या नकाशावरून पुसून टाकण्याचं काम अगदी तातडीनं करू नये, असं जर्मन उच्चपदस्थांचं मत होतं. सुरुवातीला 'जर्मनीच्या देखरेखीखाली' ऑस्ट्रियाचं कामकाज सुरू ठेवल्यासारखं भासवावं, असा विचार करून १० एप्रिल या दिवशी ऑस्ट्रियामध्ये निवडणूक घेण्याचा निर्णय जाहीर करण्यात आला. हिटलर ऑस्ट्रियाचा राष्ट्रपती असेल आणि त्याच्या इच्छेनुसार ऑस्ट्रियाची राज्यघटना तयार करण्यात येईल, असंही ठरलं.

हिटलरच्या स्वागतासाठी ऑस्ट्रियामध्ये मोठ्या संख्येनं लोक हजर होते. आपल्या जन्मस्थळासमोरून हिटलर गेला; पण कुठंच तो फार रेंगाळला नाही. ऑस्ट्रियामधल्या आपल्या उपस्थितीला प्रचारकीच्या नजरेतून खूप महत्त्व असल्याचं आणि त्यामध्ये भावनांचं प्रदर्शन टाळण्याचं महत्त्व त्याला माहीत होतं. नंतर गर्दी इतकी वाढत गेली की हिटलरच्या वाहनांच्या ताफ्याला पुढे सरकायलासुद्धा जमेना.

तो लिंझ शहरातल्या आपल्या भाषणाच्या ठिकाणी पोहोचेपर्यंत रात्र उजाडली. लोकांनी त्याच्या नावाचा इतका जल्लोष केला, की त्याचं भाषण त्यांना ऐकायला तरी येईल का, अशी शंका वाटत होती. आपल्याला आपल्या मायभूमीत परतता यावं यासाठी विधात्यानं आपली निवड केली असल्याचं विधान त्यानं साश्रू नयनांनी केलं. त्याचं भाषण सुरू असतानाही उपस्थितांकडून सातत्यानं त्याचाच नावाचा जयघोष सुरूच होता. दुसऱ्या दिवशी खरं म्हणजे हिटलर व्हिएन्नाला जाणार होता; पण आपल्या आधीच्या लिंझ शहरामध्ये आपलं झालेलं जंगी स्वागत बघून तो भारावून गेला. त्यानं एक दिवस तिथंच काढायचं ठरवलं. या वेळी एक गंमत झाली. हिटलर ज्या हॉटेलात उतरला होता त्या हॉटेलबाहेर लोक जमून सतत जल्लोष करत असल्यामुळे हिटलर वारंवार आपल्या खोलीच्या गॅलरीत जाऊन त्यांना अभिवादन करे. मध्यरात्र उलटून गेल्यावरसुद्धा हा प्रकार सुरू राहिल्यामुळे त्याच्या काही सहकाऱ्यांनी शेवटी लोकांना पांगवलं. दुसऱ्या दिवशी सकाळी हिटलर हॉटेलमधून आपल्या पुढच्या प्रवासासाठी रवाना होताना साहजिकच तिथं लोकांची गर्दी नव्हती. हे बघून हिटलर खूप नाराज झाला. त्याला हवं असलेलं 'टॉनिक' गायब झाल्याचा हा परिणाम होता.

दुसऱ्या दिवशी हिटलरनं आपल्या राहण्याच्या मूळ ठिकाणी जाऊन लोकांच्या भेटी घेतल्या. यामधल्या बहुतेक कुणीच हिटलरला तब्बल तीस वर्षं भेटलं नव्हतं. लिंझमध्ये येईपर्यंत ऑस्ट्रिया हा जर्मन हाताखालचा बाहुला म्हणून नाचेल, अशी रचना हिटलरला अभिप्रेत होती. म्हणजेच ऑस्ट्रियाचं जर्मनीमध्ये विलिनीकरण करण्याचा हेतू त्याच्या मनात आला नव्हता. लिंझमधल्या स्वागतामुळे मात्र त्याचं मत एकदम बदललं. ऑस्ट्रियाचं जर्मनीबरोबर एकत्रीकरण करणं म्हणजेच ऑस्ट्रियाला जर्मनीत विलीन करणं हाच योग्य मार्ग आहे, असं त्यानं मनाशी ठरवलं. साहजिकच राजकीय पातळीवर ऑस्ट्रिया आता बॅव्हेरिया किंवा सॅक्सनी यांच्यासारखाच एक जर्मन प्रांत असेल, अशा प्रकारची रचना पक्की करण्यात आली. त्याबरोबर जर्मन लष्कराप्रमाणेच ऑस्ट्रियाई लष्करानंही हिटलर आपला नेता असून त्याच्याशी आपण एकनिष्ठ राहणार असल्याची शपथ घेतली.

१४ मार्चच्या दुपारी हिटलरनं व्हिएन्नाच्या दिशेनं प्रवास सुरू केला. हिटलरच्या मर्सिडिझ गाडीसोबत एकंदर १३ लिमोझिन्समध्ये पोलीस होते. रस्त्यांवर दुतर्फा गर्दी जमली होती आणि हिटलरच्या नावाचा जल्लोष सुरू होता. तिथं ज्या हॉटेलमध्ये हिटलर उतरला, त्याच्या आसपासच्या परिसरात लोकांची इतकी गर्दी जमत राहिली की हिटलरला वारंवार गॅलरीमध्ये येऊन त्यांच्या अभिवादनाचा स्वीकार करावा लागला. नाझी पक्षानं हिटलरच्या व्हिएन्नामधल्या स्वागताची जय्यत तयारी केली होती आणि हिमलरच्या देखरेखीखाली किमान दहा-वीस हजार

विरोधकांना अटकसुद्धा केली होती. हिटलरच्या ऐतिहासिक भाषणामध्ये लोकांनी जल्लोष केला. या भाषणात हिटलरनं 'जर्मनीच्या पूर्वेकडच्या प्रवासाची सुरुवात ऑस्ट्रिया या मूळ जर्मन प्रांतापासूनच झाली असल्याचं' अत्यंत सूचक भाष्य केलं. यानंतर हिटलर जर्मनीत परतला. त्यानं जर्मनी आणि ऑस्ट्रिया इथं एकाच वेळी निवडणूक घेण्याचा फार्स पूर्णत्वाला नेला. गोबेल्सच्या प्रचारतंत्रानं आपलं काम व्यवस्थितपणे साध्य केलं. जर्मनीत ९९.०८टक्के लोकांनी तर ऑस्ट्रियामध्ये ९९.७५टक्के लोकांनी हिटलरच्या निर्णयाशी सहमती दाखवली असल्याचं जाहीर करण्यात आलं. अर्थातच यामधला नाझी पक्षाचा कावा बाजूला ठेवला तरी जनमतसुद्धा हिटलरच्या बाजूनं प्रचंड मोठ्या प्रमाणावर हो, यात अजिबात शंका नाही. महत्त्वाची गोष्ट म्हणजे परकीय धोरणांचा वापर करून आणि पूर्वीच्या सलत असलेल्या अपमानांचा बदला घेऊन आपल्या मायभूमीत आपलं स्थान आणखी पक्कं करता येतं, हे हिटलरनं नव्यानं दाखवून दिलं. आपण याच मार्गानं जात राहिलो तर आपोआपच जनता आपल्या मागे कायम उभी राहील, याची जाणीव त्याला झाली.

ऑस्ट्रियाई लोकांना हिटलरविषयी इतकी आपुलकी का वाटली असावी? यामागचं ऐतिहासिक कारण म्हणजे जेमतेम दोन दशकांपूर्वीपर्यंत म्हणजेच पहिलं महायुद्ध सुरू होण्याआधीपर्यंत ऑस्ट्रो-हंगेरी साम्राज्य हे जगातल्या अत्यंत ताकदवान शक्तींपैकी एक मानलं जाई. ही महासत्ता पहिल्या महायुद्धानं पार खिळखिळी करून टाकली. ऑस्ट्रियाचं स्थान एकदम दुय्यम झालं. आता जर्मनीच्या साथीनं आपण पुन्हा दिमाखदार यशाकडे वाटचाल करू शकतो अशी आशा वाटल्यामुळे, ऑस्ट्रियाई लोकांना हिटलर म्हणजे एखादा मदतीला धावून आलेला देवदूतच वाटला असावा.

ऑस्ट्रिया आपल्या खिशात घातल्यानंतर हिटलरची नजर पुन्हा एकदा जगाच्या नकाशाकडे वळली. आता झेकोस्लोवाकियाला आपल्या कब्जात घेण्याची स्वप्नं तो बघायला लागला. ऑस्ट्रियावर हिटलरची हुकूमत असल्यामुळे झेकोस्लोवाकियाची आपला बचाव करण्याची क्षमता एकाएकी घटली होती. हिटलरला 'स्लाव' लोकांचा हा देश सुरुवातीपासून अजिबात पसंत नव्हता. बोल्शेव्हिक विचारसरणीचा स्वीकार केल्यामुळे आणि शिवाय फ्रान्सशीसुद्धा चांगले संबंध असल्यामुळे दृष्टीनं झेकोस्लोवाकिया हा हिटलरच्या मोठा शत्रूच होता. झेकोस्लोवाकिया हा देशच मुळात पहिल्या महायुद्धामुळे अस्तित्वात आला. साहजिकच या देशात एकदम अस्थिरतेचं वातावरण होतं. अनेक परस्परविरोधी गटांचं एकमेकांशी छुपं युद्ध सुरू होतं. अनेक वर्णांचे आणि वंशांचे गट तिथं होते. कुठंच एकवाक्यता नव्हती. सरकारला या सगळ्या गोष्टींची एकत्रित मोट बांधून राज्यकारभार चालवणं अशक्य होऊन बसलं होतं. त्यातच आधी जर्मनीचा भाग असलेला सुदेतनलँड हा भाग आता

झेकोस्लोवाकियामध्ये आलेला असल्यामुळे, नाझींच्या मनात प्रचंड राग होता. जर्मनीला सुदेतनलँड आपल्या ताब्यात असावा असं वाटण्यात काही चूक नाही, असं मत इतर अनेक देशांमध्येही पसरलं होतं. उदाहरणार्थ लंडनच्या 'द टाईम्स' या वर्तमानपत्रानं ७ सप्टेंबर १९३८ या दिवशीच्या अग्रलेखात असंच मत मांडलं.

दरम्यान ऑस्ट्रियामधले साम्यवादी, समाजवादी, ज्यू यांच्यावर आता गदा आली होती. त्यांना लुटालूट, मारहाण आणि छळ यांना तोंड द्यावं लागे. ज्यू लोकांची दुकानं तर भर दिवसा लुटली जात. रस्त्यावरून जाणाऱ्या ज्यू माणसांकडून पैसे, दागिने, किमती कोट काढून घेतले जात. सगळ्या वयोगटातल्या ज्यू स्त्री-पुरुषांना ओढून बाहेर काढलं जाई आणि त्यांना पदपथ घासून साफ करायचं काम दिलं जाई. ते हे काम करत असताना बहुतेक वेळा त्यांच्या अंगावर नाझी लोक उभे असत! रस्त्यावरून जाणारे लोक आणि बघे या दृश्यांची फिदीफिदी हसून मजा घेत आणि ज्यू लोकांवर थुंकत, त्यांच्यावर विलक्षण थंडी असूनसुद्धा थंडगार घाणेरडं पाणी ओतत, त्यांना लाथा मारत आणि इतर शक्य तितक्या मार्गांनी त्यांचा अपमान करत. यातून वाचून हजारो ज्यू ऑस्ट्रियातून पळून जाण्याच्या प्रयत्नांत होते. प्रागला जाण्यासाठी रेल्वे स्थानकांवर हजारो ज्यू लोकांची गर्दी जमे. नाझी लोक त्यांना इतक्या सहजासहजी पळून जाऊ देणं शक्यच नव्हतं. साहजिकच आपल्या पोषाखावर जिथं तिथं स्वस्तिक मिरवणारे नाझी गुंड ज्यू लोकांचं शिल्लक राहिलेलं सामान काढून घेत, त्यांना मारहाण करत, काही जणांना ओढून बाहेर काढत आणि त्यांचा छळ करत. यातून सुटका झालेल्या लोकांना गाडी सुटल्यावर जरा हायसं वाटेपर्यंत ऑस्ट्रियाच्या शेजारी असलेल्या झेकोस्लोवाकियाच्या सीमेजवळ गाडी थांबवून अटक करण्यात येई आणि परत पाठवून दिलं जाई. यामुळे काही ज्यू लोकांनी भूमार्गानं पळून जाण्याचा प्रयत्न केला असता त्यांनाही झेक सीमेपाशी रोखून परत धाडलं जाई. झेक अधिकाऱ्यांनाही आपल्या इथं आश्रयाला येऊ पाहणाऱ्या ज्यू लोकांना प्रवेश करू देणं परवडण्यासारखं नसल्यामुळे नाइलाजानं काही ज्यू लोक आजूबाजूच्या घनदाट जंगलांमध्ये लपून बसण्याचा प्रयत्न करत. या मरणयातनांचा सामना करण्यापेक्षा आपण स्वतःच जीव दिलेला बरा, असं म्हणून हजारो ज्यू लोकांनी व्हिएन्नामध्ये आत्महत्या केल्या.

१९३७ मध्ये ऑस्ट्रियामध्ये अशा प्रकारे ज्यू लोकांच्या विरोधात पेटवण्यात आलेला हा वणवा पुढच्या वर्षी जर्मनीत नव्यानं आयात करण्यात आला. याच काळात झेकोस्लोवाकियाचं नक्की काय करायचं याविषयी हिटलरच्या मनातले आराखडे पक्के होत गेले. ऑस्ट्रिया आणि झेकोस्लोवाकिया यांच्यात ऐतिहासिकदृष्ट्या आणि खास करून हिटलरसारख्या वर्णद्वेषी माणसाच्या नजरेतून महत्त्वाचे फरक होते. ऑस्ट्रियाला जर्मनीमध्ये विलीन केलं पाहिजे, असं हिटलरला वाटत होतं;

कारण ऑस्ट्रिया हा मूळचा जर्मन प्रांतच आहे, असं त्याचं मत होतं. झेकोस्लोवाकियाच्या बाबतीत मात्र हिटलरची भूमिका पार वेगळी होती. झेकोस्लोवाकिया हा आपला कट्टर शत्रू असून, तो जर्मन वर्चस्वाला आव्हान देणारा देश आहे असं त्याचं मत असल्यामुळे, या देशाला जर्मनीमध्ये विलीन करण्याची त्याची अजिबात इच्छा नव्हती. उलट झेकोस्लोवाकिया नष्ट केला पाहिजे, अशी त्याची भूमिका होती. याचा सोपा अर्थ म्हणजे झेकोस्लोवाकियाशी युद्ध छेडण्यात त्याला रस होता. ऑस्ट्रियामध्ये शक्य तितका कमी रक्तपात होऊन ऑस्ट्रिया जिंकून घेणं महत्त्वाचं होतं, तर झेकोस्लोवाकियामध्ये मात्र लष्कर घुसवण्यावाचून दुसरा पर्याय त्याला दिसत नव्हता. हिटलरनं आपला हा दृष्टिकोन जेव्हा जर्मन लष्करामधल्या वरिष्ठांसमोर मांडला, तेव्हा त्यांच्यापैकी काही जण एकदम हादरले. आत्ता जर्मनीची ताकद फ्रान्स, इंग्लंड आणि इतर युरोपीय शत्रू यांच्याशी लढण्याइतकी अजिबातच नसल्याची भीती त्यांनी व्यक्त केली. अर्थात झेकोस्लोवाकियाविषयी त्यांच्याही मनात पराकोटीच्या द्वेषाची भावना होती. झेकोस्लोवाकियावर आपली हुकमत असली तर राजकीय पटलावर त्याचा आपल्याला खूप फायदा होई, हे त्यांना माहीत होतं. झेकोस्लोवाकियाचं भौगोलिक स्थान या दृष्टीनं त्यांच्या नजरेत खुपत होतं. तिथं लोकशाही नांदत असल्याची चीडही लष्कराला होती. तिथल्या नैसर्गिक संपत्तीची आणि लष्करी सामग्रीची लूट करण्याच्या कल्पनेनंही अनेकांच्या तोंडाला पाणी सुटत होतं. तरीही जर्मन मंत्रिमंडळातल्या आणि लष्करामधल्या काही सुज्ञ अधिकाऱ्यांना हिटलरच्या वेडेपणाची जाणीव झाली आणि त्यांनी आपल्याला यात सहभागी व्हायचं नसल्यामुळे आपण आपल्या पदाचा राजीनामा देत असल्याचं जाहीर केलं. यामुळे हिटलरच्या महत्त्वाकांक्षांना काही काळासाठी तरी खीळ बसली.

दरम्यान जोॲशिम फॉन रिबनट्रॉप या अत्यंत कट्टर विचारसरणीच्या नाझीची जर्मन परराष्ट्रमंत्री म्हणून नेमणूक करण्यात आली. आपल्या आधीच्या परराष्ट्रमंत्र्यानं हिटलरच्या टोकाच्या भूमिकांना विरोध केला असल्याशी त्याला काही देणंघेणं नव्हतं. उलट त्याची विचारसरणी हिटलरसारखीच होती. साहजिकच त्यानं हिटलरच्या भूमिकेला पूर्ण पाठिंबा दिला. यामुळे हिटलरलाही धीर आला. यामुळे १९३८ मध्येच युरोपमध्ये नव्यानं युद्ध पेटण्याची चिन्हं दिसायला लागली. या रिबनट्रॉपचा मूळ व्यवसाय दारूची आयात करण्याचा होता. १९३५ मध्ये त्याच्यामध्ये प्रतिभा दिसते, असं म्हणून हिटलरनं त्याला ब्रिटिशांशी चर्चा करण्यासाठी म्हणून इंग्लंडला धाडलं होतं. त्यात यश आल्यावर हिटलरनं त्याला जर्मनीचा इंग्लंडमधला राजदूत नेमलं. त्या वेळी एक मजेशीर घटना घडली. आपल्या नेमणुकीसंबंधीची पत्रं रिबनट्रॉपनं शिरस्त्याप्रमाणे ब्रिटिश राजासमोर सादर करताना हिटलरला तो उजवा हात लांब करून जसा 'नाझी' शैलीत सलाम ठोकायचा, तसाच सलाम ठोकला.

ब्रिटिशांना असल्या सलामांची सवय तर नव्हतीच; पण यामुळे रिबनट्रॉपची कुचेष्टाच झाली. आता पंचाईत म्हणजे एकदा हा सलाम ठोकल्यावर दर वेळी तसा सलाम करणं भाग होतं. यामुळे नंतरसुद्धा रिबनट्रॉप आपली खिल्ली उडत असूनसुद्धा हा सलाम ठोकत राहिला. ब्रिटिशांकडून होत असलेली आपली ही थट्टा तो नंतरसुद्धा विसरू शकला नाही. लंडनमधलं रिबनट्रॉपचं वागणंसुद्धा एकदम विचित्र होतं. तो अत्यंत उथळ तर होताच; पण आपण कुणीतरी महान असल्याच्या तोऱ्यात तो सदा वावरायचा. लोकांना दिलेल्या वेळा तो पाळत नसे आणि सगळ्यांशी एकदम उद्धटपणे बोलून त्यानं स्वतःविषयीचं मत एकदम खराब करून टाकलं. हिटलरचे इतर सहकारी, तसंच इटलीमध्ये फॅसिझम आणणारा मुसोलिनी यांच्यासकट कुणालाच रिबनट्रॉप कधीच आवडला नाही. स्वतः हिटलरलाही रिबनट्रॉपविषयी अजिबातच आदर नव्हता. यातून घडलेलं एक संभाषण खूपच मजेशीर आहे. गोबेल्स सातत्यानं रिबनट्रॉपविषयी हिटलरकडे तक्रारी करत राही. एकदा हिटलरनं 'रिबनट्रॉप महामूर्ख आहे याची मला कल्पना असली तरी इंग्लंडमधल्या अनेक महत्त्वाच्या लोकांशी त्याची ओळख आहे' असं गोबेल्सला सांगितलं. यावर गोबेल्सनं 'ते खरं असलं तरी यातला वाईट भाग म्हणजे हे सगळे लोकसुद्धा त्याला पुरेपूर ओळखून आहेत' असं अत्यंत बोलकं उत्तर दिलं! असं असूनसुद्धा हिटलरनं रिबनट्रॉपला झुकतं माप का दिलं? यामागचं एकमेव कारण म्हणजे हिटलरची खुषमस्करी करणं आणि त्याला खूश ठेवणं, या अत्यंत महत्त्वाच्या गोष्टींमध्ये रिबनट्रॉप एकदम तरबेज होता. यासाठी तो अगदी बाळबोध वाटतील अशा गोष्टी करे. उदाहरणार्थ एखाद्या दिवशी हिटलरनं कुणाबरोबर जेवण घेतलं याची माहिती मिळवून तो त्या लोकांची भेट घेई. जेवताना हिटलरनं कुठल्या विषयांवर चर्चा केली आणि काय मतं मांडली हे तो त्या लोकांना विचारून घेई. नंतर रिबनट्रॉप स्वतः हिटलरला भेटायला जाई आणि हिटलरनं जी मतं मांडली होती तीच मतं स्वतःच्या शब्दांमध्ये मांडे. अशा प्रकारे हिटलरची मर्जी संपादन करण्यासाठी तो सतत धडपडत असे.

असा रिबनट्रॉप आपला परराष्ट्रमंत्री म्हणून नेमत हिटलरनं आपल्या आंतरराष्ट्रीय आकांक्षांना कुणी खीळ घालू शकणार नाही, असा इशारा आपल्या विरोधकांना दिला. ऑस्ट्रियाची शिकार अत्यंत सहजपणे केल्यामुळे हिटलरचा आत्मविश्वास विलक्षण वाढला होता. इथून पुढे मोठी झेप घेण्याचा निश्चय त्यानं मनाशी पक्का केला.

आता झेकोस्लोवाकियाकडे नजर

ऑस्ट्रियाचा घास जर्मनीनं गिळला असला तरी अजूनपर्यंत हिटलरची परराष्ट्र धोरणांसंबंधीची आणि आपल्या शत्रूंशी नव्यानं युद्ध छेडण्यासंबंधीची भूमिका तशी धोरणी होती. कुठलीही गोष्ट त्यानं उतावीळपणे किंवा डोक्यात राग घालून केलेली नव्हती. अत्यंत नियोजनबद्धरीत्या आणि योग्य वेळ साधून त्यानं आपले निर्णय अमलात आणले होते. आता मात्र हळूहळू त्याच्या डोक्यात आपण सर्वश्रेष्ठ असल्याची आणि आपलं कुणीच वाकडं करू शकणार नसल्याची भावना वाढत गेली. युरोपीय देश झेकोस्लोवाकियाचा बचाव करण्यासाठी सरसावून पुढे येणारच नाहीत, असा विश्वास त्याच्या मनात पक्का होत गेला. तसंच काहीच कृती न करता, घडेल त्या घटनाक्रमाकडे नुसतं बघत राहण्याची त्याची मूळ प्रवृत्ती तर नव्हतीच. उलट यामुळे आपले शत्रू सैन्याची जमवाजमव करतील आणि आपल्याला भारी पडतील, असं त्याला वाटत होतं. वेळ न दवडता आपण कृती केली पाहिजे, अशी भावना म्हणूनच त्याला अस्वस्थ करायला लागली. झेकोस्लोवाकियाचा पाडाव केल्याशिवाय जर्मनीला पूर्वेच्या किंवा पश्चिमेच्या दिशेनं पुढची वाटचाल करणं अशक्य असल्यामुळे आपण तातडीनं झेक प्रश्न निकालात काढला पाहिजे, असं त्याला वाटायला लागलं. इतर युरोपीय देश या भानगडीत आपलं नाक खुपसणार नाहीत आणि चुकून त्यांनी ही हिंमत केलीच, तर जर्मनी त्यांचा पराभव करेल, असा आत्मविश्वास त्याच्यामध्ये आला. या संदर्भातला आणखी एक महत्त्वाचा मुद्दा म्हणजे जर्मनीतल्या सगळ्याच घटकांनी हिटलरसमोर जणू सपशेल शरणागतीच पत्करली होती. सरकार, लष्कर, अधिकारी वर्ग, निर्णयप्रक्रियेमध्ये सहभाग असलेल्या संघटना या सगळ्यांची एक तर गळचेपी करण्यात आली होती किंवा मग त्यांनी हिटलरसमोर साफ नांगी टाकली होती. याचा परिणाम म्हणजे हिटलर म्हणेल त्यानुसार जर्मनीचा कारभार चालत असे. परराष्ट्र धोरणांच्या संदर्भातसुद्धा हेच चित्र होतं. स्वाभाविकपणे इतर कुणाची मतं, त्यांचे आक्षेप, त्यांना जाणवत असलेले

धोके, त्यांचा अनुभव हे सगळं कवडीमोल ठरत होतं. हिटलर म्हणेल तीच पूर्व दिशा, असं चित्र होतं. त्यातच हिटलरचा सतत दोलायमान स्थितीत असलेला स्वभाव, त्याची निर्णय घेण्याची आणि नंतर तो बदलण्याची विलक्षण घाई, या सगळ्यांचा एकत्रित परिणाम खूप मोठ्या प्रमाणावर दिसून येत होता.

झेकोस्लोवाकियाचे फ्रान्स आणि रशिया यांच्याशी मित्रत्वाचे संबंध असले तरी हे मित्र संकटकाळी किती गांभीर्यानं मदतीला धावून येतील याविषयी जरा शंकाच होती. झेकोस्लोवाकियावर जर्मनीचं आधिपत्य प्रस्थापित होण्याविषयी फ्रान्सला जितकी भीती वाटत होती, त्याहून झेकोस्लोवाकियावरच्या संभाव्य जर्मन हल्ल्यानंतर या युद्धात सहभागी होण्यासंबंधीची काळजी फ्रान्सला जास्त सतावत होती. तिकडे रशियामध्ये अंतर्गत प्रश्नच इतके होते की, त्यांच्याकडे दुर्लक्ष करून झेकोस्लोवाकियाच्या मदतीला धावून जाणं आपल्याला परवडणार नाही, असं अनेक रशियन नेत्यांचं मत होतं. त्यातच झेकोस्लोवाकियापर्यंत पोहोचायचं तर त्यासाठी रशियन लष्कराला पोलंड किंवा रोमेनिया यांच्या भूमीतून पुढे जाणं गरजेचं होतं. त्यासाठी हे देश परवानगी देतील का, याविषयी शंकाच होती. इटलीला झेकोस्लोवाकियाच्या बाजूनं उभं राहण्यात अजिबात स्वारस्य नव्हतं. इंग्लंडला जागतिक पातळीवरचं आपलं वर्चस्व संपुष्टात येत असल्याचं दृश्य भंडावून सोडत असल्यामुळे, त्यातच गुंतून राहणं भाग होतं. ते सोडून झेकोस्लोवाकियाच्या प्रश्नात पडण्याची ब्रिटिशांची तयारी नव्हती. खुद्द झेकोस्लोवाकियामध्येही काही अंतर्गत प्रश्न निर्माण झाल्यामुळे शत्रूशी एकजुटीनं लढण्याची सगळ्याच देशवासीयांची तयारी नव्हती. या सगळ्याचा फायदा उठवण्याची सुसंधी हिटलरसमोर निर्माण झाली.

लवकरच हिटलरनं चतुरपणे झेकोस्लोवाकियासमोर काही अशक्यप्राय मागण्या केल्या. यात झेक सरकारच्या विरोधात उठाव करू पाहणाऱ्या स्थानिकांच्या असंतोषाची दखल घेण्याचाही समावेश होता. कहर म्हणजे झेक लष्करामध्ये जर्मन सैन्याच्या तुकड्यांचाही समावेश असला पाहिजे, अशी महाविचित्र मागणीही हिटलरनं केली. जर्मनीमध्ये झेक सरकारकडून स्थानिक जर्मन लोकांवर होत असलेल्या अत्याचाराचा डंका जोरात पिटण्यात आला. २१ एप्रिल या दिवशी झेकोस्लोवाकियावर आक्रमण करण्यासंबंधीचा आराखडा तयार करण्याचे आदेश हिटलरनं आपल्या वरिष्ठ सहकाऱ्यांना दिले. हे आक्रमण तातडीनं करायचं नसलं तरी जेव्हा ते केलं जाईल तेव्हा फक्त चार दिवसांमध्ये आपलं उद्दिष्ट साध्य झालं पाहिजे, अशी व्यूहरचना आखण्याचा त्याचा आग्रह होता. यामुळे इतर युरोपीय देशांना मध्यस्थी करण्याची संधी मिळणार नाही आणि इतक्या तातडीनं त्यांची लष्करंसुद्धा या प्रश्नात काही करू शकणार नाहीत, हे हिटलरला माहीत होतं. हळूहळू जर्मन लष्करानं झेकोस्लोवाकियाच्या

दिशेनं वाटचाल सुरू केल्याच्या बातम्या फ्रेंच आणि ब्रिटिश दूतावासांनी आपल्या मायभूमीत कळवल्या. त्याबरोबर तिथं खळबळ माजली. झेकोस्लोवाकियानंही आपल्यासमोर उभ्या ठाकणाऱ्या संकटाचा सामना करण्याच्या दृष्टीनं लष्कराची थोडीफार जमवाजमव सुरू केली. १ ऑक्टोबरपर्यंत जर्मन लष्करानं झेकोस्लोवाकियाला पूर्णपणे नमवण्यासाठीची तयारी करण्याचे आदेश देण्यात आले. लुडविग बेक हा जर्मन लष्करामधला 'चीफ ऑफ स्टाफ' आधीपासूनच हिटलरच्या आततायी धोरणांवर आणि घिसाडघाईवर कडाडून टीका करे. आताही त्यानं झेकोस्लोवाकियाच्या प्रश्नासंबंधी हिटलरनं घेतलेल्या निर्णयांना आपला विरोध प्रकट केला. फ्रान्स आणि इंग्लंड यांच्याशी जर्मनीला युद्ध करावं लागलं, तर त्यात जर्मनीचा दणदणीत पराभव होईल, असं त्याचं मत होतं. अर्थातच बेकचा आवाज आता अगदी एकाकी झाला होता. जर्मन लष्करामध्येही कुणी हिटलरच्या विरोधात जाण्याचं धैर्य दाखवत नव्हतं. उलट बेकला वगळून त्याच्या हाताखालच्या लोकांशी थेट संपर्क साधण्याचे प्रकार यामुळे सुरू झाले. दरम्यान काही लष्करी अधिकाऱ्यांनी केलेल्या पाहणीत झेकोस्लोवाकियाला जर्मनी जेमतेम अकरा दिवसांमध्ये नमवेल, असं दिसून आल्यामुळे बेककडे कुणीच लक्ष देईनासं झालं. म्हणूनच जेव्हा हिटलरचं डोकं ठिकाणावर आणण्यासाठी जर्मन लष्करामधल्या वरिष्ठांनी सामूहिक राजीनामा द्यावा असं मत बेकनं व्यक्त केलं, तेव्हा त्याचं हसंच झालं. तरीही लष्करातल्या वरिष्ठांचं मुख्य काम हे आपल्या देशवासीयांच्या प्रती निष्ठा राखणं आणि त्यांच्या हितासाठीच कायम झटणं हेच असलं पाहिजे, असं तो म्हणत राहिला. जर लष्करी अधिकाऱ्यांनी नांगी टाकली तर देशाचा पुरता विध्वंस होणार याविषयी आपल्याला कसलीच शंका वाटत नसल्याचं मत त्यानं व्यक्त केलं. हळूहळू बेकचं म्हणणं बरोबर आहे असं काही लष्करी अधिकाऱ्यांना वाटलं; पण हिटलरसमोर त्यांचं काहीएक चालत नसल्यामुळे ते गप्प राहिले.

हिटलरला लष्करी अधिकाऱ्यांमध्ये आपल्या विरोधात तापत असलेल्या वातावरणाचा अंदाज आला. यामुळे त्यानं एक चाल रचली. या लष्करी अधिकाऱ्यांना वगळून त्यांच्या हाताखाली काम करणाऱ्या पुढच्या पातळीतल्या कनिष्ठ अधिकाऱ्यांची बैठक त्यानं बोलावली. यामुळे आपल्याला या अधिकाऱ्यांवर तर छाप पाडता येईलच; पण शिवाय त्यांच्याशी आपण थेट संवाद साधल्याच्या दबावाखाली त्यांच्या वरिष्ठांनाही निमूटपणे आपलं म्हणणं ऐकावं लागेल, असं हिटलरला वाटत होतं. प्रत्यक्षात मात्र याचा काहीएक उपयोग झाला नाही. या कनिष्ठ अधिकाऱ्यांना बेकची मतं माहीत होती आणि त्यात तथ्य आहे असं त्यांच्यापैकी काही जणांचं मत होतं. यामुळे हिटलरच्या एकांगी भाषणाचा त्यांच्यावर अजिबात परिणाम झाला नाही. आता मात्र हिटलर हादरला. लष्करामध्ये आपल्याविरुद्ध खूपच

मोठ्या प्रमाणावर असंतोष निर्माण होण्याची शक्यता असल्याचं त्याच्या लक्षात आलं. या अधिकाऱ्यांमध्ये एकवाक्यतासुद्धा नव्हती. एकीकडे बेकचं म्हणणं योग्य आहे असं म्हणणारे, तर दुसरीकडे त्याच्या म्हणण्यात अजिबात तथ्य नसल्याचा दावा करणारे, असे दोन गट तयार झाले. दरम्यान बेकनं आपलं म्हणणं परत एकदा लष्करप्रमुखासमोर मांडून जर्मनीला विनाशाच्या मार्गावरून जाण्यापासून रोखण्यासाठीची विनंती केली. ती धुडकावून लावण्यात आल्यावर अखेरीला १८ ऑगस्ट या दिवशी त्यानं आपल्या पदाचा राजीनामा दिला. खरं म्हणजे या वेळी हिटलरच्या विरोधात धुमसत असलेल्या वातावरणाला पाठबळ मिळवून देण्यासाठीची सुसंधी बेकसमोर होती. हे ओळखून हिटलरनं चाणाक्षपणे बेकला त्याचा राजीनामा गुप्त ठेवण्याची विनंती केली आणि बेकनं ती दुर्दैवानं मान्य केली. खरं म्हणजे फक्त परराष्ट्रमंत्री रिबनट्रॉप आणि एसएसचा प्रमुख हिमलर यांचा अपवाद वगळता अनेक जण या काळात हिटलरच्या विरोधात उभे ठाकण्याची शक्यता होती. बेकच्या राजीनाम्यानं त्याला चांगलं बळ प्राप्त झालं असतं; पण तसं घडलं नाही. उलट हळूहळू बेक यानंतर प्रकाशझोतातून बाहेर गेला. तसंच हिटलरला लष्करी अधिकाऱ्यांचा पाठिंबा निर्विवादपणे मिळणार, हे यामुळे स्पष्ट झालं.

परराष्ट्र धोरणांच्या बाबतीत हिटलरचे अंदाज बेक तसंच इतर विरोधक यांच्या तुलनेनं जास्त अचूक ठरले. आपण झेकोस्लोवाकियाविरुद्ध आक्रमक भूमिका स्वीकारली तर इतर पाश्चिमात्य देश आपल्याला विरोध करणार नाहीत, असं त्याला वाटत होतं. त्याच्या अंदाजानुसार या देशांना कुठल्याही परिस्थितीत युद्ध नको होतं. ऑगस्ट महिना उजाडला तेव्हा ब्रिटिशांनी झेकोस्लोवाकियाला जर्मनीच्या मागण्या अंशतः मान्य करण्याचा सल्ला दिला. प्रकरण वाढत जाऊ नये यासाठी ब्रिटिशांची ही धडपड सुरू होती. काही आठवड्यांमध्येच हिटलर झेकोस्लोवाकियावर हल्ला करणार असल्याच्या बातम्या ब्रिटिशांच्या कानांवर आल्यामुळे त्यांनी हे पाऊल उचललं होतं. सप्टेंबरच्या मध्यावर हिटलर जर्मन संसदेसमोर एक भाषण करणार होता. या भाषणानंतर हिटलर झेक प्रश्न निकालात काढणार, अशी चिन्हं दिसत होती. ब्रिटिशांनी हिटलरच्या झेक आक्रमणानंतर काय भूमिका घ्यावी याविषयी ब्रिटिश मंत्रिमंडळाची बैठक झाली. त्यात आपण या प्रकरणात पडायचं नाही, असा निर्णय घेण्यात आला. म्हणजेच 'झेकोस्लोवाकियावर हल्ला केल्यास आपण जर्मनीच्या विरोधात रणांगणावर उतरू,' असा इशारा हिटलरला द्यायचा नाही, असं ठरलं. उलट झेकोस्लोवाकियानंच स्थानिक जर्मन नागरिकांना पूर्ण स्वायत्तता देण्याची हिटलरची मागणी मान्य करावी; अन्यथा परिणामांना तोंड द्यायची तयारी ठेवावी, असं झेक सरकारला कळवायचं ठरलं. शेवटी ५ सप्टेंबर या दिवशी आपल्यावरचं संकट गंभीर होत चाललेलं बघून झेक राष्ट्रपतीनं ब्रिटिशांच्या या आवाहनाला प्रतिसाद

दिला आणि जर्मनीच्या मागण्या मान्य करून टाकल्या. यामुळे हिटलर खूश होण्याऐवजी उलट बिथरलाच. त्याला झेकोस्लोवाकियावर हल्ला करायचा होता; आता त्यासाठी काय कारण सांगायचं, या विचारात तो पडला. स्वाभाविकपणे झेक सरकारनं स्थानिक जर्मन नागरिकांवर केलेल्या तथाकथित अत्याचाराची एखादी बातमी पसरवायची आणि त्याआधारे झेकोस्लोवाकियामध्ये घुसखोरी करायची, असं ठरलं. काही काळातच हिटलरसमोर अशी संधी चालून आली. झेकोस्लोवाकियामधल्या तीन जर्मन लोकांनी हेरगिरी आणि हत्यारांची तस्करी केल्याच्या आरोपावरून झेक पोलिसांनी त्यांना मारहाण केली. हिटलरच्या १२ सप्टेंबरच्या भाषणापर्यंत वातावरण तापवत नेण्यासाठी हे पुरेसं होतं. १ ऑक्टोबर या दिवशी झेकोस्लोवाकियावर हल्ला करण्याचा बेत हिटलरनं रचला; पण तो अर्थातच गुप्त ठेवला. अपेक्षेप्रमाणेच हिटलरनं आपल्या भाषणात झेक प्रश्नावरून आकांडतांडव केलं. या प्रकरणातला शेवटचा प्रयत्न म्हणून ब्रिटिश पंतप्रधान नेव्हिल चेंबरलेननं हिटलरची १५ सप्टेंबरला भेट घ्यायचं ठरवलं.

चेंबरलेनचं जर्मनीमध्ये भव्य स्वागत झालं. हिटलर आणि चेंबरलेन यांची तीन तास चर्चा झाली. आपल्या सगळ्या तक्रारी हिटलरनं चेंबरलेनसमोर मांडल्या. हिटलरची बडबड चेंबरलेननं आपल्या चेहऱ्यावरची रेघसुद्धा हलू न देता ऐकून घेतली. जर्मनीनं लष्करी कारवाई करण्याची भूमिका सोडली तर आपण हिटलरच्या इतर कुठल्याही मागण्या झेक सरकारकडून मान्य करून घेण्याचा आत्मविश्वास चेंबरलेननं व्यक्त केला. यावर आपण आक्रमणाची भूमिका स्वीकारलेली नसून उलट झेक सरकारच तिथल्या जर्मन नागरिकांची दडपशाही करत असल्याची तक्रार हिटलरनं केली. हे आपल्याला मान्य नसल्याचं आणि या प्रश्नी आपण या ना त्या मार्गानं तोडगा काढू, असं त्यानं चेंबरलेनला सांगून टाकलं. यामुळे भडकून चेंबरलेननं 'याचा अर्थ हिटलरला काहीही करून झेकोस्लोवाकियावर आक्रमण करायचं आहे असा होतो,' असं म्हणून आपल्याला विनाकारणच चर्चेसाठी आमंत्रित केल्याच्या कारणापोटी हिटलरला धारेवर धरलं. हिटलरला हे एकदमच अनपेक्षित होतं. तो एकदम गांगरून गेला आणि आपण चर्चा करणं गरजेचं असल्याचं त्यानं चेंबरलेनला सांगितलं. शेवटी चेंबरलेन आणि हिटलर यांची आणखी एकदा भेट होईल, असं ठरलं. मधल्या काळात आपण झेकोस्लोवाकियावर हल्ला करणार नसल्याचं वचन हिटलरनं दिलं. खरं म्हणजे चेंबरलेनचा संताप बघून हिटलर घाबरला होता आणि झेक प्रश्नात इंग्लंड उतरण्याची शक्यता असल्याची भीती त्याला अस्वस्थ करत होती. नंतर दुसरी बैठक घ्यायला चेंबरलेन तयार असल्याचं समजल्यावर हिटलर एकदम खूष झाला.

चेंबरलेनबरोबरची चर्चा संपल्यानंतर हिटलरनं आपला परराष्ट्रमंत्री रिबनट्रॉप याला अत्यंत उत्साहानं आपल्या बैठकीविषयी सांगितलं. आपण ब्रिटिशांना आता

खिंडीत पकडल्याचा आत्मविश्वास त्याच्या बोलण्यातून जाणवत होता. तात्पुरत्या काळासाठी आपण चेंबरलेननं सुचवलेला शांततेचा मार्ग स्वीकारत असल्याचा दिखावा करू आणि त्यानंतर काही काळातच आपल्या मूळ निर्णयानुसार आक्रमणाचा मार्ग स्वीकारू, असं हिटलरनं आपल्या सहकाऱ्यांना सांगितलं. खरं म्हणजे चेंबरलेनच्या भूमिकेमुळे हिटलर जरा हलला होता. आपल्याला आपल्या सहकाऱ्यांशी चर्चा करावी लागेल आणि ब्रिटिश संसदेपुढे हिटलरचा प्रश्न मांडावा लागेल, असं चेंबरलेननं सांगितलेलं असल्यामुळे अचानकपणे हिटलरला थोडी काळजी वाटायला लागली. तिकडे हिटलरला आपण त्याच्या आक्रमक भूमिकेचा पुनर्विचार करायला भाग पाडलं असल्याचं चेंबरलेननं ब्रिटिश संसदेला सांगितलं. तसंच हिटलर अगदी टोकाचे निर्णय घेणार नसल्याची आपल्याला खात्री वाटत असल्याचंही चेंबरलेन म्हणाला. अर्थातच हिटलरनं नेहमीप्रमाणे आपल्या उत्तम अभिनयक्षमतेचा वापर केल्यामुळे चेंबरलेनची दिशाभूल झाली होती. हिटलर आपल्या शब्दाला जागेल अशी खात्री वाटत असल्याचं चेंबरलेननं अगदी आपल्या बहिणीलाही सांगितलं. पुढचे काही दिवस ब्रिटिश आणि फ्रेंच नेत्यांनी झेकोस्लोवाकियाची समजूत घालण्यात घालवले. हिटलरच्या मागण्या मान्य करण्याच्या मोबदल्यात त्यानं केलेल्या हल्ल्याच्या विरोधात आपण झेक राजवटीच्या मदतीसाठी धावून येऊ, असं या दोन देशांनी झेकोस्लोवाकियाला सांगितलं. २१ सप्टेंबरला झेकोस्लोवाकियानं हे मान्य केलं. हिटलर आणि चेंबरलेन यांच्यामधली दुसरी बैठक याच्या पुढच्या दिवशी होणार असं ठरलं होतं. हिटलरच्या भूमिकेत खरोखर बदल घडला होता. झेकोस्लोवाकियावर मोठा हल्ला करण्याऐवजी चर्चेच्या मार्गानं हा प्रश्न सोडवण्यावर त्यानं भर द्यायचं ठरवलं. त्याबरोबर जर्मनीमधल्या कट्टर लोकांनी हिटलरला जोरदार विरोध केला. जर्मन लोक बहुसंख्य असलेल्या सुदेतनलँड या झेकोस्लोवाकियामधल्या प्रदेशावर जर्मनीचं नियंत्रण असेल अशा प्रकारचा निर्णय झेक सरकार मान्य करेल, असं हिटलरलाही वाटत नव्हतं. म्हणूनच यासाठी आपल्याला बळाचा वापर करावा लागेल आणि या संधीचा वापर करून आपण झेकोस्लोवाकियाच्या इतर प्रांतांमध्येही लष्कर घुसवावं, असा त्याचा बेत होता. यासाठी चेंबरलेनबरोबरच्या दुसऱ्या बैठकीआधी त्यानं झेकोस्लोवाकियाच्या विभाजनासंबंधीचा एक नकाशा तयार करून घेतला. यात आपल्या वाट्याला जास्तीत जास्त भूमी येईल, याची व्यवस्था त्यानं केली होती. या भूमीवर आठ दिवसांमध्ये झेक नागरिकांना हाकलून दिलं जाईल आणि तिथं जर्मन लष्कर उभं करण्यासाठीची तरतूद केली जाईल, असा करार त्याला करून हवा होता. जर चेंबरलेननं या कराराला अव्यवहार्य ठरवलं, तर आपण आपला मूळचा लष्करी मार्ग वापरायला मोकळे आहोत, असं आपण सांगून टाकणार असल्याचं हिटलरनं गोबेल्सला सांगितलं.

चेंबरलेननं हिटलरबरोबरच्या आपल्या दुसऱ्या बैठकीच्या सुरुवातीला आधीच्या बैठकीनंतरच्या घडामोडींची माहिती दिली. फ्रेंचांच्या साथीनं आपण झेक सरकारला हिटलरच्या मागण्या मान्य करायला भाग पाडलं असल्याचं आणि सुदेतनलँडचा प्रश्नही निकालात काढला असल्याचं हिटलरला समजताच तो खूश होईल अशी चेंबरलेनची अपेक्षा होती. प्रत्यक्षात मात्र हिटलरचा पवित्रा बघून तो अवाकच झाला. आपल्याला फुटकळ प्रश्नांविषयी चर्चा करण्यात कसलाच रस नसल्याचं हिटलरनं त्याला सांगून टाकलं. आता पोलंड आणि हंगेरी यांचा प्रश्नाही निकालात काढला पाहिजे, अशी आपली अपेक्षा चेंबरलेनला सांगून हिटलरनं आधीच्या ठरावांमध्ये अनेक त्रुटी असल्याचं मत व्यक्त केलं. झेकोस्लोवाकियामधल्या जर्मन लोकांच्या दडपशाहीविषयी आपल्याला खूप चीड येत असून, तातडीनं हा प्रश्न सोडवणं गरजेचं असल्याच्या निर्णयाप्रत आपण आलेलो असल्याचं त्यानं चेंबरलेनला सांगितलं. ही मागणी पूर्णपणे नवी असल्याचं आणि आपल्या आधीच्या चर्चेमध्ये या मुद्द्याचा उल्लेखसुद्धा नव्हता, असं सांगून चेंबरलेन बैठकीतून निराश अवस्थेत निघून गेला. दुसऱ्या दिवशी सकाळी हिटलर आणि चेंबरलेन यांच्यात आणखी एक बैठक आयोजित करण्यात आलेली असली तरी आपण या बैठकीला हजर राहू शकणार नसल्याचा निरोप चेंबरलेननं हिटलरला पाठवला. आधीच्या मुद्द्यांना पूर्णपणे बाजूला ठेवून एकदम भलत्याच मुद्द्यांवर चर्चा करणं आणि त्यावर आधारित असलेला करार करणं म्हणजे ब्रिटिश, फ्रेंच आणि एकूणच इतर सगळ्या जगामधल्या शांतताप्रिय नागरिकांची फसवणूक करण्यासारखं होईल, असं चेंबरलेननं स्पष्टपणे लिहिलं. आता जर्मन लष्कर झेकोस्लोवाकियाच्या दिशेनं कूच करणार आणि आपलं संरक्षण करण्याच्या हेतूनं झेक लष्कर सज्ज होणार, याविषयी चेंबरलेनच्या मनात कुठलीच शंका उरली नाही. याला उत्तर म्हणून झेक सरकारचा अन्याय संपुष्टात आणून सुदेतनलँडवर जर्मन लष्कराचं वर्चस्व प्रस्थापित करण्याचा निर्णय त्वरेनं घेण्याखेरीज आपल्याला दुसरा मार्ग दिसत नसल्याचं पत्र हिटलरनं पाठवलं. आपण हिटलरच्या या नव्या मागण्या आधी ब्रिटिश संसदेसमोर आणि त्यानंतर झेक सरकारसमोर मांडू, असं पत्र चेंबरलेननं रिबनट्रॉपला पाठवलं. चेंबरलेन जर्मनीतच असल्यामुळे एका दिवसात ही निरोपानिरोपी होऊ शकली. हे सगळं घडून गेल्यावर रात्री अकरा वाजता ब्रिटिश आणि जर्मन शिष्टमंडळांची नव्यानं चर्चा सुरू झाली.

हिटलरनं २८ सप्टेंबरपर्यंत आपली सगळ्यात महत्त्वाची मागणी मान्य झाली पाहिजे, असा आग्रह धरला. म्हणजेच पुढच्या तीन-चार दिवसांमध्ये सुदेतनलँड रिकामं करून त्याचा कब्जा झेकोस्लोवाकियानं जर्मनीकडे देणं भाग होतं. चेंबरलेननं हताश होत आपले दोन्ही हात हवेत नेले आणि 'ही तर धमकीच आहे ... शांतता राखण्यासाठीच्या माझ्या प्रयत्नांना आपण अजिबात प्रतिसाद दिलेला नाही, असं

मला अत्यंत खेदानं नमूद करावंसं वाटतं ...' असं हिटलरला उद्देशून म्हटलं. तितक्यात झेक सरकारनं सीमेपाशी लष्कराची जमवाजमव सुरू केली असल्याचा निरोप कुणीतरी बैठकीत दिला. आता युरोपीय भूमीवर नव्यानं युद्ध सुरू होणार याविषयी कुणाच्याच मनात शंका उरली नाही. काही काळ शांततेत गेल्यावर निदान चेंबरलेन जर्मन भूमीत असेपर्यंत तरी आपण कुठलंच पाऊल उचलणार नाही,असं आश्वासन हिटलरनं चेंबरलेनला दिलं. तसंच खास सवलत म्हणून झेकोस्लोवाकियानं आपलं सैन्य सुदेतनलँडमधून १ ऑक्टोबरपर्यंत मागे घेण्यासाठी आपण मुदतवाढ देत असल्याचंही विधान त्यानं केलं. हिटलरच्या या मागण्या ब्रिटिश संसदेसमोर आणि नंतर झेक सरकारसमोर मांडण्याचं आश्वासन देऊन चेंबरलेन मायभूमीत परतला. हिटलरच्या मागण्या वाढत चाललेल्या असल्याचं बघून ब्रिटिश संसदपटू भडकले. त्यांनी आता आपण हिटलरच्या दबावाला बळी पडता कामा नये, असं ठरवून फ्रेंचांनाही विश्वासात घ्यायचं ठरवलं. झेक सरकारनं हिटलरच्या नव्या मागण्या मान्य करण्याचं काहीएक कारण नाही, असं बहुतेकांचं मत पडलं. आधीच्या करारानुसार जर्मन लोकांचं प्राबल्य असलेला भूभाग झेक सरकारकडून जर्मनीला हस्तांतरित करण्यात यावा, आणि हे अमान्य असल्यामुळे जर हिटलरनं झेकोस्लोवाकियावर हल्ला केला, तर फ्रेंच आणि ब्रिटिश लष्करं झेक सरकारच्या मदतीला धावून जातील, असा निरोप हिटलरला देण्यात यावा असं ठरलं.

ब्रिटिशांचा निरोप घेऊन संबंधित अधिकारी बर्लिनला पोहोचला. त्याची हिटलरशी बैठक सुरू झाली. त्यात ब्रिटिश आणि फ्रेंच सरकारांनी घेतलेल्या भूमिकेचा अंदाज येताच हिटलर प्रचंड संतापला. उठून तो दारापाशी गेला आणि जोरजोरात त्यानं हे आपल्याला अजिबात मान्य नसल्याचं सांगितलं. त्यानंतर थोडा शांत होऊन तो आपल्या खुर्चीत येऊन बसला. आता ब्रिटिश आणि फ्रेंच लष्करं झेकोस्लोवाकियाच्या मदतीला धावून येण्याची धमकी देणारा भाग चर्चेला आला तेव्हा मात्र हिटलरचा संताप आवरण्यापलीकडे गेला. जर ब्रिटिश आणि फ्रेंच सरकारांना या प्रश्नात आपलं तोंड खुपसायचं असेल तर त्यांनी तसं जरूर करावं, असं म्हणत आपण त्याची अजिबात पर्वा करत नसल्याचं हिटलरनं सांगितलं. आता आपण २८ सप्टेंबरच्या दुपारी दोन वाजेपर्यंतची मुदत झेक सरकारला आपल्या मागण्या मान्य करण्यासाठी देत असल्याचं त्यानं जाहीर केलं. हे मान्य नसेल तर आपलं लष्कर पुढची कारवाई करण्यासाठी समर्थ आहे, असंही त्यानं सुनावलं. त्याच संध्याकाळी हिटलरचं दोन हजार लोकांसमोर भाषण झालं. त्याला जर्मन अधिकाऱ्यांखेरीज इतर देशांचे राजदूत आणि प्रतिनिधी, तसंच पत्रकार यांचीही हजेरी होती. हिटलरनं अपेक्षेप्रमाणे तडाखेबंद फटकेबाजी केली. अत्यंत आक्रमकरीत्या त्यानं झेक सरकारचे वाभाडे काढले. आपल्या जर्मन बांधवांना झेकोस्लोवाकियामध्ये सोसाव्या लागत

असलेल्या अडचणींचा आणि अन्यायाचा त्यानं पाढा वाचला. आता आपण माघार घेण्याचा विचारसुद्धा करत नसल्याचं सांगून युद्ध आणि शांतता या पर्यायांपैकी हवा तो पर्याय निवडण्याची संधी आपण झेक सरकारला देत असल्याचं त्यानं उपस्थित समर्थकांच्या जल्लोषात सांगून टाकलं. पूर्ण भाषणभर प्रेक्षकांनी टाळ्या, आरडाओरडा यांचा नुसता सपाटाच लावला होता. हिटलरचं भाषण संपल्यावर कित्येक मिनिटं हा प्रकार सुरूच राहिला. स्वाभाविकपणे दुसऱ्या दिवशी सकाळी चेंबरलेनचा आणखी एक ताजा संदेश घेऊन ब्रिटिश अधिकारी हिटलरशी चर्चा करण्यासाठी आला तेव्हा त्याच्याशी बोलण्याचीसुद्धा हिटलरची इच्छा नव्हती. तरीही त्या अधिकाऱ्यानं आपण आपल्या पंतप्रधानाकडे काय संदेश घेऊन जाणं हिटलरला अपेक्षित आहे, असं विचारलं तेव्हा हिटलर बिथरला. इंग्लंड आणि फ्रान्स यांना या प्रश्नात नाक खुपसायचं असेल तर आपण त्यांना त्यापासून रोखू शकत नाही, असं सांगून आपण झेक सरकारला शेवटचा इशारा देत असल्याचं त्यानं सांगून टाकलं. 'आज मंगळवार आहे आणि येत्या सोमवारपर्यंत झेक सरकार नमलं नाही तर आपण तिथं आपलं लष्कर घुसवू,' अशी गर्जना त्यानं केली. तिथंच ती बैठक संपली.

त्या संध्याकाळी बर्लिन शहरातून जर्मन लष्करानं संचलन केलं. आपली लष्करी ताकद विदेशी अधिकाऱ्यांसमोर आणि राजदूतांसमोर, तसंच पत्रकारांसमोर दाखवण्याचा त्याचा मुख्य उद्देश होता; पण तो साफ अयशस्वी ठरला. जर्मन नागरिक गॅलऱ्यांमध्ये जमून या संचलनाचं जोरदार स्वागत करतील, असा हिटलरचा अंदाज होता. प्रत्यक्षात मात्र जर्मन नागरिकांनी घरात बसून राहणं पसंत केलं. आधीच्या भाषणाच्या वेळी हजर असलेले प्रेक्षक हिटलरच्या समर्थनार्थ जल्लोष करतील याची काळजी घेण्यात आली होती; म्हणजेच मुद्दामच हिटलरसमर्थक तिथं पाचारण करण्यात आले होते. सर्वसामान्य जर्मन नागरिकाला मात्र सुदेतनलँडमधल्या आपल्या बांधवांविषयी सहानुभूती असली तरी यासाठी जर्मनीला पुन्हा युद्धभूमीकडे खेचण्याची हिटलरची घाई त्यांना अस्वस्थ करत होती. अर्थात यामुळे हिटलरचा विचार बदलेल असं कुणालाच वाटत नसलं तरी प्रत्यक्ष कारवाईच्या दिवशी म्हणजे २८ सप्टेंबरच्या सकाळी हिटलरच्या भूमिकेत अचानकपणे बदल झाला. झेकोस्लोवाकियावर लष्करी हल्ला करण्याऐवजी चर्चेच्या मार्गानं हा प्रश्न सोडवावा, असं तो अत्यंत अनपेक्षितपणे म्हणायला लागला. यामुळे त्याचे सहकारी पार चक्रावून गेले असले तरी या बदलामागे मुसोलिनी होता. हिटलरच्या आक्रमक भूमिकेमुळे काय करावं हे सुचत नसलेल्या ब्रिटिशांनी इटलीकडे धाव घेतली होती आणि मुसोलिनीला हिटलरचं मन वळवण्यासाठीची विनंती करायला सांगितलं होतं. मुसोलिनीनं त्याला प्रतिसाद दिल्यानंतर हिटलरची गोची झाली. त्यानं 'मुसोलिनीच्या म्हणण्याला मान देत' आपल्या लष्करी कारवाईची सुरुवात चोवीस तासांसाठी

तहकूब करायचं ठरवलं. ही बातमी ब्रिटिश संसदेच्या चर्चासत्रात कळली तेव्हा तिथल्या संसदपटूंनी नुसता जल्लोष केला.

पुढच्या दिवशी हिटलर, चेंबरलेन, मुसोलिनी आणि एदुआर्द दलादिए हा फ्रेंच राष्ट्रपती या चौघांची म्यूनिकमध्ये बैठक झाली. हिटलरसकट चारही नेत्यांनी सुदेतन प्रश्न सोडवण्यासाठी बळाचा वापर करण्याला विरोध जाहीर केला. मुसोलिनीनं या संदर्भातल्या कराराची कलमं लिहून आणली होती. त्यावर चर्चा झाली. त्यात काही बदल करून शेवटी 'म्यूनिक करार' म्हणून नंतर कुप्रसिद्ध झालेला करार करण्यात आला. चेंबरलेनचं ब्रिटिशांनी मायभूमीत जोरदार स्वागत केलं. खरं म्हणजे जर्मनीत हिटलरच्या विरोधात या काळात एक मोठा कट रचण्यात आला होता. नाझी विचारसरणीला आणि हिटलरच्या आततायी धोरणांना संपवण्यासाठी हिटलरचाच काटा काढण्याची एक योजना आखण्यात आली होती. झेकोस्लोवाकियावर हल्ला करण्याचा साफ चुकीचा आणि अत्यंत धोकादायक निर्णय घेतल्याबद्दल हिटलरच्या लष्करामधला 'चीफ ऑफ स्टाफ' बेकच या कटात सहभागी झाला होता. हिटलरचा हा निर्णय जर्मनीसाठी अजिबातच सुज्ञ ठरणार नाही याची त्या सगळ्यांना कल्पना होती. यामुळे झेकोस्लोवाकियावरच्या हल्ल्याच्या घोषणेकडे ते नजर लावून बसले होते. आता हा हल्ला होणार नाही असं कळताच त्यांची योजना पार फसली. 'चेंबरलेननं हिटलरला वाचवलं' अशा शब्दांमध्ये त्यांनी या प्रसंगाचं अगदी योग्य वर्णन केलं.

जनसामान्यांच्या नजरेतून मात्र म्यूनिक करारामुळे हिटलर एकदम हीरोच ठरला. बर्लिनमध्ये त्याचं जंगी स्वागत झालं. तरीही एक खंत त्याला सतावत होती. १९१४ मध्ये युद्धजन्य परिस्थिती निर्माण झालेली असताना जर्मन नागरिकांनी तिला भरभरून पाठिंबा दिला होता. आपल्या देशासाठी आपण लढलं पाहिजे अशी भावना जनसामान्यांमध्ये त्याला अनुभवायला मिळाली होती. आता मात्र आपण जर्मनीला युद्धाच्या खाईत नेण्याच्या तयारीत असताना जर्मन नागरिक या युद्धाला अजिबात पाठिंबा देत नसल्याचं चित्र त्याला अस्वस्थ करत होतं. यामुळे जर्मन लोकांना आपल्या भूमिकेविषयी सजग करणं आणि यासाठी त्यांची मानसिकता बदलणं गरजेचं असल्याचं त्याच्या लक्षात आलं. आपली प्रचारनीती कुठंतरी कमी पडत असल्याची आणि कदाचित आपली आक्रमकता पुरेशी नसल्याची जाणीवही त्याला झाली. यासाठी आपण सातत्यानं काहीतरी घडवून आणलं पाहिजे, लोकांना विजयोत्सव साजरा करण्याची संधी दिली पाहिजे, वातावरण तप्त ठेवलं पाहिजे, हे त्याच्या लक्षात आलं. याच्या मुळाशी विस्तारवादच असू शकतो, असा निष्कर्ष त्यानं काढला. म्हणजेच युद्ध करायची वेळ आली काय किंवा ती नाही आली काय; जर्मनीनं आपल्या भूभागामध्ये वाढ करत राहणं आणि नवे प्रदेश जिंकून घेत राहणं

हेच लोकांना प्रेरित करू शकतं आणि त्यांना आपल्या युद्धांमागची भूमिका पटवून देऊ शकतं, असा त्याचा पक्का समज झाला. इथून पुढे आपण चर्चा, शांतता अशा गोष्टींना महत्त्व देता कामा नये आणि शेवटच्या क्षणी घडवून आणल्या जात असलेल्या समेटांना बळी पडता कामा नये, असा त्यानं स्वतःच्या मनाशी निश्चय केला. म्यूनिक कराराच्या निमित्तानं त्यानं अन्य ताकदवान युरोपीय देशांमधली चलबिचल अवस्था जवळून बघितली होती. तिचा फायदा आपण उठवलाच पाहिजे, असं त्यानं ठरवलं.

झेकोस्लोवाकियाच्या संदर्भातलं युद्ध युरोपीय देशांनी अगदी शेवटच्या क्षणी टाळलं आणि हिटलरच्या आसुरी महत्त्वाकांक्षांना आपण आवर घातल्याचं समाधान करून घेतलं. प्रत्यक्षात मात्र या देशांशी वाकडं घेण्यासंबंधी हिटलरच्या मनात असलेली द्विधा मनःस्थिती संपुष्टात आणून त्याला निश्चयाकडे नेण्याचं काम म्यूनिक करारानं केलं असल्याची जाणीव त्यांना कुठं झाली होती?

झेकोस्लोवाकियाचा घास

एकीकडे विस्तारवादाकडे हिटलरचं लक्ष लागून राहिलेलं असलं तरी, दुसरीकडे जर्मनीमधल्या ज्यू लोकांना धडा शिकवण्यासंबंधीचं त्याचं काम सुरूच होतं. खास करून एसएस संघटनेचा प्रमुख असलेला हिमलर या कामात आघाडीवर होता. हिमलरचं महत्त्व आता प्रचंड वाढलं होतं. त्यानं हिटलरच्या मागे लागून लष्करामधला चौथा विभाग म्हणून एसएस संघटनेला मान मिळवून दिला असल्यामुळे सर्वोच्च लष्करी अधिकाऱ्यांच्या तोडीचा मान आता हिमलरला मिळे. ज्यूंच्या विरोधातल्या हिंसाचाराची सूत्रं त्याच्याकडेच असत. यातूनच ९-१० नोव्हेंबर १९३८ या दिवशी 'राईख क्रिस्टल नाईट' म्हणून कुप्रसिद्ध झालेला हिंसाचार घडला. ज्यू लोकांची दुकानं उद्‌ध्वस्त केल्यानंतर बर्लिनच्या रस्त्यांवर काचांचा खच पडला. काचेला 'क्रिस्टल' असंही म्हणत असल्यामुळे हे नाव पडलं. १९३३ आणि १९३५ या दोन वर्षी नाझी दंगेखोरांनी ज्यू लोकांच्या विरोधात जो हिंसाचार केला होता, तोसुद्धा या वेळच्या घटनांसमोर फिका पडावा अशी परिस्थिती होती. खरं म्हणजे व्हिएन्नामध्ये ज्यू लोकांच्या विरोधात अत्यंत यशस्वी ठरलेला क्रूर हिंसाचार आता जर्मनीमधल्या नाझी दंगेखोरांसमोर 'आदर्श' ठरला होता आणि त्यांना 'स्फूर्ती' देणारा ठरला होता. आपणही जर्मनीमध्ये ज्यू लोकांच्या विरोधात आक्रमक झालं पाहिजे, अशी भावना त्यांच्यामध्ये वाढत गेली. १९३३ सालच्या सुरुवातीला जर्मनीमध्ये सुमारे ५०,००० ज्यू व्यावसायिक होते. हा आकडा १९३८ सालच्या जुलै महिन्यात घटून फक्त ९,००० वर आला होता! ऑक्टोबरपर्यंत तर फक्त ६६६ ज्यू व्यावसायिक उरले आणि त्यामधले दोन तृतीयांश तर इतर देशांमधूनच आपला कारभार चालवत होते! अनेक ज्यू व्यवसाय सक्तीनं बंद पाडण्यात आले किंवा आर्य वंशीयांना ते कवडीमोलानं विकायला ज्यू लोकांना भाग पाडण्यात आलं. याखेरीज ज्यू लोकांवर अनेक निर्बंध घालण्यात आले. अगदी डॉक्टर, वकील असे सर्वसामान्य व्यवसाय करणारे ज्यू लोकसुद्धा या कचाट्यातून सुटले नाहीत. प्रत्येक ज्यू पुरुषानं आपल्या

नावामध्ये 'इस्रायल' तर प्रत्येक ज्यू स्त्रीनं आपल्या नावामध्ये 'सारा' असं जास्तीचं नाव जोडण्याची सक्ती करण्यात आली. प्रत्येक ज्यू माणसाच्या पासपोर्टमध्ये इंग्रजी 'जे'हे अक्षर उमटवण्यात आलं.

आपलं नाव ज्यू लोकांच्या विरोधातल्या हिंसाचाराशी थेट जोडलं जाऊ नये यासाठी हिटलर प्रयत्नशील होता. झेकोस्लोवाकियाशी संबंधित असलेला घटनाक्रम लक्षात घेता, आंतरराष्ट्रीय पातळीवर आपलं नाव खराब होऊ नये असं त्याला वाटत होतं. अर्थातच त्याचा ज्यू लोकांच्या विरोधातल्या सगळ्या कारवायांना पूर्ण पाठिंबा होता. फक्त आपल्या नावाची बदनामी न होता हे प्रकार सुरू राहावेत, असा त्याचा प्रयत्न होता. ज्यू लोकांचा काटा नक्की कसा काढायचा याविषयी हिटलर आणि त्याचे सहकारी यांच्या मनात संभ्रम होता. काही जणांना ज्यू लोकांचा सरळ खातमा करून टाकावं असं वाटे; तर इतर काही जणांना ज्यू लोकांना जर्मनीमधून इतर देशांमध्ये घालवून द्यावंसं वाटे. याचा मध्यम मार्ग म्हणजे ज्यू लोकांनी आपोआपच जर्मनी सोडून जावं यासाठीची परिस्थिती निर्माण करणं, असा होता. ज्यू लोकांनी नक्की कुठं जावं यासाठी पॅलेस्टाईन, इक्वेडोर, कोलंबिया, व्हेनेझुएला अशा ठिकाणांची नावं चर्चेत असत. हे भाग तसे ओसाड होते आणि ज्यू लोकांच्या स्वागतासाठी तिथले स्थानिक लोक अजिबातच उत्सुक नव्हते. अशा ठिकाणी ज्यू लोकांनी जावं यासाठीची परिस्थिती निर्माण करण्यावर हिटलरच्या सहायकांचा भर होता. पॅलेस्टाईनच्या भूमीत ज्यू लोकांना खूप मोठ्या संख्येनं पाठवलं जाण्याला मात्र हिटलरचा विरोध होता. याचं कारण म्हणजे तिथे ज्यू लोकांचं राष्ट्र निर्माण झालं तर भविष्यात सगळे ज्यू लोक एकत्र येऊन जर्मनीच्या विरोधात उभे ठाकण्याची भीती हिटलरला सतावत होती.

या सगळ्यातूनच 'राईख ख्रिस्टल नाईट' घडली.

ज्यू लोकांच्या विरोधातला विखार हिटलर आणि त्याचे सहकारी यांच्या मनात खदखदत असतानाच अगदी जाहीरपणे त्यांच्या विरोधात हिंसक कारवाया करण्याविषयी हिटलर जरा साशंक होता. आंतरराष्ट्रीय पातळीवर आपली प्रतिमा डागाळेल अशी भीती त्याला सतावत होती. म्हणूनच ज्यूंच्या विरोधातलं वातावरण तापवण्यासाठी योग्य कारणाच्या तो शोधात होता. ही संधी ७ नोव्हेंबर १९३८ या दिवशी चालून आली. एका जर्मन नेत्याला सतरा वर्षं वयाच्या एका पोलिश ज्यू तरुणानं पॅरिसमध्ये गोळ्या घातल्या. खरं म्हणजे जर्मनीच्या फ्रान्समधल्या राजदूताला ठार करण्याचा या ज्यू तरुणाचा हेतू होता; पण त्याआधी हा जर्मन नेता समोर आल्यामुळे सुरुवातीला त्याच्यावर निशाणा साधला गेला. या ज्यू तरुणाच्या कुटुंबासह इतर सुमारे १८,००० पोलिश ज्यूंना जर्मनीनं अचानकपणे पोलंडमध्ये घालवून दिल्याचा राग या तरुणाच्या डोक्यात खदखदत होता. आपल्या कुटुंबासह या सगळ्या ज्यू

लोकांच्या दुरावस्थेला नाझी जर्मनीच कारणीभूत असल्याची त्याची खात्री पटली. याचा बदला घेण्यासाठी त्यानं हा उपद्व्याप केला. दोन दिवसांनी म्हणजे ९ नोव्हेंबर १९३८ या दिवशी जखमी अवस्थेतल्या जर्मन अधिकाऱ्याचं निधन झालं. नेमका हा दिवस हिटलरच्या १९२३ सालच्या फसलेल्या उठावाचा पंधरावा वाढदिवस होता. तो साजरा करण्यासाठी नाझी पक्षानं जोरदार तयारी केली होती. आता त्याच्या जोडीला या जर्मन नेत्याच्या खुनाची बातमी आल्यामुळे नाझी पक्षानं याचा पुरेपूर फायदा करून घ्यायचं ठरवलं. हिटलर आणि गोबेल्स यांनी यासाठीची रणनीती आखली. ९ नोव्हेंबरच्या रात्री ज्यू लोकांवर तुटून पडायचं ठरलं. पोलिसांनी तटस्थ भूमिका स्वीकारावी आणि ज्यू लोकांना अजिबात सहानुभूती दाखवू नये, असं सांगण्यात आलं.

ज्यू लोकांची प्रार्थनास्थळं म्हणजेच 'सिनेगॉग्ज' जाळायला सुरुवात झाली. ज्यू लोकांची दुकानं लुटण्यात आली आणि अनेक घरंही जमीनदोस्त करण्यात आली. लुटालूट, मारहाण, हिंसाचार यांना ऊत आला. एसएस संघटनेला मात्र जाणूनबुजून या हिंसाचारापासून दूर ठेवण्यात आलं. गदारोळ माजवणं, अनियंत्रितपणे हिंसाचार करणं या गोष्टी एसएसच्या कामकाजाशी जुळणाऱ्या नव्हत्या. नियोजनबद्धरीत्या आक्रमक हल्ले करणं आणि दहशत पसरवणं, ही एसएसची खासीयत होती. सगळं ठरल्याप्रमाणे झालं. जर्मन अधिकाऱ्यावर ज्यू तरुणानं पॅरिसमध्ये केलेल्या जीवघेण्या हल्ल्याचं प्रत्युत्तर म्हणून ज्यू लोकांवर जर्मनीत अत्याचार सुरू असल्याचं चित्र निर्माण करण्यात आलं. महत्त्वाची गोष्ट म्हणजे हे अत्याचार सर्वसामान्य लोकच उत्स्फूर्तपणे करत असल्याचं भासवण्यात आलं. सरकार किंवा नाझी पक्ष यांचा यात कुठंही थेट सहभाग नसल्याचा बनाव रचण्यात आला. खरं म्हणजे पोलिसांनी शांतपणे सुरू असलेले प्रकार बघत राहावेत आणि मध्ये पडू नये, अशी सूचना त्यांना देण्यात आली होती. उलट शक्य तितक्या ज्यू लोकांना अटक करण्याचे आदेश त्यांना देण्यात आले. बव्हंशी नाझी कार्यकर्त्यांना अचानकपणे त्यांच्या स्थानिक नाझी नेत्यांनी बोलावून घेतलं आणि आपापल्या भागातले सिनेगॉग्ज जाळून टाकायला सांगितलं. इतरांना ज्यू लोकांची दुकानं आणि घरं लुटायला सांगण्यात आलं. सकाळपर्यंत हल्लेखोरांनी आपलं काम पूर्ण केलं. ज्यू लोकांमध्ये दहशत पसरण्यासारखी परिस्थिती निर्माण झाली. त्यांचं अतोनात नुकसान झालं. आता आपल्या राजवटीची बदनामी होण्याची शक्यता असल्याची जाणीव हिटलरला होती. त्यानं लगोलग गोबेल्सला बोलावून घेतलं आणि ज्यू लोकांवरचा हिंसाचार थांबवण्याचे आदेश दिले. अर्थातच अचानकपणे हिटलरला ज्यू लोकांविषयी प्रेम अजिबातच वाटायला लागलं नव्हतं. फक्त अगदी थेटपणे त्यांच्याविरुद्ध सुरू असलेले हिंसक प्रकार थांबवले पाहिजेत, असं त्यानं गोबेल्सला सांगितलं. अप्रत्यक्षरीत्या

ज्यूंना जेरीला आणण्यासाठी त्यानं अनेक युक्त्या केल्या. नाझी हिंसाचारात ज्यू लोकांचं झालेलं नुकसान सरकार अजिबातच भरून देणार नसल्याचा निर्णय त्यानं घेतला. तसंच कुठल्याही प्रकारे ज्यू लोकांना त्यांच्या नुकसानाची विमा भरपाई मिळणार नाही, असंही त्यानं ठरवलं. उलट ज्यू लोकांचे उरलेसुरले व्यवसायसुद्धा संपवून टाकण्यासाठीच्या चाली त्यानं रचल्या.

९-१० नोव्हेंबरच्या घटनाक्रमात कोट्यवधी जर्मन मार्क्स इतकं आर्थिक नुकसान झालं असल्याचा अंदाज व्यक्त करण्यात आला. या भौतिक नुकसानाखेरीज ज्यू लोकांना भोगाव्या लागलेल्या शारीरिक आणि मानसिक हिंसाचाराची तर मोजदाद करणंसुद्धा अशक्य होतं. मारहाण आणि अत्यंत अपमानास्पद वागणूक यांचा सामना सगळ्या वयोगटातल्या ज्यूंना करावा लागला. किमान शंभर ज्यू लोकांची हत्या करण्यात आली. घडत असलेल्या घटना न बघवल्यामुळे अनेक ज्यूंनी त्या रात्री आत्महत्या करण्याचा सन्माननीय मार्ग स्वीकारला. तीस हजारांहून जास्त ज्यू पुरुषांना जर्मनीतून घालवून देण्यासाठीची पूर्वतयारी म्हणून काही छळछावण्यांमध्ये भरती करण्यात आलं. मारहाण आणि अत्याचार, तसंच कुपोषण यामुळे त्यांपैकी अनेक जणांचा लवकरच मृत्यू ओढवला.

या भीषण घटनांच्या संदर्भातली आणखी एक महत्त्वाची गोष्ट म्हणजे जर्मनी आधीच आर्थिक संकटांच्या परिस्थितीतून जात असताना अशा प्रकारे जर्मनीमधल्या ज्यूंच्या का होईना; पण मालमत्तेचं इतक्या मोठ्या प्रमाणावर नुकसान करण्यात आल्याचा अनेक जणांना राग आला. या संपत्तीचा जर्मन नागरिकांना तरी उपयोग झाला असता, असं त्यांना वाटलं. अनेक नाझी नेत्यांचीही ही भावना होती. साहजिकच या संदर्भात काहीतरी करणं गरजेचं होतं. यामुळे हिटलरनं एक अजबच प्रकार केला. ज्यू लोकांवरच्या हल्ल्यांमुळे झालेल्या सरकारी संपत्तीची नुकसानभरपाई धनाढ्य ज्यू लोकांकडूनच घेण्यात येईल, असा अत्यंत विचित्र निर्णय त्यानं जाहीर केला. म्हणजेच ज्यांच्यावर अत्याचार झाले होते आणि ज्यांचं नुकसान झालं होतं त्यांनीच नुकसानभरपाई दिली पाहिजे, असं हे अत्यंत अजब तर्कशास्त्र होतं.
याखेरीज इतर अनेक निर्णयांद्वारा ज्यू लोकांना जर्मनीच्या सामाजिक आयुष्यातून बाद करण्यात आलं. चित्रपटगृहं, नाट्यगृहं, मनोरंजनासाठीची सार्वजनिक ठिकाणं, मैदानं, समुद्रकिनारे अशा कुठल्याच ठिकाणी ज्यू लोकांना येता येणार नाही,असे आदेश काढण्यात आले. ज्यू लोकांची ओळख पटण्यासाठी त्यांनी एक विशिष्ट प्रकारचा बिल्ला आपल्या पोशाखावर घालावा, अशी सूचना एका नाझी अधिकाऱ्यानं केली; पण यामुळे नव्यानं ज्यू लोकांवरचा हिंसाचार वाढीला लागेल आणि आंतरराष्ट्रीय पातळीवर आपल्याला प्रचंड बदनामीला सामोरं जावं लागेल, या भीतीपोटी हिटलरनंच या गोष्टीला नकार दिला.

आपण अशा परिस्थितीत किती काळ जिवंत राहू आणि आपल्याला काय काय भोगावं लागेल या भीतीपोटी १९३८ सालची अखेर ते दुसऱ्या महायुद्धाची सुरुवात या काळात तब्बल ८० हजार ज्यूंनी जर्मनीतून सटकून इतर देशांमध्ये जाण्यात यश मिळवलं. याचा जर्मनीला फायदाच झाला. ज्यू लोकांना जर्मन अर्थकारणापासून आणि सामाजिक आयुष्यातून हद्दपार करण्यासाठी सुरू असलेले नाझी नेत्यांचे प्रयत्न यामुळे फळाला आले. याला काही सर्वसामान्य जर्मन नागरिकांचा विरोध असला तरी त्यांच्यासमोर निमूटपणे घडत असलेले प्रकार बघत राहण्यावाचून दुसरा पर्यायच नव्हता. हिटलरनं ज्यू लोकांवरच्या अत्याचारांना उघडपणे पाठिंबा दिला नाही; पण या घटनाक्रमाचा जाहीर निषेधसुद्धा केला नाही. सगळा प्रकार त्याच्या संमतीनं सुरू होता, हे उघडच होतं. फक्त आपल्या आदेशांनुसार हे सुरू आहे असं कुणाला वाटू नये या दृष्टीनं तो काळजी घेत होता. एकूणच ज्यू लोकांचं जर्मनीमधलं आयुष्य जवळपास अशक्यच झालं होतं!

तिकडे म्यूनिक करारानंतर हिटलरच्या आंतरराष्ट्रीय पातळीवरच्या हालचालींना वेग आला. झेकोस्लोवाकियाचा प्रश्न अगदी शेवटच्या क्षणी चर्चेच्या माध्यमातून सोडवण्यात आलेला असला तरीसुद्धा हिटलर समाधानी नव्हता. झेकोस्लोवाकियाचा घास पूर्णपणे गिळण्यासाठी तर तो उत्सुक होताच; पण शिवाय झेकोस्लोवाकियानजीकच्या पोलंडकडेसुद्धा हिटलरची नजर आता वळली. अर्थात लगेचच पोलंडमध्ये घुसखोरी करून देशाचा ताबा आपल्याकडे घेण्याचा हिटलरचा हेतू नव्हता. पोलंडनं काहीही करून रशियाशी तह करता कामा नये, यासाठी पोलंडला आपल्या बाजूनं वळवून घेण्यासाठी हिटलरची धडपड सुरू होती. १९१९ सालच्या व्हर्सायच्या करारानुसार डॅन्झिग या प्रांतावरचा जर्मनीचा अंमल संपुष्टात येऊन त्याचा कारभार पोलंडकडे सोपवण्यात आल्याची खदखद हिटलरच्या मनात होती. डॅन्झिगचं दुसरं महत्त्व म्हणजे- त्याच्या पलीकडच्या भागात जर्मनीनं रस्ता आणि लोहमार्ग बांधले तर पूर्व प्रशिया आणि जर्मनी यांच्यामध्ये सहजपणे वाहतूक शक्य होणार होती. १९३८ सालच्या ऑक्टोबर महिन्यात जर्मन परराष्ट्रमंत्री रिबनट्रॉप यानं पोलंडशी चर्चा सुरू केली. डॅन्झिग प्रांत पोलंडनं पुन्हा एकदा जर्मनीकडे सोपवावा आणि याच्या मोबदल्यात पोलंडला या महत्त्वाच्या बंदरात जलप्रवासासाठी एक बंदर उपलब्ध करून देईल, तसंच २५ वर्षं युद्धबंदीचा करारही आपण करू, असं आमिष दाखवण्यात आलं. अपेक्षेप्रमाणेच पोलंडनं या चर्चेत अजिबात रस दाखवला नाही. यामुळे हिटलर खवळला. आपण चर्चेच्या माध्यमातून डॅन्झिग प्रांत परत मिळवू शकणार नसू, तर त्यासाठी आपण बळाचा वापर केला पाहिजे, असा विचार त्याच्या मनात थैमान घालायला लागला. तरीही थेट बळाच्या वापराकडे न वळता आधी राजकीय पातळीवरच या प्रश्नाचा निकाल लावला पाहिजे यासाठी त्यानं प्रयत्न

करायचं ठरवलं. रिबनट्रॉपनं चुकून हिटलरला पोलंड आपल्याशी चर्चा करायला तयार असल्याची बातमी दिल्यामुळे हिटलरनं ३० जानेवारी १९३९ या दिवशीच्या आपल्या जर्मन संसदेसमोरच्या भाषणात पोलंडशी आपण मित्रत्वाचे संबंध प्रस्थापित करायला उत्सुक असल्याचा उल्लेख केला.

पोलंडशी चर्चा करायची का पोलंडवर हल्ला करायचा, या संदर्भात दुमत असतानाच रिबनट्रॉपचा मुख्य हेतू मात्र वेगळाच होता. त्याला पोलंडपेक्षा इंग्लंड हा आपला जास्त मोठा शत्रू असल्याचं जाणवत होतं. जर जर्मनीनं पोलंड आणि रशिया यांच्यावर हल्ला करण्याची घाई केली, तर इंग्लंड आणि फ्रान्स यांची युती हा हल्ला मोडून काढेल आणि जर्मनीनं नव्यानं जिंकून घेतलेले प्रदेश पुन्हा सोडून देण्याची आपल्यावर पाळी येईल, अशी रास्त भीती त्याला वाटत होती. म्हणूनच जर्मनीनं एकटीनं या प्रकरणामध्ये उडी न मारता आधी इटली आणि जपान यांच्याशी मैत्री वाढवावी, त्यांना आपल्या कटामध्ये सहभागी करून घ्यावं आणि त्यानंतर संयुक्तपणे या शत्रूंशी लढावं, याकडे त्याचा कल होता. असं केल्यानं कदाचित आपला लढा सुरुवातीला फक्त फ्रान्सशीच होईल आणि एकट्या फ्रान्सला पराभूत करणं आपल्याला शक्य होईल, असं त्याचं मत होतं. ब्रिटिशांनी या युद्धात पडूच नये यासाठीची व्यूहरचना कशा प्रकारे आखता येईल, या गोष्टीचा म्हणूनच तो विचार करत होता. एकदा का फ्रान्सशी एकट्यानं लढून आपण विजय संपादन केला, की त्यानंतर ब्रिटिशांनाही हरवणं सहज शक्य आहे, अशी त्याची ही विचारसरणी काही जर्मन तज्ज्ञांनी आधीपासूनच मांडली होती.

आपल्याला कधी ना कधी तरी इंग्लंड, फ्रान्स, रशिया या देशांशी लढावं लागणार आहे याची जाणीव आता बहुतेक सगळ्या वरिष्ठ जर्मन लष्करी अधिकाऱ्यांना आणि मंत्र्यांना झाली होती. फक्त ही लढाई कधी सुरू होणार, हे आत्ताच सांगता येत नव्हतं. अगदी लगेचच ही लढाई सुरू झाली तर ती जिंकण्याइतपत आपली तयारी झालेली नाही, याची त्या सगळ्यांना कल्पना होती. त्यामुळे शक्य तितका काळ ही लढाई लांबवावी आणि जय्यत तयारी करूनच या शत्रूंचा सामना करावा, असं बहुतेक जणांना वाटत होतं. पुढची वाटचाल नक्की कशा स्वरूपाची असावी याविषयी अशा रीतीनं जर्मन उच्चपदस्थांमध्ये मतभेद असले तरी जर्मनीची प्रगती होण्यासाठी तिनं आपला भौगोलिक विस्तार केला पाहिजे, याविषयी मात्र कुणाच्याच मनात शंका नव्हती. याचं कारण म्हणजे युद्धजन्य परिस्थितीला तोंड देण्यासाठी होत असलेला सरकारी खर्च आणि बिकट आर्थिक परिस्थितीमुळे मेटाकुटीला आलेली जनता यांचा उद्रेक होऊ द्यायचा नसेल, तर त्यासाठी नवी भूमी काबीज करणं आणि तिथल्या नैसर्गिक साधनसंपत्तीचा वापर करणं खूप गरजेचं झालं होतं. म्हणजेच उद्दिष्ट अगदी स्पष्ट होतं; ते साध्य करण्यासाठीचा मार्ग ठरवण्यावरून मात्र

जरूर मतभेद होते. काहीही करून लष्कराला सुसज्ज करण्याचं धोरण आर्थिकदृष्ट्या परवडण्यासारखं नाही, याची जाणीव हिटलरला होत होती. लष्कराला खूश ठेवायचं असेल तर ही सुसज्जता कायम राखली पाहिजे आणि त्याचबरोबर हा वाढता खर्च परवडण्यासाठी इतर देशांकडे आपली नजर वळवली पाहिजे, असा विचार म्हणूनच त्याच्या डोक्यात घोळत होता.

म्यूनिक करारामुळे हिटलरची झालेली निराशा १९३८ सालच्या अखेरीला वारंवार उफाळून येत होती. आपल्याला झेकोस्लोवाकियाचा अख्खा घास गिळण्याची संधी उपलब्ध असताना अगदी शेवटच्या क्षणी झालेल्या मध्यस्थीमुळे आपल्या पदरी फक्त छोटासा प्रदेश आल्याची भावना त्याला खात होती. आपण झेकोस्लोवाकियामध्ये आपलं लष्कर घुसवलं असतं तर इंग्लंड, फ्रान्स यांच्यासारखे देश मूग गिळून गप्प बसले असते आणि त्यांनी काहीच हालचाल केली नसती, याची त्याला खात्रीच होती. मध्य आणि पूर्व जर्मनीमध्ये जर्मनीचा विस्तार करण्यासाठी आपण प्रयत्न केलेच पाहिजेत, असं त्याला वाटत होतं. अर्थात आपले युरोपीय शत्रू कायमच शांत राहणार नाहीत आणि स्वतःसुद्धा युद्धभूमीत उतरतील, असंही त्याला वाटत होतं; पण ते अगदी तातडीनं असं करणार नाहीत, असं त्याचं मन त्याला सांगत होतं. म्हणूनच म्यूनिक करार होऊन गेल्यावर जेमतेम तीन आठवड्यांनी २१ ऑक्टोबर १९३८ या दिवशी हिटलरनं झेकोस्लोवाकियाच्या उरलेल्या भागांनाही आपल्या कब्जात घेण्यासाठी काय करावं लागेल यासाठीचा बेत आखायला आपल्या सहकाऱ्यांना सांगितलं. हिटलरनं असं का केलं असावं? यामागचं पहिलं कारण म्हणजे ऑस्ट्रियामध्ये त्याच्या बालपणी झालेल्या संस्कारांमुळे आणि तरुणाईच्या दिवसांमधल्या मतांमुळे झेकोस्लोवाकियाविषयी त्याच्या मनात कायमच राग होता. तरीही झेकोस्लोवाकियाला ताब्यात घेतल्यानंतर तिथल्या स्थानिक लोकांचं मोठ्या प्रमाणावर शिरकाण करण्याचा हेतू त्याच्या मनात नव्हता. मग त्याला नक्की हवं तरी काय होतं? बहुतेक करून म्यूनिक करारामुळे आपली फसवणूक झाली असल्याचा संताप त्याच्या मनात घोळत होता. प्राग शहरात प्रवेश करून जर्मन विजयपताका फडकवण्याचं आपलं स्वप्न ब्रिटिश पंतप्रधान चेंबरलेननं अत्यंत चतुराईनं भंग केल्याची भावना त्याला सतावत होती. याखेरीज म्यूनिक करारामुळे झेकोस्लोवाकियामधल्या नैसर्गिक संपत्तीवर जर्मनीचा मोठ्या प्रमाणावर ताबा आलेला असला तरी, अजून खूप मोठ्या प्रमाणावर नैसर्गिक संपत्ती अजूनही झेकोस्लोवाकियामध्येच शिल्लक होती. यावर हिटलरचा डोळा होता. आता खरं म्हणजे झेकोस्लोवाकियाचे 'झेक' आणि 'स्लोवाकिया' असे दोन भाग पडल्यासारखेच होते. झेक भागावर हिटलरचं अजून नियंत्रण आलेलं नव्हतं आणि इथंच ही उरलेली नैसर्गिक संपत्ती होती. आपल्या ताब्यात आलेल्या स्लोवाकियाच्या भागातल्या नैसर्गिक संपत्तीवर

हिटलरचं समाधान झालं नव्हतं. याखेरीज वस्त्रोद्योग, रसायन, शस्त्रास्त्रं, काचनिर्मिती असे अनेक यशस्वी उद्योगसुद्धा झेक भागात होते. आपल्या उद्योगांना याचा खूप फायदा होऊ शकेल, हे हिटलरला माहीत होतं. या भागात सोन्याचेही खूप साठे असल्यामुळे जर्मनीसमोरच्या परकीय चलनाच्या तुटवड्याचा प्रश्न काही अंशी सोडवण्यासाठीसुद्धा याचा उपयोग करण्याची हिटलरची इच्छा होती. झेक बनावटीच्या मशिनगन्स, बंदुका आणि शत्रूच्या विमानांवर हल्ला करू शकणारी यंत्रणा हे सगळं जर्मन तंत्रज्ञानाहून जास्त उत्कृष्ट दर्जाचं होतं.

झेकोस्लोवाकियाच्या जोडीला हिटलरचं लक्ष पोलंडकडेही होतं. ५ जानेवारी १९३९ या दिवशी हिटलरनं पोलिश परराष्ट्रमंत्र्याची भेट घेतली. हिटलरनं टाकलेला दबाव पोलिश परराष्ट्रमंत्र्यानं साफ झुगारून दिल्यामुळे हिटलर पार भडकला. खरं म्हणजे या बैठकीत हिटलरनं बऱ्यापैकी समजुतीचं धोरण स्वीकारून चर्चा सुरू केली होती; पण पोलिश परराष्ट्रमंत्र्यानं वादग्रस्त डॅन्झिग प्रांताविषयी चर्चा जरी सुरू झाली तरी तिचा पोलंडमध्ये जोरदार उद्रेक होईल, असं हिटलरला सांगितलं. ही चर्चा फसल्यामुळे जर्मन परराष्ट्रमंत्री रिबनट्रॉप २६ जानेवारी १९३९ या दिवशी वॉरसॉ या पोलंडच्या राजधानीला भेट देऊन आला. याही चर्चेतून काही हाती लागलं नाही. यामुळे पोलंडकडे बघण्याचा हिटलरचा दृष्टिकोन पार बदलला. चर्चा आणि थोडाफार दबाव ही धोरणं सोडून आता हिटलरनं एकदम आक्रमक भूमिका स्वीकारली. झेकोस्लोवाकियामधल्या स्लोवाकिया प्रांतात नाझी पक्षाचा दबदबा खूप वाढवायचा आणि तिथून शेजारच्या पोलंडवर दबाव टाकायचा, असा प्रकार करायचं हिटलरनं ठरवलं. दरम्यान झेकोस्लोवाकियामध्ये झेक आणि स्लोवाकिया या दोन भागांमध्ये असलेलं विलक्षण शत्रुत्व जर्मनीच्या स्लोवाकियावरच्या वरचष्म्यामुळे आणखी वाढत चाललं होतं. एकूण देशावर झेक सरकार होतं तर स्लोवाकियाच्या प्रांतावर स्लोवाकियाचं सरकार होतं. म्हणजेच एकूण हिशेब लावला तर स्लोवाकियाच्या सरकारवर झेक सरकारचं नियंत्रण होतं. मार्च महिन्यात स्लोवाकियामधल्या सरकारनं देशपातळीवरच्या झेक सरकारच्या विरोधात बंड पुकारलं आणि स्लोवाकियाला स्वायत्तता मिळावी, अशी मागणी केली. यासाठी स्लोवाकियाच्या सरकारला हिटलरनं भरीला घातलं. त्यांनी उठाव करावा यासाठी त्यानं आगीत पुरेसं तेल ओतलं. त्यांनी असं केलं नाही तर हंगेरीला आपण संपूर्ण झेकोस्लोवाकियाचा घास गिळायला भाग पाडू अशी धमकी हिटलरनं दिली. साहजिकच स्लोवाकियाच्या सरकारसमोर हिटलरचं म्हणणं मान्य करण्यावाचून दुसरा पर्यायच शिल्लक राहिला नाही. स्लोवाकियाच्या सरकारच्या या बंडामुळे भडकून झेक सरकारनं स्लोवाकियाचं सरकार बरखास्त केलं आणि त्या सरकारच्या पंतप्रधानाला नजरकैदेत टाकलं. ही संधी साधून आपण झेकोस्लोवाकियामध्ये घुसलं पाहिजे, असं हिटलरनं ठरवलं.

१५ मार्च १९३९ या दिवशी सकाळी ६ वाजता झेकोस्लोवाकियावर हल्ला करण्याचा निर्णय हिटलरनं घेतला. या हल्ल्यासाठीची जर्मन जमवाजमव इतकी ठळकपणे दिसत होती की, झेकोस्लोवाकियावरच्या संभाव्य हल्ल्याचे इशारे सगळ्यांनाच मिळाले. दरम्यान गोबेल्सनं झेक सरकारवरचा दबाव आपल्या नेहमीच्या प्रचारतंत्रानं वाढवत नेला. १४ मार्चला स्लोवाकियाच्या संसदेनं स्वातंत्र्याची ललकारी दिली. हे सगळं अर्थातच जर्मनीच्या इशाऱ्यांवर सुरू होतं. आता आपल्यावर जर्मनीचा हल्ला होणं अटळ आहे हे लक्षात आल्याबरोबर झेक सरकार गडबडलं. झेक राष्ट्रपतीला हिटलरशी चर्चा करायची असल्याचा विनंतीपर निरोप १४ मार्च या दिवशी आला. झेक राष्ट्रपती हा कृश आणि आजारी असलेला सर्वसामान्य वाटावा असा म्हातारा माणूस होता. त्याचा हिटलरच्या आक्रमणापुढे टिकाव लागण्याची शक्यता तशी नव्हतीच. पाच तासांचा रेल्वे प्रवास करून तो बर्लिनला संध्याकाळी पोहोचला खरा; पण मुद्दामच त्याच्यावरचा दबाव वाढवण्यासाठी हिटलरनं त्याला मध्यरात्रीपर्यंत ताटकळत ठेवलं. तसंच आपल्या कार्यालयाच्या इमारतीत खूप खोल्यांमधून चालत चालत आपल्या बैठकीच्या खोलीपर्यंत त्याला यावं लागेल, अशी व्यवस्था त्यानं केली. तोपर्यंत स्वतः हिटलर आरामात चित्रपट बघत बसला. यामुळे आधीच दबावाखाली असलेल्या या झेक राष्ट्रपतीला एकदम अपमानास्पद वागणूक मिळाल्याच्या भावनेनं आणखीनच कसंसं वाटलं. त्याचा यापुढे नाईलाज होता.

रात्री एक वाजता बैठक सुरू झाली. हिटलरनं अपेक्षेप्रमाणे झेकोस्लोवाकियावर टीकेचा भडिमारा केला. जर्मनीला सुरक्षित ठेवण्यासाठी उरलेल्या झेकोस्लोवाकियावरसुद्धा आपलं नियंत्रण असलं पाहिजे, असं मत त्यानं व्यक्त केलं. झेक राष्ट्रपती आणि परराष्ट्रमंत्री आपल्या चेहऱ्यावरची रेघसुद्धा हलू न देता हिटलरचं विखारी बोलणं निमूटपणे ऐकत राहिले. आता जर्मन लष्कर झेक भूमीत घुसणं अपरिहार्य असल्याचं सांगून ते झेक सीमेपाशी पोहोचलं असल्याचं आणि सहा वाजता आपलं आक्रमण सुरू करणार असल्याचं हिटलरनं सांगितलं. आपल्याला रक्तपात टाळायचा असल्याचं भीतभीत झेक राष्ट्रपतीनं सांगताच आता तशी हमी आपण देण्यापलीकडची परिस्थिती उद्भवलेली असल्याचं हिटलरनं त्याला सुनावलं. जर्मन हवाई दलाची विमानं काही तासांमध्येच झेकोस्लोवाकियाची राजधानी असलेल्या प्राग शहरावर घिरट्या घालायला लागतील आणि बॉम्बवर्षाव सुरू करतील, असं जर्मन अधिकाऱ्यानं सांगताच झेक राष्ट्रपती हृदयात होत असलेल्या वेदनांमुळे शब्दशः जागीच कोसळला! त्याला शुद्धीवर आणण्यासाठी हिटलरच्या खास डॉक्टरनं एक इंजेक्शन दिलं. शुद्धीवर येताच झेक राष्ट्रपतीनं हिटलरसमोर सपशेल शरणागती पत्करली.

अत्यानंदानं बेभान झालेला हिटलर आपल्या दोन महिला सचिवांकडे गेला. आपल्या गालाकडे निर्देश करून त्यानं 'मुलींनो ... तुम्ही दोघी मला आत्ताच्या आत्ता

इथं एक चुंबन द्या बघू ... हा माझ्या आयुष्यातला सगळ्यात आनंदाचा दिवस आहे ... अनेक शतकांपासून सुरू असलेले प्रयत्न फळाला आणण्यात मला यश आलं आहे ... झेकोस्लोवाकियाचं जर्मनीत विलिनीकरण करणं मला जमलं आहे ... झेक राष्ट्रपतीनं त्यासाठीच्या करारावर सही केली आहे ... इतिहासामध्ये सगळ्यात महान जर्मन माणूस म्हणून माझं नाव कोरलं जाईल ...' असं म्हटलं. हे ऐकून त्या दोघी थक्कच झाल्या; कारण हिटलरनं याआधी असं कधीच केलं नव्हतं. अर्थातच त्यांनी हिटलरच्या आदेशानुसार त्याच्या गालाचं चुंबन घेतलं. ठरल्याप्रमाणे जर्मन सैन्य झेक सीमा ओलांडून काही तासांमध्ये प्राग शहरात दाखल झालं. झेक सैन्यानं आपल्याला मिळालेल्या हुकमानुसार शस्त्रं टाकून शरणागती पत्करली होती. दुपारी आपल्या खास रेल्वेतून हिटलर झेकोस्लोवाकियामध्ये दाखल झाला आणि प्रागमध्ये गेला. तिथं त्याचं स्वागत ऑस्ट्रियामधल्या स्वागताच्या मानानं खूपच निरुत्साहानं झालं. काही लोक तर दुरून त्याच्याकडे बघून आक्रमक इशारेही करत होते. इतर लोक हताशपणे आपल्यावर ओढवलेल्या संकटाचा सामना करण्यासाठी सज्ज झाले होते. परतीच्या वाटेवर १९ मार्चला हिटलर आधी व्हिएन्नामध्ये गेला आणि मग बर्लिनला दाखल झाला. त्याला आता आपल्या विजयी कामगिरीनंतर भव्यदिव्य स्वागताची जणू सवयच झाली होती. कमालीची थंडी असूनसुद्धा प्रचंड मोठ्या संख्येनं जल्लोष करत लोकांनी हिटलरचं स्वागत केलं. हिटलरच्या जवळच्या लोकांना त्याची चमचेगिरी करण्याची सवय झालेली असूनसुद्धा या खेपेला काही जणांची भाषणं या चमचेगिरीचीही पातळी ओलांडणारी होती.

अर्थातच सर्वसामान्य जर्मन नागरिकाला मात्र या जल्लोषाशी फारसं देणंघेणं नव्हतं. त्याच्या आयुष्यात कुठल्याही अर्थानं फरक पडला नव्हता. ऑस्ट्रियाच्या विलिनीकरणाच्या वेळी निदान आपल्याशी काही बाबतींमध्ये साधर्म्य असलेल्या देशाशी तरी आपली नाळ जुळली असल्याचं जर्मन नागरिकांना वाटलं होतं; आता मात्र झेक नागरिकांशी आपल्याला काय देणंघेणं, असा प्रश्न त्यांना पडला होता. यामुळे हिटलरच्या या निर्णयाविषयी अनेक जणांच्या मनात शंका निर्माण झाली. झेकोस्लोवाकियाला गिळंकृत करून आपण काय साधलं, असा प्रश्न अनेक जण खासगीत विचारत होते. अर्थात हिटलरची भूक ऑस्ट्रिया आणि झेकोस्लोवाकिया यांचे घास गिळून संपणार नसल्याची जाणीव तरी त्यांच्यापैकी किती जणांना असेल?

पोलंडसंबंधीच्या घडामोडी

झेकोस्लोवाकियाचं जर्मनीत विलिनीकरण करण्याआधी हिटलर इतर युरोपीय देशांच्या प्रतिक्रियांविषयी जवळपास बेफिकीरच होता. ते आपलं काहीच बिघडवू शकणार नाहीत आणि आधीप्रमाणेच फक्त आपला निषेध करण्यावर समाधान मानतील, असं त्याला वाटत होतं. म्हणूनच त्यानं झेकोस्लोवाकियाच्या बाबतीत हे धाडस अगदी सहजपणे केलं होतं. झेकोस्लोवाकियाचं प्रकरण संपुष्टात आल्यानंतरही त्याचा आत्मविश्वास कायम होता; पण या खेपेला त्याचा अंदाज सपशेल चुकला. म्यूनिक कराराचं हिटलरनं इतक्या लवकर आणि इतक्या सहजपणे उल्लंघन केल्यामुळे ब्रिटिशांना प्रचंड धक्का बसला आणि ते खूप संतापले. हिटलरवर आपण विश्वास ठेवू शकत नसल्याची आणि तो आपल्या महत्त्वाकांक्षांपोटी कुठल्याही थराला जाण्याची शक्यता असल्याची जाणीव त्यांना झाली. १७ मार्च या दिवशी ब्रिटिश पंतप्रधान चेंबरलेननं या अर्थाचं भाषण केलं. चेंबरलेननं म्यूनिक करारातून आपली मानहानी केल्याची बोचणी ब्रिटिश नागरिकांना लागली होती; पण आता आपल्या पंतप्रधानामागे ठामपणे उभं राहण्याचा बहुतेक जणांनी निश्चय केला. जर्मनीच्या विरोधात आता युद्ध छेडणं गरजेचं असल्याचं त्यांचं मत होतं. अक्षरशः रातोरात लष्करी भरतीला वेग आला. पुढच्याच दिवशी हिटलरची नजर आता रोमेनियाकडे वळली असल्याची बातमी ऐकायला मिळाल्यामुळे हिटलर प्रकरण वेगळ्या प्रकारे हाताळलं पाहिजे, असा ठराव ब्रिटिश संसदेनं मंजूर केला. आता त्याची समजूत घालण्याचे प्रयत्न सोडून त्याला आवर घालण्याचं धोरण स्वीकारलं पाहिजे, असं मत बव्हंशी खासदारांनी व्यक्त केलं. आता पोलंडची पाळी असल्याचं मत चेंबरलेननं मांडलं. फ्रान्समध्येही अशीच परिस्थिती होती. हिटलरचं प्रकरण हाताबाहेर चाललं असून, त्याला नियंत्रणाखाली आणण्यासाठी आपण लष्करी पातळीवर सज्ज झालं पाहिजे, असं फ्रेंच राजकारण्यांनी ठरवलं. डॅन्झिग प्रांतासंबंधीची

हालचाल किंवा पोलंडवर आक्रमण यांपैकी काहीही हिटलरनं केलं तर फ्रान्स रणांगणात उतरेल, असा निर्णय घेण्यात आला.

पोलंडचा प्रश्न निकालात काढण्यापूर्वी हिटलरनं मेमेलँड नावाचा दुसरा एक प्रांत गिळंकृत करून टाकला. या प्रांतात जर्मन नागरिकांचं प्राबल्य होतं आणि तिथं लिथुआनियाचे लोक अल्पसंख्याक होते. १९१९ मध्ये हा प्रदेश जर्मनीपासून वेगळा करून त्यावर फ्रान्सचं नियंत्रण प्रस्थापित करण्यात आलं. नंतर लिथुआनियाई लोकांच्या संघर्षमय भूमिकेमुळे या प्रदेशाला जवळपास पूर्णपणे स्वायत्तता देण्यात आली. या प्रदेशावर पुन्हा नियंत्रण प्रस्थापित करण्यातून जर्मनीला तसा कुठलाच राजकीय फायदा झाला नाही. हा प्रदेश अगदी टोकाला होता आणि कुठल्याच दृष्टीनं फारसा उपयुक्त नव्हता. तरीसुद्धा आपल्या विस्तारीकरणाच्या धोरणाचा एक भाग म्हणून तो गिळंकृत करताना हिटलरला समाधान लाभणं स्वाभाविक होतं. ऑस्ट्रिया आणि झेकोस्लोवाकिया यांच्याप्रमाणेच निव्वळ दमदाटीच्या जोरावरच हिटलरनं हा प्रदेश जिंकून घेतला. या वेळी त्यानं मुद्दामच बर्लिनमध्ये आपलं जंगी स्वागत केलं जाऊ नये, अशी सूचना आपल्या सहकाऱ्यांना दिली. कदाचित याचा अतिरेक होऊन लोक आपल्यावर वैतागून जातील, याची त्याला कल्पना असावी.

आता हिटलरची नजर पोलंडकडे वळली. २१ मार्च या दिवशी जर्मन परराष्ट्रमंत्री रिबनट्रॉप यानं पोलंडच्या जर्मनीमधल्या राजदूताची भेट घेतली. पोलिश परराष्ट्रमंत्र्यानं बर्लिनमध्ये यावं आणि आपली तसंच हिटलरची भेट घ्यावी, यासाठी त्यानं आग्रह धरला. हिटलरचा संयम सुटत चालला असून, त्यानं पोलंडवर बळाचा वापर करण्याचे आदेश देण्यापूर्वीच पोलंडनं शहाणपणाचा निर्णय घ्यावा, असं अत्यंत सूचक भाषेत रिबनट्रॉप म्हणाला. डॅन्झिगचा मुद्दा त्यानं नव्यानं उपस्थित केला आणि याच्या मोबदल्यात आपण पोलंडला स्लोवाकिया, तसंच युक्रेन या देशांमधल्या लुटीत सहभागी करून घेऊ, असं आमिषही दाखवलं. पोलिश नेत्यांना मात्र हिटलरच्या दबावाला सहजासहजी बळी पडायचं नव्हतं. ब्रिटिश पंतप्रधान चेंबरलेननं पोलंडच्या मदतीला धावून येण्याची ग्वाही दिल्याचं लक्षात असल्यामुळे पोलिश परराष्ट्रमंत्र्यानं ब्रिटिशांशी संपर्क साधला आणि आपल्याशी करार करण्यासंबंधीची बोलणी सुरू केली. दुसरीकडे स्वसंरक्षणासाठी पोलंडनं आपल्या लष्कराची जमवाजमवही सुरू केली. हिटलरनं आपल्याला पोलंडचा प्रश्न रक्तपाताविना सोडवायचा असल्याचं पालुपद सुरूच ठेवलं. २६ मार्च या दिवशी पोलिश परराष्ट्रमंत्र्यानं घाबरून हिटलरची भेट घेण्यासाठी बर्लिनला येणं तर दूरच राहिलं; पण उलट २० फेब्रुवारी १९३८ या दिवशीच्या आपल्या भाषणात आपण पोलंडच्या हक्कांचा मान राखण्यासाठी कटिबद्ध असल्याची ग्वाही त्यानं दिली असलेल्या भाषणाचा संदर्भ देणारं एक पत्र पोलंडकडून आलं. यामुळे रिबनट्रॉप भडकला आणि हिटलरची परवानगी न घेताच

त्यानं डॅन्झिगच्या संदर्भात पोलंडनं कुठलंही आक्रमक पाऊल उचललं तर याचा अर्थ आपण जर्मनीवरचं आक्रमण असा लावू, अशी धमकी जर्मनीमधल्या पोलिश राजदूताला दिली. याचा पोलिश राजदूतावर काहीएक परिणाम झाला नाही. उलट डॅन्झिगच्या प्रश्नात जर्मनीनं आपलं नाक खुपसणं म्हणजे पोलंडशी युद्ध पुकारणं असा अर्थ आपण लावू, असं त्यानं रिबनट्रॉपला सुनावलं! तिकडे जर्मनीचा पोलंडवर कधीही हल्ला होऊ शकतो, असं म्हणून पोलंडचा निर्धार वाढवण्याच्या हेतूनं ब्रिटिशांनी पोलंडच्या मदतीला धावून जायला हवं, असं चेंबरलेननं ब्रिटिश संसदेत सांगितलं. यानंतर एका आठवड्यात पोलिश परराष्ट्रमंत्र्यानं इंग्लंडला भेट दिली. या भेटीदरम्यान या दोन्ही देशांपैकी कुणावरही 'एका युरोपीय देशानं' आक्रमण केलं तर दुसऱ्यानं त्याच्या मदतीसाठी धावून जाण्यासंबंधीचा करार करण्यात आला. या घडामोडींमुळे हिटलर भयंकर चिडला. आपल्या हाताची मूठ टेबलावर आपटून 'मी त्यांना विष पाजेन' असं म्हटलं.

हिटलरला नेमकं जे टाळायचं होतं तेच घडलं होतं. आधीप्रमाणेच आपल्या मार्गातले सगळे अडथळे आपोआप दूर होत जातील आणि आपल्या दबावतंत्राला झेकोस्लोवाकियाप्रमाणेच पोलंडही बळी पडेल, अशी त्याला वाटत असलेली आशा पार फोल ठरली. पोलंडकडून आपल्याला डॅन्झिग तर मिळेलच; पण याखेरीज सोव्हिएत युनियनवरच्या आपल्या भविष्यातल्या संभाव्य हल्ल्यामध्ये मदत होण्याच्या दृष्टीनंही पोलंड महत्त्वाचा ठरेल, अशी आशा त्याला वाटत होती. काहीही करून इंग्लंडनं पोलंडच्या मदतीला धावून येता कामा नये यासाठीची व्यूहरचना आखण्यासाठी तो प्रयत्नशील होता. आता या सगळ्यावर पाणी पडलं होतं. त्याला नेमकं जे घडायला नको होतं तेच घडलं होतं. आपण आता इंग्लंड आणि पोलंड या दोघांनाही धडा शिकवू, अशी दर्पोक्ती त्यानं केली. खरं म्हणजे अतिआत्मविश्वास, घाई आणि आपल्या धमक्यांना समोरच्याकडून मिळणाऱ्या प्रतिसादाविषयीचा मर्यादेपलीकडचा आशावाद, यांचा हा परिणाम होता. आता १ सप्टेंबर १९३९ नंतर कुठल्याही दिवशी पोलंडवर लष्करी हल्ला करण्यासाठीची तयारी करायला त्यानं आपल्या सहकाऱ्यांना सांगितलं. एकूणच एकापाठोपाठ एका विजयामुळे हिटलर स्वतःला युगपुरुष समजायला लागला होता. आपल्या पाहुण्यांसमोर खासगीत तो अनेकदा आपली तुलना नेपोलियन, बिस्मार्क आणि इतर महान लोकांशी करे. जर्मनीचा भाग्योदय घडवण्यासाठी आपलीच निवड झालेली आहे याविषयी त्याच्या मनात आता कुठलीच शंका नसे.

२८ एप्रिल १९३९ या दिवशीच्या जर्मन संसदेसमोरच्या आपल्या भाषणात हिटलरनं इंग्लंड आणि पोलंड यांच्या संदर्भातली आपली बदललेली भूमिका हिटलरनं प्रथमच जाहीररीत्या मांडली. सव्वादोन तास चाललेल्या या भाषणाची बीजं

खरं म्हणजे काही दिवसांपूर्वी अमेरिकी राष्ट्रपती फ्रँकलिन रुझवेल्टकडून आलेल्या एका संदेशात होती. झेकोस्लोवाकिया प्रकरणानंतर सावध भूमिका स्वीकारून रुझवेल्टनं पुढची पंचवीस वर्षे आपण नमूद केलेल्या तीसपैकी कुठल्याही देशावर आक्रमण करणार नाही, अशी हमी हिटलरकडून मागितली होती. जर हिटलरनं अशी हमी दिली, तर जागतिक पातळीवरचा असमतोल दूर करण्यासाठी आणि सगळ्या देशांना त्यांच्या हक्कांनुसार नैसर्गिक संपत्तीचा वाटा मिळवून देण्यासाठी आपण प्रयत्न करू, असं आश्वासन रुझवेल्टनं आपल्या संदेशात दिलं होतं. या संदेशामुळे हिटलर पार बिथरला. त्यातच आपल्याला हा संदेश मिळण्याआधी अमेरिकेमध्ये त्याचे तपशील जाहीर करण्यात आले असल्याचं समजताच तर तो आणखी भडकला. हा संदेश आपला अपमान करण्यासाठी अत्यंत आक्रमक भाषेत लिहिला असल्याचं त्याचं मत झालं. आपल्या भाषणात हिटलरनं रुझवेल्टच्या या संदेशाची खिल्ली उडवली आणि या संदेशात उपस्थित करण्यात आलेल्या मुद्द्यांना विस्तृत उत्तरं दिली. जर्मन संसदपटूंनी हशा आणि टाळ्या यांच्या गजरात हिटलरला सतत दाद दिली.

यानंतर जर्मन लष्करामधल्या काही मोजक्या वरिष्ठ अधिकाऱ्यांच्या बैठकीत २३ मे या दिवशी हिटलरनं पोलंडच्या संदर्भातल्या आपल्या डावपेचांविषयी चर्चा केली. पोलंडवर आपल्याला हल्ला तर करायचाच आहे; पण आपलं खरं लक्ष्य इंग्लंडवर हल्ला करण्याचं असल्याचं त्यानं स्पष्टपणे सांगून टाकलं. यासाठी सुरुवातीला पोलंडला एकटं पाडणं गरजेचं आहे असं तो म्हणाला. यासाठी त्यानं पुढचे काही महिने अविरत प्रयत्न केले. अनेक देशांशी संपर्क साधून पोलंडच्या मदतीला धावून न जाण्याचं आवाहन करणं, त्याच्या मोबदल्यात आमिषं दाखवणं, काही वेळा धमकी देणं, असे सगळे प्रकार करून झाले. १९३९ सालच्या मे महिन्यातच जर्मनी आणि इटली यांच्यात या संदर्भातला एक करार झालासुद्धा. पोलंडच्या मदतीला इटली अजिबात युद्धभूमीवर उतरणार नाही, ही गोष्ट आता नक्की झाली. खरं म्हणजे हा करार फसवणुकीचा होता. हिटलरला पोलंडशी युद्ध करायचं आहे, हे रिबनट्रॉपनं इटलीला सांगितलंच नाही. उलट हा प्रश्न हिटलरला काहीही करून शांततेच्या मार्गानंच सोडवायचा असल्याचं सांगून त्यानं इटलीची दिशाभूल केली. अर्थातच हिटलरला पोलंडशी लढण्यात स्वारस्य नाही, असं इंग्लंड आणि फ्रान्स यांना समजलं तर ते मुद्दामच पोलंडची बाजू घेतील आणि जर्मनी-पोलंड युद्ध व्हावं, अशी परिस्थिती निर्माण करून प्रश्न चिघळवतील, असं रिबनट्रॉप म्हणाला. याउलट जर हिटलरनं उगीचच वरवर आक्रमक भूमिका स्वीकारली आणि वेळप्रसंगी आपण इटलीच्या साथीत पोलंडशी लढू असं जाहीररीत्या सांगितलं, तर इंग्लंड आणि फ्रान्स यांच्यावरचा दबाव वाढेल आणि ते पोलंडला हा प्रश्न

शांततामय चर्चेतून सोडवायला भाग पाडतील, अशा शब्दांमध्ये रिबनट्रॉपनं इटलीची दिशाभूल केली. बेल्जियम, लॅटव्हिया, इस्टोनिया अशा इतर काही देशांनी पोलंडप्रश्नी तटस्थ राहावं यासाठीचा करार जर्मनीनं करून घेतला. हंगेरी, युगोस्लाव्हिया, तुर्कस्तान या देशांनी मात्र जर्मनीशी कुठल्याही प्रकारचा समझोता करण्याची आपली तयारी नसल्याचं सांगितलं.

हिटलरच्या दृष्टीनं मार्गातला खरा काटा रशियाचा होता. जर इंग्लंड आणि फ्रान्स यांच्या जोडीला सोव्हिएत युनियनसुद्धा आली आणि त्यांनी पोलंडच्या संरक्षणासाठी त्रिपक्षी करार केला, तर आपल्याला आपले सगळे मनसुबे गुंडाळून टाकावे लागतील, याची हिटलरला कल्पना होती. यामुळे जर्मन-सोव्हिएत करार ही अशक्यप्राय असलेली गोष्ट प्रत्यक्षात अवतरली तर काय होईल, या विचारांमुळे हिटलर आनंदानं बेभान झाला. तरीही त्याला हे घडूच शकत नाही असं वाटत राहिल्यामुळे रिबनट्रॉपनं जरा निश्चयी भूमिका घेतली आणि सोव्हिएत युनियनशी जर्मनीचा करार होण्याच्या दृष्टीनं तो ठोस पावलं टाकायला लागला. याची सुरुवात सोव्हिएत युनियनचा सर्वेसर्वा जोसेफ स्टॅलिनच्या मनात काय आहे, याची चाचपणी करण्यातून झाली. इंग्लंड आणि फ्रान्स मुद्दामच जर्मनीला रशियाच्या विरोधात भडकवत असल्याचं मत एका भाषणात स्टॅलिननं व्यक्त केल्यामुळे रिबनट्रॉपच्या मनातल्या आशा पल्लवित झाल्या. जर्मनीमधल्या सोव्हिएत राजदूतानंही आपल्या दोन देशांमधले संबंध सुधारू शकतात, अशा अर्थाचं सूचक विधान केलं. काही काळातच पाश्चिमात्य देशांशी चांगले संबंध प्रस्थापित करण्याचा प्रयत्न करणाऱ्या आणि ज्यू वंशीय असलेल्या सोव्हिएत परराष्ट्रमंत्र्याला पदच्युत करण्यात आलं. त्याच्या जागी 'स्टॅलिनचा उजवा हात' म्हणून ओळखल्या जाणाऱ्या माणसाची नेमणूक झाल्यामुळे रिबनट्रॉपला आणखी उत्साह आला. त्यानं मॉस्कोबरोबरचे व्यापारी संबंध सुरळीत करण्यासाठी हिटलरचा पिच्छा पुरवला. हिटलरनं त्याला अनुकूलता दाखवल्यावर या संदर्भातली चर्चा सुरू झाली. त्याबरोबर सुरुवातीला सोव्हिएत युनियननं त्यात खीळ घातली. यामुळे वैतागून हिटलरनं हे प्रयत्न थांबवायला सांगताच सोव्हिएत युनियननं यातून बोध घेत चर्चा सुरू ठेवली.

लवकरच पोलंडवरच्या संभाव्य हल्ल्याविषयीचे मनसुबे रशियापर्यंत पोहोचवण्यात आले. स्टॅलिनला या प्रकरणात कुठल्याही प्रकारे घाई करायची नसली तरी हिटलरला मात्र अजिबात दम धरवत नव्हता. एकदा का पाऊस सुरू झाला की पोलंडकडे जाणारे सगळे रस्ते पार चिखलमय होतील आणि यामुळे आपल्या लष्कराला तिथं जाणं अशक्य होईल, अशी भीती त्याला वाटत होती. यामुळे पोलंडवरचं आक्रमण १९३९ सालचा ऑगस्ट महिना संपायच्या आतच व्हायला पाहिजे, असा निर्धार

त्यानं स्वतःच्या मनाशी केला. कहर म्हणजे एकीकडे जागतिक पातळीवर कमालीची अस्वस्थता निर्माण करणारी पावलं उचलण्याच्या प्रयत्नांत असताना दुसरीकडे मात्र तो तब्बल तीन महिने अगदी आरामात वेळ घालवत होता. निरनिराळ्या समारंभांना हजेरी लावणं, वेगवेगळे कार्यक्रम बघणं यात तो पार मश्गूल होता. त्यानं या काळात लिंझमधल्या आपल्या कुमारवयातल्या 'गस्टल' या मित्राचीही अनेक वर्षांनंतर भेट घेतली. गस्टल अर्थातच हिटलरच्या प्रगतीमुळे पार दिपून गेला होता. त्यानं हिटलरच्या कैक डझनावारी सह्या घेतल्या. लिंझमध्ये अत्यंत आळशी अवस्थेत घालवलेल्या आपल्या अनेक महिन्यांच्या आठवणी त्या दोघांनी काढल्या.

पोलंडच्या प्रश्नासंबंधी पुढची चाल नक्की कशा स्वरूपाची असावी या विचारात हिटलर असतानाच त्याच्यासमोर एक संधी आपसूक चालून आली. ४ ऑगस्ट या दिवशी डॅन्झिगमधल्या काही जर्मन कस्टम अधिकाऱ्यांच्या कामाविषयी पोलिश कस्टम अधिकाऱ्यांनी आक्षेप घेतले आणि त्यांना इथून पुढे काम करता येणार नाही असं सांगितलं. या घटनेचा फायदा उठवायचं हिटलरनं ठरवलं. आपल्या सहनशीलतेची सीमा आता ओलांडली गेली असून, लंडन आणि पॅरिस यांच्या तालावर नाचणाऱ्या पोलिश सरकारला आता आपण शेवटचा इशारा देत असल्याचं त्यानं जाहीर केलं. डॅन्झिग प्रदेश तेव्हा जर्मनीकडून पोलंडच्या ताब्यात गेलेला असला तरी तिथं 'लीग ऑफ नेशन्स'च्या अधिकाऱ्याच्या देखरेखीखाली कामकाज सुरू असे. या अधिकाऱ्याला हिटलरनं तातडीनं जर्मनीमध्ये बोलावून घेतलं. या अधिकाऱ्यासमोर हिटलरनं प्रचंड रागानं बडबड सुरू केली. डॅन्झिगवर जर्मनीचाच हक्क असूनसुद्धा पोलिश सरकारच्या मर्जीनुसार तिथलं कामकाज चालवलं जात असल्याचा निषेध हिटलरनं केला. तसंच पाश्चिमात्य देशांच्या पाठिंब्यामुळे हा चुकीचा प्रकार सुरू असल्याचा रागही त्याच्या बोलण्यातून जाणवत होता. खरं म्हणजे तो बोलत नव्हताच; तो आरडाओरडाच करत होता. जर इथून पुढे डॅन्झिगमधल्या जर्मन लोकांच्या बाबतीत एखादा बारीकसुद्धा प्रसंग घडला तरी आपण पोलंडचं नामोनिशाण मिटवून टावू, अशी धमकी त्यानं दिली. याचा अर्थ अनेक देशांचा सहभाग असणारं दीर्घ मुदतीचं युद्ध असा असला तरी आपल्याला त्याची पर्वा नसल्याचं हिटलरनं नमूद केलं. 'लीग ऑफ नेशन्स'चा अधिकारी हिटलरच्या या दर्पोक्तीमुळे जरा टरकला आणि त्यानं निमूटपणे घडलेला प्रकार इंग्लंड आणि फ्रान्स यांच्या सरकारांपर्यंत पोहोचवला. या दोन्ही देशांनी हिटलरसमोर बिचकायचं नाही असं ठरवलेलं असल्यामुळे, त्यांनी घडलेल्या प्रकाराला फारसं महत्त्व दिलं नाही आणि उलट पोलंडनं भडकून घाईघाईनं एखादं चुकीचं पाऊल उचलू नये, अशी विनंती पोलिश सरकारला केली.

एकीकडे हिटलरनं हा रुद्रावतार धारण केलेला असताना दुसरीकडे रिबनट्रॉपची

बैठक इटलीच्या परराष्ट्रमंत्र्याशी सुरू होती. त्यात रिबनट्रॉपनं मांडलेल्या मतांवरून आत्तापर्यंत जर्मनी आपल्या डोळ्यात धूळफेक करत असल्याचं इटलीच्या परराष्ट्रमंत्र्याच्या लक्षात आलं. आपण पोलंडवर लष्करी आक्रमण अजिबात करणार नसून, आपल्याला पोलंडला फक्त धमकवायचं असल्याचं, तसंच जरी युद्धजन्य परिस्थिती निर्माण झाली तरी या युद्धात इतर देश ओढले जाण्याची सुतराम शक्यता नसल्याचं चित्र आत्तापर्यंत आपल्यासमोर रेखाटण्यात आलेलं होतं आणि ते फसवं होतं हे समजल्यावर इटलीचा परराष्ट्रमंत्री अस्वस्थ झाला. दुसऱ्याच दिवशी त्यानं 'लीग ऑफ नेशन्स'च्या अधिकाऱ्याशी बोलणी केली तेव्हा जर्मनीनं आपली फसगत केल्याची त्याच्या मनातली भावना अजूनच पक्की झाली. तरीही पोलंडशी युद्ध झालंच तरी ते फक्त जर्मनी-पोलंड असंच होईल आणि आधीप्रमाणेच इंग्लंड आणि फ्रान्स दुरून निषेध करण्याची भूमिका घेण्यावाचून दुसरं काही करणार नाहीत, हा हिटलरच्या मनातला विश्वास टिकून राहिला होता. अशा परिस्थितीत रशियाचं काय मत आहे आणि तो आपल्या विरोधात जाईल का, ही भीती हिटलरला भंडावून सोडत होती. तितक्यात सोव्हिएत अधिकारी पोलंडच्या प्रश्नासकट इतर सगळ्या मुद्द्यांविषयी आपल्याशी चर्चा करण्यासाठी उत्सुक असल्याचा अत्यंत उत्साहवर्धक निरोप हिटलरला मिळाला. यामुळे हिटलर आणि त्याचे सगळे सहकारी यांचे चेहरे आनंदानं उजळून निघाले. आता इंग्लंड आणि फ्रान्स यांनी काहीही केलं तरी चालेल; इटली आणि सोव्हिएत युनियन यांचा पाठिंबा आपल्याला मिळणार याविषयी त्यांच्या मनात खात्री निर्माण झाली. अगदी तातडीनं सोव्हिएत युनियनशी करार करून टाकण्याचे बेत हिटलरनं आखले.

२६ ऑगस्ट या दिवशी रिबनट्रॉपनं मॉस्कोला यावं आणि आपल्याबरोबर शांतता करार करावा, असा निरोप रशियानं हिटलरपाशी धाडला. ही अत्यानंदाची बातमी असली तरी या तारखेमध्ये एक घोळ होता. ऑगस्ट महिन्याच्या अखेरीला पोलंडवर आक्रमण करण्याचा बेत त्यानं जवळपास पक्का केला होता. साहजिकच रशियाबरोबरचा करार त्याच्या शक्य तितक्या आधी होणं गरजेचं होतं. साहजिकच या कराराविषयी हिटलरला मोठ्या प्रमाणावर प्रचार करणं शक्य झालं असतं आणि त्याचा वापर इंग्लंड तसंच फ्रान्स यांच्यावर दबाव वाढवण्यासाठी करणंही त्याला जमलं असतं. यामुळे त्यानं स्वतः स्टॅलिनला तार पाठवून रिबनट्रॉपला आपण २२ किंवा २३ ऑगस्टलाच धाडून दिलं तर चालेल का, अशी विचारणा केली. याला होकार मिळाला; पण तो चोवीस तासांच्या जीवघेण्या प्रतीक्षेनंतर. २३ ऑगस्टला रिबनट्रॉपनं मॉस्कोला यावं, असं रशियानं कळवलं. त्यानुसार रिबनट्रॉप तिथं पोहोचला आणि बैठकीच्या ठिकाणी गेल्यानंतर तिथं दस्तुरखुद्द स्टॅलिन हजर असलेला बघून त्याला सुखद धक्काच बसला! जर्मनीशी करार करण्यामागे सोव्हिएत

युनियनचा एक सुप्त हेतू होता. पहिल्या महायुद्धात सोव्हिएत युनियननं गमावलेले सगळे प्रदेश परत मिळवून देण्याची हमी जर्मनीनं दिली असल्यामुळे हा करार करण्याच्या मोहात रशिया पडला. इंग्लंड तसंच फ्रान्स यांच्यासारखे देश बाल्टिक प्रदेशातल्या पोलंड, फिनलंड वगैरे देशांवर आपलंच वर्चस्व प्रस्थापित करण्यात आणि ते टिकवण्यात गुंतलेले असल्यामुळे, त्यांना गुंगारा देत जर्मनीची साथ देऊन आपल्याला हे देश आपल्या वर्चस्वाखाली आणता येतील, अशी आशा सोव्हिएत युनियनला वाटली.

रशियाबरोबरच्या करारानंतर रिबनट्रॉपचे अभिनंदन करताना हिटलर

जर्मनी आणि सोव्हिएत युनियन यांनी शांतता करार केल्याचं ऐकताच पोलंड, इंग्लंड आणि फ्रान्स यांची पार भंबेरी उडेल, असा हिटलरचा अंदाज होता. यामुळे मोठ्या गाजावाजासह त्यानं या कराराविषयीच्या घोषणा रिबनट्रॉप रवाना होण्याच्या आधीच केल्या. प्रत्यक्षातल्या आपल्या शत्रूंच्या प्रतिक्रिया समजल्यावर मात्र त्याला मोठा धक्काच बसला. या कराराचा आपल्या भूमिकेवर कसलाच परिणाम झालेला नसून, आपण त्याला अजिबात महत्त्व देत नसल्याचं पोलंडनं सांगितलं. फ्रान्स सुरुवातीला बिचकला खरा; पण दोनच दिवसांमध्ये तो सावरला आणि आपण आपल्या आधीच्याच भूमिकेवर ठाम असल्याचं फ्रेंच सरकारनं जाहीर केलं. २२ ऑगस्टला ब्रिटिश संसदेमध्ये हा विषय चर्चेला आला आणि तिथंही हिटलरचा दबाव झुगारून देण्याचा निर्धार नव्यानं व्यक्त करण्यात आला. इतकंच नव्हे, तर ब्रिटिश पंतप्रधानाकडून हिटलरला एक

इशारा देणारं पत्र पाठवण्यासंबंधीचा ठराव मंजूर झाला.

२२ ऑगस्टला हिटलरनं आपल्या वरिष्ठ लष्करी अधिकाऱ्यांची बैठक घेतली. त्यात पोलंडवर हल्ला करण्यासंबंधीच्या मनसुब्यांची चर्चा झाली. या बैठकीदरम्यान हिटलरनं स्वतःचं महत्त्व खूपच असल्याचं सूचित केलं. हिटलर स्वतःला अद्वितीय समजण्याची चूक किती मोठ्या प्रमाणावर केली होती हे या बैठकीच्या अहवालातून दिसून येतं. त्याच्याच शब्दांमध्ये सांगायचं तर 'सगळं माझ्यावरच अवलंबून आहे ... माझं अस्तित्व आणि माझं राजकीय कौशल्य यामुळे सगळं शक्य आहे ... सगळ्या जर्मन जनतेचा इतक्या मोठ्या प्रमाणावर पाठिंबा मिळवणारा नेता माझ्यानंतर यापुढे बहुतेक असूच शकणार नाही ... माझ्याइतके अधिकार लाभलेला नेताही इथून पुढे जन्मणार नाही ... साहजिकच माझं अस्तित्व हा सगळ्यात मोठा मुद्दा आहे ... पण मला एखादा गुन्हेगार किंवा माथेफिरू कधीही संपवू शकतो ...'! एकूणच आपल्या मृत्यूची चाहूल लागल्यासारखा हिटलर अधूनमधून बोलत असे. 'पुढच्या दोन-तीन वर्षांमध्ये जर्मनीच्या अपमानाचा वचपा काढला पाहिजे,'असं म्हणून आपण आणखी किती जगू शकू, हे आपल्याला माहीत नसल्याचं तो म्हणाला. अर्थात यात आपल्याविषयी सहानुभूती निर्माण करण्याचा त्याचा छुपा प्रयत्न दडला होता का, याची कल्पना नाही. आपल्या भाषणाच्या अखेरीला हिटलरनं आपल्या परराष्ट्रमंत्र्याला त्याच्या रशिया भेटीसाठी शुभेच्छा दिल्या. तेव्हाच रिबनट्रॉप मॉस्कोकडे रवाना झाला.

मॉस्कोमध्ये पोहोचल्यावर स्टॅलिनच्या उपस्थितीत रिबनट्रॉपनं जर्मनीला रशियाशी नव्यानं चांगले संबंध प्रस्थापित करण्याची इच्छा असल्याचं नमूद केलं. यावर गेली काही वर्षं जर्मनी आणि रशिया यांनी एकमेकांवर यथेच्छ चिखलफेक केलेली असली तरी हे सगळं विसरून आता आपल्याला संबंध सुधारण्यात काही अडचण वाटत नसल्याचं स्टॅलिननं सांगितलं. काही बारीकसारीक मुद्द्यांचा अपवाद वगळता, या चर्चेमध्ये बहुतेक सगळ्या गोष्टींसंबंधीचे ठराव भराभर संमत झाले. एका मुद्द्यासाठी हिटलरला फोन करणं भाग पडलं. हिटलरनं काही मिनिटांमध्येच झुकतं माप घेण्याची सूचना रिबनट्रॉपला दिली आणि यामुळे जर्मनी आणि रशिया यांच्यामधल्या समझोत्यासाठीचा करार संमत होण्याचा मार्ग मोकळा झाला. दुसऱ्या दिवशी रिबनट्रॉप जेव्हा जर्मनीला परतला, तेव्हा हिटलरनं त्याचं मोठ्या उत्साहानं स्वागत केलं आणि त्याचं कौतुक केलं. रिबनट्रॉप अशा रीतीनं रशियाशी करार करण्यामध्ये गुंतलेला असताना जर्मनीमधल्या ब्रिटिश राजदूतानं हिटलरला उद्देशून ब्रिटिश पंतप्रधान चेंबरलेननं लिहिलेलं एक पत्र दिलं. या पत्रात इंग्लंड आणि जर्मनी यांच्यामधलं युद्ध हे दोन्ही देशांच्या नागरिकांच्या दृष्टीनं प्रचंड मोठं संकट ठरण्याचा

इशारा देण्यात आला होता. तसंच जर्मनी आणि सोव्हिएत युनियन यांच्यातल्या समझोत्याचा इंग्लंड-पोलंड नात्यावर कसलाही परिणाम होणार नसल्याचंही चेंबरलेननं लिहिलं होतं. २३ ऑगस्टला जेव्हा ब्रिटिश राजदूताची हिटलरशी भेट झाली, तेव्हा हिटलर भयंकर संतापलेला असल्याचं ब्रिटिश राजदूताच्या लक्षात आलं. एकाही जर्मन माणसावर आता पोलंडमध्ये अन्याय किंवा अत्याचार झाल्याचं कळलं तर आपण पोलंडवर तुटून पडू, अशी धमकीच हिटलरनं दिली. जर्मनीचं अस्तित्व मिटवण्याचा इंग्लंडचा प्रयत्न असल्याचा आरोप त्यानं ब्रिटिश राजदूतासमोरच केला. आपलं वय आता ५० असून जे काही युद्ध व्हायचं असेल ते आणखी पाच-दहा वर्षांनी होण्यापेक्षा आत्ताच होऊन गेलेलं बरं, असं हिटलर म्हणाला. आपण इंग्लंडशी मैत्रीपूर्ण संबंध प्रस्थापित करण्यासाठी उत्सुक असूनसुद्धा इंग्लंडनं आपल्या विरोधात शत्रूची भूमिका घेतल्यामुळेच आपण सोव्हिएत युनियनशी करार केला असल्याची बतावणीही त्यानं केली. यावर जर हिटलरनं पोलंडच्या विरोधातली आपली आक्रमकता आवरती घेतली नाही, तर मोठ्या प्रमाणावर युद्ध सुरू होईल असा इशारा ब्रिटिश राजदूतानं त्याला दिला. हिटलरनं जे मुद्दे ब्रिटिश राजदूतासमोर मांडले होते, तशाच प्रकारची आक्रमक भाषा त्यानं उत्तरादाखल चेंबरलेनला लिहिलेल्या पत्रात वापरली. ब्रिटिश राजदूत ते पत्र घेऊन जाताच खूष झालेल्या हिटलरनं आपल्या मांडीवर आनंदानं शड्डू ठोकत 'आता चेंबरलेनची काही खैर नाही ... त्याचं सरकार आज संध्याकाळीच पडणार ...' अशी दर्पोक्ती केली.

दुसऱ्या दिवशी चेंबरलेनचं सरकार अगदी व्यवस्थितपणे कामकाज बघत होतं. हिटलरनं नेहमीप्रमाणे अतिआत्मविश्वासापोटी इतरांना कमी लेखण्याची चूक केली होती. आधीप्रमाणेच ब्रिटिश सरकार आपल्या आक्रमकतेपुढे शेपूट घालेल असं हिटलरला वाटलं असलं तरी अचानकपणे ब्रिटिश सरकारनं घेतलेली कणखर भूमिका बघून तोही चकित झाला. यामुळे भडकून हिटलरनं जर्मनीमधल्या ब्रिटिश राजदूताला पुन्हा एकदा बोलावून घेतलं. आपल्याला पोलिश प्रश्नात रस असून ब्रिटिशांशी युद्ध छेडण्यात कसलाच रस नसल्याचं त्यानं नमूद केलं. दुसऱ्या दिवशी ब्रिटिश राजदूतानं आपल्या खास विमानानं इंग्लंडमध्ये जावं आणि चेंबरलेनपुढे आपला 'प्रस्ताव' मांडावा अशी विनंती हिटलरनं केली. त्यानुसार घडलं खरं; पण हिटलरनं 'मन मोठं करून' ब्रिटिशांना दिलेला प्रस्ताव म्हणजे निव्वळ धूळफेक होती. पोलंडशी आपली लढाई सुरू झाल्यावर इंग्लंड किंवा फ्रान्स यांनी त्यात पडू नये यासाठीची चाल त्यानं आधीप्रमाणेच रचली होती. हिटलर किती खोटं बोलत होता याचं अगदी ढळढळीत उदाहरण म्हणजे एकीकडे शांतता प्रस्थापित करण्यासाठी आपण कटिबद्ध असल्याची ग्वाही ब्रिटिशांना देत असताना दुसरीकडे हिटलर

पुढच्याच दिवशी म्हणजे २६ ऑगस्टला पोलंडवर हल्ला करण्यासाठीच्या मनसुब्यांवर शेवटचा हात फिरवत होता! हे युद्ध आपल्याला नक्की का करावं लागतं आहे या संदर्भातल्या भाकडकथा पसरवण्यासाठीच्या सूचनाही त्यानं गोबेल्सला दिल्या. आपल्याला विनाकारण पोलंडनं चिथावलं असून, जर्मन लोकांचा आणखी अपमान टाळण्यासाठी पोलंडला धडा शिकवणं गरजेचं असल्याचा प्रचार केला पाहिजे, ही गोष्ट त्यानं गोबेल्सच्या मनावर चांगलीच ठसवली. बर्लिन ते लंडन आणि पॅरिस या दूरध्वनी यंत्रणा त्याच दिवशी बंद करण्यात आल्या, विमानतळ बंद करण्यात आले, लोकांना होत असलेल्या अन्नपुरवठ्याच्या साठ्यांमध्ये घट करण्यात आली.

पोलंडवर आक्रमण करण्यासंबंधीच्या सगळ्या तयारीवर शेवटचा हात फिरवल्यानंतर मुसोलिनीच्या प्रतिसादाची हिटलर वाट बघत होता. २४ ऑगस्ट या दिवशी हिटलरनं पोलंडवरच्या आपल्या संभाव्य हल्ल्याचं समर्थन करणारं एक लांबलचक पत्र मुसोलिनीला पाठवलं होतं. या पत्राच्या उत्तरार्थ मुसोलिनीनं आपल्या हल्ल्याला पाठिंबा दिला की त्यानंतर इंग्लंड तसंच फ्रान्स यांची परिस्थिती अवघड होईल, हे त्याला माहीत होतं. मुसोलिनीकडून कुठलाच संदेश न आल्यानंतर त्यानं पोलंडवर हल्ला करण्यासाठीचा आदेश जारी करायचं आणखी एका तासासाठी टाळलं. शेवटी दुपारचे ३.०२ वाजलेले असताना दुसऱ्या दिवशी पहाटे पोलंडवर हल्ला करण्यासाठीचे आदेश त्यानं लष्कराला दिले. यामुळे जर्मन लष्कर आपल्या कामाला लागलं. कहर म्हणजे आणखी पाच तास उलटून गेले तेव्हा अचानकपणे आपला आधीचा आदेश फिरवून पोलंडवरच्या हल्ल्याला स्थगिती देण्याचा निर्णय हिटलरनं जाहीर केला. यामुळे वरिष्ठ लष्करी अधिकाऱ्यांपासून अगदी कनिष्ठ सैनिकांपर्यंत सगळे जण वैतागून गेले. हिटलरनं अचानकपणे आपला निर्णय फिरवण्याचं कारण म्हणजे संध्याकाळी पावणेसहा वाजता मुसोलिनीचा हिटलरला आलेला निरोप हे होतं. मुसोलिनीला पाठवलेल्या पत्रामध्ये हिटलरनं आपल्याला इटलीकडून पोलंडवरच्या आक्रमणासंबंधी लष्करी पाठिंबा मिळेल अशी अपेक्षा व्यक्त केली होती. मुसोलिनीनं मात्र आपल्या उत्तरात असा पाठिंबा देण्याविषयी असमर्थता दर्शवली. मुसोलिनीकडून अशा प्रकारचं उत्तर येईल याची अजिबात अपेक्षा नसल्यामुळे हिटलरला मोठा धक्काच बसला. यामुळे मुसोलिनीचं पत्र घेऊन आलेल्या इटालियन राजदूताला हिटलरनं लगेचच घालवून देत 'तुम्ही इटालियन लोक १९१४ सालासारखेच वागत आहात,' असं वैतागून म्हटलं. आता काय करायचं या विचारात असताना हिटलरनं आपल्या जवळच्या सहकाऱ्यांशी सल्लामसलत केली आणि त्यातूनच पोलंडवरचा हल्ला थांबवण्याचे आदेश देण्याविषयी सगळ्यांचं एकमत झालं.

एकीकडे मुसोलिनीकडून झालेली निराशा पचवण्याचा प्रयत्न हिटलर करत असतानाच त्याला दुसरा धक्का बसला. आपल्या दबावतंत्राला अजिबात न जुमानता

फ्रेंचांनी पोलंडच्या संदर्भातली आपली आधीची भूमिका अजिबात न बदलण्याचा निश्चय केल्याचं त्याच्या कानांवर आलं. हा मुद्दा तितकासा महत्त्वाचा नसला तरी जर इंग्लंडनंही पोलंडबरोबर आधी केलेल्या कराराला चिकटून राहायचं ठरवलं तर आपोआपच इंग्लंड आणि फ्रान्स हे आपले दोन शत्रू आपल्या विरोधात एकत्र लढण्यासाठी उभे ठाकतील, याची भीती त्याला सतावत होती. घडलंही नेमकं तसंच. काही तासांमध्येच ब्रिटिशांनी पोलंडबरोबरच्या आपल्या करारावर ठाम राहण्याचा निर्धार केलेला असून, पोलिश सरकारला तसं कळवलं असल्याची दुःखद बातमी हिटलरला समजली. यामुळे विदेशी राजकारणाच्या बाबतीत विलक्षण चमकदार कामगिरी करून दाखवल्यामुळे हिटलरच्या नजरेतून 'हीरो' ठरलेल्या रिबनट्रॉपची परिस्थिती आता एकदम बिकट झाली आणि त्याच्यावर आपलं तोंड लपवण्याची पाळी आली. आता पुन्हा एकदा ब्रिटिशांशी पत्रव्यवहार करायचा निर्णय हिटलरनं घेतला.

पोलंडला नमवण्याचे हिटलरचे मनसुबे उधळले जाणार का काय, असं आता सगळ्यांना वाटायला लागलं.

पोलंड सहजपणे खिशात!

पोलंड प्रश्नावरून हिटलरनं निर्माण केलेलं वादळ शमण्याची चिन्हं दिसत होती. ब्रिटिश सरकार आपल्या आधीच्या भूमिकेवर ठाम होतं. पोलंडच्या प्रश्नासंबंधी कुठलीही चर्चा करण्याआधी जर्मनीनं पोलंडवर आक्रमण न करण्याची हमी दिली पाहिजे, अशी इंग्लंडची अपेक्षा होती. ती मांडणारं एक पत्र अनधिकृत ब्रिटिश दूत म्हणून काम करणाऱ्या एका उद्योगपतीनं हिटलरला आणून दिलं. त्याकडे ढुंकूनसुद्धा न बघत हिटलरनं प्रचंड रागारागानं आपली बडबड सुरू केली. जर्मन लष्कराची ताकद किती विलक्षण आहे याची ब्रिटिशांना जाणीव तरी आहे का, याविषयी तो बोलला. त्यानंतर आपल्या पक्षाच्या बैठकीत आपण भाषण करत असल्यासारखी बडबड त्यानं केली. आपल्या शत्रूंचं नामोनिशाण मिटवून टाकण्याची धमकी त्यानं दिली. मानसिक स्वास्थ्य गमावलेला एखादा माणूस जसा तावातावानं बोलत राहील, तसा हिटलर त्या दिवशी बोलत असल्याचं मत ब्रिटिश दूतानं व्यक्त केलं. काही काळानंतर हिटलर शांत झाला. आपल्याला डॅन्झिगचा भाग परत हवा असल्याचं त्यानं ब्रिटिश दूताला सांगितलं. आपल्याला यासाठी इंग्लंडशी भागीदारी किंवा निदान शांतता करार तरी करायची इच्छा असल्याचं त्यानं नमूद केलं. पोलंडमधल्या जर्मन अल्पसंख्याकांना सुरक्षितपणे जगता येईल, अशी हमी पोलंडनं देण्याची अपेक्षा त्यानं व्यक्त केली. काहीही करून ब्रिटिशांनी पोलंडशी केलेला करार मोडीत काढण्यासाठीची हिटलरची धडपड सुरू होती. त्याचा हा निरोप घेऊन राजदूत इंग्लंडला गेला आणि दुसऱ्या दिवशी ब्रिटिशांचं उत्तर घेऊन परतला. जर्मनीशी आपण चर्चा करायला तयार असल्याचं; पण त्याचबरोबर पोलंडशी आपला आधीपासून असलेला करार न मोडण्याविषयी आग्रही असल्याचं हिटलरला कळवण्यात आलं. हे सगळं हिटलरला अमान्य होईल याची ब्रिटिश दूताला खात्री असल्यामुळे जेव्हा हिटलरनं हे मान्य केल्यानंतर त्या दूताला पार धक्काच बसला. दरम्यान पोलंडवरचा रहित करण्यात आलेला हल्ला आता १ सप्टेंबरपर्यंत हिटलरनं

स्थगित केला होता; पण तोपर्यंत शांततामय मार्गावरून जाण्यासंबंधीची कुठलीच प्रगती झाली नाही तर मात्र हा हल्ला होणारच, असा त्याचा निर्धार होता.

आता नक्की काय होणार अशा विचारांमध्ये ब्रिटिश दूत असतानाच २९ ऑगस्टला त्याला पुन्हा एकदा हिटलरची भेट घेण्यासाठी बोलावून घेण्यात आलं. हिटलरच्या आधीच्या मऊ धोरणामुळे तो जरा विचारातच पडला होता. साहजिकच आता अपेक्षेप्रमाणे जेव्हा हिटलरनं सरड्याप्रमाणे परत एकदा रंग बदलण्याची भाषा सुरू केली, तेव्हा त्याला त्यात काही आश्चर्य वाटलं नाही. पुढचा दिवस उलटण्याआधी ऐन वेळी कुठलाही निर्णय घेण्याचे अधिकार असलेल्या पोलिश अधिकाऱ्यांचं शिष्टमंडळ आपल्या भेटीला आलं पाहिजे, अशी अट हिटलरनं घातली. म्हणजेच नेहमीप्रमाणे समोरच्या माणसासमोर अशक्यप्राय मागण्या मांडायच्या आणि त्यानं या मागण्यांची पूर्तता न केल्याच्या कारणावरून आपल्याला हवं ते करायचं, असे त्याचे डावपेच आताही असणार होते. ही मागणी म्हणजे 'अंतिम इशारा' असल्यासारखंच आपल्याला वाटत असल्याचं तक्रारवजा सुरात ब्रिटिश दूतानं हिटलरला सांगताच आपले वरिष्ठ लष्करी अधिकारी फक्त आपल्या एका इशाऱ्याची वाट बघत असल्याचं उत्तर हिटलरनं दिलं. तेव्हा पोलंडवर हल्ला करण्याचा निर्णय हिटलरनं घेतला, तर त्याला ब्रिटिशांशीसुद्धा लढणं भाग असल्याचा जवाब त्या दूतानं दिला. हा ब्रिटिश दूत हिटलरची भेट घेऊन बाहेर पडल्यावर काही क्षणांमध्येच मुसोलिनीचा निरोप घेऊन इटलीचा जर्मनीमधला राजदूत आला. गरज भासल्यास आपण इंग्लंडशी जर्मनीची चर्चा घडवून आणायला तयार असल्याचं मुसोलिनीनं हिटलरला कळवलं होतं. हिटलरला असल्या समझोत्यांची अजिबात गरज नव्हती. म्यूनिक कराराच्या वेळी शेवटच्या क्षणी झालेला घोळ आता पोलंडच्या बाबतीत नव्यानं घडू नये, अशी हिटलरची स्वाभाविकपणे इच्छा होती. तसंच मुसोलिनीनं आपल्याला पोलंडच्या विरोधात मदत करण्याचं आश्वासन दिल्यानंतर काही दिवसांमध्येच आपला शब्द फिरवलेला असल्याच्या पार्श्वभूमीवर नव्यानं त्याच्याकडूनच मदतीचा हात पुढे झालेला असताना त्यावर विश्वास ठेवण्याचीही हिटलरची अजिबात इच्छा नव्हती. यामुळे आपण स्वतंत्रपणे इंग्लंडशी थेट चर्चा करण्यासाठी समर्थ असल्याचं सुनावून हिटलरनं इटालियन राजदूताला परत पाठवून दिलं. अनधिकृत दूताला हिटलरनं शेवटचा प्रयत्न म्हणून पुन्हा एकदा आपल्या खास विमानातून इंग्लंडला पाठवलं. या दूतानं आधीप्रमाणेच इंग्लंड आपल्या कणखर भूमिकेवर ठाम असल्याचं उत्तर परत आणल्यावर हिटलर चवताळला. एकीकडे शांततेची भाषा इतर देशांच्या दूतांबरोबर करत असतानाच, तो प्रत्यक्षात युद्धाची तयारी जोमानं करत होता.

१ सप्टेंबर १९३९ या दिवशी पहाटे साडेचार वाजता पोलंडवर चाल करून जाण्याचे आदेश जर्मन लष्कराला देण्यात आले. त्यानंतर अगदी मोजक्या जवळच्या

लोकांचा अपवाद वगळता इतर कुणाचीही भेट घेण्याचं हिटलरनं टाळलं. पोलिश राजदूत आला तेव्हासुद्धा हिटलर त्याला भेटला नाही. शेवटी या राजदूतानं रिबनट्रॉपची भेट घेतली; पण या राजदूताकडे कसलेच विशेष अधिकार नसल्यामुळे या भेटीतून काहीच निष्पन्न होऊ शकलं नाही. रात्री ९ वाजता जर्मन रेडिओवर हिटलरनं इंग्लंड आणि पोलंड यांच्यासमोर मांडलेल्या १६ अटींची माहिती प्रसारित करण्यात आली. या अटी अशक्यप्राय स्वरूपाच्या असल्यामुळे त्यांना काही अर्थच नव्हता. रात्री १०.३० वाजेपर्यंत पोलिश सीमेपाशी घडलेल्या काही घटनांची माहिती जर्मनीमध्ये प्रसारित करण्यात आली. यात एका जर्मन रेडिओ स्थानकावरच्या तथाकथित पोलिश आक्रमणाचा समावेश होता. अर्थातच यातली एकही घटना प्रत्यक्षात घडली नव्हती. पोलंडच्या विरोधात जनमत तापवण्यासाठीच्या प्रचाराचा हा भाग होता. कित्येक आठवड्यांपासून या हल्ल्यांची 'तयारी' करण्यात आली होती. पोलिश सैनिकांच्या वेषातल्या एसएसच्या हल्लेखोरांनी ठरावीक वेळी हे प्रकार घडवून आणले. हे हल्ले खरे वाटावेत आणि पोलंडविषयी चीड तर जर्मनीविषयी सहानुभूती निर्माण व्हावी, यासाठी अनेक मृतदेह घटनास्थळी ठेवण्यात आले. हे मृतदेह जर्मनीनं छळछावण्यांमध्ये जबरदस्तीनं पकडून भरती केलेल्या आणि विषारी इंजेक्शन देऊन ठार केलेल्या ज्यू लोकांचे होते. साहजिकच जर्मनीमध्ये युद्धाची सुरुवात झाल्याच्या बातम्या वेगानं पसरल्या. जनसामान्यांच्या आयुष्यात अजून तसा काहीच फरक पडलेला नसला तरी सगळीकडे युद्धाचीच चर्चा सुरू झाली.

१९१४ मध्ये जर्मनीच्या नागरिकांमध्ये युद्धाचा जणू ज्वरच पसरला होता. सगळ्या लोकांनी जर्मन सरकारला आणि लष्कराला अगदी मनापासून पाठिंबा दिला होता. आपणही युद्धात प्रत्यक्ष-अप्रत्यक्षरीत्या सहभागी झालं पाहिजे, अशी राष्ट्रप्रेमी भावना तेव्हा मोठ्या प्रमाणावर पसरली होती. आताचं चित्र मात्र पार वेगळं होतं. विनाकारणच युद्धाची ही भानगड आपल्यावर लादली जात असल्याचं बव्हंशी लोकांना वाटत होतं. आधीच रोजच्या आयुष्यामधल्या असंख्य समस्यांना तोंड दिल्यामुळे आणि पहिलं महायुद्ध संपून जेमतेम दोन दशकांचा कालावधी उलटल्याचा सुस्कारा सोडल्यामुळे जरा निवांत होऊ पाहणाऱ्या जर्मन नागरिकांना हताशपणे सुरू असलेल्या घटनाक्रमाकडे बघण्यावाचून काहीच सुचत नव्हतं. त्यांच्यासमोर दुसरा पर्याय होताच कुठे? हिटलरनं घेतलेल्या निर्णयामध्ये त्यांचा सहभाग अजिबात नव्हता. कहर म्हणजे त्यात इतरही फारशा कुणाचा सहभाग नव्हता. हिटलरच्या मर्जीतले अगदी मोजके लोक वगळता इतर कुणाच्याच मतांना कसलीच किंमत नव्हती. मंत्रिमंडळ नावापुरतंच होतं. त्याच्या बैठकीही होत नसत. इतर संसदपटूही नुसते बाहुल्यांसारखेच होते. लष्करी अधिकाऱ्यांच्या मतांकडेही हिटलर बहुतेक

वेळा दुर्लक्षच करे. आपल्यालाच सगळं कळतं आणि आपणच जर्मनीचे अनभिषिक्त तारणहार आहोत, अशा विचित्र समजुतीमुळे तो फक्त स्वतःच्या मतांना किंमत देई. वैचारिकदृष्ट्या आपल्या विरोधात असलेल्या कुणालाच तो जवळसुद्धा करत नसे. साहजिकच जवळपास एका माणसाच्या हट्टी, दुराग्रही, अतिमहत्त्वाकांक्षी आणि अपरिपक्व स्वभावामुळे फक्त जर्मन जनताच नव्हे, तर सगळं जग नव्यानं एका भयंकर युद्धाच्या उंबरठ्यावर येऊन ठेपलं.

ठरल्याप्रमाणे १ सप्टेंबर १९३९ या दिवशी सकाळी साडेचार वाजता जर्मनीचं पोलंडवर आक्रमण सुरू झालं. डॅन्झिगमधून 'लीग ऑफ नेशन्स'च्या प्रतिनिधीला घालवून देण्यात आलं आणि त्याच्या इमारतीवर स्वस्तिकाचा ध्वज फडकवण्यात आला. तिथल्या जर्मन नेत्यानं डॅन्झिग हा आता जर्मनीचा भाग असल्याचं जाहीर केलं. अजूनही ब्रिटिशांना पोलंडवरच्या हल्ल्याच्या प्रकरणापासून दूर ठेवता येईल अशी आशा हिटलर आपल्या मनाशी बाळगून होता. मुसोलिनी मात्र फ्रान्स तसंच इंग्लंड यांचा इटलीवर हल्ला होईल, या भीतीपोटी एक 'शांतता परिषद' भरवण्याचा प्रयत्न करत होता. आता आपल्याला अशा प्रकारच्या मदतीची गरज किंवा अपेक्षा नसल्याचं हिटलरनं मुसोलिनीला तार पाठवून कळवलं. अनधिकृत ब्रिटिश दूतानं हिटलरची पुन्हा एकदा भेट घ्यायचं ठरवलं. त्याला हिटलरनं पुन्हा एकदा रागारागानं बरंच काही सुनावलं. आपण ब्रिटिशांशी सामना करायचं टाळण्याचे खूप प्रयत्न केले असल्याचं सांगून आता इंग्लंडनंच आपल्याशी वैर पत्करलं असल्याचं हिटलर म्हणाला. आपण हे युद्ध गरज पडली तर एक, दोन, दहा वर्षांसाठी लढायला तयार आहोत, असं विधानही त्यानं केलं. हिटलरच्या या संतापाला लंडनमध्ये फारसं महत्त्व दिलं न गेल्यामुळे पोलंडवरचा जर्मन हल्ला आता जवळपास निश्चित झाला. १९१४ च्या तुलनेत आपली युद्धासाठीची तयारी कमी असल्याची २०-३० लाख सैनिकांच्या संख्येनं लढणाऱ्या जर्मन लष्करी अधिकाऱ्यांची समजूत होती. फक्त पोलंडला नमवणं आपल्या दृष्टीनं अजिबात अवघड नसलं तरी इतर युरोपीय देशांचाही या युद्धात सहभाग असला तर मात्र आपल्याला ते जड जाईल, असं त्यांचं मत होतं. त्यातच आपला कट्टर शत्रू असलेल्या सोव्हिएत युनियनशी तह करून आपण हे युद्ध लढण्याची कल्पना अनेक जणांच्या पचनी पडत नव्हती. आधी रिबनट्रॉपच्या यशामुळे खूष असलेला हिटलरसुद्धा आता बऱ्यापैकी बिचकत होता. म्हणूनच ३ सप्टेंबरला जेव्हा ब्रिटिशांचा आपण आपल्या मतांवर ठाम असल्याचा निरोप आला, तेव्हा रिबनट्रॉपकडे बघून हिटलरनं रागानं 'आता काय?' असं म्हटलं.

पोलंडची लष्करी ताकद अगदी बेताची होती. इंग्लंड आणि फ्रान्स यांच्यासारख्या मित्रांच्या मदतीच्या भरवशावरच पोलंड अवलंबून होता. हिटलरला याची पुरेपूर कल्पना होती. म्हणूनच त्यानं अत्यंत वेगानं हालचाली करून कुणाला काही करता

येण्याआधीच पोलंडवर आपला कब्जा करण्याची योजना आखली होती. खरं म्हणजे बऱ्याच काळापासून जर्मन हवाई दलाची विमानं पोलंडवर आरामात घिरट्या घालून परत जर्मनीत जात होती. त्यांचं मुख्य लक्ष्य पोलंडची हवाई पाहणी करण्याचं आणि युद्धासाठी छायाचित्रं टिपण्याचं होतं. जर्मन हवाई दलाच्या या विमानांना प्रतिबंध करण्यासाठीची अत्याधुनिक यंत्रणा पोलिश हवाई दलाकडे नव्हती. पोलिश हवाई दलाची विमानं अगदी सावकाशीनं प्रवास करू शकत असल्यामुळे जर्मन विमानं त्यांना सहज चुकवत. आता हवाई, जल आणि जमीन अशा तिन्ही मार्गांचा वापर करून जर्मन सैन्य पोलंडवर तुटून पडलं. जर्मनीच्या संभाव्य हल्ल्यामुळे पोलंडनं आपली लष्करी विमानं एके ठिकाणी न ठेवता विखरून टाकली होती. तरीही अत्यंत ताकदवान जर्मन हवाई दलानं तीन-चार दिवसांमध्ये पोलिश हवाई दलाची सगळी ताकद काढून घेतली. पोलिश प्रतिकार जर्मनीच्या आक्रमणापुढे फारसा टिकू शकला नाही. पोलंडच्या भूदलाची अवस्था तर त्याच्या हवाई दलाहून खराब होती. साहजिकच जर्मनीनं त्यांना पार चिरडून टाकलं. पहिल्याच दिवशी पोलिश लष्कराचं कंबरडं मोडून जर्मनीनं दळणवळण व्यवस्था, वाहतूक व्यवस्था या सगळ्या महत्त्वाच्या गोष्टी मोडीत काढल्या. निडर पोलिश सैनिकांनी आपल्याकडे शस्त्रास्त्रं नसल्यामुळे घोडे, तलवारी, भाले अशा बाळबोध गोष्टींचा वापर करून जर्मन रणगाड्यांचा सामना करण्याचा प्रयत्न केला खरा; पण तो अपेक्षेप्रमाणे लवकरच संपुष्टात आला. ३ सप्टेंबरला इंग्लंड आणि फ्रान्स यांनी जर्मनीविरुद्ध युद्ध पुकारेपर्यंत जर्मनीनं पोलंडमधल्या महत्त्वाच्या ठिकाणांचा ताबा घेतला आणि पोलिश हवाई दल जवळपास पूर्णपणे नेस्तनाबूत करून टाकलं होतं. ७ सप्टेंबरला जर्मन सैन्य वॉर्सा या पोलिश राजधानीपासून फक्त तीस मैल अंतरावर जाऊन पोहोचलं. १७ सप्टेंबरला पोलंडनं शरणागती पत्करली. या युद्धात सुमारे ६.९४ लाख पोलिश लोकांना जर्मनीनं बंदिवासात टाकलं, तर जवळपास १ लाख पोलिश नागरिक आजूबाजूच्या देशांमध्ये पळून जाण्यात यशस्वी ठरले, असं मानलं जातं. ७० हजार पोलिश सैनिक ठार झाले तर १.३३ लाख पोलिश सैनिक जायबंदी झाले. या तुलनेत १४ हजार जर्मन सैनिकांना प्राण गमवावे लागले, तर ३० हजार जर्मन सैनिक जखमी झाले.

इंग्लंड आणि फ्रान्स यांनी कुठलीही हालचाल करण्याच्या आत एका घासात पोलंडला गिळून टाकण्याचा हिटलरचा डाव चांगल्यापैकी यशस्वी झाला. आपल्या यशात सोव्हिएत युनियनला वाटेकरी करण्याचा हिटलरचा हेतू असल्यामुळे त्यानं ३ आणि १० सप्टेंबर असं दोनदा सोव्हिएत लष्कराला आपल्या मदतीसाठी येण्यासाठीची साद घातली. खूप आढेवेढे घेत शेवटी सोव्हिएत लष्कर पोलिश सैनिकांना अटक करण्यापुरतं मैदानात उतरलं. साहजिकच जर्मनी आणि सोव्हिएत

युनियन यांची युती मनापासून झालेली नसल्याचं चित्र प्रकर्षानं दिसलं. पोलंडचा मोठा हिस्सा जर्मनीनं बळकावल, तर उरलेला हिस्सा सोव्हिएत युनियनच्या वाट्याला आला. यामुळे पुन्हा एकदा नकाशावरून पोलंड नावाच्या स्वतंत्र देशाचं अस्तित्व संपुष्टात आलं.

या घटनाक्रमामध्ये इंग्लंड आणि फ्रान्स यांची भूमिका पार चक्रावून सोडणारी होती. पोलंड पूर्णपणे त्यांच्या मदतीच्या आशेवर विसंबून राहिला आणि ही मदत न मिळाल्यामुळे बेचिराख झाला. इंग्लंड आणि फ्रान्स यांनी वेगानं हालचाली केल्या असत्या आणि जर्मनीवर ते चाल करून गेले असते तर त्यांनी सहजपणे जर्मनीवर मात केली असती आणि दुसरं महायुद्ध घडलंच नसतं, असं जवळपास सगळ्याच इतिहासकारांचं मत आहे. जर्मनीनं पोलंडवर हल्ला केलेला असताना फ्रेंच लष्कर पूर्णपणे सज्ज होतं. जर्मनीकडे जुजबी तयारी असलेल्या सैनिकांच्या ८ तुकड्या होत्या, तर फ्रान्सकडे सैनिकांच्या किमान ७२-८५ तुकड्या होत्या. फ्रान्सच्या १६०० लष्करी बंदुकांसमोर जर्मनीकडे फक्त ३०० बंदुका होत्या. फ्रान्स आपले ३२०० रणगाडे जर्मनीत पाठवू शकत होता; तर जर्मनीचे सगळेच्या सगळे रणगाडे पोलंडमध्ये होते. फ्रान्स आणि इंग्लंड यांच्याकडे मिळून १७०० लष्करी विमानं होती; जर्मनीची सगळी विमानं पोलंडमध्ये होती. असं असूनही फ्रेंच आणि ब्रिटिश लष्करी अधिकाऱ्यांना जर्मनीशी युद्ध करायचं नव्हतं. त्यांनी सातत्यानं आपल्या ताकदीला गरजेपेक्षा कमी तर जर्मनीच्या ताकदीला गरजेपेक्षा जास्त लेखलं. त्यांनीच आपापल्या देशामधल्या नेत्यांना जर्मनीशी युद्ध टाळण्याचा सल्ला दिला. आपण आपल्या लष्कराची ताकद वाढवत नेली पाहिजे, असं ब्रिटिशांना वाटत राहिलं. राजकारणी लोकांना हिटलरच्या ताकदीचा खरा अंदाज न आल्यामुळे आपण युद्धात ओढलं जाणं टाळलं पाहिजे, असं वाटत राहिलं. याचा परिणाम पुन्हा लष्करी अधिकाऱ्यांवर झाला. आपले राजकीय नेते ठाम भूमिका घेत नाहीत याचा अर्थ पडद्याआडून ते हिटलरशी समझोता करण्याच्या प्रयत्नांत असल्याची त्यांची समजूत झाली. साहजिकच त्यांनी रणांगणावर जीव ओतून लढण्याची तयारी दाखवली नाही. फ्रान्स आणि इंग्लंड यांच्याकडे हिटलर आणि त्याची कुटिल नीती यांना काही दिवसांमध्येच संपवण्याची क्षमता असूनसुद्धा ते मूग गिळून गप्प राहिले आणि याचा परिणाम म्हणून काही वर्षांमध्येच लाखो निरपराध लोकांना आपला जीव गमवावा लागला.

हिटलरला या युद्धाची फारच खुमखुमी असल्यामुळे ३ सप्टेंबरलाच तो आपल्या खास रेल्वेत बसून युद्धभूमीजवळ गेला. तिथं त्याला दररोजच्या घडामोडी समजत. दररोज सकाळी हिटलर आपल्या रेल्वेतून बाहेर पडून मोटारगाडीत बसून युद्धभूमीला ठिकठिकाणी भेट देई. अर्थातच जिथं सुरक्षेशी संबंधित धोका असेल अशी ठिकाणं तो टाळे. १९ सप्टेंबरला हिटलरनं डॅन्झिगचा दौरा केला. नकाशामध्ये

पोलंडचा भाग म्हणून डॅन्झिगची असलेली ओळख पुसली जाऊन, आता हा प्रदेश पुन्हा एकदा जर्मनीचा भाग बनला होता. इथं लोकांनी हिटलरचं प्रचंड जल्लोषात स्वागत केलं. २७ सप्टेंबरला वॉर्सा शहरावर जर्मनीचं पूर्ण नियंत्रण प्रस्थापित झाल्यानंतर हिटलर बर्लिनला परतला.

पोलंडवर मोठ्या प्रमाणावर कब्जा केल्यानंतर एसएस संघटनेच्या लोकांनी क्रूरपणाची परिसीमा करत पोलिश जनतेचा अनन्वित छळ केला. 'वंश शुद्धीकरण' करण्याचे आदेश स्वतः हिटलरकडूनच आले होते. एसएस संघटनेला आपले पंख पसरवण्यासाठी आणि आपलं महत्त्व वाढवण्यासाठी ही नामी संधी असल्याचं लक्षात आलं. सुमारे ६०,००० पोलिश नागरिकांना एसएसनं ठार केल्याचं मानलं जातं. शरण आलेल्यांवर फार तर खटले भरून त्यांच्यावर न्यायालयीन प्रक्रियेनुसार योग्य ती कारवाई करण्याचे संकेत आंतरराष्ट्रीय पातळीवर पाळले जातात. इथं अशा प्रकारे युद्धबंदींशी वागण्याचा प्रश्नच नव्हता. मारहाण, लुटालूट, छळ, लैंगिक अत्याचार, हीन वागणूक आणि सरतेशेवटी खून अशा प्रकारे पोलिश लोकांचा काटा काढण्यात आला. कित्येक लोकांचे दोन्ही पाय एकत्र बांधून त्यांना एक मोठा दगड बांधण्यात येई. त्यानंतर त्यांना फासावर लटकवलं जाई. दगडाच्या वजनामुळे त्यांना लगेचच गळफास बसत नसे. त्यांच्या जिभा बाहेर लोंबायला लागत आणि त्यांचे चेहरे निळे-हिरवे दिसायला लागत. हळूहळू ते विलक्षण वेदनांसह मृत्यूकडे वाटचाल करत. अनेक जणांना पकडून छळछावण्यांमध्ये कोंबण्यात आलं आणि तिथं त्यांचा शेवट करण्यात आला. जर्मन लष्कर त्या मानानं पोलिश कैद्यांशी जरा सहानुभूतीनं वागायचं. एसएस संघटना मात्र अक्षरशः मोकाट सुटली होती. जर्मन लष्कर कातडीबचाऊ धोरण स्वीकारत असल्याचा हिटलरचा समज झाल्यामुळे त्यानं एसएस संघटनेचा प्रमुख असलेल्या हिमलरला अगदी मोकळेपणानं आपली निंद्य धोरणं राबवण्याचे आदेश दिले. आपल्या भाषणांमध्ये हिटलरनं जाहीररीत्या 'वंशशुद्धीकरण' हा शब्द वापरला नसला तरी त्या अनुषंगानं तो अतिशय सूचक विधानं सातत्यानं करत राहिला. एका लष्करी अधिकाऱ्यानं एसएसच्या घृणास्पद कृतींविषयी त्याच्या साहेबाकडे तक्रार केली असता, ही तक्रार हिटलरपर्यंत पोहोचवण्यातच आली नाही. एकूणच कुणीही एसएसच्या कारवायांविषयी तक्रार करायला लागला की हिटलर त्याकडे साफ डोळेझाक करे. गोबेल्सनं The Eternal Jew नावाचा एक माहितीपट तयार करून तो हिटलरला दाखवला. अर्थातच यात ज्यू लोकांविषयी कमालीचा विखार भरलेला होता आणि त्यांचा काटा काढण्यासंबंधीची अंगावर काटा आणणारी वर्णनं त्यात होती. हिटलरला हा माहितीपट आवडला आणि त्यानं इतरांना तो बघण्याची सूचना केली, हे वेगळं सांगायला नको.

जर्मनीनं पोलंडवर जबरदस्तीनं ताबा मिळवलेला होता त्या काळात तब्बल ६० लाख पोलिश लोक दगावले. हा आकडा म्हणजे पोलंडच्या लोकसंख्येच्या तब्बल १८टक्के इतका मोठा होता! दुसऱ्या महायुद्धात इतर कुठल्याही देशाचं जर्मनीमुळे इतकं नुकसान झालं नाही. पोलंडवरच्या हल्ल्यानंतर फक्त पोलिश लोकांवरच हिटलरनं अत्याचार करण्याचे आदेश दिले असं नाही; तर खुद्द जर्मनीमध्येही त्यानं क्रूर प्रकार सुरू केले. पूर्वीपासूनच मानसिक आजारानं त्रस्त असलेले लोक, दीर्घ काळ आजारी असल्यामुळे मृत्युपंथावर असलेले लोक अशा लोकांविषयी हिटलरच्या मनात एक प्रकारची घृणा होती. ज्यू लोकांप्रमाणेच हे लोकसुद्धा जगण्याच्या लायकीचे नाहीत, असं त्याचं स्पष्ट मत होतं. आपल्या अर्थव्यवस्थेला विनाकारणच त्यांचा भार सोसावा लागतो आणि धडधाकट लोकांना यामुळे अडचणींना तोंड द्यावं लागतं, असं त्याला वाटे. परिस्थिती सर्वसामान्य असताना अशा लोकांच्या विरोधात काही कारवाया करणं त्याला शक्य नव्हतं. कारण यामुळे चर्च खवळलं असतं आणि जनसामान्यांमध्येही असंतोष निर्माण झाला असता. युद्धकाळात मात्र सगळीकडे तुटवड्याची परिस्थिती असताना आणि लष्करी जवानांना वैद्यकीय उपचार मिळत नसताना, मृत्युशय्येवरच्या तसंच डोकं ठिकाणावर नसलेल्या लोकांना कशाला जगवत ठेवायचं, असा प्रश्न त्यानं उपस्थित केला. या लोकांना 'इच्छामरण' द्यावं असं मत त्यानं मांडलं. अर्थातच ही 'इच्छा' त्याची स्वतःची होती. यासाठी त्यानं १ सप्टेंबर १९३९ म्हणजेच पोलंडचं युद्ध सुरू झालेल्या दिवसाची तारीख टाकून लेखी आदेशसुद्धा जारी केला. आपल्या सहीचा हा आदेश त्यानं खरं म्हणजे नंतर तयार केला होता; पण त्यावर आधीची तारीख टाकण्यात आली. तसंच आपण हा लिखित आदेश दिलेला आहे असं कळल्यावरही आपल्या विरोधात जनमत पेटू शकेल, याची हिटलरला कल्पना असल्यामुळे त्यानं शक्यतो तोंडी आदेशांवरच काम भागवण्याचा प्रयत्न केला. हा लेखी आदेश कुणाच्या हाती लागू नये असा त्याचा प्रयत्न असे. खरं म्हणजे हिटलरच्या या संकल्पनांमध्ये नवं असं काहीच नव्हतं. फार पूर्वी 'माईन काम्फ'मध्येच दुर्धर आजारांनी त्रस्त असलेल्या लोकांनी पुनरुत्पादन करू नये यासाठी त्यांच्यावर शस्त्रक्रिया करावी, असं त्यानं लिहिलं होतं. एका भाषणात त्यानं 'दुय्यम दर्जाच्या' बाळांचा काटा काढला जावा, असंही म्हटलं होतं. याचा दाखला देताना 'समजा जर्मनीत एका वर्षात सरासरी दहा लाख मुलं-मुली जन्माला येत असतील तर आपण त्यामधल्या सात-आठ लाख अशक्त आणि दुय्यम मुलामुलींना विसरून जावं; म्हणजे उरलेल्या अत्यंत प्रभावी मुलामुलींमधून बळकट राष्ट्र निर्माण होईल ...' असं विधान केलं होतं! वर्णभेद करून इतरांना दुय्यम ठरवण्याच्या आणि ठरावीक लोकांनाच प्रभावी ठरवून त्यांना पुनरुत्पादन करण्याचे हक्क देण्याचा हा 'युजिनिक्स' नावाचा घृणास्पद प्रकार हिटलरला पूर्ण

मान्य होता. इतकंच नव्हे तर त्यानं तो राबवण्यासाठीचे प्रयत्न जोरात सुरू केले. जर्मन जनतेला आपलं म्हणणं पटावं यासाठी काही अनाथालयांमध्ये कॅमेरे पाठवून तिथल्या दिनक्रमाचं चित्रीकरण करण्यात आलं. हे बघून आपले किती पैसे विनाकारणच 'बिनकामाच्या' लोकांवर खर्च होत राहतात हे जनसामान्यांना पटेल आणि तेसुद्धा आपल्या म्हणण्याला पाठिंबा देतील, असं हिटलरला वाटलं. अशा प्रकारचे पाच भयंकर वाटतील असे मूकपट १९३५-३७ या काळात तयार करण्यात आले. एका जर्मन न्यायाधीशानं या प्रकारांविषयी नाराजी व्यक्त करताच त्याला लगेचच निवृत्त व्हावं लागलं. १९३९ मध्ये सुमारे ५०००-८००० दुर्धर आजारी बाळांना विषारी इंजेक्शनं देऊन ठार करण्यात आलं. तसंच अनेक इस्पितळांमध्ये आणि अनाथालयांमध्ये खितपत पडलेल्या रुग्णांना कार्बन मोनॉक्साईड वायू हुंगायला भाग पाडून मारण्यात आलं. पोलंडमध्ये वर्षभरात याच पद्धतीनं किमान १०००० लोकांना यमसदनी पाठवण्यात आलं. यासाठी गाड्यांमध्ये कार्बन मोनॉक्साईड वायू भरून पाठवण्यात येत असे. याहून कैकपट जास्त लोक पुढच्या काही वर्षांमध्ये अशाच प्रकारांमध्ये नष्ट झाले.

पोलंडचा प्रश्न निकालात काढण्याआधीच फ्रान्स आणि इंग्लंड हेच आपले मुख्य शत्रू आहेत याची हिटलरला जाणीव होती. साहजिकच पोलंडनंतर आपण यांचा काटा काढला पाहिजे, ही गोष्ट त्याच्या मनात थैमान घालायला लागली. आधी आपण फ्रान्सला एकटं पाडून त्याच्यावर मात केली पाहिजे, असा त्याचा विचार होता. त्यानं १९३९ सालच्या ऑक्टोबर महिन्याच्या अखेरीला फ्रान्सवर हल्ला करण्याचा आपला बेत आपल्या काही मोजक्या जवळच्या लोकांपाशी बोलून दाखवला, तेव्हा हे लोक आश्चर्यानं थक्क होऊन त्याच्याकडे बघतच राहिले! थंडी सुरू होण्याआधीच फ्रान्सवर हल्ला केला तर आपल्याला त्यात यश येईल, असं हिटलरचं म्हणणं होतं; पण पोलंडवरच्या हल्ल्यानंतर आपल्या लष्कराला सारवासारव करण्यासाठी आणि लष्कराची जरा पुनर्बांधणी करण्यासाठी अजून वेळ लागेल, असं त्यांचं मत होतं. नाइलाजानं हिटलरनं त्यांचं म्हणणं ग्राह्य धरलं. गंमत म्हणजे काहीच न करण्याला हिटलरचा विरोध होता, तर काही करण्याकडे त्याच्या युरोपीय शत्रूंचा कल नव्हता. विनाकारण कुरापत काढायची फ्रेंचांची इच्छा नव्हती. इंग्लंडमध्येसुद्धा हिटलरच्या विरोधात काही कारवाई करण्यासाठीचं वातावरण नसलं तरी आता सरकारमध्ये विन्स्टन चर्चिलचा पुन्हा एकदा समावेश करण्यात आला असल्यामुळे परिस्थिती जरा बदलण्याची चिन्हं होती. चर्चिलला आक्रमक धोरण स्वीकारणं गरजेचं वाटत होतं. त्याच्या दबावामुळे ब्रिटिशांनी सैन्याच्या पाच-सहा तुकड्या फ्रान्सच्या मदतीला पाठवल्या खऱ्या; पण जर हिटलरशी लढण्याची खुमखुमी ब्रिटिशांमध्ये असेल, तर त्यांनी तसं करावं, असं फ्रान्सचं म्हणणं होतं. आपल्याला

पुढे करून विनाकारण हिटलरची कुरापत ब्रिटिश सरकार काढू पाहतं आहे असं फ्रेंचांना वाटत असल्यामुळे, फ्रान्स आणि इंग्लंड या दोघांकडूनही कुठल्याच प्रकारची हालचाल होत नव्हती. यामुळे युरोपवर एक विचित्र प्रकारच्या असह्य शांततेचं सावट पसरलं.

जर्मनीबरोबर पोलंडचं बक्षीस वाटून घेतल्यामुळे रशियाचा एक मोठा फायदा झाला. जर्मनीचं लष्कर किती मजबूत आहे हे रशियाच्या लष्करी अधिकाऱ्यांना जवळून बघता आलं. साहजिकच लिथुआनिया, लॅटॅव्हिया आणि इस्टोनिया या तीन देशांच्या संदर्भात ठोस पावलं उचलायचं रशियानं ठरवलं. याची पार्श्वभूमी म्हणजे अठराव्या शतकापासून या तीन देशांवर रशियाचं वर्चस्व होतं. झारच्या साम्राज्याच्या काळात बाल्टिक भागातले तीन प्रमुख रशियन देश, अशी त्यांची ओळख झाली. पहिल्या महायुद्धानंतर मात्र पोलंडप्रमाणेच रशियन क्रांतीच्या अस्ताबरोबर हे तीन देश रशियापासून तुटून वेगळे झाले. मुक्त आणि स्वतंत्र म्हणून या तीन देशांची ओळख असली तरी रशियाला त्यांच्यावर आपलं वर्चस्व नव्यानं प्रस्थापित करण्याची इच्छा होती. जर्मनीचा भाग असलेला पूर्व प्रशिया आणि रशियामधलं लेनिनग्राड यांच्यामधल्या भागात हे तीन देश असल्यामुळे भविष्यात त्यांचं महत्त्व खूप वाढणार, याची रशियाला जाणीव होती. पोलंडमधल्या आपल्यासाठी आखून देण्यात आलेल्या भागाचा ताबा घेतल्यानंतर रशियाची नजर या तीन देशांकडे वळली. खरं म्हणजे हे तीन देश जर्मनीच्या बाजूनं होते; पण आता त्यांना जाहीरपणे असं म्हणणं अवघड होतं. या तिन्ही देशांनी रशियाशी लष्करी समझोता करण्याचं धोरण अवलंबलं आणि यामुळे आपोआपच त्यांच्यावर रशियाचं वर्चस्व अप्रत्यक्षरीत्या स्थापन झालं. रशियानं लगोलग आपलं लष्करही या तीन देशांमध्ये आणलं. यामुळे हिटलर भडकला; पण त्याला तेव्हाच्या परिस्थितीत काही करणं शक्य नसल्यामुळे तो गप्प राहिला.

एकूणच जागतिक पातळीवरच्या राजकारणात आणि खास करून युरोपच्या नकाशावर हिटलरचं अक्षरशः थैमान सुरू होतं. पोलंडपाठोपाठ आता कुणाचा नंबर लागतो याकडे सगळ्यांचं लक्ष लागून राहिलं होतं.

पॅरिसवरही स्वस्तिक!

फिनलंडवर रशियाचं बराच काळ साम्राज्य होतं. रशियन क्रांती झाल्यानंतर रशियापासून तुटून वेगळा झालेला फिनलंड हा आणखी एक देश रशियाच्या नजरेत खुपत होता. उत्तरेच्या दिशेनं फिनलंडच्या रूपानं आपल्याला धोका आहे अशी भीती रशियाला सतावत होती. फिनलंडला स्वातंत्र्य मिळवून देण्यात जर्मन लष्करानं मोठा वाटा उचललेला असल्यामुळे फिनलंडही जर्मनीची बाजू घेण्याची दाट शक्यता होती. अगदी जर्मनीची बाजू फिनलंडनं घेतली नाही तरी किमान तो रशियाच्या विरोधात तरी नक्कीच होता. यामुळे दक्षिणेकडच्या तीन बाल्टिक देशांकडे रशियानं ज्या प्रकारची मागणी केली होती तशीच मागणी आता फिनलंडकडेसुद्धा रशियाच्या वतीनं करण्यात आली. फिनलंडनं रशियाच्या या मागण्यांपुढे झुकायला नकार दिला आणि रशियाशी युद्ध करण्याच्या तयारीला तो लागला. खरं म्हणजे रशियासारख्या बलाढ्य लष्करी ताकदीपुढे फिनलंडसारख्या देशाचा कितपत टिकाव लागू शकेल असा प्रश्न अगदी स्पष्टपणे दिसत असला तरीसुद्धा फिनलंडनं हा धाडसी निर्णय घेतला. कठीण परिस्थितीत राहावं लागत असल्यामुळे फिनलंडच्या लोकांमध्ये लढाऊ वृत्ती होती. तसंच कदाचित अन्य युरोपीय देश आपल्या मदतीला धावून येण्याची आशा फिनलंडला वाटत असावी. याला प्रत्युत्तर म्हणून रशियानं फिनलंडवर हवाई हल्ले सुरू केले. यामुळे सगळ्या जगाचं लक्ष आता या युद्धाकडे वळलं. मोठ्या चिवटपणे फिनलंडनं प्रबळ रशियाला जोरदार लढा दिला. तरीसुद्धा शेवटी अपेक्षेप्रमाणे रशियाचा अनेक महिन्यांनंतर विजय झाला आणि त्याला हव्या असलेल्या प्रांतांवर त्याचं वर्चस्व प्रस्थापित झालं. फ्रान्स आणि इंग्लंड यांनी फिनलंडला मदत पाठवली खरी; पण ती फिनलंडपर्यंत पोहोचण्यात एक मोठी अडचण होती. त्यांची मदत फिनंलडपर्यंत जाण्यासाठी नॉर्वे आणि स्वीडन इथून पुढे जाणं गरजेचं होतं. या दोन देशांनी मात्र रशिया किंवा आता रशियाशी मैत्री केलेली

जर्मनी यांचा राग ओढवून घेणं टाळण्यासाठी आपल्या भूमीतून फिनलंडपर्यंत मदत पुढे जाऊ देण्याला नकार दिला.

फिनलंडच्या मदतीला लष्करी मदत पाठवण्यामागे फ्रान्स आणि इंग्लंड यांचा दुसराही एक छुपा हेतू होता. स्वीडनमधून जर्मनीला मोठ्या प्रमाणावर लोखंडाचा पुरवठा केला जात असे. या लोखंडाचा वापर जर्मनी आपल्या शस्त्रास्त्रांच्या साठ्यामध्ये वाढ करण्यासाठी करे. हा पुरवठा रोखणंही आपल्याला फिनलंडला मदत करता करता कदाचित जमू शकेल, अशी आशा फ्रान्स आणि इंग्लंड यांना वाटत होती. याखेरीज नॉर्वेच्या सागरी मार्गाचा वापर जर्मनीनं आधीच्या युद्धात केला असल्यामुळे त्यावरही आपलं नियंत्रण आणण्याची संधी यातून साधता येईल, अशी आशा ब्रिटिशांना वाटत होती. यातून एक विलक्षण प्रकार घडला. तीनशे ब्रिटिश खलाशांना बंदी बनवल्यानंतर त्यांना लपवून ठेवत एक जर्मन जहाज आपली एक मोहीम पूर्ण करून जर्मनीला परतत होतं. हे जहाज नॉर्वेच्या हद्दीत आल्यानंतर नॉर्वेच्या जलरक्षक दलानं या जहाजाची तपासणी केली असता त्यात काहीच सापडलं नाही. अर्थातच ही तपासणी नावापुरती करण्यात आली होती. ब्रिटिशांना मात्र काहीतरी काळंबेरं असल्याची चाहूल लागल्यामुळे त्यांनी नॉर्वेच्या नौदलाच्या सौम्य निषेधाकडे दुर्लक्ष करून जर्मन जहाजाकडे आपली एक युद्धनौका पाठवली. यातून उतरलेल्या ब्रिटिश नौदलाच्या सैनिकांनी जर्मन जहाजामध्ये लपवून ठेवण्यात आलेल्या ब्रिटिश बंदिवासांची सुटका केली. यामुळे हिटलर भयंकर संतापला. ब्रिटिशांनी त्रयस्थ देशाच्या हद्दीत कारवाई केल्याच्या रागापोटी सगळ्या स्कँडिनेव्हियन भागावर आपलं नियंत्रण प्रस्थापित करण्याचा विचार त्याच्या मनात घोळायला लागला. तिकडे नेमका हाच विचार ब्रिटिशांच्या मनातही सातत्यानं थैमान घालत होता. ब्रिटिशांच्या साथीत फ्रेंचांनी समुद्राच्या या भागावर कब्जा करण्यासाठीचा बेत आखला आणि तेवढ्यात रशियाशी झुंजू पाहणाऱ्या फिनलंडनं त्यांच्याकडे मदत मागितली. अशा परिस्थितीत फिनलंडला मदत न करता आपलं समुद्रावरचं आक्रमण पुढे नेणं योग्य ठरणार नाही, असं म्हणून फ्रेंच आणि ब्रिटिश राज्यकर्ते जरा थांबले. याचा फायदा हिटलरनं उठवला! त्याकडे वळण्यापूर्वी जर्मनीमधल्या परिस्थितीचा थोडक्यात आढावा घेणं गरजेचं आहे.

फिनलंड-सोव्हिएत युनियन युद्ध तसंच सागरी मार्गांवर नियंत्रण करण्यासाठीची धडपड हे सगळं जर्मनीबाहेर सुरू असताना जर्मनीमध्ये हिटलरच्या विरोधातल्या गाजलेल्या काही कटांमधला एक कट रचण्यात आला. पोलंडवरच्या हल्ल्यापर्यंतची परिस्थिती एक वेळ ठीक आहे; पण इतर पाश्चिमात्य देशांशी युद्ध करण्याचा हिटलरचा निर्णय निव्वळ मूर्खपणाचा आहे, असं जर्मन लष्करामधल्या काही अधिकाऱ्यांचं मत होतं. अर्थातच हिटलर आपलं काही ऐकणार नाही, हेही त्यांना

माहीत असल्यामुळे सरळ हिटलरचा काटाच काढावा, असं त्यांच्यापैकी काही जणांनी ठरवलं. जर्मन लष्करप्रमुख वॉल्थर फॉन ब्रॉशिट्श आणि बेकनंतर 'चीफ ऑफ स्टाफ' झालेला फ्रान्झ हाल्दर या दोघांनी हिटलरचा निर्णय धोकादायक असून तो आपल्याला विनाशाच्या मार्गाकडे नेत असल्याची भावना एकमेकांकडे व्यक्त केली. इंग्लंड आणि फ्रान्स यांच्यावर हल्ला करण्याचा आदेश हिटलरनं देताच त्याला अटक करण्याची किंवा किमान पदच्युत करण्याची योजना त्यांनी आखली. हा कट यशस्वी होण्यामधली मुख्य अडचण म्हणजे मुळात ब्रॉशिट्श आणि हाल्दर यांच्यातच एकवाक्यता नव्हती. त्यांच्यातल्या मतभेदांमुळे पुढची पावलं नक्की कशी टाकायची, हे पक्कं ठरत नव्हतं. यातून हिटलरला विरोध करणारे; पण एकमेकांमध्ये सामंजस्य नसलेले अनेक छोटे गट तयार झाले. यामधल्या काही गटांनी लष्करामधल्या वरिष्ठ अधिकाऱ्यांकरवी हिटलरवर दबाव टाकून त्याचा बेत रद्द करण्यासाठीचे प्रयत्न करायचं ठरवलं; पण यातून काही साध्य होणार नाही हे लक्षात येताच, त्यांनी हे प्रयत्न सोडून दिले. इतर काही जहाल गटांनी हिटलरला ठार करायचं ठरवलं, तर मधल्या मार्गानं जायचं ठरवलेल्या काही गटांनी हिटलरला नुसतं पदच्युत करण्यावर समाधान मानायचं ठरवलं.

१२ नोव्हेंबर १९३९ या दिवशी फ्रान्स किंवा इंग्लंड यांच्यावर हल्ला करण्यासंबंधीचा हिटलरचा बेत पक्का झाला असल्याचं समजताच ब्रॉशिट्शनं त्याच्या विरोधात उठाव करायचा का नाही याचा निर्णय घ्यावा, असं एका गटानं ठरवलं. ५ नोव्हेंबरला हिटलरची भेट ब्रॉशिट्श घेणार होता. त्याच दिवशी आपल्या फ्रान्सवरच्या हल्ल्यासंबंधीचे आदेश हिटलर त्याला देणार होता. साहजिकच एक आठवड्याची मुदत यामुळे जर्मन लष्कराला युद्धसज्जतेसाठी यामुळे मिळणार होती. शेजारच्या खोलीत हाल्दर थांबला आणि हिटलर तसंच ब्रॉशिट्श यांची चर्चा मुख्य खोलीत सुरू झाली. हे युद्ध टाळण्यासाठी हिटलरचं मन वळवण्याचा ब्रॉशिट्शचा मुख्य हेतू असल्यामुळे, त्यानं घाबरत घाबरत या युद्धासाठी आपल्या लष्कराची ताकद आणि तयारी पुरेशी नसल्याचं हिटलरला सांगितलं. तसंच काही जण मनापासून युद्धभूमीवर उतरत नसल्याचा उल्लेखही त्यानं केला. पोलंडवरच्या आक्रमणातसुद्धा या उणिवा दिसून आल्याचे दाखले त्यानं दिले. इथं न थांबता आताची परिस्थिती १९१७-१८ सारखी असल्याचंही तो म्हणाला. ही ब्रॉशिट्शची मुख्य चूक ठरली. हिटलर एकदम भयंकर संतापला. जर आपल्या लष्कराची परिस्थिती अशी असेल आणि काही जण आपल्या देशासाठी लढताना बिचकत असतील, तर त्यांना जागीच मृत्युदंडाची शिक्षा का देण्यात आली नाही, असा प्रश्न त्यानं ब्रॉशिट्शला विचारला. यावर ब्रॉशिट्श निरुत्तर तर झालाच; पण शिवाय आपला या सगळ्यावर विश्वास बसत नसून आपल्याला हे सगळं स्वतःच्या नजरेनं

पुढच्याच दिवशी बघायचं असल्याचं हिटलरनं त्याला सांगितलं. तसंच आपल्याला आपल्या विरोधात रचल्या जात असलेल्या कटाची माहिती असल्यासारखा अस्पष्ट उल्लेख त्यानं केला. शेवटी ब्रॉशिट्शच्या मुख्य मुद्द्याकडे वळत 'आपल्या लष्करामध्ये लढण्याची जिगर नसल्यामुळे ते लढण्याच्या परिस्थितीत नाही' असं म्हणून हिटलरनं संतापानं दार आपटलं आणि तो त्या खोलीतून निघून गेला. हिटलरचा हा आवेग बघून ब्रॉशिट्श जागीच थिजून गेला. त्याचे हातपाय लटलटत होते आणि त्याचा चेहरा पांढराफटक पडला होता. शेजारच्या खोलीत थांबलेल्या हाल्दरला हे समजताच त्यानं आता फ्रान्सवरचा हल्ला होणारच, असं आपल्या सहकाऱ्यांना सांगून आपल्या कटासंबंधीची सगळी कागदपत्रं अगदी तातडीनं नष्ट करण्याचे आदेश त्यांना दिले.

ब्रॉशिट्शशी झालेल्या वादळी चर्चेनंतर हिटलरनं लष्कराला तयारीला लागण्याचे आदेश दिले खरे; पण खराब हवामानामुळे दोन दिवसांनंतर या आदेशांना स्थगिती दिली. या गदारोळात हिटलरच्या विरोधातला कट मात्र अपयशी ठरला. याच काळातला दुसरा ऐतिहासिक प्रसंग म्हणजे इतर कुणाच्याही मदतीशिवाय ८ नोव्हेंबर १९३९ च्या संध्याकाळी हिटलरचा खून करण्याचा आ२११णखी एक कट फसला. या कटाविषयी समजताच सर्वसामान्य जर्मन नागरिकांबरोबरच हिटलरचे सगळे विरोधकही अवाक झाले. याचं कारण म्हणजे हा कट नक्की कुणी रचला हे समजतच नव्हतं. बहुधा हिटलरला या कटाचा सुगावा अगदी ऐन वेळी लागल्यामुळे तो बचावला, असंही मत सगळीकडे पसरलं. स्वतः हिटलर बर्लिनला गोबेल्ससह रेल्वेनं जात असताना त्यालाही या कटाविषयी काहीच माहिती नव्हतं. त्याची गाडी अचानकपणे न्यूरेमबर्गला थांबवण्यात आल्यावर त्याला याविषयी समजलं. गोबेल्सचा यावर विश्वासच बसला नाही आणि त्यानं सुरुवातीला या बातमीला 'अफवा' म्हणून उडवून लावलं. पुढच्या दिवशी ब्रिटिश गुप्तहेरांनी हा कट रचलेला असून, संबंधित लोकांना डच सीमारेषेवर अटक करण्यात आल्याची खोटी बातमी प्रसारित करण्यात आली. या प्रकरणामधलं सत्य एकदम वेगळं आणि सगळ्यांना थक्क करून सोडणारं होतं.

कुणाच्याही मदतीविना आणि सांगण्यावाचून जॉर्ज एल्सर नावाच्या अगदी साधारण प्रकारच्या जर्मन तरुणानं हिटलरचा काटा काढण्याचा अयशस्वी प्रयत्न केला होता. २६ वर्षं वयाचा हा जॉर्ज एल्सर एकलकोंडा माणूस होता. सर्वसामान्य माणसांचं आयुष्य जर्मनीमध्ये अधिकाधिक अवघड होत चाललं असल्यामुळे आणि त्यांच्या वैयक्तिक स्वातंत्र्यावर खूपच निर्बंध येत असल्यामुळे तो अस्वस्थ होता. कामगार वर्गामध्ये सरकारविषयी असलेली घृणा त्यालाही अनुभवायला मिळत होती. आता युद्धजन्य परिस्थिती निर्माण झाल्यामुळे पुढे काय होणार अशी सगळ्यांच्याच

मनात असलेली भीती त्यालाही भंडावून सोडत होती. म्यूनिक करारामुळे जर्मनी इतर देशांविरुद्धही युद्ध छेडणार आणि त्याची झळ सगळ्यांना सोसावी लागणार याविषयी त्याच्या मनात खात्री होत गेली. १९३९ साल संपण्याच्या आत हिटलरचा काटा काढला तरच जर्मनीची या परिस्थितीमधून सुटका होऊ शकते, असं त्याला वाटायला लागलं आणि म्हणूनच त्याच्या मनातला याविषयीचा बेत पक्का होत गेला. नाझी पक्षाची परिषद लवकरच भरणार असल्याचं त्याला समजलं आणि ज्या ठिकाणी उभं राहून हिटलर भाषण करणार होता, त्याच्या मागच्या खांबामध्ये त्यानं टाईमबॉम्ब बसवला. यासाठी ज्या दारूगोळानिर्मिती कारखान्यात तो काम करायचा, तिथून त्यानं स्फोटकं चोरली आणि त्यांचा वापर कसा करायचा यासंबंधीची माहिती गोळा केली. नंतर ज्या ठिकाणी टाईमबॉम्ब बसवायचा होता, त्या खांबामध्ये पोकळी निर्माण करण्यासाठी तो रात्री संबंधित सभागृहामध्ये येत असे आणि रात्रभर तिथं काम करून सकाळी बाजूच्या एका दारानं सटकून जात असे. असं त्यानं तब्बल तीस वेळा केलं. ६ नोव्हेंबर १९३९ या दिवशी त्यानं तिथं टाईमबॉम्ब बसवला आणि त्याचं कामकाज व्यवस्थितपणे सुरू आहे ना याची खात्री करण्यासाठी ७ नोव्हेंबरच्या रात्री त्यानं त्याची स्फोटकांविना एक चाचणीही घेतली. त्यानंतर स्फोटकं जोडून दुसऱ्या दिवशी रेल्वेनं स्वित्झर्लंडच्या दिशेनं तो निघून गेला.

नेहमीप्रमाणे ८ नोव्हेंबरला नाझी पक्षाची वार्षिक परिषद झाल्यानंतर रात्री ८.३० वाजता सुरु होणारे हिटलरचं भाषण सुमारे दीड तास चालेल, असा अंदाज होता. युद्धजन्य परिस्थितीमुळे या वर्षी मात्र हिटलरचं भाषण लवकर सुरू होईल असं आधीच जाहीर करण्यात आलं होतं. त्यानुसार रात्री ८.१० वाजता हिटलर सभागृहात आला आणि लगेचच त्यानं भाषण सुरू केलं. रात्री ९.०७ वाजता आपलं भाषण संपवून ९.३१ ची बर्लिनला जाणारी रेल्वे पकडण्यासाठी तो अनेक वरिष्ठ पदाधिकाऱ्यांसह घटनास्थळाहून रवाना झाला. रात्री ९.२० वाजता ज्या व्यासपीठावर हिटलर भाषणासाठी काही मिनिटांपूर्वीपर्यंत उभा होता त्या व्यासपीठामागचा खांब छतासह जोरदार स्फोटामुळे कोसळला. ८ जण जागीच ठार झाले; तर १६ गंभीर जखमींसह एकूण ६३ जण जायबंदी झाले. फक्त दहा मिनिटं आधी तिथून गेल्यामुळे हिटलर वाचला. आपलं पवित्र कार्य सिद्धीला जावं म्हणून नियतीनं आपली साथ दिली असल्याची भाकडकथा हिटलरनं नंतर प्रचारकी थाटात सांगितली असली तरी अर्थातच निव्वळ चांगलं नशीब आणि योगायोग यापलीकडे या घटनाक्रमाला काहीच तर्कशास्त्र लावून चालण्यासारखं नव्हतं. घाईघाईनं बर्लिनला परतणं हिटलरच्या दृष्टीनं महत्त्वाचं होतं; कारण ७ नोव्हेंबरला लष्कराला दिलेला मित्रराष्ट्रांवरच्या हल्ल्याचा आदेश त्यानं खराब हवामानामुळे मागे घेतल्यानंतर ९ नोव्हेंबरला नवा निर्णय घेणं अपेक्षित होतं. त्याआधी बर्लिनला परतायची त्याला म्हणूनच घाई झाली

होती. दरम्यान स्विस सीमा ओलांडून जाण्याच्या प्रयत्नांत जॉर्ज एल्सरला पकडण्यात आलं. अशा प्रकारे शेकडो लोकांना पकडलं जात असल्यामुळे त्यात वेगळं काहीच नव्हतं; पण याच काळात हिटलरला ठार करण्यासंबंधीच्या अपयशी कटाच्या बातम्या पसरल्या आणि एल्सरच्या खिशातल्या काही कागदांमुळे त्याचा या प्रकरणाशी संबंध असावा, असं संबंधित पोलिसांना वाटलं. १४ नोव्हेंबरला एल्सरनं आपल्या कटाची कबुली दिली. यानंतर त्याला एका छळछावणीत पाठवण्यात आलं असलं तरी त्याला बऱ्यापैकी सन्मानानं वागवण्यात आलं, हे एक मोठं आश्चर्यच होतं. बहुधा या कटाचं फक्त टोक एल्सरच्या रूपानं समोर आलेलं असून खरं म्हणजे ब्रिटिशांनी हा कट रचला असल्याची हिटलरची समजूत झाल्यामुळे हे घडलं असावं. युद्ध संपल्यावर एल्सरकडून सत्य काढून घ्यावं आणि ब्रिटिशांचं ढोंग उघडकीला आणावं, असा हिटलरचा हेतू असल्यामुळे त्यानं एल्सरचा छळ न करण्याचे आदेश दिले असावेत. नंतर जर्मनी युद्ध हरणार याची जाणीव झाल्यावर १९४४ सालाच्या अखेरीला किंवा १९४५ सालाच्या सुरुवातीला एल्सरला खटल्याविना गोळ्या घालून संपवण्यात आलं.

२३ नोव्हेंबर १९३९ या दिवशी हिटलरनं लष्करामधल्या २०० वरिष्ठ अधिकाऱ्यांमध्ये जोष आणण्यासाठी एक भाषण केलं. त्यात आपण लवकरच फ्रान्स आणि इंग्लंड यांच्यावर हल्ला करणार असल्याचं स्पष्ट करून यासाठी अजून थांबणं म्हणजे आपल्या पायांवर धोंडा पाडून घेण्यासारखं असल्याचं त्यानं सांगितलं. आपली लष्करी तयारी उत्तम असून, शस्त्रास्त्रं तसंच इतर लष्करी युद्धसामग्री तयार करण्यासाठी आपल्याकडे जगातली सर्वोत्तम यंत्रणा आहे, असा आत्मविश्वास त्यानं दिला. तसंच युरोपभर आणि कदाचित जगात सगळीकडे जर्मनीचं वर्चस्व प्रस्थापित करण्यासाठी आपल्यासारख्या नेत्याला पर्याय नसल्याचंही त्यानं सरळ सांगून टाकलं. हिटलरला लष्करातून आणि त्यातही खास करून पायदळाकडून होणारा अंतर्विरोध आता थंडावला होता. हवाई दल आणि नौदल तर पूर्णपणे त्याच्यामागे होतं. एल्सरचा बॉम्बहल्ला फसल्यामुळे हिटलरविषयी जर्मनीत सहानुभूतीची नवी लाटही आली होती. इंग्लंडला तर पूर्णपणे नमवायचंच, असा त्याचा निर्धार होता. फक्त कधी हा हल्ला सुरू करायचा एवढाच प्रश्न बाकी होता. आणखी काही वेळा यासाठीची तारीख पुढे ढकलत राहिल्यानंतर १६ जानेवारी १९४० या दिवशी वसंतऋतूपर्यंत तरी हा हल्ला करायचा नाही, असं हिटलरनं ठरवून टाकलं.

बाह्य युद्धासाठीची तारीख नक्की करण्यासाठी हिटलर अशा रीतीनं धडपडत असला तरी ज्यू आणि पोलिश लोकांवरच्या अत्याचारांमध्ये मात्र विलक्षण वाढ होत राहिली. मोठ्या संख्येनं रुग्णांना 'इच्छामरण' देण्यात आलं. जवळपास वीस लाख पोलिश ज्यू आपल्या हाती लागल्यामुळे नाझी विध्वंसकांच्या कारवायांना ऊत आला

होता. तरीही ज्यू आणि पोलिश लोकांचा हा प्रश्न 'कायमसाठी' कसा संपवायचा याचं उत्तर अजून हिटलरला मिळालं नव्हतं. काही पिढ्यांपुरता कदाचित हा प्रश्न सुटेल; पण त्यानंतर तो पुन्हा आपलं डोकं वर काढेल, असं त्याला आणि गोबेल्सलाही वाटत होतं. मुळापासून हा प्रश्न सोडवण्यासाठी नक्की काय केलं पाहिजे या विचारात हे दोघं आणि त्यांचे साथीदार असतानाच काही काळानंतर त्यांना त्याचं उत्तर सापडलं!

दरम्यान इंग्लंडला काहीही करून नमवायचं, असं स्वप्न हिटलर बघत असला तरी प्रत्यक्षात यासाठी आपली पुरेशी तयारी नसल्याची त्याला जाणीव होती. त्यातल्या त्यात जर्मनीच्या हवाई दलाची तयारी सगळ्यात चांगली होती. तरीही आपल्या पूर्ण क्षमतेनिशी लढण्यासाठी आणि इंग्लंडला पराभूत करण्यासाठी हवाई दलाला १९४२ सालापर्यंत तयारी करत राहणं गरजेचं होतं. नौदलाच्या तयारीचे बेत १९४३ सालापर्यंतचे होते. पोलंडवरच्या हल्ल्यामुळे जर्मन पायदळाचीही म्हणावी तशी तयारी नव्हती. यामुळे इंग्लंडला नमवण्याआधी फ्रान्सकडे आपली नजर वळवायचा निर्णय हिटलरनं घेतला. त्याच्या दृष्टीनं हा एक जुगारच होता. जर आपण इंग्लंडला दूर ठेवून फ्रान्सला नमवलं, तर घाबरून ब्रिटिश सरकार आपल्याकडे शांततेचा प्रस्ताव घेऊन येईल, याची त्याला खात्री होती. १९३९-१९४० सालचा हिवाळा फारच कडक होता. आपण आपली पुढची चाल कशी खेळायची या विचारात असलेल्या हिटलरला अमेरिकेचाही विचार करणं भाग होतं. आपण फ्रान्सवर हल्ला केला तर बहुधा अमेरिका युद्धात उतरणार नाही; पण इंग्लंडचा त्यात सहभाग नक्की झाला की मग मात्र पूर्ण ताकदीनिशी अमेरिका इंग्लंडच्या मदतीला धावून येणार, असं त्याला वाटत होतं. पूर्वेकडून सध्या तरी आपल्याला धोका नाही, असं त्याचं मत होतं. सोव्हिएत युनियनशी झालेला शांतता करार किमान वर्षभर तरी टिकून राहील, असा आत्मविश्वास त्याला होता. रशियामधल्या अंतर्गत प्रश्नांमध्ये गुंतलेला स्टॅलिन आणि फिनलंडच्या प्रश्नात गुंतलेलं सोव्हिएत लष्कर यामुळे आपल्याशी वाकडं घेण्याचं साहस सोव्हिएत युनियनमध्ये नाही, असं त्याला वाटत होतं. तेवढ्यात स्कँडिनेव्हियावर आणि उत्तरेकडच्या सागरी मार्गांवर जर्मनीचं वर्चस्व निर्माण करण्याचा मुद्दा आधी उल्लेख केल्याप्रमाणे उपस्थित झाला.

स्वीडनकडून होत असलेला लोखंडाचा पुरवठा नॉर्वेच्या बंदरामधून समुद्रामार्गे जर्मनीत केला जात असे. या बंदरावर आणि एकूणच सागरी मार्गांवर आपलं नियंत्रण असणं युद्धसामग्री बनवण्याच्या दृष्टीनं अत्यंत महत्त्वाचं असल्याची हिटलरला पूर्ण कल्पना होती. १९४० च्या वर्षारंभापर्यंत खरं म्हणजे हा विषय हिटलरच्या दृष्टीनं तसा मागे पडला होता. आता इंग्लंडशी लढण्याची वेळ येण्याच्या कल्पनेनं आणि स्कँडिनेव्हियामध्ये आपलं वर्चस्व करण्याच्या दृष्टीनं हिटलर या विषयाकडे जास्त

गांभीर्यानं बघायला लागला. मार्च महिन्याच्या सुरुवातीला त्यानं नॉर्वेमध्ये हालचाली करण्याच्या महत्त्वाविषयी आपल्या सहकाऱ्यांना सांगितलं. यासाठी ९ एप्रिल १९४० ही तारीख निश्चित करण्यात आली. तेवढ्यात याआधीच ब्रिटिश नौदल नॉर्वेच्या बंदरानजीकच्या समुद्रात कारवाईसाठी येणार असल्याची बातमी आली आणि ती खरी ठरली. जर्मनीच्या कारवाईच्या एक दिवस आधी म्हणजे ८ एप्रिलला ब्रिटिश नौदलानं आधी हालचाल केली. यामुळे हिटलरनं तातडीनं आपला डाव खेळायचं ठरवलं. गोबेल्सला बोलावून घेत त्यानं आधी डेन्मार्क आणि नॉर्वे या देशांवर जर्मनीचा कब्जा करण्यासाठीच्या चाली आखण्यासंबंधीची माहिती दिली. आपण हे साध्य केलं की भडकून ब्रिटिशांचा आपल्यावर हल्ला होईल आणि आपल्याला युद्ध पुकारण्यासाठी चांगली संधी मिळेल, असा त्याचा सारांश होता. यासाठी ९ एप्रिलला हवाईमार्ग आणि सागरीमार्ग अशा दोन्ही ठिकाणांहून जर्मनीनं डेन्मार्कमध्ये आपले सैनिक पाठवले. डेन्मार्कनं लगेचच जर्मनीपुढे शरणागती पत्करली. नॉर्वेवरच्या हल्ल्यात मात्र जरा अडचणी आल्या. समुद्रातली नॉर्वेची महत्त्वाची बेटं जर्मनीनं फटाफट ताब्यात घेतली खरी; पण ऑस्लो या नॉर्वेच्या राजधानीपर्यंत धडक मारताना मात्र उशीर झाला. यामुळे नॉर्वेच्या राजदरबारातल्या सदस्यांना तसंच सरकारमधल्या प्रमुखांना देश सोडून जाण्याची संधी मिळाली. नॉर्वेच्या लष्करानं चिवटपणे दिलेली झुंज आणि ब्रिटिश, फ्रेंच तसंच पोलिश सैनिकांची नॉर्वेमधली उपस्थिती, यामुळे जर्मनीला नॉर्वे सर करायला बराच वेळ लागला. यानंतर ब्रिटिशांनी जर्मन नौदलाला काही प्रमाणात मागे ढकललं; पण जर्मन हवाई दलाच्या उत्कृष्ट कामगिरीमुळे लवकरच पुन्हा समुद्रात जर्मनीचं वर्चस्व निर्माण झालं. यामुळे ब्रिटिशांना जोरदार हादरा बसला. एकूणच मित्रराष्ट्रांची ताकद कागदावर दिसते त्याहून बरीच कमी असल्याचं जर्मनीनं दाखवून दिलं.

आपलं नौदल अर्थात आपली 'रॉयल नेव्ही' म्हणजे जगातल्या कुठल्याही समुद्रावर वर्चस्व प्रस्थापित करू शकणारी यंत्रणा, असा ब्रिटिशांना असलेला अभिमान या प्रकरणामुळे साफ धुळीला मिळाला. आपल्या नौदलावर जर्मन हवाई दल हल्ला करून त्याला नमवू शकेल, असं ब्रिटिशांनी स्वप्नातसुद्धा बघितलं नसेल. असा प्रसंगच याआधी कधी आला नव्हता. नौदलाची लढाई नौदलाशी असाच प्रकार आत्तापर्यंत घडत आल्यामुळे, अत्यंत ताकदीच्या जर्मन हवाई दलानं ब्रिटिश नौदलाला धूळ चारल्याचा धक्का जबरदस्त होता. समुद्रापार आपल्या हवाई दलाची विमानं पाठवून आपल्या नजरेसमोर एखादा देश जर्मनी खेचून घेईल, असं तर ब्रिटिशांना कधीही वाटलं नसेल. या घटनाक्रमाचा सगळ्यात मोठा परिणाम म्हणजे इंग्लंडमधलं चेंबरलेनचं सरकार पडणं, हा होता. एप्रिलच्या सुरुवातीला चेंबरलेननं ब्रिटिश संसदेसमोर भाषण करताना अतिआत्मविश्वासानं हिटलरला एकदम

क्षुल्लक लेखण्याची घोडचूक केली. त्यानंतर लगेचच नॉर्वेचा प्रकार घडला. खरं म्हणजे चेंबरलेनला पायउतार व्हावं लागण्यामागे विन्स्टन चर्चिलचा हात होता. कारण नॉर्वे प्रकरणाशी संबंधित असलेल्या लष्करी हालचालींचं नियंत्रण चर्चिलकडे होतं. त्यानं रचलेल्या चाली अपयशी ठरल्या; पण सर्वसामान्य माणसाच्या नजरेतून मात्र चेंबरलेन खलनायक ठरला. १० एप्रिलला चेंबरलेननं पंतप्रधानपदाचा राजीनामा दिला आणि त्याची जागा ज्या माणसामुळे त्याच्यावर ही वेळ आली त्या चर्चिलनं घेतली. या घटनाक्रमामधला नियतीचा खेळ म्हणजे चेंबरलेनची हकालपट्टी आपल्यामुळेच झाली असल्याची खुशी हिटलरला झालेली असली तरी त्याच्या जागी ब्रिटिश पंतप्रधान बनलेला चर्चिल आपला सगळ्यात कणखर शत्रू ठरेल, याची त्याला कुठं कल्पना होती?

दुसरीकडे आता पुढच्या बऱ्याच काळासाठी जर्मन लष्कराला स्वीडिश लोखंड विनाअडथळा मिळू शकेल, हे नक्की झालं. शिवाय ॲटलांटिक समुद्रामध्ये आपलं नौदल पाठवण्यासाठीचा सागरी मार्गसुद्धा जर्मनीला उपलब्ध झाला. तसंच वेळ पडली तर रशियावर हल्ला करण्यासाठीचे सागरी आणि हवाई तळही जर्मनीच्या हाती आले. अर्थात नॉर्वेच्या युद्धामुळे जर्मनीसमोर नव्या अडचणीसुद्धा उभ्या राहिल्या. जर्मन नौदलाची ताकद विलक्षण घटली. याखेरीज नॉर्वेमधल्या अत्यंत भडकलेल्या जनतेला नियंत्रणाखाली ठेवण्यासाठी जर्मनीला तिथं जवळपास कायमस्वरूपी तत्त्वावर तीन लाख सैनिक ठेवावे लागले. याखेरीज कुठल्याही युद्धामध्ये आपल्या फौजांचं नियंत्रण करण्यासंबंधी तसंच शत्रूवर प्रभावीपणे तुटून पडण्यासंबंधी हिटलरमध्ये असलेल्या उणिवा अगदी ठळकपणे दिसून आल्या. नियोजनाचा अभाव, ऐन वेळी आपणच आधी दिलेल्या आज्ञा बदलून नव्या आज्ञा देणं, लष्कराच्या तीन दलांमध्ये समन्वयाचा अभाव असण्याला कारणीभूत ठरणं, आपल्या सहकाऱ्यांच्या घोडचुका दिसत असूनसुद्धा त्या विरोधात निर्णय घ्यायला कचरणं, अशा अनेक गोष्टींमुळे हिटलर भाषणबाजीपुरताच बरा आहे, असं वरिष्ठ लष्करी अधिकाऱ्यांना साफ दिसून आलं. हिटलरचं नशीब चांगलं असल्यामुळे या खेपेला या चुका फारशा नुकसानकारक ठरल्या नाहीत; पण दर वेळी नियती आपली साथ देईल याची काय खात्री, असं त्यांना वाटत राहिलं. दरम्यान हिटलरचं सगळं लक्ष युरोपमधल्या आपल्या मुख्य शत्रूंशी लढण्याकडे केंद्रित झालं.

पोलंडवरच्या आक्रमणामध्ये हिटलरनं लष्करी बाबतींमध्ये लक्ष घातलं नव्हतं. त्यानं फक्त आपल्या हल्ल्याचा आराखडा आपल्या लष्करी अधिकाऱ्यांना सांगितला होता आणि त्या अधिकाऱ्यांनी या हल्ल्याची रूपरेषा आखली होती. आता मात्र हिटलरनं आपल्या हल्ल्याचं स्वरूप वरवर न ठरवता त्याचे तपशीलसुद्धा ठरवायला सुरुवात केली. यामुळे वरिष्ठ लष्करी अधिकाऱ्यांमध्ये थोडीशी अस्वस्थता पसरली.

त्यांचे बेत हिटलरनं रचलेल्या मनसुब्यांहून वेगळे होते. आपण अगदी सरळसोट मार्गानं मित्रराष्ट्रांशी लढून उपयोग नसल्याचं हिटलरचं मत होतं. त्यांना गाफील ठेवणं आणि अनपेक्षित चाली रचून त्यांची पळापळ करणं महत्त्वाचं आहे, असं हिटलरचं मत होतं. याउलट लष्करी अधिकारी मात्र नेहमीच्याच पद्धतीनं आपले डावपेच आखत होते. हिटलरला हे पसंत नव्हतं.

ज्या फ्रान्सवर आधी हल्ला करण्याचा बेत हिटलर आखत होता, तिथली परिस्थिती विचित्र होती. फ्रेंच लष्कराचं मनोधैर्य निरनिराळ्या कारणांमुळे खचलं होतं. राजकीय घडामोडींमुळे फ्रेंच सरकारमध्ये उलथापालथी झाल्या आणि देशाच्या प्रमुखपदी नवा माणूस आला. त्याला लष्करातली फारशी जाण नव्हती. फ्रेंच लष्करातल्या सर्वांत मोठ्या अधिकाऱ्याकडच्या काही जबाबदाऱ्या दुसऱ्या एका वरिष्ठ लष्करी अधिकाऱ्याकडे काही अंशी विभागून देण्यात आल्यामुळे तिथंही गोंधळाची परिस्थिती होती. फ्रेंच लष्करानं जर्मनीच्या पोलंडवरच्या हल्ल्यातूनही काही धडे शिकल्यासारखं दिसत नव्हतं. पोलिश लष्कर खूप कमकुवत असल्यामुळेच जर्मनीला तिथं विजय मिळवता आला, असं फ्रेंच लष्करप्रमुखाचं मत होतं. आपल्या लष्करामधल्या उणिवा भरून काढण्यासाठी युद्धपातळीवर त्यानं प्रयत्न केलेच नाहीत. त्यातच बेल्जियम आणि हॉलंड या दोन देशांच्या दृष्टिकोनामुळे फ्रेंचांसमोर नव्या अडचणी उभ्या राहिल्या. या दोन देशांची लष्करी ताकद तशी बरी होती; पण त्यांनी मित्रराष्ट्रांच्या बाजूनं जर्मनीच्या विरोधात उभं ठाकण्याला नकार दिला. या दोन शेजारी देशांचा त्रयस्त राहण्याचा आग्रह टिकून राहिल्यामुळे फ्रेंचांची पंचाईत झाली. अर्थातच जर्मनीनं आपलं लष्कर या देशांमध्ये घुसवताक्षणी आपली त्रयस्थ भूमिका गुंडाळून टाकत हे देश आपल्याकडे मदतीची याचना करायला येतील, याची फ्रान्स आणि इंग्लंड यांना खात्रीच होती.

जर्मनीची लष्करी तयारी खूपच जास्त असल्याचा फ्रेंचांचा समज होता. उदाहरणार्थ जर्मनीकडे ७००० रणगाडे आहेत, असा फ्रेंचांचा अंदाज असताना प्रत्यक्षात जर्मनीकडे २४३९ रणगाडे होते. कदाचित आपण काहीही गृहीत न धरता जय्यत तयारी करावी, या हेतूनं फ्रेंचांनी जर्मनीची ताकद खूपच जास्त असल्याचा समज करून घेतला असावा; पण याचा रणभूमीवर लढण्यासाठीची तयारी करणाऱ्या फ्रेंच सैनिकांवर काय मानसिक दुष्परिणाम झाला असेल, याचा अंदाज आपल्याला येऊ शकतो. दुसरीकडे अत्यंत आत्मविश्वासानं आपल्या लष्कराविषयीच्या वल्गना करणाऱ्या हिटलरला जर्मन लष्कराची म्हणावी तशी साथ मिळत नव्हती. लढून जर्मन लष्कर थकलं होतं आणि आणखी एक युद्ध करण्याची जर्मन लष्करी अधिकाऱ्यांची मानसिक तयारी नव्हती.

जर्मनीकडून आपल्यावर हल्ला झालाच तर तो बेल्जियममधून होईल, असा

मित्रराष्ट्रांचा अंदाज होता. बेल्जियममधल्या कुठल्या भागातून हल्ला करायचा, याविषयी हिटलरच्या मनात द्वंद्व माजलं होतं. आर्दनस नावाच्या भागातून घुसखोरी केली तर ही चाल बेल्जियम आणि फ्रान्स यांच्या दृष्टीनं अत्यंत अनपेक्षित ठरेल आणि तिथला त्यांचा तुटपुंजा बचाव मोडून काढण्यात आपण यशस्वी ठरू, असं एका सहकाऱ्यानं हिटलरला सांगितलं. काहीतरी भन्नाट आणि कल्पनेपलीकडचं करण्याच्या विचारानं हिटलर भारून गेला होताच; त्याला ही युक्ती एकदम आवडली. या हल्ल्यामुळे फ्रेंचांना बेल्जियम आणि हॉलंड बचावासाठी धावून यावं लागेल आणि याचा फायदा आपण उठवावा, अशी यामागची कल्पना होती. यामुळे फ्रेंच लष्कर एकदम गाफील राहिलं. अशा ठिकाणाहून आपल्यावर हल्ला होईल याची त्यांना अजिबात शक्यता वाटत नव्हती. त्यांनी आपल्यावरच्या संभाव्य हल्ल्याला तोंड देण्यासाठी वेगळ्याच भागांवर लक्ष केंद्रित केलं होतं. १० मे १९४० या दिवशी फ्रेंचांवर हल्ला करण्याचे हिटलरनं आदेश दिले. खरं म्हणजे कुठंही लष्कराची जमवाजमव झाली की त्याची शत्रूंना चाहूल लागणं स्वाभाविक होतं; तरीसुद्धा त्यातल्या त्यात लपूनछपून जर्मनीनं यासाठीची तयारी केली. याविषयी कमालीची गुप्तता बाळगण्यात आली. हिटलरच्या सहायकांनासुद्धा फ्रान्सवरच्या आक्रमणाची बातमी लागू शकली नाही. फ्रान्सला सहा आठवड्यांमध्ये नमवणं शक्य असल्याची हिटलरची समजूत होती.

१० मे १९४० च्या पहाटे जर्मनीनं आपलं आक्रमण सुरू केलं. हिटलरनं त्याच्या आदल्या दिवशी जर्मनीच्या सीमेनजीकच्या भागातल्या एका बंकरमध्ये आपला मुक्काम अत्यंत गुप्तपणे हलवला. जर्मन हवाई दलानं सुरुवातीला मित्रराष्ट्रांचे विमानतळ आणि दूरसंचार यंत्रणा यांच्यावर बॉम्बवर्षाव केला. पाठोपाठ डच आणि बेल्जियन सीमांवर जर्मनीनं हल्ले सुरू केले. चार दिवसांमध्ये हॉलंडचा निकाल लागला. फ्रेंच सैनिक बेल्जियममधून मार्ग काढत हॉलंडच्या मदतीला धावले खरे; पण जर्मन झपाट्यामुळे त्यांना बेल्जियममध्ये परतावं लागलं. १३ नोव्हेंबरला डच सरकारनं पळ काढून इंग्लंडचा आश्रय घेतला. त्याच्या पुढच्याच दिवशी डच लष्करानं जर्मनीसमोर शरणागती पत्करली. अशा प्रकारच्या धडाक्यानं जर्मनी हल्ला करेल याची कुणालाच कल्पना नव्हती. साहजिकच जर्मनीच्या या ताकदीनं सगळं जग अवाक झालं. खुद्द हिटलरलासुद्धा आपलं लष्कर अशा प्रकारे वेगानं नेदरलँडचा भुगा करून टाकेल, असं वाटलं नव्हतं. जवळपास असाच प्रकार बेल्जियमच्या बाबतीत घडला. इथला एक किल्ला अत्यंत भरभक्कम मानला जाई. यात खूप क्लिष्ट भुयारमार्ग, सिमेंट काँक्रीटचे जाडजूड तट यांच्यासह ८०० सैनिक होते. बेल्जियमच्या सुरक्षेसाठी हा किल्ला अत्यंत महत्त्वाचा मानला जाई. फक्त २८ तासांमध्ये जर्मन लष्करानं

हा अभेद्य किल्ला भेदला. २८ मे या दिवशी बेल्जियम शरण आलं. बेल्जियन राजा लिओपोल्डला युद्धकैदी बनवण्यात आलं. लक्झमबर्ग आणि बेल्जियमचा दक्षिण भाग इथून मार्गक्रमण करत जर्मन लष्कर फ्रान्सच्या दिशेनं कूच करायला लागलं. अशा प्रकारे हल्ला करण्याचा जर्मनीचा डाव चांगलाच यशस्वी ठरला होता. मित्रराष्ट्रांच्या फौजांना समुद्रकिनारा आणि पुढे चाल करून येत असलेलं जर्मन सैन्य यांच्या कात्रीत अडकवण्याचा जर्मनीचा डाव इतका कामी येईल, असं कुणालाच वाटलं नव्हतं. यामुळे सुमारे ३.४० लाख ब्रिटिश-फ्रेंच सैनिकांना आपला बचाव करत माघार घेण्याची पाळी आली. खरं म्हणजे हा बचाव यशस्वी ठरण्याला हिटलरचा हातभार लागला होता. २४ मे च्या सकाळी हिटलरनं जर्मन लष्कराला जरा सावकाशीनं पुढे जाण्याचे आदेश दिले होते, असं काही जण म्हणतात. युद्धानंतरच्या शांततामय चर्चेसाठीचा हा मुद्दा आपल्या हाताशी असावा असं हिटलरला वाटत असल्यामुळे त्यानं असं केलं असं मानलं जात असलं तरी, त्यात तथ्य नाही. प्रत्यक्षात आपलं लष्कर तसंच आपले रणगाडे हे सगळं इथं अडकून पडू नये आणि इतर आक्रमणांसाठी ते उपलब्ध असावं, यासाठी एका वरिष्ठ जर्मन लष्करी अधिकाऱ्यानंच हे आदेश दिले आणि हिटलरनं याला संमती दिली. रणगाडे फ्रान्सच्या दक्षिणेकडच्या भागांवरच्या हल्ल्यांसाठी वापरावेत आणि कात्रीत अडकलेल्या ब्रिटिश-फ्रेंच सैनिकांवर जर्मनीच्या हवाई दलानं बॉम्बवर्षाव करावा, अशी योजना आखण्यात आली. याला जर्मनीच्या लष्करप्रमुखाचा विरोध असला तरी हिटलरच्या आग्रहापुढे त्याचं काही चाललं नाही. पाऊस आणि खराब हवामान यामुळे जर्मन हवाई दलाला ब्रिटिश-फ्रेंच सैनिकांवर हल्ले करणं शक्य झालं नाही. साहजिकच इथून आपलं लष्कर आणि आपले रणगाडे काढून घेण्याचा निर्णय ही घोडचूक ठरल्याचं संबंधित जर्मन अधिकाऱ्यांच्या लक्षात आलं. २६ मे या दिवशी आपला आधीचा निर्णय फिरवून अडकलेल्या शत्रुसैनिकांवर आपल्या रणगाड्यांकरवी हल्ले करण्याचे आदेश हिटलरनं नव्यानं दिले. तोपर्यंत अडकलेले बहुतेक ब्रिटिश-फ्रेंच सैनिक निसटून जाण्यात यशस्वी ठरले होते. या ४८ तासांचा उशीर जर्मनीला महागात पडला. याचा फायदा ब्रिटिशांनी अत्यंत चातुर्यानं उठवला आणि जर्मनीवर प्रतिहल्ला करण्याचं धोरण अवलंबलं.

दुसऱ्या महायुद्धाच्या इतिहासात या ४८ तासांचं महत्त्व खूप जास्त आहे. या काळात हिटलरनं ब्रिटिशांवरची पकड सैल केल्याचा फायदा ब्रिटिश पंतप्रधान विन्स्टन चर्चिलनं चांगलाच उठवला. खरं म्हणजे जर्मनीकडून ही चूक झाली नसती तर ब्रिटिशांना जोरदार फटका बसला असता. खूप मोठ्या प्रमाणावर सैनिकांचा बळी गेला असता आणि मनोधैर्य अगदी नीचांकी पातळीवर गेलेल्या इंग्लंडच्या पंतप्रधानपदी

नुकताच आलेला चर्चिल कदाचित आपलं पद गमावून बसला असता. त्याचं नशीब चांगलं असल्यामुळे असं घडलं नाही. इंग्लंडमधले अनेक जण युद्ध टाळण्यासाठी आणि जीवितहानी टाळण्यासाठी आपण हिटलरशी समझोता करावा, असं म्हणायला लागले होते. म्हणजेच हिटलरसमोर नांगी टाकायला ते तयार झाले होते. जर लाखो ब्रिटिश सैनिकांचा बेल्जियममध्ये मृत्यू झाला असता, तर या लोकांचा आवाज नक्कीच एकदम मोठा झाला असता आणि ब्रिटिश आक्रमण एकदम बोथट झालं असतं.

जूनच्या पहिल्या आठवड्यामध्ये हिटलरनं आपला मुक्काम फ्रान्सजवळच्या सीमेपाशीच्या एका बेल्जियन गावात हलवला. आता जर्मन आक्रमणाचा दुसरा टप्पा सुरू झाला. फ्रेंच बचावाला जर्मनीनं लवकरच भेदलं. जमिनीवर फ्रेंच लष्कराची ताकद जर्मनीच्या तुलनेत जास्त असली तरी जर्मनीची हवाई ताकद खूपच जास्त होती. फ्रेंच लष्कराची युद्धसामग्रीसुद्धा जुनाट होती. सगळ्यात महत्त्वाचा मुद्दा म्हणजे फ्रेंच लष्करी नेतृत्वात जिगरीचा पुरता अभाव होता. आपण हे युद्ध जिंकू शकणार नाही, अशी भीती लष्करामधल्या सर्वोच्च पदाधिकाऱ्यांनीच व्यक्त केल्यावर त्याचा दुसरा काय परिणाम अपेक्षित होता? फ्रेंच सैनिक धैर्य गमावून बसले. याचा अंदाज येताच फ्रेंच शहरांमधून हजारोंच्या संख्येनं सर्वसामान्य नागरिकांनी पळ काढायला सुरुवात केली. काही जणांनी चक्क ज्योतिषाचा आधार घेतला. १४ जून १९४० या दिवशी जर्मन सैनिकांनी फ्रेंच सीमेची सुरक्षितता जपण्याच्या दृष्टीनं महत्त्वाच्या असलेल्या 'मॅगिनॉट रेषे'ला भेदून फ्रान्समध्ये प्रवेश केला. त्याच दिवशी जर्मन लष्कर पॅरिसमध्ये घुसलं. पश्चिम युरोपवरचं आपलं आक्रमण सुरू केल्यानंतर जेमतेम चार आठवड्यांच्या आत हिटलरच्या जर्मनीनं ही कमाल करून दाखवली होती. या जर्मन सैनिकांच्या आधीच्या पिढीनं तब्बल चार वर्षं झुंजूनसुद्धा पॅरिसचं तोंड बघितलं नव्हतं. आताच्या आक्रमणात मित्रराष्ट्रांचे सुमारे ९० हजार सैनिक दगावले, २ लाख सैनिक जायबंदी झाले आणि १९ लाख सैनिक जर्मनीच्या ताब्यात तरी आले किंवा त्यांचा पत्ता लागू शकला नाही. या तुलनेत जर्मनीनं फक्त ३० हजार सैनिक गमावले आणि त्यांचे आणखी १.३५ लाख सैनिक जखमी झाले.

हिटलरच्या आनंदाला आता पारावार उरला नाही. त्यानं अनेक वर्षांपासून बघितलेलं स्वप्न त्याच्या हयातीत साकार झालं होतं. फ्रेंच सरकारनं शरणागती पत्करून जर्मनीशी शांततेसाठी चर्चा करायचा निर्णय घेतला होता. आता ब्रिटिशांचा काय तो एकमेव अडथळा हिटलरच्या मार्गात होता. आत्तापर्यंतच्या घडामोडींमुळे त्यांच्यात आपल्याशी लढण्याची हिंमत उरलेली नसणार आणि तेही आपल्यासमोर शरण येणार, असा विश्वास त्याला होता. अशा प्रकारे 'संपूर्ण विजय' प्राप्त

करण्याकडे त्याची वेगानं वाटचाल सुरू झाली होती. या काळातली दुसरी एक घडामोड म्हणजे युद्धाचं वारं जर्मनीच्या दिशेनं फिरत असल्याचं बघून अगदी ऐन वेळी मुसोलिनीनं इटलीच्या लष्कराला जर्मनीच्या मदतीला धावून जाण्याचे आदेश दिले होते. यामुळे हिटलर भडकला. विजयाचं श्रेय लाटण्यासाठी मुसोलिनी आता आपल्या मदतीला आल्यासारखं भासवत असल्याचं त्याचं रास्त मत झाल्यामुळे त्यानं ही मदत नाकारली. १८ जूनला हिटलरची भेट घेण्यासाठी मुसोलिनी म्यूनिकमध्ये दाखल झाला. फ्रान्सच्या प्रश्नासंबंधी नक्की काय करायचं याविषयी त्याला हिटलरशी चर्चा करायची होती; पण हिटलरनं त्याच्याशी फारसं काही बोलायलासुद्धा नकार दिला. आता शरण आलेल्या फ्रान्सचं नौदल नंतरच्या काळात ब्रिटिशांच्या मदतीला जाण्याची शक्यता निर्माण झाली होती. त्या दृष्टीनं चर्चिल प्रयत्नशील होता. हिटलरला हे टाळायचं होतं. मित्रराष्ट्र अडचणीत आलेले असतानाच हे प्रकरण संपवून टाकावं, असा त्याचा उद्देश होता. फ्रान्सबरोबरच्या चर्चेमध्ये

फ्रान्स शरण आल्यावर आनंदाने नाचताना हिटलर

मुसोलिनीला अजिबात स्थान मिळू नये किंवा फार तर त्याला दुय्यम भूमिका द्यावी, असे हिटलरचे प्रयत्न होते. फ्रान्सशी फार कठोरपणे वागू नये, असं मुसोलिनीचं म्हणणं हिटलरला अजिबातच पसंत पडलं नाही.

२१ जूनला हिटलरशी समझोता करण्यासाठी फ्रेंच अधिकारी दाखल झाले. त्यांचं म्हणणं दहा मिनिटं हिटलरनं ऐकून घेतलं. या वेळेचा एक ऐतिहासिक प्रसंग म्हणजे १९१८ मध्ये आपला पराभव मान्य करताना जर्मन अधिकाऱ्यांनी ज्या ठिकाणी आणि रेल्वेच्या ज्या डब्यात बसून करारावर सही केली होती, त्याच ठिकाणी तोच रेल्वेचा डबा हिटलरनं पुन्हा उभा करून घेतला. आता फ्रेंचांना नामुष्की वाटेल असा करार त्याच ठिकाणी त्याला करून घ्यायचा होता. एकूणच जर्मनीच्या अपमानाच्या त्याला शक्य तितक्या निरनिराळ्या प्रकारांनी बदला घ्यायचा होता. त्या रात्रीच्या चर्चेनंतर तर हिटलरच्या आनंदाला उधाण आलं. फ्रान्सची फाळणी करायचं ठरलं. उत्तरेकडचे आणि पश्चिमेकडचे प्रदेश जर्मनीच्या ताब्यात घेतले जातील तर मध्य आणि दक्षिण इथल्या प्रदेशांचं जर्मनीच्या तालावर नाचणारं कठपुतली सरकार काम बघेल, असं ठरलं. २४ जूनला फ्रान्स आणि इटली यांच्यातही शांतता करार झाला. पश्चिमेमधलं युद्ध संपल्याचं जाहीर करून हिटलरनं जर्मन संसदेमध्ये आनंद साजरा करण्यासाठी आठवडाभर घंटानाद करण्याचे, तर दहा दिवस विजयध्वज फडकवण्याचे आदेश दिले. पुढचे काही दिवस हिटलरनं इकडेतिकडे भटकण्यात घालवले. २८ जूनच्या पहाटे हिटलरनं आपल्या आयुष्यात प्रथमच पॅरिस शहराला तीन तासांसाठी भेट दिली. पॅरिसची ही त्याची एकमेव भेट ठरली. तिथल्या रस्त्यांवरून फिरताना काही सुंदर इमारती बघून तो हरखून गेला. तरीही पॅरिस शहर कुरूप असल्यामुळे ते नष्ट करण्याचा बेत त्यानं आपल्या काही सहकाऱ्यांना नंतर बोलून दाखवला!

अख्ख्या युरोपवर आपलं वर्चस्व प्रस्थापित करण्याची स्वप्नं बघणाऱ्या हिटलरचा हा धडाका बघून सगळं जग अवाक झालं. आता फक्त इंग्लंड हा एकच मुख्य शत्रू हिटलरसमोर उभा होता. त्याचा काटा काढला की आपल्याला सोव्हिएत युनियनशी केलेला समझोता मोडीत काढता येईल आणि साम्यवाद्यांनाही पूर्णपणे ठेचून काढता येईल, अशी आशा तो मनात बाळगून होता.

पूर्वेकडे नजर

६ जुलै १९४० या दिवशी हिटलर बर्लिनमध्ये रेल्वेप्रवास करून पोहोचला तेव्हा त्याच्या स्वागतासाठी जमलेला जनसमुदाय अभूतपूर्वच होता. इतिहासात भल्याभल्या पराक्रमी वीरांचं झालं नसेल असं त्याचं स्वागत झालं. कित्येक जण गर्दीत तब्बल सहा तास एके ठिकाणी उभं राहून हिटलरची वाट बघत होते. रेल्वे स्थानकापासून संसदेपर्यंतचा सगळा परिसर माणसं आणि फुलं यांनी गच्च भरून गेला होता. लाखोंच्या संख्येनं लोक जल्लोष करत होते आणि हिटलरचा जयजयकार करत होते. संसदेच्या गॅलरीमध्ये हिटलरनं यावं आणि आपलं अभिवादन स्वीकारावं यासाठी सतत लोक विनंती करत राहिले आणि हिटलरही त्याला मान देत राहिला. हिटलरच्या विरोधकांची तोंडंही एकदम बंद झाली होती. आता फक्त इंग्लंडचा अडथळा आपल्या मार्गात राहिला असल्याची आणि म्हणूनच युद्ध करणं बरोबर असल्याची भावना सगळीकडे उठून दिसत होती. गोबेल्सकडून तर ब्रिटिशांची यथेच्छ निंदा होत होतीच; पण शिवाय जनसामान्यांमध्येही हाच प्रकार घडत असल्याचं दिसून येत होतं. संसदेसमोर हिटलरचं भाषण व्हायचा कार्यक्रम ठरला; पण ऐन वेळी हिटलरनं तो पुढे ढकलला. यामागचं कारण म्हणजे अल्जेरियामधल्या फ्रान्सच्या ताब्यातल्या भागातल्या अनेक फ्रेंच युद्धनौका ब्रिटिशांनी नष्ट करून सुमारे १२५० फ्रेंच खलाशांना ठार केलं होतं. हा ऐवज हिटलरच्या हाती लागू नये म्हणून ब्रिटिशांनी हा हल्ला केला होता. यावर नक्की काय प्रतिक्रिया द्यावी, हे हिटलरला समजत नव्हतं. अजूनही इंग्लंडशी तहाची भाषा एकदा करून बघावी आणि त्याला योग्य प्रतिसाद मिळाला नाही तर मात्र त्यांच्यावर निर्णायक घाव घालावा, असा विचार त्याच्या मनात घोळत होता. म्हणूनच त्यानं आपलं भाषण पुढे ढकललं.

इंग्लंडवर हल्ला करण्यासंबंधी हिटलरनं आपल्या वरिष्ठ लष्करी अधिकाऱ्यांशी चर्चा केली. त्यातून सुरुवातीला जर्मन हवाई दलानं इंग्लंडवर हवाई हल्ले करावेत

आणि तिथल्या दक्षिण भागावर आपलं नियंत्रण प्रस्थापित करावं; त्यानंतर जर्मन नौदलानं आक्रमण करावं, असा विचार पुढे आला. इंग्लंडशी चर्चा करण्याच्या प्रयत्नांना फारसं यश येत नसल्यामुळे शेवटी १६ जुलै १९४० या दिवशी हिटलरनं इंग्लंडवरच्या हल्ल्याला मूर्त रूप देण्याचे आदेश आपल्या लष्करी अधिकाऱ्यांना दिले. तसंच १९ जुलै ही तारीख त्यानं जर्मन संसदेसमोरच्या आपल्या भाषणासाठी निश्चित केली. आपल्या पावणेदोन तासांच्या भाषणाचा मुख्य वेळ हिटलरनं फ्रान्सवरच्या विजयासंबंधीची मतं मांडण्यात खर्ची घातला. अगदी शेवटच्या टप्प्यात तो सगळे वाट बघत असलेल्या इंग्लंडच्या मुद्द्याकडे वळला. ब्रिटिश पंतप्रधान विन्स्टन चर्चिलवर त्यानं कडाडून टीका केली. ब्रिटिशांना आपण शांतता प्रस्थापित करण्यासाठीची शेवटची संधी देत असल्याचं सांगून ब्रिटिशांनी याला नकार देण्याचे परिणाम भोगायची तयारी ठेवण्याचा त्यानं इशारा दिला. वेळप्रसंगी आपण ब्रिटिश साम्राज्य उद्ध्वस्त करून टाकू, असं तो म्हणाला. यामुळे ब्रिटिशांवर काय परिणाम होतो हे जाणून घ्यायची हिटलरला उत्कंठा वाटत असली तरी यानंतर एकाच तासानंतर ब्रिटिशांनी हिटलरचा 'प्रस्ताव' साफ धुडकावून लावल्यामुळे हिटलरची थोडी पंचाईत झाली. इंग्लंडमध्ये भीतीचं वातावरण पसरलं असल्याची हिटलरनं समजूत करून घेतली असली तरी प्रत्यक्षात चर्चिल खूपच आक्रमक धोरण स्वीकारण्याच्या मानसिकतेमध्ये असल्याची त्याला कल्पना नव्हती. तसंच रशिया आणि अमेरिका यांच्या साथीनं आपण जर्मनीला नमवू, अशी आशा चर्चिलला वाटत होती.

या पार्श्वभूमीवर रशियाचं नक्की काय करायचं, या महत्त्वाच्या मुद्द्याकडे हिटलर वळला. स्टॅलिननं पूर्वी आपल्याशी समझोता केलेला असला तरी आता इंग्लंडची साथ द्यायला तो उत्सुक असल्याचं आणि युद्धपश्चात परिस्थितीमध्ये सोव्हिएत युनियनचा विस्तार करण्यासाठी आसुसलेला असल्याचं हिटलरला समजलं होतं. त्याचबरोबर दुसरीकडे जर्मनीशी वाकडं घेण्याचं धोरणही रशिया अवलंबत नव्हता. तरीही रशियाचा धोका खूप मोठा आहे, असं हिटलरला वाटत होतं. साहजिकच सहा आठवड्यांमध्ये जर्मन लष्कराची जमवाजमव करून रशियावर हल्ला करण्याचे डावपेच तो आखायला लागला. रशियातून जर्मनीवर हल्ले होऊ नयेत इतपत रशियाचं नुकसान केलं तरी पुरण्यासारखं आहे, असं त्याला वाटत होतं. त्याच वर्षी रशियावर घाव घालण्याचं ठरवून नेदरलँड्स, बेल्जियम आणि फ्रान्स यांच्यावरच्या विजयांच्या तुलनेत रशियाला गुडघे टेकायला लावणं म्हणजे 'लहान मुलाला खेळवण्यासारखं आहे' असं हिटलरचं मत होतं.

याचा अर्थ साफ होता. एकाच वेळी दोन आघाड्यांवर लढायचे मनसुबे हिटलर आखत होता. एकीकडे पश्चिमेकडच्या ब्रिटिशांना नमवायचं, तर दुसरीकडे त्याच वेळी पूर्वेकडच्या सोव्हिएत युनियनचं साम्राज्य उद्ध्वस्त करायचं, असे त्याचे

अत्यंत धाडसी बेत होते. खरं म्हणजे रशियाशी लढण्याची भाषा हिटलर अगदी पूर्वीपासूनच करत असे; पण तेव्हाची त्याची कारणमीमांसा वेगळी होती. तेव्हा त्याला डावी चळवळ आणि बोल्शेविकवादी लोक यांना ठेचून काढायचं होतं. आता हा मुद्दा साफ मागे पडून इंग्लंडच्या मदतीला सोव्हिएत युनियननं जाणं अशक्यप्राय व्हावं आणि इंग्लंडनं त्यामुळे आपल्यासमोर शरणागती पत्करावी यासाठी रशियावर हल्लाबोल करण्याचा हिटलरचा मानस होता. इंग्लंडवर थेट हल्ला केला तर सोव्हिएत युनियन ब्रिटिशांच्या मदतीला धावून येईल, अशी भीती वाटत असल्यामुळे हिटलरनं आधी सोव्हिएत युनियनवर तुटून पडण्याचं पाऊल उचलण्याचा जवळपास निश्चय केला. हा पर्याय आपल्या दृष्टीनं कमी धोकादायक असल्याचं त्याचं मत होतं. त्याच्या लष्करी अधिकाऱ्यांनाही तसंच वाटत होतं.

ब्रिटिशांकडून कुठलाही सकारात्मक प्रतिसाद न आल्यामुळे तिथंही आक्रमक भूमिका स्वीकारणं भाग असल्याचं हिटलरचं मत पक्कं झालं. तातडीनं त्यानं आपल्या प्रचारकीसाठीचे आदेश दिले. त्यानुसार हिटलर शांतता प्रस्थापित करण्यासाठी धडपडत असताना ज्यू लोकांच्या दबावाला बळी पडून चर्चिलच आक्रस्ताळेपणा करत असल्याच्या बातम्या पसरवण्यात आल्या. १५ सप्टेंबरच्या आधी आपलं नौदल ब्रिटिशांवर हल्ला करण्यासाठीची तयारी पूर्ण करू शकण्याच्या अवस्थेत नसल्याचं त्याला समजलं. याखेरीज चंद्राची स्थिती आणि म्हणूनच भरती-ओहोटी यांची परिस्थिती बघता २६ सप्टेंबरच्या आधी इंग्लंडवर सागरी आक्रमण करणं शक्य नव्हतं. तसंच काही कारणांमुळे ही तारीख हुकली तर १९४१ सालच्या मे महिन्यापर्यंत वाट बघण्यावाचून दुसरा पर्याय नव्हता. खराब हवामानामुळे आपल्या हल्ल्यात खूप अडचणी येतील, अशी भीती जर्मन लष्करामधल्या वरिष्ठांना वाटत होती. रशियावरचा हल्ला तात्पुरता स्थगित करून इंग्लंडच्या इतर देशांमधल्या तळांवर किंवा महत्त्वाच्या ठिकाणांवर हल्ले करावेत, अशा स्वरूपाच्या योजनाही लष्कराकडून आखल्या गेल्या. हिटलरचे मनसुबे मात्र काही वेगळेच होते. हिवाळा सुरू होण्याआधी रशियावर आक्रमण करण्याची कल्पना त्याच्या डोक्यात ठाण मांडून बसली होती. इंग्लंडवर त्यानं थेट जर्मन नौदलाचा हल्ला करण्याचं टाळण्याची सूचना आपल्या सहकाऱ्यांना दिली. त्याऐवजी आधी हवाई हल्ला करावा आणि त्याचा परिणाम काय होतो हे बघून आपल्या नौदलानं पुढे काय करावं यासंबंधीचा निर्णय घ्यावा, असं त्याचं मत होतं. जर आपल्या हवाई दलानं ब्रिटिशांचं जोरदार नुकसान केलं, तर आपलं नौदल लगेचच पुढे पाठवावं; अन्यथा आपलं आक्रमण थांबवावं, असं त्याला वाटत होतं. अर्थातच यापूर्वी ज्या रशियावर इंग्लंड मोठ्या प्रमाणावर अवलंबून आहे, त्या रशियाचा काटा काढणं भाग आहे, या मतावर तो अडून होता. १९४१ सालच्या वसंत ऋतूत रशियाला बेचिराख करायचं त्यानं ठरवलं.

रशियाची नक्की किती लष्करी ताकद आहे याविषयी हिटलरला फारसा अंदाज नव्हता. गुप्तचरांकडून पुरेशी माहिती मिळाली नव्हती आणि जी माहिती मिळाली होती, तीसुद्धा फारशी खात्रीलायक प्रकारची नव्हती. आपल्या आधीच्या यशामुळे हिटलरला कदाचित अतिआत्मविश्वासाची बाधाही झाली असावी. त्यातच १९३८ आणि १९३९ मध्ये इंग्लंडशी युद्ध सुरू होण्याच्या कल्पनेनं जसं जर्मन लष्कर बेचैन झालं होतं तशी अवस्था आता नव्हती. विजयी होण्याचा आत्मविश्वास त्यांनाही जाणवत होता. फिनलंडमधल्या एका युद्धात रशियन सैन्याची ससेहोलपट झाली होती. स्टॅलिन आपला घात होण्याच्या भीतीनं रशियन लष्करामधल्या वरिष्ठ अधिकाऱ्यांना सातत्यानं यमसदनी पाठवत होता आणि लष्कराच्या तुकड्या उद्ध्वस्त करण्याचे आदेश देत होता. साहजिकच इंग्लंडवर हल्ला करणं अजूनही जरा धाडसी वाटत असलं तरी सोव्हिएत युनियनला मात्र आपण नक्कीच धूळ चारू, असं हिटलरसकट सगळ्या जर्मनांना वाटत होतं. ४ ऑगस्ट १९४० या दिवशी इंग्लंडवरचा हल्ला सुरू करण्याचे आदेश हिटलरनं दिले. खराब हवामानामुळे ही तारीख आधी ८ आणि त्यानंतर १३ ऑगस्ट अशी पुढे ढकलण्यात आली. प्रत्यक्ष हल्ला सुरू झाल्यावर जर्मन हवाई दलानं ब्रिटिश हवाई दलावर जोरदार बॉम्बवर्षाव करून आपली ताकद दाखवली. यामुळे आपण इंग्लंडला नमवू शकू असा आत्मविश्वास हिटलरमध्ये निर्माण झाला. तो अनाठायी ठरला. ब्रिटिश हवाई दलाची सुरुवातीला पीछेहाट झाली खरी; पण लवकरच ब्रिटिशांनी जर्मनांवर आपलं वर्चस्व निर्माण केलं. २४ ऑगस्टच्या रात्री हिटलरचा आदेश नसूनसुद्धा शंभर जर्मन लष्करी विमानांनी लंडनच्या पूर्व भागावर बॉम्बवर्षाव केला. याला प्रत्युत्तर म्हणून ब्रिटिश हवाई दलानं त्याच्या पुढच्या रात्री बर्लिनवर बॉम्ब टाकले. यामुळे हिटलर भयंकर संतापला आणि त्यानं ७ सप्टेंबरपासून रोज रात्री लंडनवर बॉम्ब टाकण्याचे आदेश आपल्या हवाई दलाला दिले. यामुळे दर रात्री आकाशातून येणाऱ्या जीवघेण्या संकटाचा सामना करण्याची पाळी लंडनमधल्या नागरिकांवर आली. आता जर्मन सैनिकांना इंग्लंडमध्ये जाण्याचीसुद्धा गरज भासणार नाही आणि आपलं हवाई दल बॉम्बवर्षावाच्या माध्यमातूनच इंग्लंडला नमवेल, असं हिटलरला वाटलं. हा भ्रम ठरला. १५ सप्टेंबरला संपणाऱ्या पंधरवड्यात आपली १८२ विमानं नष्ट झाल्याचं जर्मन हवाई दलानं कबूल केलं. पुढचे काही महिने इंग्लंडवरचा बॉम्बवर्षाव सुरूच राहिला. आता लंडनवर बॉम्ब टाकण्याचा मार्ग अवघड वाटत असल्यामुळे जर्मनीनं 'मिडलंड्स' म्हणून ओळखल्या जात असलेल्या ब्रिटिश भागामध्ये बॉम्बहल्ले सुरू ठेवले. यातून फारसं काही हाती लागत नसल्याची जाणीव झाल्यामुळे अखेर १७ सप्टेंबरला हिटलरनं इंग्लंडवरचे बॉम्बहल्ले थांबवण्याचे आदेश आपल्या हवाई दलाला दिले.

अशा रीतीनं इंग्लंडशी जबरदस्तीनं शांतता करार करण्याचे हिटलरचे प्रयत्न फसल्यानंतर बॉम्बवर्षाव करून इंग्लंडला नमवण्याचे त्याचे मनसुबेही धुळीला मिळाले. त्यातच ३ सप्टेंबरला अमेरिकी राष्ट्रपती फ्रँकलिन रुझवेल्टनं इंग्लंडला ५० युद्धनौका पाठवल्यामुळे इंग्लंडविरुद्धच्या आपल्या युद्धात आपल्याला अमेरिकेचाही सामना करावा लागणार असल्याची हिटलरला जाणीव झाली. खरं म्हणजे हा निर्णय घेताना रुझवेल्टला अमेरिकेमध्ये खूप विरोध सहन करावा लागला होता; तसंच प्रत्यक्ष युद्धात या तुलनेनं जुनाट युद्धनौकांचा तसा फारसा उपयोगही झाला नाही. तरीसुद्धा इंग्लंडच्या मदतीला अमेरिका धावून येणार, हे या निमित्तानं स्पष्ट झालं. इंग्लंडचा सहजासहजी काटा काढता येणार नाही, हे हिटलरच्या यामुळे लक्षात आलं. साहजिकच त्यानं आपलं लक्ष फिरवून सोव्हिएत युनियनकडे वळवलं.

हिटलरचं लक्ष पूर्णपणे इतर देशांबरोबरच्या युद्धांकडे वळलेलं असतानाच्या काळात जर्मनीमधल्या सत्ताधाऱ्यांचं चांगलंच फावलं. ज्यू तसंच पोलिश लोकांविषयीचा हिटलरच्या मनात असलेला द्वेष आता नव्या टोकाला पोहोचला. हिटलरनं कुठलेही आदेश न देतासुद्धा स्वतःच सत्ताधारी असल्याच्या थाटात जर्मनीमधल्या अधिकाऱ्यांनी आता मानवतेला काळिमा फासवणारी कृत्यं सुरू ठेवली. १८ ते २६ ऑक्टोबर या काळात हजारो ज्यूंना व्हिएन्ना तसंच पोलंडमधली काही शहरं इथून हलवण्यात आलं. तिथं स्थानिक जर्मन लोकांना वसवण्यासाठीची कामं सुरू झाली. हिमलरचे अधिकार वाढल्यामुळे त्यानं जर्मनीनं नव्यानं जिंकून घेतलेल्या सगळ्या प्रदेशांमधून एकूण एक ज्यू लोकांना हद्दपार करायचे आदेश दिले. यामुळे सुमारे ५.५० लाख ज्यू लोकांना स्थलांतरित व्हावं लागेल अशी चिन्हं दिसायला लागली. ज्यू लोक वगळता इतर 'त्रासदायक' पोलिश लोकांनाही हद्दपार करायचं ठरवण्यात आल्यामुळे हा आकडा १० लाखांवर गेला. रात्री एसएसचे लोक ज्यू लोकांच्या वस्त्यांमध्ये जायचे. तिथं त्यांना अत्यंत अपमानास्पद अवस्थेत उठवून मिळेल त्या वाहनात भरलं जाई. भयंकर थंडी असूनसुद्धा उघड्या ट्रक्समध्ये अनेक लोक भरले जात. तिथून अन्नपाण्याविना ते छळछावण्यांमध्ये पाठवले जात. छळ आणि हाल असह्य होऊन अनेक जण वाटेतच दगावत असत. वाचलेल्या लोकांपैकी अनेक जणांना अतिथंडी किंवा इतर आजार यामुळे उठून बसणंसुद्धा मुष्कील होई. उरलेल्या ज्यू लोकांना एखाद्या आफ्रिकन देशामध्ये हाकलून देण्याचा विचार पुन्हा सुरू झाला. खास करून हिमलरला ही कल्पना खूप आवडली. हिटलरनंही तिला पाठिंबा दिला. प्रत्यक्षात मात्र याच्या व्यवहार्यतेमध्ये अनेक अडचणी आल्या. यातून ज्यू लोकांना आपल्या युद्धाच्या कामासाठी राबवून घेण्यासाठी आणि अतिश्रमांमुळे त्यांचा मृत्यू घडवून आणण्याची योजना जन्मली. काही जणांनी एका वेळी हजारो ज्यू लोकांना एके ठिकाणी ठेवायचं आणि तिथं एखादा साथीचा रोग पसरवून त्यांचा काटा

काढायचा, असेही बेत आखले.

दरम्यान १९४० सालच्या डिसेंबर महिन्यात हिटलरनं सोव्हिएत युनियनवरच्या आक्रमणासंबंधीच्या आदेशांवर शेवटचा हात फिरवला. याच्या आधी आपण आणखी काही देशांशी करार करून इंग्लंड आणि अमेरिका यांच्याशी लढण्याचे बेतही त्यानं आखले. यात जपान, स्पेन, इटली या नावांचा समावेश होता. सोव्हिएत युनियनशीही करार करण्याचे प्रयत्न झाले. हिटलर आणि रिबनट्रॉप यांनी जर्मनीमधल्या रशियन राजदूताची या संदर्भात भेटही घेतली. हा राजदूत मात्र खूपच हुशार निघाला. त्यानं जर्मनीच्या डावपेचांवर मात केली. हिटलर आणि रिबनट्रॉप यांनी त्याला गोल गोल फिरवण्याचा प्रयत्न केला खरा; पण त्यानं याला बळी न पडता उलट अत्यंत बारीकसारीक प्रश्न विचारून त्यांनाच निरुत्तर केलं. यामुळे सोव्हिएत युनियनशी आपला तह होणं अशक्य आहे आणि उलट आपल्या विस्तारवादी महत्त्वाकांक्षांसारख्याच महत्त्वाकांक्षा सोव्हिएत युनियनसुद्धा मनाशी बाळगून आहे, याची हिटलरला जाणीव झाली. सोव्हिएत युनियनवर आक्रमण करण्याच्या त्याच्या पक्क्या होत चाललेल्या निर्णयावर यामुळे शिक्कामोर्तब झालं.

१९४१ सालच्या जानेवारी ते मार्च महिन्यांच्या काळात सोव्हिएत युनियनवरच्या आपल्या आक्रमणासाठीचे तपशील लष्करी अधिकाऱ्यांबरोबरच्या चर्चेद्वारा पक्के करण्यावर हिटलरनं भर दिला. बाहेरून हिटलर आत्मविश्वासानं भारून गेल्यासारखा भासवत असला तरी आतून मात्र तो जरा साशंक होता. आपल्या लष्करी अधिकाऱ्यांचा त्याला राग येत होता आणि सोव्हिएत लष्कराच्या ताकदीविषयी त्याला पक्का अंदाज बांधता येत नव्हता. फेब्रुवारी महिन्यातच काही वरिष्ठ लष्करी अधिकाऱ्यांना सोव्हिएत मोहीम फसणार असं वाटत असल्याचं त्याच्या कानांवर आलं. लष्कराकडे यंत्रसामग्री तसंच इतर रसद यांचा तुटवडा असल्याची भीती एकानं व्यक्त केली. दुसऱ्यानं ब्रिटिशांचा आपल्यावर हल्ला होऊ शकतो, असं मत मांडलं. तसंच आपल्या साथीला इटली उभी राहण्याच्या तयारीत असली तरी तिचं सामर्थ्यच मुळात टिकून राहण्याची खात्री आपल्याला वाटत नसल्याचं आणखी एकानं नमूद केलं. अर्थातच ही चर्चा फक्त लष्करी अधिकाऱ्यांमध्येच सुरू होती. अधिकृतरीत्या हिटलरच्या कानांवर या गोष्टी घालण्याची कुणामध्येच हिंमत नव्हती. लष्करप्रमुख ब्रॉशिट्श आधीच्या अनुभवांमुळे हिटलरपाशी हा विषय काढायला कचरत होता. यामुळे दुसऱ्या एका वरिष्ठ लष्करी अधिकाऱ्यानं हिटलरपाशी हा विषय कसाबसा काढला खरा; पण अपेक्षेप्रमाणे हिटलरनं त्याला साफ उडवून लावलं. रशियाकडे आपल्यापेक्षा जास्त सैनिक आणि रणगाडे आहेत याची हिटलरला कल्पना असली तरी ते दुय्यम दर्जाचे आहेत, असं त्याचं स्पष्ट मत होतं. आपण अगदी सहजपणे रशियाला नमवू शकतो, या आत्मविश्वासानं तो भारून गेला होता. नाइलाजानं जर्मन

लष्करानं हिटलरचा अट्टाहास आदेश मानून स्वीकारला. सुरुवातीला आपलं सगळं लक्ष लेनिनग्राड आणि बाल्टिक प्रदेश इथं केंद्रित करावं आणि मॉस्कोचा नंतर विचार करावा, असं त्यानं लष्कराला सांगितलं. दरम्यानच्या काळातल्या काही घडामोडींमुळे हिटलरला युगोस्लावियावर हल्ला करण्याचे आदेश द्यावे लागले. जर्मन लष्करानं ही कामगिरी अगदी सहजपणे पार पाडली. साहजिकच हिटलरचा आत्मविश्वास आणखी वाढला. त्याचबरोबर या मध्येच उपटलेल्या प्रकरणामुळे रशियावरच्या आपल्या आक्रमणाची तारीख पुढे ढकलून हिटलरनं ती २२ जूनवर नेली.

एकीकडे रशियावरचा हल्ला आणि त्याही आधी इतर आंतरराष्ट्रीय घडामोडींमध्ये हिटलर गुंतलेला असताना जर्मनीच्या दृष्टीनं अत्यंत नामुष्कीची ठरणारी सनसनाटी घटना घडली. रुडॉल्फ हेस हा हिटलरभक्त 'डेप्युटी चॅन्सलर' म्हणजेच हिटलरच्या पदाखालचा सगळ्यात महत्त्वाचा माणूस होता. इतर सगळ्या लोकांप्रमाणेच तो हिटलरची खुशामत करायचा. हिटलर त्याला फार महत्त्व देत नसे; पण असा माणूस आपल्या हाताखाली बाळगणं त्याला आपलं पद सुरक्षित ठेवण्याच्या दृष्टीनं महत्त्वाचं वाटे. हेसला प्रत्यक्ष राज्यकारभारात हिटलर फारसं स्थान देत नसे. एवीतेवी जर्मनीमधल्या अंतर्गत घडामोडींमध्ये हिटलरला फारसं स्वारस्य नव्हतं आणि त्याला आता त्यासाठी वेळसुद्धा नव्हता. साहजिकच हेससारखी माणसं त्यात गुंतून पडत. १० मे १९४१ या दिवशी एक छोटं विमान स्वतः चालवत हेस निघून गेला आहे आणि तो इंग्लंडमध्ये कुठंतरी बेपत्ता झाला आहे किंवा ठार झाला आहे, अशी बातमी हिटलरच्या कानांवर आली. यामुळे किती खळबळ माजली असावी याची आपण नुसती कल्पनाच करू शकतो! ही बातमी ऐकताचक्षणी हिटलरची प्रतिक्रिया 'तो समुद्रात बुडून मेला असेल तर बरं होईल' अशी होती. काही वेळातच हेस जिवंत असून, तो स्कॉटलंड सरकारच्या ताब्यात असल्याची नवी खबर येताच हिटलर भयानक संतापला. रशियाशी युद्ध करण्यासंबंधीचे विचार पक्के करण्याच्या नादात असलेला हिटलर अचानकपणे मायभूमीतल्या विलक्षण आणि अत्यंत विचित्र संकटात सापडला. त्या दिवशीच्या दुपारी आपली पत्नी आणि आपला मुलगा यांचा निरोप घेताना हेसनं आपण दोन दिवसांनी घरी परतू असं सांगितलं होतं. आपल्या मर्सिडिझ गाडीतून आधी हेस दुसऱ्या गावी गेला आणि संध्याकाळी सहा वाजता निळ्याशार आकाशाकडे स्वतःच विमान चालवत झेपावला. विमान व्यवस्थितपणे चालवत हेस स्कॉटलंडपर्यंत पोहोचला आणि विमानाची उंची कमी करत त्यानं पॅरॅशूट घालून विमानातून जमिनीकडे जाण्यासाठीचा प्रवास सुरू केला. विमान कुठेतरी जाऊन आदळलं. हेसला पॅरॅशूट घालून अशा प्रकारे उडी मारण्याचा अजिबात सराव नव्हता. अगदी नशिबानं त्याचा जीव वाचला आणि पायाची दुखापत होण्यावरच प्रकरण निभावलं. एका माणसानं हेसला बघितलं आणि हेसच्या

सांगण्यावरून सुरुवातीला त्याची भेट स्थानिक स्कॉटिश अधिकाऱ्यांशी आणि त्यानंतर ब्रिटिश सरकारमधल्या महत्त्वाच्या लोकांशी घडवून आणण्यात आली.

जर्मनीतून निघण्यापूर्वी हेसनं एक सीलबंद पत्र हिटलरसाठी ठेवलं होतं. ते वाचून हिटलरचा चेहरा रागानं लालबुंद झाला. या पत्रात इंग्लंडशी युद्ध करण्याऐवजी चर्चेच्या मार्गानं हा प्रश्न सोडवण्यासाठी आपण स्कॉटलंडला जात असल्याचं हेसनं लिहिलं होतं. यापूर्वी आपण तीन वेळा हा प्रयत्न केला होता; पण विमानामधल्या तांत्रिक अडचणींमुळे आपल्याला त्यात यश आलं नव्हतं, असंही त्यानं या पत्रात नमूद केलं होतं. हिटलरचीच इंग्लंडशी शांततापूर्ण संबंध प्रस्थापित करण्याची इच्छा असल्याचं आपण जाणत असून हिटलरच्या प्रयत्नांना आजवर यश आलेलं नसल्यामुळे आपण स्वतः ही जबाबदारी निभावण्याचं ठरवलं असल्याचा उल्लेखही यात होता. हेसच्या या उद्योगामुळे आपली प्रचंड बदनामी होईल आणि आपल्या नेतृत्वावरचा विश्वास साफ उडेल, याची हिटलरला कल्पना होती. त्यानं तातडीनं हे प्रकरण हाताबाहेर जाऊ न देण्यासाठी आपली प्रचारयंत्रणा कामाला लावली; पण आश्चर्य म्हणजे या खेपेला त्यात गोबेल्सचा सहभाग नव्हता. साहजिकच जर्मन सरकारकडून चुकीचे संदेश गेले आणि यामुळे प्रकरण आणखी चिघळलं. शेवटी गोबेल्सला यात आणण्यात आलं. खूप प्रयत्न करून आपली कमीत कमी बदनामी होईल यासाठी हिटलरनं जिवाचं रान केलं. तिकडे ब्रिटिशांनी सुरुवातीला हेसकडे संशयाच्या नजरेनं बघितलं खरं; पण नंतर त्याच्याशी चर्चा केली. त्यातून एक तर हेस खरंच अत्यंत निष्पाप आणि भोळा आहे असं वाटत होतं; किंवा हिटलरनं डाव रचून त्याला हेरगिरी करायला पाठवून दिलं असल्याचा संशय येत होता. खूप तपासणीनंतर यातला हेरगिरीचा संशय दूर झाला. हेसकडे सांगण्यासारखं काहीच नाही याची ब्रिटिशांना जाणीव झाली. साहजिकच हे प्रकरण हळूहळू थंड झालं. त्याचा हिटलरला मात्र प्रचंड मानसिक त्रास झाला. त्याला इतकं चिडलेलं आपण कधीच बघितलं नसल्याचं काही जणांनी या काळात नमूद केलं. तसंच अचानकपणे हिटलरचं वय वाढलं असल्यासारखा तो निस्तेज दिसायला लागला, असेही उल्लेख सापडतात. आपण हिटलरच्या मनातलंच करत आहोत; फक्त आपण त्याची यासाठी परवानगी घेतली नाही, इतकाच भोळा आणि निष्पाप समज हेसनं करून घेतला असल्याचं नंतर निष्पन्न झालं.

हेस प्रकरण निवळल्यानंतर हिटलरचं लक्ष पुन्हा एकदा रशियावरच्या आक्रमणाकडे वळलं. या मोहिमेचं गुप्त नाव त्यानं 'बार्बारोसा' असं ठेवलं होतं. तेवढ्यात 'बिस्मार्क' ही विलक्षण ताकदीची जर्मन युद्धनौका अॅटलांटिक समुद्रात ब्रिटिशांशी झालेल्या जोरदार चकमकीनंतर २३०० खलाशांसकट बुडाली असल्याची वाईट बातमी हिटलरच्या कानांवर २७ मेला आली. मानवी नुकसानाचा हिटलरला फारसा

खेद वाटला नाही; पण विनाकारण शत्रूच्या तोंडी आपली महत्त्वाची युद्धनौका देण्याची घोडचूक नौदलानं केल्याविषयी मात्र त्यानं संबंधितांची कानउघाडणी केली. २ जून या दिवशी हिटलरनं अगदी तातडीनं मुसोलिनीची भेट घेतली; पण या भेटीत त्यानं 'बार्बारोसा'मोहिमेविषयी एक अक्षरसुद्धा उच्चारलं नाही. अनेक तास तेव्हाच्या राजकीय परिस्थितीविषयी हिटलर-मुसोलिनी चर्चा झाली. मुसोलिनीला हिटलरनं अत्यंत चातुर्यानं पूर्णपणे अंधारात ठेवलं. यानंतर जपानी राजदूताची भेट घेऊन त्याला फक्त 'रशियाशी नजीकच्या भविष्यात आपला संघर्ष अटळ आहे,' असं हिटलरनं सांगितलं. यापाठोपाठ ज्या रोमेनिया देशाच्या हुकूमशहाकडून हिटलरला बार्बारोसा मोहिमेत थेट मदत अपेक्षित होती, त्याची भेट हिटलरनं घेतली. त्याला मात्र रशियावरच्या हल्ल्याविषयी सांगणं भागच होतं. १४ जून या दिवशी बार्बारोसाच्या आरंभाआधीची आपल्या वरिष्ठ लष्करी अधिकाऱ्यांबरोबरची शेवटची बैठक हिटलरनं बोलावली. त्यानं परत एकदा सोव्हिएत युनियनला आपण बेचिराख करणार असून, यामुळे ब्रिटिशांचं मनोधैर्य पार खचण्याची आणि ते आपल्याशी समझोता करायला तयार होण्याची स्वप्नं रंगवली. रशिया आपल्याला कदाचित कडवी झुंज देईल; पण आपलं हवाई दल त्यांचा विरोध मोडून काढेल, असं तो म्हणाला. तसंच या युद्धाचा पहिला आणि सगळ्यात मुख्य टप्पा जेमतेम सहा आठवड्यांच्या काळात पूर्णत्वाला जाण्याचा आत्मविश्वासही त्यानं प्रकट केला. जर आपण हे युद्ध हरलो, तर सगळ्या युरोपभर बोल्शेव्हिकांचं प्रस्थ माजेल, असा इशारा देत 'म्हणूनच आपण त्यांना संपवलं पाहिजे'असे उद्गार त्यानं काढले. बहुतेक लष्करी अधिकाऱ्यांना एकाच वेळी रशिया आणि इंग्लंड यांच्याशी युद्ध सुरू होण्याच्या कल्पनेनं धास्ती वाटत असली तरी कुणीच हिटलरच्या विरोधात चकार शब्दसुद्धा उच्चारला नाही.

२१ जूनच्या रात्री हिटलरनं गोबेल्सला बोलावून घेतलं. जर्मन लोकांना रशियाच्या विरोधातल्या आपल्या गुप्तपणे सुरू असलेल्या हालचालींविषयीची माहिती देण्याची आता वेळ आली होती. काही तासांमध्ये जर्मनीची बार्बारोसा मोहीम सुरू होणार होती. हिटलर खूप थकलेला आणि काळजीत दिसत होता. गोबेल्सनं त्याच्याशी सुमारे तासभर चर्चा केली. या चर्चेदरम्यान युद्धासंबधीच्या हिटलरच्या घोषणेच्या मसुद्यामध्ये काही बदल करण्यात आले. हळूहळू हिटलरच्या चेहऱ्यावरचा ताण जरासा निवळला. शेवटी रात्री २.३० वाजता काही तासांची झोप घ्यावी या उद्देशानं पूर्णपणे थकून गेलेला हिटलर झोपी गेला. गोबेल्सला मात्र अजिबातच झोप लागली नाही. पहाटे ५.३० वाजता जर्मनीनं सोव्हिएत युनियनवरचा आपला अत्यंत महत्त्वाकांक्षी हल्ला सुरू केला. जर्मन रेडिओवरून यासंबंधीच्या बातम्या प्रसारित करण्यात आल्या. त्याआधी हिटलरचं लांबलचक भाषण लोकांनी ऐकलं. जवळपास दोन दशकांपासून सोव्हिएत युनियनमधल्या ज्यू आणि बोल्शेव्हिक सत्ताधाऱ्यांनी

केवळ जर्मनीच नव्हे तर संपूर्ण युरोपवर आपलं नियंत्रण प्रस्थापित करण्याचा प्रयत्न चालवलेला असून, त्याला ठेचून काढणं अत्यावश्यक झालं आहे, हे हिटलरच्या भाषणाचं मुख्य सूत्र होतं. केवळ नाइलाजानं आपण १९३९ मध्ये सोव्हिएत युनियनशी समझोता करार केला असला तरी ब्रिटिशांनी आपल्याला अडचणीत आणण्यासाठी केलेल्या प्रयत्नांमुळेच आपण तेव्हा याला संमती दिली असल्याचं हिटलरनं नमूद केलं. याखेरीज तेव्हाची परिस्थिती बदलली असून, आता सोव्हिएत धोका आणखी जास्त भयंकर झाला असल्याची बतावणीही त्यानं केली. जर्मनीच्या सीमेजवळ १६० रशियन लष्करी तुकड्या असल्याची बातही त्यानं मारली. २१ जूनलाच हिटलरनं मुसोलिनीला पत्र लिहून बार्बारोसा मोहिमेविषयीची माहिती दिली. आपण या अपरिहार्य निर्णयापर्यंत का आलो, याविषयी त्यानं या पत्रात भाष्य केलं.

या पार्श्वभूमीवर आजवरच्या इतिहासामधलं सगळ्यात विध्वंसी आणि क्रूर युद्ध सुरू झालं! १९२० च्या दशकापासूनच हिटलरला ते हवं होतं. आता तो स्वतः हे युद्ध घडवून आणत होता.

बार्बारोसा

हिटलर सोव्हिएत युनियनवर तातडीनं आक्रमण करेल, असं स्टॅलिनला वाटत नव्हतं. आपलं जर्मनीशी युद्ध झालंच तरी ते १९४२-४३ सालच्या सुमाराला होईल अशी त्याची कल्पना होती. त्याच्या हाती एका गुप्तचराचा संभाव्य जर्मन आक्रमणाविषयीचा अहवाल आला असला तरी त्यानं त्याकडे साफ दुर्लक्ष केलं. हा अहवाल पाठवणारा माणूस महामूर्ख आहे, असं त्याचं मत होतं. आपल्याशी केलेला करार हिटलर सहजासहजी मोडणार नाही, असं त्याला वाटत होतं. त्याच्या गोतावळ्यामधल्या सहकाऱ्यांचंही असंच मत होतं. साहजिकच जर्मनीच्या आक्रमणाला तोंड देण्यासाठी त्याची फारशी तयारी नव्हती. तसंच जरी हा हल्ला झालाच तरी आपण फार तर आपली बचावफळी उभी करून ठेवावी, असं त्यानं ठरवलं होतं. म्हणजेच जर्मन सैन्य आपल्या भूमीत घुसलं तर त्याला विरोध करण्याइतकाच प्रतिकार करण्याची त्याची तयारी होती. चहूबाजूंनी जर्मन सैन्याला घेरून जेरीला आणण्यासाठीची कसलीच योजना त्याच्याकडे नव्हती. सोव्हिएत लष्कराची तयारी बेताचीच असल्याचं कारण यामागे होतं. आपल्याला दगाफटका करण्याच्या संशयापोटी देशद्रोहाचा आरोप ठेवून स्टॅलिननं रशियामधल्या अनेक लष्करी अधिकाऱ्यांना अटक करवून ठार केलं होतं. यामुळे सोव्हिएत लष्कराची अवस्था फार चांगली नव्हती. म्हणूनच जर्मन हल्ला सोव्हिएत युनियनला गोत्यात आणू शकेल, अशी परिस्थिती होती.

हिटलरनं आखलेल्या 'बार्बारोसा' मोहिमेअंतर्गत २२ जून १९४१ या दिवशी सुमारे ३० लाखांहून जास्त जर्मन सैनिक सीमारेषा ओलांडून सोव्हिएत युनियनच्या भूमीत दाखल झाले. १२९ वर्षांपूर्वी बरोबर याच दिवशी नेपोलियनची फ्रेंच सेना रशियामध्ये घुसली असल्याचा उल्लेख गोबेल्सनं आपल्या दैनंदिनीत केला. आता जर्मन लष्कराच्या दिमतीला ३६०० रणगाडे, ६ लाख युद्धसज्ज वाहने, ७००० तोफा आणि इतर दारूगोळा, २५०० लष्करी विमाने असा ऐवज होता. याखेरीज

६.२५ लाख घोडेही सैनिकांच्या प्रवासासाठी उपलब्ध होते. आपला गड राखण्यासाठी सोव्हिएत युनियननं ३० लाख सैनिक उभे केले होते. त्यांच्याकडे २००० आधुनिक रणगाड्यांसह एकूण साधारण १५००० रणगाडे होते, ३४००० तोफा आणि इतर दारूगोळा तर सुमारे ८००० लष्करी विमानं होती. अर्थात सोव्हिएत लष्कराकडे अत्याधुनिक शस्त्रास्त्रं नव्हती, सोव्हिएत सैनिकांना पुरेसं प्रशिक्षण मिळालेलं नव्हतं आणि तिच्या लष्करामधले अधिकारी अननुभवी होते. गेली काही वर्षं सातत्यानं युद्धाची तयारी किंवा प्रत्यक्ष युद्ध करणाऱ्या जर्मन लष्करासमोर सोव्हिएत लष्कर अगदीच दुबळं होतं. अशा परिस्थितीत दुसरं महायुद्ध खऱ्या अर्थानं सुरू झालं!

वरची आकडेवारी बघितली तर सोव्हिएत युनियनकडे जर्मनीच्या तुलनेत जास्त शस्त्रसाठा आणि इतर युद्धसामग्री होती हे अगदी स्पष्टपणे दिसून येईल. असं असूनही सुरुवातीला जर्मनीनं मारलेली जोरदार धडक बघून सोव्हिएत युनियनच्या लष्कराची परिस्थिती दुय्यम दर्जाची असल्याचा हिटलरचा आत्मविश्वास खरा ठरण्याची चिन्हं दिसायला लागली. आपण सोव्हिएत युनियनला नुसतं नमवू असंच नाही; तर विलक्षण वेगानं आपण हा विजय संपादित करू, असं वारंवार हिटलरनं म्हटलं होतं. त्याची प्रचिती येणार असं अगदी सुरुवातीला तरी वाटलं. ज्या धडाक्यानं जर्मनीनं सोव्हिएत युनियनवर हल्ला केला, तो बघून सगळेच आश्चर्यचकित झाले. जुलै महिन्याचा पहिला आठवडा संपायच्या आतच लिथुआनिया आणि लॅटव्हिया या देशांवर जर्मनीचं नियंत्रण प्रस्थापित झालं. लेनिनग्राडच्या दिशेनं कूच करणाऱ्या जर्मन तुकड्यांनीसुद्धा खूप मोठी मजल मारली. मिन्स्क या महत्त्वाच्या भागाभोवती जर्मन सैनिकांचा विळखा पडला होता. जर्मन आक्रमणामुळे सोव्हिएत युनियनला प्रचंड नुकसान सोसावं लागलं. यात खूप मोठ्या प्रमाणावर झालेल्या प्राणहानीचा समावेश होता. खरं म्हणजे स्टॅलिननं वेगानं पावलं उचलून याला प्रतिबंध करायला हवा होता. हिटलरकडून सोव्हिएत युनियनला लष्करी धोका पोहोचू शकतो, ही गोष्ट त्यानं अजिबातच मान्य केली नव्हती. हिटलरला खरं म्हणजे ब्रिटिशांशीच लढायचं आहे आणि आपल्याशी तो समझोता करेल, अशा भ्रमापोटी तो गाफील राहिला. फार फार तर जर्मनी कदाचित आपल्या ताब्यातल्या काही प्रदेशांवर आपला हक्क सांगेल आणि चर्चेच्या माध्यमातून हा प्रश्न सुटेल, असं त्याला वाटत राहिलं. साहजिकच अत्यंत अनपेक्षितपणे जर्मनीनं केलेला हा हल्ला त्याला अक्षरशः झोपेतून खडबडून उठवणाराच ठरला. सोव्हिएत लष्कराच्या मजबुतीकडे आणि त्याच्या आधुनिकीकरणाकडे स्टॅलिननं पूर्ण दुर्लक्ष केलं होतं. आपली एकहाती सत्ता भरभक्कम करण्यासाठी आणि लष्कराकडून किंवा इतर कुणाकडून आपल्याला दगाफटका होऊ नये यासाठी सातत्यानं स्टॅलिननं त्याला डोईजड होऊ शकणाऱ्या लोकांचं पार खच्चीकरण केलं होतं. अशा बहुतेक सगळ्या लोकांना देशद्रोहाच्या

आरोपांखाली छळछावण्यांमध्ये मरणासन्न अवस्थेत जगावं तरी लागे किंवा त्यांना लगेचच संपवलं जाई. आपल्या या आततायी कृत्यांचा सोव्हिएत युनियनच्या सुरक्षिततेवर किती दुष्परिणाम होतो आहे, याची स्टॅलिनला जाणीव किंवा फिकीरसुद्धा नव्हती. साहजिकच सोव्हिएत लष्कर अजिबातच युद्ध करण्याच्या तयारीत नव्हतं. अनपेक्षितपणे आपल्यावर होणाऱ्या आक्रमणाला तोंड देण्याचं सामर्थ्य तर त्यात अजिबातच नव्हतं. चुकीच्या ठिकाणी लष्करी तुकड्या शत्रूच्या हातून सहजपणे मरण्यासाठी किंवा अटक होण्यासाठी हजर होत्या. काही महिन्यांमध्येच तब्बल तीस लाख सोव्हिएत सैनिकांना जर्मनीनं युद्धकैदी बनवलं! यांपैकी बहुतेक जणांचे हाल करण्यात आले. अनन्वित छळामुळे त्यामधल्या बहुतेक जणांचा मृत्यू झाला. कहर म्हणजे इतक्याच संख्येनं सोव्हिएत सैनिक जर्मन आक्रमणात ठारसुद्धा झाले होते! आंतरराष्ट्रीय पातळीवरचे सगळे संकेत धुडकावून लावत जर्मन लष्करानं आपल्या शत्रूंना अमानवी वागणूक देण्याचा नुसता उच्छाद मांडला. हे फक्त सोव्हिएत सैनिकांपुरतंही मर्यादित नव्हतं. सर्वसामान्य सोव्हिएत नागरिकांनासुद्धा अशीच वागणूक देण्यात आली. १९४१ सालचा जून महिना ते १९४५ सालचा फेब्रुवारी महिना या काळात तब्बल ५७ लाख सोव्हिएत सैनिकांना जर्मनीनं युद्धकैदी बनवलं. यांपैकी ३३ लाख सोव्हिएत सैनिक भूक आणि आजार यामुळे मरण पावले! ब्रिटिश किंवा अमेरिकी लष्कराच्या ताब्यात आलेल्या सोव्हिएत सैनिकांना दिल्या जाणाऱ्या वागणुकीपेक्षा एकदम वेगळी आणि क्रूर वागणूक सोव्हिएत सैनिकांना या खेपेला अनुभवायला मिळाली. त्यांना बहुतेक वेळा खायला अन्न दिलं जात नसे. त्यांच्या डोक्यावर छत नसे. उघड्या पण चारी बाजूंनी तारांची कुंपणं असलेल्या मैदानांमध्येच सोव्हिएत युद्धकैद्यांना ठेवलं जाई. आठवडाभर अन्नपाण्याविना ठेवल्यानंतर त्यांच्यावर पाळत ठेवणारे जर्मन सैनिक त्यांच्याकडे अगदी मोजक्या अन्नाची पुडकी फेकत आणि त्यातला वाटा मिळवण्यासाठी आपसात झुंजणाऱ्या सोव्हिएत युद्धकैद्यांची दारुण अवस्था मजेत बघत बसत. कित्येकदा या युद्धकैद्यांमध्ये आणखी पळापळ घडवण्यासाठी जर्मन सैनिक त्यांच्यावर अंदाधुंद गोळीबार करत. साथीचे रोगही या युद्धकैद्यांमध्ये वेगानं पसरत. मरणाची भूक, रोगराई आणि हताश भावना यामुळे युद्धकैदी नाइलाजानं आपल्यापैकी मरण पावलेल्या साथीदारांचे अवयव रात्री कापून काढत. ते भाजून खाऊन तरी आपण जिवंत राहू, अशी आशा वाटत असल्यामुळे असा अमानवी प्रकार त्यांना करावा लागे.

जर्मनीचं आक्रमण सुरू झाल्यादिवशी लगेचच सकाळी स्टॅलिनला सोव्हिएत लष्करप्रमुखानं फोन करून उठवलं आणि त्याला या घटनेची माहिती दिली. सुरुवातीला स्टॅलिनचा यावर विश्वासच बसला नाही. आपण काहीतरी चुकीचं ऐकलं असावं असं त्याला वाटलं. कदाचित हिटलरच्या विरोधात त्याच्या लष्करी अधिकाऱ्यांनी

बंड करून सत्ता स्वतःकडे घेतली असावी आणि आपल्यावर आक्रमण केलं असावं, असं त्याचं मत झालं. तसं नसेल तर अधूनमधून जसे अनेक देश उगीचच सनसनाटी निर्माण करण्यासाठी एकमेकांच्या सीमांवर चकमकी घडवून आणतात तसा हा प्रकार असावा, असं त्याला वाटलं. त्यानं जपानची मदत मागण्याचा सल्ला आपल्या सहकाऱ्यांना दिला. कदाचित जपान यात मध्यस्थी करू शकेल असं त्याला वाटलं असावं. त्यानं आपल्या सहकाऱ्यांची बैठक बोलावली. त्यात गोंधळाचं वातावरण होतं. असंच वातावरण पहिले काही दिवस कायम राहिलं. जर्मन सैनिक नक्की कुठपर्यंत पोहोचले आहेत आणि आपले सैनिक कुठे आहेत, हेसुद्धा सोव्हिएत युनियनला नीटसं समजत नव्हतं. याचं कारण म्हणजे संदेशवहनात काही कारणामुळे असंख्य अडचणी येत होत्या.

२३ जूनच्या दुपारी बर्लिनमधला आपला मुक्काम हलवून हिटलर पूर्व प्रशियामध्ये दाखल झाला. त्याआधी युद्धाच्या पहिल्याच दिवशी आपल्या लष्करानं सोव्हिएत लष्कराची तब्बल एक हजार विमानं नष्ट केल्याची शुभवार्ता त्याच्या कानांवर आली. आधीच्या विजयी युद्धांप्रमाणेच पुढचे काही आठवडे हिटलर नव्यानं जिंकलेल्या प्रदेशांचा फेरफटका मारेल आणि त्यानंतर बर्लिनला परतेल, असा सगळ्यांचा अंदाज होता. स्वतः हिटलरलाही तसंच वाटलं. त्याच्या अनेक चुकांमधली ही एक चूक ठरली. पुढची साडेतीन वर्षं हिटलरला जवळपास पूर्णपणे तिथंच काढावी लागली. त्यानंतरही उद्ध्वस्त देशामधला उद्विग्न माणूस म्हणून त्याला तिथून निघून जाणं भाग पडलं. आता रास्तेनबर्ग नावाच्या छोट्या गावापासून आठ किलोमीटर्स अंतरावरच्या उदास पर्वतराशींमध्ये 'लांडग्याचं घर' म्हणून नंतर प्रसिद्ध झालेल्या भागात हिटलर राहत असे. आपल्या 'ॲडॉल्फ' नावातून 'वूल्फ' (लांडगा) हा शब्द त्यानं उचलला होता असं म्हणतात आणि म्हणून आपल्या या भागाला त्यानं असं नाव दिलं होतं, असा समज आहे. १९२० च्या दशकापासूनच आपण ताकदवान असल्याचं सूचित करण्यासाठी तो स्वतःला लांडगा म्हणवून घेत असे. हिटलर आणि त्याचे सहकारी यांच्यासाठी इथं दहा बंकर्स तयार करण्यात आली होती. या बंकर्सवर दोन मीटर्सचं काँक्रीटचं छत असल्यामुळे बॉम्बहल्ल्यांपासूनही त्यांना तसा धोका नव्हता. ही बंकर्स कुणाला सहजपणे दिसू नयेत अशी त्यांची रचना होती. उत्तरेकडचं सगळ्यात टोकाचं बंकर हिटलरचं होतं. थेट सूर्यप्रकाशाचा त्याला त्रास होणार नाही अशा पद्धतीनं त्याच्या काचांची दिशा ठरवण्यात आली होती. आपल्या लष्करी सहकाऱ्यांबरोबर बैठक होऊ शकेल, अशा प्रकारची प्रशस्त जागा हिटलरच्या बंकरमध्ये होती.

दररोज दुपारी एका बंकरमध्ये रशियावरच्या हल्ल्याच्या परिस्थितीसंबंधीची चर्चा करण्यासाठी हिटलरची आपल्या वरिष्ठ लष्करी अधिकाऱ्यांबरोबर बैठक होत

असे. कधीकधी ही दोन ताससुद्धा चालत असे. त्यानंतर दुपारी दोन वाजता सगळे जेवण करत. नेहमीप्रमाणेच हिटलर शाकाहार घेत असे. लष्करेतर चर्चा तो दुपारनंतरच करत असे. संध्याकाळी पाच वाजता कॉफी घेऊन येण्याचे आदेश त्यानं आपल्या सहायकांना दिले होते. या कॉफीपानादरम्यान जो माणूस सगळ्यात जास्त केक्स खाऊन दाखवेल त्याचं हिटलर कौतुक करे! त्यानंतर दिवसभराच्या लष्करी घडामोडींसंबंधीची दुसरी चर्चा होई. संध्याकाळी ७.३० वाजता सुरू झालेलं रात्रीचं भोजन कित्येकदा दोन तास चाले. यानंतर नेहमीप्रमाणे हिटलर चित्रपटांचा आस्वाद घेई. इथं हिटलरचा दिवस संपत नसे. अनेक लोकांना आता गोळा केलं जाई. चहापानाबरोबर त्यांना हिटलरची एकट्याची बडबड ऐकून घ्यावी लागे. स्वगताप्रमाणेच हिटलर बोलत राही आणि इतर सगळे माना डोलावत त्याचं बोलणं निमूटपणे ऐकून घेत. कंटाळून गेल्यानंतरही त्यांच्यासमोर दुसरा पर्यायच नसे. कधीकधी तर हा सगळा प्रकार संपेपर्यंत पहाटही उजाडे. सुरुवातीच्या काळात या ठिकाणचं वातावरण तसं उत्साही आणि आशादायक असे. लोक हास्यविनोदही करत. अजून युद्धाचे खरे ढग जमा झाले नव्हते. कुणाच्या तोंडून निघालेला एखादा शब्दसुद्धा हिटलरचं सोव्हिएत युनियनवरच्या हल्ल्याविषयीचं स्वगत सुरू होण्यासाठी पुरेसा असे. ज्या ठरावीक ठिकाणी हिटलर नेहमी बसायचा, त्याच्या अगदी समोर सोव्हिएत युनियनचा भलामोठा नकाशा टांगण्यात आला होता. त्याकडे बघून हिटलर बोल्शेविक धोका संपवणं किती गरजेचं आहे, याविषयी एकटाच बऱ्याचदा बोलत राही. तसंच सोव्हिएत युनियनवर आत्ताच हल्ला चढवणं किती गरजेचं होतं आणि एक वर्षभर थांबून हा हल्ला केला असता तर कसा खूप उशीर झाला असता, याविषयीसुद्धा तो सातत्यानं भाष्य करे. एकदा 'आपण चार आठवड्यांमध्ये मॉस्कोमध्ये असू ... मॉस्को जमीनदोस्त झालेलं असेल ...' अशी दर्पोक्तीसुद्धा त्यानं केली. फक्त हिटलरचंच असं मत होतं असं नाही. अमेरिकी नौदलाशी संबंधित असलेल्या मंत्र्यानं २३ जून या दिवशी अमेरिकी राष्ट्रपती फ्रँकलिन रुझवेल्टला पाठवलेल्या संदेशात ६-८ आठवड्यांच्या काळात रशियाचा घास हिटलर गिळेल, असं म्हटलं होतं. ब्रिटिश गुप्तचरांनी तयार केलेल्या एका अहवालातसुद्धा सोव्हिएत लष्कराची दुरवस्था बघता, जर्मनीसमोर त्यांचा फारसा टिकाव लागणार नाही, असं मत व्यक्त करण्यात आलं होतं.

८ जुलै या दिवशी गोबेल्स हिटलरची भेट घेण्यासाठी आला तेव्हा हिटलर एकदम उत्साहात होता. सोव्हिएत लष्कराचा दोन तृतीयांश हिस्सा तसंच त्यांच्याकडचे पाच षष्ठांश रणगाडे, तसंच विमानं ही युद्धसामग्री नष्ट झाल्याचं हिटलरनं गोबेल्सला सांगितलं. आपल्या लष्करी सहकाऱ्यांशी बोलल्यानंतर सोव्हिएत युनियनला आपण पराभूत केल्यातच जमा असल्याचं हिटलरचं मत झाल्याची नोंद गोबेल्सनं केली.

आता सोव्हिएत युनियनबरोबर समझोत्याची भाषा करण्याची गरज अजिबातच उरली नाही, असं हिटलर आणि गोबेल्स यांना वाटलं. अर्थात यानंतर एका महिन्यातच त्यांचं हे मत साफ बदलणार होतं. सध्या मात्र सोव्हिएत युनियनचे तुकडे पडतील, पूर्वेकडून जपानही सोव्हिएत युनियनवर हल्ला करेल आणि त्यानंतर आपोआपच इंग्लंडला आपण नमवू, अशी स्वप्नं ते दोघं रंगवत होते. दरम्यान आणखी ३५०० सोव्हिएत लष्करी विमानं आणि १००० सोव्हिएत रणगाडे नष्ट झाल्याची आनंदवार्ता हिटलरच्या कानांवर आली. आता मात्र सोव्हिएत सैनिक जर्मनांच्या हाती लागून आपले हाल करून घेण्यापेक्षा मरण आलं तरी बेहत्तर असं समजून, शेवटपर्यंत लढण्याचं धोरण स्वीकारत होते. आता पहिल्यांदाच जर्मन लोकांपर्यंत सोव्हिएत लष्कराच्या होत असलेल्या नुकसानाविषयीच्या तपशीलवार खबरी पोहोचवण्याचे आदेश हिटलरनं गोबेल्सला दिले. यामुळे जर्मन जनतेमध्ये उत्साह पसरेल असं हिटलरला वाटत होतं; पण प्रत्यक्षात मात्र लोकांनी अत्यंत निरुत्साहानं या बातम्यांकडे साफ दुर्लक्ष केलं. सातत्यानं युद्ध आणि त्यामधला विजय, याचा अतिरेक लोकांना कंटाळून सोडत होता. यामुळे गोबेल्स एकदम भडकला. तरीही युद्धभूमीवरून येत असलेल्या आनंददायी बातम्या ऐकून हिटलर आणि त्याचे सगळे सहकारी एकदम खूष झाले होते. आपण हे युद्ध स्वतःहून छेडलेलं नसून, सोव्हिएत युनियनच्या धोक्याला आणि आक्रमकतेला रोखण्यासाठी आपण आपल्या बचावासाठी उचललेलं हे पाऊल असल्याचा प्रचार हिटलरनं केल्यामुळे जर्मन जनतेलाही त्यात काही वावगं वाटत नव्हतं. आता तर सोव्हिएत युनियनचं कंबरडं पार मोडलं असल्याचं सूचित करणाऱ्या बातम्या यायला लागल्यामुळे आपण काही आठवड्यांमध्येच बार्बारोसा मोहीम गुंडाळून टाकू, अशी दर्पोक्ती अनेक जर्मन लष्करी अधिकारीसुद्धा करायला लागले. जर्मनीच्या या घोडदौडीमुळे नेपोलियननंतर सगळ्यात जास्त युरोपीय भूमीवर ताबा मिळवणारा नेता म्हणून हिटलरचा शाब्दिक गौरव काही जणांनी केला.

रशियातले, तसंच युक्रेनमधलेही सगळे लोक अत्यंत बेशिस्त आणि आळशी आहेत, असं हिटलर वारंवार म्हणे. या सगळ्या लोकांना फक्त वर्चस्व गाजवणाऱ्यासमोर गुरांसारखं राबायला जमतं आणि आपण याचा फायदा उठवून त्यांना गुलामांसारखं राबवून घेतलं पाहिजे, असं त्याचं स्वप्न होतं. त्यांना फक्त चाबकाची भाषा कळते, कामाचं महत्त्व त्यांना अजिबातच समजत नाही, अशा प्रकारची अनेक मतंही हिटलर वारंवार मांडे. अशा लोकांना एकत्र आणून एवढी मोठी सत्ता उभी करण्याचं दिव्य स्टॅलिनला जमलं यासाठी तो स्टॅलिनचं कौतुकही करे! स्टॅलिनच्या क्रूरपणाचा त्याला आदर वाटे. एकूण सगळा उरफाटा प्रकारच होता. ब्रिटिशांचा हिटलरला विलक्षण राग असला तरी ज्या प्रकारे त्यांनी सगळ्या जगावर आपलं वर्चस्व निर्माण

केलं होत, त्याचं त्याला खूप कौतुक होतं. इतक्या छोट्या देशानं अनेक देशांना नमवावं आणि आपल्या वसाहती म्हणून त्यांच्यावर अंकुश ठेवावा, यातच त्यांची महानता दिसून येते, असं तो मानत असे. खास करून ज्याप्रकारे छोट्याशा इंग्लंडनं भल्यामोठ्या भारताला पारतंत्र्यात ढकललं होतं, त्याचप्रकारे जर्मनीसुद्धा सोव्हिएत युनियनला आपली वसाहत बनवू शकते, असं त्याचं मत होतं. रशियन लोकांना अगदी जुजबी शिक्षण मिळेल याची तजवीज करावी आणि त्यांना कामगार वर्गातल्या लोकांसारखं राबवावं, यासाठीच्या योजना तो आत्तापासून आखत होता. ऑगस्ट महिन्याच्या सुरुवातीला सलग तीन रात्री हिटलरनं इंग्लंडच्या भारतावर असलेल्या वर्चस्वाशी तुलना जर्मनीनं सोव्हिएत युनियनवर ज्या प्रकारे वर्चस्व प्रस्थापित केलं पाहिजे असं त्याच्या डोक्यात होतं, त्यासंबंधी बोलण्यात घालवल्या. सोव्हिएत युनियनमधल्या नैसर्गिक साधनसंपत्तीचा वापरही आपण करू शकतो याची जाणीव असल्यामुळे, तो खुशीत होता. इथंही त्याला इंग्लंडनं भारताची केलेली लूट नजरेसमोर दिसत होती.

एकीकडे हे सगळे कल्पनांचे मनोरे उभे केले जात असले तरी हळूहळू बार्बारोसा मोहीम अगदी आपल्याला हवी तशी पुढे जात नसल्याचं कटू सत्य सगळ्यांच्या लक्षात येत गेलं. सुरुवातीपासूनच मॉस्कोवर लक्ष केंद्रित न करता लेनिनग्राड आणि परिसर इथं जर्मन लष्करानं आधी आपला वरचष्मा गाजवला पाहिजे, असं हिटलरचं मत होतं. त्याच्या काही लष्करी अधिकाऱ्यांना मात्र हे पसंत नसल्याचा उल्लेख मागे आलाच आहे. जर्मन लष्करातल्या वरून दुसऱ्या सगळ्यात महत्त्वाच्या पदावर असलेल्या हाल्दरनं वारंवार हिटलरला याविषयी सांगून बघण्याचा अयशस्वी प्रयत्न केला. जर्मनीनं सोव्हिएत लष्कराची ताकद खूप कमी लेखली असल्याचं वारंवार दिसून यायला लागलं. यामागचं एक मुख्य कारण म्हणजे सोव्हिएत लष्कराला पुरवली जाणारी रसद आणि युद्धसामग्री तयार करण्यासाठीचे कारखाने हे सगळं मॉस्कोजवळ होतं. मॉस्को परिसरात जर्मन लष्कराचं अस्तित्वसुद्धा नसल्यामुळे सोव्हिएत युनियनच्या नाड्या आवळण्यासाठी जर्मनीला काहीच करता येत नव्हतं. तसंच सोव्हिएत युनियनच्या लष्करावर मोठे हल्ले करूनसुद्धा त्याची ताकद संपतच नाही, अशी चिन्हं दिसायला लागल्यामुळे जर्मन लष्कराचं मनोधैर्य खचण्याचा धोका निर्माण होत होता. त्यातच जर्मन हवाई दलाचंही सोव्हिएत युनियनवरच्या आक्रमणामुळे बरंच नुकसान होऊन त्याच्याकडे जुलै महिन्याच्या अखेरीला फक्त १०४५ विमानं शिल्लक होती. साहजिकच उशिरानं हिटलरनं मॉस्कोवर हवाई हल्ले करण्याचे आदेश आपल्या हवाई दलाला दिलेले असले तरी त्यासाठी पुरेशी विमानंच नव्हती. तरीही पुढच्या काही महिन्यांमध्ये जर्मन हवाई दलानं मॉस्कोवर ७५ हवाई हल्ले केले. त्यांचा काहीच उपयोग झाला नाही. एखाद्या

गेंड्याला टाचणी टोचावी तितपतच याचा उपयोग झाला. सोव्हिएत लष्कराची युद्धसामग्री तयार करण्याची क्षमता अफाट होती. ती बेचिराख करण्यासाठी जर्मनीकडे पुरेशी ताकद नसल्याचं साफ दिसून आलं. जर्मनीच्या पायदळाला तर सततच्या चकमकींमुळे प्रचंड थकवा आला होता. सैनिकांना विश्रांतीची गरज असली तरी परिस्थिती बघता ते शक्य नव्हतं. सुरुवातीच्या योजनेनुसार साधारण वीस दिवस आक्रमण केल्यानंतर सैनिकांना विसावा घेता येईल असा जर्मन लष्करी अधिकाऱ्यांचा अंदाज होता; पण आता तो साफ चुकीचा ठरला. चाळीस दिवस उलटून गेल्यानंतर आणि बार्बारोसा मोहिमेचा पहिला टप्पासुद्धा संपलेला नसताना सैनिकांना विश्रांती मिळण्याची अजिबातच चिन्हं दिसत नव्हती. तसंच २.१३ लाख जर्मन सैनिक तसंच अधिकारी मृत्यू, जखमा किंवा शत्रूच्या ताब्यात सापडणं यामुळे युद्धभूमीवर उतरू शकत नव्हते. त्यातच इंधन आणि इतर रसद यांचा तुटवडा जर्मन लष्कराला भेडसावायला लागला होता. यामुळे मॉस्कोवर आणखी हल्ले करण्याचा बेत पुढे ढकलून हिटलरनं आपलं सगळं लक्ष लेनिनग्राडवर केंद्रित करण्याचे आदेश आपल्या लष्कराला दिले. हाल्दर या लष्कर उपप्रमुखाचा दृष्टिकोन मात्र अगदी याच्या उलट होता. मॉस्कोवर शक्य तितक्या ताकदीनं मारा केला तर त्यामुळे सोव्हिएत युनियनला सगळीकडे मिळत असलेली रसद बंद होईल आणि देश अडचणीत येईल, असा त्याचा होरा होता. तसंच मॉस्कोच्या रक्षणासाठी सोव्हिएत युनियन आपली सगळी ताकद पणाला लावेल आणि आपलं लष्करही तिकडे वळवेल, असंही त्याला वाटत होतं. तसंच या मध्यवर्ती शहरामधली दूरसंचार यंत्रणा नष्ट करण्यात आपल्याला यश आलं आणि तिथली महत्त्वाची केंद्रं आपल्याला ताब्यात घेता आली किंवा नष्ट करता आली तर त्यामुळे सोव्हिएत युनियनमध्ये प्रचंड खळबळ माजेल आणि या गोंधळाचा आपल्याला फायदा उठवता येईल, असंही त्याचं मत होतं. असं घडलं नाही तर लवकरच सुरू होणाऱ्या हिवाळ्यामध्ये आपल्याला आपलं आक्रमण थांबवावं लागेल; याचा फायदा उठवून सोव्हिएत युनियन वेगानं आपल्या लष्कराची पुनर्बांधणी करेल आणि आपला विजय अवघड होईल, अशी भीतीसुद्धा त्याला वाटत होती. हिटलरच्या मनातही आपल्या या निर्णयाविषयी काही काळ चलबिचल झाली खरी; पण शेवटी तो पुन्हा आपल्या लेनिनग्राडवरच्या आक्रमणाच्या निर्णयाकडेच वळला.

हिटलर आपलं म्हणणं ऐकत नसल्यामुळे जर्मन लष्कराचा उपप्रमुख हाल्दर लष्करप्रमुख ब्रॉश्टिशकडे गेला. त्याचाही काही उपयोग झाला नाही. शेवटी नाइलाजानं जर्मन लष्करानं आपली मोहीम आधीप्रमाणेच सुरू ठेवली. आतापर्यंत आपण सोव्हिएत लष्कराच्या ताकदीला खूप कमी लेखण्याची घोडचूक केली असल्याचं जर्मन लष्करामधल्या वरिष्ठ अधिकाऱ्यांच्या लक्षात आलं होतं. आपण सातत्यानं

सोव्हिएत लष्करावर हल्ले केले तरी नव्यानं सोव्हिएत लष्कराकडे सैनिकांच्या तुकड्या हजर असतातच, हे आता त्यांना उमगलं. तसंच सुरुवातीच्या अत्यंत कमकुवत प्रतिकाराऐवजी आता सोव्हिएत सैनिक आक्रमकपणे आणि चिवटपणे आपल्याशी लढत असल्याची भावना त्यांना अस्वस्थ करत होती. ऑगस्टच्या पहिल्या महिन्यात ताण असह्य झाल्यामुळे हिटलर आजारी पडला आणि त्याचं पोट बिघडल्यामुळे त्याला जुलाबांचा त्रास सुरू झाला. खरं म्हणजे हिटलरचा आहार आणि त्याची जीवनशैली बघता, तो इतके दिवस कसा काय बऱ्यापैकी तंदुरुस्त राहू शकला, हेच एक आश्चर्य होतं. आता मात्र हे सगळं साठून आलं. हिटलरचा इसीजी काढण्यात आला, तेव्हा त्यात त्याच्या हृदयाच्या रक्तवाहिन्या कडक होत चालल्या असल्याचं डॉक्टरच्या लक्षात आलं. तसंच त्याचा रोगविभ्रमही (hypochondria) अजिबातच कमी झाला नाही. यामुळे अचानकपणे हिटलरचा कणखरपणाही कमी झाला. १८ ऑगस्टला गोबेल्सशी बोलताना त्यानं चक्क स्टॅलिनशी युद्धबंदीविषयी चर्चा करण्याचा विषय काढला. हे ऐकून गोबेल्सला प्रचंड धक्काच बसला. हिटलरला माहीत नसलेली एक महत्त्वाची गोष्ट म्हणजे यापूर्वी जुलै महिन्यातच स्टॅलिननं सोव्हिएत युनियनचा मोठा भाग जर्मनीच्या अधिपत्याखाली द्यायला तयार असल्यासंबंधीचा करार करून युद्ध संपवण्यासाठी हिटलरशी संपर्क साधायचं ठरवलं होतं. त्यानं ऐन वेळी आपला विचार बदलला. आता मात्र हिटलर जरा सैरभैर झाल्यासारखा बोलत होता. सोव्हिएत युनियनला आपण सहजासहजी नमवू शकणार नाही हे लक्षात आल्यानंतर आणि आजारी पडल्याच्या मनःस्थितीत हिटलरनं कदाचित स्टॅलिनच युद्धबंदीचा प्रस्ताव घेऊन आपल्याकडे येईल किंवा इंग्लंडमध्ये चर्चिल शांततेसाठी प्रयत्न सुरू करेल, अशा प्रकारची भाषा सुरू केली.

काही काळातच हिटलरची तब्येत सुधारली. मॉस्कोवरचं लक्ष हटवून युक्रेनमधल्या काईव्ह शहराकडे जर्मन फौजांनी कूच केलं होतं. २५ सप्टेंबरला युक्रेनवर जर्मनीनं ताबा मिळवला. काईव्ह शहर त्याच्या सहा दिवस आधीच जर्मनीनं जिंकलं होतं. या आक्रमणात सोव्हिएत युनियनचं खूप नुकसान झालं. तब्बल साडेसहा लाखांहून जास्त सोव्हिएत कैद्यांसह जर्मनीनं ८८४ रणगाडे आणि इतर युद्धसामग्री आपल्या घशात घातली. युक्रेन, क्रायमिया या प्रांतांमध्ये जर्मनीचा विजयोत्सव साजरा झाला. यामुळे हिटलरचा मूड एकदम बदलला. सोव्हिएत युनियनचं लष्कर आपल्याला कडवी लढत देत असल्याच्या भावनेमुळे अस्वस्थ झालेला हिटलर आता या युद्धाची दिशा आपल्याला अनुकूल होणार असल्याच्या समजुतीमुळे खूष झाला. आता पुढच्या तीन-चार आठवड्यांमध्ये आपल्याला सोव्हिएत युनियनमध्ये इतरत्रही सहजपणे विजय संपादित करता येईल, असा आत्मविश्वास त्याच्यामध्ये परतला. ऑक्टोबरच्या मध्यापर्यंत सोव्हिएत युनियनची पीछेहाट होईल, असं त्याला वाटायला

लागलं. आता खार्कोव्ह, तिथून स्टॅलिनग्राड आणि डॉन या भागांकडे कूच करून हा सगळा औद्योगिक भाग आपल्या आधिपत्याखाली आणण्यासाठी तो उतावीळ झाला. कारण इथूनच कोळशाचा पुरवठा सोव्हिएत लष्कराला केला जात होता. तो तोडण्यात आपल्याला यश आलं की सोव्हिएत लष्कर अडचणीत येणार, असा हिटलरचा अंदाज होता. बोल्शेविकवादाचा ज्या लेनिनग्राडमध्ये जन्म झाला, त्याच लेनिनग्राडमध्ये त्याचा अंत होणार, असं हिटलरनं आत्मविश्वासानं म्हणायला सुरुवात केली. हे गाव पूर्णपणे बेचिराख करायचं आणि तिथल्या जनतेचे हाल करायचे, असे त्याचे मनसुबे होते. एकदा का हे घडलं, की आपण मॉस्कोपर्यंत धडकण्यासाठी पूर्ण ताकदीनं प्रयत्न सुरू करायचे, असं त्यानं ठरवलं. १५ ऑक्टोबरपर्यंत मॉस्कोला वेढा घालण्यासाठीच्या योजना आखण्याचे आदेश त्यानं लष्कराला दिले. एकदा यात यश आलं की, स्टॅलिन आपल्यासमोर गुडघे टेकेल, असा त्याचा होरा होता. अर्थातच या परिस्थितीत स्टॅलिन नक्की काय करेल याचा त्याला अंदाज नव्हता. तो शरण येईल का शांततेसाठी करार करण्याची विनंती करेल, हे हिटलरला माहीत नव्हतं. एकूण सगळं चित्र आता अत्यंत उत्साहवर्धक आणि आशादायी असल्याचं त्यानं गोबेल्सला सांगितलं. जाताजाता त्यानं गोबेल्सपाशी रशियन थंडीतसुद्धा जर्मन लष्कर टिकाव धरून राहण्यासाठीची सगळी तयारी झालेली असल्याचा उल्लेखसुद्धा केला. हा त्याचा मोठा गैरसमज ठरला.

यादरम्यान खरोखरच जर्मन सैनिक आता लवकरच मॉस्कोला वेढा घालतील अशी भीती खुद्द स्टॅलिनलाही वाटायला लागली. इतर अनेक सर्वसामान्य नागरिकांप्रमाणेच मॉस्को सोडण्याचे बेत त्यानं आखले होते. प्रत्यक्षात स्टॅलिननं असं केलं असतं तर सोव्हिएत युनियनसाठी गंभीर परिस्थिती निर्माण झाली असती. अगदी मोक्याच्या क्षणी सोव्हिएत युनियनमधला एकमेव आणि सर्वोच्च नेता मॉस्कोमधून पळ काढतो आहे असं लोकांना दिसलं असतं तर, सोव्हिएत लष्कराचं उरलेलं अवसान पार गळालं असतं. बहुधा यामुळे सोव्हिएत लष्करानं जर्मनीपुढे शरणागती पत्करली असती. तसंच सोव्हिएत युनियन म्हणजेच स्टॅलिन आणि स्टॅलिन म्हणजेच सोव्हिएत युनियन, अशी सगळ्या जगाची समजूत असल्यामुळे ज्या अर्थी स्टॅलिन पळाला त्या अर्थी सोव्हिएत युनियन शरण आलं, असं सगळ्यांना वाटलं असतं. साहजिकच प्रत्यक्ष युद्ध लढण्याच्या दृष्टीनं स्टॅलिनच्या मॉस्कोमधल्या उपस्थितीचा सोव्हिएत युनियनला तसा फारसा उपयोग झालेला नसला तरी मनोधैर्य कायम राखण्याच्या दृष्टीनं मात्र हा निर्णय महत्त्वाचा ठरला. स्टॅलिन पळाला असता तर सोव्हिएत युनियनला दुसरा नेता मिळणं अवघड होतं. लष्करामध्ये दुफळी माजून सगळा गोंधळ माजला असता. स्टॅलिननं नुसतंच स्वतः मॉस्कोमध्ये ठिय्या मांडून राहण्याचा निर्धार केला असं नव्हे, तर सर्वसामान्य नागरिकांनीसुद्धा मॉस्को सोडून

जाऊ नये यासाठी कडक उपाययोजना केल्या. रात्री संचारबंदी जाहीर करणं, कायदा आणि सुव्यवस्था यांची जबाबदारी आपल्या गुप्तचरांनी भरलेल्या विभागावर सोपवणं आणि जवळपास आणीबाणी असल्यासारखी परिस्थिती निर्माण करणं, याद्वारा त्यानं मॉस्कोमधून सर्वसामान्य नागरिकांना जाणं मुष्कील करून टाकलं. जे लोक असा प्रयत्न करायचे, त्यांना सरळ गोळ्या घातल्या जात किंवा त्यांच्या गाड्यांवर हल्ला केला जाई. या अमानवी धोरणांमुळे मॉस्को सोडून जाण्याविषयी सर्वसामान्य नागरिकांच्या मनात भीती निर्माण झाली. याचा चांगला परिणाम म्हणजे मॉस्कोमध्ये पसरलेलं जर्मन दहशतीचं वातावरण निवळलं आणि मॉस्को हे शहर ओस पडलं नाही.

स्टॅलिनच्या निर्णयामुळे सोव्हिएत युनियनच्या नागरिकांमध्ये काही प्रमाणात विश्वास निर्माण झाला असला तरी दुसरीकडे स्वतः हिटलरचा आत्मविश्वास मात्र उतरणीला लागण्याची चिन्हं दिसायला लागली होती!

निराशेकडे वाटचाल

१९४१ मध्ये सोव्हिएत युनियनबरोबरचं युद्ध संपणार नसल्याची जाणीव हिटलरला आतून झाली होती. साहजिकच १९४२ मध्ये या युद्धाचा पुढचा टप्पा सुरू ठेवण्यासंबंधीच्या चालीसुद्धा तो आखत होता. बार्बासोरा मोहिमेत जर्मनीची तोपर्यंत सरशी झाल्याचं चित्र दिसत असलं तरी सोव्हिएत लष्कराला पूर्णपणे नमवण्याची हिटलरची आशा मावळली होती. अत्यंत वेगानं सोव्हिएत युनियनला नमवणं आपल्याला जमणार नसल्याचं त्याला समजून चुकलं होतं. जर्मनीचेसुद्धा जवळपास चार लाख सैनिक आत्तापर्यंत ठार झाले होते. निम्मे रणगाडे उद्ध्वस्त तरी झाले होते किंवा खराब झाले होते. पानगळीनंतर सुरू झालेल्या पावसामुळे लष्कराला पुढे कूच करणंही मुष्कील होत चाललं होतं. साहजिकच २ ऑक्टोबरला मॉस्कोच्या दिशेनं जर्मन लष्करानं सुरू केलेली चढाई अपेक्षांपेक्षा आशांवर जास्त विसंबून राहून केलेली होती. हिवाळा सुरू होण्यापूर्वी सोव्हिएत युनियनला पराभूत करण्यासाठीचा हा शेवटचा प्रयत्न होता. या काळातला एक अत्यंत महत्त्वाचा मुद्दा म्हणजे लष्करी निर्णयांच्या संदर्भातला स्टॅलिन आणि हिटलर यांचा परस्परविरोधी दृष्टिकोन, हा होता. पूर्वी स्टॅलिनचा आपल्या लष्करी अधिकाऱ्यांवर अजिबातच विश्वास नव्हता आणि यामुळे सोव्हिएत लष्कराची कशी पीछेहाट झाली आहे हे त्यानं अनुभवलं होतं. साहजिकच आपली चूक स्वतःपाशी मान्य करून त्यानं लष्करी बाबतींमध्ये लुडबूड करणं बरंच कमी करून टाकलं होतं. याउलट हिटलरचा मात्र आपल्या लष्करी अधिकाऱ्यांवरचा आधीच कमी असलेला विश्वास आणखी कमी झाला होता. यामुळे त्यानं जर्मन लष्कराच्या निर्णयांमध्ये दखल देणं सुरूच ठेवलं. यामुळे जर्मन लष्करी अधिकाऱ्यांमध्ये असलेली निराशा आणि चीड यांच्यामध्ये वाढ होत राहिली. हिटलर आणि जर्मन लष्कर यांच्यामधला विसंवाद वाढत गेला. साहजिकच सोव्हिएत लष्कराच्या कामगिरीत सुधारणा होत गेली; तर जर्मन लष्कराच्या कामगिरीत नवनव्या अडचणी येत राहिल्या. १९४० मध्ये जर्मनीला मिळालेल्या सहज विजयांमुळे

आपल्याला लष्करी डावपेचांमधलं खूप काही समजतं आणि लष्करी अधिकाऱ्यांमध्ये पुरेशी जिद्द नसून, आपणच त्यांना मार्गदर्शन केलं पाहिजे, असं त्याला वाटत राहिलं. ब्रॉश्टिश आणि हाल्दर यांच्याशी त्याचे सातत्यानं मतभेद होत असल्यामुळे त्यांच्याविषयीचं त्याचं मत आणखी खराब होत राहिलं. ब्रॉश्टिश तर एकीकडे हिटलर आणि दुसरीकडे आपले लष्करी सहकारी यांच्या कात्रीत सापडला. त्यानं अगदी ठाम भूमिका घेण्याचंही टाळलं. यामुळे दोन्हीकडून त्याची कोंडी होत राहिली. तसंच त्याच्याविषयी कुणाच्याच मनात आत्मविश्वास उरला नाही. हिटलर तर त्याला अत्यंत अपमानास्पदरीत्या वागवे आणि त्याच्या म्हणण्याकडे ढुंकूनसुद्धा बघत नसे. अर्थात हिटलरनं आपल्या लष्करी अधिकाऱ्यांच्या निर्णयक्षमतेविषयी शंका घेतली नसती आणि त्यांना पूर्ण स्वातंत्र्य दिलं असतं, तर जर्मनीनं बार्बारोसा मोहीम सहजपणे जिंकली असती, असं म्हणणं मात्र साफ चुकीचं ठरेल. सोव्हिएत युनियनच्या ताकदीविषयी आणि लढाऊ बाण्याविषयी जर्मनीनं बांधलेले अत्यंत चुकीचे अंदाज हे त्यांच्या भविष्यातल्या अपयशाचं मुख्य कारण होतं. त्यात हिटलरच्या संशयी स्वभावामुळे उद्भवलेल्या परिस्थितीची भर पडली, इतकंच.

४ मे १९४१ पासून हिटलरनं आपल्या पक्षामधल्या लोकांशी संवाद साधला नसल्यामुळे त्यांच्यामध्ये अस्वस्थतेचं वातावरण होतं. गोबेल्सला यात बदल करणं गरजेचं वाटत असल्यामुळे त्यानं २३ सप्टेंबर या दिवशी घेतलेल्या हिटलरच्या भेटीत त्याला बर्लिनला येण्याचं आणि आपल्या पक्षाच्या सदस्यांना उद्देशून भाषण करण्याचं आवाहन केलं. हिटलरलाही त्यात तथ्य वाटल्यामुळे ३ ऑक्टोबरची तारीख यासाठी ठरवण्यात आली. ठरल्याप्रमाणे त्या दिवशी दुपारी एक वाजता हिटलरची गाडी बर्लिनमध्ये अवतरली. जर्मन संसदेमध्ये हिटलरनं गोबेल्सची भेट घेतली. आदल्या दिवशी मॉस्कोवर सुरू झालेलं आक्रमण आपल्या अपेक्षांपेक्षा खूपच यशस्वी ठरत असल्याचं सांगणारा हिटलर एकदम जोषात आणि आत्मविश्वासानं भारून गेल्यासारखा दिसत होता. हवामानानं साथ दिली तर पुढच्या पंधरवड्यात सोव्हिएत लष्कराला आपण संपवून टाकू, असा अंदाज हिटलरनं व्यक्त केला. नंतर रस्त्यावरून हिटलरची गाडी जात असताना नेहमीप्रमाणेच दुतर्फा जमवलेली गर्दी जल्लोष करत होती. नंतर आपल्या भाषणात हिटलरनं नेहमीचा सूर आळवत सोव्हिएत युनियनरूपी अवाढव्य राक्षस आपल्यावर चाल करून येण्यासाठीची सज्जता करत असल्यामुळे आपल्या संरक्षणार्थ आपल्याला त्यांच्यावर आक्रमण करावं लागलं असं सांगितलं. युद्धाची सध्याची परिस्थिती नक्की कशी आहे हे जाणून घेण्यासाठी औत्सुक्यानं वाट बघणाऱ्या श्रोत्यांना 'शत्रूची अवस्था दारुण आहे ... आता तो पुन्हा उठून उभा राहणं शक्य नाही ...' असं त्यानं सांगताच एकच जल्लोष झाला. हिटलरचं यानंतरचं बहुतेक प्रत्येक वाक्य टाळ्या आणि जयजयकार

यामुळे लांबत गेलं. संध्याकाळी सातच्या गाडीनं हिटलर पूर्व प्रशियामधल्या आपल्या नव्या 'तात्पुरत्या' निवासस्थानाकडे रवाना झाला. त्याला रेल्वे स्थानकावर निरोप देण्यासाठी म्हणून गोबेल्ससुद्धा त्याच्याबरोबर होता. तेवढ्यात लेनिनग्राडच्या दिशेनं सुरू असलेला हल्ला अजूनच प्रभावी ठरत असल्याची सुखद बातमी हिटलरला मिळाली. २० लाख सैनिक आणि २ हजार रणगाडे यांच्याखेरीज जर्मन हवाई दल असं मॉस्कोवरच्या हल्ल्याचं जबरदस्त स्वरूप होतं. आता तब्बल ६.७३ लाख युद्धकैद्यांखेरीज खूप संपत्ती जर्मनीच्या वाट्याला आली होती. साहजिकच हिटलरचा चेहरा उजळला. ८ ऑक्टोबरच्या आपल्या लष्करी अधिकाऱ्यांबरोबरच्या दैनिक चर्चेत हिटलरनं आनंद व्यक्त केला. आता आपला शत्रू अगदी क्षीण झाला असल्याचा विश्वास सगळ्यांनीच व्यक्त केला. यानंतर एका महिना झाल्यावर म्हणजे ८ ऑक्टोबरला हिटलर पुन्हा एकदा बर्लिनला गेला. १९२३ सालच्या आपल्या (फसलेल्या) कटाच्या स्मृती जागवण्यासाठीच्या त्याच्या नेहमीच्या वार्षिक भाषणालाही जोरदार प्रतिसाद मिळाला.

नोव्हेंबर महिन्याच्या मध्यावर थंडी प्रचंड वाढत गेली आणि सातत्यानं पडणारा पाऊस कमी होऊन आता बर्फाचा वर्षाव सुरू झाला. तापमान शून्य अंश फॅरनहाईटच्या खाली गेलं. अगदी रणगाड्यांनाही पुढे जाणं अवघड होऊन बसलं. जर्मन सैन्यासाठीची परिस्थिती बिघडत चालली होती. कडाक्याच्या थंडीचा सामना करण्यासाठी सैनिकांकडे पुरेसे गरम कपडे नव्हते. अतिथंडीमुळे त्वचा फाटण्यापासून इतर अनेक अडचणी त्यांना भेडसावत होत्या. कित्येक सैनिक रात्री अतिथंडीमुळे मरणासन्न अवस्थेत पोहोचायचे आणि त्यांना हे समजायचंसुद्धा नाही. दिवसा लढून घामेघूम झालेली त्यांची शरीरं अचानकपणे रात्रीच्या अतिथंडीपुढे टिकाव धरू शकत नसत. त्यातच दिवसासुद्धा साचलेल्या बर्फामुळे तोफा आणि बंदुका चालत नसत. सामान वाहून नेण्यासाठी जर्मनीहून आणलेले घोडे अशा कष्टदायी आणि प्रतिकूल हवामानात अजिबातच जिवंत राहू शकले नाहीत आणि ते सगळेच्या सगळे हृदयाचं कामकाज बंद पडून मेले. जर्मन लष्कराची अशी दुरवस्था असण्यामागे एक महत्त्वाचं कारण होतं. सोव्हिएत युनियनवरचा हल्ला इतका काळ चालेल, असं जर्मनीला वाटलंच नव्हतं. हिवाळा सुरू होण्यापूर्वी आपल्या अंतिम उद्दिष्टाच्या निम्म्याहून जास्त उद्दिष्टापर्यंत आपण पोहोचू, अशी जर्मनीला खात्री होती. साहजिकच हिवाळा सुरू झाला की आपण आपले सैनिक तसंच इतर युद्धसामग्री काही प्रमाणात कमी करू शकू आणि हिवाळ्याचा सामना चांगल्या प्रकार करू शकू, असं त्यांच्या मनात होतं. आता मात्र परिस्थिती एकदमच बिघडली.

लष्कराचं मनोधैर्य यामुळे खचण्याची चिन्हं दिसायला लागली. आता सोव्हिएत लष्कराला नमवण्यासाठी काय चाल रचायची, असा विचार सुरू असताना सध्या

जर्मन लष्कर पूर्वेकडच्या ज्या भागांवर हल्लाबोल करत होतं, त्या भागांचा मॉस्कोशी असलेला संपर्क तोडून टाकण्यासाठी गॉर्की नावाचं गाव आपल्या ताब्यात घेण्याची चाल रचण्यात आली. हा जर्मन लष्कराला पोरखेळ वाटला असला तरी खरं म्हणजे ते काम तितकंसं सोपं नसल्याची कुणालाच जाणीव झाली नाही. या निर्णयामध्ये हिटलरचा समावेश नव्हता; तो फक्त हाल्दरनं आपल्या सहकाऱ्यांबरोबरच्या चर्चेनंतर घेतला होता. हिटलरला या निर्णयाला संमती द्यायची का विरोध करायचा, हे समजलं नाही. तो द्विधा मनःस्थितीत होता. यामुळे त्यानं हाल्दरला या बेतांनुसार पुढची पावलं टाकण्याची परवानगी दिली. नंतर ही मोठीच घोडचूक ठरली. नंतर हाल्दरच्या या निर्णयाला लष्करामधल्याच काही अधिकाऱ्यांनी विरोध केल्यामुळे पुन्हा निर्णय फिरला आणि फक्त मॉस्कोवरच नियंत्रण प्रस्थापित करण्यासाठीचीच चाल आखण्याचं निश्चित करण्यात आलं.

एकीकडे आपण मॉस्कोवर सहजपणे ताबा मिळवू, असा आत्मविश्वास हिटलर व्यक्त करत असला तरीही त्याच्या कानांवर येत असलेल्या बातम्यांमुळे त्याचा आत्मविश्वास ढासळत चालला होता. जर्मनीच्या रणगाडेनिर्मिती प्रकल्पाचा प्रमुख सोव्हिएत युनियनवर सुरू असलेल्या आक्रमणाच्या ठिकाणी भेट देऊन आला आणि त्यानं हिटलरला दुःखद बातमी सांगितली. आपण लष्करी कारवाईनं हे युद्ध जिंकू शकणार नाही, असं त्यानं म्हणताच हिटलरनं त्याला हे युद्ध संपवण्यासाठीचा दुसरा कुठला मार्ग उपलब्ध आहे, असं विचारलं. त्यावर राजकीय मार्गाचा उल्लेख होताच हिटलरनं तो पार फेटाळून लावला. त्यातच जर्मन लष्कराची पीछेहाट होत असल्याच्या बातम्या नोव्हेंबर महिन्याच्या अखेरच्या काळात येत राहिल्यामुळे हिटलर भयंकर चिडचिडा होत गेला. ब्रॉश्टिशला हिटलरनं बोलावून घेतलं आणि त्याला तो खूप अपमानास्पद भाषेत बरंच काही बोलला. युद्धभूमीवरच्या एका नेत्यानं घेतलेला निर्णय फिरवण्याचे आदेश हिटलरनं ब्रॉश्टिशला दिले. आजारी आणि मनानं पार खचलेला ब्रॉश्टिश दुःखी अवस्थेत आपल्या बंकरमध्ये परतला. त्यानं युद्धभूमीवर घेतलेला निर्णय फिरवण्याचे आदेश पाठवून दिले. हे आदेश थेट हिटलरकडूनच आले आहेत याची कल्पना नसल्यामुळे तिथल्या नेत्यानं हे आदेश फिरवायला नकार दिला आणि हे मान्य नसेल तर आपल्याला पदमुक्त करावं, असा उलटा निरोप ब्रॉश्टिशला कळवला. हा निरोप थेट हिटलरपर्यंत पोहोचवण्यात आला. भडकलेल्या हिटलरनं जागीच त्या नेत्याला लष्करातून काढून टाकण्याचे आदेश दिले. अत्यंत कुशल आणि चिवट असा लष्करी अधिकारी यामुळे अचानकपणे महत्त्वाच्या क्षणी युद्धभूमीवरून बाहेर गेला. त्याच्या जागी नेमण्यात आलेल्या नव्या नेत्यानं काही तासांमध्येच ज्या नेत्याला हिटलरनं काढून टाकलं होतं, त्याचं म्हणणं बरोबर असल्याचं कळवलं. म्हणजेच हिटलरनं जो निर्णय फिरवायचं ठरवलं होतं

तो मूळ निर्णयच बरोबर होता. आता मात्र हिटलरला निदान स्वतःपाशी आपली चूक मान्य करण्यावाचून दुसरा पर्यायच नव्हता. त्यानं युद्धभूमीवरच्या नव्या नेत्यानं कायम ठेवलेलाच निर्णय बरोबर आहे, हे मान्य करून टाकलं! तरीही आपली आधीची भूमिका घिसाडघाईची होती हे मान्य करणं आणि काढून टाकलेल्या नेत्याला पुन्हा कामावर नेमणं म्हणजे सगळ्यांसमोर हसं करून घेणं असल्याचं मानून हिटलरनं त्या नेत्याला लष्करामध्ये घेतलं नाही.

तरीसुद्धा २ डिसेंबरच्या त्याच दिवशी सगळ्या अडचणींचा सामना करत जर्मन लष्कर जवळपास मॉस्कोपर्यंत पोहोचलंसुद्धा होतं! मॉस्को आता फक्त २० किलोमीटर्स अंतरावर होतं. असं असूनही ही मोहीम फसण्याची दाट चिन्हं दिसत होती. मॉस्कोमधलं तापमान ४ डिसेंबरला चक्क -३२ अंश फॅरनहाईट म्हणजेच -३६ अंश सेल्सियस इतकं खाली आलं. त्यातच अपुरी युद्धसामग्री आणि इतर अडचणी यामुळे पुढे जाणं शक्यच नव्हतं. नाइलाजानं मॉस्कोवर चाल करून जाणं धोक्याचं असल्याचं लक्षात घेऊन संबंधित लष्करी अधिकाऱ्यानं आपल्या फौजांना मागे परतण्याचे आदेश दिले. त्यातच सोव्हिएत लष्कराचा प्रतिकार सुरू झाला. दमल्याभागल्या जर्मन लष्करी तुकड्यांवर सोव्हिएत सैनिक तुटून पडले.

अशा प्रकारे युद्धभूमीवरून निराशाजनक बातम्या येत राहिल्यामुळे हिटलर खचायला लागला. तेवढ्यात अचानकपणे ७ डिसेंबरच्या रविवारी जपाननं हवाई बेटांमध्ये पर्ल हार्बर इथं उभ्या असलेल्या अमेरिकी नौदलाच्या ताफ्यावर हल्ला करून ती नष्ट केल्याची बातमी हिटलरच्या कानांवर आली. यामुळे तो प्रचंड खूष झाला. या हल्ल्यात दोन अमेरिकी युद्धनौका आणि एक विमान असा ताफा पूर्णपणे उद्ध्वस्त झाला असून आणि इतर काही ताफा बिनकामाचा झाला असल्याच्या बातम्या सुरुवातीला आल्या. दुसऱ्याच दिवशी जपानविरुद्ध युद्ध पुकारण्यासाठी अमेरिकी राष्ट्रपती फ्रँकलिन रुझवेल्टला संसदेनं पाठिंबा दिला. यामुळे आनंदित झालेल्या विन्स्टन चर्चिलला ब्रिटिश संसदेनंही या युद्धात सहभागी होण्यासाठी पूर्णपणे अनुकूलता दर्शवली. जपानच्या हल्ल्यामुळे हिटलर खूप खूष झाला. आता आपणच हे युद्ध जिंकणार असा विश्वास त्यानं व्यक्त केला. तब्बल तीन हजार वर्षं अपराजित असलेला देश आता आपल्या बाजूनं लढणार असल्यामुळे आपल्याला घाबरायचं कारणच नाही, असं तो म्हणायला लागला. यामागचं आणखी एक महत्त्वाचं कारण म्हणजे जपाननं पॅसिफिक महासागरामध्ये अमेरिकेवर हल्ला केलेला असल्यामुळे अमेरिका तिथंच अडकून पडेल आणि इंग्लंडच्या मदतीला किंवा आत्ता सोव्हिएत युनियनच्या मदतीला धावून येऊ शकणार नाही, असा हिटलरचा अंदाज होता. याखेरीज अमेरिकेशी आपले बिघडत चाललेले संबंध बघता, जर आपलं अमेरिकेशी युद्ध झालं तर त्यात आपण जर्मनीलासुद्धा सहभागी करून घ्यावं, असा

जपानचा विचार होता. तसंच गरज पडल्यास आपण जपानच्या मदतीला धावून येण्याचं आश्वासन जर्मनीनं पूर्वीच दिलं होतं. आता जपाननं 'पर्ल हार्बर'मध्ये केलेल्या हल्ल्यानंतर आपण जर्मन संसदेसमोर आपली भूमिका स्पष्ट केली पाहिजे, असं हिटलरनं गोबेल्सला सांगितलं. ११ डिसेंबरच्या या भाषणात आपण अमेरिकेशी युद्ध पुकारणार असल्याचं हिटलरनं गोबेल्सला सूचित केलं. यामागची मुख्य कारणं म्हणजे अमेरिकेनं युरोपमधल्या युद्धात पडण्याआधी आपणच हे युद्ध जाहीर करावं अशी इच्छा, तसंच जपाननं आपण एकटे आहोत अशा भीतीपोटी ऐन वेळी कच खाण्याचं टाळावं, अशी इच्छाही होती. अमेरिकेकडून कुठली घोषणा होणार याची वाट बघत राहणं म्हणजे, आपण दुबळे आहोत असा इशारा जगाला देणं असल्याचं तो मानत होता. साहजिकच आपणच आक्रमकपणे स्वतःहून युद्ध पुकारावं, असं त्यानं ठरवलं. हे भाषण हिटलरच्या इतर भाषणांइतकं प्रभावी ठरलं नाही. भाषणाच्या पूर्वार्धात त्यानं सोव्हिएत युनियनशी सुरू असलेल्या युद्धासंबंधीची माहिती दिली. उत्तरार्धात त्यानं आता आपल्या नजरेतून नवा खलनायक ठरलेल्या फ्रँकलिन रुझवेल्टविषयी विलक्षण आगपाखड केली. नेहमीप्रमाणेच ज्यू लोकांनी जर्मनीचा विध्वंस करायचं ठरवलेलं असल्यामुळे आपण त्याआधी त्यांचाच नायनाट करणार असल्याचं त्यानं सांगितलं. आपल्या भाषणाच्या शेवटी हिटलरनं अमेरिकेशी युद्ध पुकारत असल्याची घोषणा केली. याचा जर्मन लोकांवर काही खास परिणाम झाला नाही. उलट आधीच सध्याची युद्धं आणखी किती काळ चालणार या काळजीत असलेल्या आणि सततच्या युद्धजन्य परिस्थितीला वैतागून गेलेल्या सर्वसामान्य जनतेला आता आणखी एका नव्या आणि अत्यंत ताकदवान प्रतिस्पर्ध्याशी सामना करावा लागणा, या भावनेनं धडकीच भरली.

आपलं भाषण करण्यासाठी जेव्हा हिटलर बर्लिनला रवाना झाला, तेव्हा सोव्हिएत युद्धभूमीवरून जर्मन लष्कराच्या होत असलेल्या पीछेहाटीसंबंधीच्या नव्या बातम्या येत राहिल्या. सोव्हिएत लष्करानं फक्त बचाव करण्याचं धोरण सोडून आक्रमकरीत्या जर्मन सैनिकांना मागे रेटायला सुरुवात केली. यामुळे नवी कुमक तिथं पाठवण्याची वेळ आली. शक्यतो कुठूनही माघार घ्यायची नाही, असं धोरण स्वीकारायला हिटलरनं आपल्या लष्करी अधिकाऱ्यांना सांगितलं होतं. तसंच जर्मन लष्करप्रमुख 'कमांडर इन चीफ' ब्रॉश्टिश याला १९ डिसेंबर या दिवशी हिटलरनं पदमुक्त केलं. मुळात हिटलर आणि ब्रॉश्टिश यांचं केव्हापासूनच अजिबात पटत नव्हतं. त्यातच ब्रॉश्टिशचं म्हणणं त्याचे सहकारी ऐकत नसत. त्याला नोव्हेंबर महिन्यात हृदयविकाराचा तीव्र झटका आल्यामुळे आधीच नाजूक असलेली त्याची तब्येत अजूनच ढासळली होती. साहजिकच

त्याची हकालपट्टी होणार का हा प्रश्न नव्हताच; फक्त याचा मुहूर्त कधी लागणार, एवढ्याच गोष्टीचं उत्तर मिळवणं गरजेचं होतं. या पदावर कुणाला नेमायचं, हा प्रश्न हिटलरनं आधीच सोडवला होता. नाहीतरी या पदावरच्या माणसानं घेणं अपेक्षित असलेले जवळपास सगळे निर्णय आपण स्वतःच घेत असल्यामुळे, आपणच आता ही जबाबदारी सांभाळणार असल्याचं त्यानं जाहीर केलं. यामधला मुख्य धोका म्हणजे चुकांची जबाबदारी इतरांवर ढकलून देण्याची संधी, त्याला इथून पुढे मिळणार नव्हती.

याच्या पुढच्या दिवशी थंडी आणि बर्फवृष्टी यांचा सामना करता करता युद्धभूमीवर लढण्याचा प्रयत्न करत असलेल्या जर्मन सैनिकांना मदत म्हणून गरम कपडे आणि इतर चीजवस्तू यांचा पुरवठा करण्यासाठी मदत करायचं आवाहन सर्वसामान्य जनतेला करण्यात आलं. हिटलर आणि गोबेल्स यांनी यासाठीचा संदेश काळजीपूर्वकरीत्या तयार केला. हा लांबलचक संदेश रेडिओवरून प्रसारित करण्यात आला. याला जर्मन जनता उंदड प्रतिसाद देईल आणि आपल्या मदतीला धावून येईल, असा हिटलरला वाटत असलेला विश्वास एकदम अनाठायी ठरला. आपल्या सैनिकबांधवांना अशा थंडीत आपल्या नेत्यांनी गरम कपड्यांविना ठेवलं असल्याच्या बातमीमुळे लोक हादरले. राग आणि आश्चर्य यांच्या भावनांना ऊत आला. दरम्यान युद्धभूमीवर लढत असताना शत्रूच्या प्रदेशातून कुठूनही माघार घ्यायची नाही आणि माघार घ्यायची वेळ आलीच तर तो प्रदेश जाळून पुरता नष्ट करून टाकायचा, असे आदेश हिटलरनं दिले. म्हणजेच आपल्या वाट्याला नवा प्रदेश आला नाही तरी चालेल; पण तो शत्रूलाही पुन्हा वापरता येऊ नये आणि तिथलं सगळं जनजीवन उद्‌ध्वस्त व्हावं अशी हिटलरची इच्छा होती. तिथं राहत असलेल्या जनतेची कुठल्याही प्रकारे फिकीर करण्याची गरज नसल्याचं हिटलरनं सांगितलं. अर्थातच बंकरमध्ये सुरक्षित ठिकाणी बसून हे आदेश देणं सोपं होतं. प्रत्यक्षात युद्धभूमीवर लढणाऱ्या सैनिकांची आणि त्यांच्या अधिकाऱ्यांची अवस्था एकदम दारुण होती. एका अधिकाऱ्यानं हिटलरची परवानगी न घेताच हळूच आपल्या तुकडीला माघार घ्यायला सांगितलं आणि नंतर त्यासाठीची हिटलरची परवानगी मागितली. हिटलरनं अर्थातच याला नकार दिला. आपल्या देशासाठी बलिदान करायला सगळ्यांनी तयार असलंच पाहिजे, असंही हिटलरनं त्याला सुनावलं. यावर तब्बल पाच फुटी बर्फाचा थर साचलेला असताना आपण पुढे जाणं खूपच अवघड असल्याचं त्या अधिकाऱ्यानं हिटलरला सांगितलं. याचा हिटलरवर कुठलाच परिणाम झाला नाही. उलट त्यानं असे प्रसंग पहिल्या महायुद्धातसुद्धा होऊन गेल्याचं सांगून हे बर्फ उध्वस्त करण्यासाठीचे आदेश दिले. हे काम

अशक्य असल्याचं सांगून त्या अधिकाऱ्यानं पदमुक्त होणं पसंत केलं. अशाच प्रकारे इतरही चार-पाच वरिष्ठ लष्करी अधिकाऱ्यांना याच कारणासाठी लष्करातून काढून टाकण्यात आलं. एकूणच ही मोहीम आपल्याला झेपणारी नाही आणि या मोहिमेत यश मिळवणं अजिबातच सोपं नाही, याची जाणीव लष्करामधल्या अनेक जणांना होत राहिली. अर्थातच हिटलरनं सगळ्या लष्करी अधिकाऱ्यांच्या म्हणण्याला प्रतिसाद दिला असता आणि त्यांच्या म्हणण्यानुसार माघार घेण्याच्या विनंतीला मान दिला असता तर कदाचित याचा दुष्परिणामही झाला असता. सगळ्याच सैनिकांचं मनोधैर्य खचण्याची आणि लष्करानं हातपाय गाळण्याची दाट शक्यता होती. युद्धात असे अवघड प्रसंग येणारच याची जाणीव सगळ्यांना होती. म्हणूनच हिटलरनं एकदम कडक भूमिका स्वीकारली असावी. तरीही याची दुसरी बाजू म्हणजे एकदम टोकाची भूमिका न स्वीकारता हिटलरनं प्रत्येक विनंतीकडे थोड्या सहानुभूतीनं बघितलं असतं आणि तिची पार्श्वभूमी पूर्णपणे समजून घेत तिला होकार-नकार दिला असता, तर कदाचित लष्करामध्येही लढण्याची जिद्द वाढली असती. हा सुवर्णमध्य गाठणं खूप कठीण होतं. भल्याभल्यांना ते जमलंही नसतं. तरीसुद्धा हिटलरनं त्यावर पूर्णपणे फुली मारण्याचा निर्णय घेतल्यामुळे लष्करात हिटलरच्या विरोधात असंतोषाचं वातावरण निर्माण झालं.

या विलक्षण ताणतणावाचे दृश्य परिणाम हिटलरवर अगदी स्पष्टपणे दिसायला लागले. तो एकदम थकलेला तर दिसत होताच; पण त्याच्या डोक्यावरच्या आणि मिशीच्या केसांमध्येही अचानकपणे पांढऱ्या छटा ठळकपणे दिसायला लागल्या. १९४२ सालच्या मार्च महिन्यात गोबेल्सनं हिटलरची भेट घेतली तेव्हा त्याला हिटलरकडे बघून धक्काच बसला. आपल्याला बरं वाटत नसून अधूनमधून चक्कर आल्यासारखं होत असल्याचं हिटलरनं त्याला सांगितलं. आपल्या मनावरही सोव्हिएत युनियनमधल्या युद्धातल्या अडचणींचा दुष्परिणाम झाला असल्याची कबुली हिटलरनं दिली. असं असूनही आता मात्र यातून तो सावरल्यासारखा दिसत होता. त्याचा आत्मविश्वास ढासळला असला तरी संपला नव्हता; उलट तो आता नव्यानं जिद्दीला पेटून लढण्यासाठीची तयारी करत असल्यासारखे वाटत होतं.

दुसरं महायुद्ध इतक्या सहजासहजी संपणार नसलं तरी १९४१-४२ सालांदरम्यानच्या सोव्हिएत युनियनमधल्या थंडीमध्ये जर्मन लष्कराला सोसाव्या लागलेल्या अडचणी निर्णायक नक्कीच ठरल्या. जर्मनीच्या पराभवाची सुरुवात खऱ्या अर्थानं याच काळात झाली! सोव्हिएत युनियनवरच्या हल्ल्यादरम्यान डाव्या विचारसरणीच्या आणि ज्यू लोकांचा नायनाट करण्यासंबंधीच्या हिटलरच्या

मनसुब्यांचीही खलबतं सुरू होती. सोव्हिएत युनियनमधल्या आपल्या या शत्रूंचा काटा कसा काढायचा याविषयी हिटलर आपल्या सहकाऱ्यांशी तर बोलेच; पण शिवाय त्याच्या नेहमीच्या स्वगतांमध्येही हा विषय नेहमी येई. याच काळात आता नाझींच्या ताब्यात आलेल्या ज्यूंना ठार करण्याविषयीचे बेत पक्के होत गेले. अर्थात लष्करी बाबतींमध्ये हिटलर ज्या प्रकारे आणि जितक्या वेळा लुडबूड करे, तितका तो या प्रश्नामध्ये लक्ष घालत नसे. एकदा यासंबंधीचे आदेश दिले की त्यानंतर हिमलरसारखी माणसं त्या आदेशांनुसार पुढचा कार्यभाग उरकायला समर्थ आहेत, याची हिटलरला कल्पना होती. साहजिकच तो अधूनमधून या संदर्भातली 'प्रगती' अपेक्षेनुसार सुरू आहे ना, एवढंच तपासत असे.

ज्यू लोकांवर अनन्वित अत्याचार

हिटलरचा ज्यूद्वेष तसा बराच जुना असला तरी आंतरराष्ट्रीय पातळीवरच्या त्याच्या हालचालींमुळे त्याच्या ज्यूद्वेषाला जरा खीळ बसली होती. मनात असूनसुद्धा त्याला या प्रश्नाकडे वळता आलं नव्हतं. पोलंडवर कब्जा केल्यापासून मात्र नव्यानं ज्यू लोकांवरच्या कारवायांना प्रारंभ झाला. सुरुवातीला ज्यूंच्या विरोधातल्या कारवाया अर्थातच प्रामुख्यानं जर्मनी आणि ऑस्ट्रिया इथं सुरू होत्या. त्यानंतर पोलंडमधल्या ज्यूंचा काटा काढण्याचे बेत आखण्यात आले. त्यांना छळछावण्यांमध्ये डांबणं, त्यांचा अनन्वित छळ करणं, थंडीकडे दुर्लक्ष करून त्यांच्याकडून खूप काम करून घेणं आणि त्यांना फक्त जिवंत राहण्यापुरतं खायला देणं, अशा अनेक प्रकारांनी पोलिश ज्यूंचं आयुष्य अवघड करून टाकण्यात आलं. यानंतर सोव्हिएत युनियनमधल्या ज्यू लोकांची पाळी होती. तिथं तर तब्बल ५०-६० लाख ज्यू लोक आपल्या हाती लागतील, असा हिमलरचा अंदाज होता. म्हणूनच 'बार्बारोसा' मोहीम सुरू होताच दोन दिवसांनी आपल्या ताब्यात येत असलेल्या ज्यू लोकांच्या संदर्भात नक्की काय करायचं यासाठीची चाचपणी करून हिमलरनं आपल्या सहकाऱ्यांना त्यासाठीची आखणी करायला सांगितलं. यातून पुढच्या तीस वर्षांमध्ये तब्बल ३.१० कोटी लोकांना छळछावण्यांमध्ये भरती करण्यासाठीच्या योजनेवर काम सुरू झालं. यात स्लाविक लोकांचाही समावेश होता. पश्चिम सायबेरियामधल्या कडाक्याच्या थंडीत त्यांची रवानगी करण्याचे मनसुबे आखण्यात आले. याचा पहिला फटका ज्यू लोकांना बसणार, हे उघड होतं. लाखोंच्या संख्येनं ज्यू लोक अनन्वित छळाला बळी पडणार हे तर नक्की होतंच; पण शिवाय ज्यू लोक जवळपास पूर्णपणे नामशेष होण्याचा धोकाही त्यात होता. अर्थातच या काळात ज्यू लोकांना एकत्र डांबून त्यांना विषारी वायूनं गुदमरवून मारणं किंवा त्यांच्यावर गोळीबार करून त्यांना संपवणं, अशा प्रकारच्या योजना आखण्यात आल्या नव्हत्या. हा अधिकच क्रूर असलेला प्रकार नंतर झाला.

पोलंडमध्ये ३ जुलैला ११६० ज्यू लोकांना गोळ्या घालून ठार मारण्यात आलं. यानंतर तीन दिवसांनी लिथुआनियामध्ये २५१४ ज्यूंना मृत्युमुखी पडावं लागलं. असे प्रसंग यानंतर वारंवार घडत राहिले. ऑगस्ट महिन्याच्या मध्यावर गोबेल्सकडे ज्यू लोकांच्या सुरू असलेल्या हत्याकांडाच्या बातम्या पाठवण्यात आल्या. यामुळे गोबेल्स एकदम खूष झाला. आपण ज्यूंविरोधात सुरू असलेल्या कारवायांविषयी समाधानी असल्याचं मत त्यानं व्यक्त केलं. ज्यू लोकांचं वर्णन 'गोचिडं' असं करून त्यांचा आत्ताच खात्मा करणं गरजेचं आह, असं तो म्हणाला. जर आपण त्यांना आत्ता जिवंत सोडलं तर हे रक्तपिपासू लोक नंतर आपल्याच रक्ताचा घोट घेतील, असंही विधान त्यानं केलं. सुरुवातीला ज्यू लोकांचं हत्याकांड हे फक्त पुरुषांपुरतंच मर्यादित होतं. लवकरच ज्यू स्त्रिया आणि ज्यू मुलं यांचा काटा काढला नाही तर भविष्यात त्यांच्यापासून आपल्यासमोर धोका निर्माण होऊ शकतो, असा विचार पसरवण्यात आला. साहजिकच त्यांच्यावरही अत्याचार सुरू झाले. उदाहरणार्थ १९४१ सालच्या सप्टेंबर महिन्यात ठार करण्यात आलेल्या एकंदर ५६,४५९ ज्यू लोकांमध्ये २६,२४३ स्त्रिया आणि १५,११२ लहान मुलं यांचा समावेश होता. ज्यू लोकांचं शिरकाण करत असताना त्यात स्त्रिया आणि लहान मुलं यांचाही समावेश करण्याची योजना फक्त हिमलरची नव्हती. हिटलरनं अस्पष्ट भाषेत हिमलरला यासाठीचे आदेश दिले होते. अगदी थेटपणे 'ज्यू स्त्रिया आणि लहान मुलं यांना ठार करावं' असं न म्हणता 'आपल्या दृष्टीनं शत्रू असलेल्या प्रत्येकाला ठार करावं' असं हिटलरनं त्याला सांगितलं होतं. यातून योग्य तो अर्थ हिमलरनं काढला.

ज्यूंच्या संदर्भातला हिटलरचा द्वेष किती पराकोटीचा होता, हे त्यानं हिमलरबरोबरच्या चर्चेदरम्यान काढलेल्या उद्गारांमधून स्पष्ट व्हावं. सूक्ष्म जीवांच्या संदर्भातलं मूलभूत संशोधन केलेल्या रॉबर्ट कॉखशी त्यानं स्वतःची तुलना केली. ज्याप्रमाणे कॉखनं क्षयरोगाला कारणीभूत असलेल्या जिवाणूंचा शोध लावला, त्याचप्रमाणे आपण राजकारणामधल्या जंतूंचा शोध लावून त्यांचा नायनाट करण्याच्या मार्गावर असल्याचं हिटलरनं सांगितलं. ही जिवाणू-विषाणूंची भाषा हिटलर ज्यू लोकांच्या संदर्भात अगदी उघडपणे जर्मनीच्या बाहेरसुद्धा वापरत राही. बाल्टिक देशांमध्ये आता आपलं वर्चस्व निर्माण झालेलं असल्यामुळे लिथुआनिया, इस्टोनिया, लॅटव्हिया इथले नागरिक ज्यूंचा सूड अत्यंत योग्य प्रकारे घेत असल्याविषयी त्यानं समाधान व्यक्त केलं. तसंच सोव्हिएत युनियनमध्ये ज्यूंचं प्राबल्य असल्यामुळेच या देशात अनागोंदी माजली आहे, असं सांगून जर इतक्या मोठ्या प्रमाणात ज्यू लोक इतरत्रही असते तर त्यांनी सगळीकडेच 'प्लेगची साथ' पसरवली असती, असं तो म्हणाला. ज्यू लोकांविषयी त्याच्या मनात किती घृणा साठून राहिली होती, हे यातून दिसून येतं.

ज्यू लोक नसते तर युरोपीय देशांची एकहाती सत्ता टिकून राहिली असती आणि म्हणूनच ज्यूंची धरपकड करून त्यांना सायबेरिया, मादागास्कर असं कुठंही हाकलून दिलं पाहिजे, असंही विधान त्यानं केलं. एकूणच ज्यूंचा वंशच पुरता संपवण्यासाठी त्याची धडपड सुरू होती.

१९४१ सालच्या जुलै महिन्यात प्रचंड मोठ्या प्रमाणात पोलिश ज्यू हाताशी लागल्यावर त्यांचं नक्की काय करायचं, हे तिथल्या जर्मन लष्करी अधिकाऱ्यांना समजत नव्हतं. या ज्यूंना इतरत्र धाडणं काही कारणामुळे शक्य नव्हतं. साहजिकच एखादी छावणी उभी करावी आणि त्यात त्यांना टाकून त्यांच्याकडून काम करून घ्यावं, असा पर्याय निघाला. जे ज्यू लोक काम करण्यालायक नसतील त्यांचं काय करायचं, हा नवा प्रश्न त्यातून निर्माण झाला. त्यातच पुढे उभ्या ठाकत असलेल्या कडक हिवाळ्याच्या पार्श्वभूमीवर या ज्यू लोकांना कसं पोसायचं, असाही सवाल एका वरिष्ठ जर्मन लष्करी अधिकाऱ्यांना विचारला. खास करून काम करण्याची क्षमता नसलेल्या ज्यू लोकांना उगीचच जिवंत कशाला ठेवायचं, असं विचारून सरळ त्यांना ठार का करू नये, असाही प्रश्न त्यानं उपस्थित केला. याला अनुकूल प्रतिसाद आला नाही. अजूनही ज्यूंना मोठ्या संख्येनं ठार करण्याविषयी संदिग्धता होती. त्यांना त्यांच्या राहत्या ठिकाणांमधून बाहेर काढून दुसरीकडे हलवण्याविषयी मात्र सहमती होती.

सोव्हिएत युनियनवर आपण कुरघोडी करू शकतो, अशी भावना १९४१ सालच्या मध्यावर जर्मनीमध्ये असल्यामुळे ज्यू लोकांच्या विरोधातलं जनमत आणखी कडवं होत गेलं. ज्यू लोकांवरचे निर्बंध आणखी पक्के होत गेले. त्यांना हाकलून देणं, मारहाण करणं, त्यांची दुकानं जाळून टाकणं हे प्रकार तर सुरू होतेच; पण आता आठवड्याच्या बाजारामध्ये ज्यू लोकांनी सामील होऊ नये, असे आदेशही काढण्यात आले. ज्यू लोकांच्या मालमत्तेची हानी झाली तर त्याची नुकसानभरपाई दिली जाणार नाही, असं वर्तमानपत्रांमध्ये जाहीर करण्यात आलं. दुकानांमध्ये ज्यू लोक काही खरेदी करण्यासाठी गेले, तर त्यांना थांबवून आधी जर्मन ग्राहकांनाच प्राधान्य मिळालं पाहिजे, अशी सक्ती करण्यात आली. यातून आपली सुटका करून घेण्याचा प्रयत्न ज्यू लोकांनी करू नये यासाठी त्यांच्या शर्टावर ठरावीक बिल्ला असावा, अशी मागणीसुद्धा जोर धरायला लागली. ही मागणी पूर्वीपासून केली जात असली तरी हिटलरनं ती आधी फेटाळून लावली होती. आता हिमलरनं आग्रहानं ही मागणी पुन्हा रेटून धरली. सोव्हिएत युनियनशी- म्हणजेच ज्यूंशी लढणारे जवान आपल्या मायभूमीत मात्र 'ज्यू लोकांच्या आलिशान घरी अजूनही आर्य वंशीय लोक कसे काय काम करतात' असा सवाल विचारत असल्याचं त्यानं हिटलरला सांगितलं. तसंच सार्वजनिक ठिकाणी किंवा सार्वजनिक वाहतूक व्यवस्थेचा वापर

करताना ज्यू लोक जर्मनीच्या युद्धामधल्या यशाविषयी शंकाकुशंका उपस्थित करून नागरिकांचं मनोधैर्य खच्ची करत असल्याचा आरोप हिमलरनं केला. साहजिकच ज्यू माणसाची कुठंही पटकन ओळख पटावी यासाठी त्याच्या पोषाखावर बिल्ला असणं आता अत्यावश्यक झालं असल्याचं मतही त्यानं मांडलं. हिटलरनं त्यावर तातडीनं निर्णय दिला नाही. १८ ऑगस्टला हा मुद्दा घेऊन गोबेल्स हिटलरला भेटायला त्याच्या पूर्व प्रशियामधल्या बंकरमध्ये दाखल झाला. आपल्या लष्करी अधिकाऱ्यांशी सुरू असलेल्या वादविवादांमुळे आणि तब्येत बिघडलेली असल्यामुळे हिटलर आधीच वैतागलेल्या अवस्थेत होता. त्यात ज्यू लोकांविषयीची नवी तक्रार त्याच्यासमोर आल्यावर साहजिकच त्याचा भडका उडाला. त्यानं लगेचच ज्यू लोकांनी त्यांच्या पोषाखावर ठरावीक बिल्ला घालण्यासंबंधीच्या निर्णयावर शिक्कामोर्तब करून टाकलं.

ज्यूंनी त्यांच्या पोखाषावर कसला बिल्ला लावायचा, याविषयीचा विचार आधीच झाला होता. डेव्हिड या ज्यू युगपुरुषाच्या आठवणीचं प्रतीक म्हणून पिवळ्या रंगाचा मोठा तारा असलेला बिल्ला इथून पुढे ज्यू लोक लावतील, असं ठरलं. अशा प्रकारे आपलं वेगळेपण उठून दिसायला लागल्यानंतर घाबरून आणि नामुष्की टाळण्यासाठी म्हणून ज्यू लोक समाजात मिसळण्याचं फारसं धाडस करणार नाहीत, अशी गोबेल्सला खात्री वाटत होती. बर्लिन शहर आपण सध्या ज्यू-मुक्त बनवू शकत नसलो तरी निदान यामुळे सार्वजनिक ठिकाणी आपल्याला ज्यू लोकांचं कमीत कमी दर्शन होईल, असं त्याचं मत होतं. याशिवाय सोव्हिएत युनियनमधली आपली मोहीम संपण्याच्या सुमाराला बर्लिनमधल्या ज्यू लोकांना दूरवर कुठंतरी घालवून देण्याची परवानगीही हिटलरनं त्याला दिल्यामुळे तो खूष होता. १ सप्टेंबर या दिवशी सहा वर्षांहून जास्त वय असलेल्या प्रत्येक ज्यू माणसानं आपली ओळख पटवण्यासाठी वर उल्लेख केलेला बिल्ला घातलाच पाहिजे, असा अधिकृत आदेश जाहीर करण्यात आला. ज्यू लोकांची धरपकड करून त्यांना आता तातडीनं छळछावण्यांमध्ये पाठवून द्यावं, अशी मागणीसुद्धा जोर धरायला लागली; पण त्यात एक अडचण होती. युद्धभूमीवर सैनिकांना जाण्यासाठी तसंच त्यांच्यासाठी शिधा पाठवण्यासाठी पुरेशा प्रमाणात रेल्वेगाड्या उपलब्ध नसताना ज्यू लोकांना दूरवरच्या छावण्यांमध्ये धाडण्यासाठी रेल्वेगाड्या कुठून आणायच्या, हा प्रश्नच होता. तसंच मुळात या ज्यू लोकांना कुठं पाठवणार, याचीही कुणाला माहिती नव्हती. जर्मनीनं नव्यानं काबीज केलेल्या प्रदेशांमध्ये हजारोंच्या संख्येनं सोव्हिएत ज्यूंना आणून ठार केलं जात होतं. तिथं आणखी लाखो ज्यू लोक मावणं शक्य नव्हतं. तसंच लेनिनग्राड आणि मॉस्को इथल्या लाखो ज्यू लोकांना पकडून आणायचं आणि उपाशी ठेवून भुकेनं याच ठिकाणी मारायचं, असं हिटलरनं आधीच ठरवलं होतं. एकूण काय, तर हे गणित जुळत नव्हतं.

अचानकपणे स्टॅलिनच्या एका कृतीमुळे हिटलर विचारात पडला. जर्मन वंशाच्या सहा लाखांहून जास्त नागरिकांना ऑगस्ट महिन्यात स्टॅलिननं व्होल्गा नदीकाठच्या त्यांच्या घरांमधून हुसकून बाहेर काढलं. बैलगाड्यांमध्ये भरून त्यांना अत्यंत उबगवाण्या अवस्थेत नेण्यात आलं. त्यांना पश्चिम सायबेरिया आणि कझाकस्तान इथं हाकलून देण्यात आलं. हळूहळू हा आकडा वाढून दहा लाखांच्या आसपास गेला. याला प्रत्युत्तर म्हणून आपणही आपल्याकडच्या ज्यू लोकांना हाकलून दिलं पाहिजे, असा दबाव हिटलरवर त्याच्या जवळच्या सहकाऱ्यांनी टाकला. यातून सप्टेंबर महिन्याच्या मध्यावर जर्मन आणि झेक ज्यू लोकांचं स्थलांतर करण्यासाठी हिटलरनं परवानगी दिली. बर्लिन, व्हिएन्ना आणि प्राग इथल्या ज्यू लोकांना आधी बाहेर काढलं जावं, असं हिटलरचं मत होतं. या ज्यू लोकांचं पुढे काय करायचं, या प्रश्नावरही एसएस संघटनेनं आधीच विचार केला होता. ज्यू लोकांना ठार करण्यासाठी त्यांच्यावर गोळ्या झाडणं हे गोळ्या झाडणाऱ्यांसाठी जास्त कष्टदायी आणि त्रासदायी असल्यामुळे, विषारी वायू सोडून ज्यू लोकांना ठार करण्याच्या उपायाकडे एसएसचा कल होता. पूर्वीच बरा न होऊ शकणारे आजार झालेले लोक तसंच मनोरुग्ण यांना 'इच्छामरण' देण्यासाठी खास गाड्यांमध्ये विषारी वायू भरून त्यांच्यापर्यंत नेण्याची 'सोय' करण्यात आली होती. या गाड्यांचा वापर आता ज्यू लोकांना मोठ्या संख्येनं संपवण्यासाठी करण्याचा विचार सुरू झाला. याचा पहिला प्रयोग म्हणून सप्टेंबर महिन्यात रशियातून आणण्यात आलेल्या शेकडो युद्धकैद्यांना ऑशोवित्झच्या छळछावणीमध्ये 'झिल्कॉन-बी' नावाचा विषारी वायू सोडून मारण्यात आलं. खरं म्हणजे ही छळछावणी पोलिश ज्यूंसाठी तयार करण्यात आलेली असली तरी आता नव्या प्रकारच्या क्रूर संकल्पना राबवण्यासाठीची प्रयोगशाळा म्हणून तिचा वापर पहिल्यांदाच झाला. ठार करण्यात आलेल्या या रशियन लोकांच्या दफनासाठीची सोय नंतर करण्यात आली. या प्रयोगातल्या 'यशामुळे' लवकरच पोलंडमध्ये विषारी वायू सोडून ज्यू लोकांना ठार करण्यासाठीची आणखी केंद्रं उभी करण्यात आली. त्यांचा वापरही सुरू झाला. याखेरीज काम करण्याची क्षमता नसलेल्या अनेक ज्यूंना गोळ्या घालून किंवा विषारी वायूनं भरलेल्या गाडीत जबरदस्तीनं सोडून मारण्याचे प्रकारही घडत होतेच. ७ डिसेंबर १९४१ या दिवशीच्या जपानच्या पर्ल हार्बरवरच्या हल्ल्याचा ज्यूंच्या विरोधातल्या अत्याचारांवरही परिणाम झाला. याचं कारण म्हणजे सुरू असलेल्या युद्धाची व्याप्ती एकदम वाढून आता महायुद्धाची झाली होती. शिवाय सोव्हिएत युनियननं जर्मनीला जोरदार प्रतिकार करायला सुरुवात केल्यामुळे इतरत्र असलेल्या ज्यू लोकांना सोव्हिएत भूमीवर पाठवणंही अशक्य होऊन बसलं.

हिटलरचा ज्यू-द्वेष तसा अगदी उघड असला आणि त्यानं ज्यूंच्या विरोधात कारवाया करण्याच्या आदेशांना अनेकदा मंजुरी दिलेली असली तरी त्याला आपलं बिंग झाकून ठेवायचं होतं. वरवर तो ज्यूंच्या विरोधात आग ओकत असला तरी त्यांच्या हत्येला किंवा त्यांच्यावरच्या अत्याचारांना आपण कारणीभूत नसल्याचं त्याला भासवायचं होतं. म्हणजेच आपले सहकारी, तसंच जर्मन लोक स्वतःहूनच ज्यू लोकांवर तुटून पडत असल्याचा भास त्याला निर्माण करायचा होता. ज्यू लोकांविरुद्धच्या कारवायांविषयी तो जवळपास कधीच नेमक्या शब्दांमध्ये आदेश देत नसे. मुद्दामच तो सूचक पण कुठल्याही प्रकारे स्पष्ट सूचना नसलेल्या शब्दांचा वापर करत असे. यातूनच ज्यूंच्या विरोधातला शेवटचा हल्ला काही काळानंतर सुरू झाला.

दरम्यान १९४२ सालच्या फेब्रुवारी महिन्याच्या अखेरीला हिटलरच्या बंकरच्या आसपासच्या भागामध्ये अजूनही बर्फ साचलेलं असलं तरी वसंत ऋतूच्या आगमनाची चाहूलसुद्धा लागल्याचं चित्र निर्माण झालं होतं. या थंडीमुळे आणि बर्फामुळे हिटलर पार वैतागून गेला. आपल्या वरिष्ठ लष्करी अधिकाऱ्यांनासुद्धा या हिवाळ्याचा जोरदार फटका बसला असल्याचं आणि

स्पिअर (डावीकडून दुसरा), गोरिंग, हिमलर १९४२ साली

याचा परिणाम आपल्या पीछेहाटीवर झालेला असल्याची त्याला पुरेपूर कल्पना होती. आता या अडचणी दूर होत असल्याची स्पष्ट चिन्हं दिसत असल्यामुळे शत्रूवर पुढचा घाव घालण्यासाठी तो उत्सुक होता. त्याची रात्रीची झोप कित्येक दिवसांपासून पार उडाली होती. आता नव्यानं लेनिनग्राड आणि मॉस्को इथं चढाई करण्याची स्वप्नं त्याला पडायला लागली. अर्थातच या धोरणांमध्ये मोठा धोका होता; पण तो स्वीकारणं भाग होतं. याचं कारण म्हणजे जोरकसपणे हा हल्ला करण्याचा प्रयत्न केला नाही तर आपण इथंच संपून जाऊ, याची त्याला कल्पना होती. हिटलरच्या वागण्यामधला तुटकपणा आणि त्याला जवळपास कुणाविषयीही आपुलकी नसणं, याचं त्याला जवळून बघणाऱ्यांना आश्चर्य वाटत असे. कुणाशीही त्याचं भावनिक नातं नव्हतं. युद्धभूमीवर लढून आलेल्या आणि जखमी झालेल्या लोकांना भेटण्यात त्याला कधीच रस नसे. बॉम्बहल्ल्यांमुळे बेघर झालेल्या लोकांविषयी त्याच्या मनात कधीच कणव असल्याचं जाणवत नसे. कुठल्याही छळछावणीला त्यानं भेट दिली नाही. मानवी आयुष्याची त्याला अजिबात किंमत नसे. आपल्या सैनिकांचाही हजारोंच्या संख्येनं मृत्यू झाला तरी त्याला त्याचं काही वाटत नसे. फक्त युद्ध जिंकण्या-हरण्याच्या दृष्टीनं याचं मोजमाप करण्यावर तो समाधान माने. आपल्या भव्यदिव्य संकल्पना प्रत्यक्षात साकारण्याच्या दृष्टीनं हे सगळं अपरिहार्य आहे आणि त्याचं फार भांडवल करण्याची गरज नाही, असं त्याचं स्पष्ट मत होतं.

हिटलरविषयीची चांगली प्रतिमा जर्मन लोकांच्या मनात सातत्यानं रुजवत राहणं गरजेचं असल्यामुळे गोबेल्स नवनव्या क्लृप्त्या वापरे. यासाठीच त्यानं १९४२ मध्ये 'द ग्रेट किंग' नावाचा एक माहितीपट तयार करून घेतला. या प्रयत्नांचा फारसा उपयोग झाला नाही. काही काळ आपला तारणहार म्हणून ज्या हिटलरला जर्मन नागरिकांनी एकदम डोक्यावर घेतलं होतं, त्यांचा हळूहळू भ्रमनिरास होत गेला. नंतरच्या काळात जर्मनीची परिस्थिती बिघडत गेल्यानंतर जर्मन नागरिकांनी हिटलरला यासाठी जबाबदार धरायलाही सुरुवात केली. त्यातच जर्मन लष्कराला अन्नधान्याचा मोठ्या प्रमाणावर पुरवठा करावा लागत असल्यामुळे १९४२ सालच्या मार्च महिन्यात सर्वसामान्य जर्मन नागरिकांना होत असलेल्या अन्नधान्याच्या पुरवठ्यामध्ये घट करावी लागली. यामुळे लोक खवळणार याची हिटलरला कल्पना होती. त्यातच व्यापाऱ्यांनी आणि मध्यस्थांनी आपलं उखळ पांढरं करून घेण्यासाठी वस्तूंचा साठा आणि काळाबाजार केल्यामुळे सरकारची पंचाईत झाली. भडकून अशा लोकांना मृत्युदंड देण्याचे आदेश देण्यात आले; कारण युद्धकाळात अशा प्रकारचे उद्योग करणं म्हणजे देशद्रोह करणं, असा त्याचा अर्थ लावण्यात आला. या आदेशानुसार खरंच

दोन जणांना ठार करण्यात आल्याची बातमी वर्तमानपत्रांमध्ये छापून आली.

२८ जून १९४२ या दिवशी सोव्हिएत युनियनवरच्या हल्ल्यामधली 'ऑपरेशन ब्ल्यू' म्हणून ओळखला जाणारी महत्त्वाची मोहीम सुरू झाली. सोव्हिएत युनियनच्या सीमेनजीकच्या सगळ्यात कमजोर भागावरचा हा हल्ला होता. नेहमीप्रमाणेच शत्रूला गाफील ठेवून हल्ला करण्याची नीती जर्मनीनं वापरली. यामुळे सोव्हिएत लष्कर आश्चर्यचकित अवस्थेतच या हल्ल्याचा सामना करायची तयारी करायला लागलं; पण तेवढा वेळ त्यांच्याकडे नव्हता. १ जुलैपर्यंत जर्मनीनं जोरदार मजल मारली. याच सुमाराला हिटलर आणि त्याच्या लष्करामधले वरिष्ठ अधिकारी यांच्यामधल्या संघर्षाचा नवा नमुना बघायला मिळाला. हिटलरनं दिलेल्या आज्ञांकडे दुर्लक्ष करून फेडॉर फॉन बक या 'फील्ड मार्शल'नं आपल्या तुकड्यांना पुढे चाल करून न जाता थांबून राहण्याचे आदेश दिले. यामुळे भडकून हिटलरनं बकला पदमुक्त केलं. सोव्हिएत युनियनवर सुरू असलेल्या हल्ल्याच्या म्हणजेच दक्षिण भागाच्या जवळ आपण असावं, या कारणासाठी हिटलरनं आता आपला मुक्काम १६ जुलै १९४२ या दिवशी युक्रेन देशातल्या व्हिनित्सा प्रांताजवळ हलवला. इथले बंकर्स तर आधीच्या बंकर्सहूनही खराब वाटत होते. त्यातच डासांनी सगळीकडे नुसता उच्छाद मांडला होता. याच सुमाराला हिटलर आणि त्याचे लष्कर अधिकारी यांच्यात नव्यानं मतभेद निर्माण झाले. यामागचं कारण म्हणजे जर्मन लष्कराची आगेकूच सुरू असताना त्यांच्या हाती लागत असलेल्या सोव्हिएत युद्धकैद्यांच्या संख्येत अचानकपणे घट होत असल्याचं दिसून आलं होतं. याची कारणमीमांसा सुरू होती. मुद्दामच युद्धभूमीवरचं नुकसान टाळण्यासाठी सोव्हिएत युनियननं आपले सैनिक तिथून कमी केले असून, नंतर ते आपल्यावर अचानकपणे हल्लाबोल करण्याची तयारी करत असल्याचं लष्करी अधिकाऱ्यांचं मत होतं. हिटलरला मात्र हे अजिबात पटत नव्हतं. सोव्हिएत लष्कराची दुरवस्था झालेली असून, खरोखरच त्यांच्याकडे असलेल्या सैनिकी मनुष्यबळात झालेल्या कमालीच्या घटीमुळेच हे घडत असल्याचं, त्याला वाटत होतं. म्हणजेच सोव्हिएत युनियनची धडपड आता फार काळ सुरू राहू शकणार नाही, असं त्याचं मत होतं. यामुळे जर्मन लष्करानं वेगानं पुढे जात राहिलं पाहिजे, असं तो म्हणत होता. लष्करी अधिकाऱ्यांशी हिटलरचे सतत होत असलेले मतभेद आणि सातत्यानं नवनवे निर्णय घेत राहण्याची आणि ते बदलण्याची हिटलरची सवय, यामुळे कुठल्याही प्रकारचं नियोजन करणं लष्करी अधिकाऱ्यांना कित्येकदा अशक्य होऊन बसे. लष्करी अधिकाऱ्यांनी जरा सबुरीनं निर्णय घेण्याचं किंवा अतिआक्रमकता टाळण्याचं ठरवलं, की त्यांना हिटलर

नेभळट, भित्रे आणि नकारात्मकतेनं भरलेले लोक, असं म्हणत असे. यामुळे तो विलक्षण भडके आणि रागारागानं ओरडत राही. याला नक्की कसा प्रतिसाद द्यावा, हे लष्करी अधिकाऱ्यांना समजत नसे. ते जागीच भीतीनं थिजून जात; पण हिटलर घाईघाईनं सर्वनाशाकडे आपल्याला नेत असल्याच्या हताश भावनेपोटी ते त्याला आपापल्या परीनं विरोध करून बघत. २३ जुलै १९४२ या दिवशी हिटलरनं जारी केलेल्या आदेशामुळे मात्र या अधिकाऱ्यांचं धाबंच दणाणलं. तेलानं समृद्ध असलेला कोकॅकस प्रदेश आणि स्टॅलिनग्राड या दोन्ही भागांवर एकाच वेळी आक्रमण करायचा निर्णय हिटलरनं घेतला. हा निर्णय म्हणजे शुद्ध मूर्खपणा असल्याचं लष्करामधल्या जवळपास प्रत्येकाचं मत होतं. स्टॅलिनग्राडमध्ये सोव्हिएत लष्कराची चांगली बांधाबांध झालेली असून, तिथं आपल्या लष्करामधल्या दुबळ्या तुकड्या लढणार असल्याच्या हतबल भावनेपोटी हाल्दर गारठून गेला.

कॉकॅकसच्या दिशेनं जाणाऱ्या पहिल्या गटातल्या लष्करी तुकड्यांनी ऑगस्टच्या मध्यापर्यंत साडेपाचशेहून जास्त किलोमीटर्स अंतरापर्यंत कूच केलं. स्टॅलिनग्राडच्या म्हणजेच एकदम वेगळ्या दिशेनं जाणाऱ्या दुसऱ्या गटातल्या लष्करी तुकड्यांना मात्र निरनिराळ्या अडचणींनी भेडसावायला सुरुवात केली. त्यांच्यासाठी पुरेशी युद्धसामग्री आणि इतर सोयी या गोष्टी उपलब्ध होईनात. त्यांनी थोडी प्रगती साधून तिथल्या तेल शुद्धीकरण प्रकल्पांपर्यंत कूच केलं खरं; पण चलाख सोव्हिएत फौजांनी तिथून माघार घेण्यापूर्वीच हे प्रकल्प उध्वस्त करून टाकल्याचं दृश्य जर्मन लष्कराला बघावं लागलं. या तेलामध्ये हिटलरला प्रचंड रस होता. हे तेल आपल्या हाती लवकर लागलं नाही तर फार काळ आपलं लष्कर इंधनाविना टिकू शकणार नाही, असं तो वारंवार म्हणत असे. हिटलरच्या कानांवर हे प्रकल्प उद्‌ध्वस्त झाल्याची बातमी आल्यावरही त्यानं आपल्या मनातली उदास भावना लपवूनच ठेवली. अजून कैक तेलविहिरी आणि तेलशुद्धीकरण प्रकल्प बाकी असून, त्यांचा ताबा आपल्याकडेच येईल, असा विश्वास त्यानं प्रकट केला. तसंच आणखी दोन दिवसांच्या आगेकुचीनंतर आपलं लष्कर स्टॅलिनग्राडपर्यंत मजल मारू शकेल, असंही त्यानं गोबेल्सला सांगितलं. स्टॅलिनग्राडवर ताबा मिळवून ते पूर्णपणे नष्ट करण्यासाठी आपल्या लष्कराला एका आठवड्याचा काळ पुरेसा आहे, असंही तो म्हणाला. २३ ऑगस्टपर्यंत दुसऱ्या गटातल्या लष्करी तुकड्यांनी स्टॅलिनग्राडच्या उत्तरेकडच्या व्होल्गा नदीपर्यंत मजल मारण्यात यश मिळवलं खरं; पण आता इथून पुढचा प्रवास कठीण असल्याचं त्यांच्या लक्षात आलं. सोव्हिएत लष्करानं या भागातली आपली बचावफळी चांगलीच दणकट बनवली होती.

दुसरीकडे लेनिनग्राडच्या दिशेनं जात असलेल्या जर्मन लष्करालाही सोव्हिएत फौजांनी कडाडून लढा दिला. आता पुढे जाणं धोक्याचं असल्याचा इशारा तिथल्या लष्करी अधिकाऱ्यानं हिटलरपर्यंत पोहोचवला खरा; पण नेहमीप्रमाणेच हिटलरनं त्याच्यावर भित्रेपणाचा आरोप करून पुढे जात राहण्याचा आदेश दिला. याची सगळी जबाबदारी हिटलरवर आहे असं सांगून त्या अधिकाऱ्यानं नाइलाजानं आपल्या सहकाऱ्यांना पुढे जाण्याचे आदेश दिले. तिथं सोव्हिएत लष्करानं असा काही जबरदस्त प्रतिहल्ला केला, की जर्मन लष्करी तुकड्यांचे पार तीनतेरा वाजले. बाहेरून आत्मविश्वास दाखवत असलेला हिटलर आतून हादरून गेला. या अपयशासाठी नेहमीप्रमाणेच दुसऱ्यावर जबाबदारी ढकलून मोकळं होण्यासाठी त्याची धडपड सुरू झाली. हाल्दर आणि हिटलर यांचे संबंध केव्हापासूनच पार बिघडले होते. त्यातच हाल्दरनं परत एकदा आपल्या लष्करी तुकड्यांना मागे हटण्यासाठीची परवानगी मागितली. भडकलेल्या हिटलरनं त्याला नेहमी त्याच त्या विनंत्या केल्याबद्दल आणि भित्रेपणानं वागल्याबद्दल सगळ्यांसमोर चांगलंच धारेवर धरलं. आता मात्र हाल्दरची सहनशक्ती संपुष्टात आली. त्यानं आपण अजिबात भित्रे नसून आपल्या सैनिकांचा विनाकारण होत असलेला मृत्यू टाळण्यासाठी धडपडत असल्याचं उत्तर हिटलरला दिलं. यावर हाल्दर पहिल्या महायुद्धातसुद्धा जर्मनीकडून लढला असला तरी या महायुद्धाचा निकाल किती खराब लागला याची सगळ्यांना कल्पना असल्याचं हिटलरनं त्याच्याकडे नजर रोखत सांगितलं. यामुळे जर्मन लष्करप्रमुख हाल्दरचेही दिवस भरल्याची सगळ्यांना जाणीव झाली. असाच एक प्रसंग आणखी एका निरोप्याच्या बाबतीतही घडला. या निरोप्यानं युद्धभूमीवरची परिस्थिती भयंकर असल्याची आणि जर्मन लष्करानं आता पुढे जाणं अशक्य असल्याचं हिटलरला सांगताच हिटलर संतापला आणि त्यानं आपल्या आदेशांचं उल्लंघन कुणीही करता कामा नये, असं ओरडून सांगितलं. त्यावर हिटलरशी चांगले संबंध असलेल्या या निरोप्यानंही हिटलरला ओरडून उत्तर दिलं. युद्धभूमीवरचे सैनिक हिटलरच्या आदेशांनुसारच लढत असल्याचं आणि जिवापाड प्रयत्न करत असल्याचं आपण स्वतः अनुभवलं असल्याचं त्यानं हिटलरला सांगताच रागारागानं खोलीचं दार आपटून हिटलर तिथून निघून गेला.

आता दिवसा हिटलर आपल्या झोपडीवजा बंकरमध्ये बसून राही. तो सगळ्यांबरोबर एकत्र जेवण घ्यायला येत नसे. आपल्याच झोपडीत कमीत कमी लोकांसह तो लष्करी घडामोडींसंबंधीच्या बैठका घेई. कुणाशीही तो हस्तांदोलन करत नसे. आपल्या तोंडी आदेशांचे चुकीचे अर्थ काढणं, तसंच त्यांना फाटे फोडणं, यांत लष्करी अधिकारी आता वाकबगार झालेले असल्यामुळे आपले

सगळे आदेश आता टाईप केले जातील, असं त्यानं ठरवलं. आधीप्रमाणेच आपल्या आदेशांच्या विरोधात जाणाऱ्या लोकांना काढून टाकण्याचं धोरण त्यानं स्वीकारलं आणि हाल्दर तसंच युद्धभूमीवर आगेकूच करायला नकार देणारा अधिकारी या दोघांना त्यानं पदमुक्त केलं.

१९४२ साली इव्हा ब्राऊन (उभी)

हिटलरची चिडचिड वाढत असताना आणि सोव्हिएत भूमीवरचं जर्मन आक्रमण अपयशी ठरण्याची चिन्हं दिसत असताना दुसऱ्या महायुद्धाला निर्णायक वळण देणारा ऐतिहासिक 'स्टॅलिनग्राडचा लढा' सुरू झाला. युरोपभर आपलं साम्राज्य उभं करण्याची स्वप्नं बघणारा हिटलर स्टॅलिनग्राड प्रकरणामुळे पुरता बेचिराख होत गेला.

स्टॅलिनग्राडचा ऐतिहासिक लढा

दुसऱ्या महायुद्धाचं पारडं निर्णायकरीत्या जर्मनीच्या विरोधात वळवण्यामध्ये 'स्टॅलिनग्राडचा लढा' सगळ्यात महत्त्वाचा मानला जातो. जर्मनीच्या आक्रमणाला जवळपास कुठंच यशस्वीपणे विरोध झालेला नसताना आणि सगळीकडे जर्मनीची सरशी होत गेली असताना, स्टॅलिनग्राडमध्ये मात्र रशियन सैनिकांनी जर्मनीच्या नाकीनऊ आणले. प्रथमच जर्मन सैन्याला भारी पडेल अशी परिस्थिती अत्यंत चिवटपणे झुंजणाऱ्या रशियन सैनिकांनी निर्माण केली. स्टॅलिनग्राडच्या या ऐतिहासिक लढ्याची कहाणी अनेक पुस्तकं, कादंबऱ्या आणि चित्रपट यांच्यामध्ये वर्णिली आहे.

स्टॅलिनग्राडचा निर्णायक लढा आता जवळ येऊन ठेपला होता. यात आपली सरशी होणं किती महत्त्वाचं आहे, याची जर्मन आणि सोव्हिएत या दोन्ही बाजूंकडच्या अधिकाऱ्यांना पुरेपूर कल्पना होती. लेनिनग्राड आणि मॉस्को यांच्या बाबतीत हिटलरचे जे बेत होते, त्याच धर्तीवर त्यानं स्टॅलिनग्राडच्या संदर्भातही व्यूहरचना आखली होती. दहा लाख लोकसंख्या असलेल्या या शहरावर ताबा मिळवल्यावर लगेचच तिथल्या सगळ्या पुरुषांना ठार करायचे आदेश त्यानं आपल्या लष्कराला दिले. स्टॅलिनग्राडमध्ये शिरण्यासाठी आपल्याला फार प्रयत्न करावे लागणार नाहीत अशी हिटलरची अपेक्षा होती; पण प्रत्यक्षात मात्र ही लढाई खूपच जोरदार झाली. अगदी रस्त्यारस्त्यांमधून, घरांमधून जर्मन सैनिकांना विलक्षण प्रतिकार झाला. काही दिवसांमध्ये आपण स्टॅलिनग्राडचा ताबा घेऊ अशी आशा वाटत असलेल्या जर्मन सैनिकांना यासाठी काही आठवडेच नव्हे, तर कदाचित काही महिने लागतील याची जाणीव झाली. याच काळात ब्रिटिशांनी रात्री म्यूनिक, ब्रेमन, ड्युसलडॉर्फ, ड्युईसबर्ग अशा जर्मन शहरांवर रात्री बॉम्ब टाकायला सुरुवात केली. हेही नुकसान सोसणं आता जर्मनीला भाग पडलं. कहर म्हणजे एका अर्थानं ब्रिटिशांचे हे हवाई हल्ले चांगलेच असल्याची मल्लिनाथी हिटलरनं गोबेल्सशी बोलताना केली. याचं कारण म्हणजे युद्धोत्तर काळात आपल्याला जर्मन शहरांची पुनर्रचना करायची असल्यामुळे एवीतेवी

या शहरांमधल्या इमारती पाडून टाकायच्या होत्याच; आता या बॉम्बवर्षावामुळे आपलं काम आधीच झालं, असं तो म्हणाला!

दरम्यान स्टॅलिनग्राडमध्ये आपल्याला चांगलंच नुकसान सोसावं लागत असल्यामुळे रशियामध्ये सुरू होणाऱ्या महाभयंकर हिवाळ्याआधी आपण तिथून माघार घ्यावी असं लष्करी वरिष्ठांचं मत होतं. स्टॅलिनग्राडचं आपल्याला अभिप्रेत असलेलं नुकसान झालं असल्यामुळे आणि तिथली दूरसंचार यंत्रणा बऱ्यापैकी मोडीत काढलेली असल्यामुळे तिथली मोहीम आपला जीव धोक्यात घालून चालू ठेवण्याची आता गरज नाही, असं त्यांना वाटत होतं. हिटलरनं मात्र नेहमीप्रमाणेच हे मत साफ खोडून काढलं. स्टॅलिनग्राडवर आपला कब्जा करणं हे फक्त लष्करी युद्ध जिंकण्याच्या दृष्टीनं महत्त्वाचं नसून, ते मानसिक युद्ध जिंकण्यासाठीसुद्धा तितकंच महत्त्वाचं आहे, असं त्याचं मत होतं. जर्मन लष्कर अभेद्य आणि अत्यंत चिवट आहे याचं प्रतीक म्हणून त्याला स्टॅलिनग्राडचं उदाहरण जगासमोर ठेवायचं होतं. त्यातच या शहराला स्टॅलिनचं नाव असल्यामुळे तिथून आपण माघार घेणं नामुष्कीचं असल्याचं त्याचं अंतर्मन त्याला सांगत होतं. वरवर मात्र शहराचं नाव काहीही असल्यामुळे काही फरक पडत नाही, असं तो म्हणत राहिला. रिबनट्रॉपनं जर्मनीमधल्या सोव्हिएत राजदूताद्वारा स्टॅलिनशी संपर्क साधून तह करण्यासाठीची बातचीत करण्याविषयी हिटलरकडे परवानगी मागितली. हिटलरनं त्याची विनंती पार धुडकावून लावली. शत्रूशी अशा प्रकारे आणि अशा वेळी तहाची भाषा करणं आपल्याला अजिबात मान्य नसल्याचं हिटलरनं त्याला सांगितलं. सोव्हिएत युनियनवरच्या आक्रमणाविषयी हिटलर अशा प्रकारे जरा चिंतित असतानाच पुन्हा एकदा मध्यसमुद्राजवळच्या लढाईचं प्रकरण उफाळून आलं. याची पार्श्वभूमी जाणून घेणं गरजेचं आहे.

१९४० सालच्या जून महिन्यात इटलीनं फ्रान्स आणि इंग्लंड यांच्या विरोधात युद्ध पुकारलं. याचा मध्य समुद्राच्या आसपासच्या देशांवर आपोआपच परिणाम झाला. मध्य समुद्राच्या उत्तरेकडे फ्रान्स, इटली, युगोस्लाव्हिया, अल्बेनिया, ग्रीस आणि तुर्कस्तान हे देश होते. दक्षिणेकडे फ्रेंचांच्या ताब्यातली उत्तर आफ्रिका ही मोरोक्को, अल्जेरिया आणि ट्युनिशिया यांच्यामध्ये विभागलेली होती. दक्षिणेकडेच इटलीच्या ताब्यातला लीबिया आणि ब्रिटिशांच्या ताब्यातला इजिप्त हेही देश होते. यामुळे इटलीनं युद्धात प्रवेश केल्यावर त्याचे थेट पडसाद या वेगवेगळ्या युरोपीय देशांच्या मालकीच्या वसाहतींवर उमटणं स्वाभाविकच होतं. फ्रेंचांच्या ताब्यातल्या वसाहतींवर मुसोलिनीचा डोळा होता. कारण या वसाहती आपल्या ताब्यात आल्या तर आपलं या भागात सलग भौगोलिक वर्चस्व निर्माण होईल, असं त्याला वाटत होतं. तेवढ्यात हिटलरच्या नेतृत्वाखाली जर्मनांनी इतकी मोठी भरारी मारली की मुसोलिनीनं काही हालचाल करण्याआधीच बराचसा प्रदेश जर्मनीच्या ताब्यात

आला. साहजिकच नंतरच्या चर्चेदरम्यान मुसोलिनीला फार प्रदेश आपल्या पदरात पाडून घेता आला नाही. अशा प्रकारे आधी फ्रेंचांच्या ताब्यात असलेल्या प्रदेशाचा निकाल लागल्यानंतर मुसोलिनीनं ब्रिटिशांच्या ताब्यातल्या वसाहतींकडे वळायचं ठरवलं. त्यानं ग्रीसवर चढाई केली खरी; पण ब्रिटिशांनी काही काळातच ग्रीसवर आपला वरचष्मा तर नव्यानं प्रस्थापित केला. तसंच इटलीच्या ताब्यातल्या लीबियावरही ब्रिटिशांनी आक्रमण केलं. या युद्धात इटलीचं प्रचंड नुकसान झालं. काही काळानंतर जर्मनीनं ग्रीसवर हल्ला करून ब्रिटिशांच्या ताब्यातून ही वसाहत आपल्या आधिपत्याखाली आणली. आता पुन्हा एकदा मध्य समुद्रानजीकचा हा भाग प्रकाशझोतात येण्याचं कारण म्हणजे तिथल्या युद्धात अमेरिकेनं उतरण्याची घोषणा केली. यामुळे हिटलरचं लक्ष काही प्रमाणात तिकडे वळलं. मित्रराष्ट्रांच्या मदतीला अमेरिका उतरणार असं कळल्यावर आपण फ्रान्सचा उरलेला भागही ताब्यात घेतला पाहिजे, असं त्याला वाटलं. यामुळे मित्रराष्ट्रांमध्ये खळबळ माजेल आणि नक्की कुठे लढायचं हे त्यांना समजणार नाही, असा त्याचा डाव होता. त्यानुसार ११ नोव्हेंबर १९४२ या दिवशी हिटलरनं आपल्या सैन्याला त्यासाठीचे आदेश दिले. फारसा प्रतिकार सहन न करावा लागता, जर्मन सैन्यानं ही कामगिरी व्यवस्थितपणे पार पाडली.

या काळात नेताजी सुभाषचंद्र बोस यांनी परत एकदा भारताच्या स्वातंत्र्यलढ्यामध्ये जर्मनीची मदत मिळवण्यासाठी प्रयत्न केले. यासाठी बर्लिनमध्ये भारताचं सरकार स्थापन केलं जावं, अशी मागणी त्यांनी केली. तसंच एक लाख जर्मन सैनिकांना भारतात धाडून ब्रिटिश सत्ता संपवण्यासाठीचे प्रयत्न केले जावेत, अशी अपेक्षाही त्यांनी व्यक्त केली. अजूनही ब्रिटिशांशी लढणं आणि ब्रिटिशांचं साम्राज्य उद्ध्वस्त करणं, हेच जर्मनीचं मुख्य उद्दिष्ट असल्याचा सुभाषबाबूंचा गैरसमज टिकून राहिला होता. हिटलरचं सगळं लक्ष मात्र सोव्हिएत युनियनकडे लागून राहिलं होतं. रशियाला पटकन नमवलं की ब्रिटिशांची आपल्याशी लढायची हिंमत होणार नाही, असा त्याचा होरा कायम होता. तरीसुद्धा सुभाषबाबूंच्या प्रस्तावाविषयी हिटलरला समजताच त्यासंबंधी आपण विचार करू, असं आश्वासन त्यानं गोबेल्सला दिलं. हिटलर आणि त्याचे जवळचे सहकारी यांच्यात सुरू असलेल्या चर्चेचे तपशील मात्र सुभाषबाबूंना समजत नसत. हिटलरचा परराष्ट्रमंत्री रिबनट्रॉप याच्याशी झालेल्या बैठकीदरम्यान सुभाषबाबूंना साहजिकच खुलेपणानं आपल्या बेतांविषयी बोलता आलं नाही. तरीसुद्धा काही दिवसांनी भारताच्या स्वातंत्र्याविषयी अगदी तातडीनं घोषणा करण्यासाठी जर्मनीला उद्युक्त करण्याविषयीचा एक अहवाल सुभाषबाबूंनी हिटलरच्या सरकारपाशी सादर केला. त्यात भारतात सोव्हिएत युनियनविषयी सहानुभूतीचं वातावरण असलं तरी, फक्त जर्मनी-इटली-जपान यांची युतीच भारताला स्वातंत्र्याकडे नेऊ शकते, असं त्यांनी म्हटलं होतं. १० मे १९४१ या दिवशी

हिटलरनं सुभाषबाबूंचा हा अहवाल स्वीकारला आणि भारताचं स्वातंत्र्य जाहीर करण्याला अनुकूलता दर्शवली. यामुळे सुभाषबाबू खूष झाले आणि आता इथून पुढे नाट्यमय घटना घडणार असल्याचं त्यांनी आपल्या जवळच्या लोकांना सांगितलं. प्रत्यक्षात मात्र असं काहीच घडलं नाही. या घटनाक्रमाला एक वर्ष उलटून गेल्यानंतरसुद्धा म्हणजे १९४२ सालच्या मे महिन्यात रिबनट्रॉप अजून हिटलरला या प्रकरणाविषयी काय करायच, हेच विचारत होता! याआधीच जर्मनीनं सोव्हिएत युनियनवर आक्रमण केल्याचं समजल्यामुळे खरी परिस्थिती सुभाषबाबूंच्या लक्षात आली आणि जर्मनी भारताच्या मदतीला धावून येणं आता अशक्य असल्याचं कटू सत्य त्यांनी स्वीकारलं. त्यातच १९४१ सालच्या ऑगस्ट महिन्यात अमेरिकी राष्ट्रपती फ्रँकलिन रुझवेल्ट आणि ब्रिटिश पंतप्रधान विन्स्टन चर्चिल यांनी 'प्रत्येक देशामधल्या नागरिकांना आपले राज्यकर्ते निवडण्याचं स्वातंत्र्य आहे' असं संयुक्त विधान केलं. याचं भारतात जोरदार स्वागत होणार आणि आपल्या स्वातंत्र्यासाठीचं हे पुढचं पाऊल असल्याचं भारतीय जनता मानणार, हे त्यांना समजलं. या तुलनेत जर्मनीनं भारताच्या स्वातंत्र्यासंबंधी कसलीच हालचाल केलेली नसल्यामुळे आता आपण जर्मनीची मदत घेण्याचे प्रयत्न सोडले पाहिजेत, हे त्यांच्या लक्षात आलं. शेवटी १९४३ सालच्या फेब्रुवारी महिन्यात निराश सुभाषबाबूंनी जर्मनीचा निरोप घेतला.

जर्मनीच्या सोव्हिएत युनियनवरच्या आक्रमणादरम्यानची एक महत्त्वाची घटना म्हणजे १९ जुलै १९४१ या दिवशी स्टॅलिनचा मोठा मुलगा याकोव याला नाझी फौजांनी ताब्यात घेतलं. आता झुंजत राहण्यात मतलब नाही असं मत बनवून याकोव स्वतःच जर्मन लष्कराला शरण आला होता. ही सनसनाटीपूर्ण बातमी असली तरी स्टॅलिननं मात्र नेहमीप्रमाणेच आपलं परिस्थितीवर नियंत्रण असल्याचं दाखवत राहण्यासाठी अजिबात विचलित न होण्याचं चित्र निर्माण केलं. जेव्हा आपण आपल्या वरिष्ठ लष्करी अधिकाऱ्याची सोव्हिएत पकडीतून सुटका करण्याच्या मोबदल्यात याकोवची सुटका करायला तयार असल्याचं जर्मनांनी सोव्हिएत युनियनला कळवलं तेव्हा स्टॅलिननं याला नकार दिला. तसंच 'साध्या सैनिकांच्या मोबदल्यात आम्ही फील्ड मार्शलची सुटका करत नसतो' असं जर्मनीला ठणकावून सांगितलं. यात आपल्या दृष्टीनं आपला मुलगा हा इतरांप्रमाणेच असल्याचंही तो सूचित करत होता. नंतर १९४३ मध्ये याकोवचा जर्मन बंदिवासात अंत झाला.

तिकडे उत्तर आफ्रिकेमध्ये १९४३ सालच्या जानेवारी महिन्यात मित्रराष्ट्रांनी जर्मन आणि इटालियन सैनिकांना जोरदार प्रतिकार करून त्यांची पीछेहाट केली. ही धडक पुढे युरोप खंडापर्यंत येऊ नये यासाठी हिटलरनं प्रयत्न सुरू केले. आपल्याला या प्रयत्नांमध्ये इटलीची कितपत साथ मिळेल अशी शंका हिटलरच्या मनात पिंगा

घालत होती, ती काही दिवसांमध्येच खरी ठरली. सोव्हिएत युनियनशी हिटलरनं शांततेसाठीचा करार करावा आणि आपलं सगळं लक्ष उत्तर आफ्रिकेमधल्या लढाईकडे केंद्रित करावं, अशी विनंती मुसोलिनीनं त्याला केली आणि त्यानं तितक्याच लगबगीनं ती पार धुडकावून लावली.

स्टॅलिनग्राडमध्ये जर्मन लष्करानं मागे न हटता पुढे जात राहिलं पाहिजे याविषयी हिटलर आग्रही असला तरी १९ नोव्हेंबर १९४२ या दिवशी त्याच्या कानांवर धक्कादायक बातमी आली. सोव्हिएत लष्करानं बचावात्मक धोरण सोडून जर्मन लष्करावर आक्रमकपणे चाल केली होती. जर्मन लष्करी अधिकाऱ्यांनी असं होण्यासंबंधीची भीती हिटलरकडे अनेकदा व्यक्त केलेली असली तरी हिटलरनं त्यांच्या या 'भित्रेपणामुळे' त्याकडे साफ दुर्लक्ष केलं होतं. आता स्टॅलिनग्राडमधल्या २.२० लाख जर्मन सैनिकांना सोव्हिएत सैनिकांनी चहूबाजूंनी विळखा घातला. आता काय करायचं, असा प्रश्न हिटलरसमोर उभा ठाकला. नव्यानं कुमक पाठवून जर्मन सैनिकांची सुटका करायची तर त्यासाठी किमान दहा दिवस लागणार होते. दरम्यानच्या काळात हवाई मार्गानं या अडकलेल्या सैनिकांना रसद पुरवण्याचं काम सुरू व्हावं, अशी इच्छा त्यानं व्यक्त केली. २३ नोव्हेंबरला हा निर्णय झाला. खरं म्हणजे असा प्रयत्न अत्यंत धोकादायक असल्याचं आणि प्रचंड थंडी आणि हिमवर्षाव सुरू असताना स्टॅलिनग्राडपर्यंत विमानं पाठवणं कितपत शक्य आहे, असा प्रश्न निर्माण होत असल्याचं मत काही जणांनी व्यक्तसुद्धा केलं. हिटलरनं मात्र आपल्या काही खास सहकाऱ्यांच्या मतांवर विसंबून राहून हवाई मार्गानं मदत पाठवण्याचा निर्णय घेतला. यात असंख्य अडचणी येत असूनसुद्धा हे प्रयत्न सुरू राहिले. त्यात फारसं यश येत नसल्याचं आणि आणखी फार काळ टिकाव धरणं अशक्य होत चालल्याचं बघून स्टॅलिनग्राडमध्ये अडकून बसलेल्या सैनिकांनी आपली सुटका करून घेण्यासाठी आपल्याभोवती विळखा घालून बसलेल्या सोव्हिएत लष्करावर हल्लाबोल करण्यासाठीची परवानगी मागितली. हिटलरनं यालाही नकार दिला. १९४२ सालचा नाताळचा सण उलटून गेला तरी हा प्रकार सुरूच राहिला. शेवटी कॉकॅकसमधून आपल्या लष्करी तुकड्या मागे घेण्याचा एक वेगळाच आदेश हिटलरनं दिला. स्टॅलिनग्राडमध्ये काय सुरू आहे ही गोष्ट दुय्यम असावी, असा हा प्रकार होता. यामुळे जर्मनीमध्ये निराशा आणि काळजी यांचं वातावरण पसरलं. स्टॅलिनग्राडमध्ये अडकून पडलेल्या जर्मन सैनिकांच्या कुटुंबीयांना तर नाताळाचा सण संकट घेऊन आल्यासारखाच वाटला. आपण देशासाठी लढायला म्हणून पाठवलेला जवान शत्रूच्या तावडीत सापडलेला आहे आणि त्याची सुटका करण्यासाठी काहीच घडत नाही, या भावनेनं अनेक जण हताश झाले. जर्मन लष्कराकडून

कोंडीत सापडलेल्या सहकाऱ्यांना सोडवण्यासाठी काहीच प्रयत्न केले जात नसल्याचं बघून १० जानेवारी १९४३ या दिवशी सोव्हिएत लष्करानं या अडकलेल्या जर्मन सैनिकांवर जोरदार हल्लाबोल केला. यातून आपली सुटका करून घेण्यासाठी माघार घेण्यासाठीचा एक प्रयत्न म्हणून तिथल्या जर्मन लष्करी अधिकाऱ्यानं हिटलरकडे परवानगी मागण्यासाठी एक निरोप पाठवला; पण हिटलरनं त्याकडे दुर्लक्ष केलं. आपण दररोज ३०० टन शिधा आणि युद्धसामग्री स्टॅलिनग्राडमधल्या आपल्या सैनिकांकडे पाठवू शकतो, असा आत्मविश्वास त्याला होता. यासाठीचे आदेश त्यानं १५ जानेवारी १९४३ या दिवशी दिले. या आदेशाला कसलाच अर्थ नव्हता. हे काम निव्वळ अशक्य होतं. बर्फामुळे विमानानं उड्डाण करणं किंवा ते उतरणं या दोन्ही गोष्टी अशक्य होत्या. त्यातच २२ जानेवारी १९४३ या दिवशी स्टॅलिनग्राडच्या परिसरात जर्मनीला उपलब्ध असलेला छोटासा विमानतळही जर्मनीच्या ताब्यातून निसटला. आता थेट स्टॅलिनग्राडवर हवेतून मदतीसाठीच्या वस्तू टाकणं, हा एकमेव पर्याय शिल्लक होता. काही प्रमाणात त्याचा वापर झालाही; पण स्टॅलिनग्राडमध्ये अडकलेल्या अर्धवट उपाशी आणि थंडीनं बेजार झालेल्या जर्मन सैनिकांना त्यांचा काही उपयोग झाला नाही. याच दिवशी स्टॅलिनग्राडमध्ये अडकून बसलेल्या आपल्या सैनिकांना वाचवणं कठीण असल्याची कबुली हिटलरनं गोबेल्सला दिली. या लोकांच्या दारुण परिस्थितीला आपण जबाबदार असल्याची भावना त्याला आतून खात असावी. साहजिकच त्यानं याचं वर्णन 'पराक्रमी सैनिकांचं बलिदान' अशा शब्दांमध्ये केलं. हिटलर आतून प्रचंड हादरलेला असला तरी या घटनाक्रमाची कुठल्याही प्रकारे जबाबदारी घेण्याला त्यानं स्पष्ट नकार दिला. आपल्या हवाई दलानं स्टॅलिनग्राडमधल्या सैनिकांना मदत पाठवण्यात कसूर केल्याबद्दल त्यानं नाराजी व्यक्त केली. गोबेल्सनं जेव्हा या गोष्टीचा उल्लेख हवाई दलाच्या प्रमुखाकडे केला, तेव्हा त्यानं मुळात अशा प्रकारचे बेत आखणं हीच स्वप्नामधली भरारी असल्याचं मत व्यक्त केलं. वास्तवाला नकारार्थी आणि पराभूत विचारसरणी म्हणत राहिल्यामुळे आणि अशक्यप्राय परिस्थिती दिसत असूनसुद्धा विनाकारण आशावाद व्यक्त करत राहिल्यामुळे हे घडलं असल्याचं स्पष्टपणे दिसून येत होतं. स्टॅलिनग्राडमधल्या लष्करी अधिकाऱ्यानं शेवटी सोव्हिएत लष्कराला शरण जाण्यासाठीची परवानगी हिटलरकडे मागितली; तीही धुडकावून टाकण्यात आली. आपला अभिमान शेवटपर्यंत कायम राहिला पाहिजे आणि शेवटचा सैनिक तसंच आपल्याकडच्या बंदुकीतली शेवटची गोळी शिल्लक असेपर्यंत लढलं पाहिजे, असे आदेश त्यानं दिले. जर्मन इतिहासामध्ये स्टॅलिनग्राडमधल्या सैनिकांनी करून दाखवलेली कामगिरी सुवर्णाक्षरांनी नोंदवली जाईल, असा संदेश त्यानं पाठवला.

३० जानेवारी १९४३ या दिवशी हिटलरकडे जर्मनीची सत्ता येण्याला दहा वर्षं

झाली. या खेपेला त्यासंबंधी अजिबातच उत्साह नव्हता. कुठंही जोरदार कार्यक्रम झाले नाहीत. हिटलरनंही भाषणबाजी केली नाही. आपला लिखित संदेश वाचून दाखवण्यासाठी त्यानं गोबेल्सला पाचारण केलं. स्टॅलिनग्राडमधल्या मानहानीविषयी त्यात एका वाक्याचा उल्लेख होता; पण तोही अर्थातच खरी परिस्थिती झाकून टाकणारा होता. त्याच संध्याकाळी स्टॅलिनग्राडमध्ये शरणागती पत्करण्यासंबंधीचे संदेश सोव्हिएत लष्कराकडे धाडण्यात आले. सुमारे १ लाख जर्मन आणि त्यांच्या साथीला असलेले रोमेनियन सैनिक स्टॅलिनग्राडच्या लढ्यात ठार झाले तर सुमारे १.१३ लाख सैनिक सोव्हिएत लष्कराला शरण आले. त्यांच्यापैकी खूप कमी जण युद्धबंदी बनवण्यात आल्यानंतर काही काळापर्यंत जिवंत राहिले.

हिटलरनं शेवटच्या क्षणापर्यंत लढण्याचे आदेश दिलेले असूनसुद्धा स्टॅलिनग्राडमध्ये जर्मन सैनिकांनी सोव्हिएत युनियनपुढे शरणागती पत्करली होती. हिटलरच्या दृष्टीनं ही प्रचंड नामुष्की होती. असं कसं काय घडू शकतं, यावर त्याचा विश्वास बसत नव्हता आणि या कृत्यासाठी माफी द्यायलाही तो तयार नव्हता. ही बातमी सर्वसामान्य जर्मन नागरिकांपर्यंत पोहोचू नये याची खबरदारी त्यानं घेतली. स्टॅलिनग्राडमध्ये जर्मन सैनिक शेवटपर्यंत लढले आणि शेवटी सगळेच्या सगळे ठार झाले, अशी खोटी बातमी प्रसारित करण्यात आली. याचा भलताच परिणाम झाला. इतके दिवस स्टॅलिनग्राडमध्ये आपली सरशी होणार असं आत्मविश्वासानं सांगत असलेल्या हिटलरला तिथली खरी परिस्थिती माहीत नव्हती का, असा प्रश्न लोकांच्या मनात निर्माण झाला. तसंच विजय अगदी जवळ आलेला असताना अचानकपणे इतक्या कमी काळात चित्र पार कसं काय पालटू शकतं, हेही त्यांना समजेना. इतका काळ जर्मनीमधल्या परिस्थितीला किंवा महायुद्धाशी संबंधित असलेल्या घटनाक्रमाला हिटलर जबाबदार आहे असं जनसामान्य म्हणत नसत. हिटलरच्या प्रचारकी तंत्रानं ही जबाबदारी इतरांवर ढकलली जाईल यासाठीची व्यवस्था अगदी चोखपणे केली होती. आता मात्र प्रथमच सर्वसामान्य लोकांच्या टीकेचा रोख हिटलरकडे अगदी जोरदार वळला. ३० जानेवारीच्या आपल्या भाषणात हिटलरनं यासंबंधीचं स्पष्टीकरण देणं अपेक्षित असताना तो गप्प राहिल्यामुळे लोक अजूनच भडकले. आता काही ठिकाणी भिंतींवर चक्क 'स्टॅलिनग्राडचा खुनी' असा मजकूर दिसायला लागला. आपल्या विरोधकांना ठेचून काढणारा आणि त्यांच्या मनात विलक्षण दहशत निर्माण करणारा हिटलर अचानकपणे लोकांच्या मनातून उतरण्याची चिन्हं दिसायला लागली. साहजिकच हा विरोध मोडून काढण्यासाठी आणि भूमिगत राहून हिटलरच्या विरोधात चळवळ करू पाहणाऱ्या लोकांना धडा शिकवण्यासाठी जर्मन लष्कर आणि पोलीस यंत्रणा हे जागे झाले. यातूनच म्यूनिकमधल्या एका विद्यापीठात अंगावर शहारे आणणारा प्रसंग घडला. हिटलरवर टीका करणाऱ्या आणि नाझी विचारसरणीला

विरोध करणाऱ्या सगळ्याच लोकांची गळचेपी सुरू असताना या विद्यापीठातले काही विद्यार्थी आणि प्राध्यापकसुद्धा लपूनछपून आपलं काम करत असत. आता स्टॅलिनग्राड प्रकरण असह्य होऊन त्यांनी एक छोटी सभा आयोजित केली आणि त्यात स्टॅलिनग्राडमध्ये विनाकारण प्राण गमवावे लागणारे जर्मन सैनिक तसंच या युद्धात एकूण लढणारे ३३ लाख जर्मन सैनिक यांचा जीव धोक्यात घालण्याची जबाबदारी हिटलरवर असल्याचं त्यांनी स्पष्टपणे सांगितलं. तसंच हे काम केल्याबद्दल त्यांनी उपहासानं हिटलरचे आभार मानले. अशा प्रकारचा उघड विरोध खपवून घेणं नाझी राजवटीमध्ये अशक्य होतं. या सभेमध्ये बोलणाऱ्या तिघांवर खटले भरण्यात आले आणि ते तीन दिवसांमध्ये निकालात काढण्यात आले. चौथ्या दिवशी त्या तिघांना सुळावर चढवण्यात आलं. आणखी तिघांना याच प्रकरणातल्या सहभागाबद्दल काही दिवसांनी ठार करण्यात आलं. हिटलर आणि त्याची नाझी राजवट यांच्या विरोधातला विखार वाढत चालला असला तरी अजूनही ही राजवट कोसळण्याचा अजिबात धोका नव्हता. उलट आता कुणाकडूनही अगदी बारीकसारीक विरोध होत असल्याची बातमी पोहोचली तरी हा विरोध अत्यंत निर्दयीपणे आणि तातडीनं मोडीत काढला जात असे. आपलेच नागरिक आपल्याच सैनिकांच्या दुरवस्थेला वैतागून आपल्याला दोष देत असल्याची जाणीव हिटलरला होत असली तरी त्याच्यासमोर दुसरा पर्यायच नव्हता.

स्टॅलिनग्राड प्रकरणाचा हिटलरवर नक्कीच परिणाम झाला. तो ही गोष्ट मान्य करत नसला तरी त्याच्या तब्येतीवर त्याचे दुष्परिणाम जाणवत होते. निद्रानाशाचा त्याचा विकार आता टोकाला गेला. पूर्वीसारखं तो आता संगीतही ऐकत नसे. आपल्या आजूबाजूच्या लोकांशी तो जवळपास निरर्थक बडबड करत असे. सातत्यानं त्याच त्या विषयांवरची त्याची टकळी ऐकून त्याच्या दोन महिला सचिवसुद्धा पार वैतागून गेल्या; पण त्यांची या कंटाळवाण्या प्रकारातून सुटका होणं शक्य नव्हतं. यानंतर दोन वर्षांनी आपल्यावरचा विलक्षण मानसिक ताण दूर करण्यासाठी आपण असं बडबडत राहायचो, असं हिटलरनं त्याच्या डॉक्टरांना सांगितलं. आपल्या वागण्याबोलण्यातून पराभूत मानसिकता कधीच दिसता कामा नये यासाठी तो खूप प्रयत्न करे. आपले शत्रू किंवा आपले सहकारी यांच्यापैकी कुणालाही आपण भेदरलो असल्याची बारीकशी जरी चाहूल लागली तरी त्याचे भयानक परिणाम होऊ शकतात, असा त्याचा दृढविश्वास होता.

२१ मार्च १९४३ या दिवशी स्टॅलिनग्राड प्रकरणानंतर हिटलरनं प्रथमच आपल्या देशवासीयांशी बर्लिनमधून संवाद साधला. त्याच्या आधीच्या लांबलचक भाषणांच्या पार्श्वभूमीवर हे भाषण अगदीच छोटं होतं. कदाचित शत्रूकडून आपल्यावर विमानातून बॉम्बहल्ला व्हायची भीती त्याला सतावत असावी. त्याच्या बोलण्यातून

उत्साह किंवा कुठला नवा मुद्दा यातलं काहीच जणवत नव्हतं. सातत्यानं तो बोल्शेविक लोक आणि ज्यू लोक यांच्याविरुद्ध बोलत असल्यामुळे लोकांना आता तेच ते रटाळ भाषण ऐकून कंटाळा आला होता. हे भाषण ऐकल्यानंतर हिटलर आजारी वाटतो असं काही जणांनी म्हटलं तर प्रत्यक्षात हिटलरनं भाषण केलंच नाही; तर कुणीतरी त्याच्या जागी त्याच्या आवाजात भाषण केलं, अशा अफवाही इतरांनी पसरवल्या. स्टॅलिनग्राडमधल्या मानहानीमुळे हिटलरचं मानसिक संतुलन ढासळलं असून, त्याला मानसिक रुग्णासारखं नजरकैदेत ठेवण्यात आल्याची कंडीही पिकवण्यात आली! हिटलरनं युद्धात बलिदान दिलेल्या जर्मन सैनिकांविषयी गौरवाचे शब्द उच्चारले नाहीत आणि स्टॅलिनग्राडविषयीसुद्धा चकार शब्द उच्चारला नाही. यामुळे जर्मन नागरिकांमध्ये राग आणि निराशा यांची लाट पसरली. शांतता प्रस्थापित करण्यासाठीच्या अनेक संधी उपलब्ध असूनसुद्धा हिटलरनंच त्या नाकारल्या असल्याचं सत्य आता जर्मन नागरिकांना समजायला लागलं. हे युद्ध आपण जिंकणार अशी आशा सुरुवातीच्या काळात हिटलरनं सगळ्यांच्या मनात जागवली असली तरी आता हे अशक्यप्राय असून आपल्याला हिटलर आता विनाशाकडे नेत असल्याची जाणीव त्यांना झाली. हिटलरवर आंधळेपणानं आपण केलेलं प्रेमच आपल्याला गोत्यात आणणार असल्याची चाहूल त्यांना लागली. एके काळी लोकप्रियतेच्या शिखरावर असलेल्या हिटलरविषयीची निराशा आणि त्याच्याविषयीचा भ्रमनिरास यांचे जोरदार वारे आता जर्मनीत वाहायला लागले!

स्टॅलिनग्राड प्रकरणाचा हिटलरवर प्रचंड प्रभाव पडला. त्याची चिडचिड वाढली. त्याच्या खाण्यापिण्यामध्ये बदल घडले. वरवर तो आपण अजूनही विजयी होणार असल्याच्या आत्मविश्वासाचा आभास निर्माण करत असला तरी आतून तो खचत चालला होता. त्याला अकाली वृद्धत्व येत असल्याच्या खुणा अजूनच पक्क्या होत चालल्या होत्या. अपयशाचा सामना करणं त्याला कठीण होऊन बसलं होतं. साहजिकच आपल्या नेहमीच्या सवयीप्रमाणे तो प्राप्त परिस्थितीसाठी कुणाला ना कुणाला तरी जबाबदार धरण्याचा प्रयत्न करत होता. मनानं तो कायम एकटाच असायचा; पण आताच्या अडचणीच्या परिस्थितीत हा एकटेपणा त्याला असह्य व्हायला लागला. इव्हा ब्राऊन आणि आपला एक कुत्रा यांच्याशिवाय आपल्याला जवळचं कुणीच नाही, असं त्याला वारंवार वाटायला लागलं. अपयशाचं खापर सगळ्यांवर फोडून झाल्यानंतर शेवटी कुणी शिल्लक राहिलंच नाही, तेव्हा तर त्यानं चक्क जर्मन जनतेमध्येच निर्धाराचा आणि लढवय्येपणाचा अभाव असल्यामुळे त्यांच्यावर आपला शाब्दिक राग काढायला सुरुवात केली! असं असूनही त्याचा निग्रही स्वभाव अजून टिकून होता, ही खरोखर आश्चर्यकारक गोष्ट होती. मनातून हार मानायला तो नकार देत होता. तसंच जर्मनीमध्ये हिटलरविरोधी वारे वाहत असले

तरी त्याची सत्ता एकहाती आणि कुणाचंही आव्हान ठेचून काढण्याची क्षमता असलेली होती. सातत्यानं एकाकी असलेला हिटलर आता अपयशामुळे तर आपल्या जनतेपासून अजूनच दूर चालला होता. पूर्वी विजयोन्मादात असलेला आणि आपल्या यशाची वर्णनं जनतेसमोर करायला उत्सुक असलेला हिटलर आता कशासाठी जनतेसमोर जायचं, अशा विचारांमुळे जनतेपासून दूरच राहत होता. लोकांना तोंड दाखवण्याची त्याची हिंमत होत नसावी. आकडेवारीवरून हे सहजपणे दिसून येतं. १९४० ते १९४३ या वर्षांदरम्यान हिटलरनं अनुक्रमे ९, ७, ५ आणि २ जाहीर भाषणं केली. त्याचा बहुतेक सगळा वेळ सर्वसामान्य जर्मन नागरिक, कारभार चालवणारं सरकार यांच्यापासून एकदम लांबवरच्या ठिकाणी जाई. १९४३ मध्ये तर तो बर्लिनमध्येही फारसा गेला नाही.

१० एप्रिल १९४३ रोजी मुसोलिनी आणि हिटलर यांच्यामध्ये गोरिंग

१९४३ सालच्या जुलै महिन्यात हिटलरनं जर्मन लोकांशी असलेली आपली नाळ एकदम तोडून टाकल्यासारखी प्रतिमा निर्माण केल्याविषयी गोबेल्सनं खेद प्रकट केला. जर्मन जनतेच्या मनातली लोकप्रियता हाच हिटलरचा मुख्य आधार असताना आणि त्यांची काळजी घेणं हा आपला सगळ्यात महत्त्वाचा कार्यक्रम असल्याची भावना त्यांच्या मनात रुजवलेली असताना, अचानकपणे हिटलरनं असं करायला नको, असं त्याला वाटत होतं. हिटलरवर टीका करणारी अनेक पत्रं आता

जर्मन संसदेत येत. यामुळे लोकांच्या मनातली हिटलरची लोकप्रियता उतरणीला लागली असल्याची आणि यामुळे कदाचित त्याची सत्तासुद्धा धोक्यात येण्याची भीती गोबेल्सनं व्यक्त केली. जिथं शत्रूचे विमानहल्ले झाले आहेत, अशा भागांना हिटलरनं भेट दिली पाहिजे; तसंच सर्वसामान्य जनतेशी किमान रेडिओवरून नियमितपणे संवाद साधला पाहिजे, असं त्याचं मत होतं.

१९४२ मध्येच युद्धात आपल्या मनुष्यबळाची खूप हानी झालेली असल्याचं आणि युद्ध सुरू ठेवण्यासाठीची सामग्री कमी पडत असल्याचं हिटलरच्या लक्षात आलं होतं. हा तुटवडा भरून काढण्यासाठी मोठ्या प्रमाणावर लष्करभरती करण्याचे तसंच 'निरुपयोगी' उद्योगांमध्ये गुंतलेल्या लोकांना 'युद्धोपयोगी' कामांमध्ये सहभागी करून घेण्याचे आदेश देण्यात आले. पुरुष करत असलेली अनेक कामं स्त्रियांनी करावीत आणि पुरुषांना युद्धभूमीवर पाठवण्यात यावं, यासाठीची तयारी करण्यात आली. युद्धभूमीवर आणि युद्धाशी संबंधित असलेल्या इतर कामांमध्ये तब्बल १.१० कोटी लोक गुंतलेले किंवा कामी आलेले असल्यामुळे स्त्रिया, युद्धकैदी, जबरदस्तीनं कामावर जुंपण्यात आलेले छळछावण्यांमधले लोक अशा सगळ्यांकडून काम करून घेण्याचाही पुरेसा उपयोग झाला नाही.

हिटलरच्या या दुर्दशेला स्टॅलिनग्राडचा लढा मुख्यत्वानं कारणीभूत ठरला, यात शंकाच नाही. म्हणूनच स्टॅलिनग्राडच्या लढ्यानं दुसऱ्या महायुद्धाची दिशा पार बदलून टाकली, असं अनेक जण म्हणतात!

पराभवाकडे वाटचाल

स्टॅलिनग्राडचं प्रकरण सुरू असताना जर्मनी आणि इटली यांना उत्तर आफ्रिकेतही पराभवाचा सामना करावा लागला. त्यांचे सैनिक मोठ्या संख्येनं मित्रराष्ट्रांना शरण गेले. या सुमारे अडीच लाख सैनिकांपैकी निम्मे तर जर्मनच होते! हा पराभव इटलीसाठी फारच मोठा होता. इथून पुढे लढत राहण्याच्या इटलीच्या क्षमतेविषयी आता मोठं प्रश्नचिन्ह निर्माण झालं. हिटलरसाठी अर्थातच हा प्रचंड मोठा धक्का होता. त्यातच जर्मनीवर मित्रराष्ट्रांकडून बॉम्बहल्ले होत राहिले. यात जर्मन उद्योगांचं, नागरिकांचं प्रचंड नुकसान तर झालंच; पण शिवाय धरणांसारख्या महत्त्वाच्या ठिकाणांवरही हे बॉम्ब्ज पडल्यामुळे परिस्थिती अजूनच बिकट होत गेली. जनसामान्यांमध्ये हिटलरच्या जयघोषाची जागा आता रागानं घेतल्याची जाणीव जर्मनीमध्ये फेरफटका मारणाऱ्या गोबेल्सला झाली. हिटलर मात्र आपल्या बंकरमध्येच राहिला. आता मित्रराष्ट्रं इटलीमध्ये घुसण्याची शक्यता होती. याच्या जोडीला 'सिटाडेल' नावाची मोहीम फत्ते करण्याचा संकल्प हिटलरनं सोडला होता. साहजिकच जर्मन नागरिकांना सोसाव्या लागणाऱ्या हालअपेष्टांकडे लक्ष द्यायला त्याला वेळच नव्हता. इटलीमध्ये मित्रराष्ट्रं घुसली तर मुसोलिनी फार काळ याचा प्रतिकार करू शकणार नाही, असं हिटलरचं आता मत झालं होतं. मुसोलिनीवरचा त्याचा विश्वास पुरता उडाला होता.

१९४३ सालच्या जून महिन्याच्या अखेरीला 'सिटाडेल' मोहिमेची सुरुवात करायची हिटलरची इच्छा होती. खरं म्हणजे ही मोहीम आखून बराच काळ उलटून गेला होता. तसंच ही मोहीम सोव्हिएत युनियनवरच्या हल्ल्याशी संबंधित असली तरी दरम्यानच्या काळात मध्य समुद्रानजीकच्या भागांमध्ये मित्रराष्ट्रांनी केलेल्या आक्रमणामुळे जर्मनीचं तिकडे जास्त लक्ष असणं गरजेचं असल्याचं मत काही वरिष्ठ जर्मन लष्करी अधिकाऱ्यांनी व्यक्त केलं. हिटलर नेहमीप्रमाणेच आपल्या निर्णयावर ठाम होता. आपण आत्ता हा हल्ला केला नाही तर काही काळात सोव्हिएत युनियनच आपल्यावर हल्ला करेल, अशी भीती त्यानं व्यक्त केली.

तसंच जनमानसामध्ये विश्वास निर्माण करण्यासाठी आपण ही मोहीम जिंकलीच पाहिजे, असं त्यानं आपल्या लष्करी अधिकाऱ्यांना सांगितलं. चार दिवसांनी या मोहिमेचा प्रारंभ झाला. ही मोहीम सुरू व्हायच्या आधीच अचानकपणे सोव्हिएत लष्कराकडून जर्मन लष्करावर बॉम्बहल्ले सुरू झाले. यामुळे सोव्हिएत लष्कराला आपल्या मोहिमेची चाहूल लागल्याची भीती जर्मन लष्करी अधिकाऱ्यांना वाटली. जर्मनीच्या साधारण २७०० रणगाड्यांच्या आक्रमणाला तोंड देण्यासाठी सोव्हिएत लष्करानंसुद्धा साधारण तितक्याच रणगाड्यांची बचावफळी उभी केली होती. सुरुवातीला जर्मन लष्कराला आणि हवाई दलालासुद्धा बरं यश मिळालं. बरीच मनुष्यहानी होऊनसुद्धा निदान त्यांनी पुढे वाटचाल तरी केली. तेवढ्यात जर्मनीकडे असलेल्या रणगाड्यांपैकी काही रणगाड्यांमध्ये असलेले मोठे दोष सगळ्यांच्या लक्षात आले. खरं म्हणजे या दोषांविषयी एका लष्करी अधिकाऱ्यानं पूर्वीच हिटलरपाशी भीती व्यक्त केली होती; पण हा विषय गुंडाळून टाकण्यात आला होता. कित्येक रणगाडे चक्क बंद पडले तर काही रणगाड्यांमध्ये मशिनगन्स नसल्यामुळे शत्रू जवळ असताना त्याच्याशी युद्ध करण्याच्या दृष्टीनं त्यांचा काहीच उपयोग नव्हता. दरम्यान सोव्हिएत लष्करानं बचाव करता करता स्वतःहून आक्रमण करण्याचं धोरणही अवलंबलं. १३ जुलै या दिवशी हिटलरनं आपल्या दोन वरिष्ठ सहकाऱ्यांना या मोहिमेच्या पुढच्या दिशेविषयी विचारलं. यासंबंधीच्या चर्चेनंतर नाइलाजानं हिटलरनं ही मोहीम अर्धवट गुंडाळून टाकायचा निर्णय घेतला. या मोहिमेत जर्मनीच्या नुकसानाच्या मानानं सोव्हिएत लष्कराचं जास्त नुकसान झालेलं असलं तरी या मोहिमेचा मूळ उद्देश मात्र पार फसला, हे उघड होतं. त्यातच ९-१० जुलैदरम्यान मित्रराष्ट्रांनी मध्य समुद्रानजीकच्या भागात हल्लाबोल केल्यामुळे हिटलर अजूनच अस्वस्थ झाला. तिथं जर्मन सैनिकांचं प्रमाण कमी होतं. इटलीच्या सैनिकांनी लढण्यापेक्षा शत्रूला शरण जाण्याचा किंवा पळ काढण्याचा मार्ग पसंत केला. यामुळे १९ जुलै या दिवशी मुसोलिनीची भेट घेण्यासाठी हिटलर इटलीकडे रवाना झाला. इटलीला त्यानं दिलेली ही शेवटचीच भेट ठरली.

मुसोलिनीला वाटत असलेली निराशा दूर करणं आणि त्यानं स्वतंत्रपणे मित्रराष्ट्रांशी शांतता करार करू नये यासाठी प्रयत्न करणं, हा हिटलरच्या इटली भेटीमागचा मुख्य उद्देश होता. तो सफल होऊ शकला नाही. हिटलरला जरी आपण मुसोलिनीला धीर देण्यात आणि नव्यानं लढण्यासाठी प्रवृत्त करण्यात यश मिळवले असं वाटलं असलं तरी, त्याचा काहीच उपयोग झाला नाही. मुसोलिनीशी हिटलरची भेट झाल्याच्या संध्याकाळीच इटलीमध्ये मुसोलिनीच्या विरोधात बंड करून त्याच्या जागी दुसऱ्या माणसाची नेमणूक करण्याचा घाट घातला जात असल्यासंबंधीचा गुप्तचर अहवाल हिटलरच्या हाती पडला. प्रत्यक्षात तसं घडलंसुद्धा. २४ जुलै

१९४३ या दिवशी इटलीच्या राजानं मुसोलिनीला बोलावून घेतलं आणि त्याला पंतप्रधानपदावरून दूर करत असल्याचं सांगितलं. यासाठी घेण्यात आलेल्या मतदानात राजाच्या या निर्णयाच्या बाजूनं कौल पडल्यामुळे मुसोलिनीच्या हातात काहीच शिल्लक राहिलं नव्हतं. मुसोलिनीला तातडीनं अटक करून एका रुग्णवाहिकेमध्ये बसवण्यात आलं. तिथून त्याला मध्य समुद्रानजीकच्या पोंझा नावाच्या बेटावर नेण्यात आलं. इटलीमधल्या या घटनाक्रमामुळे हिटलर पार वैतागून गेला आणि त्याचा यावर सुरुवातीला तर विश्वासच बसेना. इटलीनं मुसोलिनीला पदच्युत केलेलं असलं तरी तिनं दुसऱ्या महायुद्धातून आपलं अंग अजून काढून घेतलेलं नसल्यामुळे आंतरराष्ट्रीय संकेतांप्रमाणे इटलीवर आक्रमण करणं आणि तिचा कारभार आपल्या हाती घेणं, हिटलरच्या दृष्टीनं अयोग्य होतं. या सगळ्याकडे दुर्लक्ष करून हिटलरनं तातडीनं रोमवर हल्लाबोल करण्याचे आणि मुसोलिनीला सत्तेवरून दूर करणाऱ्या नव्या सरकारला उलथून टाकण्याचे आदेश आपल्या सहकाऱ्यांना दिले. मुसोलिनीला जर्मनीत आणून पुन्हा इटलीच्या सत्तेवर बसवण्यासाठीचे प्रयत्न करण्याची त्याची योजना होती. पुढच्याच दिवशी इटलीत आपल्या लष्करानं रोमवर कब्जा करावा आणि त्यानंतर एक-दोन दिवसांनी तिथे नवी क्रांती घडवावी यासाठीची व्यवस्था करावी, असं हिटलरनं सांगून टाकलं. मुसोलिनी बहुधा जिवंत असावा; पण अटकेत असावा असा त्याचा अंदाज होता. हा कट मुसोलिनीविरुद्धचा असला तरी तो अप्रत्यक्षपणे जर्मनीविरुद्धचाच आहे, असं हिटलरचं म्हणणं होतं. याचं कारण म्हणजे इटलीमधलं नवं सरकार आता इंग्लंड आणि अमेरिका यांच्याशी तह करणार; म्हणजेच जर्मनीला विरोध करणार, असं होतं. इटलीत आता ब्रिटिश सैनिक कधीही उतरतील, अशी भीती त्याला वाटत होती. त्याआधी आपण वेगानं हालचाली केल्या पाहिजेत, असं त्याचं मत होतं. इतकंच नव्हे तर व्हॅटिकन सिटी म्हणजेच पोप इटलीमधल्या मुसोलिनीच्या विरोधातल्या कटामध्ये सहभागी असल्याचा त्याचा दाट संशय होता. यामुळे भडकलेल्या हिटलरनं आपल्या लष्कराला व्हॅटिकन सिटीवरही कब्जा करण्याचे आदेश दिले. हा प्रकार अत्यंत धक्कादायक होता. सगळं ख्रिस्ती जग यामुळे भयंकर चिडलं असतं आणि कदाचित अनेक देशांनी संयुक्तपणे जर्मनीवर हल्लाबोल केला असता. याची जाणीव रागानं तिळपापड झालेल्या हिटलरला होती; पण त्या संदर्भातलं भान तो राखू शकत नव्हता. शेवटी गोबेल्स आणि रिबनट्रॉप या सर्वसामान्यपणे अविचारानं वागणाऱ्या दोघांनी कधी नव्हे ते हिटलरला या अतर्क्य निर्णयापासून रोखलं. अन्यथा गहजब झाला असता! यावर किमान रोमवर तरी तातडीनं कब्जा करण्यासाठीच्या हालचाली करण्याचे आदेश हिटलरनं दिले. एका लष्करी अधिकाऱ्याला मात्र घाईनं असं करणं धोक्याचं वाटलं. त्यानं नीट आखणी करून इटलीवर चाल करणं जास्त योग्य ठरेल आणि

यासाठी आठ दिवसांचा तरी वेळ आपल्याला लागेल, असं हिटलरला सांगितलं. शेवटी कुठलाच ठोस निर्णय न होता ही बैठक संपली. यानंतरही या संदर्भात काही दिवस चर्चा होत राहिली. अनेक निर्णय घेतले आणि फिरवले गेले. शेवटी इटलीवर हल्ला करणं अत्यंत धोकादायक आणि व्यवहार्य नसल्याचं हिटलरचंही मत झालं. त्यानं हा नाद सोडला; पण किमान मुसोलिनीचा शोध घेणं आणि त्याची सुटका करणं याकडे आपलं लक्ष केंद्रित करायला आपल्या लष्करी अधिकाऱ्यांना सांगितलं.

एकीकडे इटलीमधल्या धक्कादायक घडामोडींमुळे हिटलर हादरून गेलेला असताना दुसरीकडे ब्रिटिश हवाई दलानं २४-३० जुलै १९४३ या काळात जर्मन शहरांवर जोरदार हल्ले केले. जर्मन रडार यंत्रणा कुचकामी ठरावी यासाठी या विमानांमधून अॅल्युमिनियमच्या पट्ट्या सोडण्यात आल्या. शिवाय हॅम्बर्गसारख्या शहरांवर करण्यात आलेल्या बॉम्बवर्षावात झालेली मनुष्यहानी आणि इतर प्रकारची हानी थरकाप उडवणारी ठरली. हे शहर आगीचा गोळा असल्यासारखं दिसत होतं. जिथंतिथं नुकसान आणि उद्ध्वस्त शहराचे अवशेष दिसत होते. किमान निम्मं शहर पार बेचिराख झालं. ३० हजार लोक ठार झाले, ५ लाख लोक बेघर झाले, २४ रुग्णालयं, २७७ शाळा आणि ५८ चर्चेस अशा इमारती उद्ध्वस्त झाल्या. नेहमीप्रमाणेच हिटलरला याच्याशी काही देणंघेणं नव्हतं. त्याला याच्या मानसिक परिणामांविषयीच काळजी वाटत होती. अर्थातच सर्वसामान्य लोक हिटलरच्या या बेदखलीमुळे पार वैतागून गेले होते. आपला, तसंच आपल्या कुटुंबीयांचा, मित्रपरिवाराचा जीव आणि आपली मालमत्ता यांच्याशी हिटलरला काही देणंघेणं नाही, याचा त्यांना विलक्षण संताप येत होता. हिटलर मात्र आपल्या मायभूमीत आपल्या हरकतींमुळे जनसामान्यांना सोसाव्या लागणाऱ्या प्रचंड अडचणींकडे साफ दुर्लक्ष करून इटलीमधल्या घडामोडींची जास्त काळजी करत होता. यामुळे हिटलरची लोकप्रियता एकदम लयाला गेली. ३ सप्टेंबर १९४३ या दिवशी ब्रिटिश सैन्य इटलीमध्ये घुसलं. त्याच दिवशी इटलीनं मित्रराष्ट्रांशी युद्धबंदीचा करार केला. पाच दिवस गुप्त ठेवण्यात आल्यानंतर त्याविषयीची माहिती जगासमोर उघड करण्यात आली. ती अजून हिटलरपर्यंत पोहोचायची होती. त्या दिवशी म्हणजे ८ सप्टेंबरला हिटलर सोव्हिएत युनियनमध्ये जर्मनीनं ताब्यात घेतलेल्या भागाला भेट देण्यासाठी गेला होता. तिथून तो आपल्या पूर्व प्रशियामधल्या बंकरमध्ये परतला तेव्हा तिथलं वातावरण एकदम उदास आणि काळजीनं भरलेलं होतं. इतके दिवस हिटलरला वाटत असलेली भीती खरी ठरली. ब्रिटिश आणि अमेरिकी वर्तमानपत्रांनी इटलीचं लष्कर शरण येत असल्याच्या बातम्या दिल्या होत्या. त्याच संध्याकाळी सहा वाजता बीबीसीनंही या बातमीला दुजोरा दिला. आता मात्र चालढकल करून उयोग नव्हता. हिटलरनं तातडीनं आपल्या नाझी नेत्यांची बैठक बोलावली आणि इटलीवर आक्रमण करण्याचा

निर्णय घेतला. १० सप्टेंबर या दिवशी रोम जर्मनीच्या ताब्यात आलं! सुमारे ६.५० लाख इटालियन सैनिकांना जर्मनीनं आपल्या ताब्यात घेतलं.

अर्थात इटलीवर ताबा मिळवला असला तरी एकाच वेळी सोव्हिएत युनियनशी पूर्वेत लढणं आणि मित्रराष्ट्रांशी दक्षिणेत लढणं, ही दुहेरी तलवार सांभाळणं जवळपास अशक्य आहे याची नाझी नेत्यांना जाणीव होती. यामुळे सोव्हिएत युनियन किंवा मित्रराष्ट्रं यांच्यापैकी एकाशी युद्धबंदीचा करार करावा आणि आपली सगळी ताकद दुसरीकडे एकवटावी, असं गोबेल्सचं मत पडलं. यासाठी स्टॅलिनशी चर्चा करावी असं त्याला आणि रिबनट्रॉपलाही वाटत होतं. हिटलरनं मात्र त्यांचा हा प्रस्ताव एकदम फेटाळून लावला. चर्चा करायची वेळ आलीच तर आपण त्यातल्या त्यात ब्रिटिशांशी बोलायला तयार असल्याचं त्यानं सांगितलं. अर्थातच आपण अडचणीत असताना किंवा आपली पीछेहाट होत असताना कुणाशीच चर्चा करायला आपण तयार होणार नाही, हेही त्यानं सांगून टाकलं. आपण कुणासमोरच भीक मागितल्यासारख्या अवस्थेत जाणार नसल्याचं मत त्यानं मांडताच कुणाशीही तह करण्याचा प्रश्नच मिटला. कारण जर्मनीची युद्धात सरशी होण्याची शक्यता अगदी फिकट दिसत होती. अशी परिस्थिती आल्याशिवाय हिटलर कुणाशीही बातचीत करायला तयार नव्हता. एकूण काय, तर युद्ध सुरू राहणार आणि आपली अवस्था आणखी बिकट होत जाणार, असं दृश्य हताशपणे बघण्याखेरीज गोबेल्स आणि त्याचे इतर सहकारी यांच्या हातात दुसरं काहीच नव्हतं.

आपल्या शत्रूंशी संवाद साधणं एक वेळ सोडून दिलं तरी चालेल; पण किमान जर्मन जनतेशी तरी हिटलरनं आता संवाद साधावा यासाठी गोबेल्सनं हिटलरला खूप गळ घातली. अगदी शेवटच्या क्षणापर्यंत हिटलरनं याला नकार दिला. तरी गोबेल्सनं आपली मागणी रेटून धरली आणि १० सप्टेंबर १९४३ या दिवशी हिटलरच्या भाषणाचं ध्वनिमुद्रण करण्यात यश मिळवलं. या भाषणात जर्मन लोकांना उत्साह वाटावा असं काहीच नव्हतं. मुसोलिनीचा घात करण्यात आल्याचा निषेध करून आपण इटलीवर म्हणूनच कब्जा केल्याचं हिटलरनं नमूद केलं. जर्मनीवर करण्यात आलेल्या बॉम्बहल्ल्यांचा बदला घेण्याची घोषणाही त्यानं केली. अर्थातच या भाषणाचा फारसा प्रभाव पडला नाही. गोबेल्सनं मात्र हे भाषण खूप चांगलं झाल्याची खुशामत नंतर केली. १२ सप्टेंबरला जर्मन लष्कर आणि एसएस संघटना यांनी संयुक्तपणे हिमराशींमधल्या एका हॉटेलमधून मुसोलिनीची सुटका केली असल्याची आनंदवार्ता हिटलरला ऐकायला मिळाली. साहजिकच खूप दुःखद बातम्यांच्या माऱ्यानंतर त्याला थोडं बरं वाटलं. दोन दिवसांनी त्याला हिटलरची भेट घेण्यासाठी आणण्यात आलं. मुसोलिनीला भेटण्यासाठी हिटलर खूप उत्सुक असला तरी ही भेट झाल्यानंतर मात्र तो पार निराश झाला. मुसोलिनीचा सगळा

आत्मविश्वास पार लयाला गेला होता. पूर्वीचं वैभव आणि पूर्वीची हुकूमत या सगळ्यांचा अभाव त्याच्यामध्ये दिसत होता. एके काळचा हा हुकूमशहा एकदम जमिनीवर आल्यासारखा भासत होता. काही दिवसांनी म्यूनिकमध्ये मुसोलिनीला धाडण्यात आलं. तिथं त्यानं इटलीमध्ये पुन्हा आपलं सरकार स्थापन करण्यासाठीच्या चाली रचाव्यात अशी अपेक्षा होती. त्यानुसार काही आठवड्यांमध्येच मुसोलिनीनं इटलीच्या उत्तर भागात आपले आधीचे चमचे आणि अत्यंत भ्रष्टाचारी तसंच क्रूर लोक यांच्या मदतीनं एक सरकार उभं केलं खरं; पण ते जर्मनीच्या हातामधलं बाहुलं असल्याचं अगदी स्पष्ट दिसत होतं. मुसोलिनीची अवस्था अगदीच दयनीय झाली २६४होती.

इटलीमध्ये आपल्या लष्कराचा काही भाग हलवण्याची फळं लवकरच हिटलरला भोगावी लागली. सोव्हिएत लष्करानं आपलं आक्रमण सुरू ठेवलं. जर्मन बचाव भेदत पूर्वेकडे सोव्हिएत सैनिक पुढे येत राहिले. ५-६ नोव्हेंबरदरम्यान सोव्हिएत युनियनचं जर्मनीच्या ताब्यातलं सगळ्यात मोठं शहर म्हणजे काईव्ह हे पुन्हा एकदा सोव्हिएत युनियनच्या हाती आलं. १९४४ सालाच्या सुरुवातीला आपल्या देशवासीयांना शुभेच्छा देताना '१९४४ हे साल सगळ्या जर्मन लोकांसाठी खूप कठीण असणार आहे ... या वर्षी युद्धाला निर्णायक वळण मिळेल ... आपण त्यातल्या सगळ्या अडचणींवर मात करू याची मला खात्री आहे ...' असं हिटलरनं म्हटलं. अर्थातच आता कुणाचा अशा विधानांवर फारसा विश्वास बसत नसे. जर्मनीची जोरदार पीछेहाट होऊनसुद्धा समोर उभं ठाकलेलं सत्य स्वीकारायला हिटलर तयार नव्हता. युद्धात आत्तापर्यंत जे घडलं त्यामागे विश्वासघात, अकार्यक्षमता, आपल्या आज्ञांचं उल्लंघन होणं आणि आत्मविश्वासाचा अभाव, ही कारणं असल्याचं त्याचं मत होतं. बदललेली परिस्थिती स्वीकारण्याच्या वास्तवापासून तो अजूनही दूर होता. आपल्या हातून झालेल्या असंख्य घोडचुकांपैकी एकही चूक तो मान्य करत नव्हता. कोणत्याही परिस्थितीत माघार घ्यायची नाही, पराभव स्वीकारायचा नाही, शरण जायचं नाही, १९१८ सालाची पुनरावृत्ती होऊ द्यायची नाही, यावर तो ठाम होता. काहीही घडो, कितीही नुकसान झालं तरी बेहत्तर; पण आपण याच मार्गानं जायचं, हे त्यानं आपल्या मनाशी पक्कं ठरवलं होतं. त्याच्या मनात जर्मनीच शेवटी हे युद्ध जिंकणार, असा इतका दुर्दम्य विश्वास पक्का बसला होता की हे अशक्य असल्याचं स्पष्टपणे दिसत असूनसुद्धा तो आपल्या मनातल्या या कोषाच्या बाहेरच पडू शकत नव्हता. किमान वरवर तो तसं दाखवत तरी नव्हता. कदाचित आतून त्याला यामधला फोलपणा जाणवत असावा. त्याची रात्रीची झोप तर केव्हाच उडाली होती; आता त्याला नैराश्याचे झटकेही त्रस्त करून सोडत. यामुळे आपण कुठल्या मार्गावरून चालले आहोत याची त्याला नक्कीच जाणीव झालेली असणार. तरीही

त्याचं बाह्य रूप अजूनही विजयी गर्जना करणारंच होतं.

खरं म्हणजे हिटलरला हा तणाव असह्य झाला होता. अगदी आरामात आयुष्य जगत असताना दुसऱ्या महायुद्धामुळे त्याचा दिनक्रम पार बदलून गेला होता. आता करमणूक, बदल, आराम या गोष्टींना स्थानच नव्हतं. सातत्यानं आपल्या लष्करी अधिकाऱ्यांशी चर्चा करत राहणं, अगदी जपून खाणं, रात्री उशिरा झोपणं आणि सकाळी उशिरा उठणं, त्याच त्या गोष्टी करत राहणं, त्याच त्या लोकांसमवेत राहणं या सगळ्याचा त्याच्यावर खूप परिणाम झाला. तो एकदम थकलेला दिसायला लागला. त्याचे केस पांढुरके झाले. त्याचे डोळे लालबुंद दिसत. त्याच्या चालण्याबोलण्यातला ताठरपणा पार संपून गेला. तो आता वाकून चाले. त्याचा डावा हात थरथरत असल्यामुळे तो सावरून घेण्याचा त्याचा प्रयत्न अयशस्वी ठरे. पन्नाशी उलटून गेलेला हिटलर त्याहून खूपच जास्त म्हातारा दिसे. १९४१ सालापासूनच हिटलरच्या तब्येतीत घसरण सुरू झाली होती. आता तो दररोज २८ निरनिराळ्या गोळ्या घेई. या सगळ्याचा फारसा परिणाम दिसत नसे. १९४४ साल उजाडलं तसं तर हिटलर एकदम आजारीच दिसायला लागला. काही वेळा तर त्याची तब्येत पार बिघडे. त्याचं हृदय कमकुवत झाल्याचं निरनिराळ्या तपासण्यांमधून स्पष्टपणे दिसत होतं. त्याची पोटदुखी १९४२ सालापासूनच सुरू होती. आता ती अजूनच वाढली. त्याची वाटचाल पार्किन्सन्सच्या आजाराकडे सुरू असल्याचं डॉक्टरांना जाणवत होतं. त्याचा डावा हात स्पष्टपणे थरथरे, डावा पाय मधूनच वाकडा होई आणि त्याला कुबड आल्यासारखं दिसे. असं असूनही त्याच्या मेंदूवर किंवा निर्णयक्षमतेवर कसला दुष्परिणाम झाल्याचं अजून तरी जाणवत नव्हतं. हिटलरला पूर्वीपासूनच प्रचंड राग येई आणि रागाच्या भरात तो वाटेल ते करत सुटे. आता युद्धाच्या ताणामुळे या रागाचं आणि रागामुळे घडणाऱ्या चित्रविचित्र प्रसंगांचं प्रमाण खूप वाढलं होतं. एकीकडे आपल्या सहकाऱ्यांविषयी त्याला जाणवत असलेला अविश्वास, तसंच त्यांच्याविषयी निरनिराळ्या शंका घेण्याचा त्याचा स्वभाव याला कारणीभूत ठरत होताच; पण शिवाय दुसरीकडे त्याचा कल्पनेपलीकडचा ईगोसुद्धा यात भर टाकत होता. आपल्या एकट्यामध्येच जर्मनीला विजयाकडे नेण्याची क्षमता असल्याचं त्याचं मत त्याच्यासाठीच अडचणीचं ठरत होतं. १९४१ मध्ये युद्धासंबंधीचे सगळे निर्णय आता आपणच घेणार, अशी त्यानं केलेली घोषणा याचंच प्रतीक होती.

पूर्वीच्या काळात जनमानसावर हिटलरनं विलक्षण प्रभाव टाकला होता. तेव्हा आपल्या शत्रूंमधल्या त्रुटी ओळखून अगदी मोक्याच्या क्षणी त्यांच्यावर घाव घालण्याचं त्याचं कसब चांगलंच यशस्वी ठरलं होतं. कित्येकदा त्यानं अक्षरशः जुगार खेळल्यासारख्या चाली रचल्या होत्या आणि त्या यशस्वी ठरल्या होत्या. समोरच्या

माणसाला मानसिक तणावाखाली आणायचं आणि दाबून टाकायचं तंत्र त्यानं अत्यंत यशस्वीपणे राबवलं होतं. याचा जर्मन नागरिकांवरही खूप परिणाम झाला होता. हिटलर हाच आपला तारणहार असल्याची भावना त्यांच्यामध्ये वेगानं पसरली होती. जसजशी युद्धाची व्याप्ती वाढत गेली आणि जर्मनीचं नुकसान प्रचंड मोठ्या प्रमाणावर होत असूनही हिटलर काही करू शकत नाही याची लोकांना जाणीव होत गेली, तसतसा त्यांच्या मनातला हिटलरविषयीचा गैरसमज कमी होत गेला. हिटलर आपल्याला अडचणींनी भरलेल्या दरीकडे वेगानं नेत असल्याची आणि तिच्यामध्ये कोसळण्याशिवाय दुसरा पर्याय आपल्या नजरेसमोर नसल्याची जाणीव त्यांना झाली. लाखोंच्या संख्येनं जर्मन सैनिक मरत असले किंवा दुरवस्थेत असले तरी हिटलर काही करत नाही, याची त्यांना खूप चीड आली. आपल्या घरांवर, परिसरावर शत्रूंचे बॉम्बहल्ले होत असूनही आपल्याविषयी कसलीच सहानूभूती त्याच्या वागण्यातून जाणवत नाही हे समजल्यावर त्याच्या भाषणांमधला फोलपणा त्यांच्या लक्षात आला. याबरोबर हिटलरला लोकांकडून मिळत असलेल्या पाठिंब्याचा फुगाही टाचणी लावल्यासारखा फुटला. लोकांकडून मिळणारा प्रतिसाद, आपल्या भाषणांचं होत असलेलं उत्स्फूर्त स्वागत हेच हिटलरसाठी अमृत होतं. त्याला ओहोटी लागल्यावर तो हादरून गेला. त्यानं जर्मन लोकांशी संवाद साधणंच कमी करून टाकलं. नंतर तर त्यानं ते बंदच करून टाकलं. १९४४ मध्ये तर हिटलर आणि जर्मन लोक यांच्यामध्ये आणखीनच जास्त दुरावा निर्माण झाला. जवळपास पूर्णपणे हिटलर पूर्व प्रशिया किंवा बॅव्हेरिया इथल्या आपल्या बंकरमध्येच राहिला. त्याच्या फिल्म्सही आता लोकांना बघायला मिळायच्या नाहीत. १९४४ मध्ये त्यानं रेडिओवर फक्त दोन भाषणं केली.

बहुसंख्य जर्मन लोकांना खरं म्हणजे दुसरं महायुद्ध शक्य तितक्या लवकर संपावं, असं वाटत होतं. अर्थातच हिटलरचा काटा काढल्याशिवाय हे शक्य नाही, याची त्यांना जाणीव होती. कुठल्याही परिस्थितीत हिटलर आपल्या स्वप्नाळू विश्वातून बाहेर येण्याची शक्यता नव्हती. त्यामुळे हे युद्ध कुठपर्यंत आपल्याला नेणार, हे सर्वसामान्य जर्मन माणसांना कळत नव्हतं. हिटलरला संपवण्यासाठी लष्करामधले वरिष्ठ अधिकारी किंवा हिटलरला जवळ असलेली राजकीय मंडळी यांच्यापैकी कुणीतरी प्रयत्न करणं गरजेचं होतं. सर्वसामान्य लोकांच्या दृष्टीनं हिटलरचा मृत्यू घडवून आणणं अशक्यच होतं. हिटलर मुळात कुठं आहे, याचीसुद्धा त्यांना बहुतेक वेळा कल्पना नसे. अशा वेळी त्याला ठार मारण्यासाठीचा कट रचणं आणि तो पूर्णत्वाला नेणं त्यांच्याकडून अपेक्षित नव्हतंच. हिटलरच्या विरोधातले आणि तो घेत असलेले निर्णय आपल्याला वेगानं सर्वनाशाकडे घेऊन जात असल्याच्या भावनेनं अस्वस्थ झालेले काही लष्करी अधिकारी एकत्र आले

आणि त्यांनी हिटलरला संपवण्याचा कट रचला. अर्थातच हिटलरच्या विरोधातला हा एकमेव कट नव्हता. आधीसुद्धा हिटलरला ठार करण्यासाठी अनेक जणांनी प्रयत्न केले होते; पण ते निरनिराळ्या कारणांनी फसले होते. आता हिटलरला संपवण्याची ही तशी शेवटचीच संधी होती. यासाठी काही जणांनी खलबतं सुरू केली. त्या वेळी हिटलरचं काय सुरू होतं?

१९४४ सालच्या सुरुवातीला महायुद्धामधल्या पुढच्या चाली रचण्यात हिटलर मग्न होता. आता पूर्वेबरोबरच पश्चिमेकडे आपली नजर वळवण्याचे मनसुबे तो आपल्या सहकाऱ्यांसह आखत होता. फ्रान्समध्ये ब्रिटिश आणि अमेरिकी लष्कर घुसणार याची कल्पना असल्यामुळे, तिथं मजबूत तटबंदी करण्यासाठी त्याची धडपड सुरू होती. ब्रिटिश आणि अमेरिकी लष्कराला फ्रान्समध्ये प्रवेश करताच चांगला धडा शिकवण्याची योजना तो बनवत होता. एकदा का आपण अशा प्रकारे धडाक्यानं पाश्चिमात्य देशांचं संकट दूर केलं की, त्याबरोबर आपल्याला आपलं सगळं लक्ष बोल्शेव्हिकांशी लढण्याकडे म्हणजेच सोव्हिएत युनियनकडे वळवता येईल, अशी हिटलरची कल्पना होती. अर्थातच हा सगळा त्याचा आशावाद होता. त्यामध्ये वास्तविकतेचा अभाव होता. अशा परिस्थितीत पूर्वेकडच्या घडामोडींमुळे मात्र तो परत अस्वस्थ झाला. २४ डिसेंबर १९४३ या दिवशी सोव्हिएत लष्करानं नव्यानं जर्मन सैन्यावर हल्लाबोल केला. यामुळे जर्मन गोटात निराशा पसरली. १९४३ सालचा नाताळ आणि १९४४ सालाची सुरुवात हे दोन्ही निराशाजनक ठरलं. हिटलर जागवत असलेला आशावाद खोटा असल्याची भावना आता अनेक लष्करी अधिकाऱ्यांना होत होती. काही मोजके लोक हिटलरभक्त असल्यामुळे त्यांचा मात्र हिटलरच्या म्हणण्यावर अजूनही विश्वास कायम होता. जिथंजिथं आक्रमण सुरू न ठेवता माघार घेण्याची गरज होती, तिथंतिथं हिटलरचा त्याला विरोध असणार, हे सगळ्यांना माहीत होतं. स्वाभाविकपणे आता कुणी त्याला माघार घेण्याचा सल्लाही फारसा देत नसे. हमखास खूप नुकसान सोसून झाल्यानंतर हिटलर स्वतःच माघार घेण्याचे आदेश देई. तोपर्यंत अर्थातच पुलाखालून बरंच पाणी वाहून गेलेलं असे. आधी माघार घेण्याचा निर्णय खूप शहाणपणाचा ठरला असता, हे कटू सत्य हिटलर अशा वेळी कधीच मान्य करत नसे. अत्यंत क्लिष्ट आणि चित्रविचित्र प्रसंगांचा सामना करण्यासाठी लष्करी जाण असलेल्या लोकांनी निर्णय घेणं गरजेचं होतं. तसंच एकच ताठर भूमिका न स्वीकारता प्रसंगानुरूप निर्णय बदलण्याची मानसिकतासुद्धा अंगी बाळगणं गरजेचं होतं. यातलं काहीच हिटलरला मान्य किंवा शक्य नसल्यामुळे जर्मन लष्कराचं अतोनात नुकसान होत राहिलं.

ऑस्ट्रिया, पोलंड, फ्रान्स यांना नमवल्यानंतर जर्मनीमध्ये लोकप्रियतेच्या शिखरावर

पोहोचलेला हिटलर त्यानंतर जेमतेम तीन-चार वर्षांच्या काळात जनमानसातून साफ उतरला. जर्मन लोकांचं आयुष्यच मुळात इतकं कष्टप्रद झालं होतं की हिटलरचं काय होणार, याच्याशी बऱ्याच जणांना काही देणंघेणं उरलं नाही. हिटलरनं आपल्याला विनाशाच्या अगदी जवळ आणून ठेवलं असल्याच्या भावनेमुळे संताप आणि नैराश्य यांच्या मिश्र भावनांपोटी जर्मन नागरिक हताश झाले. एके काळी आपल्या देशात फॅसिझममुळे दहशत पसरवणारा मुसोलिनी तर नख्या काढलेल्या वाघासारखा अगदी मिळमिळीत होऊन बसला होता. हिटलर आणि मुसोलिनी यांच्या या अवस्थेची पुढची वाटचाल अशीच सुरू राहणार का आणि ती किती काळ तग धरणार, हा खरा प्रश्न होता!

बंकरमध्ये उभ्या असलेल्या अधिकाऱ्याजवळच्या सोफ्यावर बसलेले इव्हा आणि हिटलर – मे, १९४४

एकामागून एक पराभव

हिटलर आणि त्याचे वरिष्ठ लष्करी अधिकारी यांच्यामधलं नातं किती खराब होत गेलं, याचं उत्तम उदाहरण मानस्टाईन नावाच्या अधिकाऱ्याबरोबर घडलेल्या प्रसंगांमधून आपल्याला मिळेल. ४ जानेवारी १९४४ या दिवशी मानस्टाईननं हिटलरची भेट घेऊन सोव्हिएत लष्कराकडून होत असलेल्या आक्रमणाची माहिती त्याला दिली. याचबरोबर तिथं आता परिस्थिती अत्यंत गंभीर झालेली असून, आपण काही लष्करी तुकड्यांना परत बोलवावं, असा सल्ला त्यानं दिला. तो हिटलरनं फेटाळून लावताच आपल्याला खासगीत बोलायचं असल्याचं मानस्टाईननं हिटलरला सांगितलं. काहीशा नाराजीनं हिटलर याला तयार झाला. मानस्टाईननं पुन्हा एकदा हिटलरला आपला मुद्दा पटवून सांगण्याचा फोल प्रयत्न केला. हिटलर अर्थातच आपल्या निर्णयावर अडून बसलेला असल्यामुळे यातून काही निष्पन्न होऊ शकलं नाही. यानंतर २७ जानेवारी १९४४ या दिवशी हिटलरनं आपल्या वरिष्ठ शंभर लष्करी अधिकाऱ्यांबरोबर जेवण घेतलं. त्यानंतर त्यानं या लोकांसमोर भाषण सुरू केलं. त्यात त्यानं नेहमीप्रमाणेच नाझी तत्त्वं, युद्धाची परिस्थिती वगैरे मुद्दे मांडले. बोलताबोलता आपल्याला दगाफटका होण्याची शक्यताही त्यानं व्यक्त केली. तसंच जर खरंच असं घडलं आणि आपल्या विरोधात आपलेच काही लोक उभे ठाकले तर आपल्याभोवती तिथं उपस्थित असलेल्या लष्करी अधिकाऱ्यांचं जाळं संरक्षणासाठी तयार झालं पाहिजे, अशी अपेक्षा त्यानं व्यक्त केली. म्हणजेच यातल्या कुणी दगाफटका करता कामा नये, असं त्याला सुचवायचं असावं. त्यासरशी आपल्या जागेवरून उभं राहत मानस्टाईननं 'अर्थातच!' असे उद्गार काढले. हिटलरचं भाषण सुरू असताना तोंडातून शब्दसुद्धा बाहेर काढण्याची म्यूनिकच्या बीअर हॉल्समधल्या भाषणांच्या काळापासून कुणाची टाप नव्हती. साहजिकच या प्रसंगामुळे हिटलर एकदम गडबडून गेला. उपस्थित असलेले सगळेच अवाक झाले. मानस्टाईननं

काहीच अपमानास्पद शब्द उच्चारलेले नसले किंवा हिटलरला विरोध करणारं काही म्हटलेलं नसलं तरी त्याचं बोलणं सुरू असताना मध्ये बोलणं, हेच मुळात एकदम अघटित होतं. गडबडलेल्या हिटलरला काही क्षण काहीच सुचेना. त्यानंतर त्यानं स्वतःला सावरून घेतलं आणि आपलं भाषण पूर्ण केलं. नंतर त्यानं मानस्टाईनला बोलावून घेतलं आणि त्याचं भाषण सुरू असताना त्याच्या हाताखालच्या कुणी मध्ये बोलायला सुरुवात केली तर त्याला कसं वाटेल, असं विचारून पुन्हा असा प्रकार न करण्याची तंबी दिली. यावर भडकलेल्या मानस्टाईननं 'खरं म्हणजे माझ्या बोलण्याचा तुम्ही जो अर्थ लावलेला आहे त्यावरून मी एक सद्‌गृहस्थ असल्याचंच दिसून येतं' असं म्हटलं! हे ऐकून हिटलर किती भडकला असेल याची कल्पनासुद्धा करवत नाही. एकूणच मानस्टाईनचे दिवस भरले आहेत याविषयी कुणाच्याच मनात शंका नव्हती. हे उदाहरण जरा विचित्र प्रकारचं असलं तरी हिटलरविषयी त्याच्या लष्करी अधिकाऱ्यांच्या मनात साठत गेलेला राग अशा रीतीनं निरनिराळ्या प्रकारे बाहेर पडायला लागला होता, हेही खरेच.

मानस्टाईनचा प्रसंग घडून गेल्यावर तीन दिवसांनी म्हणजेच ३० जानेवारी १९४४ या दिवशी हिटलरनं जर्मन लोकांना उद्देशून रेडिओवरून एक छोटं भाषण केलं. सत्ताग्रहण केल्याचा त्याचा हा अकरावा वाढदिवस होता. हिटलरचं भाषण प्रसारित केलेलं जात असतानाच बर्लिन शहरावर नव्यानं ब्रिटिशांचे बॉम्बहल्ले सुरू झाल्याचा इशारा देणारे भोंगे जोरजोरात वाजायला लागले. त्या आवाजात हिटलरचा आवाज विरून गेला. ज्या लोकांनी हिटलरचं भाषण ऐकलं त्यांना त्यातून नवं काहीच मिळालं नाही. युद्धाची दिशा इथून पुढे कशी असणार, युद्ध कधी संपणार अशा महत्त्वाच्या मुद्द्यांविषयी न बोलता नेहमीप्रमाणे हिटलरनं ज्यू लोक कसे गोचिडांसारखे असतात वगैरे जुन्यापुराण्या गोष्टी परत एकदा सांगितल्या. बोल्शेव्हिकांच्या धोक्याविषयीसुद्धा तो बोलला. या युद्धात आपला जीव बाजीला लावणारे आणि प्राण गमावणारे जर्मन सैनिक, ब्रिटिशांच्या बॉम्बहल्ल्यांमुळे जर्मन नागरिकांना सोसावं लागत असलेलं नुकसान याविषयी त्यानं अवाक्षरही उच्चारलं नाही. गोबेल्सनंही आपल्या डायरीत यामुळे सर्वसामान्य जर्मन नागरिकांची पार निराशा झाल्याचं आणि हे भाषण पुरतं फसल्याचं नमूद केलं. प्रचारकी थाटातून मारलेल्या भूलथापांनी एके काळी हीच जर्मन जनता पार बेहोष झाल्यासारखी हिटलरमागे उभी असल्याची सुखद आठवण आता गोबेल्सला खूप कटू वाटत होती.

आता मात्र कुणी जर्मन जनतेला गृहीत धरू शकत नव्हतं किंवा वेड्यात

काढू शकत नव्हतं. बर्लिनमधल्या एका कामगाराची 'आता फक्त कुणीतरी महामूर्खच आपण हे युद्ध जिंकणार आहोत असं म्हणू शकतो' अशी प्रतिक्रिया पुरेशी बोलकी होती!

जर्मन हवाई दलाचेही आता पुरते धिंडवडे निघाले होते. जर्मन भूमीचं संरक्षण करणं आणि शत्रूवर जोरदार हल्ले करणं यासाठी आपली जय्यत तयारी असल्याचे दावे जर्मन हवाई दलानं अनेकदा केले होते. महायुद्धाच्या सुरुवातीला जर्मन हवाई दलाची ताकद बघून यात तथ्य आहे, असंही बहुतेक जणांचं मत झालं होतं. आता मात्र परिस्थिती पार बिकट होती. जर्मनीवर ब्रिटिशांचे होत असलेले हवाई हल्ले निष्प्रभ करण्यात जर्मन हवाई दलाला अजिबातच यश येत नव्हतं. इंग्लंडवर हवाई हल्ले करण्याची तर बात दूरच होती. यामुळे हिटलरनं हवाई दलाचा प्रमुख हर्मन गोरिंगची हकालपट्टी करावी, अशी मागणी अनेक जणांनी केली. ती हिटलरनं मान्य करण्याची अपेक्षाच चुकीची होती. गोरिंग हा सुरुवातीपासूनच हिटलरचा अगदी विश्वासू सहकारी होता. त्याला पदमुक्त करणं म्हणजे आपल्या स्वतःच्या कर्तृत्वावर प्रश्नचिन्ह उमटू देणं असल्याचं हिटलरचं मत असल्यामुळे त्यानं या मागणीकडे दुर्लक्ष करण्याचा पवित्रा स्वीकारला. आपल्यावर होत असलेल्या हवाई हल्ल्यांना प्रत्युत्तर देण्याचा सर्वोत्तम मार्ग हा शत्रूवर त्याच्याहूनही जास्त जोरानं आक्रमण करण्याचा असल्याचं हिटलरचं कायमच मत होतं. यात जर्मनीमधल्या पेनमुंडा इथं तयार होत असलेल्या A-४ लष्करी रॉकेटचा वापर करता येईल, असं हिटलरच्या कानांवर आलं. कालांतरानं याच रॉकेटचं नाव बदलून V-२ असं करण्यात आलं. हे रॉकेट विलक्षण वेगानं दूरवर प्रवास करू शके आणि आपलं लक्ष्य जवळ आल्यावर कुठलाही आवाज न करता त्या लक्ष्यावर बॉम्ब टाकू शके. हे कळताच हिटलरनं या रॉकेट्सच्या निर्मितीचा वेग वाढवण्याचे आदेश दिले. वेळ पडली तर रणगाड्यांच्या निर्मितीचं काम स्थगित करावं; पण ही रॉकेट्स खूप मोठ्या प्रमाणावर तयार केली जावीत, असं त्याचं मत होतं. युद्धामध्ये निर्णायक ठरू शकतील अशी ही आयुधं असल्याविषयी त्याची खात्री झाली. १९४४ सालच्या सप्टेंबर महिन्यात ही रॉकेट्स तयार झाली. याखेरीज V-१ म्हणून ओळखल्या जाणाऱ्या हवाई दलाच्या 'उडत्या बॉम्ब'ची माहितीसुद्धा हिटलरच्या कानांवर आली. अलीकडच्या काळात अमेरिकेनं वापरलेल्या 'क्रूझ' क्षेपणास्त्रांचं ते बाळबोध रूप होतं, असं आपण म्हणू शकतो. यात स्फोट घडवून आणणाऱ्या यंत्रणेला जेट इंजिन जोडण्यात आलं होतं. तसंच हे क्षेपणास्त्र खाली पाडणंसुद्धा अवघड असे. असे १५०० बॉम्ब्ज लंडनवर दहा दिवसांत टाकले तर पूर्ण लंडन शहर बेचिराख होईल, असा आत्मविश्वास या

बॉम्बच्या चाचण्यांमधून जाणवला. अशा प्रकारे काही आठवडे हा बॉम्बवर्षाव सुरू राहिला तर आपल्यासमोर नाक घासत येण्यावाचून दुसरा कुठलाच पर्याय ब्रिटिशांसमोर राहणार नाही, असं हिटलरला सांगण्यात आलं. साहजिकच आता लष्कराच A-४/V-२ रॉकेट आणि हवाई दलाचा V-१ बॉम्ब यांच्यामध्ये स्पर्धा सुरू झाली. हिटलरला खराब किंवा निराशावादी बातमी सांगणं म्हणजे संकट ओढवून घेणं, हे समीकरण सगळ्यांना माहीत असल्यामुळे कित्येकदा त्याच्यापुढे निरर्थक आशावाद निर्माण करण्यासाठीची स्पर्धा सुरू होई. हे उदाहरण त्यात चपखल बसणारं होतं. अचानकपणे युद्धाचे फासे आता उलटे पडायला लागतील आणि पराभवाकडे वाटचाल करणाऱ्या जर्मनीला विजय मिळवण्याची संधी उपलब्ध होईल, असं चित्र या घडामोडींमुळे निर्माण झालं. अर्थातच यातला फोलपणा तेव्हा हिटलरला दिसत नसला तरी तो लवकरच स्पष्ट होणं स्वाभाविकच होतं.

१९४४ सालच्या फेब्रुवारी महिन्यात नेहमीप्रमाणे आंतरराष्ट्रीय वर्तमानपत्रांमध्ये आपल्याविषयी येत असलेल्या बातम्यांचं सार हिटलर वाचत असताना जर्मन लष्करामधला एक उत्तम 'शार्प शूटर' आपला खून करणार असल्याची बातमी त्याच्या पाहण्यात आली. स्टॉकहोममधल्या एका वार्ताहरानं ही बातमी दिली होती. यामुळे तातडीनं हिटलरच्या खासगी सुरक्षिततेत वाढ करण्यात आली. हिटलरला भेटायला येणाऱ्या प्रत्येक माणसाची बारकाईनं तपासणी करण्याचे आदेश देण्यात आले. हिटलरला यामध्ये फारसं तथ्य वाटत नसलं तरी लवकरच हा प्रश्न वेगळ्याच कारणामुळे मिटला. बर्लिनवर सुरू असलेल्या बॉम्बवर्षावाची व्याप्ती वाढून पूर्व प्रशियापर्यंत मित्रराष्ट्रांचे हल्ले पोहोचण्याचा धोका निर्माण झाला होता. साहजिकच हिटलरच्या राहण्याच्या ठिकाणीसुद्धा बॉम्ब पडू शकण्याच्या भीतीनं हिटलरचा मुक्काम बरगॉफमध्ये हलवण्यात आला. मधल्या काळात पूर्व प्रशियामधल्या त्याच्या राहत्या ठिकाणच्या भिंती आणि तिथलं छत हे सगळं भरभक्कम करण्याचं काम हाती घेण्यात आलं. त्याची तब्येत जरा जास्तच बिघडली होती. त्याचा पोटाचा विकार त्याला खूप त्रस्त करत होता. त्याचा डावा पाय चांगलाच थरथरत होता. त्याला खूप सर्दी झाल्यामुळे तो त्रस्त होता. उजव्या डोळ्यानंही त्याला नीटसं दिसत नव्हतं. यामागचं कारण म्हणजे या डोळ्यामागच्या एका रक्तवाहिनीमध्ये रक्तस्राव होण, हे असल्याचं तपासणीत आढळलं. तरीही २४ फेब्रुवारी या दिवशी म्यूनिकमध्ये तो आपल्या कट्टर समर्थकांसमोर भाषण द्यायला गेला. बऱ्याच दिवसांनी हिटलरचं भाषण एकदम जोरदार झालं. त्याची तब्येतही अचानकपणे सुधारल्यासारखी वाटली. आपण विजयी होणारच, हा निर्धार त्यानं व्यक्त

केला. उपस्थित प्रेक्षक त्याच्यावर एकदम खूष होते. त्यांनी जोरदार प्रतिसाद देत त्याच्या भाषणात जोर भरला.

मार्च महिन्यात जर्मनीनं हंगेरीवर हल्ला केला. हंगेरीनं मित्रराष्ट्रांबरोबर जायचं ठरवलं असल्याचं हिटलरच्या कानांवर आल्यामुळे त्यानं हा निर्णय घेतला. दुसऱ्या महायुद्धातलं जर्मनीचं हे शेवटचं विदेशी आक्रमण ठरलं. याआधी चर्चेसाठी म्हणून हिटलरनं हंगेरीच्या राष्ट्रप्रमुखाला बोलावून घेतलं. १८ मार्चला आपल्या वरिष्ठ मंत्र्यांसमवेत तो जर्मनीत दाखल झाला. बैठक सुरू झाल्यावर लगेचच मित्रराष्ट्रांच्या साथीनं युद्धातून आपलं अंग काढून घेण्यासाठी प्रयत्न सुरू केल्याचा आरोप हिटलरनं केला. एकूणच हिटलरनं हंगेरीच्या राष्ट्रप्रमुखाची कोंडी करण्याचा प्रयत्न केला. साहजिकच इटलीमध्ये झालं त्याप्रमाणे हंगेरीमध्येसुद्धा उठाव घडून येण्याची दाट शक्यता आपल्या दिसत असल्याचं हिटलरनं सांगितलं. यावर उपाय म्हणून आपण हंगेरीवर जर्मनीचं लष्करी वर्चस्व प्रस्थापित करत असून, यासाठीच्या करारावर हंगेरीच्या राष्ट्रप्रमुखानं सही केली पाहिजे, अशी मागणी हिटलरनं केली. हंगेरीच्या राष्ट्रप्रमुखानं तसं करायला नकार दिल्यामुळे वातावरण एकदम तापलं. जर ही सही झाली नाही तर त्या सहीविनाच आपण हंगेरीचा कब्जा घेऊ, असं हिटलरनं सांगितलं. यावर हंगेरीच्या राष्ट्रप्रमुखानं आपल्या पदाचा राजीनामा देण्याची धमकी दिली. आपण अशा परिस्थितीत त्याच्या कुटुंबीयांच्या सुरक्षिततेची हमी द्यायला असमर्थ असू, अशी अप्रत्यक्ष धमकी हिटलरनं दिली. हे सहन न झाल्यामुळे आपल्या जागेवरून उठून 'जर इथं सगळं आधीच ठरलेलं असेल तर मला इथं क्षणभरही थांबण्यात काही मतलब दिसत नाही' असं म्हणत हंगेरियन राष्ट्रप्रमुख खोलीतून बाहेर पडला. तिथून तो आपल्या खास रेल्वेगाडीपाशी आल्यानंतर हंगेरीमधल्या राष्ट्रप्रमुखाच्या निवासस्थानावर बॉम्बवर्षाव सुरू होणार असल्याची खोटी बातमी 'पुराव्यांनिशी' त्याला देण्यात आली. यामुळे घाबरून तो हिटलरशी चर्चा करायला परतला; त्यानं आपल्या जागी एका बाहुल्याची राष्ट्रप्रमुख म्हणून तात्पुरती नेमणूक करण्याला मान्यता दिली आणि संध्याकाळी तो हंगेरीला परतला. हंगेरीचा घास हिटलरनं अशा प्रकारे गिळून टाकला!

हंगेरी अशा रीतीनं १९ मार्च १९४४ या दिवशी जर्मनीच्या ताब्यात आल्याआल्या हिटलरनं तिथल्या नैसर्गिक साधनसंपत्तीची लूट करण्याचे आदेश तर दिलेच; पण शिवाय तिथल्या ज्यू लोकांच्या डोक्यावरही टांगती तलवार निर्माण झाली. एका दिवसातच साडेसात लाख ज्यूंपैकी दोन हजार ज्यूंची धरपकड झाली. एका महिन्यानंतर तीन हजार ज्यूंना अत्यंत खराब परिस्थितीत कोंबून ऑशोवित्झच्या छळछावणीमध्ये धाडण्यात आलं. जून महिना आला तसे

तीन लाख ज्यू लोक जर्मनांनी यमसदनी धाडले. यानंतर आणखी एका महिन्यानंतर हंगेरीच्या पंतप्रधानपदी बसवण्यात आलेल्या बाहुल्यानं हा प्रकार थांबवण्याचा प्रयत्न केल्यावर त्याची उचलबांगडी करण्यात आली आणि आता ४,३७,४०२ ज्यूंना विषारी वायूचा वापर करून ठार करण्यात आलं होतं!

गाडीतून प्रवास... मागे हिमलर

३-४ जूनला मित्रराष्ट्रांनी इटलीला जर्मनीच्या कचाट्यातून खेचून आपल्या ताब्यात घेतल्याची बातमी आली खरी; पण हिटलरनं या घटनेला फार महत्त्व दिलं नाही. जून महिन्यात मित्रराष्ट्रं फ्रान्सवर हल्ला करणार आणि जर्मनीच्या ताब्यात असलेल्या फ्रान्समध्ये घुसखोरी करणार, अशा बातम्या त्याच्या कानांवर आल्या होत्या. हा घटनाक्रम त्याच्या दृष्टीनं महत्त्वाचा होता. मित्रराष्ट्रांनी घुसखोरी केली की त्यांना चांगला धडा शिकवायचा, यासाठीचे बेत त्यानं ठरवले होते. ५ जूनच्या पहाटे खरंच हा हल्ला झाला. तो झाल्यावर गडबडून जाण्याऐवजी हिटलर शांत दिसत होता. हा हल्ला कधी होणार यासंबंधीचा ताणतणाव तरी संपला, असं त्याच्या चेहऱ्यावरून दिसत होतं. खराब हवामानाचा फायदा घेत जर्मन लष्करानं आता मित्रराष्ट्रांना चांगला दणका दिला पाहिजे, असं हिटलरनं आपल्या लष्करी अधिकाऱ्यांना सांगितलं. मित्रराष्ट्रांचे सैनिक दुय्यम दर्जाचे आहेत याविषयी त्याच्या

मनात अजिबात शंका नव्हती. नॉर्मंडीच्या समुद्रकिनाऱ्याजवळ तीन हजार जहाजांमधून अमेरिकी सैनिक उतरले होते. त्यांच्या आगमनाविषयीची बातमी आधी मिळूनसुद्धा जर्मन लष्करानं आधी कारवाई करायचं टाळलं. आता जर्मनीला ही दिरंगाई महाग पडली. जर्मन सैनिकांनी उशिरा केलेला जोरदार प्रतिकार मोडून काढत सुमारे ३५ हजार अमेरिकी सैनिक फ्रेंच भूमीत शिरले. तो दिवस संपेपर्यंत मित्रराष्ट्रांचे एकंदर दीड लाखाहून जास्त सैनिक तिथं होते. आता या सैनिकांना हुसकून लावण्यासाठी जर्मन सैन्य तिथं गेलं. जर्मनीच्या या आक्रमणाचं स्वरूप नक्की कसं असावं याविषयी वरिष्ठ लष्करी अधिकाऱ्यांमध्ये मतभेद होते. यामुळे जर्मनीच्या आक्रमणात अडचणी आल्या. शिवाय मित्रराष्ट्रांनी पेरलेल्या हेरांमुळेसुद्धा जर्मन गुपितं फुटली. सगळ्यात महत्त्वाचं म्हणजे मित्रराष्ट्रांच्या तगड्या हवाई दलासमोर जर्मन हवाई दलाची फक्त आठच लष्करी विमानं होती. साहजिकच मित्रराष्ट्रांचे सैनिक जमिनीवर उतरल्यानंतर त्यांच्या संरक्षणासाठी हवाई दलाची जय्यत तयारी होती. तसंच जर्मन सैनिकांच्या मदतीसाठी येऊ पाहणाऱ्या वाहनांवर बॉम्बवर्षाव करून ही रसद तोडून टाकण्यातही मित्रराष्ट्रांना यश आलं. साहजिकच मित्रराष्ट्रांच्या फ्रान्समधल्या आक्रमणाला खीळ घालणं खूप अवघड होऊन बसल्याचं जर्मनीच्या लक्षात आलं. यातून मार्ग कसा काढायचा हे समजत नसताना जर्मन लष्कराला एक मार्ग सुचला. जर्मन लष्करानं तयार केलेल्या V-१ क्षेपणास्त्रांचा लंडनवर मारा केला तर मित्रराष्ट्रं अडचणीत येतील, अशी आशा जर्मनांना वाटत होती. अशी शेकडो क्षेपणास्त्रं एकाच वेळी लंडनच्या दिशेनं सोडली तर मित्रराष्ट्रांची पुरती भंबेरी उडेल आणि त्यांचं लक्ष लंडनकडे वळेल, असं जर्मनांना वाटलं. अर्थात या क्षेपणास्त्रांच्या निर्मितीचं काम अपेक्षित असलेल्या झपाट्यानं होत नसल्याचं हिटलरचं मत होतं. अनेक तांत्रिक अडचणींमुळे हा प्रकल्प रखडला होता; पण तो आता विलक्षण घाईनं पूर्णत्वाला नेण्यात आला. अखेरीस १२ जून १९४४ या दिवशी ही पहिली दहा क्षेपणास्त्रं आपल्या लक्ष्याकडे झेपावू शकली. यांपैकी चार तर हवेत उडाल्यावर लगेचच नष्ट झाली. उरलेल्यांपैकी पाच लंडनपर्यंत पोहोचली खरी; पण ती फार नुकसान घडवून आणू शकली नाहीत. यामुळे हिटलर भयंकर संतापला. त्यानं तातडीनं या क्षेपणास्त्रांचं काम थांबवण्याचे आदेश दिले. तेवढ्यात आणखी तीन दिवसांनी लंडनच्या दिशेनं झेपावलेल्या २४४ V-१ क्षेपणास्त्रांनी मात्र प्रचंड नुकसान घडवून आणलं. यामुळे हिटलर आता एकदम खूष झाला. या क्षेपणास्त्रांमुळे लंडन शहर खाली करण्यावाचून दुसरा पर्याय ब्रिटिशांसमोर शिल्लक राहणार नाही, आणि साहजिकच याचा मित्रराष्ट्रांच्या युद्धामधल्या सहभागावर खूप मोठा परिणाम होईल, अशी आशा त्याला वाटायला लागली.

या क्षेपणास्त्रांनी यश मिळवलं खरं; पण या यशाचं प्रमाणाबाहेर वर्णन जर्मन

हवाई दलानं केलं. यामुळे जर्मनीला प्रचंड यश मिळणार आणि हे युद्ध लगेचच संपणार, अशा वल्गना सुरू झाल्या. हवाई दलाची ही वर्णनं अतिरेकी असल्याची आणि याचे आपल्या प्रयत्नांवर दुष्परिणाम होणार असल्याची चक्क गोबेल्सला जाणीव झाली! प्रचारकी तंत्राचा अत्यंत प्रभावी वापर करणाऱ्या आणि खोट्याला सहजपणे खरं करणाऱ्या गोबेल्सनं अशा प्रकारे या क्षेपणास्त्रांना मिळत असलेल्या यशामुळे प्रमाणाबाहेर हुरळून जाऊ नये आणि त्यासंबंधीच्या लिखाणात संयम बाळगावा, अशा सूचना संबंधितांना दिल्या. काही दिवसांनी हिटलरनं फ्रान्समधून मित्रराष्ट्रांच्या फौजांना बाहेर काढण्यासंबंधीच्या मोहिमेचं नेतृत्व करणाऱ्या लष्करी अधिकाऱ्यांची भेट घेतली. या अधिकाऱ्यांनी फ्रान्समधून मित्रराष्ट्रांना हाकलून देणं आता जवळपास अशक्य असल्याचं सांगितलं. नेहमीप्रमाणे आपल्यावर आलेली जबाबदारी दूर ढकलण्यासाठी हिटलरनं या अपयशासाठी या मोहिमेमधल्या स्थानिक लष्करी अधिकाऱ्यांना जबाबदार धरलं. उपस्थित अधिकाऱ्यांनी मात्र हिटलरचा हा मुद्दा सौम्य शब्दांमध्ये खोडून काढला. मित्रराष्ट्रांच्या अफाट ताकदीपुढे आपली लष्करी ताकद अगदी यथातथा असल्याचं सांगून त्यांनी हिटलरला खरी परिस्थिती सांगण्याचा फोल प्रयत्न केला. आजारी आणि अशक्त दिसत असलेल्या हिटलरला त्यात अजिबात तथ्य वाटत नव्हतं. आपल्यासारखी जिद्द आपल्या लष्करामध्ये नसल्याची चुकीची खंत तो मनात बाळगून होता. आता त्यानं फ्रान्समध्ये घुसलेल्या मित्रराष्ट्रांवर आपल्या नव्या क्षेपणास्त्रांचा मारा करावा, अशी योजना आखली. ज्याप्रमाणे लंडनला बेचिराख करता येईल अशी आशा त्याला वाटत होती, त्याच धर्तीवर मित्रराष्ट्रांच्या फ्रान्समधल्या लष्करालाही नमवण्यात यश मिळवणं शक्य आहे, अशी त्याची धारणा होती. त्यानं हा मुद्दा काढताच या क्षेपणास्त्रांची अचूकता तितकीशी नसल्याचा सावधगिरीचा इशारा संबंधित अधिकाऱ्यानं दिला. यावर ही क्षेपणास्त्रं डागण्यासाठी हवाई दलाला जेट लढाऊ विमानं उपलब्ध करून दिली जातील, असं आश्वासन हिटलरनं दिलं. खरं म्हणजे या जेट विमानांचं उत्पादन नुकतंच सुरू झालं असल्याची हिटलरला पूर्ण जाणीव होती. असं असतानाही आशावादी राहण्याच्या तर्कहीन आग्रहामुळे हिटलर हे सगळं बोलत राहिला. यानंतर आठ दिवसांनी फ्रान्समधल्या अमेरिकी लष्कराची धडक पुढच्या बेटापर्यंत पोहोचली. यामुळे जर्मन सैनिकांना मिळत असलेली रसद अजूनच तुटली आणि त्यांची एक तुकडी अमेरिकेला शरण आली.

२१ जून १९४४ या दिवशी हिटलर आणि गोबेल्स यांच्यात तीन तास चर्चा झाली. परिस्थिती गंभीर असून अगदी तातडीनं आपण आपल्या हवाई दलाची पुनर्बांधणी केली पाहिजे, असं गोबेल्सचं मत होतं. हवाई दलप्रमुख गोरिंग आपल्याच स्वप्नाळू जगात राहत असून, त्याला यातून बाहेर काढणं गरजेचं असल्याचं

गोबेल्सनं सांगितलं. हिटलरला अजूनही हे मान्य नसल्यामुळे दहा लाख नव्या जर्मन तरुणांची भरती करून आपण हवाई दलामध्ये जान भरू शकतो, असं गोबेल्सनं सांगून बघितलं. इतरही लष्करी अधिकाऱ्यांवर गोबेल्सनं ताशेरे ओढले. विजय मिळवण्यासाठीची जिद्द असलेले वरिष्ठ अधिकारी लष्करात उच्चपदांवर नेमले पाहिजेत, असंही त्यानं हिटलरला सुचवून बघितलं. हिटलरनं यामधली काही मतं योग्य असल्याचं सांगितलं. तरीसुद्धा युद्ध सुरू असताना आणि ते निर्णायक टप्प्यावर आलेलं असताना अचानकपणे लष्करातल्या महत्त्वाच्या पदांवरच्या अधिकाऱ्यांना दूर करून त्यांच्या जागी नवे लोक नेमण्याचा निर्णय आपल्याला गोत्यात आणू शकतो, असं त्याला वाटत होतं. तसंच या अधिकाऱ्यांच्या जागी वर्णी कुणाची लावणार हाही प्रश्न होता; त्यासाठी बदली लोक होतेच कुठं? खूप आशा घेऊन आलेला गोबेल्स उदास मनानं आणि रिकाम्या हातांनी परत गेला. आता १९४४ सालच्या ऑगस्ट महिन्यात येऊ घातलेलं V-२ क्षेपणास्त्र कदाचित निर्णायक ठरू शकेल, अशी आशा हिटलरला वाटत होती. अजूनही सोव्हिएत युनियनशी तह करण्यासंबंधीची अगदी पुसटशी आशा हिटलरच्या मनात तरंगत असली तरी ब्रिटिशांशी मात्र कुठल्याच प्रकारचा समझोता करण्यासाठी तो अजिबात तयार नसल्याचं परत एकदा या चर्चेत गोबेल्सला समजलं.

याच्या पुढचा दिवस म्हणजे २२ जून १९४४ या 'बार्बारोसा' मोहीम सुरू झाल्यानंतर बरोबर तीन वर्षं उलटून गेल्याचा दिवस होता. आता या मोहिमेची सूत्रं जर्मनीकडून वेगानं निसटून सोव्हिएत युनियनकडे येत चालली होती. याच दिवशी सोव्हिएत लष्करानं आपल्या आक्रमणामधला पुढचा अध्याय सुरू केला. हिटलरनं तसा अंदाज बांधलाही होता. या दिवसाचं महत्त्व लक्षात घेता, स्टॅलिनला या दिवशी काहीतरी खास करून दाखवणं महत्त्वाचं वाटेल, असं त्यानं आपल्या सहकाऱ्यांना बोलूनही दाखवलं होतं. त्यानुसार जवळपास २५ लाख सैनिक, ५००० रणगाडे, ५३०० लढाऊ विमानं अशा ताफ्यानिशी सोव्हिएत हल्लाबोल सुरू झाला. जर्मन गुप्तचर यंत्रणेला असा हल्ला होईल याची पूर्वसूचना मिळाली होती खरी; पण या हल्ल्याच्या ठिकाणाविषयीचा तिचा अंदाज साफ चुकला. असं घडूनसुद्धा सोव्हिएत आक्रमण सुरुवातीला अगदीच सौम्य वाटलं. साहजिकच आपल्याला गोंधळात टाकण्यासाठीचा हा फसवा हल्ला असल्याची जर्मनांची समजूत झाली. तेवढ्यात सगळ्या ताकदीनिशी सोव्हिएत लष्कर तुटून पडलं. रणगाडे वेगानं घुसले. नेहमीप्रमाणे आपल्या प्रश्नाचं उत्तर आधीच माहीत असूनसुद्धा त्या ठिकाणच्या लष्करी अधिकाऱ्यानं माघार घेण्यासंबंधी हिटलरची परवानगी मागितली. याचा परिणाम अपेक्षेनुसार दिसून आला. त्या ठिकाणच्या जर्मन सैनिकांची आणि त्यांच्या युद्धसामग्रीची पुरती वाट लागली. अशाच प्रकारचं सोव्हिएत आक्रमण पुढच्या

काही दिवसांमध्ये सुरू राहिल्यामुळे आता सोव्हिएत लष्कर थेट पोलंडच्या वॉर्सावर आक्रमण करू शकण्याच्या स्थितीत आलं! तोपर्यंत जर्मन लष्करानं स्टॅलिनग्राडच्या मानहानीहून भयंकर प्रकारे सुमारे साडेतीन लाख सैनिक गमावले. या सोव्हिएत आक्रमणांच्या जोडीला पुढच्या काही महिन्यांमध्ये मित्रराष्ट्रांच्या हल्ल्यांची इतरत्र भर पडल्यामुळे जर्मन लष्कराची पीछेहाट एकदम वेगानं सुरू झाली.

जोपर्यंत जोरदार आक्रमणावर जर्मनीचा भर होता आणि अत्यंत अचानकपणे शत्रूवर हल्ला करण्याचे बेत आखले जात होते, तोपर्यंत हिटलरच्या लष्करी हालचाली एकदम यशस्वी ठरत होत्या. हिटलरचा स्वभाव अशा प्रकारच्या मोहिमा आखण्याच्या दृष्टीनं एकदम योग्य असल्यामुळे त्याच्या नेतृत्वाखाली जर्मनीनं जोरदार मजल मारली. नंतर जेव्हा जर्मनीचे शत्रू वरचढ व्हायला लागले आणि जर्मनीला बचावात्मक धोरण स्वीकारावं लागलं, तेव्हा मात्र हिटलरच्या लष्करी नेतृत्वामधल्या उणिवा साफ उघडकीला आल्या. बचाव करत असताना हिटलरचा 'ईगो' त्याच्या आड आला. त्याला माघार घेणं, समोरच्या हल्ल्याला प्रत्युत्तर न देता सावध भूमिका स्वीकारणं, या गोष्टी अजिबात पसंत नसत. त्याला काहीही झालं तरी समोरच्यावर चाल करून जाणंच पसंत असे. कायमच असं धोरण राबवणं अर्थातच युद्धात शक्य नसतं. आपोआपच हिटलरच्या अनेक निर्णयांमुळे जर्मनीला कमालीपलीकडचं नुकसान सोसावं लागलं. अर्थात हिटलरचे सगळे निर्णय साफ चुकीचे होते किंवा त्याला लष्करी डावपेचांमधलं काहीच कळायचं नाही, असं म्हणणं धाडसाचं ठरेल. काही वेळा लष्करी अधिकाऱ्यांची मतं चुकीची असत आणि हिटलरचा दृष्टिकोन बरोबर असे. असं असूनही सातत्यानं सोसावं लागणारं नुकसान, लष्करी अधिकाऱ्यांशी वारंवार होत असलेले मतभेद आणि कुठल्याच परिस्थितीत माघार न घेण्याचा अडेलतट्टूपणा यांचा परिणाम व्हायचा तो झालाच. १९४४ मध्ये तर दुसरं महायुद्ध संपवण्याच्या दृष्टीनं कुठलेही युद्धबाह्य प्रयत्न करायला हिटलरनं साफ नकार दिला. त्याच्यामधला धूर्त राजकारणी जवळपास संपूनच गेला. या प्रश्नाचा निकाल युद्धभूमीवरच लागला पाहिजे, असा दुराग्रह त्यानं मनाशी बाळगला. साहजिकच चर्चेचे, समझोत्याचे, शांततेचे सगळे मार्ग खुंटत गेले. कुणाशीही चर्चा करायची तर त्या वेळी आपण वरचढ असलं पाहिजे, असा त्याचा आग्रह असल्यामुळे अशी चर्चा होण्याची शक्यता वेगानं मावळत गेली. तसंच युद्धाच्या सुरुवातीला हिटलरनं जर्मनीला अचानकपणे विलक्षण वेगानं भन्नाट यश मिळवून दिलेलं असल्यामुळे हिटलरविषयी एक ठरावीक प्रकारची प्रतिमा निर्माण झाली होती. स्वतः हिटलरला ती जपायची असावी. आपण अत्यंत कणखर आहोत आणि कुणाशीही तडजोड करायला सहजासहजी तयार होत नाही, हा मुद्दा त्याला सगळ्यांच्या मनांवर ठसवायचा होता. धोका पत्करून हिटलरनं पूर्वी कल्पनेपलीकडचं यश मिळवलेलं

असल्यामुळे आताही असेच धोके पत्करून आपण पूर्वीप्रमाणे यशस्वी ठरू, असा फोल आशावाद त्याच्या मनात रुंजी घालत राहिला. यामुळे जर्मनीसमोरची संकटं जसजशी वाढत गेली, तसतसे हिटलरचे निर्णय आणखी चुकत गेले आणि त्याच्या मनातल्या दुर्दम्य आशावादामुळे त्यानं या चुकांची भरपाई नव्या चुका करून केली. समोरची परिस्थिती बिकट असल्याचं दिसत असूनसुद्धा केवळ मनातल्या ताकदीच्या जोरावर आणि इच्छाशक्तीच्या आधारे आपण अतिबलाढ्य शत्रूवर मात करू शकतो, हा त्याचा आत्मविश्वासच त्याचा घात करत गेला.

लष्करी डावपेचांमध्ये मुरलेल्या आणि याचं विशिष्ट प्रशिक्षण घेतलेल्या लष्करी अधिकाऱ्यांना हिटलरची बरीच मतं पटत नसत. यामुळे त्यांचे हिटलरशी वारंवार खटके उडायला लागले. तरीसुद्धा आपल्या वरिष्ठाचं म्हणणं काहीही झालं तरी ऐकून घ्यायचं आणि त्याचा आदेश धुडकावायचा नाही, याचंही लष्करी अधिकाऱ्यांना खूप भान असतं. यामुळे आपल्या मनातल्या भावना दडपून आणि आपण विनाशाच्या मार्गावर जात असल्याची जाणीव मनात बाळगून ते हिटलरच्या महत्त्वाकांक्षी झेपांना पंखांचं बळ देत राहिले. काहींनी अधूनमधून आपापल्या परीनी बंड करून बघितलं आणि हिटलरची नाराजी ओढवून घेतली. अशा बहुतेकांना लष्करामधून बाहेर काढण्यात आलं आणि त्यामधल्या काही जणांना तर इतर परिणामांचा सामनाही करावा लागला. कहर म्हणजे जे लोक अगदी शेवटपर्यंत हिटलरचे निष्ठावंत म्हणून ओळखले जात, त्यांच्यावरही हिटलर खूष नसेच. याचं कारण म्हणजे जर या लष्करी अधिकाऱ्यांची इच्छाशक्ती पुरेशी असेल तर कितीही अडचणी समोर आल्यानंतर आपण त्यातून मार्ग काढू शकू, असा हिटलरला असलेला आत्मविश्वास पुरेसा ठरत नव्हता. स्वाभाविकपणे हिटलरनं सगळ्या अपयशांचं आणि फसलेल्या मोहिमांचं खापर निरनिराळ्या लष्करी अधिकाऱ्यांवर फोडलं. या लोकांच्या नाकर्तेपणामुळेच आपल्याला ही वेळ बघावी लागत असल्याचं तो म्हणत राहिला. मुळात आपल्या हातून झालेल्या घोडचुका आणि आपला अतिमहत्त्वाकांक्षी स्वभाव यामुळे असंख्य अडचणी आपल्या वाटेत उभ्या ठाकलेल्या आहेत, ही गोष्टच त्याला मान्य नव्हती.

१९४४ सालचा जुलै महिना उजाडला तसं सोव्हिएत फौजांनी पूर्व प्रशियानजीक धडक मारली. ९ जुलैला काही वरिष्ठ अधिकाऱ्यांची भेट घेऊन पूर्व प्रशियामध्ये सोव्हिएत लष्कर घुसू नये यासाठी उपाययोजना करण्यासंबंधी आणि त्या ठिकाणचा जर्मन बचाव आणखी भरभक्कम करण्यासंबंधी चर्चा झाली. बराच काळ पूर्व प्रशियामधल्या आपल्या बंकरपासून हिटलर लांब होता. १४ जुलै १९४४ या दिवशी तो पुन्हा एकदा या ठिकाणी राहायला आला. आता या बंकरमध्ये खूप मोठ्या प्रमाणावर डागडुजी करण्यात आली होती. बॉम्बहल्ल्यापासून बचाव व्हावा यासाठीची भरभक्कम उपाययोजनाही करण्यात आली होती. इथं परतल्यानंतर

हिटलरनं नेहमीप्रमाणे आपल्या लष्करी अधिकाऱ्यांची बैठक घेतली. काही जणांना हिटलरच्या धडाडीचं कौतुक वाटलं, तर इतरांना नेमक्या याच कारणामुळे जर्मनीचा विध्वंसाकडे वेगानं प्रवास सुरू असल्याचं जाणवलं. हा विनाश होण्यापूर्वीच आपण काहीतरी केलं पाहिजे, अशी भावना काही जणांमध्ये वाढीला लागली. यातूनच हिटलरला संपवण्यासाठीच्या प्रयत्नांनी जोर पकडला.

एकूण काय, तर हिटलरच्या अधोगतीचा प्रवास आता अत्यंत वेगानं सुरू झाला होता. जर्मनीची दुर्दशा होणार हे जवळपास अटळ असल्याचं दिसून येत होतं. आतून याची जाणीव होत असूनसुद्धा ती नाकारण्याचा अट्टाहास हिटलर करत राहिला.

१९४४ साली लष्करी संचलनाला मानवंदना देताना हिटलर; मागे गोरिंग, कायटेल, डोनित्झ, हिमलर

स्टॉफेनबर्गचा कट

२० जुलै १९४४ या दिवशी हिटलरचा काटा काढण्याचा मोठा प्रयत्न झाला. यामागे खरं म्हणजे एक दीर्घ कहाणीच आहे. हिटलरला ठार करण्यासाठीचे प्रयत्न आधीपासून सुरू होते खरे; पण १९३९-४१ या काळात हिटलरला मिळालेल्या प्रचंड यशामुळे आणि त्याच्याविषयी जर्मनीमध्ये निर्माण झालेल्या लोकप्रियतेच्या वातावरणामुळे त्याच्या विरोधात काहीही करणं अशक्य होऊन बसलं. साहजिकच जर्मनीला विनाशाकडे नेत असलेल्या हिटलरला संपवणं गरजेचं असलं तरी ते आता कठीण आहे, याची जाणीव त्याच्या विरोधकांना होत राहिली. १९३९ सालच्या नोव्हेंबर महिन्यात जॉर्ज एल्सरनं एकट्यानंच प्रयत्न करून हिटलरला संपवण्यात जवळपास यश मिळवलं असल्याचा उल्लेख आधी आलेलाच आहे. तो प्रयत्न वगळता मृत्यू हिटलरच्या जवळ आला नव्हता. आता संघटित स्वरूपाचे प्रयत्न करून हिटलरचा काटा काढला पाहिजे, यासाठीची धडपड काही जणांनी सुरू केली.

१९४३ साली हिटलरचा खून करण्याचे अर्धा डझन प्रयत्न झाले. मेजर-जनरल हेनिंग फॉन ट्रेस्को नावाचा लष्करी अधिकारी या प्रयत्नांच्या मुळाशी होता. १९०१ मध्ये जन्मलेला उंच आणि टक्कल पडत चाललेला ट्रेस्को स्वभावानं शांत होता. त्याच्यामध्ये प्रचंड लढाऊ वृत्ती होती. त्याचा निग्रह विलक्षण होता आणि बराच काळ तो हिटलरवर दृढ विश्वास ठेवणारा होता. काही काळानंतर मात्र हिटलर आपल्या देशाला विनाशाच्या वाटेवर घेऊन जात असल्याचं त्याच्या लक्षात आलं. यामुळे हिटलरचा काटा काढण्याचे विचार त्याच्या मनात घोळायला लागले. स्टॅलिनग्राडमधली परिस्थिती बिघडत चालल्याचं बघून त्याचे हे विचार आणखी पक्के होत गेले. अर्थातच हे काम अजिबात सोपं नाही आणि यासाठी लष्करी अधिकाऱ्यांसकट इतर अनेक जणांचा सहभाग आवश्यक असल्याचं त्याला माहीत होतं. त्या दृष्टीनं त्यानं प्रयत्न सुरू केले. यामधली मुख्य अडचण म्हणजे हिटलरचा

घात करण्यासाठी त्याच्या अगदी जवळ कसं जायचं, ही होती. १९४३ सालच्या फेब्रुवारी महिन्यात लष्कराच्या एका मुख्यालयाला भेट देण्यासाठी हिटलर जाणार होता. तेव्हा त्याला अटक करण्याची एक योजना आखण्यात आली; पण दरम्यान हिटलरची खासगी सुरक्षा एकदम वाढवण्यात आली. त्याच्या सुरक्षेसाठी आता एसएस संघटनेचे अंगरक्षक नेमण्यात आले. त्यांच्याकडे कायम पिस्तुलं असत. हिटलरसाठी काही ठरावीक आणि एकसारख्या लिमोझिन गाड्या राखीव ठेवण्यात आल्या. जर्मनीमध्ये एकाच वेळी या गाड्या ठिकठिकाणी उभ्या केल्या जात. साहजिकच हिटलर नक्की कुठे आहे याचा कुणाला पत्ता लागत नसे. हिटलरला गाडीतून नेण्यासाठी नेहमी त्याचा खास चालक असे. तसंच हिटलर या ठिकाणी गेलाच नाही. साहजिकच हा बेत फसला. हिटलरला गोळी घालून ठार करण्याचे बेतसुद्धा रद्द करण्यात आले; कारण तो नेहमी बुलेटप्रूफ जॅकेट आणि हॅट घालतो, असं त्याच्या विरोधकांच्या कानांवर आलं. साहजिकच आता काय करायचं हा प्रश्न त्यांच्यापुढे उभा राहिला. तरीसुद्धा १३ मार्च १९४३ या दिवशी हिटलर एका लष्करी बैठकीसाठी आलेला असताना त्याचा खून करण्याची योजना ट्रेस्कोनं आखली; पण ती ऐन वेळी रद्द करून पुन्हा एकदा स्फोटकांच्या साहाय्यानंच त्याचा काटा काढायचं त्यानं नक्की केलं. यातून घडलेला प्रकार अद्भुतच होता!

आपल्याला हिटलरला ठार करायचं असेल तर त्यासाठी जर्मन बनावटीचे बॉम्ब वापरून उपयोग नाही, असं ट्रेस्कोच्या लक्षात आलं. जर्मन बॉम्ब्जची विश्वासार्हता पुरेशी नसल्याचं त्याचं मत असल्यामुळे त्यानं याऐवजी ब्रिटिश बॉम्ब वापरायचं ठरवलं. शिवाय जर्मन बॉम्ब स्फोट घडवून आणण्याआधी प्रेशर कुकरमधून शिट्टी वाजण्याआधी येतो तसा आवाज करतो, असं या विषयामधल्या जाणकारांनी सांगितलं होतं. कसलाही आवाज न करता स्फोट करणारा ब्रिटिश बॉम्बच हिटलरचा काटा काढण्याच्या कामात जास्त उपयुक्त ठरेल, हे ट्रेस्कोच्या लक्षात आलं. युद्धातल्या परिस्थितीचा आढावा घेण्यासाठी हिटलर स्मोलेन्स्क नावाच्या ठिकाणी येणार होता. त्याच्या परतीच्या विमानप्रवासात बॉम्बस्फोट घडवून आणण्याची योजना आखण्यात आली. तसंच हा अपघात असावा असं भासवण्यासाठीही प्रयत्न करण्यात आले. त्या काळात हिटलरची लोकप्रियता बऱ्याच अंशी टिकून होती. तसंच हिटलरचे समर्थकसुद्धा खूप ताकदीचे होते. त्यांनी आपल्या नेत्याच्या हत्येचा बदला घेण्यासाठी आकाशपाताळ एक केलं असतं. साहजिकच हिटलरला ठार करून प्रश्न मिटला नसता. अपघातात हिटलरचं निधन झालं असा भास निर्माण केला, तर मात्र हा प्रश्न निर्माण होणारच नव्हता. असं असूनही हिटलर आलेला असतानाच त्या दुपारी बॉम्बस्फोट घडवून आणण्याचा मोह ट्रेस्को आणि त्याचा एक सहकारी फेबियन फॉन श्लॅब्रेंडॉर्फ यांच्या मनात दोनदा आला. दोन्ही वेळा त्यांनी

मोठ्या कष्टांनी तो टाळला. याचं कारण म्हणजे अशा प्रकारे बॉम्बस्फोट घडवून आणण्यानं हिटलरबरोबरच त्याच्याशी चर्चा करणारे अनेक लष्करी अधिकारीसुद्धा ठार झाले असते. यामधले काही अधिकारी मनातून हिटलरला विरोध करणारे होते आणि हिटलरचा मृत्यू झाल्यानंतर नाझीवाद संपवण्यासाठी प्रयत्न करायला ते उत्सुक होते. तेही हिटलरबरोबर ठार झाले असते तर ही संधी हुकली असती. शेवटी परतीच्या विमानप्रवासाचा मूळ बेतच पक्का करण्यात आला. यासाठी दोन बॉम्ब पातळ बाटलीच्या आकाराच्या वेष्टणात भरण्यात आले. ही दोन वेष्टणं शेजारी एकमेकांना जोडून त्या दोन भरलेल्या बाटल्या असाव्यात अशी रचना करण्यात आली. नंतर ही दोन वेष्टणं एका सुबक बॉक्समध्ये भरण्यात आली. यामुळे जणू ब्रँडीच्या दोन बाटल्या एका बॉक्समध्ये भरण्यात आल्या आहेत, असं वाटत होतं. आपल्याला आपला लष्करी मित्र जनरल हेल्मट स्टिफ याला या ब्रँडीच्या बाटल्या भेट म्हणून पाठवायच्या आहेत, अशी थाप ट्रेस्कोनं हिटलरबरोबरच्या एका लष्करी अधिकाऱ्याला मारली. त्यानं आनंदानं ही भेट आपल्याबरोबर न्यायची तयारी दाखवली. हिटलरच्या विमानाचा परतीचा प्रवास सुरू होण्याच्या अगदी आधी श्लॅब्रेंडॉर्फनं या बॉक्समधली बॉम्बसाठीची टायमर यंत्रणा अत्यंत धडधडत्या हृदयानं सुरू केली.

ही टायमर यंत्रणा नेहमीसारखी नव्हती. ती अत्यंत चातुर्यानं बनवण्यात आली होती. श्लॅब्रेंडॉर्फनं बॉम्बची यंत्रणा सुरू करण्यासाठीचं बटण दाबताच त्या बॉम्बमधली एक बाटली फुटणं अपेक्षित होतं. यामुळे या बाटलीतून ज्वलनशील रसायन बाहेर ओघळलं असतं. या रसायनानं एक तार हळूहळू जळून खाक झाली असती. या तारेनं एक स्प्रिंग ताणून धरलेली असणार. तार जळल्यामुळे आता तट्ट ताणलेली ही स्प्रिंग आता मोकळी होणार. ही सुटलेली स्प्रिंग आता तिच्या पुढच्या दट्ट्यावर आघात करणार. त्याबरोबर हा दट्ट्या स्फोटकावर आदळून स्फोट घडवून आणणार. या यंत्रणेच्या कामकाजाविषयीच्या अंदाजानुसार विमान उडाल्यावर साधारण अर्ध्या तासानंतर म्हणजेच विमान मिन्स्क शहरावरून जात असताना या बॉम्बचा स्फोट उडणं अपेक्षित होतं. सगळी योजना ठरल्याप्रमाणे पूर्णत्वाला जात असल्याचं बघून खूष झालेल्या श्लॅब्रेंडॉर्फनं बर्लिनमध्ये फोन करून आपल्या मदतनिसांना यासंबंधीची बातमी कळवली. धडधडत्या हृदयानं ट्रेस्को आणि श्लॅब्रेंडॉर्फ हे दोघं 'शुभवार्तेची' वाट बघत बसले. हिटलरच्या विमानाबरोबर सुरक्षेसाठी उडणारं दुसरं फायटर विमान यासंबंधीची बातमी बिनतारी संदेशांनी सगळीकडे कळवणार, अशी अपेक्षा होती. वीस-तीस-चाळीस मिनिटंच काय; पण एक तास उलटून गेला तरी कुठून काही बातमी आलीच नाही. दोन तास उलटून गेल्यावर मात्र बातमी आली; पण हिटलर सुरक्षितपणे आपल्या मूळ ठिकाणी पोहोचल्याची!

आपला बेत फसल्याची जाणीव होताच ट्रेस्को आणि श्लॅब्रेंडॉर्फ हे दोघेही पार निराश तर झालेच; पण त्याहून ते जास्त भयभीत झाले. आपण पेरलेला बॉम्ब आता हिटलरच्या सहायकांच्या हाती लागणार आणि आपलं बिंग फुटणार, या भीतीपोटी त्यांना काय करावं हेच कळेना. आश्चर्य म्हणजे या बॉम्बची माहिती गुप्तच राहिली. त्या रात्री ट्रेस्कोनं अगदी सहजपणे फोन केल्याच्या आविर्भावात ज्या लष्करी अधिकाऱ्याकडे बाटल्यांचं पार्सल दिलं होतं त्याच्याकडून हे पार्सल हेल्मट स्टिफपर्यंत पोहोचलं आहे का याची विचारणा केली. याला नकारात्मक उत्तर मिळताच ट्रेस्को खूष झाला. आपण चुकून भलत्याच दारूच्या बाटल्या स्टेफला देण्यासाठी म्हणून पाठवलेल्या असून, दुसऱ्या दिवशी श्लॅब्रेंडॉर्फ दर्जेदार ब्रँडीच्या बाटल्या घेऊन येईल, असं त्याला सांगितलं. मनाचा हिय्या करून दुसऱ्या दिवशी श्लॅब्रेंडॉर्फ हिटलरच्या मुख्यालयात दाखल झाला आणि त्यानं अगदी सहजपणे बॉम्बवाल्या बाटल्या परत घेत खऱ्या दारूच्या बाटल्या हिटलरच्या त्या सहायकाकडे दिल्या. या बॉम्बचा स्फोट अजून झाला नसला तरी तो कुठल्याही क्षणी; अगदी बाटल्या परत घेत असतानासुद्धा होऊ शकतो, याची श्लॅब्रेंडॉर्फला कल्पना असल्यामुळे त्याचं हृदय प्रचंड धडधडत होतं. प्रत्यक्षात तसं काही घडलं नाही आणि त्यानं गाडीतून बॉम्बवाल्या बाटल्या जवळच्या रेल्वे स्थानकावर नेल्या. तिथून बर्लिनचा रात्रप्रवास केल्यानंतर त्यानं आपल्या घरी बॉम्बची यंत्रणा निकामी करून टाकली. आता या बॉम्बचा हिटलरच्या विमानप्रवासात का स्फोट झाला नाही, हे त्याच्या लक्षात आलं. अपेक्षेप्रमाणे रसायनामुळे बाटली फुटल्यानंतर तार जळाली होती; पण तिथल्या दट्ट्यानं पुढच्या स्फोटकावर प्रहार करूनसुद्धा स्फोट घडू शकला नव्हता.

हिटलरला ठार करण्याची ही संधी गमावल्यामुळे ट्रेस्को आणि श्लॅब्रेंडॉर्फ हे दोघंही पार निराश झाले असले तरी त्यांनी त्यांच्या इतर साथीदारांसह नव्यानं हे प्रयत्न करायचं ठरवलं. आता त्यांनी २१ मार्च १९४३ या दिवशी हिटलर एका कार्यक्रमासाठी बर्लिनला जाणार असतानाची संधी साधायचं ठरवलं. हे काम फत्ते करण्यासाठी ट्रेस्कोनं फ्राईहर फॉन गर्सडॉर्फ या कर्नलची निवड केली. या खेपेला स्फोटक पेरून काही काळानंतर त्याचा स्फोट घडवण्याची योजना न वापरता आत्मघातकी हल्ला करायचं ठरलं. म्हणजेच हिटलरचा काटा काढण्यासाठी शहीद व्हायला गर्सडॉर्फ तयार झाला. हिटलर कार्यक्रमाच्या ठिकाणी आल्यावर त्याच्या शक्य तितक्या जवळ गर्सडॉर्फनं जायचं आणि आपल्या ओव्हरकोटच्या दोन खिशांमध्ये लपवलेल्या बॉम्ब्जचा स्फोट घडवायचा, असा बेत आखण्यात आला. २० मार्चला गर्सडॉर्फनं यासाठी आपल्या हॉटेलमध्ये श्लॅब्रेंडॉर्फची भेट घेतली. श्लॅब्रेंडॉर्फनं आपल्याकडचे दोन बॉम्ब्ज गर्सडॉर्फला दिले. सर्वसाधारणपणे बॉम्बची स्फोटक यंत्रणा सुरू केल्यानंतर १० मिनिटांनी त्याचा स्फोट घडणं अपेक्षित होतं.

प्रचंड थंडीमुळे मात्र या खेपेला त्यासाठी १५-२० मिनिटं लागू शकतील, असं श्लॅब्रेंडॉर्फचं मत होतं. आपलं भाषण झाल्यानंतर हिटलर सुमारे अर्धा तास गर्सडॉर्फच्या सहायकांना रशियाशी सुरू असलेल्या युद्धात मिळालेल्या मानचिन्हांची पाहणी करणार असं २१ मार्चचं वेळापत्रक होतं. याच वेळी बॉम्बस्फोट घडवून हिटलरला ठार करण्याची गर्सडॉर्फला संधी मिळू शकणार होती.

ठरल्यानुसार हिटलरचं भाषण पार पडताच तो मानचिन्हांची पाहणी करण्यासाठी त्या ठिकाणच्या सभागृहात आला. गर्सडॉर्फच्या ओव्हरकोटच्या खिशांमध्ये बॉम्ब्ज तयार होते. त्यांची यंत्रणा सुरू करावी आणि हिटलरच्या शक्य तितक्या जवळ राहावं, या बेतात गर्सडॉर्फ असताना हिटलरच्या ताफ्यातल्या एका माणसानं गर्सडॉर्फच्या जवळ येऊन त्याच्या कानात हिटलर तिथे फक्त ८-१० मिनिटंच घालवणार असल्याची दुःखद बातमी दिली. साहजिकच सर्वसामान्य तापमानात बॉम्बस्फोट घडवून आणण्यासाठी किमान १० मिनिटं लागणार असल्यामुळे आता काही इलाजच नव्हता. आपली योजना फसल्याचं गर्सडॉर्फच्या लक्षात आलं. हिटलरच्या जिवाला धोका असल्यामुळे त्याची सुरक्षा यंत्रणा सांभाळणारे लोक सातत्यानं अगदी ऐन वेळी त्याच्या कार्यक्रमामध्ये किंवा वेळापत्रकामध्ये बदल करत असत. परत एकदा तेच घडलं होतं. साहजिकच हिटलर पुन्हा एकदा बचावला. तिकडे हातामध्ये स्टॉपवॉच घेऊन ट्रेस्को रेडिओवरून हिटलरच्या कार्यक्रमासंबंधीचं वार्तांकन उत्कंठेनं ऐकत होता. आठ मिनिटांनंतर हिटलर तिथून बाहेर पडल्याचं निवेदकानं सांगताच हिटलर पुन्हा एकदा सुखरूप असल्याचं कटू सत्य ट्रेस्कोला नाइलाजानं स्वीकारावं लागलं!

यानंतरही हिटलरला ठार करण्यासाठीचे अनेक प्रयत्न ऐन वेळी गुंडाळून टाकावे लागले. सातत्यानं हिटलरच्या कार्यक्रमांमध्ये बदल होत असल्यामुळे स्फोटकं त्याच्या अगदी जवळ नेऊनसुद्धा त्यांचा वापर करण्याची संधी न मिळण्याचे हे प्रसंग होते. निरनिराळ्या माणसांवर ही कामगिरी सोपवण्यात आली असली तरी अगदी दर वेळी हिटलर त्यातून सहीसलामत बचावला. या फसलेल्या कटांनंतर अत्यंत गाजलेला आणि ज्या घटनेवर व्हॉकरी (Valkyrie) नावाचा चित्रपट निघाला त्या कटाची सुरुवात झाली.

हिटलरला ठार करण्यासाठीच्या कटांमधला सगळ्यात मोठा कट घडवून आणण्यात काऊंट फॉन स्टॉफेनबर्ग या तरुण आणि कनिष्ठ लष्करी अधिकाऱ्याचं नाव प्रामुख्यानं घेतलं पाहिजे. १९०७ मध्ये पक्के जर्मन संस्कार असलेल्या घरात स्टॉफेनबर्गचा जन्म झाला. त्याचं बालपण आनंदात गेलं आणि मोठेपणी त्यानं अनेक विषयांमध्ये उत्तम यश मिळवलं. आपली कारकीर्द नक्की कशात घडवायची या विचारात असताना, देखण्या आणि उत्कृष्ट शरीर कमावलेल्या स्टॉफेनबर्गनं

लष्करात प्रवेश केला आणि तिथंही त्याला भराभर बढती मिळत गेली. स्टॉफेनबर्गचा नाझी विचारसरणीला पूर्ण विरोध नसला तरी १९३८ मध्ये ज्यूंच्या विरोधात नाझींनी सुरू केलेल्या अत्याचारांमुळे त्याचं मन बदललं. १९४० मध्ये सोव्हिएत युनियनमध्ये स्टॉफेनबर्ग लढण्यासाठी जर्मन लष्कराबरोबर गेला. अत्यंत देशप्रेमी असलेल्या स्टॉफेनबर्गनं जर्मनीच्या विजयासाठी जीव तोडून प्रयत्न केले; पण हळूहळू आपण काही केल्या हे युद्ध जिंकू शकणार नसल्याचं त्याच्या लक्षात आलं. त्यातच एसएस संघटनेचे लोक सोव्हिएत युद्धकैद्यांशी किती अमानवी प्रकारे वागतात हे बघितल्यावर त्याला धक्काच बसला. एकूणच हिटलरनं जर्मनीला अत्यंत धोकादायक आणि विनाशकारी युद्धाकडे नेलं असल्याचं स्टॉफेनबर्गच्या लक्षात आलं. आता तो कट्टर हिटलरविरोधक झाला. योगायोगानं रशियामध्येच स्टॉफेनबर्गची भेट ट्रेस्को आणि श्लॅब्रेंडॉर्फ या दोन हिटलरविरोधकांशी झाली. आपल्या देशाचं आणखी नुकसान होऊ द्यायचं नसेल तर हिटलरचा काटा काढला पाहिजे, हा विचार त्याच्या मनात पक्का रुजला. त्यानं रशियामधून आपली बदली करून घेतली आणि तो ट्युनिशियामध्ये लढायला गेला. तिथं ७ एप्रिल १९४३ या दिवशी स्टॉफेनबर्गची गाडी स्फोटकांनी भरलेल्या एका भागामधून गेली आणि कदाचित वरून मित्रराष्ट्रांच्या विमानाचा हल्लाही त्याच्या गाडीवर झाला. यामुळे त्यानं आपला डावा डोळा, उजवा हात आणि डाव्या हाताची दोन बोटं हे अवयव गमावले. त्याला इतरही दुखापती झाल्या. अगदी नशिबानं जिवंत राहिलेला; पण लष्करी अधिकारी म्हणून काम करण्यासाठी जवळपास निरुपयोगी ठरलेला स्टॉफेनबर्ग तीन महिन्यांमध्येच पुन्हा एकदा लष्करामध्ये काम करण्यासाठी तयार झाला तेव्हा कुणाचाच त्यावर विश्वास बसत नव्हता. स्टॉफेनबर्गनं आपल्या नजरेसमोर जर्मनीला सर्वनाशाकडे वाटचाल करण्यापासून रोखण्यासाठी हिटलरला ठार मारण्याचा बेत पक्का केला. चार मुलांची आई असलेल्या आपल्या पत्नीला त्यानं यासाठी आपण कामी आलो तरी चालेल असं सांगून १९४३ सालच्या सप्टेंबर महिन्यात त्यानं लेफ्टनंट कर्नल म्हणून काम करायला सुरुवात केली.

हळूहळू हिटलरच्या विरोधात बर्लिनमध्ये कट रचत असलेल्या गटामध्ये स्टॉफेनबर्गनं नुसता प्रवेश केला असं नाही, तर त्यावर आपलं वर्चस्व निर्माण केलं. इतरही अनेक लष्करी अधिकारी यात सामील झाले. त्यांच्यामध्ये चर्चा होता होता १९४४ सालच्या मध्यावर हा कट पूर्णत्वाला नेण्याचं ठरलं. एकीकडून सोव्हिएत लष्कर जर्मनीमध्ये घुसण्याची चिन्हं दिसत होती, तर दुसरीकडे मित्रराष्ट्रांनी फ्रान्समध्ये प्रवेश केला होता. याच्या जोडीला जर्मनीनं इटलीमध्ये निर्माण केलेलं वर्चस्वही संपुष्टात येण्याची चिन्हं दिसत होती. अशा परिस्थितीत युद्धाचा निकाल काय लागणार, हे उघड होतं. त्याच्या आतच आपण हिटलरला संपवलं, नाझी सरकार

उलथून टाकलं आणि आपल्या शत्रूंसमोर शरणागती पत्करली, तर निदान इथून पुढे जर्मन नागरिकांना सोसावं लागणारं अफाट नुकसान तरी टळेल, असा त्यांचा अंदाज होता. या कटाचं गुप्त नाव व्हॉकरी (Valkyrie) असं ठेवण्यात आलं; कारण जर्मनीच्या पुराणकथांमध्ये या नावाच्या सुंदर आणि शूर देवता आपल्या भूमीकडे वाकडी नजर टाकणाऱ्यांना नष्ट करत, असा उल्लेख आहे.

खऱ्या अर्थानं नाझी भस्मासुर संपवायचा असेल तर केवळ हिटलरची हत्या करून काम भागणार नाही, याची स्टॉफेनबर्ग आणि त्याचे सहकारी यांना कल्पना होती. नाझी सत्तेचे सूत्रधार आपल्या ताब्यात घेणं, तसंच सगळ्या महत्त्वाच्या सरकारी यंत्रणांवर नियंत्रण प्रस्थापित करणं गरजेचं असल्याची त्यांना कल्पना होती. यासाठी त्यांनी हिटलरच्या साम्राज्यात उभ्या करण्यात आलेल्या 'होम आर्मी' या संकल्पनेचा वापर करून घ्यायचं ठरवलं. या 'होम आर्मी'ची संकल्पना म्हणजे जर्मनीनं काबीज केलेल्या निरनिराळ्या देशांमधून लाखो युद्धकैदी जर्मनीत आणण्यात आले होते. या युद्धकैद्यांना गुलामांप्रमाणे राबवून घेतलं जाई. अनेक कारखाने आणि इतर औद्योगिक प्रकल्प या परदेशी कामगारांनी भरले होते. या कामगारांकडे शस्त्रास्त्रं असण्याचा प्रश्नच नव्हता. तरीसुद्धा आपलं लष्कर प्रामुख्यानं युद्धभूमीवर गुंतलेलं असताना समजा या परदेशी कामगारांनी आपल्याविरुद्ध उठाव केला, तर त्याचे परिणाम भयंकर होतील असं हिटलरच्या एका सल्लागाराचं मत होतं. खरं म्हणजे निःशस्त्र परदेशी कामगार एका प्रमाणापलीकडे काही करू शकण्याचा प्रश्नच नव्हता. तरीसुद्धा कायम संशयी नजरेनं सगळीकडे बघणाऱ्या हिटलरला हा मुद्दा लगेच पटला. अशा प्रकारे आपल्या विरोधात हे परदेशी कामगारच काय; पण इतर कुणीही उभं ठाकलं तर अशा वेळी तातडीनं हा उठाव मोडून काढण्यासाठी 'होम आर्मी' नावाची संघटना हिटलरनं उभी करण्याचे आदेश दिले. या संघटनेचे सदस्य असलेल्या लोकांना शस्त्रास्त्रं वापरण्याचं प्रशिक्षण देण्यात आलं. सर्वसामान्यपणे अधूनमधून एकत्र सराव करण्याखेरीज हे सदस्य थेटपणे कुठल्याही कारवाईमध्ये सामील होत नसत. कधी वेळ आलीच तर त्यांना लगेचच बोलावणं आणि ओढवलेलं संकट त्यांच्याकडून दूर करून घेणं शक्य असे.

आता या 'होम आर्मी'ला आदेश द्यायचे अधिकार असलेला माणूस स्टॉफेनबर्गच्या कटात थेट सामील व्हायला तयार नसला तरी त्याची हिटलरलासुद्धा फारशी सहानुभूती नव्हती. या माणसाच्या हाताखालचा उपप्रमुख मात्र स्टॉफेनबर्गच्या कटात आधीपासूनच सहभागी होता. अर्थात या संघटनेची ताकद तशी मर्यादित होती. जर्मन हवाई दल आणि एसएस संघटना यांच्या जोरापुढे होम आर्मी फार काळ टिकाव धरू शकली नसती. स्वाभाविकपणे हिटलरच्या विरोधातला कट पूर्णत्वाला नेताना आपल्याला अगदी अचूक वेळ साधणं गरजेचं असल्याची स्टॉफेनबर्गला कल्पना होती. पहिल्या दोन

तासांमध्ये आपल्याला बर्लिनवर कब्जा करण्यात यश आलं, तरच पुढचा घटनाक्रम आपल्या मनासारखा घडेल, हे त्याला माहीत होतं. एकूण चोवीस तासांमध्ये नव्या सरकारची स्थापना झाली नाही, तर द्विधा मनःस्थितीत असलेले लष्करी अधिकारी आपली साथ सोडू शकतात, हे जाणत असल्यामुळे त्यानं यासाठीची सगळी आखणी केली. होम आर्मीचा प्रमुख अजून आपली निर्णायक साथ देत नसल्यामुळे स्टॉफेनबर्ग चिंतित होता. जर हिटलरला ठार करण्यात आणि आपला कट यशस्वी करण्याच्या दिशेनं वाटचाल करण्यात आपण वेगानं प्रगती केली, तर मात्र होम आर्मीचा प्रमुख आपल्या बाजूनं वळेल, असा स्टॉफेनबर्गचा अंदाज होता. साहजिकच त्यानं होम आर्मीच्या प्रमुखाच्या वतीनं होम आर्मीला चाल करून येण्याचे आदेश त्याच्या नकळतच देण्याची व्यूहरचना आखली. दरम्यान हिटलरच्या विरोधातल्या या कटाची कुणकूण एसएस संघटनेचा प्रमुख हिमलर याला लागली. त्यानं तातडीनं या कटामध्ये सहभागी असलेल्या लोकांना अटक करायला सुरुवात केली. साहजिकच आता थांबून चालणार नाही, हे स्टॉफेनबर्गच्या लक्षात आलं.

दरम्यान युद्धामधल्या घटनाक्रमाकडेही स्टॉफेनबर्ग बारीक नजर लावून बसला होता. मित्रराष्ट्रं फ्रान्समध्ये आपलं लष्कर घुसवणार नाहीत आणि जरी त्यांनी हे पाऊल उचललं तरी त्यांना या मोहिमेत यश मिळण्याची शक्यता खूप जास्त नसल्याचं त्याचं मत होतं. त्याची ही आशा फोल ठरली. मित्रराष्ट्रांनी फ्रान्समध्ये प्रवेश केला. त्याबरोबर जर्मनीवर वर्चस्व गाजवण्याची सुसंधी त्यांना प्राप्त झाली. आता हिटलरचं नेतृत्व असलेल्या किंवा त्याच्याहून दुसऱ्या कुणाकडे नेतृत्व असलेल्या जर्मन सरकारशी कुठल्याही प्रकारची चर्चा करण्यात मित्रराष्ट्रांना कशाला रस असेल, असा रास्त प्रश्न स्टॉफेनबर्गच्या मनात निर्माण झाला. म्हणजेच आपण हिटलरला संपवण्याचा प्रयत्न आत्ताच घाईघाईनं केला तर त्यामुळे गोंधळच होईल, हे त्यानं जाणलं. कारण सोव्हिएत फौजा पूर्वेकडून जर्मनीला चांगल्याच भारी पडत होत्या. अशा परिस्थितीत जर्मनीचा पराभव अटळ होता. फक्त तो कधी होतो इतकाच प्रश्न उरला होता. यामुळे आपण जर हिटलरची हत्या केली तर नंतरच्या गोंधळात युद्धामधल्या पराभवालासुद्धा आपणच जबाबदार असल्याची चुकीची प्रतिमा कदाचित निर्माण होऊ शकते, हे त्यानं ओळखलं. कारण सर्वसामान्य जर्मन नागरिकांना युद्धामधली खरी परिस्थिती अजूनही माहीत नव्हती. जर्मनीची परिस्थिती पूर्वीइतकी चांगली नाही, एवढंच त्यांना माहीत होतं. जर्मनी वेगानं पराभवाकडे वाटचाल करत असल्याची त्यांना नीटशी कल्पना नव्हती. साहजिकच हिटलरचा खून झाल्यामुळेच विजयाकडे कूच करत असलेल्या जर्मनीचा पराभव झाल्याचा त्यांचा गैरसमज झाला असता. हे स्टॉफेनबर्गला टाळायचं होतं. यामुळे नव्यानं खलबतं सुरू झाली.

शेवटी आपल्या कृतीचा काहीही परिणाम झाला तरी चालेल; पण आपण हिटलरचा काटा काढलाच पाहिजे असं स्टॉफेनबर्गनं ठरवलं. तेवढ्यात मुळात हिटलरला ठार मारण्यासाठीचे मूळ बेत आखणाऱ्या ट्रेस्कोचं याविषयी काय मत आहे याचाही विचार करण्याचा सल्ला काही जणांनी दिला. आता ट्रेस्को जर्मनीची झपाट्यानं पीछेहाट होत असलेल्या सोव्हिएत आघाडीवर लढत होता. त्याच्या मनात हिटलरची हत्या करण्यासंबंधी कसलीच शंका नव्हती. त्यानं अगदी स्पष्ट शब्दांमध्ये हिटलरला संपवलंच पाहिजे, असा कौल दिला. तसंच यात काही कारणामुळे अपयश आलं तरी जर्मनीची सत्ता आपल्या ताब्यात घेण्यासाठीचे प्रयत्न स्टॉफेनबर्ग आणि त्याचे सहकारी यांनी केले पाहिजेत आणि जर्मनीचा सर्वनाश टाळण्यासाठी मित्रराष्ट्रं तसंच सोव्हिएत युनियन यांच्याशी त्यानंतर तातडीनं चर्चा केली पाहिजे, असं त्यानं सुचवलं. साहजिकच आता हिटलरचा खात्मा करण्याविषयी काही लोकांच्या मनात असलेली चलबिचल दूर झाली. आपण आपला कट सिद्धीला नेलाच पाहिजे, हे त्यांना उमगलं. तेवढ्यात आणखी एका घटनेमुळे स्टॉफेनबर्गचा आपला प्रयत्न अगदी तातडीनं करण्यासंबंधीचा निश्चय अजूनच पक्का झाला.

अगदी सुरुवातीपासूनच स्टॉफेनबर्गला हिटलरच्या हत्येसंबंधीच्या कटामध्ये ओढणारे लोक आणि जर्मनीमध्ये भूमिगत होऊन आपली चळवळ सुरू ठेवणारे साम्यवादी लोक यांच्यामध्ये खूप अंतर होतं. एकमेकांची साथही द्यायची नाही आणि एकमेकांना फार गोत्यातही आणायचं नाही, असा त्यांच्यामध्ये अलिखित करारच होता. साम्यवादी लोकांना हिटलरचा खून करण्याचा कट रचणारे हे लोकही नाझी लोकांप्रमाणेच धोकादायक वाटत. याचं मुख्य कारण म्हणजे हिटलरपश्चात जर्मनीवर साम्यवादाचा पगडा असला पाहिजे, अशी त्यांची इच्छा असणं स्वाभाविकच होतं. यासाठी आपल्याकडे इथून पुढे घडणाऱ्या घटनांची सूत्रं असली पाहिजेत, असं त्यांना वाटत होतं. हिटलरची हत्या भलत्याच लोकांनी केली तर मात्र आपलं महत्त्व घटेल आणि या लोकांना जनमानसात स्थान मिळेल, अशा भीतीपोटी त्यांचा या लोकांना सुप्त विरोध होता. स्टॉफेनबर्ग आता जी मोहीम पूर्णत्वाला न्यायची धडपड करत होता, ती मोहीम मुळात माजी जर्मन लष्करप्रमुख लुडविग बेकनं आखली होती. बेकला साम्यवादी लोकांच्या इच्छाआकांक्षा तर माहीत होत्याच; पण शिवाय साम्यवादी लोकांना मॉस्कोमधून आदेश दिले जातात, याचीही त्याला कल्पना होती. याखेरीज आणखी एक महत्त्वाचा मुद्दा म्हणजे साम्यवादी चळवळीमध्ये नाझी जर्मनीमधल्या अत्यंत क्रूर आणि धोकादायक समजल्या जाणाऱ्या 'गेस्टॅपो' या गुप्त पोलीस यंत्रणेचे हेरही पेरण्यात आले असल्याची त्याला जाणीव होती. म्हणूनच साम्यवादी लोकांशी कुठल्याही प्रकारे हातमिळवणी करण्याला त्याचा विरोध होता.

१९४४ सालच्या जून महिन्यात बेकचा विरोध न जुमानता त्याच्या कटात सामील असलेल्या काही जणांनी साम्यवाद्यांशी संपर्क साधायचं ठरवलं. केवळ बेकलाच नव्हे तर स्टॉफेनबर्गलासुद्धा हा प्रकार अत्यंत धोकादायक वाटत होता. तरीही साम्यवाद्यांशी संपर्क साधणाऱ्यांनी आपला मुद्दा रेटून धरला. जर आपण हिटलरची हत्या करण्यात यशस्वी ठरलो आणि त्यानंतर उठाव करण्यातही आपल्याला यश मिळालं, तर अशा परिस्थितीत साम्यवाद्यांची भूमिका कशी असेल आणि ते आपल्या साथीला येतील का, हे या लोकांना जाणून घ्यायचं होतं. तसंच गरज पडलीच तर अगदी शेवटच्या क्षणी नाझींच्या विरोधातल्या आपल्या कटामध्ये त्यांना सामील करून घेण्यासंबंधीची चाचपणीही त्यांना करायची होती. अगदी नाराजीनंच स्टॉफेनबर्गनं आपल्या दोन विश्वासू सहकाऱ्यांना २२ जून १९४४ या दिवशी साम्यवाद्यांची भेट घेण्याची परवानगी दिली. अगदी शक्य तितकी कमी माहिती साम्यवाद्यांना देण्याचा इशारा स्टॉफेनबर्गनं त्यांना दिला. साम्यवाद्यांशी झालेल्या भेटीमध्ये त्यांना हिटलरच्या विरोधातल्या कटासंबंधी बरंच काही माहीत असल्याची जाणीव स्टॉफेनबर्गच्या सहकाऱ्यांना झाली. त्यांना याविषयी आणखी काहीतरी जाणून घ्यायचं होतं. ४ जुलै १९४४ हा दिवस यासाठी मुक्रर करण्यात आला. स्टॉफेनबर्गनं स्वतः जायला साफ नकार दिला असला तरी त्याचा आणखी एक विश्वासू सहकारी या बैठकीला गेला. तिथं या बैठकीला आलेल्या साम्यवाद्यांबरोबरच स्टॉफेनबर्गच्या या सहकाऱ्याला लगेचच अटक करण्यात आली. अर्थातच साम्यवाद्यांमध्ये घुसलेल्या गेस्टॅपोनं घात केला होता. या घटनेमुळे स्टॉफेनबर्ग पार हादरला आणि त्यानं हिटलरची हत्या करण्याचा कट पूर्णत्वाला नेण्याची घाई सुरू केली. त्याला वाटत असलेली मुख्य भीती म्हणजे गेस्टॅपोच्या ताब्यात असलेल्या आपल्या सहकाऱ्याची उलटतपासणी केल्यानंतर आणि त्याचा अनन्वित छळ केल्यानंतर तो या कटासंबंधीची आणखी माहिती उघड करेल, ही होती. अत्यंत दोलायमान अवस्थेत सापडल्यामुळे स्टॉफेनबर्गला आता दुसरा पर्यायच समोर दिसत नव्हता. आपलं काम तडीला नेण्यासाठी तो धडपडायला लागला.

१९४४ सालच्या जून महिन्याच्या अखेरीला स्टॉफेनबर्ग आणि त्याचे सहकारी यांच्या दृष्टिकोनातून अत्यंत सुखद अशी एक गोष्ट घडली. 'होम आर्मी' या राखीव संघटनेचा प्रमुख असलेल्या फ्रॉमचा 'चीफ ऑफ स्टाफ' म्हणून स्टॉफेनबर्गला बढती देण्यात आली. याचे दोन फायदे म्हणजे फ्रॉमच्या नावाखाली 'होम आर्मी'ला आपलं कामकाज सुरू करण्यासंबंधीचे आणि सगळ्या देशावर नियंत्रण प्रस्थापित करण्यासंबंधीचे आदेश देण्याचे अधिकार स्टॉफेनबगकडे आले. तसंच दुसरं म्हणजे हिटलरशी त्याचा थेट संपर्क आला. सोव्हिएत युनियनमध्ये झालेल्या जर्मन लष्कराच्या खच्चीकरणामुळे तिथं 'होम आर्मी'मधले राखीव सैनिक धाडण्यासंबंधी हिटलरला

सातत्यानं फ्रॉमची भेट घ्यावी लागे. फ्रॉम काही कारणानं इतर कामांमध्ये गुंतलेला असताना त्याच्याऐवजी स्टॉफेनबर्ग या बैठकांना जाई. अशा प्रकारे आठवड्यातून दोन-तीन वेळा हिटलरची भेट घेण्याची संधी स्टॉफेनबर्गला उपलब्ध व्हायला लागली. अशाच एका बैठकीदरम्यान हिटलरचा काटा काढण्यासाठी बॉम्ब पेरण्याची योजना स्टॉफेनबर्गनं आखली. अशा रीतीनं हिटलरची हत्या करण्यासंबंधीच्या कटाची जवळपास सगळीच सूत्रं स्टॉफेनबर्गकडे आली. हिटलरची सुरक्षा भेदून त्याच्यापर्यंत पोहोचण्याची इतकी उत्तम संधी कटात सहभागी असलेल्या इतर कुणालाच नव्हती. तसंच फ्रॉम अजूनही या कटामध्ये सहभागी होत नसल्यामुळे 'होम आर्मी'ला हिटलरच्या मृत्यूनंतर बर्लिनला वेढा घालण्याचे आदेश देण्याची संधीसुद्धा स्टॉफेनबर्ग सोडून इतर कुणालाच मिळू शकणार नव्हती. यामुळे हा कट यशस्वी करायचा असेल तर त्यासाठी स्टॉफेनबर्गनं आपलं काम फत्ते करण्याची गरज असल्याचं स्पष्ट झालं. यामधली मुख्य अडचण म्हणजे हिटलरची हत्या आणि 'होम आर्मी'ला आदेश देणं या गोष्टी जवळपास एकापाठोपाठ एक करणं गरजेचं होतं आणि यासाठीची ठिकाणं एकमेकांपासून २००-३०० मैल अंतरावर होती. हिटलरची हत्या करण्यासाठी बॉम्ब पेरणं आणि हा प्रवास करून दुसरीकडून 'होम आर्मी'ला तातडीनं बर्लिनचा कब्जा घेण्यासाठीचे आदेश वेळेत देणं, या गोष्टी साधणं अजिबातच सोपं नव्हतं. तसंच हे सगळं काम करत असताना कुणाला त्याविषयी संशय येऊ न देणं तर त्याहून कठीण होतं.

या अडचणींमधून कसाबसा मार्ग काढला तरी हिटलरला ठार करतानाच गोरिंग आणि हिमलर यांनाही मृत्युमुखी धाडलं पाहिजे, असं या कटामध्ये सहभागी असलेल्या काही जणांचं मत होतं. अन्यथा हिटलरपश्चात ते कारभाराची सूत्रं आपल्याकडे घेतील आणि हिटलरला ठार करण्याचा काहीच फायदा होणार नाही असं त्यांना वाटत होतं. लष्कराची सूत्रं हिटलरनंतर या दोघांपैकी एकाकडे येण्याची दाट शक्यता होती. तसंच हिटलरबरोबरच या दोघांचंही अस्तित्व संपुष्टात आल्याचं समजताच आत्ता आपल्या कटात सहभागी होण्यासंबंधी मनात शंकाकुशंका बाळगणारे अनेक वरिष्ठ लष्करी अधिकारीसुद्धा पटकन आपली साथ देतील, असं काही जणांचं मत होतं. गोरिंग आणि हिमलर हे दोघं हिटलरबरोबर त्याच्या दररोजच्या युद्धासंबंधीच्या बैठकांना हजेरी लावत असल्यामुळे या तिघांनाही एकाच बॉम्बचा वापर करून खलास करता येईल, असा भोळसट विचार स्टॉफेनबर्गनं केला आणि त्या नादात हिटलरला संपवण्याच्या दोन सुवर्णसंधी गमावल्या. यातली पहिली संधी ११ जुलै १९४४ या दिवशी होती. हिटलरनं बदली सैनिक तातडीनं हवे असल्यामुळे स्टॉफेनबर्गला बोलावून घेतलं. या बैठकीला हिटलर आणि गोरिंग हजर असले तरी हिमलर तिथं नव्हता. आपल्याबरोबर बॉम्ब घेऊन आलेल्या स्टॉफेनबर्गला आता

काय करावं हे समजेना. त्यानं फोन करून आपल्या कटामध्ये सहभागी असलेल्या एका वरिष्ठ नेत्याला यासंबंधी विचारलं. त्यानं हिमलर असतानाच बॉम्बस्फोट घडवून आणणं योग्य ठरणार असल्याचं सांगून स्टॉफेनबर्गला त्या दिवशी काही न करण्याचा सल्ला दिला. स्टॉफेनबर्गनं तसं केलं खरं; पण पुढच्या वेळी आपण हिटलरबरोबर ते दोघं आहेत का नाही याचा विचार न करता हिटलरला ठार करण्याची संधी साधण्याचा आपण निर्णय घेतला असल्याचं त्या नेत्याला सांगितलं. त्यानंही याला संमती दिली; पण यामुळे स्टॉफेनबर्गनं एक सुवर्णसंधी तर गमावलीच होती. दुसरी संधी चारच दिवसांनी आली.

स्टॉफेनबर्गनं हिटलरला संपवण्यासाठी रचलेल्या आणि पूर्णत्वाला नेलेल्या या कटाची कहाणी अत्यंत रोमहर्षक आहे!

स्टॉफेनबर्ग हिटलरला जवळजवळ ठार करतो तेव्हा...

१५ जुलै १९४४ या दिवशी सोव्हिएत भूमीवरची बिकट परिस्थिती सावरण्यासाठी खूप मोठ्या संख्येनं बदली सैनिक पाठवण्याची गरज असल्यासंबंधी हिटलरनं परत एकदा स्टॉफेनबर्गला भेटायला बोलावून घेतलं. दुपारी एक वाजता हिटलर या संदर्भात एक बैठक घेणार होता. त्याला हजेरी लावणारा स्टॉफेनबर्ग हिटलरला ठार करण्यासंबंधीची आपली कामगिरी फत्ते करणार याविषयी कटामधल्या सगळ्याच लोकांना इतकी खात्री वाटत होती की, ही बैठक सुरू होण्याच्या दोन तास आधीच 'होम आर्मी'ला बर्लिनमधली महत्त्वाची ठिकाणं आपल्या ताब्यात घेण्यासंबंधीचे आदेश दिले पाहिजेत, असं त्यांनी ठरवलं. त्यानुसार त्या शनिवारच्या सकाळी ११ वाजता फ्रॉमच्या वतीनं यासाठीचे आदेश देण्यात आले. त्यानुसार 'होम आर्मी'मधले सैनिक तातडीनं एके ठिकाणी गोळा झाले आणि त्यांनी बर्लिनला वेढा घालायला सुरुवात केली. दुपारी एक वाजता बॉम्बवाली आपली ब्रीफकेस घेऊन स्टॉफेनबर्ग हिटलरच्या बैठकीत जाण्यासाठी सज्ज झाला. बैठक सुरू झाल्यावर स्टॉफेनबर्गनं बदली सैनिक सोव्हिएत युद्धभूमीवर पाठवण्यासंबंधीची माहिती हिटलरला दिली. त्यानंतर आपल्याला एक महत्त्वाचा फोन करायचा आहे असं सांगून त्यानं बर्लिनमधल्या आपल्या सहकाऱ्याला ठरल्याप्रमाणे कोडभाषेत माहिती पुरवली. त्यानुसार हिटलर बैठकीत हजर असून आपण पुन्हा तिथं जाणार असून बॉम्बस्फोट घडवण्यासाठीची यंत्रणा सुरू करणार असल्याचं स्टॉफेनबर्गनं सांगितलं. तसंच बर्लिनमध्ये 'होम आर्मी' काही तासांपूर्वीच आपल्या कामाला लागलेली असल्याची माहिती स्टॉफेनबर्गला मिळाली. एकूण सगळं आपल्या मनासारखं होत असल्यामुळे स्टॉफेनबर्ग आणि कटामधले त्याचे सहकारी एकदम खूष झाले. स्टॉफेनबर्ग आनंदात बैठकीच्या ठिकाणी परतला खरा; पण तोपर्यंत हिटलरच तिथून निघून गेला होता आणि तिथं

तो परतणार नसल्याचं स्टॉफेनबर्गला समजलं. यामुळे त्याचा चेहरा पार काळवंडला. त्यानं घाईघाईनं बर्लिनला फोन करून याविषयीची माहिती दिली. त्याबरोबर 'होम आर्मी'ला तातडीनं परत बोलावण्यात आलं.

१५ जुलै १९४४ या दिवशी हिटलरची बॉम्बस्फोटाने हत्या करण्याच्या तयारीत असलेला तरुण स्टॉफेनबर्ग (शेजारी)

लागोपाठच्या दोन अपयशांमुळे हिटलरला ठार करण्याचा कट रचणारी मंडळी एकदम निराश झाली. तसंच 'होम आर्मी'ला असं का बोलावण्यात आलं, याविषयीची चौकशीसुद्धा झाली. फ्रॉमला ही एक चाचणी होती असं सांगण्यात आलं आणि मोठ्या मुष्किलीनं त्याच्या गळी हे असत्य उतरवण्यात स्टॉफेनबर्गचे सहकारी यशस्वी ठरले. यामुळे पुढच्या प्रयत्नात हिटलर ठार झाल्याची खात्री पटल्याशिवाय 'होम आर्मी'ला बर्लिन ताब्यात घेण्याचे आदेश आपण देणार नाही, असं स्टॉफेनबर्गला त्याच्या सहकाऱ्यानं सांगून टाकलं. त्यातच आपल्या कटाविषयीची कुणकूण हिमलरर्यंत पोहोचली असल्याच्या बातम्या स्टॉफेनबर्गच्या कानांवर आल्यामुळे आता हिटलरवर निर्णायक घाव घातलाच पाहिजे, हे त्याच्या लक्षात आलं.

२० जुलै १९४४ या दिवशी दुपारी एक वाजता हिटलरला बदली सैनिकांच्या जमवाजमवीसंबंधीची ताजी खबर देण्यासाठी स्टॉफेनबर्गला बोलावून घेण्यात आलं. त्या दिवशी सकाळी सहा वाजता बर्लिनहून विमानानं हिटलरच्या बंकरपर्यंत जाण्यासाठी स्टॉफेनबर्ग निघाला. त्याच्या ब्रीफकेसमध्ये हिटलरला माहिती देण्यासाठी तयार केलेल्या कागदपत्रांची थप्पी तर होतीच; पण त्यांच्या मध्यभागी असलेल्या एका शर्टात त्यानं बॉम्बही गुंडाळून लपवला होता. साधारण एका वर्षापूर्वी ट्रेस्को आणि श्लॅब्रेनडॉर्फ यांनी हिटलरला विमानप्रवासादरम्यान ठार करण्यासाठी वापरलेल्या पण फसलेल्या बॉम्बसारखाच हा बॉम्ब होता. या बॉम्बमधली तार किती वेळात वितळेल यानुसार तो कधी फुटेल हे ठरत असे. या खेपेला या बॉम्बमध्ये शक्य तितकी बारीक तार वापरल्यामुळे त्याची यंत्रणा सुरू केल्यानंतर दहा मिनिटांत त्याचा स्फोट होईल असं मानलं जात होतं. सकाळी दहा वाजता स्टॉफेनबर्ग आपल्या एका सहकाऱ्यासह हिटलरच्या बंकरच्या ठिकाणापाशी पोहोचला. तिथून एका गाडीतून स्टॉफेनबर्ग आणि त्याचा सहकारी यांना हिटलरच्या निवासस्थानाकडे नेण्यात आलं. मधल्या भागात तिहेरी थराची सुरक्षा हिटलरसाठी तैनात करण्यात आली होती. यात तपासणी करण्यासाठीची ठिकाणं, स्फोटकं पेरलेला परिसर, जाडजूड लोखंडाच्या तारा असलेल्या उंच भिंती हे सगळं होतंच; पण शिवाय एसएस संघटनेचे आक्रमक हल्लेखोर ठिकठिकाणी तैनात करण्यात आले होते. या तीन अडथळ्यांमधून यशस्वीरीत्या सुटका करून घेत स्टॉफेनबर्ग आणि त्याचा सहकारी हिटलरच्या ठिकाणापाशी पोहोचले. हिटलरनंच भेटायला बोलवलेलं असल्यामुळे यात फार अडचणी आल्या नाहीत. आपल्या कटामध्ये सहभागी असणाऱ्या आणि तिथं उपस्थित असलेल्या एका महत्त्वाच्या माणसाशी चर्चा केल्यानंतर त्याच दुपारी २.३० वाजता मुसोलिनीचं आगमन होणार असल्यामुळे आपल्या भेटीची वेळ पुढे ढकलून दुपारी १ ऐवजी १२.३० करण्यात आल्याचं स्टॉफेनबर्गला समजलं. तसंच हिटलरला ही बैठक लवकर संपवायची असल्यामुळे

स्टॉफेनबर्गनं आपला अहवाल शक्य तितक्या कमी वेळात सादर करावा, असं त्याला सांगण्यात आलं.

आता स्टॉफेनबर्गसमोर परत संकट उभं राहिलं. आपला बॉम्ब यशस्वी ठरण्यासाठी किमान दहा मिनिटांचा अवधी लागणार असताना हिटलरनं त्याआधीच ही बैठक संपवली तर पुन्हा एकदा आपली मोहीम फसणार आणि यानंतर अशी संधी आपल्याला लाभण्याची शक्यता नसणार, अशा निराशेनं त्याला ग्रासलं. हिटलरच्या एका विश्वासू सहकाऱ्याबरोबर बैठकीसंबंधीची थोडी चर्चा केल्यानंतर १२.३० वाजत आले. आता आपण बैठकीसाठी निघालं पाहिजे, असं त्या सहकाऱ्यानं स्टॉफेनबर्गला सांगितलं. या बैठकीसाठी रवाना होण्यापूर्वी बॉम्बची यंत्रणा सुरू करणं भाग होतं. यामुळे त्या सहकाऱ्याबरोबर काही पावलं वेगानं चालल्यानंतर आपण आपली टोपी आणि आपला पट्टा विसरलो असल्याचं सांगून स्टॉफेनबर्ग आधीच्या ठिकाणी उलट दिशेनं निघाला. ही टोपी दुसरं कुणीतरी आणू शकेल असं त्याला हिटलरच्या सहकाऱ्यानं सुचवण्याआधीच स्टॉफेनबर्ग परत गेलादेखील. तिथं गेल्यावर घाईघाईनं स्टॉफेनबर्गनं आपल्या तीन बोटवाल्या हाताचा वापर करून बॉम्बची टायमर यंत्रणा सुरू केली. आता मागच्याप्रमाणे काही यांत्रिक चूक झाली नाही तर हा बॉम्ब साधारण दहा मिनिटांनंतर स्फोट घडवणार होता. दरम्यान हिटलरचा चिडलेला सहकारीसुद्धा स्टॉफेनबर्ग होता तिथं वेगानं परत आला आणि रागावून त्यानं स्टॉफेनबर्गला हाक मारली. आपल्याला उशीर झाला असल्याचं त्यानं खडसावूनच स्टॉफेनबर्गला सांगितलं. बाहेर येत स्टॉफेनबर्गनं त्याची माफी मागितली. स्टॉफेनबर्गचा अधू हात आणि त्याच्या शरीरामधल्या इतर उणिवा यांच्यामुळे त्याला पट्टा घालायला जास्त वेळ लागला असल्याचं हिटलरच्या सहकाऱ्याच्या लक्षात आलं आणि तो थोडा शांत झाला. अजून तरी त्याला कसला संशय आल्याचं स्टॉफेनबर्गला जाणवलं नाही.

ज्या गोष्टीची भीती वाटत होती ती घडलीच; हिटलरच्या सहकाऱ्यासह स्टॉफेनबर्ग बैठकीच्या ठिकाणी पोहोचला तेव्हा बैठक आधीच सुरू झाली होती. त्यात कहर म्हणजे त्या ठिकाणची टेलिफोन व्यवस्था सांभाळणाऱ्या माणसापाशी काही क्षण थांबून स्टॉफेनबर्गनं त्याला एक विनंती केली. बर्लिनहून आपल्याला एक महत्त्वाचा फोन येणार असून त्यामधली माहिती आपण हिटलरसमोरचं सादरीकरण अद्ययावत करण्यासाठी आणि त्यात अचूकता भरण्यासाठी करणार असल्याचं स्टॉफेनबर्गनं मोठ्या आवाजात सांगितलं. अर्थातच हिटलरच्या आपल्याबरोबर असलेल्या सहायकाला हे ऐकू जावं असा स्टॉफेनबर्गचा यामागचा मुख्य उद्देश होता. खरं म्हणजे हा जरा चमत्कारिकच प्रकार होता. एक तर इतकी महत्त्वाची गोष्ट फोनवरून ऐकण्यासाठी कुणी उत्सुक असावं, अशी परिस्थिती नव्हती. तसंच

हिटलरच्या उपस्थितीत कुणी बैठक सुरू असताना तिथून बाहेर पडणं म्हणजे त्याचा अपमान केल्यासारखंच होतं. अशा प्रकारे कुणीच हिटलरच्या आधी बैठकीतून बाहेर पडण्याचा प्रघात नव्हता. स्वतः हिटलरला हे अजिबात आवडण्यासारखं नव्हतं. साहजिकच स्टॉफेनबर्गच्या या विनंतीमुळे हिटलरचा सहायक जरा चकितच झाला. तरीही हिटलरच्या सहायकाला अजूनही कसलाच संशय आला नाही.

स्टॉफेनबर्ग हिटलरच्या सहायकाबरोबर बैठक भरलेल्या खोलीत शिरला तेव्हा ब्रीफकेसमधल्या बॉम्बची यंत्रणा सुरू करण्याच्या कृतीला चार मिनिटं होऊन गेली होती. या खोलीला दहा खिडक्या होत्या आणि असह्य उकाड्यामुळे त्या दहाही खिडक्या वारं खेळण्यासाठी म्हणून उघडण्यात आल्या होत्या. हे बघून स्टॉफेनबर्ग काहीसा नाराज झाला; कारण जितकं बंदिस्त वातावरण असेल तितका बॉम्बस्फोटाचा परिणाम जास्त होणार, हे त्याला माहीत होतं. खोलीच्या मध्यभागी एक १८बाय ५ फूट आकाराचं लाकडी टेबल होतं. या टेबलची एक खासीयत म्हणजे त्याला पायच नव्हते; दोन्ही बाजूंच्या कडेला खालून आधार दिल्यासारख्या फळ्यांच्या आधारावर हे टेबल उभं करण्यात आलं होतं. टेबलाच्या या रचनेचा पुढे घडणाऱ्या इतिहासावर परिणाम झाला. स्टॉफेनबर्गनं खोलीत प्रवेश केला तेव्हा दाराकडे पाठ केलेल्या अवस्थेत हिटलर टेबलाच्या लांब भागाच्या मध्यभागी बसला होता. त्याच्या आजूबाजूला जर्मन लष्करातले, तसंच एसएस संघटनेमधले वीसेक लोक होते. गोरिंग आणि हिमलर यांचा मात्र त्यात समावेश नव्हता. फक्त आपल्या हातातल्या भिंगातून टेबलावर पसरलेल्या नकाशाकडे बघणारा हिटलर आणि त्याचे दोन स्टेनोग्राफर हेच बसलेले होते; इतर सगळे जण उभे होते. सोव्हिएत युद्धभूमीवरच्या बिकट परिस्थितीविषयीची माहिती संबंधित लष्करी अधिकारी हिटलरला देत होता. तेवढ्यात स्टॉफेनबर्ग तिथं हजर झाल्याचं आणि त्याच्या उपस्थितीचं कारण याविषयी स्टॉफेनबर्गबरोबर आलेल्या हिटलरच्या सहायकानं सगळ्यांना सांगितलं. हिटलरनं आपली मान हळूच वर काढून स्टॉफेनबर्गकडे जरा घुश्श्यातच बघितलं आणि सध्या सुरू असलेल्या अहवालाचं सादरीकरण झाल्यानंतर आपण स्टॉफेनबर्गच्या अहवालाकडे वळू इच्छित असल्याचं सांगितलं. स्टॉफेनबर्ग हिटलरच्या उजवीकडच्या बाजूला असलेल्या जागेकडे आला. तिथं त्यानं आपली ब्रीफकेस टेबलाच्या खाली उभ्या करण्यात आलेल्या आधारासाठीच्या फळीच्या आतल्या बाजूला ठेवली. आता ही ब्रीफकेस हिटलरपासून साधारण सहा फूट अंतरावर होती. दुपारचे १२.३७ वाजलेले असल्यामुळे आता पाचच मिनिटांमध्ये हिटलरचा खेळ खलास होणार, या आनंदामुळे तसंच त्याआधीच काहीतरी उलटसुलट घडण्याच्या भीतीमुळे स्टॉफेनबर्गच्या मनात संमिश्र भावना होत्या.

सोव्हिएत युद्धभूमीवरच्या घटनाक्रमाची माहिती हिटलरला दिली जात असतानाच सगळे त्यात पार बुडून गेलेले असल्याचा फायदा उठवून स्टॉफेनबर्ग तिथून सटकला. कुणालाच त्याच्या तिथून निघून जाण्याची जाणीव होऊ नये हे जरा आश्चर्यकारक होतं खरं. दरम्यान सोव्हिएत युनियनमधल्या परिस्थितीविषयीचे बारकावे समजून घेण्यासाठी म्हणून एक लष्करी अधिकारी टेबलावर पसरलेल्या नकाशाकडे नीटपणे बघण्यासाठी जरासा खाली झुकला. तेवढ्यात त्याच्या पायाच्या मध्ये स्टॉफेनबर्गनं ठेवलेली फुगीर ब्रीफकेस आली. यामुळे वैतागून त्यानं तिथून ती ब्रीफकेस जराशी उचलली आणि त्या टेबलाला खालून दिल्या जाणाऱ्या आधाराच्या पलीकडे ठेवली. म्हणजेच आधी ही ब्रीफकेस टेबलाखालचा आधार आणि हिटलर यांच्या मध्ये होती. आता मात्र ब्रीफकेस आणि हिटलरचे पाय यांच्यामध्ये टेबलाखालचा आधार होता. हा नशिबाचा खेळ सोडून दुसरं काही असूच शकत नाही. याचं कारण म्हणजे या लष्करी अधिकाऱ्याच्या या कृतीमुळे हिटलरचे प्राण बहुदा वाचले आणि त्याचे स्वतःचे प्राण गेले. तसंच हा अधिकारी म्हणजे दुसरा तिसरा कुणीच नसून ज्याच्या हाती १३ मार्च १९४३ या दिवशी ब्रँडीच्या बाटल्यांमध्ये भरलेला बॉम्ब ट्रेस्कोनं दिला होता, तोच अधिकारी होता!

दरम्यानच्या काळात बॉम्बमधली तार वेगानं जळत होती. या खेपेला कुठलीच तांत्रिक अडचण उद्भवली नव्हती. तेवढ्यात सोव्हिएत युद्धभूमीसंबंधीचा अहवाल संपुष्टात येत असल्यामुळे स्टॉफेनबर्गनं यापुढे लगेचच आपला अहवाल सादर करणं अपेक्षित होतं. यासाठी स्टॉफेनबर्गला त्या ठिकाणी घेऊन आलेला हिटलरचा सहायक अधिकारी टेबलावर जरासा वाकला आणि स्टॉफेनबर्ग कुठे आहे हे त्यानं शोधण्याचा प्रयत्न केला. स्टॉफेनबर्ग अर्थातच तिथं नव्हता. यामुळे तो अधिकारी एकदम सर्दच झाला. तेवढ्यात त्याला टेलिफोन ऑपरेटरला स्टॉफेनबर्गनं बैठकीच्या खोलीत प्रवेश करण्यापूर्वी दिलेला निरोप आठवला. स्टॉफेनबर्गच्या सादरीकरणाची वेळ झालेली असताना तो खोलीत नसल्याचं समजताच हिटलर भडकेल याची जाणीव असल्यामुळे हा अधिकारी तातडीनं खोलीबाहेर गेला आणि त्यानं त्या टेलिफोन ऑपरेटरच्या बसायच्या ठिकाणी धाव घेतली. स्टॉफेनबर्ग तिथंही नव्हता. आता मात्र हिटलरचा हा सहायक अधिकारी पार गडबडून गेला. स्टॉफेनबर्ग अगदी घाईघाईत त्या इमारतीतून निघून गेला असल्याचं टेलिफोन ऑपरेटरनं त्याला सांगितलं. यामुळे पार गोंधळून गेलेला आणि विलक्षण भडकलेला हिटलरचा तो सहायक बैठक सुरू असलेल्या खोलीकडे वळला. तिथं सोव्हिएत युद्धभूमीविषयीची दारुण परिस्थिती सांगत असलेल्या अधिकाऱ्याचं बोलणं जवळपास संपुष्टात आलं होतं. तेवढ्यात दुपारचे १२.४२ वाजले. बॉम्बच्या यंत्रणेनं आपलं काम अगदी व्यवस्थितपणे पार पाडलं. स्फोट झाला!

बॉम्बस्फोट झालेल्या इमारतीपासून सुमारे दोनशे यार्ड अंतरावर असलेल्या एका बंकरमध्ये स्टॉफेनबर्ग आपल्या मनगटावरच्या घड्याळाकडे अत्यंत चलबिचल मनःस्थितीत बघत होता. स्फोट झालेला बघताच तो एकदम खूष झाला. धूर आणि आगीचे लोळ त्या इमारतीतून बाहेर पडले. खिडक्यांमधून जळणारे मृतदेह बाहेर फेकले गेले. इतर वस्तूही हवेत उडाल्या. त्या खोलीत हजर असलेला प्रत्येक माणूस मरण पावला असल्याची किंवा मरणाच्या वाटेवर असल्याची स्टॉफेनबर्गला पूर्ण खात्री पटली. बंकरमधल्या आपल्या सहकाऱ्याचा निरोप घेऊन स्टॉफेनबर्ग तिथून बाहेर पडला. हा सहकारी बर्लिनला फोन करून आपली मोहीम यशस्वी ठरल्याची शुभवार्ता देणार होता आणि त्यानंतर लगेचच त्या ठिकाणची सगळी दळणवळण यंत्रणा बंद पाडणार होता.

आता या परिसरातून बाहेर पडण्याची अवघड कामगिरी स्टॉफेनबर्गला पार पाडायची होती. यासाठी नेमण्यात आलेल्या तिहेरी कड्यामधल्या सुरक्षारक्षकांनी स्फोटाचा आवाज ऐकला होता. साहजिकच काहीतरी काळंबेरं घडलं असल्याच्या संशयापोटी त्यांनी सगळा परिसर सीलबंद करून टाकला होता. कुणालाही बाहेर पडता येणार नाही अशी व्यवस्था काही क्षणांमध्येच करण्यात आली. बंकरमधून एका मोटारीतून पुढे गेलेल्या स्टॉफेनबर्गला पहिल्याच अडथळ्याच्या ठिकाणी अडवण्यात आलं. स्टॉफेनबर्ग आपल्या गाडीतून बाहेर झेपावला आणि त्यानं तिथल्या सुरक्षा व्यवस्थापकाशी आपल्याला बोलायचं असल्याचं संगितलं. तो अधिकारी क्षणार्धात तिथं हजर होताच स्टॉफेनबर्गनं कुणाला तरी फोन लावला. हा फोन त्यानं कुणाला केला याची कल्पना नाही. पलीकडच्या माणसाशी काहीतरी जुजबी बोलून झाल्यावर त्यानं सुरक्षा व्यवस्थापकाकडे वळून 'मिस्टर लेफ्टनंट, मला पुढे जाण्यासाठीची परवानगी मिळाली आहे' असं सांगितलं. ही निव्वळ थाप होती. त्या सुरक्षा व्यवस्थापकानंही आपल्या नोंदवहीत '१२:४४. कर्नल स्टॉफेनबर्ग बाहेर पडला' अशी नोंद केली. दुसऱ्या अडथळ्यापाशी स्टॉफेनबर्गची गाडी अडवली जाऊ नये यासाठीचा निरोपही धाडण्यात आला. तिसऱ्या आणि शेवटच्या अडथळ्यापाशी मात्र परिस्थिती जरा कठीण होती. इथं सुरक्षारक्षकांच्या संख्येमध्ये तातडीनं वाढ करण्यात आली होती आणि इशाऱ्याचा भोंगा वाजवून कुणालाही आतबाहेर करण्याची परवानगी न देण्याचे आदेश देण्यात आले होते. तिथंही स्टॉफेनबर्गला अडवण्यात आलं. इथला सुरक्षा व्यवस्थापक एकदम खमक्या होता. स्टॉफेनबर्गनं पुन्हा एकदा फोन केला. या खेपेला तो कॅम्प कमांडर फॉन मॉलेंडॉर्फशी बोलला. पलीकडच्या माणसाला उद्देशून त्यानं 'स्फोटामुळे मला इथं अडवण्यात आलं आहे ... जनरल फ्रॉम माझी विमानतळावर वाट बघत आहेत ...' असं सांगितलं. हीसुद्धा एकदम लोणकढी थाप होती. फ्रॉम बर्लिनमध्ये होता. फोन ठेवून 'सार्जंट, तू ऐकलंच ...

मला जाण्याची परवानगी मिळाली आहे ...' असं स्टॉफेनबर्गनं तिथल्या सुरक्षा व्यवस्थापकाला सांगितलं. हा सुरक्षा व्यवस्थापक मात्र सहजासहजी स्टॉफेनबर्गच्या थापांना बळी पडणारा नव्हता. त्यानं स्वतः पुन्हा स्टॉफेनबर्गनं नाव घेतलेल्या मॉलेंडॉर्फला फोन केला. मॉलेंडॉर्फनं स्टॉफेनबर्गला तिथून जाण्याची परवानगी दिली असल्याचं सुरक्षा व्यवस्थापकाला सांगितलं. आता सुसाट वेगानं स्टॉफेनबर्गची गाडी जवळच्या विमानतळाकडे गेली. विमातळावर अजून धोक्याचा कसलाच इशारा मिळाला नव्हता. यामुळे स्टॉफेनबर्ग आणि त्याचा एक सहकारी विमानात बसताच वैमानिकानं विमान सुरू केलं.

आता दुपारचे एक वाजून काही मिनिटं अशी वेळ होती. पुढचे तीन तास स्टॉफेनबर्गनं विलक्षण तणावाखाली काढले. प्रार्थना करण्यावाचून त्याच्या हातात दुसरं काहीच नव्हतं. हिटलरला दगाफटका झाल्याची बातमी ऐकून जर्मन हवाई दल आपलं विमान खाली पाडण्याची भीती एकीकडे त्याला सतावत होती, तर दुसरीकडे पूर्व प्रशियामध्ये सोव्हिएत युनियनचेही हवाई हल्ले सुरू असल्यामुळे त्यांच्या एखाद्या विमानाची आपलं विमान शिकार ठरण्याची शक्यताही त्याला भंडावून सोडत होती. त्याच्या विमानामध्ये बिनतारी संदेशवहनाची यंत्रणा असली तरी बर्लिनमध्ये करण्यात आलेल्या घोषणांची वार्ता मात्र त्यात मिळू शकण्याइतकी क्षमता नव्हती. साहजिकच बर्लिनमधल्या आपल्या सहकाऱ्यांपर्यंत पोहोचलेल्या निरोपानंतर त्यांनी केलेल्या जाहीर घोषणांविषयी मात्र आपल्याला काही समजू शकत नाही, यामुळेही तो बेचैन होता. शेवटी संध्याकाळी पावणेचार वाजता स्टॉफेनबर्गचं विमान उतरलं. अगदी तातडीनं त्यानं आपल्या बर्लिनमधल्या सहकाऱ्यांना आपल्या कामगिरीनंतर पुढच्या तीन तासांमध्ये कायकाय घडलं आहे हे जाणून घेण्यासाठी फोन लावला. पलीकडून मिळालेली माहिती त्याला पार निराश करणारी ठरली. मुळात स्टॉफेनबर्गच्या सहकाऱ्यानं दिलेला संदेश दळणवळण यंत्रणेमधल्या अडथळ्यांमुळे नीटसा पोहोचला नव्हता. स्फोट घडला असला तरी त्यात हिटलर ठार झाला का नाही, हे समजलं नव्हतं. साहजिकच 'होम आर्मी'ला सज्ज होण्यासाठी आणि बर्लिनचा ताबा घेण्यासाठी आदेश देण्यात आले नव्हते. सगळे जण स्टॉफेनबर्ग परत येण्याची वाट बघत होते.

प्रत्यक्षात काय घडलं होतं? स्टॉफेनबर्गला हिटलर ठार झाला असं वाटलं असलं तरी तसं घडलं नव्हतं. बॉम्ब असलेली स्टॉफेनबर्गची ब्रीफकेस अगदी अजाणतेपणानं एका लष्करी अधिकाऱ्यानं हिटलरपासून दूर सरकवल्यामुळे हिटलरचे प्राण वाचले. स्फोटामुळे हिटलर चांगलाच हादरला होता हे नक्की; पण तो अगदी जीवघेण्या प्रकारे जखमीसुद्धा झाला नव्हता. त्याचे पाय भाजले, केस जळाले, उजवा हात दुखावला आणि काही काळ अचेतन झाला, त्याच्या कानांचे पडदे

फाटले आणि एक खांब त्याच्या पाठीवर पडल्यामुळे त्याची पाठही काहीशी दुखावली. काळा चेहरा, जळून विचित्र दिसणारे केस, फाटलेली पँट अशा अवस्थेत हिटलर आपल्या एका सहकाऱ्यानं दिलेल्या आधाराच्या जोरावर जेव्हा त्या उद्ध्वस्त झालेल्या इमारतीतून बाहेर पडला, तेव्हा त्याला ओळखणंही कठीण झालं होतं.

बॉम्बस्फोटामुळे हिटलरच्या पँटची झालेली अवस्था

हा हल्ला नक्की कुणी केला याविषयी अनेक तर्कवितर्क लढवण्यात आले. शत्रूच्या विमानातून हा बॉम्बहल्ला झाला असल्याचं मत सुरुवातीला हिटलरनं व्यक्त केलं. दुसऱ्या एका अधिकाऱ्याला मात्र इमारतीचं बांधकाम करणाऱ्या कामगारांनीच इमारतीच्या तळाशी हा बॉम्ब पेरला असल्याचं वाटत होतं. इमारतीच्या तळाशी पडलेल्या मोठ्या भगदाडामुळे ही शक्यता जास्त वाटत होती. हा स्फोट झाल्यावर तिथं अक्षरशः धावत आलेल्या हिमलरनं दूरसंचार यंत्रणा बंद पडण्याआधी बर्लिनमध्ये फोन करून या प्रकरणाचा तपास करण्यासाठी काही तज्ज्ञांना पाठवून द्यायला सांगितलं होतं. प्रचंड गोंधळ माजलेला असल्यामुळे स्टॉफेनबर्ग हळूच खोलीतून बाहेर निसटल्याचं कुणाच्या लक्षात आलं नाही. तो इमारतीतच कुठं तरी असणार आणि जखमी झालेला असणार, असं बहुतेक जणांना वाटलं. हिटलरलाही त्याचा संशय आला नसला तरी त्यानं इस्पितळात कुणाकुणाला भरती करण्यात आलं आहे याची चौकशी करण्याचे आदेश दिले. बॉम्बस्फोट होऊन दोन तास उलटून गेल्यावर हळूहळू माहिती गोळा व्हायला लागली. एक डोळा आणि एक हात नसलेला स्टॉफेनबर्ग घाईघाईत इमारतीतून स्फोटाच्या काही क्षण आधीच बाहेर पडल्याची माहिती टेलिफोन ऑपरेटरनं दिली. स्टॉफेनबर्गनं आपली ब्रीफकेस टेबलाखाली ठेवली असल्याचं बैठकीला हजर असलेल्या आणि जिवंत राहिलेल्या काही जणांच्या लक्षात आलं. परिसराची सुरक्षा सांभाळणाऱ्या अधिकाऱ्यांच्या आणि रक्षकांच्या माहितीनुसार स्फोटानंतर स्टॉफेनबर्ग घाईनं तिथून बाहेर पडल्याचंही समजलं. आता मात्र हिटलरला स्टॉफेनबर्गचा संशय आला. जवळच्या विमानतळावरून दुपारी एक वाजता अत्यंत गडबडीत स्टॉफेनबर्ग आणि त्याचे सहकारी विमानानं तिथून निघून गेले असल्याचं समजताच त्याचा संशय पक्का झाला. हिमलरनं तातडीनं स्टॉफेनबर्गचं विमान उतरताच त्याला अटक करण्याचे आदेश दिले; पण स्टॉफेनबर्गच्या सहकाऱ्यानं मोठ्या धाडसानं सगळी दळणवळण यंत्रणा बंद पाडल्यामुळे हा संदेश पोहोचलाच नाही. तसंच बर्लिनमध्ये सरकारची सूत्रं ताब्यात घेण्यासाठी स्टॉफेनबर्गचे सहकारी हालचाली करणार असल्याचीही कुठलीच माहिती हिमलरपर्यंत पोहोचली नसल्यामुळे त्यानं या संदर्भातही कसलीच पावलं उचलली नाहीत. स्टॉफनेबर्गनं एकट्यानंच हिटलरचा खून करण्यासाठी हा कट रचला असल्याचं सगळ्यांचं मत झालं. साहजिकच जर स्टॉफेनबर्ग धडपड करून सोव्हिएत भूमीमध्ये गेलेला नसेल तर त्याला अटक करणं शक्य असल्याची हिमलरला खात्री होती. त्याचबरोबर हा कट उघडकीला येणार, असं त्याचं मत होतं. दुसरीकडे कमालीच्या शांतपणे या धक्कादायक प्रसंगाला सामोऱ्या जाणाऱ्या हिटलरच्या मनात दुसरंच काहीतरी सुरू होतं. आपल्याला भेटायला येणाऱ्या मुसोलिनीची रेल्वेगाडी उशिरा येणार असल्यामुळे ही भेट आता दुपारी ४ वाजता होणार, हे त्याला माहीत होतं.

बॉम्बस्फोटानंतर हिटलर-मुसोलिनी भेट

२० जुलै १९४४ या दिवशी हिटलर आणि मुसोलिनी या दोन हुकूमशहांची झालेली शेवटची भेट जरा वैचित्र्यपूर्णच होती. स्फोट झाल्यामुळे उद्ध्वस्त झालेली इमारत हिटलरनं मुसोलिनीला दाखवली. खरं म्हणजे मुसोलिनीची अवस्था आता एकदम दयनीय होती आणि हिटलरच्या पाठिंब्याच्या जोरावरच त्याची थोडीफार ऐट शिल्लक होती. स्फोटाविषयी ऐकून आणि तिथली परिस्थिती बघून मुसोलिनी पार हादरला होता. तरीसुद्धा हिटलरनं त्याचं स्वागत पूर्वीच्याच मानसन्मानानं केलं. स्वतः हिटलर स्फोटामुळे झालेल्या दुखापती कसाबसा सहन करत होता. तरीसुद्धा या दोघांनी जणू काही घडलेलंच नाही अशा थाटात आपणच या महायुद्धात शेवटी विजयी ठरू, असा विश्वास व्यक्त केला. आपल्या वाटेत अशा अनेक अडचणी आल्या तरी आपण त्यांच्यावर मात करू, अशी खात्री त्यांना अजूनही होती. खरं म्हणजे हे जरा विनोदीच होतं; पण हिटलर आणि मुसोलिनी मात्र आपल्या मतांवर ठाम होते. संध्याकाळी हिटलर आणि मुसोलिनी यांनी चहापान केलं. दरम्यान बंद पाडण्यात आलेली दळणवळण यंत्रणा थेट हिटलरच्या आदेशांनुसार सुरू करण्यात आली होती. यामुळे बर्लिनमध्ये आपल्या विरोधात लष्करी उठाव सुरू झाला असल्याचं हिटलरला समजलं. हे ऐकताच हिटलर आणि मुसोलिनी यांच्या उपस्थितीतच लष्करी अधिकाऱ्यांचे एकमेकांवर मोठ्या आवाजात दोषारोप सुरू झाले. या वेळी हिटलर अगदी गप्प बसला होता तर मुसोलिनी खजील होऊन मंद स्मितहास्य करत होता. गोरिंगमुळे जर्मन हवाई दलाची दुरवस्था झाल्याचं मत एका वरिष्ठ लष्करी अधिकाऱ्यानं ओरडून व्यक्त केलं. दुसऱ्यानं जर्मन परराष्ट्रमंत्री रिबनट्रॉपच्या बिनडोकपणामुळे जर्मनीवर ही वेळ ओढवल्याचं जाहीरपणे

सांगितलं आणि रिबनट्रॉपला आपल्या हातातल्या सोट्यानं चोपून काढण्याची धमकीसुद्धा दिली! अशा प्रकारे जर्मन सत्तेची आणि लष्कराची लक्तरं अगदी मुक्तपणे आणि जाहीरपणे हिटलरच्या उपस्थितीत निघाली. तेवढ्यात कुणीतरी ३० जून १९३४ या दिवशी नाझी सत्तेविरुद्ध उठाव करणाऱ्या रॉहमला आपण कसा धडा शिकवला होता, याची आठवण काढली. यामुळे मात्र इतका वेळ आपल्या भोंदू डॉक्टरनं दिलेल्या रंगीबेरंगी गोळ्या चघळत असलेला हिटलर भयंकर संतापून आपल्या जागेवरून उठला. रागामुळे त्याच्या तोंडून शब्दसुद्धा फुटत नव्हता आणि त्याच्या ओठांवर लाळेचा फेस गोळा झाला होता. रॉहम आणि त्याचे सहकारी यांनी आपल्याशी केलेल्या दगाफटक्यासाठी त्यांना दिलेली शिक्षा क्षुल्लक ठरेल अशी शिक्षा आता आपण या नव्या दगाबाजांना करणार असल्याचं त्यानं ओरडून सांगितलं. या सगळ्यांना आपण पार उद्ध्वस्त करणार असून, त्यांच्या बायको-मुलांना छळछावण्यांमध्ये कोंबणार असल्याचंही हिटलरनं जाहीर केलं. त्यांना कुठलीच दयामाया दाखवणार नसल्याचंही त्यानं स्पष्ट केलं.

थोड्या वेळानंतर मुसोलिनी परत निघाल्यावर हिटलरनं त्याला निरोप दिला. या दोघांची ही शेवटचीच भेट ठरली. अर्थातच याची तेव्हा कुणाला कल्पना असणार? संध्याकाळचे सहा वाजले तेव्हापर्यंत आपल्या विरोधातला कट उद्ध्वस्त करण्यात आलेला नसल्याचं हिटलरच्या कानांवर आलं. यामुळे भडकून त्यानं फोन उचलला आणि बर्लिनमध्ये या कटाशी दुरूनही संबंधित असल्याचा संशय असलेल्या प्रत्येक माणसाला गोळ्या घालून ठार करण्याचे आदेश दिले. तसंच वैतागून त्यानं 'हिमलर कुठे आहे?' अशी विचारणाही केली. खरं म्हणजे एका तासापूर्वी हिटलरनंच आपल्या विरोधातला उठाव चिरडून टाकण्यासाठी हिमलरला बर्लिनला धाडलं होतं; पण वेगानं घडलेल्या घटनाक्रमामुळे त्याला याचा विसर पडला असावा.

दरम्यान आपण अत्यंत काळजीपूर्वकरीत्या रचलेला कट प्रत्यक्षात आणताना आपल्या सहकाऱ्यांनी तब्बल तीन तास वाया घालवले असल्याचं पावणेचार वाजता विमानतळावर उतरलेल्या स्टॉफेनबर्गला समजलं होतं. हा उशीर होण्यामागे अनेक कारणं होती. त्यामधलं मुख्य कारण म्हणजे याआधी स्टॉफेनबर्गनं हिटलरला ठार करण्याचा कट अमलात आणण्याच्या दोन तास आधीच 'होम आर्मी'ला जमा होण्याचे आदेश देण्यात आले होते आणि नंतर ते रद्द करावे लागले होते. दुसऱ्यांदा अगदी लगेचच असा प्रकार घडला तर हा कट पार फसणार आणि आपल्या सगळ्यांना एसएसचे लोक अटक करणार, याची स्टॉफेनबर्गच्या सहकाऱ्यांना कल्पना होती. याशिवाय स्टॉफेनबर्गनं

स्फोट यशस्वीरीत्या घडवला असल्याची बातमी तिथल्या माणसानं बर्लिनला कळवली असली तरी ती नीटशी न समजल्यामुळे स्फोट तर झाला; पण हिटलर बहुदा त्यातून वाचला अशी बर्लिनमधल्या लोकांची समजूत झाली. खरं म्हणजे ते बरोबरच होतं; पण स्टॉफेनबर्गला मात्र हिटलर ठार झाल्याची खात्री होती. तसंच दुपारी साडेबारा वाजता जेव्हा स्टॉफेनबर्ग आपली कामगिरी फत्ते करण्याच्या तयारीत होता, तेव्हा त्याचे दोन महत्त्वाचे सहकारी बर्लिनमध्ये जेवायला म्हणून बाहेर पडले आणि वाईन पीत बसले. साहजिकच त्यांना उशीर तर झालाच; पण परिस्थितीचं गांभीर्यही ते गमावून बसले. तसंच आपल्या कार्यालयात परतल्यावर स्फोट झाल्याचं आणि हिटलर त्यातून वाचला का याविषयी संभ्रम असल्याचं त्यांच्या सहकाऱ्यानं सांगितल्यामुळे 'होम आर्मी'ला आदेश देण्याचं त्यांनी टाळलं. साहजिकच दुपारचे सव्वा ते पावणेचार या वेळात फारसं काहीच घडलं नाही.

स्टॉफेनबर्गचं विमातळावर आगमन झाल्यानंतर मात्र सूत्रं भराभर हलली. आपल्याला बर्लिनला गाडीनं पोहोचायला किमान पाऊण तास तरी लागेल असं सांगून स्टॉफेनबर्गनं 'होम आर्मी'ला कामाला लागण्यासंबंधीचे आदेश देण्यासाठी आपल्या सहकाऱ्यांना विनंती केली. त्यानुसार करण्यात आलं. याखेरीज तारेनं हिटलरचा मृत्यू झाल्याचंही कळवण्यात आलं. 'होम आर्मी'ला आदेश देण्यासाठी फ्रॉमची सही हवी होती. म्हणून स्टॉफेनबर्गचा एक सहकारी फ्रॉमकडे गेला. फ्रॉमनं दिलेल्या आदेशांचं पालन लगेचच होईल याची कटात सहभागी असलेल्या लोकांना कल्पना असल्यामुळे त्याला विश्वासात घेण्यासाठी त्यांनी धडपड सुरू केली. फ्रॉमनं 'होम आर्मी'ला कशासाठी पाचारण करायचं असं विचारल्यावर हिटलरचं निधन झाल्याचं त्याला सांगण्यात आलं. फ्रॉम साधासुधा माणूस नव्हता. पूर्ण खात्री झाल्याशिवाय त्यानं या गोष्टीवर विश्वास ठेवायचा नाही, असा सुज्ञ निर्णय घेतला. यामुळे स्टॉफेनबर्गचे सहकारी पार अडचणीत आले. स्टॉफेनबर्गनं स्फोट घडवून आणल्यानंतर आपल्या त्या ठिकाणच्या सहकाऱ्यानं सगळी दूरसंचार यंत्रणा बंद पाडल्याचं त्यांना माहीत होतं. साहजिकच फ्रॉमनं प्रयत्न करूनसुद्धा त्याला कसलीच जास्तीची माहिती मिळू शकणार नाही किंवा त्याला हिटलर जिवंत आहे का याची खात्री पटवता येणार नाहा, याची त्यांना खात्री होती. साहजिकच त्यांच्यापैकी एकानं अत्यंत आत्मविश्वासानं तिथला फोन उचलून फ्रॉमला हिटलरच्या मृत्यूची खात्री पटवून घ्यायला सांगितलं. फोन लागणारच नाही असं त्यांना वाटत असलं तरी दरम्यानच्या काळात थेट हिटलरच्या आदेशांनुसार दूरसंचार यंत्रणा पूर्ववत करण्यात आली असल्याची त्यांना कल्पनाच नव्हती. साहजिकच फ्रॉमनं हिटलरच्या सध्याच्या

मुख्यालयात फोन लावला तर तो लागला. तिथल्या वरिष्ठ अधिकाऱ्याला फ्रॉमनं हिटलरच्या मृत्यूच्या बातमीविषयी विचारलं. उत्तरार्थ तिथं दुपारी स्फोट झालेला असल्याचं; पण हिटलर एकदम सुखरूप असल्याचं फ्रॉमला समजलं. इतकंच नव्हे तर फ्रॉमच्या हाताखाली काम करणारा स्टॉफेनबर्ग कुठं आहे, असंही पलीकडून फ्रॉमला विचारण्यात आलं. त्यावर स्टॉफेनबर्ग अजून बर्लिनमध्ये परतला नसल्याचं उत्तर फ्रॉमनं दिलं. या क्षणापासूनच हिटलरच्या विरोधातल्या कटाला फ्रॉमकडून कसलीच मदत होणार नसल्याचं स्पष्ट झालं. याचा खूपच परिणाम झाला.

कटाची चक्रं यानंतर एकदम उलटी फिरली. एखाद्या चित्रपटात शोभावी अशीच ती कहाणी आहे!

हिटलर अजून जिवंतच!

स्टॉफेनबर्गनं हिटलरला ठार करण्यासाठी घडवून आणलेल्या बॉम्बस्फोटानंतर फ्रॉमकडून अपेक्षित असलेलं काम न झाल्यामुळे निराश झालेला स्टॉफेनबर्गचा सहकारी आपल्या जागी परतला. तिथं लष्करी पोषाख घातलेला जनरल बेक आला होता. हिटलरचा मृत्यू झाला असून आता नवं सरकार स्थापन होणार असल्याच्या समजुतीखाली लष्कराची सूत्रं हाती घेण्याची तयारी बेक करत होता. तेवढ्यात धापा टाकत थकलेला स्टॉफेनबर्ग जवळपास पळतच तिथं आला. आता संध्याकाळचे साडेचार वाजले होते. त्यानं स्फोटाविषयीची माहिती दिली. हिटलर त्यातून वाचणं शक्यच नव्हतं असं त्यानं सांगितलं. यावर फ्रॉमनं हिटलरच्या मुख्यालयात फोन केलेला असताना तिथून हिटलर जिवंत असल्याची माहिती मिळाली असल्याचं स्टॉफेनबर्गला सांगण्यात आलं. हे अशक्य असून निव्वळ वेळ घालवून आपला कट फसवण्यासाठी हिटलरचे सहकारी धडपडत असल्याची प्रतिक्रिया स्टॉफेनबर्गनं दिली. त्यातल्या त्यात हिटलर समजा ठार झाला नसला तरी तो नक्कीच गंभीर जखमी झालेला असणार असं सांगून आपण लवकरात लवकर नाझी सरकार उलथून टाकण्यासाठीचे प्रयत्न सुरू केले पाहिजेत, असं स्टॉफेनबर्ग म्हणाला. बेकची याला संमती होती.

आश्चर्याची गोष्ट म्हणजे, आता इथून पुढे आपण नक्की काय केलं पाहिजे यासाठीचे बेतच स्टॉफेनबर्ग आणि त्याचे सहकारी यांनी आखले नव्हते. हिटलर जिवंत असो वा नसो; आपण अगदी तातडीनं जर्मनीमधली दळणवळण यंत्रणा आपल्या ताब्यात घेतली पाहिजे, हे त्यांच्या लक्षातच आलं नाही. हिटलरचं प्रचारतंत्र पुन्हा सुरू होण्याआधी आपण आपल्या कृतीविषयी आणि नाझी सरकार उलथून टाकण्याविषयी सर्वसामान्य लोकांपर्यंत माहिती पोहोचवली पाहिजे, हा अत्यंत महत्त्वाचा मुद्दा त्यांनी लक्षातच घेतला नाही. यामुळे

लोकांमध्ये संभ्रम पसरला असता आणि हिटलरविरोधी लोक आपल्या मदतीसाठी सज्ज झाले असते, हे त्यांना उमगलं नाही. इतकंच नव्हे, तर लवकरच हिटलरवरचा हल्ला अयशस्वी ठरला असल्याची माहिती जर्मन नागरिकांना लवकरच रेडिओवरून दिली जाणार असल्याची बातमी स्टॉफेनबर्ग आणि त्याचे सहकारी यांच्या कानांवर आल्यानंतरसुद्धा त्यांच्या डोक्यात यासंबंधीचा प्रकाश पडला नाही. यासाठी जर्मन लष्कराची मदत मिळणं अशक्य झालं असतं तर जर्मन पोलिसांची मात्र त्यांना नक्कीच मदत मिळाली असती. याचं कारण म्हणजे पोलीस दलाचा प्रमुख स्टॉफेनबर्गच्या कटात सामील होता आणि दुपारपासूनच पोलिसी कारवाया करण्यासाठी तो आसुसला होता. त्याला मदतीसाठी कुणी बोलावलंच नसल्यामुळे स्वतःहून त्यानं काही करण्याचा प्रश्नच उद्भवत नव्हता. शेवटी उतावीळपणे चार वाजता तो स्वतःच स्टॉफेनबर्ग आणि इतर सहकारी जमलेल्या ठिकाणी आला. तिथं त्याला जर्मन लष्कराच्या आदेशांनुसार काम करायला सांगण्यात आलं. जर्मन लष्करावर कटधारकांचा अजून ताबा आलेला नसल्यामुळे पोलीस दलसुद्धा या परिस्थितीत बिनकामाचं ठरलं.

आता 'होम आर्मी'ला कामाला लावणं भाग होतं. यासाठी आधी फ्रॉमचं मन वळवण्यात अपयश आलेला अधिकारी स्टॉफेनबर्गला फ्रॉमकडे घेऊन गेला. स्फोटात हिटलर ठार झाल्याची खात्री स्टॉफेनबर्गनं फ्रॉमला दिली. यावर हे अशक्य असल्याची प्रतिक्रिया देत आपण काही वेळापूर्वीच हिटलरच्या सहकाऱ्याकडून या संदर्भात खात्री करून घेतली असल्याचं उत्तर फ्रॉमनं दिलं. त्यावर तो सहकारी खोटे बोलत असून आपण स्वतःच्या डोळ्यांनी हिटलरचा मृतदेह त्या खोलीतून दुसरीकडे नेला जात असल्याचं दृश्य बघितल्याची थाप स्टॉफेनबर्गनं मारली. आपल्या सगळ्यात जवळच्या सहकाऱ्याच्या या खुलाशामुळे आणि त्यानं दिलेल्या या साक्षीमुळे फ्रॉम विचारात पडला. तो काहीच बोलला नाही. तेवढ्यात दरम्यानच्या काळात 'होम आर्मी'ला कामाला लावण्यात आल्याचं स्टॉफेनबर्गच्या सहकाऱ्यानं फ्रॉमला सांगितलं. यामुळे फ्रॉम अवाकच झाला. यासाठीचे आदेश कुणी दिले असं त्यानं संतापून विचारलं. यावर फ्रॉमच्या नावाखाली आपल्या एका सहकाऱ्यानं हे काम केल्याचं फ्रॉमला सांगण्यात आलं. फ्रॉमनं तातडीनं त्या आदेश देणाऱ्या सहकाऱ्याला अटक करण्याचे आदेश दिले. अशा परिस्थितीतसुद्धा आपल्या साहेबाची समजूत काढण्याचा एक शेवटचा प्रयत्न स्टॉफेनबर्गनं करून बघितला. आपण स्वतःच स्फोट घडवून आणणारा बॉम्ब पेरला असल्याचं आणि त्याची क्षमता बघता त्या खोलीमध्ये कुणी जिवंत राहण्याची शक्यताच नसल्याचं स्टॉफेनबर्गनं

सरळ सांगून टाकलं. याचा फ्रॉमवर काहीएक परिणाम झाला नाही. असे अनेक प्रसंग बघितलेल्या फ्रॉमनं स्टॉफेनबर्गला त्याचा प्रयत्न फसला असल्याचं आणि त्यानं सरळ स्वतःला गोळी घालून आत्महत्या करावी असं आवाहन केलं. स्टॉफेनबर्गनं याला अर्थातच नकार दिला. तेव्हा स्टॉफेनबर्ग आणि त्याचे दोन सहकारी यांना जागीच अटक करण्याचे आदेश फ्रॉमनं दिले. यावर स्टॉफेनबर्गच्या एका सहकाऱ्यानं उलट फ्रॉमलाच आता आपण अटक करत असल्याची घोषणा केली. यामुळे नुसता गोंधळ माजला. नक्की काय झालं याविषयी खात्रीलायकरीत्या सांगता येत नसलं तरी बहुधा फ्रॉमनं एक हात नसलेल्या स्टॉफेनबर्गच्या चेहऱ्यावर फटका मारला असं मानलं जातं. तरीसुद्धा स्टॉफेनबर्ग आणि त्याचे दोन सहकारी यांनी फ्रॉमवर ताबा मिळवून त्याला नजरकैदेत ठेवण्यात यश मिळवलं. त्याची टेलिफोन यंत्रणा बंद पाडण्यात आली.

स्टॉफेनबर्ग परत आपल्या मूळ ठिकाणी परतला. तिथं त्याला अटक करण्यासाठी म्हणून बाल्टिक भागातल्या जवळपास सव्वादोन लाख ज्यू लोकांच्या हत्याकांडाला जबाबदार असलेला एसएस संघटनेचा एक वरिष्ठ अधिकारी आला असल्याचं त्याच्या लक्षात आलं. त्याला आणि त्याच्या दोन सहकाऱ्यांना अटक करण्यात आलं. त्यापाठोपाठ एक कडवा नाझी लष्करी अधिकारी तिथं अवतीर्ण झाला. त्यालाही ताब्यात घेण्यात आलं. यामुळे आपल्या इमारतीमध्ये कुणीही घुसू शकत असल्याचं आणि आपण आपली इमारतच सुरक्षित ठिकाण बनवलेली नसल्याचं स्टॉफेनबर्गच्या लक्षात आलं. यामुळे त्यानं तातडीनं आपल्या इमारतीबाहेर एक सुरक्षारक्षक नेमला. बर्लिन शहराच्या इतर भागांवर मात्र त्यांचं कुठल्याही प्रकारे नियंत्रण नव्हतं. फक्त या एका इमारतीची सुरक्षितता त्यांनी जपली होती. खरं म्हणजे लष्कराला आपल्या दिमतीला लावून बर्लिन शहरामधल्या सगळ्या महत्त्वाच्या जागा ताब्यात घेण्याची स्टॉफेनबर्ग आणि त्याचे सहकारी यांची योजना होती. त्यानुसार मेजर ओटो रेमर नावाच्या एका लष्करी अधिकाऱ्यानं हालचाल सुरू केली होती. रेमरचा साहेब स्टॉफेनबर्गच्या कटात सामील होता. हा रेमर एकदम शूर होता. आठ वेळा युद्धांमध्ये जखमी होऊनसुद्धा त्यानं जिद्द सोडली नव्हती. स्वतः हिटलरनं त्याचा सुवर्णपदक देऊन गौरव केला होता. रेमर पक्का सैनिक होता. त्याला राजकारणाशी काही घेणंदेणं नव्हतं. साहजिकच आपल्या साहेबानं दिलेल्या आदेशांनुसार त्यानं आपल्या हाताखालच्या सैनिकांना बर्लिनमधल्या महत्त्वाच्या इमारती ताब्यात घ्यायला सांगितलं. साहेबानं हिटलर ठार झालेला असल्याचं आणि एसएस संघटना उठाव करून सत्ता आपल्या हातांमध्ये

घेण्याचा प्रयत्न करत असल्याचं रेमरला सांगितलं होतं. यामुळे रेमरनं एसएसच्या मुख्य कार्यालयावरही कारवाई केली. यामुळे स्टॉफेनबर्गचा उठाव काही प्रमाणात यशस्वी ठरण्याची चिन्हं दिसायला लागली आणि तेवढ्यात एक घोळ झाला.

डॉक्टर हान्स हेगन नावाचा एक मूर्ख, पण स्वतःला महान समजणारा माणूस रेमरच्या लष्करी तुकडीचा मार्गदर्शक म्हणून नेमण्यात आला होता. ही नेमणूक नाझी पक्षाच्या वतीनं करण्यात आली होती. नाझी प्रचारकी करण्यात हेगन आघाडीवर असे. आपले विचार एकदम युगप्रवर्तक असल्याच्या गैरसमजाखाली तो एकदम आनंदात वावरे. हिटलरच्या सचिवाला 'नाझी संस्कृतीचा इतिहास' अशा भन्नाट विषयावर एक पुस्तक लिहून हवं होतं. त्यावर हेगनचं काम सुरू होतं. हिटलरला ठार करून त्यानंतर सरकारची सूत्रं आपल्या हाती घेण्यासंबंधीचा प्रयत्न स्टॉफेनबर्ग आणि त्याचे सहकारी करत असताना, हा हेगन त्याच दिवशी बर्लिनमध्ये कसली तरी भाषणं देण्याच्या तयारीत होता. रस्त्यावरून तो जात असताना त्याला लष्कराच्या एका गाडीतून हिटलरनं पूर्वी पदच्युत केलेला एक वरिष्ठ लष्करी अधिकारी आपला पूर्ण लष्करी पोषाख घालून जात असताना दिसला. खरं म्हणजे हेगनचा काहीतरी गैरसमज झाला होता. त्याला वाटलं तसं काही घडलं नव्हतं. कुठलाच लष्करी अधिकारी पूर्ण लष्करी पोषाखात लष्करी गाडीतून चालला नव्हता. हेगनला मात्र आपल्या नजरेविषयी प्रचंड आत्मविश्वास असल्यामुळे त्यानं रेमरला याविषयी सांगितलं. नेमकं तेव्हाच रेमरला स्टॉफेनबर्गच्या कटामध्ये सहभागी असलेल्या रेमरच्या साहेबानं महत्त्वाच्या ठिकाणांवर कब्जा करण्याचे आदेश दिले. या दोन गोष्टींची सांगड हेगननं घातली आणि काहीतरी काळंबेरं असल्याचा संशय त्याला आला. त्यानं रेमरचा पाठपुरावा करून एक लष्करी गाडी स्वतःसाठी संपादित करण्यात यश मिळवलं. या गाडीतून तो थेट गोबेल्सकडे गेला.

गोबेल्सला काही मिनिटांपूर्वीच हिटलरचा फोन आला होता. आपल्यावरचा प्राणघातक हल्ला फसल्याचं रेडिओवरून लगेच जाहीर करायला हिटलरनं गोबेल्सला सांगितलं होतं. गोबेल्सला बहुधा त्याआधी दिवसभरातल्या घडामोडींविषयी काहीच माहिती नव्हतं. आता बर्लिनमध्ये काय घडणार आहे याविषयी हेगननं गोबेल्सला सांगितलं. खरं म्हणजे हेगनच्या मूर्खपणावर गोबेल्सचा जास्त विश्वास होता! यामुळे नेहमीप्रमाणेच हेगन काहीतरी भलतंच बडबडतो आहे, असं गोबेल्सला वाटलं आणि त्यानं हेगनला तिथून निघून जायला सांगायचं जवळपास नक्की केलं असावं. यामुळे गोबेल्सनं स्वतः खिडकीपाशी जावं आणि तिथून बाहेरचं दृश्य बघावं, असं हेगननं त्याला सुचवलं. गोबेल्सनं

तसं केलं आणि तो पार हादरूनच गेला. हेगन जे सांगत होता त्यापेक्षा जास्त परिणामकारक असा तो प्रकार होता. जर्मन लष्कराच्या तुकड्या आजूबाजूच्या इमारती आपल्या ताब्यात घेण्याच्या प्रयत्नांत होत्या. गोबेल्समधला चाणाक्षपणा कामी आला. त्यानं तातडीनं रेमरला आपल्याकडे पाठवण्याचे आदेश हेगनला दिले. हेगननं त्याच्यावरची ही जबाबदारी अगदी व्यवस्थितपणे पार पाडली आणि इतिहासाच्या पडद्यावरून तो दूर झाला.

एकीकडे स्टॉफेनबर्ग आणि त्याचे सहकारी इतर युरोपीय देशांमधल्या आपल्या सहकाऱ्यांशी संपर्क साधून तिथं एसएसच्या लोकांना अटक करण्याचे आदेश देण्यात गुंतलेले असताना, रेमरसारख्या कनिष्ठ; पण या घटनाक्रमात अत्यंत महत्त्वाच्या ठरलेल्या लष्करी अधिकाऱ्याशी संपर्क साधण्याचं कसब गोबेल्सनं वेळेत साधलं. यातून एक विचित्रच प्रसंग ओढवला. रेमरला त्याच्या साहेबानं गोबेल्सला अटक करण्याचे आदेश दिले होते आणि त्याच वेळी स्वतः गोबेल्सनं रेमरला भेटायला येण्याचं आमंत्रण दिलं होतं! गोबेल्सच्या कार्यालयात आपल्या वीस जवानांसह रेमर शिरला. जर आपण गोबेल्सला भेटून काही मिनिटांमध्ये परतलो नाही, तर आपल्याला तिथून आणण्यासाठी येण्याची सूचना त्यानं या जवानांना दिली. आपापली पिस्तुलं हातात घेऊन रेमर आणि त्याचा एक सहकारी असे दोघं जण गोबेल्सला अटक करण्यासाठी गेले. प्रसंग बाका असताना अगदी भराभर बोलून समोरच्या माणसावर प्रभाव पाडण्याची विलक्षण कला गोबेल्सला साधली होती. त्यानं तातडीनं रेमरला हिटलरच्या प्रती त्यानं जर्मन लष्करामधल्या प्रत्येक सैनिकाप्रमाणेच घेतलेल्या प्रतिज्ञेची आठवण करून दिली. आता ही प्रतिज्ञा मोडायला रेमरसारखा शूर जर्मन लष्करी अधिकारी कसा काय तयार झाला, असा सवाल गोबेल्सनं केला. यावर हिटलर आता या जगात नसल्यामुळे ही प्रतिज्ञा मोडण्याचा प्रश्नच येत नसल्याचं उत्तर रेमरनं दिलं. यावर आपण आत्ताच हिटलरशी बोललो असल्याचं सांगून या कटाला बळी न पडण्याचं आवाहन गोबेल्सनं रेमरला केलं. रेमरचा यावर विश्वास बसत असला तरी आपल्या साहेबानं दिलेल्या आदेशांचं पालन करण्यासाठी तो वचनबद्ध असल्यामुळे त्याचा नाइलाज होता. यामुळे गोबेल्सनं सरळ हिटलरला फोन लावला. दळणवळण यंत्रणा बंद पाडल्याच्या भ्रमात असलेल्या स्टॉफेनबर्गच्या सहकाऱ्यांचं अपयश पुन्हा एकदा त्यांच्या मुळावर आलं. फोन अगदी व्यवस्थितपणे लागला. पलीकडच्या बाजूनं एक-दोन मिनिटांनी हिटलर बोलला. गोबेल्सनं लगेचच फोन रेमरकडे दिला. आपला आवाज ओळखू येतो का, असं खुद्द हिटलरनंच रेमरला विचारलं. हिटलरचा आवाज ओळखू न शकणारा एक तरी माणूस

जर्मनीमध्ये तेव्हा कसा असू शकेल? रेडिओवरून कैक वेळा रेमरनं हिटलरचा आवाज ऐकला होता. तसंच काही आठवड्यांपूर्वीच हिटलरकडून सुवर्णपदक स्वीकारताना रेमरनं हिटलरचा आवाज प्रत्यक्ष ऐकला होता. क्षणार्धात हिटलर जिवंत असल्याचं त्याच्या लक्षात आलं. तातडीनं रेमर एकदम कडक लष्करी शिस्तीत 'अटेंशन'च्या पवित्र्यात उभा राहिला. हिटलरनं त्याला आपल्या विरोधात रचला गेलेला कट मोडून काढण्याचे आदेश दिले. फक्त गोबेल्स, हिमलर आणि आणखी एक लष्करी अधिकारी यांचेच आदेश रेमरनं ऐकावेत, असंही हिटलर म्हणाला. रेमरसाठी हे सगळं पुरेसं होतं. दस्तुरखुद्द हिटलरकडून आदेश मिळाल्यामुळे त्याच्या अंगात उत्साह संचारला. त्यानं कट रचलेल्या लोकांनी दिलेले आदेश गुंडाळून टाकले. सरकारी इमारती आणि एसएस संघटना यांच्याभोवती उभा केलेला लष्करी बंदोबस्त त्यानं हटवला आणि कट रचणाऱ्यांना अटक करण्यासाठी तो स्वतः रवाना झाला.

रेमर हा अत्यंत प्रामाणिक लष्करी अधिकारी असल्यामुळे त्याच्यावर इतकी मोठी जबाबदारी सोपवण्याची चूकच एक प्रकारे स्टॉफेनबर्ग आणि त्याचे सहकारी यांच्या हातून घडली. किमान रेमर त्याच्यावर सोपवलेली कामगिरी योग्यरीत्या पार तरी पाडतो आहे का नाही, हे तपासण्यासाठी आणखी एखादा विश्वासू लष्करी अधिकारी त्यांनी नेमायला हवा होता. रेमर आपल्याशी एकनिष्ठ नसून हिटलर जिवंत असेपर्यंत हिटलरशी एकनिष्ठ असणार आहे, याची त्यांना कल्पना असायला हवी होती. अर्थातच २० जुलै १९४४ या दिवशीच्या अनेक अनाकलनीय गोष्टींपैकी ही एक गोष्ट ठरली. तसंच स्टॉफेनबर्गच्या वतीनं बर्लिनला स्फोट झाल्याचा निरोप येताक्षणी गोबेल्सला अटक का करण्यात आली नाही, हासुद्धा समजण्यापलीकडचा निर्णय होता. याचं कारण म्हणजे गोबेल्सच्या कार्यालयाबाहेर कसलीच सुरक्षा व्यवस्था नव्हती. अक्षरशः दोन मिनिटांमध्ये गोबेल्सला ताब्यात घेणं पोलिसांना शक्य होतं. अशा अनेक चुका कट रचणाऱ्यांच्या हातून घडल्या.

रेमर आता हिटलरच्या आदेशांनुसार काम करणार असल्याची बातमी स्टॉफेनबर्ग आणि त्याचे सहकारी यांच्यापर्यंत बराच काळ आली नाही. एकूणच बर्लिनमध्ये इतरत्र काय सुरू आहे याविषयीच्या खबरी खूप काळ त्यांच्यापर्यंत पोहोचल्या नाहीत. साहजिकच अनेक महत्त्वाच्या घडामोडींविषयी त्यांना काही समजू शकलं नाही. संध्याकाळी साडेसहा वाजून गेल्यावर युरोपमध्ये सगळीकडे प्रक्षेपण ऐकू येईल अशा 'डॉईचलँडसेंडर' नावाच्या रेडिओ स्थानकावरून हिटलरवर करण्यात आलेला प्राणघातक हल्ला अपयशी ठरल्याची बातमी देण्यात आली. यामुळे स्टॉफेनबर्ग आणि त्याचे सहकारी पार हादरून गेले.

आपला कट फसला असल्याची बातमी आता सगळीकडे पसरली तर आहेच; पण शिवाय गोबेल्स तसंच दळणवळण यंत्रणेशी संबंधित असलेली इतर ठिकाणं ताब्यात घेण्यात आपल्याला अपयश आलं आहे, याची त्यांना जाणीव झाली. गोबेल्सनंच या बातमीशी संबंधित असलेला मजकूर फोनद्वारा संबंधित रेडिओ स्थानकापर्यंत पोहोचवला होता. आता घाईघाईनं काहीतरी करणं गरजेचं असल्याच्या जाणीवेपोटी स्टॉफेनबर्गनं जर्मन लष्कराच्या वरिष्ठ अधिकाऱ्यांना टेलेक्सद्वारा संदेश पाठवला. त्यात रेडिओवरून प्रसारित करण्यात आलेली बातमी खोटी असून हिटलर ठार झाला असल्याचं नमूद करण्यात आलं. याला खूप उशीर झाला होता. प्राग आणि व्हिएन्ना इथले कटामध्ये सहभागी असलेले आणि एसएसच्या लोकांना अटक करण्याच्या प्रयत्नांत असलेले स्टॉफेनबर्गचे सहकारी याआधीच माघार घ्यायला लागले होते.

रात्री ८.२० वाजता हिटलरच्या मुख्यालयातून अधिकृत लष्करी टेलिप्रिंटरवरून फील्ड मार्शल कायटलनं नवा संदेश पाठवला. त्यात हिमलरची नेमणूक 'होम आर्मी'च्या प्रमुखपदी करण्यात आलेली असून, फक्त त्याच्या किंवा कायटलच्याच आदेशांचं सगळ्यांनी पालन करावं, असं स्पष्टपणे लिहिलं होतं. तसंच फ्रॉम किंवा इतर कुणाकडूनही मिळालेले आदेश बेकायदा आणि अनधिकृत असल्यामुळे त्यांच्याकडे पूर्ण दुर्लक्ष करण्याचाही हुकूम होता. दरम्यान ऐन वेळी स्टॉफेनबर्ग आणि त्याचे सहकारी यांच्यासाठी रणगाडेसुद्धा उपलब्ध होऊ शकले नाहीत. यासाठीचे बेत आखण्यात आले होते. रणगाडे बर्लिनच्या दिशेनं निघालेसुद्धा होते; पण ऐन वेळी निघालेल्या काही वादग्रस्त मुद्द्यांमुळे ते अडून बसले. अशा रीतीनं सगळीकडून स्टॉफेनबर्ग आणि त्याचे सहकारी यांची कोंडी होत गेली.

दरम्यान रात्री नऊनंतर 'डॉईचलँडसेंडर' स्थानकावरून काही काळात स्वतः हिटलर जर्मन नागरिकांशी संवाद साधणार असल्याची घोषणा करण्यात आली. हे ऐकताच कट रचणाऱ्यांच्या पोटात भीतीचा गोळाच आला! आपला कट फसला असल्याची त्यांना जाणीव झाली. तेवढ्यात जर्मन लष्कराचा एक अधिकारी एसएसच्या साहाय्यानं आपल्या इमारतीला वेढा घालण्याच्या तयारीत असल्याची पुढची धक्कादायक बातमी त्यांच्यापर्यंत आली. एसएस संघटनेनं अगदी वेगानं काम सुरू केलं होतं आणि यामागे पूर्वी मुसोलिनीची नजरकैदेतून अत्यंत सनसनाटीपूर्ण सुटका करणाऱ्या अधिकाऱ्याचा मुख्य हात होता. खरं म्हणजे दिवसभरात घडलेल्या घडामोडींविषयी या अधिकाऱ्याला काहीच कल्पना नव्हती आणि तो संध्याकाळच्या सहा वाजताच्या रेल्वेनं व्हिएन्नाकडे रवाना झाला होता. वाटेत त्याच्या एका सहकाऱ्यानं मधल्या एका रेल्वे स्थानकावर

त्याला घटनाक्रमाची माहिती दिली. यामुळे बर्लिनला परतून मोठ्या हिकमतीनं त्यानं एसएस संघटनेच्या लोकांना संकटातून बाहेर काढलं आणि रणगाडे बर्लिनवर हिटलरच्या विरोधात चाल करून येऊ नयेत यासाठीची व्यवस्थाही केली. हे सगळं बघून कटामध्ये सामील असलेल्या काही लष्करी अधिकाऱ्यांचं धाबं दणाणलं. आपण वेळेतच यातून बाहेर पडायला हवं, अशी खूणगाठ मनाशी बांधून काहींनी शस्त्रं टाकली तर एका अधिकाऱ्यानं थेट हिटलरच्या मुख्यालयात फोन लावला आणि आपण या कटामधून बाहेर पडत असल्याची माहिती दिली.

कट रचणाऱ्या लोकांच्या भोळेपणाची आणि किंबहुना मूर्खपणाची कल्पना फ्रॉमसंबंधीच्या एका प्रसंगामधून आपल्याला येईल. फ्रॉमनं कटात सहभागी व्हायला नकार दिलेला असल्यामुळे त्याला अटक करण्यात आल्याचा उल्लेख मागे आलाच आहे. बराच काळ आपल्या कार्यालयात नजरकैदेत बसून फ्रॉम वैतागून गेला. त्यानं निदान आपल्याला आपल्या खालच्या मजल्यावरच्या आरामदायी खोलीत तरी नेण्यात यावं, अशी मागणी केली. स्टॉफेनबर्गचा तो साहेब असल्यामुळे त्याची ही विनंती अमान्य करणं स्टॉफेनबर्गसकट सगळ्यांच्या दृष्टीनं अवघड होतं. फ्रॉमला तिथं नेण्यात आलं आणि त्याच्या खाण्यापिण्याची सोय करण्यात आली. आपण पळून जाण्याचा किंवा बाहेरच्या आपल्या सहकाऱ्यांशी संपर्क साधण्याचा कुठलाही प्रयत्न करणार नाही, असं वचन दिलं होतं. काही काळानंतर फ्रॉमच्या हाताखाली काम करणारे तीन कनिष्ठ अधिकारी त्याला भेटायला आले. त्यांना कटाविषयी समजताच फ्रॉमप्रमाणेच त्यांनीसुद्धा या कटात सहभागी व्हायला नकार दिला. तसंच आपल्याला फ्रॉमला भेटायचं आहे असं त्यांनी सांगितलं. कहर म्हणजे त्यांना अटक न करता किंवा त्यांच्यावर कुठलीही पाळत न ठेवता त्यांना फ्रॉम आराम करत असलेल्या खोलीत पाठवण्यात आलं. अशा संधीचा फायदा उठवण्याची वाटच फ्रॉम बघत होता. त्यानं या तिघांना इमारतीतून बाहेर पडण्यासाठी मागचा एक छुपा रस्ता असल्याचं सांगितलं. तसंच दिलेलं वचन मोडत बाहेर पडून या तिघांनी आपली सुटका करण्यासाठी तसंच इमारतीला वेढा घालून कट रचणाऱ्या मंडळींची धरपकड करण्यासाठी जमवाजमव करण्याचे आदेश त्यानं दिले. त्यानुसार हे तिघं तिथून यशस्वीरीत्या निसटले.

त्याआधीच कट रचणाऱ्यांमधल्या काही जणांची अस्वस्थता टोकाला पोहोचली होती. आपला कट पार फसला असल्याची जाणीव अनेक जणांना झाली. त्यांच्यापैकी काही जणांना वेळेत आपण या कटामधून माघार घेतली नाही तर नंतर आपल्याला खूप हालअपेष्टांना तोंड द्यावं लागेल, याची कल्पना

होती. तसंच आत्ता आपण फसत चाललेल्या या कटामधून बाहेर पडून हिटलरला साथ दिली, तर आपला नंतर गौरव होऊ शकतो, हेसुद्धा त्यांना माहीत होतं. यामुळे त्यांनी स्टॉफेनबर्गच्या सहकाऱ्यांना जाब विचारायला सुरुवात केली. काय गोंधळ सुरू आहे हे बघण्यासाठी स्टॉफेनबर्ग तिथं डोकावला तेव्हा त्याला कटामधून बाहेर पडू बघणाऱ्या लोकांनी धरून ठेवलं. स्टॉफेनबर्गनं तिथून निसटून जाण्याचा प्रयत्न केला तेव्हा त्यांनी दाराला कडी घातली आणि एका जणानं स्टॉफेनबर्गच्या उरलेल्या एका हातावर गोळी घातली. त्यानंतर त्यांनी काही काळ अंदाधुंद गोळीबार केला; पण कुणालाही त्यामधली एकही गोळी लागणार नाही, अशा पद्धतीनं. यानंतर स्टॉफेनबर्गसकट त्याच्या सगळ्या प्रमुख साथीदारांना त्यांनी अटक केलं. तेवढ्यात आपल्या हातात रिव्हॉल्वर फिरवत फ्रॉम तिथं हजर झाला. अटक करण्यात आलेल्या लोकांमध्ये माजी लष्करप्रमुख बेकचाही समावेश होता. बेक हा पूर्वी अर्थातच फ्रॉमसारख्या अनेक लष्करी अधिकाऱ्यांचा साहेब होता. फ्रॉमनं अटक करण्यात आलेल्या सगळ्या जणांना आपली शस्त्रं खाली ठेवायला सांगितलं. यावर 'तुझ्या माजी साहेबाला तू असं सांगू शकत नाहीस' असं म्हणून बेकनं आपण या प्रकरणामधले निष्कर्ष काढू इच्छित असल्याचं फ्रॉमला सांगितलं. फ्रॉमनं बेकला त्याचं रिव्हॉल्व्हर स्वतःच्याच दिशेनं रोखून धरायला सांगितलं. यावर बेकनं 'या क्षणी मला जुन्या दिवसांची आठवण होत आहे ...' असं म्हणून बोलायला सुरुवात करताच आता आपल्याला हे सगळं ऐकायची अजिबात इच्छा नसून बेकनं बडबड करण्यापेक्षा काहीतरी कृती करावी, असं आपलं मत असल्याचं फ्रॉमनं सांगितलं. बेकनं स्वतःच्या डोक्याच्या दिशेनं रिव्हॉल्व्हर रोखून गोळी झाडली; पण ती त्याच्या डोक्याला चाटून दूर उडून गेली. यामुळे बेकच्या डोक्याला झालेल्या जखमेतून रक्त वाहायला लागलं. हे बघून 'जरा बेकला मदत करा रे' असं फ्रॉमनं आपल्या दोन तरुण सहकाऱ्यांना फर्मावलं. हे दोघं बेकच्या हातातलं रिव्हॉल्व्हर काढून घेण्यासाठी आणि त्याला त्याच रिव्हॉल्व्हरनं गोळ्या घालण्यासाठी पुढे सरसावले. बेकनं मात्र याला नकार देत आपल्याला आणखी एक 'संधी' हवी असल्याचं सांगितलं. फ्रॉमनं मानेनं याला होकार दिला. कटात सहभागी असलेल्या इतरांकडे बघून फ्रॉमनं त्यांना मरण्याआधी कुणासाठी काही संदेश मागे सोडायचा आहे का, असं विचारलं. काही जणांनी त्याला होकार दिला आणि आपल्या बायका-मुलांना पत्र लिहायला ते खुर्चीत बसले. स्टॉफेनबर्ग आणि काही जण मात्र तिथं निश्चल उभे राहिले. फ्रॉम तिथून निघून गेला.

फ्रॉमच्या मनातले या वेळचे विचार नक्की कसे होते? हिटलरच्या

विरोधातला कट बऱ्याच काळापासून सुरू होता. फ्रॉम या कटात सहभागी नसला तरी त्याला या कटाविषयी बऱ्याच काळापासून कल्पना होती. साहजिकच आपल्याला हे माहीत असूनसुद्धा आपण नाझी नेत्यांना त्याविषयी वेळीच सावध केलं नाही, या आरोपापोटी आपलं बरंवाईट होऊ शकतं, ही भावना त्याला सतावत होती. आपल्याला या कटाची कल्पना असल्याचे पुरावे कुठेतरी मागे राहिले असावेत, अशी शंका त्याच्या मनात होती. या सगळ्यावर पांघरूण घालण्याचा उत्तम उपाय म्हणजे या कटामधल्या लोकांना पकडून त्यांना लगेचच खलास करण्यात आपला महत्त्वाचा वाटा असणं, हे तो जाणून होता. साहजिकच फ्रॉमनं कटातल्या लोकांना गोळ्या घालण्याचे आदेश आपल्या सहकाऱ्यांना दिले होते. आपण यामुळे हिटलरच्या नजरेत 'हीरो' ठरू आणि आपला कटाची माहिती असूनसुद्धा चुप्पी साधण्याचा गुन्हा कदाचित माफ केला जाईल, अशी आशा त्याला वाटत होती. नाझी जगात मात्र अशी माफी दिली जात नाही, हे त्याला पुरेसं माहीत नसावं!

पाच मिनिटांनी फ्रॉम पुन्हा मूळ ठिकाणी परतला. हिटलरच्या अनुपस्थितीत कट रचलेल्या सगळ्या महत्त्वाच्या लोकांना जागीच ठार करण्याचे आदेश त्यानं आपल्या सहकाऱ्यांना दिले. त्यानुसार स्टॉफेनबर्गसकट सगळ्यांना गोळी मारून संपवण्यात आलं. मरताना स्टॉफेनबर्गनं 'आपल्या पवित्र जर्मनीचा जय असो' अशी आरोळी ठोकली. हा प्रकार सुरू असताना त्या इमारतीत खूप गोंधळ माजला होता. याचं कारण म्हणजे त्या काळात ब्रिटिश हवाई दलाची विमानं बर्लिनवर रात्री बॉम्बवर्षाव करत असत. असा हल्ला कधीही होण्याच्या भीतीपोटी तिथल्या सुरक्षारक्षकांनी धावपळ सुरू केली होती. दरम्यान रक्ताळलेल्या बेकनं स्वत:वर गोळी मारण्याचा केलेला दुसराही प्रयत्न अयशस्वी ठरला होता. यामुळे फ्रॉमच्या हाताखालच्या एका सैनिकानं माजी लष्करप्रमुख बेकच्या मानेत गोळी घालून त्याची सुटका केली. आता मध्यरात्र होऊन काही काळ झाला होता. साडेअकरा वर्षांच्या हिटलरच्या कारकिर्दीमधला सगळ्यात मोठा कट जेमतेम साडेअकरा तासांच्या आत मोडून काढण्यात आला. दरम्यान एसएस संघटनेचे लोक इमारतीत शिरले होते. आता कुणालाही ठार न करण्याचे आदेश एसएसच्या अधिकाऱ्यानं दिले. कटासंबंधीचे पुरावे गोळा करणं आणि त्यात सामील असलेल्यांचे हाल करणं, हा जास्त चांगला मार्ग असल्याचं या 'अनुभवी' अधिकाऱ्याला माहीत होतं. या लोकांना अटक करून 'गेस्टॅपो'च्या जवळच्या तुरुंगात हलवण्यात आलं. याचबरोबर तिथं आलेल्या गुप्तहेरांनी लगेचच कट रचलेल्या लोकांनी मागे ठेवलेले पुरावे गोळा करायला सुरुवात केली. सगळा प्रकार इतक्या भन्नाट वेगानं घडला

होता की, हे पुरावे नष्ट करण्याची संधीसुद्धा कुणाला मिळाली नव्हती. बर्लिनमध्ये पोहोचलेल्या आणि आता गोबेल्सच्या कार्यालयात रेमरच्या सुरक्षारक्षकांच्या कडेकोट बंदोबस्तात असलेल्या हिमलरनं हिटलरला फोन करून कट चिरडून टाकण्यात आल्याची बातमी दिली. यानंतर रात्रीचा एक वाजण्याच्या काही मिनिटं आधी रेडिओवरून जर्मनीमधल्या घरोघरी हिटलरचा आवाज पोहोचला :

माझ्या जर्मन बांधवांनो,

मी आज तुमच्याशी संवाद साधण्याचं सगळ्यात पहिलं कारण म्हणजे तुमच्यापर्यंत माझा आवाज पोहोचवणं आणि मी सुरक्षित आणि एकदम तंदुरुस्त असल्याचं तुम्हाला सांगणं, हे आहे. याखेरीज जर्मनीच्या इतिहासामध्ये आजवर घडला नसेल अशा गुन्ह्याची माहिती तुमच्यापर्यंत पोहोचवणं, हे माझं दुसरं उद्दिष्ट आहे.

काही मोजक्या महत्त्वाकांक्षी, बेजबाबदार आणि कसलीही पर्वा न करणाऱ्या महामूर्ख अधिकाऱ्यांनी मला आणि आपल्या लष्करामधल्या वरिष्ठ अधिकाऱ्यांना संपवण्याचा कट रचला होता. कर्नल काऊंट स्टॉफेनबर्गनं पेरलेल्या बॉम्बचा माझ्या उजवीकडे दोन मीटर अंतरावर स्फोट झाला. यामुळे माझ्या अनेक खऱ्या आणि विश्वासू सहकाऱ्यांना गंभीर दुखापती झाल्या. त्यांच्यापैकी एक जण तर मरण पावला. काही बारीकसारीक जखमा आणि किरकोळ भाजणं यांचा अपवाद वगळता मी एकदम ठीकठाक आहे. नशिबानं माझ्यावर सोपवलेल्या कामाचीच मी ही पावती समजतो ...

ज्या लोकांनी हा कट आखला त्यांची संख्या एक तर खूप कमी आहे आणि शिवाय जर्मन लष्कराच्याच काय; पण जर्मन जनतेच्याही कसल्याचं मतांचं प्रतिनिधित्व ते करत नाहीत. गुन्हेगारांच्या या टोळीला कोणतीही दया न दाखवता पार चिरडलं जाईल.

म्हणूनच या लोकांपैकी कुणीही दिलेल्या कुठल्याच आदेशाचं पालन जर्मन लष्करानं करू नये, अशी आज्ञा मी देत आहे. असा आदेश देणारा कुणी आढळला तर त्याला अटक करण्याची आणि अटक करण्याला त्यानं विरोध केला तर त्याला जागीच गोळ्या घालून खलास करण्याची प्रत्येकाची जबाबदारी आहे, असं मी समजतो ...

या खेपेला त्यांच्याबरोबरचा हिशेब आम्ही आमच्या खास 'नॅशनल सोशॅलिस्टांच्या' पद्धतीनं चुकता केल्यावाचून राहणार नाही.

हिटलरनं या खेपेला आपला शब्द पाळला. नाझी अत्याचारांनी आता परिसीमा गाठली. मोठ्या संख्येनं संशयितांची धरपकड करण्यात आली. त्यांच्याकडून गुन्ह्याची कबुली मिळवण्यासाठी त्यांचे विलक्षण हाल करण्यात आले. नावापुरते खटले चालवण्यात आले. त्यानंतर त्यांना ठार करण्यात आलं. अनेक जणांना ठार करण्याची पद्धतसुद्धा अत्यंत क्रूर होती. खाटकांच्या दुकानांमध्ये मांस लटकवून ठेवण्यासाठी वापरण्यात येणारे आकडे गोळा करण्यात आले. त्यांना पियानोच्या तारा जोडण्यात आल्या. या तारांचे गळफास आरोपींना लावण्यात आले आणि त्यांना अर्धवट लटकवून हवेत तरंगत ठेवण्यात आलं. यामुळे श्वास घोटला जाऊन असह्य वेदनांसह लोंबकळत त्यांचा सावकाशीनं मृत्यू होई. आरोपींच्या नातेवाइकांना आणि मित्रपरिवाराला अटक करून छळछावण्यांमध्ये धाडण्यात आलं. हजारोंच्या संख्येनं त्यांचा तिथं अंत झाला. कटात सहभागी असलेले काही जण लपूनछपून दिवस काढत होते. त्यांना हुडकून काढण्यात आलं आणि त्यांचा छळ करण्यात आला. त्यांना आसरा देणाऱ्यांचीही तीच गत झाली. आपल्या विरोधात कट रचणाऱ्या लोकांविषयी कमालीचा संताप बाळगणाऱ्या हिटलरनं हिमलर आणि आणखी एक अधिकारी यांना सगळ्या संशयितांचा काटा काढण्यासाठी प्रवृत्त केलं. एकही माणूस यातून सुटता कामा नये, असं त्यानं बजावलं. कुठलीही दया न दाखवता आणि भाषणबाजी किंवा न्यायनिवाडा यात वेळ न घालवता 'न्यायालय' त्यांना दोन तासांमध्ये मरणाच्या रस्त्यावर नेईल, याची व्यवस्था करायला त्यानं सांगितलं.

७-८ ऑगस्ट १९४४ या दिवशी कटामध्ये सहभागी असलेल्या काही लष्करी अधिकाऱ्यांना न्यायालयासमोर प्रथमच उभं करण्यात आलं. अर्थातच यापूर्वी २० जुलैपासूनच गेस्टॅपोच्या लोकांनी त्यांचा अनन्वित छळ केला होता. साहजिकच त्यांची परिस्थिती एकदम खराब होती. भिकारी घालतात तसे कपडे, जुने मळकट कोट आणि स्वेटर्स, दाढी आणि अंघोळ करायला न मिळाल्यामुळे त्यांची झालेली दयनीय अवस्था, हे बघून काही आठवड्यांपूर्वी हे डामडौल असलेले लष्करी अधिकारी होते यावर कुणाचा विश्वासच बसला नसता. त्यांचा आणखी अपमान व्हावा यासाठी त्यांच्या पँटची बकलं काढून टाकण्यात आली होती. साहजिकच कमरेला पट्टा नसल्यामुळे त्यांच्या पँटी घसरत. भूतपूर्व फील्ड मार्शल फॉन विट्झब्लेन याची तर कवळीसुद्धा काढून घेण्यात आल्यामुळे त्याच्या तोंडाचं पार बोळकं झालं होतं. अशा अवस्थेत त्याला 'न्यायाधीशा'समोर उभं करण्यात आलं. आपली घसरणारी पँट खाली जाऊ नये म्हणून ती ओढून धरण्याच्या प्रयत्नांत

असलेल्या फॉन विट्झब्लेनवर न्यायाधीश 'अरे हलकट म्हाताऱ्या, तू तुझ्या पँटशी काय खेळतो आहेस?' अशा भाषेत खेकसला. आपल्यासमोर काय वाढून ठेवलं आहे याची स्टॉफेनबर्गच्या अटक करण्यात आलेल्या सगळ्या सहकाऱ्यांना कल्पना असली आणि आपल्याशी न्यायाधीश अत्यंत अपमानास्पदरीत्या वागत असल्याची जाणीव झालेली असली तरी त्यांनी आपली मर्यादा ओलांडली नाही. अत्यंत संयतपणे ते आपल्यावर चालवल्या जात असलेल्या एकतर्फी खटल्याला सामोरे गेले. धीरोदात्तपणे त्यांनी त्यानंतर उभ्या ठाकलेल्या मृत्यूचा स्वीकार केला. त्यातही स्टॉफेनबर्गचा एक जवळच्या नात्यातला भाऊ उठून दिसला. न्यायाधीशानं त्याला 'तू नाझी पक्षाचा सदस्य का बनला नाहीस?' असा प्रश्न विचारला असता त्यानं शांतपणे 'कारण मी नाझी नाही आणि असूच शकत नाही' असं उत्तर दिलं. यामुळे न्यायाधीश अवाक झाला. त्यानं 'म्हणजे तुला नाझी विचारसरणी मान्य नाही? उदाहरणार्थ ज्यू लोकांचा समूळ नाश करण्यासंबंधीची नाझी राष्ट्रवादी विचारसरणीही तुला मान्य नाही?' असं विचारलं असता त्याला पुन्हा एकदा शांतपणे देण्यात आलेलं उत्तर ऐकावं लागलं : 'कुठल्याही माणसाच्या नैतिक आणि धार्मिक स्वातंत्र्यावर पूर्णपणे गदा आणणाऱ्या हुकूमशाही सत्तेचा हा परिणाम आहे.' यामुळे भडकलेल्या न्यायाधीशानं ही चर्चाच थांबवली!

स्टॉफेनबर्गच्या आठ साथीदारांवर भरण्यात आलेल्या फार्सवजा खटल्यांचा शेवट काय होणार याची सगळ्यांनाच कल्पना होती. ठरल्याप्रमाणे त्यांना मृत्युदंडाची शिक्षा ठोठावण्यात आली. हिटलरनं दिलेल्या फर्मानानुसार त्यांच्या गळ्यात व्हायोलिनची तार गुंडाळण्यात आली आणि ही तार गुरांचं मांस टांगण्याच्या हुकाला जोडण्यात आली. हे हूक छताला जोडण्यात आले असल्यामुळे आता या लोकांची शरीरं छतापासून लोंबायला लागली. त्यांचे कमरेवरचे कपडे आधीच काढण्यात आले होते. पट्टा नसलेली त्यांची पँट सैल होत होत गळून पडली आणि त्यामुळे ते पूर्ण नग्नावस्थेत आले. तारेचा बसलेला गळफास गच्च होत होत श्वास कोंडून त्यांचा त्याच अवस्थेत मृत्यू झाला. हिटलरनं दिलेल्या आदेशांनुसार गोबेल्सनं या लोकांच्या खटल्यांचं तसंच क्रूर मृत्यूचं चित्रीकरण करायला आपल्या सहकाऱ्यांना सांगितलं होतं. त्याच संध्याकाळी ते हिटलरला दाखवण्यात आलं. स्वतः गोबेल्स मात्र या चित्रीकरणामधली भयावहता सहन करू शकला नाही. आपल्याला चक्कर येऊन आपण बेशुद्ध पडू असं वाटल्यामुळे त्यानं दोन्ही हातांनी आपला चेहरा झाकून घेतला आणि हे चित्रीकरण बघण्याऐवजी तो गप्प बसून राहिला. पुढचे अनेक महिने अशाच प्रकारचे खटले कट रचणाऱ्यांच्या विरोधात सुरू राहिले. न्यायाधीशानं अपेक्षेप्रमाणे सगळ्यांना मृत्युदंडाची शिक्षा ठोठावली. क्रूर प्रकारे त्या सगळ्यांना मारण्यात आलं. तेवढ्यात ३ फेब्रुवारी १९४५ या दिवशी अशाच एका खटल्याचं

कामकाज सुरू असताना त्या न्यायालयावरच अमेरिकी बॉम्ब कोसळला. त्यात न्यायाधीशासह अनेक जण ठार झाले. तरीही स्टॉफेनबर्गच्या कटात सामील असण्याच्या आरोपावरून सुमारे सात हजार जणांना अटक करण्यात आलं आणि त्यांपैकी किमान पाच हजार जणांना ठार करण्यात आल्याचं अधिकृत कागदपत्रांवरून नंतर लक्षात आलं.

हिटलरविरोधातल्या कटामध्ये थेट सहभाग नसलेल्या; पण या कटाची आधीपासून माहिती असलेल्या जनरल फ्रॉमची सुटका होऊ शकली नाही. या कटामध्ये सहभागी झालेल्या लोकांना तातडीनं गोळ्या घालून हिटलरची मर्जी संपादन करण्याचा फ्रॉमनं केलेला प्रयत्न अयशस्वी ठरला. २१ जुलै या दिवशी हिमलरनं 'होम आर्मी'ची सूत्रं हाती घेताच फ्रॉमला अटक करण्यात आली. त्याच्यावरही खटला चालवण्यात आला. १९४५ सालच्या मार्च महिन्यात त्यालाही संपवण्यात आलं. फ्रॉमवर 'भित्रेपणा'चा आरोप ठेवण्यात आला होता. नाझी सत्तेला फ्रॉमनं केलेली थोडी मदत आणि आपण याच सत्तेशी एकनिष्ठ असल्याचं भासवण्यासाठी त्यानं केलेले प्रयत्न यामुळे इतर लोकांप्रमाणे त्याला हुकाला टांगून लटकवत ठेवण्यात आलं नाही, तर गोळ्या घालून त्याचे हाल त्यातल्या त्यात कमी करण्यात आले, एवढंच!

आधीप्रमाणेच आपल्यावरच्या या हल्ल्यातून हिटलर अशा रीतीनं अत्यंत नाट्यमयरीत्या बचावला. हिटलरला ठार करण्यासाठी झालेल्या प्रयत्नांपैकी स्टॉफेनबर्गचा हा कट सगळ्यात मोठा आणि धाडसी होता, यात शंकाच नाही!

शेवटाचा प्रारंभ

स्टॉफिनबर्ग आणि त्याचे सहकारी यांनी आपल्या विरोधात रचलेल्या कटाचा हिटलरनं यशस्वीपणे मुकाबला केलेला असला आणि हा कट पार मोडून काढलेला असला तरी आंतरराष्ट्रीय पातळीवरच्या हिटलरसमोरच्या अडचणी मात्र संपल्या नाहीत. उलट त्या वाढत गेल्या. फ्रान्स आणि बेल्जियम हिटलरच्या हातून निसटले होते. मित्रराष्ट्रं जर्मनीमध्ये घुसण्याचा बेत आखत होती. पूर्वेकडून सोव्हिएत लष्कर तर जर्मनीचा कधीही घोट घेऊ शकेल, असं चित्र दिसत होतं. १९४४ सालच्या ऑगस्ट महिन्याच्या मध्यावर सोव्हिएत फौजांनी पूर्व प्रशियापर्यंत धडक मारली. याखेरीज वॉर्साच्या जवळही सोव्हिएत सैन्य येऊन ठेपलं होतं. तसंच रुमेनियाचा घास ऑगस्ट महिन्याअखेर रशियानं गिळला. यामुळे इथून जर्मनीला मिळत असलेलं तेल आता रशियाच्या ताब्यात आलं. अशा रीतीनं नैसर्गिक तेलाचे साठे मिळणं जर्मन लष्कराच्या दृष्टीनं अशक्यप्राय झालं. २६ ऑगस्टला बल्गेरियानं युद्धातून आपलं अंग काढून घेतल्यामुळे जर्मन सैनिकांना तिथून आपला पसारा घाईघाईनं आवरणं भाग पडलं. सप्टेंबर महिन्यात फिनलंडनंही बल्गेरियाची री ओढली खरी; पण जर्मन लष्करानं तिथून निघून जायला नकार दिला. यामुळे फिनलंडने जर्मन सैनिकांविरुद्ध संघर्ष सुरू केला.

१९४४ सालचा ऑगस्ट महिना संपत आला तेव्हा पश्चिमेकडच्या युद्धात जर्मनीचे अडीच लाख सैनिक ठार झाले होते आणि साधारण तितकेच युद्धकैदी म्हणून ताब्यात घेण्यात आले होते. या भागातले सगळे जर्मन रणगाडे आणि ट्रक नष्ट झाले होते. तिथली सगळी जर्मन युद्धसामग्री बेचिराख झाली होती. यामुळे अर्थातच आपण इथलं युद्ध तरी नक्कीच हरलो असल्याची जाणीव सगळ्या जर्मन लष्करी अधिकाऱ्यांना झाली. हिटलरला मात्र नेहमीप्रमाणेच त्यांच्या मताशी काही देणंघेणं नव्हतं. ऑगस्ट महिन्याच्या शेवटच्या दिवशी त्यानं आपल्या वरिष्ठ लष्करी अधिकाऱ्यांना उपदेश केला :

गरज पडल्यास आपण ऱ्हाईनवर लढू. त्यानं काही फरक पडत नाही. फ्रेडरिक द ग्रेट यानं म्हटल्याप्रमाणे आपला शत्रू लढून थकेपर्यंत आपण त्याच्याशी लढत राहू. पुढची ५० किंवा १०० वर्षे जर्मन लोकांना सन्मानात राहता येईल अशा प्रकारची जागा मिळेपर्यंत आपण झुंजत राहू. तसंच १९१८ मध्ये ज्याप्रमाणे आपण आपला मानसन्मान गमावला होता, त्याची पुनरावृत्ती आपल्या हातून होणार नाही. या लढाईचं नेतृत्व करणं, या एकाच गोष्टीसाठी मी जिवंत आहे. याचं कारण म्हणजे या लढाईमागे पोलादी आत्मविश्वास असलेलं नेतृत्व नसेल, तर हे युद्ध जिंकता येणार नाही.

आपल्या लष्करी अधिकाऱ्यांमध्ये जिद्द नसल्याची अप्रत्यक्ष टीका अशा प्रकारे करून झाल्यावर हिटलरनं मित्रराष्ट्रांमध्ये फूट पडणं अटळ असल्याचं आणि आपण त्याचीच वाट बघत असल्याचं सांगितलं :

मित्रराष्ट्रांमधले मतभेद वाढत जाऊन त्यांच्यामध्ये फूट पडणं अपरिहार्य आहे. इतिहासामध्ये मोठमोठ्या एकींमध्ये कधी ना कधी फूट पडल्याचं दिसून आलेलं आहे. म्हणूनच आपण आव्हान कितीही कठीण वाटत असलं तरी ही फूट पडण्यासाठीच्या योग्य क्षणाची वाट बघितली पाहिजे.

हिटलरनं आता लढण्यासाठी लोकांची 'युद्धपातळीवर' भरती करण्याचे आदेश गोबेल्सला दिले. म्हणजेच १५-१८ वयोगटातले तरुण तसंच ५०-६० या वयोगटातले लोक या सगळ्यांना लष्करात भरती व्हायला सांगण्यात आलं. शाळा, विद्यापीठं, कारखाने, कार्यालयं अशा सगळ्या ठिकाणी गोबेल्सची माणसं लष्करभरतीसाठी जायची. यामुळे १९४४ सालच्या सप्टेंबर-ऑक्टोबर महिन्यात जर्मन लष्करात पाच लाखांची भरती करण्यात आली. सर्वसामान्यपणे अशा वेळी या लोकांची जागा कारखाने आणि कार्यालयं इथं स्त्रियांनी घेणं अपेक्षित असलं तरी जर्मनीमध्ये मात्र तसं करण्यात आलं नाही. साहजिकच युद्धसामग्रीचं उत्पादन तसंच इतर वस्तूंची निर्मिती यांच्यात घट व्हायची भीती निर्माण झाली. नाझी विचारसरणीनुसार स्त्रियांनी अशा प्रकारे बाहेर कामं करणं योग्य नव्हतं. स्त्रियांचं स्थान घरात असतं, असं मानलं जाई. आता नव्यानं लष्करात भरती करण्यात आलेल्यांचं मुख्य काम परकीय भूमीवर जाणं नसून मायभूमीचं परकीय हल्ल्यांपासून रक्षण करण्याचं होतं. नेपोलियनच्या काळापासून प्रथमच जर्मनीवर ही वेळ आली होती. नेपोलियनच्या काळापासूनची सगळी युद्धं जर्मनेतर भूमीवर लढली गेली होती. अर्थातच जर्मन सैनिकांचं मनोधैर्य

खचत असताना नव्यानं लष्करात जवळपास सक्तीनं भरती करण्यात आलेल्या लोकांकडून लढण्याची अपेक्षा करणं जरा जास्तच होतं. साहजिकच यांपैकी अनेक जण लष्करात भरती नुसते नावापुरते होत आणि लगेचच पळ तरी काढत किंवा शत्रूला शरण जात. हे लक्षात येताच हिमलरनं असा प्रयत्न करणाऱ्या सगळ्या लोकांचे हालहाल करून त्यांना ठार करण्यात येईल असा इशारा तर दिलाच; शिवाय या लोकांच्या कुटुंबीयांना अटक करून त्यांनाही गोळ्या घालण्यात येतील, अशी धमकी दिली.

१२ डिसेंबर १९४४ या दिवशी पश्चिमेकडच्या मित्रराष्ट्रांच्या फौजांशी झुंजणाऱ्या अनेक जर्मन लष्करी अधिकाऱ्यांना अचानकपणे एकत्र बोलावून घेण्यात आलं. त्यांच्याकडची शस्त्रं काढून घेऊन त्यांना एका बसमध्ये बसवण्यात आलं. यानंतर सुमारे अर्धा तास अंधार पसरलेला असताना बर्फाळ भागात चित्रविचित्र ठिकाणी त्यांना फिरवण्यात आलं. यामुळे त्यांना दिशा, आपलं सध्याचं ठिकाण या सगळ्या गोष्टी लक्षात ठेवणं कठीण झालं. त्यानंतर त्यांना जमिनीखाली खोलवर असलेल्या एका बंकरच्या प्रवेशद्वारापाशी सोडण्यात आलं. फ्रँकफर्टजवळच्या झायगेनबर्ग इथलं हिटलरचं हे तेव्हाचं राहण्याचं ठिकाण असल्याचं त्यांच्या नंतर लक्षात आलं. यानंतर चार दिवसांनी मित्रराष्ट्रांवर एक मोठा हल्ला करण्याचे बेत हिटलर आखत असल्याचं रहस्यही त्यांच्यासमोर लवकरच खुलं करण्यात आलं. खरं म्हणजे सप्टेंबर महिन्याच्या मध्यावर अमेरिकी लष्कराच्या तुकड्यांना जर्मन सैनिकांनी ऱ्हाईन नदीजवळच्या युद्धभूमीवर रोखून धरल्यानंतर आणि त्यांचा पाडाव केल्यानंतर या नव्या हल्ल्याची कल्पना हिटलरच्या मनात प्रथम आली होती. जर्मनीच्या अनपेक्षित प्रतिहल्ल्यामुळे आश्चर्यचकित झालेल्या आणि काहीशा खचलेल्या अमेरिकी तुकड्यांनी यानंतर ऑक्टोबर महिन्यातसुद्धा ऱ्हाईन नदीच्या दिशेनं आपली आगेकूच सुरू ठेवली खरी; पण त्यात त्यांना वेगानं यश मिळत नव्हतं. अशा प्रकारे आपण आपल्या भूमीचा बचाव करत राहिलो तर त्यात काही काळ आपल्याला यश लाभेल खरे; पण भविष्यात हा बचाव भेदून मित्रराष्ट्रं पुढे येणार आणि जास्तीत जास्त जर्मन भूभाग आपल्या ताब्यात घेणार, याची हिटलरला कल्पना होती. साहजिकच त्यानं बचावात्मक धोरण सोडून आक्रमणाकडे वळायचं ठरवलं. या आक्रमणामुळे जर्मनीकडे चाल करून येत असलेल्या मित्रराष्ट्रांच्या फौजांमध्ये फूट पडेल, त्यांना मिळत असलेल्या युद्धसामग्रीमध्ये प्रचंड घट होईल आणि त्यांना माघार घ्यावी लागेल, असा हिटलरचा अंदाज होता. नेहमीप्रमाणेच शत्रूला गाफील ठेवून अनपेक्षितपणे त्याच्यावर आक्रमण करण्याचं धाडसी धोरण हिटलर अवलंबत होता. यामुळे मित्रराष्ट्रांचा जोरदार पराभव तर होईलच; पण शिवाय

आपल्याला आपलं लक्ष पूर्वेकडे वळवून सोव्हिएत आक्रमणाला खीळ घालण्याचीही उसंत मिळेल, असं त्याला वाटत होतं. रशियन सैनिक बाल्कन भागातून चाल करून पुढे येत असले तरी ऑक्टोबर महिन्यापासून त्यांना पोलंडमध्ये व्हिस्चुला आणि पूर्व प्रशिया इथंच रोखून धरण्यात जर्मन लष्करानं यश मिळवलं होतं. तिकडे आपली ताकद खर्ची घालता येईल, असा हिटलरचा विचार होता.

आपल्याला अशा प्रकारच्या अनपेक्षित हल्ल्याचा नक्कीच फायदा होईल आणि यामुळे मित्रराष्ट्रांची जोरदार पीछेहाट होईल, असा विश्वास हिटलरला वाटत होता. मात्र त्याच्या या आशावादामध्ये एक मोठा धोका होता. जर्मन लष्कराची ताकद युद्ध सुरू झाल्यापासूनच्या काळात प्रचंड मोठ्या प्रमाणावर घटली होती. मनुष्यबळ, शस्त्रास्त्रं, इतर युद्धसामग्री आणि रसद या सगळ्या गोष्टींच्या संदर्भात अनेक अडचणी होत्या. युद्धाच्या सुरुवातीच्या काळात पूर्ण ताकदीनिशी केलेला असा हल्ला नक्कीच यशस्वी ठरला असता; पण आता मात्र यात धोका आहे, असं अनेक जर्मन लष्करी अधिकाऱ्यांना वाटत होतं. त्यांनी ही भीती हिटलरपाशी व्यक्त केली. हिटलरनं हा बेत आखण्यापूर्वी त्यांच्याशी अजिबात चर्चा केली नव्हती. साहजिकच त्यानं हवेत मनोरे बांधले असल्याविषयी त्यांच्या मनात अजिबातच शंका नव्हती. तरीसुद्धा हिटलरशी चर्चा करण्याचा प्रयत्न करणं म्हणजे त्याच्या दृष्टीनं वाद घालण्यासारखं होतं. तसंच याचा अर्थ आपल्या लष्करी अधिकाऱ्यांमध्ये मनोधैर्य नसल्याचा तो लावणार, याविषयीसुद्धा त्यांना खात्री होती. साहजिकच या फंदात कशाला पडायचं, असा विचार बहुतेक जणांच्या मनात होता. खरं म्हणजे आता हिटलरची शारीरिक अवस्था एकदम खराब झाली होती. तो खूपच थकल्यासारखा दिसत होता. एक पाय ओढल्यासारखा तो चालत होता. त्याचा चेहरा एकदम पडला होता आणि त्याचे हात थरथरत होते. असं असूनही त्याच्या स्वभावात किंवा आपणच विजयी ठरणार अशा भ्रमात कसलाच फरक पडला नव्हता. हिटलरनं आपल्या लष्करी अधिकाऱ्यांच्या मनात विश्वास निर्माण करण्यासाठी आणि त्यांना प्रेरित करण्यासाठी एक छोटंसं भाषणच ठोकलं. ते संपल्यावर हे अधिकारी तिथून निघून गेले. कुणालाच या डावपेचांमध्ये यश मिळवण्याची आशा वाटत नसली तरी हिटलरनं दिलेले आदेश मान्य करण्यावाचून त्यांच्यासमोर दुसरा पर्यायच नव्हता. साहजिकच नशिबावर हवाला ठेवून ते सगळे आपापल्या कामाला लागले.

१६ डिसेंबरच्या पहाटेपासून अतिथंड हवामानात बर्फ पडत असताना जर्मनीनं अर्देन्स इथल्या जंगलानजीकच्या डोंगराळ भागातून मित्रराष्ट्रांच्या सैन्यावर

हल्ले केले. याचा कसलाच मागमूस नसल्यामुळे आणि अशा हवामानात शांत राहणं जास्त योग्य असल्याच्या समजुतीपोटी मित्रराष्ट्रांचे सैनिक आराम करत होते. याचा जोरदार फायदा उठवून जर्मनांनी त्यांच्यावर प्रहार केला. यात जर्मनांना बऱ्यापैकी यशही लाभलं. १७ डिसेंबरच्या रात्री तर जर्मन लष्करानं इतकी जोरदार मजल मारली की त्यामुळे अमेरिकी लष्कराच्या तात्पुरत्या मुख्यालयापासून जेमतेम १३ किलोमीटर्स अंतरापर्यंत जर्मन सैनिक येऊन ठेपले. या अनपेक्षित हल्ल्यामुळे गाफील अवस्थेमधलं अमेरिकी लष्कर एकदम अवाक झालं आणि घाईघाईनं हे मुख्यालय खाली करण्यासाठीचे प्रयत्न अमेरिकी लष्कराच्या वतीनं करण्यात आले. याहून महत्त्वाची गोष्ट म्हणजे जर्मन सैन्य आता तब्बल १.१३ कोटी लिटर पेट्रोलचा साठा असलेल्या ठिकाणापासून फक्त दीडेक किलोमीटर्स अंतरावर होतं. हा इंधनाचा साठा जर जर्मन लष्कराच्या हाती लागला असता तर त्याचा जोरदार फटका मित्रराष्ट्रांना बसला असता. इंधनाचा पुरवठा पुरेशा प्रमाणात होत नसल्यामुळेच जर्मन लष्कर खूप वेगानं आगेकूच करू शकत नव्हतं. हा आयता साठा त्यांना मिळाला असता तर त्यांच्या आक्रमणाचा झपाटा आणि वेग यांच्यात खूप वाढ झाली असती. अमेरिकी सैनिकांचा पोषाख घालून अमेरिकी लष्कराला गुंगारा देणाऱ्या जर्मन लष्करी तुकड्यांनी पुढे जात अमेरिकी रणगाडे, ट्रक्स, जीप्स आपल्या ताब्यात घेतले खरे; पण अमेरिकी लष्करानं आता कडवा प्रतिकार करायला सुरुवात केली. यामुळे त्या भागातला एक महत्त्वाचा टापू काबीज करण्याचे जर्मनीचे प्रयत्न फोल ठरले. जर्मन लष्कर तिथं पोहोचण्याच्या आतच जिगरबाज अमेरिकी सैनिकांनी तिथं कूच केलं आणि तो भाग आपल्या ताब्यात घेतला. यामुळे जर्मनांना आणखी वेगानं पुढे जाणं अशक्य होऊन बसलं. जर असं घडलं नसतं आणि जर्मन लष्करानं या टापूवर आपलं बस्तान बसवलं असतं, तर मात्र त्यांना अमेरिकी लष्कराला आणखी जेरीला आणणं शक्य झालं असतं. तरीसुद्धा २२ डिसेंबर १९४४ या दिवशी त्या भागातल्या अमेरिकी लष्कराला शरण येण्याचं आवाहन करणारा एक संदेश जर्मन लष्करी अधिकाऱ्यानं पाठवला. अमेरिकी लष्करी अधिकारी अर्थातच या डावपेचांना अजिबात दाद देणारा नव्हता. त्यानं या संदेशाचं उत्तर म्हणून त्या जर्मन लष्करी अधिकाऱ्याची कुचेष्टा करणारा 'नट्स'! असा एका शब्दाचा संदेश पाठवून दिला. याचाच ढोबळ अर्थ 'मला वेडा समजतोस का?' किंवा 'तुझ्या संदेशाला मी अजिबात भीक घालत नाही' असा होता.

हिटलरच्या या धाडसी मोहिमेतला निर्णायक क्षण १९४४ सालच्या

नाताळाच्या आदल्या दिवशी आला. पेट्रोलची आणि जास्तीच्या सैनिकांच्या कुमकीची वाट बघत एक मोठी जर्मन लष्करी तुकडी तीन दिवस थांबली होती. या तुकडीला अपेक्षित असलेली मदत तर आलीच नाही; पण अचानकपणे अमेरिकी लष्करानं तिच्यावर हल्लाबोल केला. बर्फ पडण्याचं प्रमाण कमी झालेलं असल्यामुळे आणि तापमानात वाढ झालेली असल्यामुळे, मित्रराष्ट्रांच्या हवाई दलाला जर्मन सैनिकांवर आणि त्यांच्या रसदीवर हल्ले करणं शक्य झालं. तरीसुद्धा जर्मनीनं नाताळाच्या दिवशी परत एकदा सगळी ताकद लावून तो भाग जिंकून घेण्याचा प्रयत्न केला. दिवसभर त्यांनी शर्थीनं झुंजूनसुद्धा अमेरिकी बचावफळीच्या चिकाटीमुळे त्यांची सरशी होऊ शकली नाही. दुसऱ्या दिवशी अमेरिकी लष्कराची नवी कुमक तिथं दाखल झाल्यामुळे जर्मन लष्कराचं कंबरडं मोडलं. आता माघार घेण्यावाचून दुसरा पर्याय त्यांच्यासमोर नव्हता. तसंच ही माघार अगदी तातडीनं घेणं भाग होतं; अन्यथा मित्रराष्ट्रांच्या आणि खास करून अमेरिकेच्या आक्रमणासमोर त्यांचं या मोहिमेत सहभागी झालेलं सगळं सैन्य बेचिराख होण्याची दाट शक्यता होती.

अर्थातच हिटलरला याच्याशी काही देणंघेणं नव्हतं. स्वतः पूर्ण लष्करी पोषाख घालून २८ डिसेंबर १९४४ या दिवशीच्या आपल्या लष्करी अधिकाऱ्यांच्या तातडीनं बोलावण्यात आलेल्या बैठकीदरम्यान त्यानं माघार घेण्याचा प्रश्नच उद्भवत नसल्याचं सांगितलं. पूर्ण ताकदीनिशी जर्मन लष्करानं नव्यानं अमेरिकी लष्कराच्या ताब्यात आलेले प्रदेश जिंकून घेण्यासाठी चढाई करण्याचे आदेश दिले. इतकंच नव्हे, तर दुसऱ्या एका भागात अमेरिकी लष्कराची ताकद फार नसल्यामुळे तिथं नवं आक्रमण करण्यासंबंधीचे आदेशही त्यानं जारी केले. लष्करी अधिकाऱ्यांचा याला साफ विरोध असला तरी आणि जर्मनीची ताकद हे सगळं करण्यासाठी आता अजिबातच पुरेशी नसल्याचं त्यांना माहीत असलं तरी त्यांचा काही इलाज नव्हता. हिटलर कुणाचं ऐकून घेण्याच्या मन:स्थितीत नव्हता. उलट 'मी हा सगळा प्रकार गेली अकरा वर्षे बघतो आहे ... आजवर आपली कुठल्याही मोहिमेसाठी संपूर्ण तयारी असल्याचं एकदाही मला कुणी सांगितलेलं नाही ... आपण कधीच संपूर्ण तयारीनिशी कुठलीच मोहीम सुरू करत नसतो ... हे अगदी उघड आहे ...' असं म्हणून हिटलरनं आपल्या लष्करी अधिकाऱ्यांना पार उडवून लावलं. यानंतरही हिटलरची बडबड बराच काळ सुरू राहिली. वास्तवाशी हिटलरला कसलंच देणंघेणं नसल्याचं आणि तो कुठल्या तरी वेगळ्याच विश्वात वावरत असल्याचं जर्मन लष्करी अधिकाऱ्यांना आधीपासून माहीत होतंच; ते नव्यानं अधोरेखित झालं. जर्मनीचं अस्तित्व या युद्धाच्या निकालावर अवलंबून असल्याचं सांगून हिटलरनं यानंतर रोमचा

इतिहास, प्रशियाचं सात वर्षांचं युद्ध अशा गोष्टींवर प्रवचन दिलं. सरतेशेवटी तो तेव्हा सुरू असलेल्या युद्धाशी संबंधित असलेल्या मुद्द्यांकडे वळला. आपल्या आत्ताच्या धाडसी मोहिमेत आपल्याला अगदी सनसनाटी यश मिळालेलं नसलं तरीसुद्धा अगदी पंधरवड्यापूर्वीसुद्धा कुणाच्या स्वप्नात नसलेले बदल या मोहिमेनं निश्चितपणे घडवून आणल्याचा दावा त्यानं केला. बोलताबोलता हिटलर आपल्यासमोर उभ्या ठाकलेल्या पराभवाची कबुली देतो आहे की काय, असं उपस्थितांना वाटलं :

आक्रमण करण्यासंबंधीचे आपले सगळे बेत शत्रूला रद्द करावे लागले ... दमलेल्या लष्करी तुकड्यांना रणभूमीवर पाठवण्याचा निर्णय त्याला नाइलाजानं घ्यावा लागला ... त्याचे सगळे डावपेच पार फसले ... मायभूमीत त्याच्यावर प्रचंड टीका होत आहे ... मानसिकदृष्ट्या खच्चीकरण करणारी परिस्थिती त्याच्या दृष्टीनं निर्माण झालेली आहे ... या युद्धाचा निकाल ऑगस्टपर्यंतच काय पण कदाचित पुढच्या वर्षाअखेरपर्यंतसुद्धा लागणार नाही, अशी कबुली त्यानं दिली आहे ...

अर्थातच आपल्या तोंडून निघणाऱ्या शब्दांचा असा अर्थ लावला जाण्याची शक्यता असल्याचं हिटलरच्या लगेच लक्षात आलं आणि त्यानं तातडीनं दुरुस्ती केली :

अर्थात मला आपण या युद्धात पराभूत होण्याची अगदी सुतराम शक्यता वाटत असल्याचा निष्कर्ष यातून अजिबात काढू नका ... 'शरणागती' हा शब्दच मला माहीत नाही ... आजची परिस्थिती माझ्यासाठी अजिबात नवी नाही ... याहून खूप खराब परिस्थितीतून मी गेलेलो आहे ... मी माझी उद्दिष्टे गाठण्यासाठी इतक्या कडवेपणानं का झगडतो आणि कशामुळेही माझा निग्रह कमी का होत नाही, हे तुम्हाला समजावं म्हणून मी हे सगळं बोलतो आहे ... काळजीमुळे माझ्या मनाची अवस्था दोलायमान होत असली आणि तिचे माझ्या शरीरावरही दुष्परिणाम होत असले तरीसुद्धा युद्धाचं पारडं आपल्या बाजूनं झुकेपर्यंत लढत राहण्याच्या माझ्या निर्धारात कदापि बदल होणार नाही ...

यानंतर आपली सगळी ताकद पणाला लावून लढण्याचं आवाहन त्यानं आपल्या लष्करी अधिकाऱ्यांना पुन्हा एकदा केलं. अर्थातच याला खूप उशीर झाला होता. जर्मनीची अवस्था खराब होती. तिच्या लष्कराचं जोरदार खच्चीकरण झालं

होतं. नववर्षदिनी हिटलरनं अमेरिकी सैनिकांवर नव्यानं हल्ले सुरू करण्यासाठीचे आदेश दिले. तसंच ऱ्हाईन नदीनजीकच्या आक्रमणासाठी त्यानं हिमलरच्या नेतृत्वाखाली फौज पाठवली. हिमलरला अशी जबाबदारी देणं, हा जर्मन लष्करी अधिकाऱ्यांच्या दृष्टीनं मोठा विनोदच होता. यातली कुठलीच मोहीम यशस्वी ठरली नाही. शेवटी १६ जानेवारी १९४५ या दिवशी हिटलरचं साहस अंगलट आल्याचं साफ दिसून आलं. या मोहिमा सुरू करण्यापूर्वी जर्मनी भौगोलिकदृष्ट्या ज्या प्रदेशांमध्ये होती त्याच ठिकाणी ती आतासुद्धा होती. वर १.२० लाख जर्मन सैनिक ठार, जखमी किंवा बेपत्ता झाले होते. ६०० रणगाडे आणि मशिनगन्स, १६०० विमानं आणि ६००० वाहनं हे सगळं जर्मनीनं नव्यानं गमावलं होतं. अमेरिकी लष्कराचंही यात खूप नुकसान झालं. ८००० अमेरिकी सैनिक ठार झाले आणि ४८००० जखमी झाले. २१००० अमेरिकी सैनिक बेपत्ता झाले. ७३३ अमेरिकी रणगाडे नष्ट झाले. तरीसुद्धा यामधला महत्त्वाचा मुद्दा म्हणजे हे नुकसान भरून काढण्याची धमक आणि क्षमता अमेरिकेमध्ये होती. जर्मनी मात्र सततच्या युद्धामुळे आणि सोसाव्या लागणाऱ्या नुकसानामुळे पार पिचून गेली होती. हे अतोनात नुकसान सोसण्याची क्षमता जर्मनीमध्ये जवळपास शिल्लकच नव्हती. या युद्धामधलं जर्मनीचं हे शेवटचं मोठं आक्रमण होतं. त्यात आलेल्या अपयशामुळे केवळ पश्चिमेकडच्या युद्धात जर्मनी पराभूत होणार, हे जवळपास नक्की झालं असं नाही तर तिच्या पूर्वेकडच्या परिस्थितीतही यामुळे विलक्षण घसरण झाली.

आपली पूर्वेकडची परिस्थिती सुधारत चालल्याचा फोल आशावाद हिटलरनं व्यक्त केला असला तरी त्यात तथ्य नव्हतं. नाताळाच्या आदल्या संध्याकाळी सोव्हिएत लष्करानं हंगेरीमधल्या बुडापेस्टला वेढा घातला होता. या आव्हानाचा सामना करण्यासाठी तसंच पोलंडमधल्या रशियाचं आक्रमण रोखून धरण्यासाठी आपल्याला कुमक हवी असल्याचं संबंधित लष्करी अधिकाऱ्यानं हिटलरला कळवलं. हे अजिबात शक्य नसल्याचं आणि उलट ही परिस्थिती नीटपणे न हाताळल्यामुळेच या अडचणी उद्भवल्या असल्याचं निराशाजनक उत्तर त्याला मिळालं. तरीसुद्धा ९ जानेवारी १९४५ या दिवशी हिटलरची समोरासमोर भेट घेऊन सगळी परिस्थिती नीट समजावून सांगण्यासाठी नकाशे आणि इतर तपशील गोळा करून या अधिकाऱ्याचा साहेब दाखल झाला. हे बघून हिटलर पार संतापला. त्यानं पूर्वेकडची आपली तटबंदी एकदम भरभक्कम असल्याचं सांगून तरीसुद्धा पराभूत दृष्टिकोन असलेल्या संबंधित लष्करी अधिकाऱ्याला महामूर्खांसाठीच्या दवाखान्यात भरती करायला हवं असल्याचं सांगितलं. यामुळे मात्र या साहेबाच्या सहनशीलतेचा कडेलोट झाला आणि त्यानं 'आपल्या हाताखालच्या अधिकाऱ्याबरोबर आपल्यालाही हिटलरनं तिथं भरती करावं' असं उत्तर दिलं. पूर्वेकडची आपली परिस्थिती ही भरभक्कम तटबंदीसारखी

नसून पत्त्यांच्या रचलेल्या डावासारखी नाजूक असल्याचं त्यानं हिटलरला सांगितलं. हिटलरनं त्याकडे दुर्लक्ष केलं असलं तरी घडलं तसंच. १२-१७ जानेवारीदरम्यान सोव्हिएत लष्करानं जोरदार प्रगती करून पोलंडमध्ये बराचसा प्रदेश आपल्या टाचेखाली आणला. पूर्व प्रशियामध्येही सोव्हिएत आक्रमण वाढलं आणि निम्मा पूर्व प्रशिया प्रांत जर्मनीनं गमावला. दुसऱ्या महायुद्धामधलं हे सगळ्यात मोठं रशियन आक्रमण होतं. तब्बल १८० लष्करी तुकड्या यासाठी स्टॅलिननं तैनात केल्या होत्या. त्यांना रोखण्याची ताकद आता क्षीण होत चाललेल्या जर्मन लष्करामध्ये नसल्याचं दिसून येत होतं.

२७ जानेवारी १९४५ या दिवशी म्हणजेच आपली मोहीम सुरू केल्यानंतर फक्त १५ दिवसांनी पूर्व आणि पश्चिम प्रशिया हे प्रांत जर्मनीच्या ताब्यातून पूर्णपणे निसटले. आता बर्लिनपासून फक्त १६० किलोमीटर्स अंतरापर्यंत सोव्हिएत लष्कर पोहोचलं होतं! सोव्हिएत आक्रमणामधला सगळ्यात महत्त्वाचा मुद्दा म्हणजे सिलेसिया हा अत्यंत महत्त्वाचा जर्मन औद्योगिक भाग आता सोव्हिएत नियंत्रणाखाली होता. ३० जानेवारी १९४५ या दिवशी म्हणजेच हिटलरनं जर्मनीची सत्ता आपल्याकडे घेण्याला बरोबर डझनभर वर्षं झाल्याच्या दिवशी जर्मनीच्या शस्त्रनिर्मिती प्रकल्पाच्या प्रमुखानं हिटलरला एक उदासवाणं पत्र लिहिलं. त्यातलं पहिलंच वाक्य 'आपण या युद्धात पराभूत झालो आहोत' असं अत्यंत निराशाजनक होतं. कुठल्याही प्रकारची नाट्यमयता आपल्या बोलण्यात-लिहिण्यात नसेल याची तो काळजी घेत असे. त्याला अनुसरून त्यानं आपल्या या विधानाचं स्पष्टीकरण पुढे दिलं. जर्मनीला मिळत असलेल्या कोळशापैकी ६०टक्के कोळसा सिलेसियन खाणींमधून उपलब्ध होत होता. आता पुढचे दोन आठवडे जर्मन रेल्वे, वीजनिर्मिती प्रकल्प आणि कारखाने चालू शकतील एवढाच कोळसा शिल्लक होता. सिलेसिया आपण गमावलं असल्यामुळे इथून पुढे आपल्याला मोठ्या प्रमाणावर कोळसा मिळू शकणार नाही आणि आपण युद्ध सुरू ठेवू शकणार ना, असं त्यानं या अहवालरूपी पत्रात लिहिलं. हे पत्र हिटलरला मिळाल्यावर त्यानं त्यामधलं फक्त पहिलं वाक्य वाचलं. ते वाचताच त्या पत्रामधला उरलेला मजकूर न वाचताच त्यानं हे पत्र आपल्या कागदपत्रांच्या फाईलमध्ये लावण्यासाठी आपल्या सहायकाला दिलं. हे पत्र लिहिणाऱ्या शस्त्रनिर्मिती प्रकल्पाच्या प्रमुखाला हिटलरची भेट घ्यायची होती; पण त्याला हिटलरनं नकार दिला. तसंच यानंतर आपण कुणालाच एकटे भेटणार नसल्याचं त्यानं जाहीर केलं. याचं कारण म्हणजे आपल्याशी अशा प्रकारे खासगीत बोलू इच्छिणारे लोक आपल्याला हमखास काहीतरी खराब बातमी सांगतात, असं हिटलरला वाटत होतं. हे आपण आता सहन करू शकत नसल्याचं त्यानं आपल्या सहायकाला सांगितलं.

आता हिटलरचं मुख्यालय बर्लिनमधल्या संसदेच्या इमारतीत हलवण्यात आलं होतं. आपला पराभव निश्चित असल्याची जाणीव हिटलरसकट सगळ्यांना झाली होती. २५ जानेवारी १९४५ या दिवशी जर्मन परराष्ट्रमंत्री रिबनट्रॉप याची भेट घेऊन जर्मन लष्करप्रमुख गुडेरियन यानं एक प्रस्ताव मांडला. त्यात आपण मित्रराष्ट्रांशी पश्चिमेकडच्या युद्धासंबंधी तह करावा, अशी मागणी होती. याचं कारण म्हणजे जर्मनीची जी काही उरलीसुरली ताकद होती, ती पूर्वेकडच्या सोव्हिएत आक्रमणाशी झुंजण्यात आपल्याला लावता येईल, असं त्याचं रास्त म्हणणं होतं. हिटलरपाशी तातडीनं हे प्रकरण रिबनट्रॉपनं नेताच हिटलरनं त्याला पार वेड्यात काढलं. तसंच आपला लष्करप्रमुखच देशद्रोह करत असल्याचा अजब निष्कर्ष त्यानं काढला. असं असूनसुद्धा फक्त दोन दिवसांनी गोरिंगसह काही मोजक्या लोकांशी बोलताना हिटलरनं मित्रराष्ट्रंच आपल्याशी तह करायला उत्सुक असतील असा अजब आशावाद मांडला. यामागचं कारण म्हणजे सोव्हिएत युनियनचं पूर्वेकडून सुरू असलेलं आक्रमण मित्रराष्ट्रांना काळजीत टाकणारं असेल, असं त्याचं मत होतं. तसंच साम्यवादाशी आपली सुरू असलेली झुंज यामुळे धोक्यात येईल, असं ब्रिटिशांना तसंच अमेरिकनांना जाणवेल, असंही त्याला वाटत होतं. साहजिकच सोव्हिएत धोका रोखण्यासाठी आपल्याशी मित्रराष्ट्रं तह करण्याचा प्रस्ताव मांडतील, असा अगम्य तर्क हिटलरनं काढला. सगळीकडून कोंडी झालेली असतानासुद्धा वस्तुस्थितीकडे पार दुर्लक्ष करून दिवास्वप्नं रंगवण्याची त्याची खोड अजून मोडली नसल्याचं हे ठळक उदाहरण होतं.

१९४५ सालच्या वसंत ऋतूमध्ये हिटलरच्या 'थर्ड राईख'चा निकाल अगदी वेगानं लागला. फेब्रुवारी-मार्च महिन्यात कोळशाच्या उपलब्धतेचं प्रमाण घटून फक्त एक पंचमांश पातळीवर आल्यामुळे, तसंच कोळसा वाहून नेण्यासाठीची वाहतूक व्यवस्था अमेरिकी-ब्रिटिश बॉम्बनी उद्ध्वस्त केल्यामुळे जर्मन लष्कराची युद्धसामग्री पार खिळखिळी झाली. हिटलरच्या बैठकांमध्ये कोळशाची कमतरता हाच मुख्य विषय बनला. रुमेनिया आणि हंगेरी इथं सोव्हिएत लष्कराचं वर्चस्व असल्यामुळे तेलही मिळेनासं झालं. जर्मनीमध्ये कृत्रिम तेलनिर्मितीसाठीच्या प्रकल्पांवर बॉम्ब पडले होते. यामुळे जर्मन युद्धनौका बंदरांवर बसून राहिल्या तर वायुदलाची विमानं विमानतळांवर खिळून राहिली. तिथं मित्रराष्ट्रांच्या बॉम्बनी त्यांचा वेध घेतला. रणगाडेसुद्धा इंधनाच्या अनुपलब्धतेमुळे निकामी ठरले. हिटलरची 'शेवटची आशा' म्हणून ओळखल्या जाणाऱ्या V-१ या उडत्या बॉम्बचा तसंच V-२ या रॉकेट्सचा फारसा प्रभाव पडू शकला नाही. याचं कारण म्हणजे ज्या ठिकाणांहून ही क्षेपणास्त्रं ब्रिटिश शहरांवर डागण्याचे मनसुबे रचण्यात आले होते, ती फ्रेंच आणि बेल्जियन सीमा क्षेत्रं आता अमेरिकेच्या ताब्यात होती. तरीसुद्धा एकंदर ८००० क्षेपणास्त्रं

ब्रिटिश आणि अमेरिकी लष्करांच्या तुकड्यांवर डागण्यात आली. याचा फारसा उपयोग होऊ शकला नाही.

सगळ्यात महत्त्वाची गोष्ट म्हणजे अणुबॉम्ब बनवण्यासाठीची जर्मन धडपडसुद्धा एकदम क्षीण ठरली. हायझेनबर्गसारखा शास्त्रज्ञ दिमतीला असूनसुद्धा अणुबॉम्बनिर्मितीचा प्रकल्प जर्मनीमध्ये फार पुढे जाऊ शकला नाही. यामागची दोन प्रमुख कारणं म्हणजे हिटलरला त्यात फारसा रस नसणं आणि हिमलरला या प्रकल्पाशी संबंधित असलेल्या सगळ्या लोकांविषयी सतत संशय वाटत राहणं, ही होती. खरं म्हणजे जर्मनी अणुबॉम्ब तयार करण्याच्या बाबतीत आघाडीवर आहे आणि कदाचित ती आपल्यावर मातसुद्धा करू शकते, अशी भीती इंग्लंड आणि अमेरिका यांना सातत्यानं वाटत राहिली. प्रत्यक्षात ती अनाठायी ठरली. १९४४ सालच्या अखेरपर्यंत जर्मन अणुबॉम्ब तयार होणार नाही, हे मित्रराष्ट्रांना खात्रीलायकरीत्या समजलं आणि त्यांना हायसं वाटलं.

हिटलरच्या कारकिर्दीचा शेवट या घटनाक्रमामुळे अगदी जवळ येऊन ठेपला.

स्वप्नरंजन आणि घात झाल्याची भावना

८ फेब्रुवारी १९४५ या दिवशी ड्वाईट आयसेनहॉव्हर या अमेरिकी लष्कर-प्रमुखाच्या मार्गदर्शनाखाली सुरू असलेल्या आक्रमणाचा पुढचा टप्पा सुरू झाला. ८५ लष्करी तुकड्या ऱ्हाईन नदीपाशी दाखल झाल्या. इथं जर्मन लष्कर आपल्याला दमवण्याचा प्रयत्न करेल आणि आपल्याला सहजासहजी पुढे जाता येऊ नये यासाठी वेळ घालवण्याचा प्रयत्न करेल, असं अमेरिकेला वाटलं. जर्मन लष्करी अधिकाऱ्यानेसुद्धा हिटलरला अशाच प्रकारचा सल्ला दिला. याचा अर्थ जर्मन लष्करानं काही प्रमाणात माघार घेत शत्रूला चकवा देण्याचा प्रयत्न करत राहणं असा असल्यामुळे हिटलरला तो मान्य असण्याचा प्रश्नच नव्हता. असं करणं म्हणजे 'एकीकडचं संकट दुसरीकडे ढकलणं' असा असल्याचं आपलं मत असल्याचं हिटलरनं त्याला सांगितलं. साहजिकच माघार न घेता आणि गनिमी काव्याचा वापर करून न लढता जर्मन सैन्य आपल्या मूळ ठिकाणीच उभं राहिलं आणि चाल करून येणाऱ्या अमेरिकी लष्करावर प्रतिहल्ला करण्याचा प्रयत्न झाला. अर्थातच हा प्रतिहल्ला फार काळ टिकू शकला नाही. यात आणखी साडेतीन लाख जर्मन सैनिक ठार, जखमी किंवा बंदिवान झाले. महिन्याअखेर हा सगळा भाग अमेरिकी आणि ब्रिटिश सैनिकांच्या ताब्यात आला.

हिटलर भयंकर संतापला होता. १० मार्च १९४५ या दिवशी त्यानं पुन्हा एकदा आपल्या लष्करप्रमुखाची हकालपट्टी करून इटलीमध्ये दीर्घ काळ जर्मन आघाडी टिकवून धरणाऱ्या लष्करी अधिकाऱ्याची त्याच्या जागी नेमणूक केली. सगळीकडून होणारी कोंडी फोडता येत नसल्याचा राग कसा व्यक्त करायचा हे हिटलरला समजत नसल्यामुळे गोबेल्स नेहमीप्रमाणे त्याच्या मदतीला धावून आला. जर्मन शहरांवर बॉम्बहल्ले करण्याच्या प्रयत्नांत असलेले शत्रूचे अनेक सैनिक जर्मन लष्कराच्या ताब्यात होते. या सगळ्यांना ठार करण्याची कल्पना गोबेल्सच्या डोक्यात आली आणि त्यानं ती हिटलरला सांगितली. खरं म्हणजे असं करणं हे

नुसतं अनैतिकच ठरलं नसतं तर बेकायदासुद्धा ठरलं असतं. जीनिव्हा करारानुसार शत्रूच्या पकडण्यात आलेल्या सैनिकांचं काय करायचं यासंबंधीचे ठरावीक निकष होते. ते साफ धुडकावून लावण्याची आता हिटलरची तयारी होती. असं करण्यानं आपल्याकडून आंतरराष्ट्रीय कायद्यांचं उल्लंघन होईल, असं एक-दोन जर्मन लष्करी अधिकाऱ्यांनी हिटलरला सांगून बघितलं तेव्हा त्याचा रागानं स्फोट झाला. आपल्याला या कायद्यांशी काही घेणंदेणं नसून, उलट यामुळे आपल्या लष्करामधून पळ काढू बघणाऱ्या जर्मन सैनिकांवरही आपला चांगला वचक निर्माण होईल, असं मत त्यानं मांडलं.

दुसऱ्या महायुद्धातला पराभव स्वीकारण्याची हिटलरची मनःस्थिती अजिबात नसल्याचं हिटलरच्या लष्करी अधिकाऱ्यांना माहीत होतंच. आता जग जिंकण्याचं आपलं स्वप्न भंगल्याचं दुःख पचवू न शकल्यामुळे आपल्या शत्रूच्या लोकांचंच नव्हे तर आपल्या देशाच्या नागरिकांचंही रक्त विनाकारण वाहू देण्याची हिटलरची तयारी असल्याचं त्यांच्या लक्षात आलं. लगेचच शत्रूच्या पकडण्यात आलेल्या युद्धकैद्यांना ठार करण्याची मोहीम हाती घेण्यात आली. जर्मनीवर बॉम्ब टाकताना पॅरेशूटचा वापर करून जर्मन भूमीवर उतरलेल्या मित्रराष्ट्रांच्या वैमानिकांना तर जमावानं जाहीरपणे ठेचून मारावं यासाठी जर्मन नागरिकांना उद्युक्त करण्यात आलं. काही युद्धकैद्यांना अन्नपाण्याविना चालत राहण्याचे आदेश देण्यात आले आणि ते तहान-भूक-थकवा यामुळे मरण पावले.

७ मार्च १९४५ या दिवशी अमेरिकी लष्कर कूच करत ऱ्हाईन नदीच्या पूर्वेकडच्या किनाऱ्यापर्यंत पोहोचलं. जर्मनीवर वर्चस्व गाजवण्याच्या प्रवासातला शेवटचा अडथळा मित्रराष्ट्रांनी ओलांडला होता. पुढच्या काही दिवसांमध्ये मित्रराष्ट्रांची ही आक्रमक मोहीम सुरूच राहिली. २४ मार्च १९४५ या दिवशी पहाटे अडीच वाजता हिटलरनं आपल्या लष्करी अधिकाऱ्यांची तातडीची बैठक बोलावली. त्यात ऱ्हाईन नदीच्या आजूबाजूच्या परिसरावर बव्हंशी ठिकाणी मित्रराष्ट्रांचं वर्चस्व निर्माण झालं असल्याचा मुद्दा चर्चेला होता. तिथला उरलासुरला भाग वाचवण्यासाठी काही करता येईल का, असा प्रश्न विचारला गेला. त्यावर 'पुढच्या काही दिवसांमध्ये रणगाडे नष्ट करणारी पाच वाहनं दुरुस्त करून तिथं पाठवायचा प्रयत्न केला जाईल' असं उत्तर संबंधित लष्करी अधिकाऱ्यानं दिलं. एके काळी युरोपभर आपली दहशत पसरवणाऱ्या आणि आपल्या लष्करी ताकदीच्या जोरावर एकामागून एका देशात मुसंडी मारणाऱ्या जर्मनीची अवस्था अशी असावी, ही खरोखर दुर्दैवाची गोष्ट होती. आपल्याजवळ येऊन ठेपलेल्या शत्रूचं आक्रमण रोखून धरण्यासाठी जर्मनीकडे पाच रणगाडेनाशकसुद्धा भरभक्कम अवस्थेत नसावेत, हा खरोखर सनसनाटीकारक प्रकार होता. आता शत्रूचे सैनिक अगदी आपल्या दारात येऊन ठेपलेले असताना

हिटलरचा राग त्यांच्याकडून वळून आपल्या जनतेकडे गेला. १९४४ सालच्या ऑगस्ट महिन्यामधल्या बैठकीतल्या आपल्या एका भाषणात हिटलरनं 'जर जर्मनी हे युद्ध हरली तर त्यामागे जर्मन लोकांचा दुबळेपणा हेच कारण असेल' असं विधान केलं होतं. सातत्यानं युद्धे केल्यामुळे येणारा ताण, पराभवाची गडद आणि मोठी होत जाणारी सावली, नैसर्गिक प्रकाश आणि ताजी हवा यांच्या अभावाच्या जोडीला व्यायामही नसणे, जमिनीखालच्या बंकरमधलं नैराश्यपूर्ण वातावरण, बिघडलेली प्रकृती, विलक्षण मानसिक ओढाताण, भोंदू डॉक्टरच्या सल्ल्यानुसार तो घेत असलेली घातक औषधं या सगळ्यांचा एकत्रित परिणाम म्हणून हिटलरच्या स्वभावातला चिडचिडेपणा आता प्रचंड वाढला होता. त्यातच २० जुलै १९४४ या दिवशीच्या स्टॉफेनबर्गनं पेरलेल्या बॉम्बच्या स्फोटामुळे हिटलरच्या दोन्ही कानांमधली मध्यकर्णीय अस्तरं (tympanic membranes) ची आवरणं फाटल्यामुळे त्याला सतत भोवळ आल्यासारखं होई किंवा आजूबाजूचं सगळं फिरत असल्याचा त्याला अनेकदा भास होई. डॉक्टरांनी या घटनेनंतर त्याला दीर्घ काळ सुट्टीवर जाण्याचा आणि आराम करण्याचा सल्ला दिला होता; पण आपण जर पूर्व प्रशिया सोडून गेलो तर हा भाग जर्मनीच्या हातून निसटून जाईल, असं म्हणून त्यानं तिथंच ठिय्या मांडून बसायचं ठरवलं. यानंतर सप्टेंबर महिन्यात त्याची तब्येत एकदम खालावली आणि

आपल्या लष्करी अधिकाऱ्यांसह
हिटलरची ११ मार्च १९४५ रोजी झालेली बैठक

मानसिकदृष्ट्या तो अस्थिर आहे असं वाटायला लागलं. दोन महिने बिछान्याला खिळून राहिल्यानंतर नोव्हेंबर महिन्यात तो बर्लिनला रवाना होण्याइतका तंदुरुस्त झाला. तरीसुद्धा त्याचा रागीटपणा कमालीचा वाढला. सातत्यानं कानांवर येणाऱ्या वाईट बातम्यांमुळे त्याची मनःस्थिती अजूनच खराब होत गेली. मनातल्या संतापाच्या उद्रेकावरचं त्याचं नियंत्रण उडून गेलं. तो वारंवार भडके आणि यामुळे त्याचे हात-पाय थरथरत. कधीकधी तर तो त्याच्याकडे एखादी अडचण घेऊन आलेल्या लष्करी अधिकाऱ्यावर शारीरिक हल्ला करेल की काय असं त्याच्या आजूबाजूच्या लोकांना वाटे. समोरच्या माणसावर आगपाखड करणं, परिस्थितीसाठी त्याला जबाबदार धरणं, हाताच्या मुठी आवळून तारस्वरात ओरडणं, डोळे मोठे करून डाफरणं, थरथरणारे हात-पाय नियंत्रित करू न शकल्यामुळे आणखी चिडणं, असे प्रकार त्याच्याकडून आता सातत्यानं होत.

अशा दयनीय शारीरिक आणि मानसिक अवस्थेत असताना हिटलरनं त्याच्या आयुष्यातल्या अनेक मोठमोठ्या निर्णयांपैकी शेवटच्या काही निर्णयांमध्ये मोडेल असा एक निर्णय घेतला. त्यानुसार १९ मार्च १९४५ या दिवशी त्यानं शत्रूच्या हाती जर्मन साधनसंपत्ती लागू नये यासाठी सगळे महत्त्वाचे लष्करी, औद्योगिक, वाहतूक व्यवस्थेशी संबंधित आणि दूरसंचार व्यवस्थेशी संबंधित असलेले प्रकल्प आणि त्यासाठीच्या सगळ्या यंत्रणा नष्ट करण्याची आज्ञा दिली. इतकंच नव्हे तर जर्मनीमधली सगळी दुकानंसुद्धा नष्ट करण्याचे त्यानं आदेश जारी केले. म्हणजेच जर्मनीत प्रवेश करणाऱ्या मित्रराष्ट्रांना आणि अमेरिकेला जणू एखाद्या भग्न प्रदेशात आल्यासारखं वाटावं आणि त्यांचा कुठल्याही प्रकारे फायदा होऊ नय, अशी हिटलरची इच्छा होती. हिटलरच्या डोक्यातून अशी एखादी कल्पना जन्मेल असा अंदाज त्याच्या शस्त्रास्त्रनिर्मिती प्रकल्पाचा प्रमुख आल्बर्ट स्पिअरला आधीच आला होता. त्यानं १८ मार्च १९४५ या दिवशी हिटलरकडे या संदर्भात एक अहवाल सादर केला. त्यात त्यानं आपण काही आठवड्यांमध्येच हे युद्ध हरणार असल्याचं आता अटळ असल्याचं सांगून त्यानंतरसुद्धा आपली साथ शूरपणे देत राहणाऱ्या जर्मन नागरिकांना जिवंत राहता येईल याची व्यवस्था करणं गरजेचं असल्याचं लिहिलं. जर आपल्या शत्रूनं जर्मनीमध्ये प्रवेश केल्यानंतर आपला देश नष्ट करण्याचं निषेधार्ह धोरण स्वीकारलं, तर आपण काही करू शकणार नाही; पण आपण आपल्या बाजूनं असलं कुठलंच कृत्य करता कामा नये, असं मत स्पिअरनं मांडलं. हिटलरला मात्र अशा गोष्टींमध्ये रस नव्हता. आपल्यानंतर जर्मन लोकांचं अस्तित्व टिकवून ठेवणं म्हणजेच पराभवात मान खाली घालून जगणं, अशी त्याची विचित्र धारणा होती. आपण जिंकलो तर जर्मनी जिंकेल; पण आपण हरलो तर सगळी जर्मनीच नष्ट झाली पाहिजे, असं त्याचं समीकरण होतं. साहजिकच त्यानं स्पिअरचं

म्हणणं पार धुडकावून लावलं. :

जर आपण हे युद्ध हरलो तर त्याबरोबर आपला देशसुद्धा नष्ट होईल ... हे आपल्या नशिबात लिहिलेलं असेल तर घडणारच ... म्हणूनच युद्धानंतरच्या अत्यंत दयनीय अवस्थेत जर्मन नागरिक कसे जगू शकतील यासारख्या गोष्टींचा विचार करण्याचीसुद्धा गरज नाही ... उलट आपणच हे सगळं उद्ध्वस्त केलेलं बरं ... कारण आपला पराभव होणं याचा अर्थ आपण दुबळे ठरलो, असा होईल ... पूर्वेकडचा बलवान देश (रशिया) भविष्य घडवेल ... तसंच या युद्धानंतरसुद्धा जे जर्मन लोक जिवंत राहिलेले असतील ते सगळे दुबळेच असणार; कारण सगळ्या शूर लोकांनी या युद्धात देशासाठी आपले प्राण केव्हाच वेचलेले असतील ...

याच्या पुढच्याच दिवशी हिटलरनं सगळी जर्मनी बेचिराख करण्याचे आदेश जारी केले. हे काहीच नाही असं वाटावं असे आदेश यानंतर चार दिवसांनी म्हणजे २३ मार्च १९४५ या दिवशी हिटलरचा सचिव मार्टिन बोरमन यानं जारी केले. त्यानुसार जर्मनीमधल्या सगळ्या नागरिकांना, जर्मनीमधल्या विदेशी कामगारांना आणि युद्धकैद्यांना त्यांच्या राहत्या ठिकाणांमधून बाहेर काढायचं ठरलं. त्यांना राहत्या कपड्यांनिशी चालत जायला सांगायचं आणि ते चालून चालून थकून मरणार नाहीत तोपर्यंत त्यांना चालवत राहायचं, असा हा आदेश होता! कुठल्याच जर्मन नागरिकाला अन्न-पाणी-विश्रांती मिळू न देता अशा प्रकारे अप्रत्यक्ष आत्महत्येच्या मार्गाकडे नेण्याचा हा क्रूर प्रकार होता. म्हणजेच जर्मनीमध्ये मित्रराष्ट्रांचे सैनिक तसंच अमेरिकी आणि रशियन लष्कर घुसल्यानंतर त्यांना भीषण प्रकार बघायला मिळाला असता. जगाच्या आणि मानवतेच्या नशिबानं हा प्रकार टळला. स्पिअरसारखे लोक तसंच हिटलरच्या अमानवी क्रूरतेला कंटाळलेले काही अधिकारी यांनी अगदी अखेरच्या काळात का होईना; पण त्याचे हे आदेश धुडकावून लावले. हिटलरशी शेवटपर्यंत एकनिष्ठ असलेले लष्करी अधिकारी त्याच्या हुकूमानुसार सगळी जर्मनी नष्ट करण्यासाठी कामाला लागले होते; पण त्यांना या विरोधकांनी साथ दिली नाही आणि उलट त्यांच्या दुष्कृत्यांमध्ये अडथळे निर्माण केले. त्यातच मित्रराष्ट्रांच्या फौजा इतक्या विलक्षण वेगानं जर्मनीमध्ये घुसल्या की हिटलरनं दिलेल्या आदेशांची पूर्तता करण्यासाठी पुरेसा वेळच शिल्लक राहिला नाही; अन्यथा काय घडलं असतं याची कल्पनासुद्धा करवत नाही.

१२ एप्रिल १९४५ या दिवशी वेगानं आक्रमण करत पुढे आलेल्या आणि उरलासुरला जर्मन विरोध मोडून काढलेल्या अमेरिकी सैनिकांनी बर्लिन शहरापासून

फक्त १०० किलोमीटर्सपर्यंत धडक मारली. तेवढ्यात एक विचित्र प्रकार घडला. आता अमेरिका खरं म्हणजे आणखी थोडा जर्मन संघर्ष मोडून काढत अगदी सहजपणे बर्लिन शहरात घुसू शकली असती. तरीसुद्धा तसं न करता अमेरिकेनं जर्मनीच्या आग्नेय भागाकडे आपलं लक्ष वळवलं. यामुळे बर्लिनमध्ये अमेरिकी लष्कराआधी रशियन लष्कर घुसू शकलं. यामुळे ब्रिटिश पंतप्रधान विन्स्टन चर्चिलने अमेरिकेवर कडाडून टीका केली. अमेरिकेनं असं पाऊल उचलण्यामागे एक कारण होतं. दक्षिण बॅव्हेरिया आणि पश्चिम ऑस्ट्रिया इथल्या आल्प्स पर्वतराशींमध्ये हिटलर आपल्या खास लोकांबरोबर लपून बसणार असल्याची बातमी ब्रिटिश आणि अमेरिकी गुप्तहेरांना मिळाली होती. या ठिकाणी त्यांचा शोध घेणं जवळपास अशक्य असल्याचं मत पसरवण्यात आलं. तसंच या ठिकाणी जर्मनीनं अत्यंत घातक बॉम्ब्ज, शस्त्रास्त्रं आणि संहारक अस्त्रं लपवून ठेवली असल्याची बातमीही या गुप्तहेरांना मिळाली होती. साहजिकच बर्लिनवर घाला घालून हे युद्ध संपणार नसून, त्याआधी आपण हिटलर आणि त्याचे सहकारी लपून बसलेल्या या ठिकाणाकडे वळलं पाहिजे, असं अमेरिकी लष्करप्रमुख आयसेनहॉव्हरचं मत होतं. प्रत्यक्षात मात्र या बातम्यांमध्ये अजिबात तथ्य नव्हतं. गोबेल्सच्या प्रचारतंत्रानं या गुप्तहेरांना गुंगारा देण्यासाठी या अफवा पसरवल्या होत्या. असं कुठलंच ठिकाण अस्तित्वात नव्हतं. खरं म्हणजे आधी हिटलरनं आपण जन्मलो त्या ऑस्ट्रो-बॅव्हेरियन पर्वतराशींमध्ये जाण्याचा विचार केला होता; पण तिथं असलं गूढ आणि अतिसुरक्षित ठिकाण वगैरे निश्चितच नव्हतं. तिथं मृत्यूचा सामना करावा असा फार तर हिटलरचा विचार असावा; पण नंतर हा विचार त्यानं सोडून दिला.

ज्या न्यूरेमबर्ग शहरात नाझी पक्षाच्या आरंभाच्या काळात जोरदार सभा भरत तिथं १६ एप्रिल १९४५ या दिवशी अमेरिकी सैनिक दाखल झाले. २१ एप्रिलला रशियन सैन्य बर्लिनच्या सीमेपाशी येऊन ठेपलं. त्याआधीच व्हिएन्नावर रशियाचा कब्जा झाला होता. २५ एप्रिल या दिवशी दुपारी ४.४० वाजता बर्लिनच्या दक्षिणेपाशी साधारण १२० किलोमीटर्स अंतरावर अमेरिकी आणि रशियन फौजा एकमेकांना भिडल्या. उत्तर आणि दक्षिण अशी जर्मनीची दोन भागांमध्ये चीरफाड झाली. हिटलर बर्लिनमध्ये अडकून पडला. त्याच्या शेवटाची सुरुवात झाली होती!

आपल्या छप्पन्नाव्या वाढदिवशी म्हणजे २० एप्रिल १९४५ या दिवशी बर्लिन सोडण्याचा हिटलरचा बेत होता. ओबरसाल्झबर्ग इथून आपल्या 'तिसऱ्या साम्राज्या'च्या अखेरच्या काळातली सूत्रं चालवण्याचा त्याचा मानस होता. बहुतेक सगळे राजकीय अधिकारी आपल्या कागदपत्रांसह आधीच बर्लिन सोडून दक्षिणेकडे

रवाना झाले होते. आपल्या हाताखाली काम करणाऱ्या लोकांनाही आपल्या राहण्यासाठीचं ठिकाण सज्ज करण्यासाठी हिटलरनं साधारण दहा दिवस आधी पाठवून दिलं होतं. आता आल्प्स पर्वतराशी बघण्याचं मात्र त्याच्या नशिबात नव्हतं. त्याचा अंदाज चुकला. ज्या वेगानं त्याची सत्ता उद्‌ध्वस्त होत गेली, त्या वेगाची त्याला कल्पनाच आली नाही. चहूबाजूंनी मित्रराष्ट्रं, अमेरिका आणि रशिया यांच्या सैन्यांनी जर्मनीभोवती घातलेला गळफास घट्ट होत गेला. बर्लिनमधल्या संसदेच्या इमारतीच्या खाली ५० फूट खोल बंकरमध्ये हिटलर राहत होता. संसदेच्या इमारतीवर मित्रराष्ट्रांनी केलेल्या बॉम्बवर्षावामुळे इमारतीची प्रचंड नासधूस झाली होती. प्रचंड थकलेला, निराश झालेला, शारीरिकदृष्ट्या तर अक्षरशः खिळखिळा झालेला हिटलर तिथल्या बंकरमधून उरलीसुरली सूत्रं हलवण्याचा प्रयत्न करत होता. स्टॉफेनबर्गनं घडवलेल्या बॉम्बस्फोटापासून कुणावरच त्याचा विश्वास राहिला नव्हता. सगळेच आपल्या विरोधात कट रचत असल्याचं आणि आपल्याला दगाफटका करण्याच्या प्रयत्नांत असल्याचं त्याचं मत होतं. आपल्यानंतर जर्मनीला कुणी वालीच उरणार नाही, असं त्यानं आपल्या महिला सहायकाला बोलून दाखवलं. गोरिंग किंवा हिमलर यांच्यामध्येसुद्धा ती योग्यता नसल्याची खंत त्यानं व्यक्त केली. खरं म्हणजे १९४५ सालच्या मार्च महिन्यात अशा प्रकारची वक्तव्यं अगदी बिनकामाची होती! जर्मनीचं 'नेतृत्व' कोण करणार हा हास्यास्पद प्रश्न होता. काही दिवसांमध्येच युद्धाचा निकाल लागणार ही काळ्या दगडावरची रेघ होती. तरीसुद्धा कायम आपल्याच विश्वात मग्न असलेल्या हिटलरला या कल्पनारंजनापासून कोण रोखू शकणार होतं?

अजूनही काहीतरी चमत्कार घडू शकतो, असं हिटलरला वाटत होतं. त्याच्या अगदी जवळच्या सहकाऱ्यांपैकी खास करून गोबेल्सलाही हा भ्रम होता. एप्रिल महिन्याच्या सुरुवातीलाच एका संध्याकाळी गोबेल्सनं हिटलरला 'हिस्ट्री ऑफ फ्रेडरिक द ग्रेट' या हिटलरच्या अत्यंत आवडत्या पुस्तकांमधल्या एका पुस्तकामधला काही भाग वाचून दाखवला. त्यात तब्बल सात वर्षे चाललेल्या आणि पराभवाच्या दिशेनं वाटचाल होत असलेल्या या युद्धाच्या शेवटच्या काळात फ्रेडरिक राजानं 'जर हे युद्ध आपण हरलो तर आपण तुरुंगवास पत्करू,' असं म्हटलेलं असतं. तेवढ्यात नशीब पालटतं आणि फ्रेडरिकची पुन्हा सरशी व्हायला लागते. हा भाग गोबेल्सनं अत्यंत नाट्यमयरीत्या वाचून दाखवला. यामुळे हिटलरच्या डोळ्यांमधून अश्रू वाहायला लागले. आपल्या बाबतीत काय घडणार हे जाणून घेण्यासाठी आता हिटलर आणि गोबेल्स यांनी जपून ठेवलेले 'भविष्याचे' दोन कागद मागवून घेतले. त्यामधलं पहिलं भविष्य हिटलरनं जर्मनीची सत्ता हस्तगत करण्याच्या दिवसापर्यंतचं म्हणजे ३० जानेवारी १९३३

पर्यंतचं होतं. दुसरं भविष्य ९ नोव्हेंबर १९१८ या दिवशी म्हणजेच पहिल्या महायुद्धातल्या पराभवानंतर जर्मनीमध्ये नवं सरकार स्थापन झालेल्या दिवशी लिहिण्यात आलेलं होतं. अगदी त्यानुसारच आत्तापर्यंतच्या सगळ्या घटना घडल्याचं उत्तेजित होत गोबेल्सनं हिटलरला सांगितलं. १९४५ सालच्या एप्रिलच्या पूर्वार्धात आपल्याला खूप अडचणींना तोंड द्यावं लागणार, उत्तरार्धात आपल्याला थोडंफार यश मिळणार आणि ऑगस्ट महिन्यात शांतता प्रस्थापित होणार, अशी भाकितं त्यात होती म्हणे. त्यानंतर तीन वर्षे जर्मनीला कठीण जातील; पण नंतर १९४८ मध्ये मात्र जर्मनी महासत्ता होण्याच्या दिशेनं वाटचाल करणार असल्याचं गोबेल्सनं हिटलरला सांगितलं. यामुळे आपणच विजयी ठरणार आणि हे कधी घडणार हेसुद्धा तारीख-वार-वेळेनिशी हिटलरला माहीत असल्याचं पत्रक गोबेल्सनं ६ एप्रिलला जारी केलं.

भविष्य लिहून ठेवलेल्या कागदामध्ये वर्णन केलेला चमत्कार १२-१३ एप्रिल या दिवशी घडायला सुरुवात होणा, अशी खात्री गोबेल्सला पटली. नक्की काय घडणार असं त्याला एकानं विचारलं असता, 'ते आपण सांगू शकत नाही'असं गोबेल्स म्हणाला. त्या संध्याकाळी मित्रराष्ट्रांच्या बॉम्बमुळे आजूबाजूच्या इमारती जळत असताना गोबेल्स आपल्या कार्यालयाच्या बाहेर उभा होता. तेवढ्यात त्याचा एक सचिव त्याच्यापाशी घाईघाईनं आला. त्यानं लगेचच 'रुझवेल्टचं निधन झालं' असं गोबेल्सला सांगितलं. अमेरिकी राष्ट्रपतीचं निधन झाल्याची ही बातमी ऐकून गोबेल्सचा चेहरा एकदम उजळला. 'उरलीसुरली सगळी शॅम्पेन बाहेर काढा आणि मला लगेचच हिटलरला फोन लावून द्या' असं त्यानं ओरडूनच सांगितलं. भविष्यात लिहिलं होतं तसंच घडणार आणि त्यासाठी रुझवेल्टचा मृत्यू निर्णायक ठरणार याविषयी गोबेल्सच्या मनात कसलीच शंका उरलेली नव्हती. हिटलर आपल्या बंकरमध्ये शांतपणे बसला होता. त्यानं फोन उचलला. गोबेल्सनं अत्यानंदानं 'हार्दिक अभिनंदन! रुझवेल्टचा मृत्यू झाला आहे! नशीब आपल्या बाजूनं एप्रिलच्या उत्तरार्धात फिरणार असं भविष्यात लिहिलेलंच आहे ... आज १३ एप्रिलचा शुक्रवार आहे ... हाच तो टर्निंग पॉईंट आहे ...' असं हिटलरला सांगितलं. त्यावर हिटलरनं काय उत्तर दिलं याची नोंद सापडत नाही; पण त्याचा आनंद गगनात मावत नव्हता हे मात्र नोंदवण्यात आलं आहे. आभाळ फाटलेलं असताना, बर्लिन जळत असताना अमेरिकी राष्ट्रपतीच्या मृत्यूमुळे आपण या युद्धात बाजी मारणार असा विश्वास गोबेल्स आणि त्याच्यासारख्याच महामूर्खांना वाटण्यात नवल काही नव्हतंच. आकाशातून येणारे बॉम्ब्ज काय सांगतात यापेक्षा आकाशातल्या ग्रहताऱ्यांकडे बघून आपलं नशीब पालटणार याची खात्री त्यांना वाटावी, हेच पुरेसं आहे. जवळपास अशिक्षित असावं असं हे

वागणं होतं. जुन्यापुराण्या विद्यापीठांमधून पदवी प्राप्त केलेली असल्यामुळे या भ्रमांवर विसंबून राहणं गोबेल्ससारख्याकडून अनपेक्षितही नव्हतं.

१५ एप्रिल या दिवशी हिटलरबरोबर राहण्यासाठी म्हणून इव्हा ब्राऊन दाखल झाली. खूप कमी जणांना इव्हा ब्राऊनच्या अस्तित्वाविषयी माहिती होती आणि त्याहून कमी लोकांना तिचे आणि हिटलरचे संबंध असल्याचं माहीत होतं. जवळपास १२ वर्षं ती हिटलरची अविवाहित जोडीदार म्हणून राहत होती. आता आपलं नातं लग्नामध्ये बदलून मगच मृत्यूला सामोरं जाण्यासाठी म्हणून ती हिटलर राहत होता त्या ठिकाणी आली होती. हिटलरला इव्हा खूप आवडे. तिच्याबरोबर वेळ घालवताना सगळा ताणतणाव तो विसरून जाई. असं असूनसुद्धा त्यानं नेहमीच तिच्यापासून ठरावीक अंतरावर राहणं पसंत केलं. आपल्या कामकाजाशी संबंधित असलेल्या कुठल्याच गोष्टीमध्ये तो तिला सहभागी करून घेत नसे. दुसरं महायुद्ध सुरू असल्याच्या काळात जेव्हा हिटलरनं आपला मुक्काम निरनिराळ्या ठिकाणी हलवला आणि तिथून त्यानं युद्धासंबंधीचे निर्णय घेतले, त्या ठिकाणी तो इव्हाला अजिबात येऊ देत नसे. एवढंच काय; पण त्यानं बर्लिनलासुद्धा तिला येण्याची क्वचितच परवानगी दिली. त्यामुळे पोहणं, स्कीईंग, फालतू पुस्तकं वाचणं आणि तसेच चित्रपट बघणं, हिटलरला अजिबात आवडत नसूनसुद्धा नृत्य करणं याखेरीज स्वतःचं सौंदर्य जपत राहणं, या गोष्टींमध्ये ती वेळ घालवे. म्हणूनच हिटलरच्या चालकानं 'ती जर्मनीमधली सगळ्यात नाखूश स्त्री होती ... हिटलरची वाट बघण्यातच तिनं आपलं बहुतेक सगळं आयुष्य घालवलं ...' असं म्हणून ठेवलं आहे. साहजिकच तिचं दर्शन अत्यंत दुर्मिळ असे. ती दिसायला आकर्षक होती. तिचा बांधा एकदम नाजूक होता. लांबूनही ती उठून दिसायची.

सर्वसाधारण बॅव्हेरियन कुटुंबात जन्मलेल्या इव्हाच्या आई-वडिलांना सुरुवातीला आपल्या मुलीचे हिटलरशी संबंध असणं अजिबात पसंत नव्हतं. हिटलरचा खास छायाचित्रकार असलेल्या हेन्रिच हॉफमनच्या फोटो स्टुडिओमध्ये ती काम करे. हॉफमननंच तिची हिटलरशी ओळख करून दिली. गेली रौबालच्या आत्महत्येला साधारण दोन वर्षं उलटून गेल्यानंतर हिटलरच्या आयुष्यात इव्हा आली. गेलीप्रमाणेच इव्हासुद्धा हिटलरमुळे पार वैतागून गेली होती. मुख्यतः एकटी राहण्याच्या शिक्षेमुळे तिला जगणं असह्य होई. सुरुवातीच्या काळात दोन वेळा तिनं आत्महत्या करण्याचा अयशस्वी प्रयोग केला; पण हळूहळू ती आपल्या कंटाळवाण्या आयुष्याला रुळली. आपण हिटलरची पत्नी किंवा विवाहबाह्य संबंध असलेली स्त्री यांपैकी काहीच नाही; पण अगदी क्वचितपणे त्याच्याबरोबर आपल्याला वेळ घालवण्याची संधी मिळते यावरच तिला समाधान मानावं

लागलं. आता मात्र आपल्या आयुष्याचा शेवट हिटलरच्या साथीतच करायचं तिनं मनाशी पक्कं केलं. गोबेल्स आणि त्याची पत्नी यांनी हिटलर नसलेल्या जर्मनीत राहायचं नाही असं ठरवलं होतं. इव्हानंही आपल्या मनाशी तसाच निर्धार केला.

२० एप्रिल १९४५ हा हिटलरचा वाढदिवस कुठल्याही उत्साहाविना गेला. अर्थातच मित्रराष्ट्रं, अमेरिका आणि रशिया यांचे हल्ले सुरू असल्यामुळे जर्मनीची परिस्थिती अजूनच बिकट झाली होती. हिटलरच्या गोतावळ्यामधले लोक आणि जिवंत राहिलेले वरिष्ठ लष्करी अधिकारी या सगळ्यांनी तरीसुद्धा हिटलरला वाढदविसाच्या शुभेच्छा दिल्या. यात एक विचित्र उदासपणाची आणि खजील झाल्याची भावना सगळ्यांना सतावत होती. १९ आणि २० एप्रिल यांच्यामधल्या मध्यरात्री बरोबर १२ वाजता हिटलरचा खासगी नोकरपरिवार त्याच्यापाशी जमून त्याला शुभेच्छा देई; पण या वर्षी मात्र असं न करण्यासंबंधीच्या सूचना त्यानं आधीच दिल्या होत्या. लष्करी अधिकाऱ्यांनी आणि इतरांनी दिलेल्या शुभेच्छा त्यानं अगदी थकल्यासारखं केलेलं निर्जीव हस्तांदोलन आणि शून्यातली नजर यांच्यासह स्वीकारल्या.

अजूनसुद्धा हिटलरच्या मनातली आशा अजूनही मावळली नव्हती. रशियाला बर्लिनमध्ये प्रचंड मोठ्या रक्तपाताला आणि दारुण पराभवाला सामोरं जावं लागणार असल्याचं विधान त्यानं केलं. अर्थातच यामधला फोलपणा त्याच्या लष्करी अधिकाऱ्यांना पुरेपूर माहीत होता. त्यांनी हिटलरचा वाढदिवस साजरा करून झाल्यानंतरच्या लष्करी बैठकीदरम्यान हिटलरनं बर्लिन सोडून दक्षिणेकडच्या तुलनेनं जास्त सुरक्षित भागांमध्ये जावं, असं त्याला सुचवलं. यासाठी फक्त एक-दोन दिवसांचाच अवधी शिल्लक आहे, असं त्यांचं मत होतं. याचं कारण

हिटलर जिवंत असतानाचे बहुदा अखेरचे छायाचित्र

म्हणजे ज्या प्रचंड वेगानं रशियन सैनिक बर्लिनला वेढा घालत होते ते बघता, तिथून बाहेर निघणं हिटलरला लवकरच अशक्यप्राय होईल, अशी परिस्थिती होती. हिटलरनं त्याला होकार किंवा नकार यांच्यापैकी काहीच उत्तर दिलं नाही. तो विचारात पडला असल्याचं मात्र या लष्करी अधिकाऱ्यांना जाणवलं. आपल्या 'महासत्ते'वर रशियाचा लवकरच अंमल होणार असल्याचं कटू सत्य हिटलर पचवू शकत नव्हता, हे त्यामागचं कारण होतं. काही वर्षांपूर्वी ज्या रशियाचं आपण पूर्ण खच्चीकरण केलं असल्याची आणि ज्यांच्या लष्करामध्ये अजिबात दम नसल्याची गर्जना हिटलरनं केली होती, त्याच रशियाचं लष्कर आपल्यावर मात करत असल्याचं कटू सत्य त्याला स्वीकारता येत नव्हतं. तरीसुद्धा हिटलर आशा व्यक्त करत राहिला. अर्थातच आता त्याच्या आवाजात अजिबात जोम नव्हता. त्याच्या हालचाली पार मंदावल्या होत्या. त्याच्या डोळ्यांमधला आत्मविश्वास पूर्णपणे संपला होता. त्याची चालसुद्धा एकदम धीमी झाली होती.

त्या रात्री हिमलर आणि गोरिंग या हिटलरच्या दोन लाडक्या अनुयायांनी बर्लिन सोडलं. लवकरच हिटलर मरण पावणार आणि त्याची जागा आपण घेणार याविषयी दोघांच्याही मनात स्वतंत्रपणे खात्री होती. त्यांनी हिटलरच्या वाढदिवसात त्याला बघितलं ते शेवटचंच! अत्यंत धूर्त गोरिंगनं आपल्या बायकोला आणि मुलीला बॅव्हेरियामधल्या सुरक्षित पर्वतराशींमध्ये धाडलं होतं. तसंच लुटालूट करून जमा केलेली संपत्ती आणि महागडी चित्रं वगैरे गोष्टीसुद्धा पॅक करून त्यानं दुसरीकडे हलवल्या होत्या. याखेरीज फेब्रुवारी महिन्यातच आपलं मृत्युपत्र तयार करणाऱ्या गोरिंगनं पाच लाख जर्मन मार्क्स जर्मनीबाहेरच्या आपल्या बँक खात्यात वळवले होते. आपण हवाई दलाचं नेतृत्व जर्मनीच्या दक्षिण भागातून जास्त चांगल्या प्रकारे करू शकू असा आव आणत त्यानं हिटलरकडे बंकर सोडण्याची परवानगी मागितली. हिटलरनं त्याच्याकडे जवळपास ढुंकूनसुद्धा न बघता ही परवानगी दिली. हिटलरला वाढदिवसाच्या शुभेच्छा द्यायला येणाऱ्यांमधले बहुतेक जण बर्लिन सोडून इतर सुरक्षित ठिकाणी जाण्यासाठीची परवानगी मागण्यासाठी धडपडत होते. रिबनट्रॉपसुद्धा त्याच रात्री बर्लिनमधून जास्त सुरक्षित ठिकाणी जाण्याच्या दृष्टीनं तिथून गेला आणि त्यानंही हिटलरला त्याच्या वाढदिवसानंतर बघितलं नाही. आपल्या विश्वासातले आपले वरिष्ठ सहकारी या परीक्षा बघणाऱ्या प्रसंगी आपली साथ सोडून भराभरा बर्लिन सोडून जाण्याची धडपड करत असल्याचं बघून हिटलर उद्विग्न झाला. या सगळ्यांची साथ पोकळ असल्याच्या उदास भावनेनं त्याला पाठीत खंजीर खुपसल्यासारखं अस्वस्थ करून सोडलं.

हिटलरनं मात्र अजूनही आशा सोडली नव्हती. आपल्या वाढदिवसाच्या पुढच्या दिवशी बर्लिनच्या दक्षिण उपनगरांमध्ये सोव्हिएत लष्करावर जोरदार

प्रतिहल्ला करण्याचे आदेश त्यानं एसएसच्या लोकांना, तसंच जर्मन हवाई दलाच्या उरल्यासुरल्या तुकड्यांना दिले. जो माणूस लढायला न जाता मागे राहील, त्याला पाच तासांमध्ये ठार करण्याची आज्ञाही त्यानं दिली. हिटलर अजूनही स्वप्नांमध्येच वावरत होता. हिटलरला उत्साही वाटत राहावं आणि त्याची मानसिक स्थिती शाबूत राहावी यासाठी त्याचा डॉक्टर अनेक वर्षांपासून त्याला औषधं देत असे. त्यानं हिटलर थकलेला दिसत असल्यामुळे त्याला ग्लुकोजचा अत्यंत निरुपद्रवी डोस द्यायचं ठरवलं. यामुळे हिटलर अचानकपणे प्रचंड संतापला. आपल्याला दगाफटका करणाऱ्या आपल्या एकेकाळच्या विश्वासू सहकाऱ्यांच्या आदेशांनुसार हा डॉक्टर आपल्याला गुंगीचं औषध देत असल्याची त्याला खात्री वाटत होती. आपण गुंगीत असताना आपल्याला भलतीकडे न्यायचा त्यांचा डाव असल्याचा आरोप करून 'मला काय मूर्ख समजतोस का?' असं रागारागानं हिटलरनं त्याला विचारलं. तसंच आपण या गुन्ह्यासाठी त्याच्यावर गोळ्या घालण्याचे आदेश देण्याच्या विचारात असल्याचं सांगून हिटलरनं त्याला तिथून निघून जायला सांगितलं. भीतीनं थरथर कापत असलेला तो डॉक्टर तिथून निमूटपणे निघून गेला.

त्या दिवशी आणि त्याच्या पुढच्या दिवशी उशिरापर्यंत सोव्हिएत लष्करावरच्या जर्मन प्रतिहल्ल्याविषयीची बातमी जाणून घेण्यासाठी हिटलर एकदम आतूर झाला होता. ही बातमी आलीच नाही; कारण हा प्रतिहल्ला झालाच नाही. हिटलरनं दिलेले आदेश साफ धुडकावून लावत संबंधित अधिकाऱ्यांनी त्याच्या अनाकलनीय निर्णयांसंबंधी कसलीच हालचाल केली नाही. दुपारी तीनच्या लष्करी बैठकीत हिटलरनं यासंबंधी रागारागानं विचारणा केली. त्यानं दिलेल्या आदेशाचं काय झालं याचं उत्तर तर त्याला मिळालं नाहीच; पण आणखी एक खराब बातमी मात्र त्याला ऐकायला मिळाली. ती म्हणजे बर्लिनच्या दक्षिण भागात सोव्हिएत फौजांवर हल्ले करण्यासाठी बर्लिनच्या उत्तरेकडचे जर्मन सैनिक गोळा करून दक्षिणेकडे पाठवण्यात आले असल्याचा फायदा उठवून रशियानं तिथं जोरदार धडक मारली होती. साहजिकच तिथला जर्मन बचाव एकदम दुबळा ठरून आता तिथं खिंडारं पडली होती. सोव्हिएत रणगाडे आता बर्लिन शहरात घुसले होते. याच्या जोडीला मुळात ज्या कारणासाठी हिटलरनं ही जमवाजमव करण्याचे आदेश दिले होते, त्या बर्लिनच्या दक्षिण भागातल्या सोव्हिएत लष्कराच्या हल्ल्याची तर कसलीच बातमी आली नव्हती.

हे ऐकताच हिटलरच्या संतापाचा कडेलोट झाला. तो त्याच्या आयुष्यात कधीच चिडला नसेल तितका आता भडकला. त्याचं स्वतःवरचं नियंत्रण पूर्णपणे सुटलं. आता सगळ्याचा शेवट झाला असल्याचं विधान त्यानं केलं. सगळ्यांनी

आपल्याशी कृतघ्नपणा केलेला असून, आपल्याला भित्रे, फसवणूक करणारे, खोटारडे आणि भ्रष्टाचारी लोकच सहकारी म्हणून लाभले असल्याविषयी त्यानं तारस्वरात खंत व्यक्त केली. बैठक सुरू असतानाच आपल्या खुर्चीत हिटलर एकदम मटकन बसला. जोरदार आरडाओरडा करणाऱ्या हिटलरचा आवाज एकदम शांत झाला. आपण या युद्धात पराभवाच्या खाईत असल्याचं मत त्यानं अश्रू ढाळत मांडलं. आता सगळं संपलं असं तो परत परत म्हणाला. आता आपण स्वतः आपल्या राजधानीच्या संरक्षणाची जबाबदारी सांभाळणार असून, त्यात आपला शेवट झाला तरी चालेल, असं वक्तव्य त्यानं केलं. इतर सगळे लोक आपल्याला सोडून पळून जाऊ इच्छित असतील तर त्यांनी तसं जरूर करावं, असंही त्यानं सांगितलं. यावर हिटलरच्या काही सहकाऱ्यांनी नाराजी व्यक्त केली. अजूनही हिटलर जर बर्लिन सोडून दक्षिणेकडे जायला तयार असेल तर आपण प्रतिहल्ला करू शकतो, असं त्यांचं मत होतं. तिथं अजूनही आपल्या लष्कराच्या तुकड्या मोठ्या संख्येनं शिल्लक असल्याचं त्यांनी सांगितलं. तिथून हिमलरनंही फोन करून हिटलरला बर्लिन सोडण्याचा सल्ला दिला. रिबनट्रॉपनं फोनवरून आपण 'राजकीय भूकंप' घडवून परिस्थिती एकदम बदलून टाकणार असल्याचं हिटलरला आश्वासन दिलं. आता मात्र हिटलरचा कुणावरच विश्वास उरला नव्हता. एके काळी याच रिबनट्रॉपचा उल्लेख हिटलरनं भावनांच्या भरात 'दुसरा बिस्मार्क' अशा शब्दांमध्ये केला होता, हे इथं नमूद करण्यासारखे आहे. सगळ्या लोकांच्या सूचना आणि विनंत्या धुडकावून लावत हिटलरनं बर्लिनमध्येच राहण्याचा आपला निर्धार सगळ्यांसमोर व्यक्त केला. तो सगळ्यांना समजावा म्हणून त्यानं रेडिओवरून यासंबंधीची जाहीर घोषणाही करायला लावली.

आता शेवट जवळ आल्याचं ओळखून हिटलरनं आपल्या कागदपत्रांची छाननी केली. त्यांपैकी जी कागदपत्रं कुणाच्या हाती अजिबात पडू नयेत अशी त्याची इच्छा होती, ती त्यानं जाळून टाकायला लावली. बॉम्बमुळे दुरवस्था झालेल्या घरात राहणारा गोबेल्स, त्याची पत्नी आणि त्यांची सहा छोटी मुलं यांना हिटलरनं आपल्या बंकरमध्ये राहायला बोलावलं. आपली शेवटपर्यंत साथ देणारा गोबेल्सच आहे, हे त्याला आता समजलं होतं. आपल्याबरोबरच त्याचाही शेवट झालेला त्याला स्वतःला आवडेल, हे हिटलरला माहीत होतं. त्या संध्याकाळी दोन वरिष्ठ लष्करी अधिकाऱ्यांना दक्षिणेकडे धाडून हिटलरनं उरल्यासुरल्या लष्करी आक्रमणाची तयारी करायला सांगितलं. अर्थात या मोहिमेची आखणी हिटलरच करणार होता. यावर त्या दोघांनीही हिटलरनं आपल्यासोबत धोकादायक झालेल्या बर्लिनबाहेर यावं असा आग्रह धरला. त्यांपैकी पहिल्याला हिटलरनं 'तू माझी आज्ञा ऐकणं अपेक्षित आहे' असं म्हणताच तो गप्प झाला. दुसऱ्यानं मात्र हिटलरप्रती प्रचंड निष्ठा

असूनसुद्धा बर्लिनमध्ये बसून हिटलर लष्कराची सूत्रं कशी हाकणार, असा प्रश्न केला. जर आपल्या लष्करी अधिकाऱ्यांनाच हिटलरपासून लांब धाडून देण्यात आलं तर त्यांच्यामध्ये संभाषण तरी कसं होणार, हे त्याला समजत नव्हतं. त्यावर तिथं असलेला गोरिंग आपल्या वतीनं हे काम करू शकेल, असं उत्तर हिटलरनं दिलं. गोरिंगची आज्ञा कुठलाच सैनिक पाळणार नाही, असं एका वरिष्ठ लष्करी अधिकाऱ्यानं नाइलाजानं हिटलरच्या लक्षात आणून दिलं. यावर हताशपणे गोरिंगकडे आज्ञा देण्यासारखं फारसं काही उरलेलंच नसल्याची प्रतिक्रिया हिटलरनं दिली. अखेर दारुण परिस्थितीचा स्वीकार त्यानं केल्याचीच ही पावती होती!

एकूणच सगळी गोंधळाची परिस्थिती होती. आपण बर्लिनमध्येच राहणार आणि इतरांनी त्यांना वाटेल ते करावं, असं हिटलरनं सांगून टाकल्यामुळे इथून पुढे जर्मनीची सूत्रं कोण हलवणार याविषयी प्रश्नचिन्ह निर्माण झालं. अजूनही सगळे अधिकार हिटलरकडे एकवटलेले होते. तो बर्लिनमध्येच राहणार असल्यामुळे तिथून युद्धाचा उरलासुरला कारभार चालवणं अशक्य होऊन बसलं. इतर कुणाला हिटलरनं हे अधिकार दिलेले नसल्यामुळे त्यांच्याकडूनही काही ठोस निर्णय घेण्याची अपेक्षा करणं चुकीचं होतं. हे निर्णय कुणीच मान्य केले नसते. अशा प्रकारे हिटलरनं आपल्या विक्षिप्त वागण्यामुळे अत्यंत विचित्र परिस्थिती निर्माण करून ठेवली.

अर्थातच या सगळ्याला तसा काही अर्थ उरला नव्हता. शेवट जवळ आल्याची स्वतः हिटलरला आता पूर्ण कल्पना आली होती!

उद्ध्वस्त होत चाललेला बंकरचा बाह्य भाग बघताना हिटलर

शेवटची धुगधुगी

एकीकडे हताशपणे हिटलर आपल्या पुढ्यात वाढून ठेवलेल्या घटनाक्रमाची वाट बघत असताना दुसरीकडे हिमलर आणि गोरिंग हे त्याचे अगदी काही दिवसांपूर्वीचे जिवाभावाचे साथीदार त्याची जागा घेण्यासाठी टपून बसले होते. २२ एप्रिल १९४५ या दिवशी हिटलरनं बर्लिनमध्ये राहण्याचा निर्णय घेतल्याचं कळताच तिथून काही अंतरावर असलेल्या हिमलरनं ओरडून 'आता मी काय करणं अपेक्षित आहे?' असा थेट कुणालाच न उद्देशून केलेला प्रश्न त्याच्या सहायकांनी ऐकला. त्यांच्यापैकी एकानं हिमलरला तातडीनं हिटलरपाशी- म्हणजेच बर्लिनला जाण्याचा सल्ला दिला. हा सहायक तसा भोळा होता. त्याचा अजून हिटलर, हिमलर, नाझी विचारसरणी या सगळ्यांवर विश्वास होता. अशा कठीण प्रसंगी हिटलरपाशी हिमलर असणं अत्यंत महत्त्वाचं असल्याची त्याची समजूत होती. कावेबाज हिमलरच्या मनात मात्र वेगळंच काहीतरी शिजत होतं. त्यानं स्वीडनच्या काऊंट फोक बर्नाडोटशी संपर्क साधून पश्चिमेकडच्या देशांशी लढणाऱ्या जर्मन लष्करानं शरणागती पत्करण्यासंबंधीचा विषय काढला होता. हिमलर अर्थातच बर्लिनला गेला नाही; पण त्याला बर्लिनला जायला सांगणारा त्याचा सहायक मात्र तिथं गेला. जर्मन संसदेचा परिसर रशियन तोफगोळ्यांनी जर्जर झाल्यासारखा दिसत होता. त्याच्याच खालच्या बंकरमध्ये हिटलर राहत होता. हिटलरला बघून हा सहायक एकदम भावुक झाला. हिटलर अत्यंत निराश आणि थकलेला वाटत होता. या सहायकानं अशा परिस्थितीत पळ न काढता हिटलरनं तिथंच राहण्याची खंबीर भूमिका स्वीकारल्याबद्दल हिटलरचं कौतुक केलं. यामुळे एकदम शांत असलेल्या हिटलरची दुखरी नस चेपली आणि त्यानं पुढची काही मिनिटं सगळे जण कसे पळपुटे आहेत आणि आपल्याला सोडून ते ऐन वेळी कसे पळून गेले आहेत, याविषयी खूप बडबड केली. मोठमोठ्या आवाजात हिटलरनं केलेल्या या आरड्याओरड्यानंतर त्याचा चेहरा काळानिळा पडला. यामुळे त्याला कुठल्याही

क्षणी मेंदूचा झटका येईल, अशी भीती हिमलरच्या सहायकाला वाटली; पण तसं काही झालं नाही.

दरम्यान गोरिंगनं आपल्या वतीनं शत्रूशी जी काही बोलणी करायची आहेत ती करावीत, असा निर्णय हिटलरनं घेतलेला असला तरी तो गोरिंगपर्यंतच पोहोचला नव्हता. यामुळे एक लष्करी अधिकारी तो गोरिंगपर्यंत पोहोचवण्यासाठी रवाना झाला. बिनतारी संदेशवहनावर आता मित्रराष्ट्रांचं तसंच रशियाचं बारीक लक्ष असल्यामुळे त्या माध्यमाचा वापर करणं धोकादायक होतं. हिटलरचा काटा कधी निघतो आणि आपण जर्मनीची सूत्रं कधी एकदा आपल्या हाती घेतो, याची गोरिंग खरं म्हणजे वाटच बघत होता. आता मात्र ऐन वेळी अचानकपणे तो जरा गोंधळल्यासारखा झाला. आपण आत्ता घाईघाईनं काही करण्याच्या विरोधात असल्याचं त्यानं संबंधित लष्करी अधिकाऱ्याला सांगितलं. यामागची त्याची कारणमीमांसाही पटण्यासारखी होती. शत्रूशी चर्चा करण्याचा निर्णय आपण अमलात आणला तर आपल्यावर देशद्रोहाचा आरोप होईल आणि जर आपण ही चर्चा केली नाही तर काहीच न करता चालून आलेली संधी घालवल्याचा आरोप आपल्यावर होईल, असं त्याला वाटत होतं. म्हणूनच नक्की काय करावं याविषयी त्याच्या मनात स्पष्टता नव्हती. साहजिकच त्यानं या संदर्भात कायदेशीररीत्या काय करणं योग्य राहील, याची छाननी केली. त्यात २९ जून १९४१ या दिवशीच्या आदेशानुसार आपण

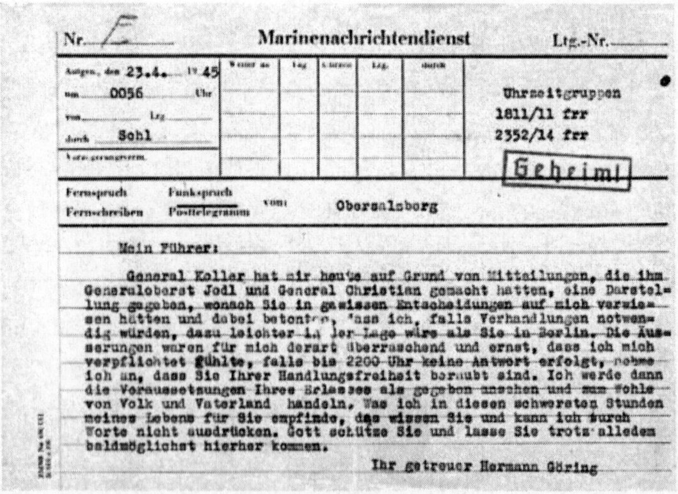
Nr. F — Marinenachrichtendienst — Ltg.-Nr.

Aufgen., den 23.4. 19 45
um 0056 Uhr
durch Sohl

Uhrzeitgruppen
1811/11 frr
2352/14 frr

Geheim!

Fernspruch / Funkspruch / Fernschreiben / Posttelegramm — vom: Obersalzberg

Mein Führer:

General Koller hat mir heute auf Grund von Mitteilungen, die ihm Generaloberst Jodl und General Christian gemacht hatten, eine Darstellung gegeben, wonach Sie in gewissen Entscheidungen auf mich verwiesen hätten und dabei betonten, dass ich, falls Verhandlungen notwendig würden, dazu leichter in der Lage wäre als Sie in Berlin. Die Äusserungen waren für mich derart überraschend und ernst, dass ich mich verpflichtet fühlte, falls bis 2200 Uhr keine Antwort erfolgt, nehme ich an, dass Sie Ihrer Handlungsfreiheit beraubt sind. Ich werde dann die Voraussetzungen Ihres Erlasses als gegeben ansehen und zum Wohle von Volk und Vaterland handeln. Was ich in diesen schwersten Stunden meines Lebens für Sie empfinde, das wissen Sie und kann ich durch Worte nicht ausdrücken. Gott schütze Sie und lasse Sie trotz alledem baldmöglichst hierher kommen.

Ihr getreuer Hermann Göring

गोरिंगची तार

जिवंत नसलो किंवा निर्णय घेण्याच्या स्थितीत नसलो तर गोरिंगनं कारभाराची सूत्रं त्याच्या ताब्यात घ्यावीत, असं हिटलरनं स्पष्टपणे लिहून ठेवलं होतं. आता बर्लिनमध्येच थांबण्याचा निर्णय घेऊन आणि सगळ्या राजकीय तसंच लष्करी निर्णयप्रक्रियांपासून जवळपास अलिप्त झाल्यासारख्या स्थितीत येऊन हिटलरनं सगळी सूत्रं गोरिंगकडे सोपवल्यासारखीच आहेत, याविषयी सगळ्यांचं एकमत झालं. तरीसुद्धा गोरिंगला या बाबतीत कुठलाच धोका पत्करायचा नसल्यामुळे त्यानं या संदर्भात हिटलरला एक तार पाठवून आपण खरोखरच हिटलरच्या वतीनं निर्णय घेणं योग्य आहे का, असं विचारलं. या तारेमधली वाक्यरचनाही त्यानं अगदी काळजीपूर्वकरीत्या तयार केली होती. तरीसुद्धा आपण हिटलर जिवंत असताना जर्मनीची सूत्रं आपल्याकडे घेण्यासंबंधीची विचारणा हिटलरकडेच करणं म्हणजे विनाशाकडे वाटचाल करणं असू शकतं, याची त्याला कल्पना होती. तसंच आपल्या तारेचं उत्तर रात्री दहापर्यंत आलं नाही तर आपणच जर्मनीचे सर्वेसर्वा असल्याचं हिटलरनं आता मान्य केलं आहे अशी आपली समजूत होईल, असंही या तारेत गोरिंगनं नमूद केलं. खरं म्हणजे या तारेत आक्षेपार्ह असं काही नव्हतं. तसंच गोरिंगनं हिटलरच्या विरोधात बंड केलं आहे, असंही त्यातून अजिबात ध्वनित होत नव्हतं.

एकीकडे गोरिंग अशा प्रकारे हिटलरकडून अनुकूल उत्तर येण्याची वाट बघत असताना दुसरीकडे शेकडो किलोमीटर्स अंतरावर बाल्टिक प्रदेशातल्या स्वीडनच्या दूतावासात काऊंट बर्नाडोटची भेट हिमलर घेत होता. गोरिंगनं हिटलरला तार पाठवून जर्मनीच्या कारभाराची सूत्रं आपल्याकडे घेण्यासंबंधीची परवानगी तरी मागितली; हिमलरनं मात्र जर्मनीचा कारभार आपल्या हातांमध्ये आला असल्याचं गृहीतच धरलं! एक-दोन दिवसांमध्ये हिटलरचा मृत्यू होईल, असं हिमलरनं बर्नाडोटला सांगून टाकलं. म्हणूनच अमेरिकी लष्करप्रमुख आयसेनहॉव्हरशी संपर्क साधून जर्मनी पाश्चिमात्य देशांना शरण यायला तयार असल्याचं त्याला सांगण्याचं आवाहन हिमलरनं बर्नाडोटला केलं. पूर्वेकडे मात्र रशियाशी सुरू असलेलं युद्ध जर्मनी थांबवणार नाही, असं हिमलरनं त्याला सांगितलं. जोपर्यंत पाश्चिमात्य देश तिथल्या युद्धाचाही ताबा घेणार नाहीत आणि रशियाचं वर्चस्व संपवणार नाहीत, तोपर्यंत जर्मनी त्यांना थोपवून धरण्याचा प्रयत्न करेल, असं त्याचं मत होतं. अर्थातच हा निव्वळ मूर्खपणा होता. आपण जर्मनीचा नेता झालो असल्याच्या समजात असलेल्या हिमलरची समज पुरेशी नसल्याचा हा परिणाम होता. तरीसुद्धा बर्नाडोटनं हिमलरला पाश्चिमात्य राष्ट्रांना शरण येण्यासंबंधीचा लेखी प्रस्ताव द्यायला सांगितलं. यासाठीचा मजकूर घाईघाईनं तयार करण्यात आला.

गोरिंग आणि हिमलर या दोघांनीही केलेल्या कृती घिसाडघाईच्या ठरल्या. २३ एप्रिलच्या संध्याकाळपर्यंत सोव्हिएत फौजांनी बर्लिनला पुरता घेराव घातला. यामुळे हिटलरचा त्याचे राजकीय आणि लष्करी सहकारी यांच्याबरोबरचा बिनतारी संदेशवहनाद्वारा सुरू असलेला संपर्क अजूनच क्षीण झाला. असं असूनही फक्त आपलं व्यक्तिमत्व आणि आपला नावलौकिक यांच्या जोरावर जर्मनीचं नेतृत्व अनभिषिक्त सम्राटासारखं आपण करू शकतो, याचा नमुना त्यानं अगदी शेवटच्या क्षणी दिला. तसंच आपला अगदी शेवटच्या क्षणी घात करू पाहणाऱ्या जवळच्या सहकाऱ्यांवर मात करण्याची किमयाही त्यानं करून दाखवली. यासाठी अगदी मोडकंतोडकं बिनतारी संदेशवहन त्याच्या बंकरवर असलेल्या फुग्याच्या मदतीनं सुरू असल्याचा अडसरही त्याला रोखू शकला नाही.

दरम्यान हिटलरची भेट घ्यायला पूर्वी जर्मनीचा शस्त्रास्त्रनिर्मितीप्रमुख असलेला आल्बर्ट स्पिअर त्याच्या बंकरमध्ये आला. आता हिटलरचा शेवट अगदी जवळ असल्याची जाणीव त्याला झालेली असल्यामुळे त्यानं हिटलरचा निरोप घ्यायचं ठरवलं होतं. खरं म्हणजे अत्यंत धोकादायक परिस्थिती असूनसुद्धा आपला जीव कसाबसा वाचवत स्पिअर तिथं पोहोचला. त्या वेळी हिटलरनं जर्मनीमध्ये सगळं नष्ट करण्याचे काही आठवड्यांपूर्वी दिलेले आदेश धुडकावून लावल्याबद्दल स्पिअरनं हिटलरची माफी मागितली. याचा अर्थ आपली हिटलरवरची श्रद्धा कमी झाली होती किंवा आपण त्याच्याशी आता एकनिष्ठ नाही असं काही नव्हतं; पण जर्मन जनतेचं भलं व्हावं एवढीच आपली इच्छा असल्याचं स्पिअरनं नमूद केलं. तसंच आपला गुन्हा राष्ट्रद्रोहाच्या पातळीचा असला तर त्यासाठी आपण योग्य ती शिक्षा म्हणजेच मृत्युदंड स्वीकारायला तयार असल्याचं, त्यानं हिटलरला सांगितलं. खरं म्हणजे स्पिअरचा 'गुन्हा' एवढ्यापुरतचा मर्यादित नव्हता. त्यानं दोन महिन्यांपूर्वी हिटलरला ठार मारण्याचाही कट रचला होता. जर्मनीमधली सगळी महत्त्वाची ठिकाणंच नव्हे तर सगळी जर्मन जनताच नष्ट करण्याचे बेत हिटलरनं आखले असल्याचं स्पिअरच्या लक्षात आल्यावर त्यानं हिटलरच्या बंकरमध्ये विषारी वायू सोडण्याचे बेत आखले. यासाठी हिटलर जेव्हा आपल्या लष्करी अधिकाऱ्यांबरोबर युद्धासंबंधीची चर्चा करत असेल, तेव्हाचा मुहूर्त गाठायचं त्यानं मनाशी पक्कं केलं. हिटलरसकट सगळे महत्त्वाचे लष्करी अधिकारी आणि गोबेल्स, हिमलर, गोरिंग हेसुद्धा या प्रकारात मारले जातील हे लक्षात आल्यामुळे स्पिअर अजूनच खूष झाला. जर्मन नागरिकांच्या जिवावर उठलेल्या या सगळ्या लोकांचा शेवट केलाच पाहिजे, असं त्यानं आपल्या मनाशी पक्कं केलं. यासाठी स्पिअरनं विषारी वायू मिळवलासुद्धा. हा वायू हिटलर राहत असलेल्या बंकरला जोडण्यात आलेल्या वातानुकूल यंत्रणेत सोडणं गरजेचं होतं. बंकरमध्ये येत असलेली हवा बंकरबाहेरच्या एका बागेपर्यंत जोडण्यात

आलेल्या नळीतून आणली जात असल्यामुळे या नळीत आपला विषारी वायू मिसळणं स्पिअरच्या दृष्टीनं गरजेचं होतं. या नळीवर तब्बल बारा फुटी चिमणी बसवण्यात आली होती. आपल्याला दगाफटका होऊ शकतो या भीतीपोटी हिटलरनंच ही चिमणी बसवण्याचे आदेश दिले होते. साहजिकच ही चिमणी तोडून त्याच्या आतल्या नळीला भेग पाडून त्यात विषारी वायू मिसळणं जवळपास अशक्य असल्याचं स्पिअरच्या लक्षात आलं. एसएसचे लोक बागेत सतत पहारा देत असत. त्यांची नजर चुकवून इतकं अवघड आणि जोखमीचं काम करणं आपल्याला जमणार नाही, असं स्पिअरचं मत झालं. साहजिकच त्यानं नाइलाजानं आपला बेत रहित केला. यामुळे हिटलरची हत्या करण्याचा आणखी एक प्रयत्न फसला. अर्थात या खेपेला तर तो प्रयत्न झालासुद्धा नाही.

आता २३ एप्रिल १९४५ या दिवशीच्या आपल्या हिटलरबरोबरच्या भेटीत स्पिअरनं जर्मनी शक्य तितकी उद्ध्वस्त करण्यासंबंधीचे हिटलरचे आधीचे आदेश न पाळल्याविषयीची स्पष्ट कबुली दिली. हे आधी कधी घडलं असतं तर कदाचित हिटलर प्रचंड भडकला असता आणि त्यानं स्पिअरला ठार करण्याचे आदेश आपल्या सहकाऱ्यानं दिले असते. आता मात्र हिटलरनं स्पिअरकडे रागानं बघितलं नाही किंवा त्याचा द्वेषही केला नाही. कदाचित स्पिअरनं आपल्या कृत्याची स्पष्ट कबुली देण्याचं धाडस तरी दाखवलं, याचं हिटलरला कौतुक वाटलं असावं. एकीकडे आपले अनेक 'भरवशाचे' लोक आपल्याला दगा देत असताना आणि जवळपास सोडून जात असताना स्पिअरनं खास आपल्या भेटीसाठी यावं आणि त्याच्या मनाला ज्या गोष्टीची टोच राहिली होती त्याविषयी मनमोकळेपणानं आपल्याशी बोलावं, हेच खूप आहे असं त्याला वाटत असावं. कदाचित याच ठिकाणी आपला काही दिवसांमध्ये मृत्यू होणार असल्याचं सत्य हिटलरनं स्वीकारलं असल्यामुळे तो इतका शांत झाला असेल, असंही स्पिअरला वाटलं. खरं म्हणजे ही वादळापूर्वीची शांतता होती. गोरिंगची तार हिटलरला मिळाल्याबरोबर तो प्रचंड भडकला. याचं मुख्य कारण हिटलरचा सहायक बोरमन ठरला. खरं म्हणजे गोरिंगची तार बघून हिटलरला तसं काही वावगं वाटलं नाही. आपण दिलेल्या आदेशांनुसारच गोरिंग वागतो आहे, असं त्याचं मत पडलं. तेवढ्यात बोरमननं दुसरी एक तार हिटलरच्या हातांमध्ये ठेवली. रिबनट्रॉपला पाठवलेल्या या तारेमध्ये जर मध्यरात्रीपर्यंत गोरिंगकडून किंवा हिटलरकडून रिबनट्रॉपला दुसरा काही निरोप मिळाला नाही तर त्यानं आपल्या भेटीसाठी यावं, असं गोरिंगनं लिहिलं होतं. याचा अर्थ एकदम स्पष्ट आहे, असं बोरमननं हिटलरला सांगितलं. गोरिंग स्वतःला हिटलरइतका प्रभावी समजतो आणि जर्मनीच्या परराष्ट्रमंत्र्याला भेटायला येण्यासाठीचे आदेश पाठवतो, म्हणजेच तो आता हिटलरला किंमत देत नाही, असं बोरमननं हिटलरच्या कानांवर घातलं. गेले

अनेक महिने गोरिंगची हकालपट्टी करण्यासंबंधी गोबेल्स आणि बोरमन सातत्यानं हिटलरचे कान भरत होतेच; आता या प्रयत्नांना ठिणगी लागली.

एकदम तडकून गोरिंग हा अपयशी माणूस असून तो भ्रष्टाचारी आणि अमली पदार्थांचं सेवन करणाराही असल्याचं हिटलरनं आपल्या सहायकांसमोर स्पिअरला सांगितलं. हे ऐकताच स्पिअर एकदम हादरला. अशा माणसाकडे हिटलरनं इतकी महत्त्वाची जबाबदारी मुळात दिलीच कशी, असा रास्त प्रश्न त्याला पडला. आश्चर्य म्हणजे यानंतर लगेचच हिटलर पुन्हा शांत झाला आणि नाहीतरी शरणागतीची नामुष्की पत्करायची असेल तर त्यासाठीची चर्चा गोरिंगनं केली काय किंवा इतर कुणी केली काय; त्यामुळे कसलाच फरक पडत नसल्याचं विधान त्यानं केलं. मात्र त्याचा हा अवतार अगदी थोडा वेळच टिकला. गोरिंगच्या तारेला उत्तर म्हणून एक तार पाठवण्याचे आदेश हिटलरनं दिले. गोरिंगनं देशद्रोह केलेला असून खरं म्हणजे याची शिक्षा मृत्युदंड असल्याचं; पण त्यानं जर्मनीची आणि नाझी पक्षाची दीर्घ काळ सेवा केलेली असल्यामुळे त्याला या शिक्षेतून आपण माफी देत असल्याचं हिटलरनं नमूद केलं. या माफीसाठी पात्र ठरण्यासाठी गोरिंगनं अगदी तातडीनं आपल्या सगळ्या पदांचा राजीनामा देणं गरजेचं असल्याचंही हिटलरनं या तारेतून कळवलं. उत्तरार्थ गोरिंगनं फक्त 'हो' किंवा 'नाही' एवढ्या एकाच शब्दाद्वारा आपला निर्णय कळवावा असंही त्यात म्हटलं होतं. तार पाठवण्याचं हे काम हिमलरच्या बर्लिनला हिटलरपाशी आलेल्या सहायकनं केलं होतं. त्याचं या तारेनं समाधान झालं नाही. त्यानं स्वतःच एसएसच्या मुख्यालयात एक तार पाठवून गोरिंगला अटक करण्याचे आदेश दिले. अशा प्रकारे जर्मनीमधल्या सगळ्यात महत्त्वाच्या नेत्यांच्या यादीत दुसऱ्या क्रमांकावर असलेल्या अत्यंत आक्रमक आणि घमेंडी हवाई दल प्रमुखाला एसएसनं तुरुंगात टाकलं.

दरम्यान 'थर्ड राईख'च्या शेवटच्या धुगधुगीच्या या काळात हिटलरच्या बंकरमध्ये दोन वैचित्र्यपूर्ण लोक दाखल झाले. हॅना राईट्च नावाची शिकाऊ महिला वैमानिक आणि म्यूनिकमध्ये असलेला जनरल रिटर फॉन ग्राईम अशी त्यांची नावं होती. रशियाकडून विमानांवर होत असलेल्या बॉम्बहल्ल्यांचा फटका हे दोघं येत असलेल्या विमानालाही बसला आणि यामुळे ग्राईमचा एक पाय जवळपास निकामीच झाला. ग्राईमच्या पायावर हिटलरच्या बंकरमध्ये एक डॉक्टर उपचार करत असताना हिटलर तिथं आला आणि त्यानं ग्राईमला तिथं बोलावण्यामागचं कारण माहीत आहे का असं विचारलं. याला ग्राईमनं नकारार्थी उत्तर देताच हिटलरनं त्याला गोरिंगच्या कृत्याची माहिती दिली आणि त्यानं केलेल्या देशद्रोहामुळे आपण त्याच्या जागी आता ग्राईमची नेमणूक हवाई दलाचा प्रमुख म्हणून करत असल्याचं सांगितलं. हे ऐकताच ग्राईम एकदम आश्चर्यचकित झाला. अर्थात या नेमणुकीसाठी ग्राईमला

आपला एक पाय जवळपास पूर्णपणे गमवावा लागला. याची काहीच गरज नव्हती. बिनतारी संदेशाद्वारा हिटलर यासंबंधीची घोषणा करू शकला असता. तसंच बर्लिनमधून उरल्यासुरल्या हवाई दलाची सूत्रं हलवणंही ग्राईमला शक्य नव्हतं. म्यूनिकमध्ये हवाई दलाचं मुख्यालय असल्यामुळे तिथूनच तो हे काम करू शकला असता. अर्थातच आता अशा गोष्टींना फारसा अर्थच उरला नव्हता. स्वतः ग्राईमनंसुद्धा आता हिटलरबरोबर त्याच्या बंकरमध्येच मृत्यूचा सामना करायचं ठरवलं. नंतर मात्र वेगळ्याच घटनाक्रमामुळे यात बदल झाला.

हॅना राईट्च या शिकाऊ महिला वैमानिकाला साधारण तीन दिवस हिटलरबरोबर बंकरमध्ये राहून तिथल्या परिस्थितीचं अगदी जवळून निरीक्षण करता आलं. तिनं या आठवणींविषयी लिहून ठेवलं. २६ एप्रिलच्या संध्याकाळी ती हिटलरच्या बंकरमध्ये आली. दरम्यान रशियन बॉम्बनी नुसतं थैमान घातलं. जर्मन संसदेच्या इमारतीवर सुरू असलेल्या बॉम्बहल्ल्यांनी इमारत नुसती दणाणून गेली. भिंती कोसळण्याचे आवाज सातत्यानं येत राहिले. यामुळे बंकरमधला ताणतणाव सतत वाढत गेला. साहजिकच हॅनानं 'हिटलरनं तिथंच राहण्याचा अट्टाहास का केला आहे 'असं त्याला विचारलं. जर्मनीला हिटलरची गरज असल्याचं मत तिनं व्यक्त केलं. यावर आपण आपल्या देशाच्या संरक्षणासाठी लढणाऱ्या सैनिकाचा मृत्यू पत्करणं जास्त पसंत करतो, असं उत्तर हिटलरनं दिलं. तसंच आपण आपल्या शत्रूंचा नक्की पराभव करू, असा आत्मविश्वास आपल्यात कायम असल्याचं सांगून जेव्हा या आत्मविश्वासाला तडे जाण्याची चिन्हं दिसायला लागली तेव्हा आपण मुद्दामच इथं ठिय्या मांडून बसायचं ठरवलं असल्याचं हिटलरनं नमूद केलं. याचं कारण म्हणजे 'बर्लिनमध्ये मी राहण्यानं आपली सगळी ताकद इथं एकवटेल आणि आपलं लष्करसुद्धा इकडेतिकढे विखुरण्यापेक्षा बर्लिनच्या सीमा भेदून आतपर्यंत येणाऱ्या शत्रूला थोपवण्यासाठी इथं येईल अशी खात्री आपल्याला वाटते,' असं विधान हिटलरनं केलं. अजूनही दक्षिणेकडे आपलं लष्कर जोरदार लढत देत असून, लवकरच ते बर्लिनकडे येऊन पुन्हा एकदा युद्धाची बाजू पलटवेल याविषयी आपल्याला खात्री वाटत असल्याचं तो म्हणाला. तेवढ्यात रशियाच्या बॉम्बहल्ल्यांचा जोर वाढला आणि बंकरवरची इमारत गदगदायला लागली, तसा हिटलरचा मूड एकदम पालटला. त्यानं हॅनाकडे दोन विषारी गोळ्या दिल्या. योग्य वेळ येताच तिनं आणि ग्राईमनं स्वतःला संपवण्यासाठी त्यांचा वापर करणं अपेक्षित होतं. आपल्याबरोबर ज्या लोकांनी या बंकरमध्ये मरण पत्करावं असं हिटलरला वाटत होतं, त्यात हॅनाचा समावेश होता. रशियन सैनिकांनी आपल्याला जिवंतपणी पकडू नये किंवा आपला मृतदेहसुद्धा त्यांच्या हाती लागू नये, अशी आपली इच्छा असल्याचं हिटलरनं तिला सांगितलं. यासाठी आपण आणि इव्हा ब्राऊन आत्महत्या करून आपले मृतदेह

जाळून टाकण्याची व्यवस्था करणार असल्याचंही तो म्हणाला. हॅनानं या संदर्भातला निर्णय स्वतः घ्यावा, असं त्यानं सांगितलं. हॅना त्यानुसार हिटलरनं दिलेलं विष घेऊन ग्राईमकडे गेली. वेळ येताच आपण दोघांनी हे विष घ्यावं आणि आपल्याकडे असलेल्या हँडग्रेनेडची पिन उचकटून स्फोट घडवून आपले देह नष्ट करावेत, अशी योजना त्यांनी आखली.

या घटनाक्रमाला साधारण दीड दिवस होऊन गेल्यावर हिटलरच्या आशा किंवा खरं म्हणजे त्याची दिवास्वप्नं परत जागृत झाल्यासारखं वाटलं. त्यानं आपल्या एका सहायकाला बिनतारी संदेशाद्वारा इतर ठिकाणच्या आपल्या लष्करी तुकड्या बर्लिनला कधी येणार, असं विचारलं. तसंच लवकरच आपण बर्लिनवर पुन्हा वरचष्मा गाजवू असं आपल्याला वाटत असल्याचंही त्यानं त्यात नमूद केलं. आपल्या थरथरणाऱ्या हाताच्या घामामुळे चोळामोळा होत असलेला नकाशा दाखवत हिटलर बर्लिनच्या सुटकेसाठी दुसरीकडून येऊ घातलेल्या आपल्या लष्करी तुकड्यांच्या मोहिमेची आखणी करत होता. आजूबाजूला जवळपास कुणीच त्याची बडबड ऐकत नव्हतं; किंवा ती ऐकून त्यांना कसलाच फरक पडत नव्हता. याचं कारण म्हणजे ज्या लष्करी तुकड्यांविषयी हिटलर आशेनं बोलत होता त्या तुकड्या नष्ट तरी झाल्या होत्या किंवा त्या दारुण पराभवाच्या दाट छायेत होत्या. हिटलरच्या मनातच त्यांच्याविषयीचे आशादायी किरण फुलले होते; प्रत्यक्षात सगळीकडे दाट अंधाराची सावली पसरली होती. २८ एप्रिलच्या दिवशी बंकरमधले लोक या लष्करी तुकड्यांच्या हालचालींविषयी आणि त्या आपल्या मदतीला धावून येण्यासंबंधीच्या घडामोडींविषयी आतुरतेनं वाट बघत बसले. अर्थातच असं काही घडणं शक्य नव्हतं. उलट आपला हल्ला आणखी तीव्र करत सोव्हिएत लष्कर आता जर्मन संसदेच्या इमारतीच्या परिसरात येऊन ठेपलं होतं. इमारतीभोवतीचा सोव्हिएत गळफास लवकरच घट्ट होणार, हे उघड होतं.

आपल्या मदतीला कुठलीच लष्करी तुकडी येत नाही हे बघून २८ एप्रिलच्या रात्री ८ वाजता हिटलरनं या तुकड्यांच्या अधिकाऱ्यांना तारा पाठवल्या. त्यात या अधिकाऱ्यांनीसुद्धा देशद्रोह केला असल्याची आपल्याला खात्री वाटत असून, आपण अगदी तातडीनं त्यांनी आपल्या मदतीला धावून येण्याची अपेक्षा करत असल्याचं हिटलरनं नमूद केलं. सगळीकडून आपली फसवणूक केली जात असल्याचा आणि आपल्याच हाताखालचे लोक आपल्याला मरायला सोडून स्वतः युद्धभूमीपासून दूर गेल्याचा विलक्षण संताप हिटलरला बेचैन करत होता. आपण या बाबतीत काहीही करू शकत नाही ही भावना तर त्याला प्रचंड अस्वस्थ करत होती. आपण जर्मनीचे अनभिषिक्त सम्राट असूनसुद्धा या निकराच्या वेळी आपण अत्यंत हतबल आणि एकाकी झालो असल्याची जाणीव त्याला सतत होत होती.

तेवढ्यात बंकरमध्ये आपल्याबरोबर काही काळ असलेला आणि आता अचानकपणे गायब झालेला हिमलरचा एक महत्त्वाचा सहायक अधिकारी कुठे आहे याचा शोध हिटलरनं घेतला, तेव्हा तो बंकर सोडून पळाल्याचं त्याला समजलं. या अधिकाऱ्याची बायको म्हणजे इव्हा ब्राऊनची सख्खी बहीण होती. आता त्यानं आपला घात केला असल्याच्या संतापापोटी हिटलरनं त्याचा शोध घेण्याचे आदेश एसएसच्या लोकांना दिले. बंकरमधून पळ काढलेल्या या अधिकाऱ्यानं सोव्हिएत हल्ल्यांपासून बचाव करत आपला जीव वाचवण्याचा प्रयत्न सुरू ठेवला होता. मस्तपैकी दारू झोकून पैशांच्या पिशव्या भरून साध्या कपड्यांमधला हा अधिकारी पळ काढण्याच्या बेतात होता. त्यानं आपण अडचणीत आल्याचं लक्षात घेत इव्हा ब्राऊनला फोन केला. बंकरमधल्या इव्हा ब्राऊननं त्याच्या विनवण्यांना अजिबात भीक घातली नाही. साहजिकच त्याला हुडकून काढलेल्या एसएसच्या लोकांनी त्याला हिटलरसमोर बंकरमध्ये उभं केलं. त्या अधिकाऱ्याला देशद्रोह केल्याच्या आरोपावरून अटक करण्यात आली. याहून जास्त महत्त्वाची गोष्ट म्हणजे हिमलरचा महत्त्वाचा माणूस अशा प्रकारे आपल्याशी दगाफटका करत असेल, तर स्वतः हिमलर नक्की कुठं आहे आणि तो काय करतो आहे हे आपल्याला समजलं पाहिजे, हे हिटलरच्या लक्षात आलं. आता बंकरचा इतर जगाशी असलेला बिनतारी संदेशवहनाचा संपर्कही तुटला होता. त्यामुळे जवळच असलेल्या गोबेल्सच्या कार्यालयाकडून काही निरोप मिळेल एवढीच आशा होती. या कार्यालयामधली बिनतारी संदेशवहनाची यंत्रणासुद्धा काही प्रमाणात उद्ध्वस्त झाली असली तरी ती थोडीफार शाबूत होती. २८ एप्रिल हा दिवस हिटलरच्या दृष्टीनं खूपच खराब गेला होता. आपल्या मदतीला इतर लष्करी तुकड्या धावून येतील ही त्याची आशा फोल ठरली होती. तेवढ्यात गोबेल्सच्या कार्यालयानं आपल्या मोडक्यातोडक्या अवस्थेतल्या बिनतारी संदेशवहन यंत्रणेद्वारा 'रॉयटर्स' वृत्तसंस्थेनं दिलेल्या वृत्ताचा हवाला देणारी बीबीसीवरची एक बातमी मिळवली. स्वीडनच्या स्टॉकहोम शहरामधली ही बातमी इतकी सनसनाटी होती की ती वाचून रशियन बॉम्बहल्ल्यांची पर्वा न करता गोबेल्सचा एक सहायक पळत आपल्या कार्यालयामधून हिटलरच्या बंकरपर्यंत कसाबसा आला. तिथं त्यानं हिमलरनं पाश्चिमात्य राष्ट्रांपुढे जर्मनीच्या वतीनं शरणागती पत्करण्याची तयारी दाखवली असल्याची ही बातमी हिटलरला सांगितली. ही बातमी ऐकताच हिटलरच्या बंकरमधले सगळेच्या सगळे लोक अक्षरशः थक्क झाले. हिटलर तर संताप, भीती आणि आश्चर्य यांच्या मिश्र भावनेमुळे इतक्या जोरात ओरडला की त्याला वेड लागलं आहे असं वाटावे!

इतर अनेक जणांनी आपल्याला दगाफटका केला असल्याची खंत हिटलरनं कशीबशी पचवली होती. चक्क हिमलरसुद्धा बुडणारं जहाज सोडून पळ काढतो

आहे हे ऐकल्यावर मात्र हिटलरच्या संतापाचा स्फोट झाला. हिमलर हा आपल्याशी कायम एकनिष्ठ राहील, असा हिटलरचा दृढ विश्वास होता. एक क्षणभरही त्यानं कधीच हिमलरवर संशय घेतला नव्हता. कुठल्याही परिस्थितीत हिमलर आपली साथ देईल आणि वेळप्रसंगी आपल्याबरोबर मरणसुद्धा पत्करेल, अशी त्याला खात्री वाटत होती. आता संतापानं त्याचं सगळं शरीर लालबुंद झालं. त्याचा चेहरा तर ओळखू येणार नाही इतका बदलला, असं हॅनानं नमूद केलं आहे. रागानं थरथरत त्यानं हिमलरच्या या कृत्याविषयी अक्षरशः आग ओकली. काही काळ चाललेल्या त्याच्या या आगपाखडीनंतर तो अवसान गळाल्यासारखा खाली बसला. बंकरमध्ये स्मशानशांतता पसरली. गोरिंगनं किमान जर्मनीची सूत्रं स्वतःकडे घेण्याची परवानगी तरी मागितली होती; पण हिमलरनं मात्र चक्क हा आपला अधिकार असल्याच्या थाटात इतर देशांशी चर्चाही केली होती... तीसुद्धा शरणागती पत्करण्याची! जरा सावरल्यानंतर देशद्रोह आणि दगाफटका यांचं हे आपल्याला माहीत असलेलं सगळ्यात भयानक आणि विकृत कृत्य असल्याचं हिटलरनं आपल्याबरोबर असलेल्या लोकांना सांगितलं. ही बातमी आणि त्याच्या जोडीला सोव्हिएत लष्कर आता जर्मन संसदेच्या इमारतीपासून जेमतेम काही मीटर अंतरावर पोहोचलेलं असल्याची आलेली दुसरी बातमी यामुळे सगळं संपल्याची हिटलरला जाणीव झाली. अजून साधारण तीस तासांनी म्हणजे ३० एप्रिल १९४५ या दिवशी सकाळी सोव्हिएत लष्कर आपल्या बंकरचाही घास गिळेल, असं हिटलरच्या कानांवर आलं.

ही शेवटची धुगधुगी आता अंतिम टप्प्यात येऊन ठेपली होती!

अंत!

आता आपल्याकडे फक्त काही तासांचा अवधी उरलेला असल्याची जाणीव झाल्यामुळे हिटलरनं घाईघाईनं काही निर्णय घेतले आणि त्यांची अंमलबजावणीसुद्धा केली. त्यात पहाट उजाडेपर्यंत इव्हा ब्राऊनशी लग्न करण्याचा समावेश होता. त्यानं आपलं शेवटचं मृत्युपत्रही तयार केलं. ग्राईम आणि हॅना राईट्च यांना उरल्यासुरल्या जर्मन हवाई दलाची पूर्ण ताकद वापरून आपल्या बंकरपाशी येऊन ठेपलेल्या रशियन सैनिकांवर बॉम्बहल्ले करण्याचे आदेश देऊन त्यानं त्यांना बंकर सोडायला

इव्हा ब्राउन

सांगितलं. तसंच हिमलरलाही त्यांनी अटक करण्याचे आदेश त्यानं दिले. आपली जागा कुठल्याही देशद्रोही माणसानं घेता कामा नये, असं त्यानं हॅनाला बजावलं. तिनं काहीही झालं तरी हिमलरला हिटलरपश्चात जर्मनीचा चॅन्सलर बनू न देण्याची हमी द्यावी, असं हिटलरनं तिला सांगितलं. हिमलरचा बदला आपण मरण्याच्या आधी घ्यायचा म्हणून त्याच्या महत्त्वाच्या सहायकाला बंकरमधल्या अटकेतून बाहेर काढण्यात आलं. हिमलरच्या देशद्रोही कृत्यांमध्ये सहभागी असल्याच्या आरोपांवरून त्याला गोळी घालून ठार करण्यात आलं. आधी उल्लेख केल्याप्रमाणे खरं म्हणजे हा सहायक इव्हा ब्राऊनच्या बहिणीचा नवरा म्हणजेच आता हिटलरचा मेव्हणा होता! त्याचा हिटलरच्या निर्णयावर कसलाच परिणाम झाला नाही. इव्हानंही त्याला वाचवण्यासाठी अजिबात प्रयत्न केले नाहीत. उलट हिटलरला सगळ्यांनी दगाफटका केल्याविषयी तिनं खंत व्यक्त केली आणि हिटलरचा जीव वाचवण्याच्या मोबदल्यात १०,००० इतर जर्मन नागरिकांचा बळी गेला असता तरी चाललं असतं, असं बोलून दाखवलं.

यानंतर हिटलर आणि इव्हा ब्राऊन यांचा लग्नसमारंभ पार पडला. यासाठी घाईघाईनं लग्नविधी करणाऱ्या एका माणसाला बोलावून घेण्यात आलं. तो कोड्यातच पडला; पण परिस्थितीचं भान राखत त्यानं हे लग्न लावून दिलं. यानंतर प्रथेप्रमाणे हिटलर आणि इव्हा ब्राऊन यांच्याखेरीज उपस्थित असलेल्या लोकांनी खास मेजवानीचा आस्वाद घेतला. त्यात गोबेल्स पती-पत्नीचाही समावेश होता. या काळात जुन्या आठवणींना हिटलरनं उजाळा दिला. नेहमीप्रमाणेच तो एकटाच बराच वेळ बोलत राहिला. नाझी विचारसरणी, जर्मनीविषयीची आपली स्वप्नं अशा सगळ्या गोष्टी त्यात होत्या. यामुळे काही काळ बंकरमधलं उदासवाणं वातावरण जरा खेळीमेळीचं झालं. रात्री १ ते ३ च्या दरम्यान हिटलर आणि इव्हा ब्राऊन यांचं लग्न लागलं आणि त्यानंतर ही मेजवानी सुरू राहिली. त्यानंतर मात्र हिटलर तिथून उठला. आपल्याला अनेक जणांनी केलेल्या दगाफटक्यामुळे सध्याची परिस्थिती उद्भवलेली असून, आता आपल्याला अंतिम निर्णय घेण्याची वेळ आली असल्याचं त्यानं सांगितलं. यामुळे वातावरण एकदम बदललं. थोड्याफार उत्साहाची जागा पार नैराश्यानं घेतली. शेजारच्या खोलीत आपल्या एका महिला सहायकाला त्यानं बोलावून घेतलं आणि आपलं शेवटचं मृत्युपत्र तसंच आपलं शेवटचं इच्छापत्र त्यानं तिला डिक्टेट केलं.

ही दोन कागदपत्रं हिटलरच्या एकूण स्वभावाला आणि त्याच्या इतिहासाला साजेशीच होती. यामधल्या इच्छापत्राचे दोन भाग होते. त्यातल्या पहिल्या भागात त्यानं आपल्या माघारी आपलं मूल्यमापन कसं केलं जावं याविषयी भाष्य केलं होतं. दुसऱ्या भागात त्यानं भविष्याविषयी नेमक्या सूचना केल्या होत्या. दोन्ही भागांमध्ये

आधीप्रमाणेच त्यानं भरपूर खोट्या गोष्टी लिहिल्या. त्यात आपली जडणघडण, आपली वैचारिकता, दुसरं महायुद्ध जर्मनीवर लादलं जाणं, ज्यू लोकांविषयीचा राग, नाझी विचारसरणी, आपल्याला झालेला दगाफटका, शेवटपर्यंत आपण बर्लिनमध्येच राहण्याचा घेतलेला शूर निर्णय, अशा अनेक गोष्टींचा समावेश होता. तसंच आपली जागा कुणी घ्यावी याविषयीही त्यानं लिहिलं. यात आधी कुणी ही जागा घेऊ नये यावर त्यानं भर दिला. खास करून गोरिंग आणि हिमलर यांना आपण त्यांच्या पदांवरून हाकलून दिलं असल्याचा स्पष्ट उल्लेख त्यात होता. लष्कर, हवाई दल तसंच एसएस या सगळ्यांनी आपल्याला दगाफटका केला असल्याचं त्याचं स्पष्ट मत झालं होतं आणि याची त्याला खूप खंत वाटत होती. आपण विजयी ठरू शकलो असतो; पण या सगळ्यांमुळेच ते अशक्य झालं, अशी भावना त्याला शेवटपर्यंत सतावत राहिली. साहजिकच आपल्यानंतर देशाचं नेतृत्व कुणाकडे सोपवायचं, हा प्रश्नही त्यानं नौदलाच्या अधिकाऱ्याकडे देण्याचा निर्णय घेऊन सोडवला. नौदलानं आपल्याशी दगाफटका केला नसल्याचं समाधान त्याच्या मनात असलं तरी खरं म्हणजे नौदलानं या युद्धात निर्णायक भूमिका निभावण्याइतका नौदलाचा त्यात सहभागच नव्हता. जर्मन लष्करानं म्हणजे पायदळानं या युद्धात सगळ्यात शर्थीची झुंज दिली होती. त्यांचंच मनुष्यबळ, तसंच युद्धसामग्री या दोन्ही पातळ्यांवर सगळ्यात जास्त नुकसान झालं होतं. या सगळ्याचा हिटलरला जणू विसर पडला असावा. यामुळे त्यानं जर्मन नौदलप्रमुख डोनित्झ याला आपला उत्तराधिकारी नेमत असल्याचा उल्लेख केला. यानंतर त्यानं आपल्यानंतरच्या सरकारमध्ये कुणाचा समावेश असावा, या विषयावर मंथन केलं. गोबेल्स हा जर्मनीचा नवा चॅन्सलर असावा असं हिटलरचं मत होतं. हे युद्ध सुरू ठेवण्याची हिंमत असलेल्या शूर लोकांचाच सरकारमध्ये समावेश व्हावा, तसंच इतर महत्त्वाच्या जबाबदाऱ्याही अशाच लोकांकडे दिल्या जाव्यात, असं त्यानं नमूद केलं. तसंच आपले वर्णभेदी कायदे तसेच कायम ठेवून आंतरराष्ट्रीय पातळीवर ज्यू लोकांचं खच्चीकरण आधीइतक्याच जोमानं करत राहण्याचा सल्ला त्यानं दिला.

हे सगळं करून झाल्यावर हिटलरचं काम संपलं. आता २९ एप्रिल १९४५ या रविवारचे पहाटेचे चार वाजले होते. आपण मागे ठेवत असलेल्या कागदपत्रांवर साक्षीदारांच्या उपस्थितीत सही करायची म्हणून त्यानं गोबेल्स आणि इतर काही लोक यांना आपल्या खोलीत बोलावून घेतलं. हिटलरनं स्वतःची सही झाल्यावर या लोकांनाही साक्षीदार म्हणून सही करायला सांगितलं. यानंतर त्यानं आपल्या वैयक्तिक पातळीवरच्या मृत्युपत्राचा मसुदा पटापट सांगितला. त्यात त्यानं ऑस्ट्रियामधल्या आपल्या तुलनात्मकरीत्या गरिबीत गेलेल्या आयुष्याची उजळणी केली. तसंच आपण आयुष्याच्या या अखेरच्या टप्प्यावर लग्न करण्याचा आणि नंतर दोघांनी

आयुष्य संपवण्याचा निर्णय का घेतला, याविषयीसुद्धा त्यानं उल्लेख केला. आपली मालमत्ता विकून आपल्या नातेवाइकांना त्यातून मिळणारी रक्कम वाटून टाकावी, असं त्यानं सांगितलं. गोरिंगनं आपल्या पदाचा गैरवापर करून प्रचंड संपत्ती जमा केली असली तरी हिटलरनं मात्र तसं केलं नसल्याचा उल्लेख इथं केला पाहिजे. हे सगळं सांगून झाल्यावर अतिताण आणि या कागदपत्रांचं डिक्टेशन केल्यामुळे आलेला थकवा यामुळे हिटलर झोपी गेला. आता पहाट उजाडली होती. बर्लिन शहरावर बॉम्बहल्ल्यांमुळे जिथंतिथं लागलेल्या आगीमुळे धुरांचे लोट दिसत होते. रशियन हल्ल्यांमुळे इमारती पत्त्यांच्या डावांप्रमाणे कोसळत असल्याचं दृश्य अनेक ठिकाणी दिसत होतं. आता जर्मन संसदेच्या इमारतीपासून रशियन लष्कर फार दूर नव्हतं.

हिटलर झोपलेला असताना गोबेल्स आणि बोरमन यांची घाई सुरू होती. हिटलरनं आपल्या सूचनांमध्ये या दोघांनी बर्लिन सोडून नव्या सरकारमध्ये सामील होण्याचा स्पष्ट आदेश दिला होता. बोरमनला हिटलरचा हा आदेश अगदी हवाहवासा वाटला. त्याची हिटलरसोबत मरण्याची अजिबात इच्छा नव्हती. याचा अर्थ तो हिटलरशी एकनिष्ठ नव्हता असं नाही; पण आपला हकनाक बळी जावा, असं मात्र त्याला वाटत नव्हतं. डोनित्झ आपल्याला नव्या सरकारमध्ये सामील करेल, अशी आशा तो मनाशी बाळगून होता. अर्थातच हिटलरचा अंत झाल्याचं समजताच गोरिंग घाईघाईनं सरकारची सूत्रं स्वतःकडे खेचून घेण्यासाठी धडपडेल, अशी भीती बोरमनला वाटत होती. हे टाळण्यासाठी बोरमननं लगेचच एसएसच्या मुख्यालयाला बिनतारी संदेश पाठवून हिटलरचा घात करणाऱ्या सगळ्या लोकांना संपवायला सांगितलं. गोरिंग आणि हवाई दलातले त्याचे मुख्य अधिकारी यांना बोरमननं आधीपासूनच एसएसकरवी बंदी बनवलं होतं. आता हिटलरच्या मृत्यूपाठोपाठ गोरिंगला ठार करण्याचे आदेश त्यानं जारी केले होते. गोबेल्सला मात्र इव्हा ब्राऊनप्रमाणेच हिटलरविरहित जर्मनीमध्ये जिवंत राहण्यात कसलाच मतलब वाटत नव्हता. हिटलरमुळेच आपण आयुष्यात इतकी प्रगती केली, याची जाणीव तो कधीच विसरला नाही. म्हणूनच हिटलर मरण पावल्यावर आपणसुद्धा हे जग सोडावं, असं त्यानं ठरवलं होतं. नाझी पक्षाचा मुख्य प्रचारक म्हणून त्यानंच हिटलरची कीर्ती सगळीकडे पसरवली होती. त्यानंच नाझी विचारसरणीचं विलक्षण उदात्तीकरण केलं होतं. जर्मनीची शक्तीसुद्धा होती त्याहून खूप जास्त भासवण्यात तसंच हिटलरची प्रतिमा प्रचंड उजळ करण्यात त्याचा सगळ्यात मोठा हात होता. हिटलरच्या गोतावळ्यापैकी त्याची साथ अगदी शेवटपर्यंत न सोडणारा गोबेल्स हा एकटाच होता. इतर सगळ्या लोकांनी एक तर हिटलरला धोका दिला किंवा स्वतः विनाकारण मृत्यू पत्करण्यापेक्षा जिवंत राहण्याचा प्रयत्न तरी करून बघायचं ठरवलं

होतं. अशा परिस्थितीत हिटलरशी कायम एकनिष्ठ राहिलेल्या गोबेल्सला त्याच्या साथीत मरणाचा सामना करण्यात शौर्य वाटत होतं. म्हणूनच त्यानं हिटलरनं व्यक्त केलेल्या अपेक्षांना जोडणी म्हणून स्वतःचे विचारही लिहून ठेवले. २९ एप्रिल १९४५ या दिवशी सकाळी साडेपाच वाजता गोबेल्सचं हे लिखाण पूर्ण झालं.

आता हिटलरनं डिक्टेट केलेला शेवटचा मजकूर सोव्हिएत सैनिकांच्या हाती लागू न देता सुरक्षितपणे पुढच्या सरकारपर्यंत पोहोचवणं गरजेचं होतं. मूळ मजकूर अजूनही बऱ्यापैकी भरभक्कम असलेल्या दूरवरच्या एका जर्मन लष्करी तुकडीचं नेतृत्व करणाऱ्या माणसापर्यंत पोहोचवायचा होता. तसंच या मजकुराची एक प्रत डोनित्झपर्यंत न्यायची होती. या कामासाठी तीन वरिष्ठ लोकांना दुपारी बंकरमधून धाडण्यात आलं. हे काम अर्थातच अत्यंत धोकादायक होतं. मध्ये रशियन सैनिकांच्या अनेक फळ्या होत्या. त्यांच्यामधून सुरक्षितपणे मार्ग काढून हे तीन निरोपे पुढे जाण्यात यशस्वी झाले खरे; पण यात खूपच वेळ गेला. डोनित्झ तसंच संबंधित लष्करी अधिकारी यांच्यापर्यंत हिटलरचे हे शेवटचे निरोप कधी पोहोचलेच नाहीत. तसंच त्या दिवशी बंकरमधून बाहेर पडणारे हे तीनच लोक नव्हते. त्या दुपारी हिटलरनं जणू काही घडलेलंच नाही आणि अजून हे युद्ध सुरू आहे अशा आविर्भावात गेल्या सहा वर्षांप्रमाणे आपल्या लष्करी अधिकाऱ्यांची दैनिक बैठक घेतली. आता तीनच अधिकारी उरले होते. त्यांनी रशियन सैनिक आपल्या इमारतीच्या अगदी जवळ येऊन ठेपल्याचं आणि ते एक-दोन दिवसांमध्ये आपल्या बंकरमध्ये घुसण्याची शक्यता असल्याचं सांगितलं. आपल्या मदतीला धावून येतील अशा जर्मन तुकड्यांचा अजून कसलाच मागमूस नसल्याचा उल्लेख होताच या तीन अधिकाऱ्यांनी संधी साधली. आपण आज दुपारी बंकरच्या बाहेर पडून या तुकड्यांविषयी काही माहिती मिळेल का याची छाननी करू, असं सांगून त्यांनी यासाठी हिटलरची परवानगी मागितली. हिटलरनं ती देताच त्यांना आनंद झाला. या बैठकीत तर अजूनच खराब बातम्या आल्या होत्या. साहजिकच आता आणखी उशीर करण्यात काहीच मतलब नसल्याचं हिटलरच्या लक्षात आलं. त्यानं आणखी काही संदेश आपल्या बर्लिनबाहेरच्या सहकाऱ्यांना पाठवण्याचे आदेश दिले. त्यानंतर लिहिण्यात आलेले त्याचे शेवटचे शब्द असे होते :

जर्मन नागरिकांनी या युद्धात केलेली प्रयत्नांची शर्थ आणि त्यांनी दाखवलेला निःस्वार्थीपणा या गोष्टी इतक्या कौतुकास्पद आहेत, की हे सगळं वाया गेलेलं आहे यावर माझा विश्वासच बसत नाही. अजूनही पूर्वेकडे जर्मन लोकांच्या विस्तारासाठी शक्य तितकी मजल मारता येईल, हेच ध्येय सगळ्यांनी मनाशी बाळगलं पाहिजे.

त्याचं हे शेवटचं वाक्य 'माईन काम्फ'मधलं होतं. आपल्या आयुष्याच्या सुरुवातीपासूनच जर्मन लोकांसाठी पूर्वेकडचा विस्तार हे हिटलरनं बघितलेलं स्वप्न होतं. आता आपल्या आयुष्याच्या अगदी शेवटच्या काही क्षणांमध्ये हेच स्वप्न तो उराशी बाळगून होता. या वायफळ स्वप्नापोटी कोट्यवधी जर्मन नागरिकांचे आणि इतर देशांच्या नागरिकांचे प्राण गेले असल्याचं, विलक्षण नासधूस झाल्याचं आणि एका पिढीचं आयुष्य उद्‌ध्वस्त झाल्याचं त्याला काहीच वाटत नव्हतं. यामधली नैतिकता क्षणभर दूर ठेवली तरी त्यामधली अशक्यप्रायतासुद्धा त्याला शेवटच्या श्वासापर्यंत जाणवत नव्हती, हे अत्यंत दुर्दैवी होतं.

२९ एप्रिल १९४५ च्या दुपारी बंकरबाहेरून आलेल्या शेवटच्या काही बातम्यांमधली एक महत्त्वाची बातमी म्हणजे हिटलरप्रमाणेच हुकूमशाही पसरवणारा मुसोलिनी आता जगात नव्हता. क्लारा पॅटकी या आपल्या सध्याच्या प्रेयसीसोबतच त्याचा मृत्यू झाला होता. २७ एप्रिलला स्वित्झर्लंडमध्ये पळून जाण्याच्या प्रयत्नात असताना या दोघांना इटालियन लोकांनी पकडलं. २८ एप्रिलला त्यांना ठार करून त्याच रात्री त्यांचे मृतदेह मिलान शहरात एका ट्रकमध्ये भरून आणण्यात आले. तिथं ते एका सार्वजनिक ठिकाणी फेकून देण्यात आले. दुसऱ्या दिवशी रस्त्यावरच्या विजेच्या दिव्यांना ते टांगण्यात आले. नंतर तिथून ते सोडवण्यात आले आणि गटारीत फेकून देण्यात आले. तिथं त्यांचा रागराग करणारे इटालियन लोक दिवसभर जमले आणि त्यांना मरणोत्तर शिव्या देत राहिले. १ मे या दिवशी हे दोन मृतदेह पुरण्यात आले. अशा प्रकारे इटलीवर फॅसिझमची कृष्णछाया पसरवणाऱ्या मुसोलिनीचा अंत झाला. मुसोलिनीच्या मृत्यूची बातमी हिटलरला कळवण्यात आली होती. अर्थात मुसोलिनी आणि त्याची प्रेयसी यांच्या मृतदेहांची विटंबना कशी करण्यात आली याविषयीचे तपशील हिटलरपर्यंत पोहोचले का, हे माहीत नाही. जर त्यामधला थोडाजरी भाग हिटलरला समजला असेल तर आपल्याही मृतदेहांचं असंच काहीसं होऊ शकतं याची जाणीव झाल्यामुळे काहीच मागे न ठेवण्याचा त्याचा निर्धार अजूनच पक्का झाला असणार, यात शंका नाही.

मुसोलिनीच्या शेवटाची बातमी कळल्यानंतर थोड्याच वेळात हिटलरनं आपल्या शेवटाची तयारी सुरू केली. ब्लोंडी या आपल्या लाडक्या अल्सेशियन कुत्र्याला विष पाजून मारण्याचे आदेश त्यानं दिले. याखेरीज बंकरमध्ये असलेल्या इतरही दोन कुत्र्यांना गोळ्या घालून ठार करण्यात आलं. नंतर बंकरमध्ये रशियन सैनिक आले तर त्यांच्या हाती आपण जिवंत सापडू नये यासाठी घ्यायच्या असतील तर म्हणून विषाच्या दोन गोळ्या त्यानं आपल्या मागे राहिलेल्या दोन महिला सहायकांना दिल्या. त्यांनी आपली इतकी साथ दिल्याबद्दल त्यानं त्यांचे आभार मानले आणि

आपण त्यांना याहून चांगली भेट देऊ शकत नसल्याबद्दल त्यांची माफी मागितली. आता संध्याकाळ झाली होती. आपली उरलेली कागदपत्रं नष्ट करण्याचे आदेश त्यानं एका सहायकाला दिले. तसंच पुढची सूचना मिळेपर्यंत बंकरमध्ये कुणीही झोपी जायचं नाही, असं त्यानं जाहीर केलं. हिटलर आपल्या सगळ्यांचा निरोप घेणार आहे, असा याचा सगळ्यांनी अर्थ लावला. प्रत्यक्षात मात्र याला बराच उशीर झाला.

३० एप्रिल १९४५ रोजी पहाटे अडीच वाजता हिटलर बंकरमधल्या आपल्या खोलीतून दिवाणखान्यासारख्या बैठकीच्या खोलीत आला. तिथं साधारण वीसेक लोक होते. त्यांपैकी बहुसंख्य लोक म्हणजे त्याच्या निरनिराळ्या मदतनीस महिला सहायकच होत्या. त्यानं प्रत्येकाशी हस्तांदोलन केलं आणि प्रत्येकाशी तो काही शब्द बोलला. त्याचे डोळे पाणावल्यासारखे दिसत होते. त्याची नजर दूरवर कुठंतरी लागली असावी, अशा प्रकारची हरवलेली होती. हिटलरनं या सगळ्यांचा निरोप घेतल्यावर एक अतर्क्य गोष्ट घडली. बंकरमध्ये असह्य होत होत शिगेला जाऊन पोहोचलेला ताणतणाव अचानकपणे निवळला. हिटलरचा निरोप घेतल्यानंतर त्यांमधले बरेच लोक तिथल्या छोट्या उपाहारगृहामध्ये गेले आणि चक्क नाचायला लागले! त्यांची ही अचानकपणे सुरू झालेली पार्टी इतकी रंगली की, त्यांनी आपला गोंगाट जरा कमी करावा अशी विनंतीवजा सूचना काही काळातच हिटलरच्या खोलीतून करण्यात आली. आता अगदी कुठल्याही क्षणी सोव्हिएत सैनिक बंकरमध्ये घुसून आपल्याला अटक करू शकतात किंवा आपले प्राण जाऊ शकतात, याची या लोकांना जाणीव झाली होती. त्याचबरोबर आपलं आयुष्य हिटलरच्या आयुष्याला एखाद्या कठपुतळीसारखे बांधलेलं असल्याची हताश भावनासुद्धा त्यांच्या मनातून काही मिनिटांपूर्वी निघून गेली होती. या दोन संमिश्र भावनांमुळे बहुधा हे सगळे लोक एकदम भावनाशून्य झाले असावेत आणि त्यांनी जल्लोष केला असावा. ते रात्रभर नाचतच राहिले.

३० एप्रिलचा दिवस उजाडला. नेहमीप्रमाणे त्याही दुपारी दैनिक बैठक झाली. परिस्थिती अर्थातच अजूनच खराब झाली होती. सोव्हिएत सैनिक उरलासुरला जर्मन बचाव भेदून जर्मन संसदेच्या इमारतीच्या जवळपास हाकेच्या अंतरापर्यंत येऊन ठेपले होते. इव्हा ब्राऊनला आता काही खाण्याची इच्छाच उरली नव्हती. हिटलरनं आपलं शेवटचं जेवण आपल्या दोन महिला सहायक आणि आपली स्वयंपाकीण यांच्यासोबत घेतलं. दुपारी अडीचच्या सुमाराला जेव्हा हिटलरचं जेवण आटोपत आलं होतं, तेव्हा त्याच्या वाहनचालकाला २०० लिटर्स पेट्रोल आणण्याची सूचना मिळाली. इतक्या तातडीनं इतकं पेट्रोल मिळणं कठीण असलं तरी त्या वाहनचालकानं काहीतरी खटाटोप करून सुमारे १८० लिटर्स पेट्रोल मिळवलं. नंतर बंकरच्या चोर

दारातून तीन मित्रांच्या मदतीनं त्यानं ते कसंबसं आत आणलं. हे पेट्रोल अर्थातच हिटलर आणि इव्हा ब्राऊन यांच्या आत्महत्यांनंतर त्यांचे मृतदेह जाळून टाकण्यासाठी वापरलं जाणार होतं. दरम्यान आपलं जेवण आटोपल्यानंतर इव्हा ब्राऊनला हिटलरनं बोलावून घेतलं. त्या दोघांनी गोबेल्स, हिटलरच्या महिला सहायक आणि त्याची महिला स्वयंपाकीण यांचा शेवटचा निरोप घेतला. गोबेल्सची पत्नी मात्र तिथं हजर नव्हती. तिलाही आपल्या नवऱ्याप्रमाणेच हिटलरसह मृत्यू स्वीकारणं जास्त अभिमानास्पद वाटत असलं तरी आपल्या सहा निष्पाप छोट्या मुलांनाही ठार करायची कल्पना तिला सहन होत नव्हती. हे स्वाभाविकच होतं. दोन दिवसांपूर्वीच अचानकपणे बंकरमध्ये अवतरलेल्या हॅना राईट्चला तिनं आपल्या मनःस्थितीविषयी कल्पना दिली होती. आपली मुलं ही आपली नसून हिटलरची आणि त्याच्या सत्तेची असल्याचं आपण मानत असल्यामुळे, त्यांचेच अस्तित्व मिटल्यानंतर आपल्यासह

हिटलर आणि इव्हा यांनी या सोफ्यावर आत्महत्या केली

आपल्या मुलांच्या अस्तित्वाला काहीच अर्थ उरणार नसल्याचं आपलं मत आहे, असं ती म्हणाली. असं असूनसुद्धा भावनेपोटी आपण अगदी शेवटच्या क्षणी ढिले पडलो तर आपल्या मुलांचाही मृत्यू घडवून आणण्यात हॅनानं आपल्याला मदत करावी, असं तिनं बोलून दाखवलं.

हिटलर आणि इव्हा ब्राऊन यांच्यासमोर असली कुठलीच अडचण नव्हती. सगळ्यांचा निरोप घेऊन ते आपल्या खोलीमध्ये शिरले. बाहेरच्या पॅसेजमध्ये गोबेल्स, बोरमन आणि इतर काही जण थांबले होते. काही वेळानंतर रिव्हॉल्व्हरमधून गोळी झाडण्याचा एक आवाज त्यांनी ऐकला. आणखी एक गोळी झाडली जाण्याची त्यांनी वाट बघितली; पण त्यांना नुसती शांतताच अनुभवायला मिळाली. थोडा वेळ थांबून शेवटी त्यांनी हिटलरच्या खोलीत प्रवेश केला. हिटलरचा मृतदेह त्यांना सोफ्यावर दिसला. त्यातून रक्तस्राव होत होता. त्यानं बहुधा साईनाईडची विषारी गोळी खाऊन आपल्या कपाळावर गोळी झाडली होती. त्याच्या बाजूला इव्हा ब्राऊनचा मृतदेह होता. जमिनीवर दोन रिव्हॉल्व्हर्स पडली होती; पण इव्हानं आपल्याकडच्या रिव्हॉल्व्हरचा वापर न करता विष खाल्लं होतं. तेव्हा सोमवार, ३० एप्रिल १९४५ या दिवशीचे दुपारचे ३.३० वाजले होते. हिटलरचा छपन्नावा वाढदिवस साजरा होऊन दहा दिवस उलटले होते. सगळे निःशब्द झाले. घाईघाईत हिटलर आणि इव्हा यांच्या मृतदेहांवर जुजबी अंत्यसंस्कार करण्यात आले. आता रशियन बॉम्ब आणि तोफगोळे जर्मन संसदेच्या इमारतीवर जोरदार मारा करत होते. गोळी लागल्यामुळे विच्छिन्न झालेला हिटलरचा चेहरा झाकून त्याचा मृतदेह लष्करी

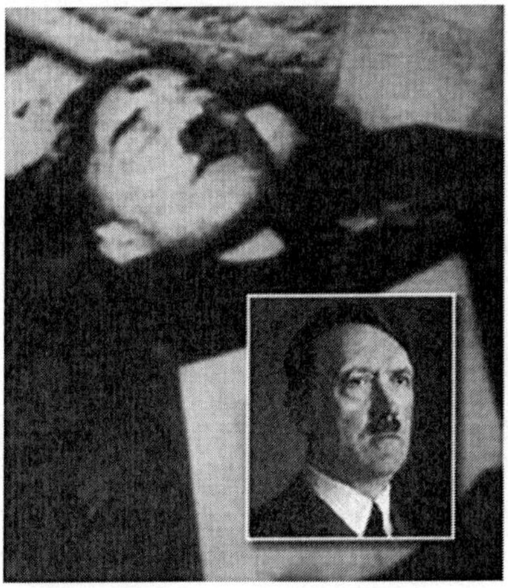

Daily Mirror

"GERMANY WILL BATTLE ON"

HITLER DEAD

Killed in Berlin, says new Fuehrer, Admiral Doenitz

This is Doenitz

'Lay down your arms' —Graziani to his Army

DANES ARE TAKING OVER FROM THE GERMAN ARMY

हिटलरची अखेर

ब्लँकेटमध्ये ठेवण्यात आला. इव्हाचा मृतदेह मात्र रक्ताळलेला नव्हता. तो तसाच ठेवण्यात आला. हे दोन्ही मृतदेह बंकरमधून वर नेण्यात आले. संसदेच्या इमारतीची बाग बंकरपासून वरच्या बाजूला साधारण २५ फुटांवर होती. तिथंही रशियन तोफगोळ्यांचा वर्षाव सुरू होता. तो काही काळ थांबताच बागेमध्ये हे मृतदेह ठेवण्यात आले आणि त्यांच्यावर पेट्रोल ओतून घाईघाईनं त्यांना अग्नी देण्यात आला. गोबेल्स आणि त्याचे सहकारी यांनी खास नाझी शैलीत या मृतदेहांना सलामी दिली. रशियन तोफहल्ले पुन्हा सुरू झाल्यामुळे त्यांना बागेत थांबता आलं नाही. त्यांनी तातडीनं बंकरचा आश्रय घेतला आणि तिथूनच आपल्या नेत्याचा निरोप घेतला.

आपल्या जागी डोनित्झची नेमणूक व्हावी असा हिटलरनं दिलेला निरोप अजूनही डोनित्झपर्यंत पोहोचलेला नसल्यामुळे बिनतारी संदेशाद्वारा हा निरोप त्याच्यापर्यंत पोहोचवण्याची गरज बोरमनला भासत होती. तरीही क्षणभर तो थबकला. आपल्या हाती जवळपास आलेली सत्ता दुसऱ्या माणसाच्या हाती सोपवताना त्याच्या मनात शेवटच्या क्षणी चलबिचल झाली. ती मागे सारून त्यानं डोनित्झला हा निरोप कळवला. हिटलर मरण पावला असल्याचं मात्र त्यानं लिहिलं नाही. नौदलाचा प्रमुख असलेला डोनित्झ तेव्हा दुसरीकडेच होता. आलेला संदेश बघून तो चक्रावूनच गेला. त्याच्या मनात हिटलरची जागा घेण्याचा विचार कधीच आला नव्हता; त्याला तशी अजिबात इच्छासुद्धा नव्हती.

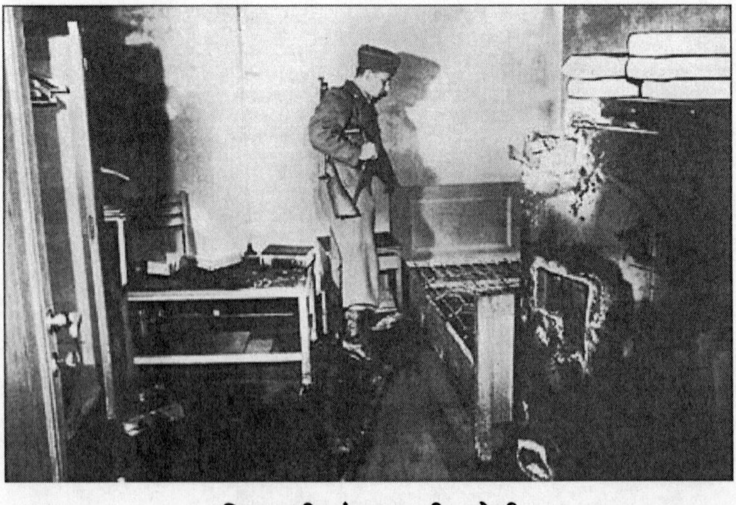

हिटलरची बंकरमधली खोली

उलट दोन दिवसांपूर्वीच हिटलरची जागा हिमलर घेईल अशा समजापोटी त्यानं हिमलरची भेट घेऊन त्याला आपला पूर्ण पाठिंबा दिला होता. तरीही हिटलरशी तो प्रचंड एकनिष्ठ असल्यामुळे आणि हिटलर अजून जिवंत असल्याच्या कल्पनेमुळे त्यानं हिटलरला उद्देशून उत्तर पाठवलं. त्यात हिटलरनं घेतलेला कुठलाही निर्णय आपण शिरसावंद्य मानू आणि त्यानं जर आपल्याला आपला उत्तराधिकारी नेमायचं ठरवलं असेल तर आपण ही जबाबदारी सांभाळू, असं लिहिलं. तसंच पूर्ण ताकदीनिशी आपण लढत राहू, अशी ग्वाहीही त्यानं दिली.

दरम्यान बोरमन आणि गोबेल्स यांच्या मनात रशियाशी चर्चा करण्याची कल्पना जन्मली. यासाठी पूर्वी मॉस्कोमध्ये जाऊन आलेल्या आणि ज्याला मॉस्कोच्या रेल्वे स्थानकावर दस्तुरखुद्द स्टॅलिननंच मिठी मारली होती अशा जर्मन लष्करी अधिकाऱ्याला पुढे करण्याचा त्यांचा विचार होता. हा लष्करी अधिकारी आता बंकरमध्येच होता. त्याला सोव्हिएत अधिकाऱ्यांशी चर्चा करायला पाठवायचं त्यांच्या मनात होतं. याद्वारा आपलं नवं सरकार सुरक्षितपणे स्थापन करण्यासाठी सोव्हिएत लष्कराकडून त्यांना अभय हवं होतं. याच्या मोबदल्यात बर्लिनमध्ये शरणागती पत्करायची तयारी ते दाखवत होते. ३० एप्रिल आणि १ मे यादरम्यानची मध्यरात्र उलटून गेल्यानंतर काही वेळातच या कामासाठी संबंधित जर्मन लष्करी अधिकारी बंकरमधून बाहेर पडला. त्यानं रशियन लष्करी अधिकाऱ्याची भेट घेतली. या वेळी बंकरमधल्या सगळ्या लोकांनी तसंच बर्लिनमधल्या उरल्यासुरल्या जर्मन लष्करानं संपूर्ण शरणागती पत्करली पाहिजे, अशी मागणी रशियन लष्करी अधिकाऱ्यानं केली. जर्मन लष्करी अधिकाऱ्याला आपली मोहीम पूर्णत्वाला नेण्यासाठी वेळ लागला. तो १ मेच्या दिवशी सकाळी ११ वाजेपर्यंतसुद्धा परतू शकला नसल्यामुळे बोरमन अस्वस्थ झाला. त्यानं डोनित्झला आणखी एक बिनतारी संदेश पाठवला. त्यातही त्यानं हिटलर जगात नसल्याचा स्पष्ट उल्लेख केलाच नाही. आपण शक्य तितक्या लवकर डोनित्झपाशी पोहोचण्याचा प्रयत्न करणार असल्याचं आणि हिटलरनं लिहिलेल्या मजकुरावर काम सुरू करणं गरजेचं असल्याचं बोरमननं या संदेशात त्रोटकपणे नमूद केलं. यामागचं कारण म्हणजे बंकरमधून सुरक्षितरीत्या बाहेर पडून डोनित्झपर्यंत पोहोचणं आणि त्याला हिटलरच्या आत्महत्येची बातमी सर्वप्रथम सांगून त्याची मर्जी संपादित करणं, हे होतं.

गोबेल्सला वरवर नवं सरकार, डोनित्झचं नवं मंत्रिमंडळ वगैरे गोष्टींमध्ये रस असल्यासारखं वाटत असलं तरी प्रत्यक्षात मात्र हिटलरपश्चात जगात राहणंच त्याला अशक्य वाटत होतं. साहजिकच डोनित्झचा खात्रीलायक सहकारी होणं वगैरे गोष्टींमध्ये त्याला कसलाच मतलब वाटत नव्हता. त्यानं १ मेच्या दुपारी

सव्वातीन वाजता डोनित्झला बिनतारी संदेश पाठवून हिटलर इतिहासजमा झाला असल्याचं कळवून टाकलं. हिटलरनं हे जग सोडून आता जवळपास चोवीस तास उलटले असल्याचं त्यात स्पष्टपणे म्हटलं होतं. तसंच बोरमन लवकरच बंकरमधून बाहेर पडून डोनित्झच्या भेटीला येण्याच्या प्रयत्नांत असल्याचा उल्लेखही त्यात होता. आपण काय करणार आहोत याविषयी मात्र गोबेल्सनं या संदेशात अजिबात काहीच लिहिलं नाही. त्यानं हे कृतीतच आणलं. १ मेच्या संध्याकाळी आधी गोबेल्सच्या सहा मुलांना विषारी इंजेक्शनं देण्यात आली. ही मुलं खेळत

मृतदेह इथे जाळण्यात आले

असताना त्यांचा खेळ थांबवून हे जिवाचा थरकाप उडवणारं कृत्य आदल्या दिवशी हिटलरच्या कुत्र्यांना विषप्रयोगानं ठार करणाऱ्या हिटलरच्या डॉक्टरनंच केलं. त्यानंतर आपल्या सहायकाला बोलावून आपण आपल्या पत्नीसह आत्महत्या करणार असल्याचं गोबेल्सनं सांगितलं. तसंच त्यानंतर लगेचच आपल्या दोघांचे मृतदेहसुद्धा जाळून टाकण्याची विनंती त्यानं या सहायकाला केली. आपल्या मुलांना नुकतेच विषारी इंजेक्शनं देऊन मारण्यात आल्याचा उल्लेख त्यानं केला नाही. रात्री साडेआठच्या सुमाराला बंकरच्या पायऱ्या चढून गोबेल्स आणि त्याची पत्नी बंकरवरच्या बागेमध्ये आले. वाटेत भेटणाऱ्या सगळ्यांचा त्यांनी निरोप घेतला. बागेमध्ये एसएसच्या एका पिस्तूलधारी माणसानं गोबेल्स आणि त्याची पत्नी या दोघांच्याही डोक्याच्या मागच्या भागात गोळ्या घालून त्यांना संपवलं. पेट्रोलचे चार डबे त्यांच्या मृतदेहांवर ओतून ते जाळण्यात आले. तरीसुद्धा हे मृतदेह अर्धवटच जळाले. याकडे लक्ष द्यायला कुणालाच वेळ नव्हता. बंकरमधल्या उरल्यासुरल्या लोकांची तिथून बाहेर पडण्याची नुसती घाई सुरू होती. रशियन सैनिक कुठल्याही क्षणी घुसण्याची शक्यता असल्यामुळे आपला बचाव करण्यासाठीची चढाओढच लागली होती. या नादात गोबेल्स आणि त्याची पत्नी यांचे मृतदेह अर्धवटच जळाले असल्याचं भान कुणाला उरलं नाही. स्वाभाविकपणे नंतर रशियन सैनिकांना हे अर्धवट जळालेले मृतदेह सापडले.

१ मेच्या रात्री ९ वाजण्याच्या सुमाराला रशियन हल्ल्यांमुळे बंकरला आग लागली. तिथं असलेले ५००-६०० लोक आपला जीव वाचवण्यासाठी धडपडत होते. यांमधले बहुसंख्य लोक एसएसचे सदस्य होते. बंकरमधून बाहेर पडून संसदेच्या इमारतीसमोरच्या रेल्वे स्थानकाखालच्या भुयारी मार्गातून सटकायचं आणि तिथून चालतच एका मोठ्या रेल्वे स्थानकापर्यंत पोहोचायचं, असा पहिला टप्पा होता. त्यानंतर जवळची स्प्री नदी ओलांडून उत्तरेकडच्या रशियन सैनिकांना चकवा देत निघून जायचं, असा हा बेत होता. काही जणांना यात यश आलं; पण जे त्यात अपयशी ठरले त्यांच्यामध्ये मार्टिन बोरमनचा समावेश होता. याची पार्श्वभूमी म्हणजे रशियन लष्करी अधिकाऱ्याची भेट घेण्यासाठी पाठवण्यात आलेला जर्मन लष्करी अधिकारी १ मेच्या दुपारी बंकरमध्ये परतला. त्याच्याशी बोलल्यानंतर बंकरमधून सुरक्षितपणे बाहेर पडण्यासाठीचा एकमेव मार्ग म्हणजे इथून आपली सुटका करून घेण्यासाठी धडपडत असलेल्या सगळ्या लोकांबरोबर निसटणं, हाच असल्याचं बोरमनचं मत झालं. आपल्या जवळच्या काही लोकांबरोबरच राहून त्यानं बंकर सगळ्यांसमवेत सोडलं. पुढे एक जर्मन रणगाडा होता. त्याच्या आडोशानं पुढे जाण्याचा प्रयत्न बोरमन आणि त्याचे सहकारी करत असताना समोरून रशियन रणगाड्याचा तोफहल्ला झाला. यामुळे बोरमन जागीच

मरण पावला असल्याचा अंदाज व्यक्त केला जातो. दुसऱ्या एका अंदाजानुसार बोरमन या हल्ल्यात मरण पावला नव्हता; तर पुढे जात असताना रशियन सैनिकांच्या तावडीतून आपली सुटका होणं अशक्य असल्याचा अंदाज त्याला आल्यामुळे त्यानं विषाची गोळी खाऊन आत्महत्या केली असावी.

हिटलरच्या मृत्यूनंतर त्यानं उभं केलेलं 'तिसरं साम्राज्य' आणखी आठवडाभर टिकलं. १ मेच्या रात्रीचे १० वाजून गेल्यावर गोबेल्स आणि त्याची पत्नी यांचे मृतदेह जळत असताना आणि हिटलरच्या बंकरमधले उरलेसुरले लोक तिथून निसटून जाण्याच्या प्रयत्नांत असताना हॅम्बर्ग शहरामधल्या रेडिओवरच्या वृत्तनिवेदकानं संगीताचा सुरू असलेला कार्यक्रम अचानकपणे थांबवला. लष्करी ड्रम्स वाजवण्यात आले. त्यानंतर वृत्तनिवेदकानं अशी घोषणा केली :

बोल्शेव्हिकांबरोबर आपल्या आयुष्याच्या शेवटच्या श्वासापर्यंत लढणारा आपला थोर नेता ॲडॉल्फ हिटलर आज दुपारी संसदेच्या इमारतीच्या मुख्यालयात मरण पावला. ३० एप्रिल या दिवशी ग्रँड ॲडमिरल डोनित्झ यांची नेमणूक आपला उत्तराधिकारी म्हणून हिटलर यांनी केली. आता हिटलरचा हा उत्तराधिकारी म्हणजेच आपले ग्रँड ॲडमिरल आपल्याशी संवाद साधतील.

ज्या भूलथापांच्या पायावर हिटलरच्या सत्तेची निर्मिती झाली होती त्याच भूलथापा या सत्तेच्या अंताच्या वेळीसुद्धा मारल्या जात होत्या. हिटलरचा मृत्यू ३० एप्रिललाच झाला असल्याचं सत्य लपवून ठेवणं एक वेळ फारसं महत्त्वाचं नसेल; पण 'शत्रूशी शेवटच्या श्वासापर्यंत लढतालढता' त्याचा मृत्यू अजिबातच झाला नव्हता. अर्थातच हिटलरला 'हिरो' ठरवणं आणि हिटलरपश्चात उरल्यासुरल्या जर्मन लष्करामध्ये अफरातफरीचं वातावरण निर्माण होऊ नये यासाठी प्रयत्न करणं, नव्या सरकारच्या दृष्टीनं अत्यंत महत्त्वाचं होतं. हिटलरनं आत्महत्या केल्याचं जर्मन लष्कराला समजलं असतं तर लष्करानंही नक्कीच शस्त्रं टाकली असती. रात्री १०.२० वाजता रेडिओवर भाषण करणाऱ्या डोनित्झनंही हिटलरला 'वीरमरण' आल्याचा खोटा उल्लेख परत केला. कदाचित डोनित्झला हिटलर नक्की कसा मेला याविषयीची कल्पना नसावी. हिटलरपश्चात आपण एकीकडे बोल्शेव्हिकांच्या विरोधातलं तर दुसरीकडे पाश्चिमात्य देशांच्या विरोधातलं युद्ध लढतच राहू, अशी ग्वाही त्यानं दिली. अर्थातच याला काहीच अर्थ नव्हता. ५ मे १९४५ या दिवशी डोनित्झच्या जागी नेमण्यात आलेल्या नव्या नौदलप्रमुखानं

अमेरिकी लष्करप्रमुख आयसेनहॉव्हरची भेट घेऊन शरणागती पत्करण्याचा प्रस्ताव दिला; पण त्यात चलाखी होती. ती ओळखून आयसेनहॉव्हरनं तो फेटाळून लावला. नाइलाजानं ७ मे या दिवशी पहाटे २.४१ वाजता जर्मनीनं अमेरिकेपुढे विनाअट शरणागती पत्करली. सगळा खेळ आता संपला होता!

८-९ मे १९४५ या दिवसांपासून युरोप शांत झाला. बॉम्बहल्ले थांबले. १ सप्टेंबर १९३९ या दिवसापासून युरोपमध्ये पसरलेली अस्वस्थता आणि अशांतता संपुष्टात आली. लाखो सैनिक युद्धभूमीवर ठार झाले. लाखो निरपराध लोक शत्रूच्या हल्ल्यांमध्ये मरण पावले. लाखो लोक हिटलरच्या छळछावण्यांमध्ये हाल हाल होऊन जग सोडून गेले. युरोपमधली अनेक दिमाखदार आणि ऐतिहासिक महत्त्व असलेली शहरं भुईसपाट झाली. जिकडेतिकडे विनाश आणि मृतदेहांची पसरलेली असह्य दुर्गंधी यामुळे वातावरण अत्यंत कुबट झालं होतं. जर्मनीमध्ये आता लष्करी जवान ताडताड कवायती करत फिरणार नव्हते. एसएसच्या 'ब्राऊन शर्ट'वाल्यांची दहशत आता माजणार नव्हती. ज्यू आणि साम्यवादी लोकांचे बळी जाणार नव्हते. हिटलरची आक्रमक आणि द्वेषपूर्ण भाषणं रेडिओवर ऐकायला मिळणार नव्हती.

पहिल्या महायुद्धातल्या पराभवानंतर जर्मनीचा सम्राट कैझर यानं पळ जरूर काढला होता; पण जर्मनी हा देश बेचिराख झाला नव्हता. राजसत्ता संपुष्टात आलेली असली तरी इतर राजकीय आणि सामाजिक संस्था शिल्लक राहिल्या होत्या. लोकांनी निवडून दिलेलं मंत्रिमंडळ देशाचा कारभार चालवण्यासाठी उपलब्ध होतं. जर्मन लष्कर आणि जर्मन प्रशासकीय सेवा यांचं कामकाज बऱ्याच अंशी सुरू राहू शकलं होतं. आता मात्र जर्मनीची पुरती वाताहत झाली होती. सगळ्या सरकारी, निमसरकारी, खासगी यंत्रणांचं जणू नामोनिशाणच संपुष्टात आलं होतं. जर्मन लष्करामधले लाखो जवान, नौदलातले सैनिक आणि हवाई दलातले योद्धे आपल्याच देशात युद्धकैदी बनले होते. कोट्यवधी जर्मन नागरिकांवर परक्या लष्करांचं नियंत्रण प्रस्थापित झालं होतं. अन्नपाण्यासाठीसुद्धा त्यांच्यावर अवलंबून राहण्याची पाळी जर्मनांवर आली होती. ॲडॉल्फ हिटलरच्या प्रचंड घोडचुकीमुळे आणि अशी घोडचूक करणाऱ्या हिटलरला आंधळेपणानं पाठिंबा देण्याच्या आपल्या महाघोडचुकीमुळे जर्मन नागरिकांवर ही वेळ आली होती. या सगळ्या लोकांना आणि जर्मनीमधल्या सगळ्याच गोष्टींना आपल्याबरोबर संपवण्याची हिटलरची अघोरी इच्छा मात्र मानवतेच्या नशिबानं अपुरीच राहिली होती! जर्मन नागरिक आपल्या पुढ्यात

वाढून ठेवलेल्या घटनाक्रमाला निमूटपणे सामोरं जाण्यावाचून दुसरं काहीच करू शकत नव्हते.

डोनित्झचं हंगामी सरकार मित्रराष्ट्रांनी २३ मे १९४५ या दिवशी खालसा केलं आणि या मंत्रिमंडळाच्या सगळ्या सदस्यांना अटक करण्यात आलं. ६ मे या दिवशी हिमलरला मंत्रिमंडळातून काढून टाकण्याची चाल खेळण्याचा डोनित्झनं प्रयत्न केला. यामुळे मित्रराष्ट्रं आपल्याकडे सहानुभूतीपूर्वक नजरेनं बघतील अशी त्याला वाटत असलेली आशा फोल ठरली. हिमलर अजून कुठं आहे याचा मात्र कुणालाच पत्ता नव्हता. फ्लेन्सबर्ग इथल्या परिसरात हिमलर आपला जीव वाचवण्याच्या प्रयत्नांत काही सहकाऱ्यांसह भटकत राहिला. २१ मे या दिवशी अमेरिकी आणि ब्रिटिश सैन्यांच्या तुकड्यांची नजर चुकवून एसएसच्या आपल्या ११ सहकाऱ्यांसह बॅव्हेरिया या आपल्या मायभूमीकडे परतण्याचा त्यानं प्रयत्न केला. आपली ओळख पटू नये म्हणून त्यानं आपल्याला अत्यंत प्रिय असलेली आणि आपल्या वरचष्म्याचं प्रतीक असलेली आपली छोटी मिशी छाटून टाकली होती. तसंच आपल्या डाव्या डोळ्यावर त्यानं एक काळी पट्टी बांधली होती. शिकाऊ लष्करी जवानाचा पोषाख त्यानं परिधान करून त्यानं आपल्या पाठीवर एक बॅकपॅक घेतला होता. ब्रिटिश सैनिकांनी हिमलर आणि त्याचे सहकारी यांना थांबवून त्यांची चौकशी केली. त्यात हिमलरनं नाइलाजानं आपली खरी ओळख सांगितली. तिथून त्याला दुसऱ्या ब्रिटिश लष्करी तुकडीकडे नेण्यात आलं. आपल्या पोषाखात कुठंतरी हिमलरनं विष लपवून ठेवलं असल्याच्या शक्यतेमुळे त्याला त्याचे कपडे काढून त्याऐवजी ब्रिटिश लष्करी पोषाख घालायला सांगण्यात आलं. दुर्दैवानं हिमलरची तपासणी अगदी बारकाईनं करण्यात आली नाही. यामुळे त्यानं आपल्या तोंडातल्या दातांमधल्या एका फटीत पोटॅशियम सायनाईडची गोळी लपवून ठेवल्याचं ब्रिटिशांच्या लक्षात आलं नाही. २३ मे १९४५ या दिवशी तिथं नव्यानं दाखल झालेल्या एका ब्रिटिश लष्करी अधिकाऱ्यानं हिमलरच्या तोंडात विष लपवून ठेवलं आहे का याची तपासणी करण्याचे आदेश दिले. त्याच क्षणी हिमलरनं आपल्या तोंडात लपवलेली गोळी चावली. त्याला वाचवण्यासाठी अथक प्रयत्न करण्यात आले खरे; पण १२ मिनिटांनी त्याचे प्राण गेले होते.

हिटलरचे इतर सहकारी तुलनेनं आणखी जास्त काळ जगले. त्यांच्यावर खटले भरण्यात आले. न्यूरेमबर्ग इथं ते चालवण्यात आले आणि ते 'न्यूरेमबर्ग ट्रायल्स' म्हणून इतिहासात प्रसिद्ध झाले. आंतरराष्ट्रीय पातळीवरच्या लष्करी न्यायालयासमोर त्यांची सुनावणी झाली. एके काळी अख्ख्या युरोपभर आपली

दहशत माजवणारे आणि अत्यंत ऐटीमध्ये वावरणारे हे लोक आता मळकट कपड्यांमध्ये कावरेबावरे होऊन आपल्यावरच्या आरोपांसंबंधीच्या सुनावण्यांना हजेरी लावत होते. त्यांचा दिमाख, सत्तेचा त्यांना चढलेला गर्व या कशाचीच पुसटशी आठवणसुद्धा त्यांच्याकडे बघून कुणाला होत नव्हती. हे एकंदर २१ जण होते. त्यात तब्बल ३७ किलो वजन घटल्यामुळे ओळखू न येणारा गोरिंग होता. तसंच निराश आणि उदास दिसणारा रिबनट्रॉपही होता. हिटलरची जर्मनीच्या चॅन्सलरपदी नेमणूक होण्याला प्रामुख्यानं कारणीभूत ठरलेला भूतपूर्व चॅन्सलर पापेन आता साक्षीदाराच्या भूमिकेत होता. वय झालेलं असल्यामुळे तो एकदम वेगळा दिसत असला तरी त्याच्या चेहऱ्यावरचा धूर्तपणा अजूनही कायम होता. स्पिअर मात्र एकदम मोकळेपणानं बोलला. त्यानं हिटलरच्या कार्यकालाविषयी आणि त्यामधल्या आपल्या सहभागाविषयी सगळं खुलेपणानं सांगितलं. त्याच्या बोलण्यामधला प्रामाणिकपणा सगळ्यांनाच जाणवला. पापेन, स्पिअर, डोनित्झ यांना तुरुंगवासाची शिक्षा मिळाली. इतरही काही जण तुरुंगात गेले. रिबनट्रॉप आणि इतर काही जणांना १६ ऑक्टोबर १९४६ च्या रात्रीचे एक वाजून गेल्यानंतर फाशी देण्यात आलं. गोरिंगचाही या लोकांच्या यादीत समावेश असला तरी या धोकादायक माणसानं इथंही आपली चाल यशस्वीरीत्या खेळली. आपल्या फाशीच्या मुहूर्ताच्या दोन तास आधी त्यानं कशीबशी मिळवलेली विषाची गोळी खाऊन आत्महत्या केली. आपला नेता हिटलर आणि त्याच्या अखेरच्या काळात त्याला धोका देऊन त्याच्यावर मात करण्यासाठी उत्सुक असलेला आपला प्रतिस्पर्धी हिमलर यांच्याप्रमाणेच गोरिंगनंही स्वतःला संपवलं!

समारोप

विसाव्या शतकामध्ये सगळ्यात जास्त खळबळ माजवणारा माणूस आणि इतिहासाला पार कलाटणी देणारा माणूस म्हणून ॲडॉल्फ हिटलरचं नाव घेतलं जाणं अगदी स्वाभाविक आहे. १९३९ ते १९४५ या जेमतेम सहा वर्षांच्या काळात हिटलरनं घडवलेला उत्पात अभूतपूर्व होता. अर्थात याआधीपासूनच त्याच्या मनात या घटनाक्रमाचे आराखडे तयार होत होते. अत्यंत सामान्य पार्श्वभूमीनंतर सगळ्या जगामध्ये आपलं नाव कायमस्वरूपी कोरलं जाण्यासाठी हिटलरनं केलेला प्रवास थक्क करून सोडणारा आहे. हिटलरच्या आयुष्याचे आणि कारकिर्दीचे मुख्य पैलू आपण थोडक्यात बघणं म्हणूनच गरजेचं आहे.

आयुष्य

हिटलरच्या वडिलांनी आपल्या सर्वसाधारण आयुष्याला प्रयत्नपूर्वक कलाटणी देत चांगलं यश मिळवलं; पण त्यांच्या मुलानं मात्र आपल्या आयुष्यांचा पहिला टप्पा जवळपास वायाच घालवला. हिटलरनं शालेय शिक्षण धडपणे पूर्ण केलं नाही आणि व्हिएन्नाच्या कला अकादमीमध्ये प्रवेश मिळवण्यासाठीची परीक्षा तो उत्तीर्ण होऊ शकला नाही. आपल्या आयुष्याची १८ ते २५ वर्षं हा काळ त्यानं व्हिएन्ना आणि म्यूनिक इथं अक्षरशः वाया घालवला. अनाथ असल्यामुळे मिळणारं तुटपुंजं पेन्शन आणि अधूनमधून चित्रं विकली गेल्यानंतर मिळणारे पैसे यावर त्याची गुजराण कशीबशी सुरू राहिली. त्यानंतर जर्मन लष्करामध्ये सेवा केल्यानंतर १९१९ मध्ये वयाच्या तिसाव्या वर्षी त्यानं एका कट्टर उजव्या विचारसरणीच्या पक्षामध्ये प्रवेश केला. इथंच त्याच्या राजकीय प्रवासाची अचानकपणे सुरुवात झाली आणि नंतर इतिहासामध्ये त्याचं नाव कायमसाठी कोरलं जाणं निश्चित झालं. या प्रवासामधला विरोधाभास एकदम टोकाचा आहे. आपल्या आयुष्याची पहिली ३० वर्षं हिटलर अक्षरशः अतिसामान्य माणूस म्हणून जगला

आणि उरलेली २६ वर्षं त्यानं सगळं जग दणाणून सोडलं! हा बदल कल्पनेपलीकडचा होता.

हिटलरच्या आयुष्यात काही स्त्रिया आल्या; पण त्यांना तो एकदम दुय्यम लेखत असे. आपल्या आयुष्याच्या अखेरच्या काळात ज्या इव्हा ब्राऊनशी हिटलरनं लग्न केलं, तिनं याच कारणावरून दोन वेळा आत्महत्या करण्याचा प्रयत्न केला. फक्त ठरावीक वेळीच त्याला आपली गरज भासते, अशी खंत ती बोलून दाखवे. गेली रौबाल या हिटलरच्या भाचीनं तर याच कारणांमुळे आत्महत्या केलीसुद्धा. हिटलरला खरे मित्रसुद्धा नव्हते. सगळ्यांना तो आपल्याहून दुय्यम लेखत असल्यामुळे आपले सहायक, वाहनचालक, शरीररक्षक यांच्याशी तो तास न् तास बोलत राही. अर्थात यात तोच जास्त बोलत राही. इतर सगळ्यांचं काम निमूटपणे त्याची बडबड ऐकून घेण्याचं आणि त्याच्या बोलण्याला पाठिंबा देत राहण्याचं असे. इतर कुणाशीच हिटलर अगदी मैत्रीपूर्ण संबंध राखत नसे. रॉहम हा त्याचा एक सहकारी अगदी सुरुवातीपासून त्याच्याबरोबर होता; पण तो डोईजड व्हायला लागल्यावर हिटलरनं त्याची हत्या करण्यासाठीची परिस्थिती निर्माण केली.

कुठल्याही प्रकारच्या शिस्तबद्ध शिक्षणाचा हिटलरला पार कंटाळा होता. एका दुय्यम दर्जाच्या शाळेत सर्वसाधारण गुण मिळवून त्यानं हे सिद्ध केलं. अनेक वर्षे वाया घालवत असताना त्यानं वाचन खूप केलं; पण आपले पूर्वग्रह भक्कम होतील अशाच गोष्टींचा त्यात समावेश असल्याची कबुलीसुद्धा त्यानं नंतर दिली! लष्करी सेवेमुळे लष्करी बाबतींमधल्या काही गोष्टी मात्र त्याला प्रत्यक्ष अनुभवामुळे शिकता आल्या. राजकारणाविषयीची त्याची जाणही फार चांगली नव्हती. नियमितपणे वर्तमानपत्रांचं वाचन करणाऱ्या कुठल्याही माणसाला समजेल इतपत याची पातळी होती, असं मानलं जातं. कधीच कुठली नोकरी करावी किंवा कुठलं काम धरावं असं हिटलरला वाटत नसे. या सगळ्याचा त्याला खूप कंटाळा होता. अगदी राजकारणसुद्धा त्याच्या दृष्टीनं त्याचा व्यवसाय ठरू शकलं नाही. माणसाची परिपक्वता त्याच्या वयानुसार वाढत जाते आणि तो अधिकाधिक विचारी होत जातो असं सर्वसामान्यपणे आढळत असलं तरी हिटलरच्या बाबतीत मात्र हे अजिबातच घडलं नाही. तारुण्याच्या उंबरठ्यावर असताना हिटलरची विचारसरणी तर पक्की झालीच; पण शिवाय त्याच्या स्वभावात किंवा सवयींमध्ये यानंतर कसलाच बदल झाला नाही. निग्रही स्वभाव, धाडसी वृत्ती, धैर्य आणि हार न मानण्याची चिकाटी या त्याच्यामधल्या चांगल्या गुणांना दुराग्रह, बदला

घेण्याची वृत्ती, कुणावरच पूर्ण विश्वास न टाकण्याचा संशयी स्वभाव आणि क्रूरपणा या दुर्गुणांची जोड मिळाली. इतर कुणाचीही मतं त्याला पटत नसत आणि म्हणूनच कुणाकडूनही झालेली टीका त्याला अजिबात सहन होत नसे.

यश

आपल्या डझनभर वर्षांच्या कारकिर्दीच्या उत्तरार्धात हिटलरनं मिळवलेलं यश त्याचे मित्र आणि शत्रू यांना एकसारखं थक्क करून सोडणारं होतं. कुणालाच याची अपेक्षा नव्हती. त्याच्या या यशामुळेच अजूनही हिटलरचं गुणगान काही प्रमाणात गायलं जातं. जर्मनीचं चॅन्सलरपद मिळवण्यापूर्वी अत्यंत आक्रमक आणि खिळवून ठेवणारी भाषणं करणारा माणूस अशी प्रतिमा हिटलरनं जाणीवपूर्वकरीत्या जोपासली होती खरी; पण प्रत्यक्षात त्याला सत्ता मिळेल आणि ती मिळाल्यावर तो धडाकेबाज पवित्रा घेईल, असं मात्र बहुतेक कुणालाच वाटलं नव्हतं. याच्या जोडीला हिटलरनं उभी केलेली एसए संघटनाही त्याच्या शत्रूंच्या काळजाचा थरकाप उडवणारी होती. एसएच्या ताकदीपुढे इतर राजकीय पक्षांच्या आक्रमक संघटना पार फिक्या पडल्या. साहजिकच जिथं गुंडागर्दी आणि हाणामारी यांच्या दहशतीनंच काम पुढे न्यायचं असेल, तिथं हिटलरला कुठल्याच अडचणी आल्या नाहीत. याच्या जोडीला ज्यू आणि साम्यवादी लोकांना जर्मनीचा शत्रू ठरवत हिटलरनं आपल्या चॅन्सलरपदाच्या पूर्वार्धात जनमानसावर चांगलाच पगडा मिळवला.

पहिल्या महायुद्धानंतर आर्थिक अडचणींमध्ये सापडलेल्या जर्मनीला १९२९ मध्ये सुरू झालेल्या जागतिक महामंदीनं पार जेरीला आणलं होतं. यातून जर्मनीची सुटका करण्याचं श्रेय अनेकदा हिटलरला दिलं जातं. १९३३ सालच्या जानेवारी महिन्यात हिटलरनं जर्मनीच्या चॅन्सलरपदावर आपला कब्जा केला तेव्हा जर्मनीत एकंदर ६० लाख लोक बेरोजगार होते. यानंतर फक्त तीनच वर्षांमध्ये ही बेरोजगारी पूर्णपणे संपुष्टात आली! याचा मुख्य परिणाम लोकांचं जीवनमान काही अंशी सुधारणं हा नव्हता; तर नैराश्य आणि अंधकारमय भविष्याकडे सुरू असलेली वाटचाल संपून विलक्षण उत्साहानं पुढे जाण्यासाठी जर्मन जनता सज्ज होणं, हा होता. सर्वसामान्यपणे बेरोजगारीतून सुटका करून घ्यायची असेल तर त्यासाठी संबंधित देशाला काही प्रमाणात तरी महागाईची झळ सोसावी लागते, असा अर्थशास्त्रामधला नियम आहे. हा नियमही हिटलरनं पार मोडीत काढला असावा; कारण बेरोजगारी संपूनसुद्धा जर्मनीत अजिबात महागाई वाढली नाही. स्वतः हिटलरला अर्थशास्त्राची अजिबातच जाण नव्हती; पण लोकांच्या नजरेतली आपली प्रतिमा सांभाळण्याची मात्र त्याला विलक्षण घाई असे. साहजिकच

जर्मनीमधल्या या आर्थिक चमत्काराचं श्रेय हिटलरला पूर्णपणे देण्यात अर्थ नाही. महामंदीनंतर सुधारत चाललेली परिस्थिती आणि हिटलरनं जर्मन लष्कराला मजबूत करण्यासाठी उचललेली पावलं, यांचा हा परिपाक होता.

चुका

हिटलरनं आपल्या कारकिर्दीमध्ये एकाच वेळी दोन मोठी स्वप्नं पूर्ण करण्यावर भर दिला. त्यामधलं पहिलं स्वप्न हे जर्मनीला महासत्ता बनवण्याचं आणि सगळ्या युरोपवर जर्मनीचं वर्चस्व प्रस्थापित करण्याचं होतं. त्याचं दुसरं स्वप्न ज्यू लोकांना पूर्णपणे संपवण्याचं होतं. एकाच वेळी या दोन गोष्टींवर त्यानं काम सुरू ठेवलं. ही त्याची मोठी चूक ठरली. याचं कारण म्हणजे त्याच्या या दोन स्वप्नांमध्ये गुंतागुंत झाली आणि त्यातून हिटलरला हवी तशी वाटचाल होऊ शकली नाही. आपल्या ज्यू-विरोधामुळे हिटलरनं विनाकारण नवे शत्रू निर्माण केले आणि आपले सहकारी ठरू शकतील असे देशसुद्धा आपल्या विरोधात उभे राहत असल्याचं भान त्याला राहिलं नाही. खरं म्हणजे रशियात पहिल्या महायुद्धानंतर झालेल्या झारविरोधी क्रांतीला जर्मनीतल्या ज्यूंनी जोरदार मदत केली होती. तसंच अमेरिकेनं पहिल्या महायुद्धात मित्रराष्ट्रांच्या साथीला उतरू नये यासाठीसुद्धा जर्मन ज्यूंनी खूप प्रयत्न केले होते. जर्मनीविषयी सहानुभूती असलेले हे आणि इतर सगळे ज्यू आता हिटलरच्या विरोधात एकवटले. याखेरीज ज्यू लोकांविषयी सहानुभूती असलेले सगळे लोकसुद्धा आपोआपच हिटलरचे शत्रू झाले. आईनस्टाईनसकट अनेक महान जर्मन ज्यू लोक इतर देशांमध्ये गेले. तसंच अणुबॉम्बसंबंधी जर्मनीतल्या गॉटिंगनमध्ये सुरू असलेलं अत्याधुनिक संशोधनही थांबलं आणि ते अमेरिकेत जोमानं सुरू झालं. साहजिकच दुसऱ्या महायुद्धाचा शेवट अमेरिकी नव्हे तर जर्मन अणुबॉम्बनं झाला असता का, याविषयीचं संशोधन अजूनही सुरू आहे.

हिटलरनं एकापाठोपाठ एका देशावर आक्रमण सुरू केल्यानंतर सुरुवातीच्या काळात त्याला जोरदार यश मिळालं. खास करून फ्रान्सला नमवल्यानंतर हिटलर अगदीच यशोशिखरावर होता. या सुमाराला त्यानं आपलं आक्रमण जरा बोथट करून इतर युरोपीय देशांशी समझोता करण्याची मध्यममार्गी भूमिका स्वीकारली असती तर कदाचित या देशांनी त्याच्यासमोर नमतं घेतलं असतं. फ्रान्सशी समझोता करून इंग्लंडलाही चर्चेमध्ये सहभागी करण्याऐवजी हिटलरनं इंग्लंडला जवळपास शरण येण्याचंच आवाहन केलं. नुकताच जर्मनीशी युद्ध करण्याचा मानस जाहीर केलेल्या ब्रिटिशांनी हा पर्याय स्वीकारण्याचा प्रश्नच उद्भवत नव्हता. हिटलरच्या या चाली चुकल्याच. कायम आक्रमण करत राहणं आणि आपल्या

निर्णयावर अट्टाहासानं अडून बसणं त्याला भोवलं. फ्रान्सशी शांतता करार करण्याला हिटलरचा विरोध होता. याचं मुख्य कारण म्हणजे फ्रान्सला पूर्णपणे नष्ट करणं, हे एकमेव उद्दिष्ट त्याच्या नजरेसमोर होतं.

अर्थातच यानंतर एकाच वेळी इंग्लंड आणि रशिया या दोन शत्रूंशी लढण्याची हिटलरची चूक सगळ्यात मोठी ठरली. रशियामधून डाव्या चळवळीला हद्दपार करण्याचं आणि रशियन भूमी जर्मन समृद्धीसाठी वापरण्याचं त्याचं जुनं स्वप्न होतं. यामुळे अमेरिकेच्या संभाव्य पाठिंब्यासह पश्चिमेकडून लढणाऱ्या ब्रिटिशांशी लढता लढता आपल्याला पूर्वेकडच्या रशियाचा सामना करणं जवळपास अशक्य होईल, ही शक्यताच त्यानं फेटाळून लावली. रशियाची लष्करी तयारी फारशी नसल्याचं मत अमेरिका आणि इंग्लंड यांनी तर मांडलं होतंच; पण खुद्द रशियामध्येही अशाच मानसिकतेनं जोर धरला होता. १९३९ मध्ये फिनलंडविरुद्धच्या युद्धात रशियन लष्कराची कामगिरी एकदम सुमार झाल्यामुळे याचे पुरावेही मिळाले होते. कदाचित हिटलरला म्हणूनच आपण ही सुसंधी सोडता कामा नये, असं वाटलं असावं. त्यातच कहर म्हणजे ११ डिसेंबर १९४१ या दिवशी हिटलरनं अमेरिकेविरुद्धसुद्धा युद्ध पुकारण्याची घोडचूक केली. अमेरिकेच्या विरोधात स्वतःहून लढण्यासाठी तेव्हा जर्मनीची अजिबातच क्षमता नव्हती. म्हणजेच अमेरिकेनंच आता आपल्याशी लढायला यावं असं आव्हान हिटलरनं या अत्यंत घातक घोषणेद्वारा केलं. 'स्वतःच्या पायांवर धोंडा पाडून घेण्याचा निर्णय' याशिवाय दुसऱ्या कुठल्याच शब्दांमध्ये आपण त्याच्या या घोषणेचं वर्णन करू शकत नाही. कदाचित इंग्लंड-रशिया-अमेरिका ही युती होऊच शकत नाही आणि त्यांच्यात यामुळे पडणाऱ्या फुटीचा फायदा आपण उठवावा, अशी दिवास्वप्नं हिटलरनं बघितली असावीत.

इतर मुद्दे

हिटलरनं मानवतेला काळिमा फासणारे अनेक गुन्हे आपल्या अनुयायांकरवी केल, यात शंकाच नाही. 'इच्छामरण' देण्याच्या नावाखाली ठरावीक लोकांना आणि कित्येकदा तर लहान मुलांना यमसदनी धाडण्याचा प्रकार त्याच्या नाझी लोकांनी केला. ज्यू लोक, साम्यवादी लोक आणि इतर सगळे विरोधक यांचा अनन्वित छळ करणं, त्यांचे हाल करून त्यांना ठार करणं, त्यांची मालमत्ता बळकावणं असे प्रकार नेहमीच होत राहिले. छळछावण्यांमध्ये ज्यू लोकांवर करण्यात आलेले अत्याचार आणि अमानवी प्रयोग अक्षरशः कल्पनेपलीकडचे होते. याखेरीज युद्धकैद्यांना म्हणजेच शत्रूच्या पकडण्यात आलेल्या सैनिकांना कसं

वागवलं जावं यासंबंधीचे सगळे आंतरराष्ट्रीय संकेत हिटलरच्या नेतृत्वाखालच्या जर्मन लष्करानं पार धुडकावून लावले. अत्यंत क्रूरपणे युद्धकैद्यांशी वागण्याची घृणास्पद प्रथा जर्मनीनं सुरू केली आणि याची परतफेड नंतर रशियन सैनिकांनी जर्मनीवर आपलं वर्चस्व निर्माण करताना केली. राष्ट्रीय पातळीवर दहशत पसरवणं, एकाधिकारशाही आणि हुकूमशाही यांचं थैमान माजवणं आणि लोकशाहीला पूर्ण तिलांजली देण, हे प्रकार हिटलरनं सर्रास केले.

चष्मा घातलेला असतानाचे आपले छायाचित्र प्रकाशित होऊ नये म्हणून त्यावर हिटलरने बंदी घातली होती

आपल्या आयुष्याच्या अखेरीला हिटलर एकदम उदास आणि उद्विग्न अवस्थेत होता. गोबेल्सचा अपवाद वगळता आपल्या सगळ्या 'भरवशाच्या' सहकाऱ्यांनी आपल्याला दगा दिल्याची खंत त्याला आतून खात राहिली. ऐन मोक्याच्या क्षणी ते आपली साथ सोडून पळून गेल्याचं त्याचं मत पक्कं होत गेलं. हे नैराश्य त्याला सतत कुरतडत राहिलं. त्याची तडफड यामुळे वाढत गेली. निराश आणि पराभूत हिटलर खचत गेला आणि समोर ठाकलेल्या पराभवाचा सामना करू न शकल्यामुळे आत्महत्या करून त्यानं स्वतःला संपवलं. त्याचबरोबर इतिहासामधला एक अत्यंत काळा अध्याय संपला!

❖

संदर्भ-सूची

क्र.	पुस्तक/वेब साईट/संदर्भ	लेखक	प्रकाशक
1.	The Rise and Fall of theThird Reich : A History of Nazi Germany	William L Shirer	Rosetta Books LLC, New York
2.	Hitler	Ian Kershaw	Penguin Books
3.	Hitller's Last Witness : The Memoirs of Hitler's Bodyguard	Rochus Misch	Frontline Books, London
4.	The Nazis : A Warning from History	Laurence Rees	BBC Books
5.	He was my Chief : The Memoirs of Adolf Hitler's Secretary	Christa Schroeder	Frontline Books, London
6.	He was My Friend : The Memoirs of Hitler's Photographer	Heinrich Hoffman	Frontline Books, London
7.	World War II : Behind Closed Doors - Stalin, The Nazis and The West	Laurence Rees	BBC Books

8. The Dark Charisma of Adolf Hitler : Leading Millions into the Abyss	Laurence Rees	BBC Books
9. Hall of Mirrors : The Great Depression, The Great Recession, and the Uses-and Misuses- of History	Barry Eichengreen	Oxford University Press
10. The Meaning of Hitler	Sebastian Haffner	Phoenix
11. A Short History of World War II	James L Stokesbury	Harper Collins
12. The Dark Valley : A Panaroma of the 1930s	Piers Brendon	Vintage Books
13. Stalin : The First In-Depth Biography Based on Explosive New Documents from Russia's Secret Archives	Edvard Radzinsky	Anchor Books
14. Nehru & Bose : Parallel Lives	Rudrangshu Mukherjee	Penguin Books India
15. When Money Dies : The Nightmare of Deficit Spending, Devaluation, and Hyperinflation in Weimar Germany	Adam Fergusson	Public Affairs

❖

भारताच्या स्वातंत्र्यलढ्यातील अनाम धगधगत्या क्रांतीज्वालांच्या तेज:पुंज कहाण्या

भारतीय स्वातंत्र्यलढ्यातील स्त्रिया

लेखक
नवाझ ब. मोदी

अनुवाद
वासंती फडके

स्वातंत्र्य संग्रामातील कार्य हा बहुसंख्य स्त्रियांच्या दृष्टीने त्यांच्या परंपरागत कार्याचा थोडाफार विस्तार होता. तरीही फार थोड्या साहसी स्त्रियांनी परंपरा झुगारून त्यांच्या परंपरागत आणि दुय्यम दर्जाविरुद्ध बंड पुकारले, आणि स्त्रीवादी व राष्ट्रवादी भूमिकांचे एकत्रीकरण केले. कोणतेही पद किंवा सत्ता यांची अभिलाषा न धरता त्यांनी नि:स्वार्थपणे देशसेवा केली. राष्ट्रीय चळवळीला प्रथमच राष्ट्रीय आणि प्रादेशिक स्वरूप प्राप्त झाले. परिणामी मोठ्या संख्येने स्थानिक व प्रादेशिक स्तरावर उत्साह दिसून आला. त्यामुळे प्रदेश, वर्ग, जाती, लिंग व धर्म यांचे अडसर भारतीय इतिहासात दीर्घ कालांतराने दूर झालेले दिसले. समानतेच्या तत्त्वज्ञानात, सामाजिक न्यायात, निधर्मीवादात आणि राष्ट्रवादात झिरपलेली पायाभूत भावनिष्ठा स्पष्ट झाली. स्वातंत्र्याचे अंतिम ध्येय गाठण्यासाठी ही भावनिष्ठा सर्वत्र हळूहळू झिरपून चळवळीला मार्गदर्शक ठरली.